தமிழக அரசியல்

காலச்சுவடு கட்டுரைகள் (2001 – 2011)

தமிழக அரசியல்

காலச்சுவடு கட்டுரைகள் (2001 – 2011)

கண்ணன் (பி. 1965)
தொகுப்பாசிரியர்

கண்ணன் நாகர்கோவிலிலும் பெங்களூரிலும் கல்வி கற்றார். 1994இல் *காலச்சுவடு* இதழை மீண்டும் துவக்கி அதன் ஆசிரியர் – பதிப்பாளராகப் பணியாற்றிவருகிறார். 1995இல் காலச்சுவடு பதிப்பகத்தைத் துவக்கினார். 'தமிழ் இனி 2000' மாநாட்டின் ஒருங்கிணைப்பாளர். காலச்சுவடு அறக்கட்டளையின் முதன்மை அறங்காவலர். 'வன்முறை வாழ்க்கை' (2003), 'பதிவுகள் அழியும் காலம்' (2005), 'பிறக்கும் ஒரு புது அழகு' (2007), 'அகவிழி திறந்து' (2011), 'அதிகாரத்தின் வாசனை' (2011) இவரது கட்டுரைத் தொகுப்புகள்.

2002இல் அமெரிக்க உள்துறையின் அழைப்பின் பெயரில் அங்கு நடைபெற்ற *International Visitor Program*இல் பத்திரிகையாளராகக் கலந்துகொண்டார். பிராங்க்ஃபர்ட் புத்தகச் சந்தை நிறுவனம் நடத்தும் இளம் பதிப்பாளர்களுக்கான *Frankfurt Book Fair Fellowship Programme (2007)* இலும் கலந்துகொண்டுள்ளார். தற்போது காலச்சுவடு பப்ளிகேஷன்ஸ் பிரைவேட் லிமிட்டெடின் நிர்வாக இயக்குனராகப் பணியாற்றி வருகிறார்.

மனைவி : மைதிலி. மகன்கள் : சாரங்கன், முகுந்தன்.

தொடர்புக்கு : *kannan31@gmail.com*

தமிழக அரசியல்

காலச்சுவடு கட்டுரைகள் (2001 – 2011)

தொகுப்பாசிரியர்

கண்ணன்

காலச்சுவடு பதிப்பகம்

தமிழக அரசியல் – காலச்சுவடு கட்டுரைகள் (2001 – 2011) ❖
தொகுப்பாசிரியர் : கண்ணன் ❖ முதல் பதிப்பு : டிசம்பர் 2011 ❖
வெளியீடு : காலச்சுவடு பப்ளிகேஷன்ஸ் (பி) லிட்., 669 கே. பி. சாலை,
நாகர்கோவில் 629 001.

காலச்சுவடு பதிப்பக வெளியீடு: 446

tamizaka araciyal - kaalaccuvaTu kaTTuraikal (2001 - 2011) ❖
Selected Articles from Kalachuvadu on Tamil Nadu Politics ❖
Compiler: Kannan ❖ Language : Tamil ❖ First Edition : December 2011 ❖
Size : Demy 1 x 8 ❖ Paper : 18.6 kg maplitho ❖ Pages: 520 ❖ Copies:
550 + 50.

Published by Kalachuvadu Publications Pvt. Ltd., 669 K.P. Road,
Nagercoil 629 001, India ❖ Phone : 91 - 4652 - 278525 ❖ e-mail :
publications@kalachuvadu.com ❖ Wrapper Printed at Print Specialities,
Chennai 600 014 ❖ Printed at Mani Offset, Chennai 600 005.

ISBN : 978-93-81969-05-2

12/2011/S.No. 446, kcp 786, 18.6 (1) 600

காலச்சுவடின் பணிகளுக்கு
பெரிதும் உறுதுணையாக இருந்த
நினைவில் வாழும் ‘ஆரெம்கேவி’ விஸ்வநாதன்
அவர்களுக்கு

பொருளடக்கம்

தொகுப்புரை

'இலக்கிய அரசியலும் வெகுஜன அரசியலும்' என்ற பத்தியை உலகத்தமிழ்.காம் இதழில் 2004ஆம் ஆண்டு எழுதினேன். "அரசியலை வெளியே இருந்து குறை சொல்லிக்கொண்டிருக்காமல் உள்ளே இறங்கி சுத்தப்படுத்த வேண்டும் என்றார் நண்பர்" என அந்தப் பத்தி துவங்குகிறது. இல்லை, இல்லை இறங்கினால் நாமும் அசுத்தப்பட்டுவிடுவோம் என்பது இதற்குப் பதில். நம்முடைய மேட்டுக்குடிக்கும் நடுத்தர வர்க்கத் திற்கும் மிகவும் பிடித்த விவாதம் இது. தமிழக அரசிய லின் மொழியும் பண்புகளும் கருத்தியல் உள்ளடக்கமும் மேற்படி வகுப்பினர் அதில் எளிதில் செயல்படக்கூடிய தாக இல்லை. சுயவிருப்பம் காரணமாகவும் மதிப்பீடுகள் காரணமாகவும்தான் தாம் அரசியலில் களம் இறங்க வில்லை என்ற சுயகற்பிதத்தைத் தக்கவைத்துக்கொள்ள வும் இவற்றை மீறி அதிகார அரசியலை விரும்பும் நப்பாசையையும் இந்தத் தொடரும் விவாதம் சுட்டுகிறது. மேற்படிக் கருத்தை வெளியிட்டவர் சில காலம் நம் நடுத்தர வர்க்கத்தின் நாயகிகளில் ஒருவராக இருந்து தற்போது அதன் கண்டனப் பட்டியலில் முதலிடம் பிடித் திருக்கும் கனிமொழி கருணாநிதி. என்னுடைய மறுப்பை அவரிடம் தெரிவித்து விவாதித்துவிட்டு எழுதப்பட்டது இந்தப் பத்தி. "அரசியலின் 'அசுத்த'த்திற்கு வெளியே சமூகத்தில் தனியாகச் 'சுத்தம்' என்று எதுவும் இல்லை" என்று வாதிட்டிருந்தேன். நமது சில அறிவுஜீவிகளை யும் கடுமையான சொற்களில் விமர்சித்திருந்தேன். ஆனால் கடந்த திமுக ஆட்சியில் நம் அறிவுஜீவிகள் ஆடிய ஆட்டங்களுக்குப் பிறகு இப்போது இதைக் 'கடுமை' எனக் கூற முடியாது.

அரசியலைச் சுத்தப்படுத்த அடிக்கடி அழைக்கப்படுபவர்கள் நம் அறிவுஜீவிகளுடன் . . . கடந்த பத்தாண்டுகளாக நெருக்கமாகப் பழகிவரும் அனுபவத்தில், (சிலர்) அதிகாரமும் பணமும் கையில் கிடைத்தால், எந்த மதிப்பீடுகளும் அற்ற பெரும் களியாட்டத்தில் ஈடுபடுவார்கள் என்றே தோன்றுகிறது.

நமது சில அறிவுஜீவிகள் . . . பேராசை காரணமாக மிக மோசமான முறையில் சோரம் போகக்கூடியவர்களாக இருக்கிறார்கள். சுயமரியாதை அற்றவர்களாக, எந்தக் கொள்கைகளும் அற்றவர்களாகத் திரிகிறார்கள். இலக்கியப் போக்கின் ஒரு முனையிலிருந்து மறுமுனைக்கு எளிதில் துள்ளி விழக்கூடியவர்கள் இவர்கள். எந்தப் பிரதியையும் எந்த ஆளுமையையும் கூச்சமின்றிச் சில்லறை சௌகரியங்களுக்காகப் பாராட்டக்கூடியவர்கள். எந்த அநீதியையும் மௌனமாக எதிர்கொள்ளும் ஆற்றல் படைத்தவர்கள்.

அரசியலில் ஊழல் வசப்படாதவர்கள்மீது பிற அரசியல்வாதிகளுக்கு மதிப்பும் மரியாதையும் உள்ளது. அறிவுலகில் மதிப்பீடுகளைப் பேண எளிய அளவிலேனும் முயல்பவர்கள் கொலைவெறியையும் மிக மட்டரகமான தாக்குதல்களையும் சந்திக்க வேண்டியுள்ளது.

('பதிவுகள் அழியும் காலம்', 2005)

இதில் முதல் இரண்டு கூற்றுகளையும் விளக்க வேண்டிய அவசியம் இன்று இல்லை. மூன்றாவது கூற்றில் குறிப்பிடுவது போல மதிப்பீடுகளை எளிய அளவிலேனும் பேண முயலும் ஒரு இயக்கமாகவே *காலச்சுவடைப்* பார்க்கிறேன். திமுக அரசின் எல்லா சிறந்த கொள்கைளையும் வரவேற்று தலையங்கம் எழுதிய மற்றொரு இதழ் தமிழில் இல்லை. அதன் இழிவுகளை இந்த அளவு கடுமையாக விமர்சித்த இதழும் இல்லை. இவ்விமர்சனங்கள் காரணம் *காலச்சுவடைத்* திமுக அரசாங்கம் நூலகங்களில் தடைசெய்தபோது பற்பல எழுத்தாளர்கள் எங்களுக்கு ஆதரவாகக் குரல் கொடுத்தார்கள். மறைந்த திமுக பத்திரிகையாளர் சின்னக்குத்தூசிகூட *காலச்சுவடை* நூலகங்களிலிருந்து நீக்கியது பிழை என மறைமுகமாகவேனும் *முரசொலியிலேயே* சுட்டிக்காட்டினர். ஆனால் நமது அதிகாரச் சார்பும் சாதிவெறியும் மிக்க அறிவுஜீவிகள் திமுக அரசுக்கு ஆதரவாகவும் மௌனமாகவும் தாம் செயல்

பட்ட இழிவை மறைக்க *காலச்சுவடின்* செயல்பாடுகளுக்குப் பல உள்நோக்கங்களைக் கற்பித்தார்கள்.

இத்தொகுப்பு *காலச்சுவடின்* அனைத்து அரசியல் கட்டுரைகளின் பட்டியலை வழங்குகிறது. பக்க அளவுக்கு உட்பட்டு முக்கியமான கட்டுரைகளை உள்ளடக்கியுள்ளது. இந்த ஆதாரங்களின் அடிப்படையில் *காலச்சுவடின்* அரசியல் பார்வையை ஆராய, விவாதிக்க, விமர்சிக்க வாசகரையும் விமர்சகர்களையும் அன்புடன் கேட்டுக்கொள்கிறேன்.

இந்நூல் உருவாக்கத்தில் பல உதவிகளைச் செய்த கே.என். செந்திலுக்கு நன்றி.

நாகர்கோவில் **கண்ணன்**

22.12.2011

தலையங்கம்

கலைஞர் மறுக்க வேண்டும்

தமிழகத்தின் சாகித்திய அகாடமியாக உருவாக்கப் பட்டிருக்கும் குறள்பீடம் அமைப்பின் தலைவராக முதலமைச்சர் மு. கருணாநிதி செயல்பட்டு வருகிறார். இந்த அமைப்பின் முதல் கூட்டத்தில் 'படைப்பிலக்கியச் செம்மலுக்கு' வாழ்நாள் சாதனைக்காக வழங்கப்படும் முதல் ஆண்டுப் பரிசை (பரிசுத் தொகை ரூபாய் இரண்டு லட்சம்) கலைஞருக்கு அளிக்க வேண்டுமெனப் பல உறுப்பினர்கள் போட்டி போட்டுக்கொண்டு கோரிக்கை எழுப்பினர் என வதந்திகள் தெரிவிக்கின்றன.

இந்தப் பரிசை வாங்கக் கலைஞர் மறுக்க வேண்டும்.

கலைஞர் இப்பரிசைப் பெற ஏன் மறுக்க வேண்டும் என்பதற்கான வாதங்களை இங்கு முன்வைக்கிறோம்.

1. பரிசு எழுத்தாளனுக்கு வழங்கப்படும் ஒரு சமூக அங்கீகாரமாகக் கருதப்படுகிறது. தமிழ்ச் சமூகத் தின் சகலவிதமான அங்கீகாரத்தையும் பெற்றவர் கலைஞரைப் போல வேறொருவரில்லை. எத் தனையோ எழுத்தாளர்கள் ஆயுட்கால இலக்கிய அர்ப்பணிப்புக்குப் பிறகும் போதுமான சமூக அங்கீகாரம் இன்றி இருக்கிறார்கள். இத்தகைய எழுத்தாளர்களைத் தமிழகத்தின் பல்வேறு இலக்கியப் போக்குகளிலும் அடையாளம் காட்ட முடியும். இதில் பலருக்குப் பரிசுத் தொகை ரூபாய் இரண்டு லட்சமும் பிழைப்பிற்கு அவசியமான பெருந்தொகையாக இருக்கும். தமிழினத் தலைவ ராகச் சமூகத்தில் கணிசமான பகுதியினரால் மதிக்கப்படும் ஒருவர் இந்தப் போட்டியில் இறங்கு வது கௌரவமான செயலாக இராது.

2. முன்னர் முதல்வராக இருந்தபோது தஞ்சைப் பல்கலைக் கழகத்தின் இராஜராஜ சோழன் விருதைப் பெற்று முதல்வர் பதவியைத் துஷ்பிரயோகம் செய்ததாகக் கண்டனத்திற்கு அவர் உள்ளானார். இப்போது மீண்டும் முதல்வராக இருக்கும்போது குறள் பீடம் பரிசை ஏற்றுக் கொள்வது அவசியமற்ற ஒரு சர்ச்சையை மீண்டும் எழுப்புவதோடு குறள் பீடம் திட்டம் துளிர்விடும் நிலை யிலேயே அரசியல் மயமாக்கப்படும் அபாயமும் இதனால் உருவாகலாம்.

3. சாகித்திய அகாடமி உள்ளிட்ட பல அமைப்புகளில் அமைப்புக் குழுவில் இடம்பெறுபவர்கள் பரிசு பெற முடியாது என்பது நியதி. குறள் பீடம் அமைப்பின் தலைவரான கலைஞர் இப்பரிசை ஏற்றுக்கொள்வது தவறான வழிகாட்டுதலாகவும் மோசமான முன்மாதிரி யாகவும் அமையும்.

மேலும் இந்தியாவில் நிறைய அரசியல்வாதிகள் எழுத்தாளர் களாகவும் உள்ளனர். சிலர் முதலமைச்சர்களாகவும் இருக் கின்றனர். இவர்கள் யாரும் தங்கள் மாநில, மத்திய அரசின் இலக்கியத் திட்டக் குழுக்களில் அதிகாரம் வகிப்பதாகத் தெரியவில்லை. தன்னுடைய பல்வேறு அரசு மற்றும் கட்சிப் பணிகளுக்கிடையில் இந்தப் பொறுப்பைக் கலைஞர் வைத்துக் கொள்ள வேண்டிய அவசியம் எதுவும் இல்லை. கலைஞர் இப்பதவியை ராஜினாமா செய்துவிட்டு ஒரு முழுநேர எழுத்தாளர் இப்பதவியில் இடம்பெற வழி செய்வது நல்லது. மேற்படி அமைப்பு அரசியல்வாதிகளின் இடையீடு இல்லாமல் செயல்பட அவசியமான சட்டத் திட்டங்களை உருவாக்கவும் அவர் வகை செய்ய வேண்டும்.

இதழ் 33, ஜனவரி – பிப்ரவரி 2001

ஜெயலலிதாவின் பின் நவீனத்துவ நோக்கு

இந்தத் தலையங்கம் படிக்கப்படும்போது தேர்தல் நெருங்கியிருக்கும். இருப்பினும் இங்கு விவாதிக்கப் போவது தமிழக அரசியலின் வருங்காலத்தை அல்ல. ஜெயலலிதாவின் அரசியல் பங்களிப்பை. ஜெயலலிதா வின் ஊழலும் ஆணவமும் ஏற்படுத்திய பரபரப்பில் கவனம் பெறாமல் போய்விட்டது அவரது பின் நவீனத் துவச் செயல்திட்டம்.

புனிதங்களைத் தகர்ப்பது ஒரு பின் நவீனத்துவச் செயல்பாடு எனில் இந்திய அரசியலில் அதனை இத்தனை வெற்றிகரமாக ஒரு பூகம்பத்தின் சக்தியோடு நிறைவேற்றி வரும் இன்னொரு ஆளுமை இல்லை.

ஆட்சிக்கு வந்ததும் பெரியார் சிலைக்கு மாலை அணிவிக்கச் சென்றவரை வீரமணி வரவேற்க, அப்போதே துவங்கியது 'ஜெ'யின் கட்டுடைப்பு. இந்தக் குறுகிய காலத்தில் அவர் தகர்த்துள்ள புனிதங்களின் எண்ணிக்கை அசர வைக்கிறது.

வீரமணி நீட்டிய நேசக் கரத்தோடு அவரது திரா விடப் புனிதம் தகர்ந்தது. நடமாடும் பல்கலைக்கழகம் நெடுஞ்செழியன் சட்டசபையில் 'ஜெ'க்கு வக்காலத்து வாங்கியபடியே கட்டுடைந்தார். எஸ். டி. சோமசுந்தரம் தொங்கியபடியே தகர்ந்து போனார். எம்.ஜி.ஆர். இருட் டடிப்பின் மறதியில் மறைந்தார். ஜானகியின் பத்தினி சாபம் பலிக்கவில்லை. பல குட்டித் தெய்வங்கள் 'ஜெ' யுகத்தில் இருக்க இடமில்லாமல் மையமிழந்தனர்.

பாஜகவின் தர்மம் அறம் எல்லாம் கூட்டணியில் தகர்ந்தன. இரண்டாவது 'ஐயா' டாக்டர் சாதிய மண்ணில் கலந்தார். சங்கரய்யாவும் நல்லகண்ணுவும் வர்க்க பேதமற்ற புழுதியில் புரட்டியெடுக்கப்பட்டனர். நரசிம்ம ராவும் மூப்பனாரும் போயஸ் குட்டையில் ஊறிக் கட்டவிழ்ந்தனர். கலைஞரும் வைகோவும் போயஸ் வளர்த்த யாககுண்டத்தில் இந்துமய மாயினர். தலித் எழில்மலை போயஸ் அம்பலத்தில் மறைந்தார். தமிழ்த் தன்மானத் தீபம் தமிழ்க் குடிமகன் தமிழ்ப் பற்றற்ற ஜோதியில் ஐக்கியமானார்.

அகில இந்திய சாணக்கியர் சுர்ஜித் சிங் 'ஜெ'யின் திருஷ்டி பட்டதும் சகுனியானார். அத்வானியின் ரதம் மறதியின் புதை சேற்றில் அமிழ்ந்தது. பிற்படுத்தப்பட்டோரின் புனிதச் சுடர் லல்லு வளர்ப்பு மகனின் திருமணத்தில் மங்கிப் போனார். நெருக்கடி நிலையின் நாயகன் பெர்னாண்டஸ் போயஸ் ஏவலா ளாக சோஷலிசச் சமத்துவத்தைத் தரிசித்தார். எளிமையான விவசாயி தேவகௌடா பணப் பெட்டியின் மகிமையில் போயஸ் ஆடம்பரத்தில் சிதறிப்போனார்.

மத்தியதர வர்க்கத்தின் நாயகர்கள் சேஷனும், மவுண்ட் ரோடு மகா விஷ்ணுவும், பத்திரிகையுலகக் கருடர் சோவும் போயஸ் ஊழியில் கரைந்துவிட்டனர்.

'ஜெ'யின் பணி இன்னும் முடியவில்லை . . .

தலைவர்களை விட்டுக் கட்சிகளைக் கட்டுடைக்கும் பணி யைத் துவங்கியிருக்கிறார்.

கண்ணன்

இதழ் 35, மே – ஜூன் 2001

பாதை மாறும் ஜனநாயகப் பயணம்

தேர்தல் எட்டிப் பார்த்ததும் இந்தியா ஒளிர ஆரம்பித்ததைப்போலவே சில தலைவர்களுக்கு ஞானோ தயமும் பிறந்திருக்கிறது. பாஜகவின் மதச்சார்பு திமுக வுக்கு இப்போது தெரிகிறது. திமுகவின் பிரிவினைப் போக்கு பாஜகவுக்கு உறுத்துகிறது. இதற்கு மத்தியில் தமிழக முதல்வர் ஜெயலலிதாவுக்கு மட்டும் ஞானோதயம் வராமல் போகுமா? கோவில்களில் ஆடு கோழிகளைப் பலியிடுவதைத் தடுத்துச் சட்டம் போட்ட அவர், இப் போது அதை நீக்கியிருக்கிறார். பணிநீக்கம் செய்யப்பட்ட அரசு ஊழியாகளை மீண்டும் பணியில் அமர்த்தியிருக் கிறார். விவசாயிகளுக்கு ரத்துசெய்யப்பட்ட இலவச மின்சாரம் முதலான சில சலுகைகளை மீண்டும் அறிவித் திருக்கிறார். இதுபோன்ற பிரச்சினைகளை ஒட்டி, சமூக மற்றும் சட்டரீதியான காரணங்களைச் சுட்டிக் காட்டி எத்தனையோ பேர் அறிவுரை கூறியபோதெல் லாம் மூடியிருந்த ஜெயலலிதாவின் காதுகள் இப்போது திறக்கின்றன. வெகுஜன மக்கள் பண்பாட்டின் மீதும் அரசு ஊழியர்கள் மற்றும் விவசாயிகள் மீதும் புதிதாக அவருக்கு அக்கறை பிறக்கிறது.

அசுர பலத்தின் அஸ்திவாரத்தில் கட்டப்படும் அதிகாரபீடம் மக்கள் மீதான அலட்சியத்தை உருவாக் கும். தேர்தலோ அதிகார பீடங்களின் அதிதேவதைகளைப் பதற்றமடையச் செய்யும். சாதாரண மக்கள் திடீர் மதிப்பும் அங்கீகாரமும் சிறிய அளவிலான சலுகைகளும் பெற்றுக் கிறங்கியிருக்கும் காலம் தேர்தல் காலம். ஜனநாயகம் என்ற சொல் சிறிதளவேனும் அர்த்தம் பெறும் காலம்.

ஆனால் இந்த ஞானோதய வேளையிலும் மதமாற்றத் தடைச் சட்டத்தைத் திரும்பப் பெறும் எண்ணம் எதுவும் ஜெயலலிதாவுக்குத் தோன்றவில்லை. மேலே குறிப்பிட்ட நடவடிக்கைகளின் மூலம் வாக்குகளைக் கவர முயலும் அவருக்கு, மதமாற்றத் தடைச் சட்டம் பற்றிக் கவலைப்பட வேண்டும் என்று தோன்றாததற்குக் காரணம் அவரது இன்றைய கூட்டணி மட்டுமல்ல; தமிழக வாக்காளர்களின் இன்றைய மனோபாவமும் தான். மதவாத அரசியலை வெளிப்படையாக நடத்தும் பாஜக, ஒரு கட்சி என்ற அளவில் தமிழகத்தில் பெரும் சக்தியாக வளரவில்லை என்றாலும் அதன் மதம் சார்ந்த பார்வை சமூகத்தில் பரவலான வரவேற்பைப் பெற்றுவருவதையே இது காட்டுகிறது. வலுவற்ற ஒரு கட்சியைக் கணக்கில் எடுத்துக் கொண்டு அரசியல் வியூகங்கள் வகுக்கப்படுவது, அக்கட்சியின் சித்தாந்தத்தை மறைமுகமாகப் பிற கட்சிகள் எதிரொலிப்பதையும் சமூகம் அதை ஏற்கும் நிலையில் இருப்பதையும் உணர்த்துகிறது. மதச்சார்பின்மையை அடிப்படையாகக் கொண்ட இந்திய ஜனநாயகத்தின் முன் உள்ள பெரும் சவாலாக இது உருவெடுத்துள்ளது.

இது ஒருபுறம் இருக்க, மக்களால் நேரடியாகத் தேர்ந்தெடுக்கப்படும் பிரதிநிதிகளுக்கு அரசியல் சட்டம் தந்திருக்கும் மதிப்பினை மீட்டுத்தரும் நிலையைப் பிரக்ஞைபூர்வமான எந்த முயற்சியும் இன்றி இந்திய ஜனநாயகம் அடைந்திருப்பதையும் இந்தத் தேர்தல் உணர்த்துகிறது. சட்டமன்ற, நாடாளுமன்றப் பிரதிநிதிகளை மக்கள் தேர்ந்தெடுக்க, அந்தப் பிரதிநிதிகள் முதல்வர் அல்லது பிரதமரைத் தேர்ந்தெடுப்பார்கள் என்பதையெல்லாம் ஏட்டளவிலான விதிமுறையாக்கிவிட்ட இந்திய ஜனநாயகம், முன்னாள் அல்லது இந்நாள் பிரதமர் / முதல்வரை மையம்கொண்டதாகவே தேர்தல் நடைமுறையைச் சுருக்கிவிட்டது. ஆனால் வலுவான மைய அரசு என்ற நிலை காலாவதியானதையடுத்து மக்கள் பிரதிநிதிகளுக்கான மதிப்பு – எல்லா அர்த்தங்களிலும் – கூடிவருகிறது. வாக்காளர்கள் எந்தக் கட்சிக்கு வாக்களித்தாலும் அது அந்தக் கட்சிக்கோ அந்தக் கட்சி சார்ந்த கூட்டணிக்கோ இறுதியில் பயன்படாமல் போகலாம். வாக்காளர் தேர்ந்தெடுப்பது ஒரு பிரதிநிதியை மட்டுமே; பிரதமரை அல்ல. நேற்றுவரை ஏட்டளவில் இருந்து வந்த இந்தக் கோட்பாடு இப்போது நடைமுறைக்கு வரத் தொடங்கியிருக்கிறது.

தற்செயலாக நடந்தது என்றாலும் மக்கள் பிரதிநிதித்துவ ஜனநாயக அமைப்பை மீட்டெடுக்க உதவும் என்ற முறையில் இந்த மாற்றம் வரவேற்கத்தக்கது.

இதழ் 52, மார்ச் – ஏப்ரல் 2004

எது பெரிய ஆபத்து?

காஞ்சிபுரம், கும்மிடிப்பூண்டி இடைத் தேர்தல் முடிவுகள் இயல்புக்கு மாறான முக்கியத்துவத்தைப் பெற்றுள்ளன. இடைத் தேர்தலில் ஆளுங்கட்சி வெற்றி பெறுவது புதியதல்ல. அதிலும் ஜெயலலிதாவுக்கு இது புதிதல்ல. 12 அமைச்சர்கள், 60 எம்.எல்.ஏக்கள், கோடிக் கணக்கில் பணம் ஆகிய 'யதார்த்தங்க'ளைக் கவனத்தில் கொண்டால் இவ்வெற்றி வியப்பளிக்காது. திமுக அணி யும் சளைக்காமல் (மத்திய) அமைச்சர்களை, எம்.எல்.ஏக் களைக் களமிறக்கியிருந்தது. பண விஷயத்திலும் 'குறை' இல்லை. எல்லாவற்றுக்கும் மேலாக ஏழு கட்சிக் கூட்டணி அது. இருந்தும் பெரிய வாக்கு வித்தியாசம் எப்படி ஏற் பட்டது என்பதுதான் பலரும் சுட்டிக்காட்டும் 'புதிர்'.

2001 சட்டமன்றத் தேர்தலில் பெற்றதைவிட அதிக வாக்குகளை இந்தத் தேர்தலில் அதிமுக பெற்றுள்ளது. 2004 நாடாளுமன்றத் தேர்தலில் திமுக அணி பெற்ற வாக்குகள் கணிசமாகக் குறைந்துள்ளன. இவற்றைச் சுட்டிக் காட்டும் அரசியல் நோக்கர்கள் வாக்காளர்களின் மன நிலையில் ஏற்பட்டுள்ள மாற்றத்தின் விளைவாக இதைக் குறிப்பிடுகின்றனர். ஆனால் அவர்கள் இரு அம்சங்களைக் கவனத்தில் கொள்ளவில்லை.

ஒன்று: இந்த இரு தொகுதிகளிலும் வாக்காளர்களின் எண்ணிக்கையில் ஏற்பட்டுள்ள திடீர் மாற்றம். காஞ்சி புரத்தில் 2001 சட்டமன்றத் தேர்தல் – 2004 நாடாளுமன்றத் தேர்தல்களின் வாக்காளர் எண்ணிக்கைகளுக்கிடையே வெறும் 32 வாக்குகள் மட்டுமே வித்தியாசம். கும்மிடிப் பூண்டியிலோ 2004 தேர்தலின்போது வாக்காளர் எண் ணிக்கையில் 4854 பேர் குறைந்திருந்தனர். ஆனால் இவ்விரு தொகுதிகளிலும் இடைப்பட்ட இந்த ஓராண்டில் சுமார் 16 ஆயிரம் வாக்காளர்கள் கூடியுள்ளனர். இப்படி அதி கரித்த வாக்குகள் யாவும் அதிமுகவுக்கே சென்றுள்ளன.

இரண்டாவது: வாக்களித்தோர் எண்ணிக்கையில் காணப்பட்ட அபரிமிதமான வேறுபாடு, காஞ்சிபுரத்தில் மட்டும் சுமார் 10 சதவீதம் அதிகரித்துள்ளது. அந்தத் தொகுதியில் பல வாக்குச் சாவடிகளில் 90 சதவிதத்துக்கும் அதிகமாக வாக்குப் பதிவு நடந்துள்ளது.

மேற்குறிப்பிட்ட இரு அம்சங்களுக்கும் இந்த வெற்றிக்கும் இடையே தொடர்பிருக்கிறதா என்பது ஆய்வுக்குரிய விஷயம். இது ஒருபுறமிருக்க, மாநில அளவில் எதிர்க் கட்சிகளாக இருக்கும் திமுக அணிக் கட்சிகள் மத்தியில் ஆளும் கட்சிகள். மத்திய அரசின் கொள்கைகளால் விலை ஏறிவிட்டது என ஜெயலலிதா பிரச்சாரம் செய்தார். ஆனால் திமுக அணி 'அதிமுகவின் அராஜகம்' என்பதை மட்டுமே தேர்தல் பிரச்சாரத் தில் முன்வைத்தது. தேர்தல் பார்வையாளர்களின் கறாரான நடவடிக்கைகளின் காரணமாக இந்த கோஷம் மதிப்பிழந்து விட, களத்தில் திமுக அணி நிராயுதபாணியானது. தோழமைக் கட்சித் தலைவர்களின் பிரச்சாரத்தைத் தன் வெற்றிக்குப் பயன்படுத்துவதைக் காட்டிலும் அவர்களுக்கு எந்த முக்கியத் துவமும் ஏற்பட்டுவிடாமல் பார்த்துக்கொள்வதிலேயே திமுக குறியாக இருந்தது. சன் டிவி அவர்களை எப்படி இருட்டடிப்புச் செய்கிறது என்பதைக் கொண்டே அதைப் புரிந்துகொள்ளலாம்.

இடைத் தேர்தல் முடிவு வரவிருக்கும் பொதுத் தேர்தலின் அறிகுறி என உண்மையாகவே நம்பினால் அதிமுகவை எவ ராலும் காப்பாற்ற முடியாது. திமுகவோ இப்போதாவது சுயபரிசீலனை செய்துகொள்வது நல்லது. தகுதிக்கு அதிகமாக மாறன் குடும்பத்துக்குத் தரப்படும் முக்கியத்துவம் கட்சியின் பிற தலைவர்களைப் பாதிக்கும் என்பதையும் செய்யும் தொழில் சார்ந்த துறைகளையே கேட்டு வாங்கி அந்த அதிகாரத்தைத் துஷ்பிரயோகம் செய்வது திமுகவை மட்டுமன்றித் தோழமைக் கட்சிகளையும் பாதிக்கும் என்பதையும் அது கவனத்தில் கொள்வது நல்லது.

பொதுத் தேர்தலில் அதிமுக வெற்றி பெற முடியாது எனச் சொல்பவர்கள் இடைத் தேர்தலில் செய்ததைப் போல் பண பலத்தையும் அதிகார பலத்தையும் அது பயன்படுத்த முடியாது என்பதைக் காரணமாகக் காட்டுகிறார்கள். ஆனால் இந்த முடிவுகள் அதைக்கூட அவர்கள் செய்யக்கூடியவர்கள் தான் என்ற அச்சத்தையே ஏற்படுத்துகின்றன. பணம் கொடுத்து வாக்குகளை வாங்குகிற அரசியல் கட்சிகளைவிடவும் பணம் கொடுத்தால் வாக்களிக்கிற வாக்காளர்களே மிகவும் ஆபத்தான வர்கள். இதை எப்படி எதிர்கொள்வது?

இதழ் 66, ஜூன் 2005

ஏகபோக உரிமையும் ஜனநாயகமும்

அடாவடியின் எல்லையைத் தொடும் அதிரடி நடவடிக்கைகளுக்குப் பேர்போன தமிழக முதல்வர் ஜெயலலிதாவின் பல செயல்பாடுகள் தீவிரமான எதிர் வினைகளை எழுப்புவதில் ஆச்சரியமில்லை. இந்த அதிரடி களின் வரிசையில் கடைசியாகச் சேர்ந்திருப்பது கேபிள் சேவை தொடர்பாக அவர் எடுத்துள்ள முடிவு. சுமங்கலி கேபிள் விஷன், ஹாத்வே உள்ளிட்ட கேபிள் சேவை வழங்கும் தனியார் நிறுவனங்களை அரசே ஏற்று நடத்த வகை செய்யும் மசோதா ஜனவரி மாதத்தில் சட்டமன்றத் தில் தாக்கல் செய்யப்பட்டுள்ளது.

தனது அதிரடி நடவடிக்கைகளால் விமர்சனங் களையே அதிகம் சந்தித்துவரும் ஜெயலலிதாவுக்கு இந்த விஷயத்தில் ஓரளவேனும் பாராட்டுகள் கிடைக்கின்றன. குறிப்பாக, தாங்கள் விரும்பும் சானல்களைப் பார்க்க வேண்டுமென்றால் குறைந்தது 4,000 ரூபாய் செலவு செய்து 'செட் டாப் பாக்ஸ்' வாங்க வேண்டிய நிர்ப்பந் தத்திற்கு ஆளாக்கப்பட்டிருக்கும் சென்னை வாசிகளிட மிருந்து. தமிழகம் முழுவதிலும் கேபிள் வலைப் பின்ன லைத் தன் கையில் வைத்திருக்கும் எஸ்.சி.வி. நிறுவனத் தின் ஏகபோகம் முடிவுக்கு வரக்கூடும் என்பது சன் டி.வி. தவிர்த்த மற்ற சானல்களுக்கு நல்ல செய்தி. மாதந் தோறும் 50 முதல் 80 ரூபாய் செலவில் எல்லாச் சானல் களையும் வழங்க அரசு திட்டமிட்டிருப்பதாகத் தெரிகிறது. இது நுகர்வோரின் மகிழ்ச்சிக்குரியது.

ஆனால் இதையெல்லாம் தாண்டி இதன் தாக்கம் விரிகிறது. தனியார்மயமாக்கல் என்பது இந்தக் காலக்

கட்டத்தின் தவிர்க்க முடியாத விதி என்று ஆகிவிட்ட நிலையில் வெற்றிகரமாக நடந்துகொண்டிருக்கும் ஒரு தனியார் நிறுவனத்தை அரசு ஏற்று நடத்த முடிவு செய்வதும் அந்த முடிவைப் பலரும் வரவேற்பதும் எதைக் காட்டுகின்றன? தனியார்மயமாக்கல் யுகத்தில் போட்டி என்பது தாரக மந்திரம். ஏகபோக உரிமை என்பது போட்டிக்கு எதிரான அம்சம். தவிர, இந்த ஏகபோக உரிமை மாறன் குடும்பத்திற்கு எப்படி வந்தது என்பதிலும் இதற்கான விடை இருக்கிறது. தமிழகத்தின் சகலப் பகுதிகளிலும் கேபிள் சேவை வழங்கும் துறையில் செயல்பட்டுவந்த சிறு சிறு அமைப்புகளை சுமங்கலி நிறுவனம் எப்படி ஒழித்துக்கட்டியது என்பது விவரமறிந்த அனைவருக்கும் தெரிந்ததுதான்.

எஸ்.சி.வி. நிறுவனம், சன் டி.வி. உள்ளிட்ட பல சானல்கள் ஆகியவற்றைத் தன் கையில் வைத்திருக்கும் மாறன் குடும்பம் மத்திய அரசில் இந்த வணிகத்தை உள்ளடக்கிய துறையைப் பொறுக்கி எடுத்துக் கொண்டது. இதன் மூலம், இந்திய அளவில் பொழுதுபோக்கு வணிகத் துறையின் பெரும் பகுதியைத் தன் பிடிக்குள் வைத்திருக்கிறது. இந்தியாவின் எந்த மூலையிலிருந்தும் தொலைக்காட்சி சானல் தொடங்க விரும்பும் யாரும் தயாநிதியின் தயவு இல்லாமல் அதைச் செய்ய முடியாது. மாநில அளவிலும் தேசிய அளவிலும் இத்தகைய அதிகாரத்தை ஒரு குடும்பம் பெற்றிருப்பது மக்கள் நலனுக்கு ஏற்றதாக இருக்க முடியாது (அரசியல் அதிகாரம், ஊடக அதிகாரம் முதலானவை ஒரு குடும்பத்தின் வசத்தில் இருப்பதன் அபாயகரமான விளைவுகளைப் பற்றிக் *காலச்சுவடு* இதழ் 68இல் விரிவாக எழுதப்பட்டுள்ளது).

இந்த மசோதா தாக்கல் செய்யப்பட்ட அரைமணி நேரத்திற்குள் திமுக தலைவர் மு. கருணாநிதியும் மத்திய அமைச்சர் தயாநிதி மாறனும் இந்த மசோதாவுக்கு அனுமதி வழங்க வேண்டாம் எனக் கேட்டுக் கொள்வதற்காகத் தமிழக ஆளுநரைச் சந்தித்திருக்கிறார்கள். மக்கள் நலனைப் பாதிக்கும் எந்தப் பிரச்சினையிலும் இவர்கள் இருவரும் இவ்வளவு சுறுசுறுப்பாகச் செயல்பட்டதாகத் தெரியவில்லை என்று ஜெயலலிதா கூறுவதில் நியாயம் இருக்கிறது. இப்படிப்பட்ட கோரிக்கையை முன்வைத்ததன் மூலம் சட்டமன்றத்தை அவமதித்துவிட்டதாகக் கூறிக் கருணாநிதியின் மீது உரிமை மீறல் பிரச்சினையும் எழுப்பப்பட்டுள்ளது.

சட்டமன்றத்தில் தொடங்கியுள்ள இந்த மோதல், அரசியல் மற்றும் நீதிமன்றக் களங்களில் தொடரும். இதன் முடிவு எப்படி வேண்டுமானாலும் இருக்கலாம். ஆனால் அரசு எடுத்துள்ள

முயற்சி, முறையற்ற, ஜனநாயக விரோதமான ஏகபோகத்திற்கு எதிரான மக்கள் கருத்தைத் திரட்ட வல்லது என்பதில் ஐயம் இல்லை.

இந்த முயற்சி வெற்றிபெற்றால் ஏற்படக்கூடிய சில மோசமான விளைவுகளையும் நாம் அலட்சியப்படுத்திவிட முடியாது. மதுபானக் கடைகளை அரசே ஏற்று நடத்தும் என்ற அறிவிப்பிற்குப் பின்னால் ஆளுங்கட்சியைச் சேர்ந்தவர்களுக்கு மதுக் கடை உரிமங்கள் வழங்கப்படும் என்ற செய்தியும் பொதிந்துள்ளது. அதுபோலவே அரசு ஏற்று நடத்தும் கேபிள் சேவை நடைமுறையில் ஆளுங்கட்சிப் 'பிரமுகர்'கள் கைகளில் போய்ச் சேருவதற்கான வாய்ப்பும் இருக்கிறது. ஒரு குடும்பத்தின் கையில் இருப்பதைவிடப் பலரது கைகளில் இருப்பதில் ஜனநாயக ரீதியான நியாயம் இருந்தாலும் மக்கள் பாதிக்கப்படாமல் இருக்கும் வகையில் கேபிள் சேவை நடைமுறைகள் நெறிப்படுத்தப்பட்டாக வேண்டும். என்றாலும் அவ்வப்போது வரும் தேர்தல்கள் மூலம் அரசியல்வாதிகள் உடனுக்குடன் பாடம் பெற்று வருவதால் இது போன்ற அராஜகங்கள் – மையப்படுத்தப் பட்டவையும் பரவலாக்கப் பட்டவையும் – நீண்ட காலம் நீடிக்க முடியாது என்று நம்பலாம்.

இது போன்ற நம்பிக்கைகளைப் புதுப்பித்துக் கொண்டிருப்பதுதான் இந்திய ஜனநாயகத்தின் வெற்றி எனக் கொள்ளலாமா?

இதழ் 74, பிப்ரவரி 2006

வாக்காளர்களைப் புறக்கணித்த தேர்தல்

பரவலான வன்முறையும் முறைகேடுகளும் நிரம்பிய தாக நடந்து முடிந்திருக்கிறது தமிழக உள்ளாட்சித் தேர்தல். தமது ஜனநாயகக் கடமையை நிறைவேற்றும் முனைப் போடு வாக்குச் சாவடிகளுக்கு வந்த வாக்காளர்கள் அச்சுறுத்தப்பட்டுத் தேர்தல் நடைமுறைகளிலிருந்து விலக்கி வைக்கப்பட்டார்கள். சென்னையின் பல வாக்குச் சாவடி களில் வாக்குப் பதிவு முற்பகல் 10 மணிக்கே 'முடிந்துவிட்ட' தாகத் தகவல்கள் கிடைத்திருக்கின்றன. ஆயுதமேந்திய தாதாக்களும் ரவுடிகளும் வாக்குச் சாவடிகளைக் கைப் பற்றிச் சரமாரியாகக் கள்ள ஓட்டு போட்டிருக்கிறார்கள். வாக்குச் சாவடிகளுக்கு வந்த செய்தியாளர்களில் பலரைத் தாக்கி ஓடஓட விரட்டியடித்திருக்கிறது அந்தக் கும்பல். பலருடைய காமிராக்களும் பறிமுதல் செய்யப்பட்டிருக் கின்றன. தமது கண்டனத்தைத் தெரிவிப்பதற்காக மறியல் செய்ய முயன்ற மார்க்சிஸ்ட் உள்ளிட்ட பல்வேறு கட்சி களைச் சேர்ந்த தொண்டர்களை மிருகத்தனமாகத் தாக்கி யிருக்கிறது போலீஸ். வாக்குச் சாவடிகளில் நடைபெறும் முறைகேடுகளைக் கண்காணிப்பது போலீஸின் வேலை யல்ல எனச் சப்பைக் கட்டுக் கட்டியதோடு தேர்தல் அமைதியாக நடந்ததாக மாநகரக் காவல்துறை ஆணையர் பெருமைப்பட்டுக்கொண்டது குரூரமான ஒரு பரிகாசம்.

இரு கூட்டணிகளைச் சேர்ந்த கட்சிகளும் இந்தத் தேர்தலை மற்றுமொரு அரசியல் பலப் பரீட்சையாகக் கருதிச் செயல்பட்டதே இந்த முறைகேடுகளுக்கும் வன் முறைக்கும் முக்கியக் காரணம் என்பது வெளிப்படை. மக்களின் அடிப்படைத் தேவைகளை நிறைவேற்றுவதில் முக்கியப் பங்கு வகிக்கும் உள்ளாட்சி அமைப்புகள்

சாமானிய மனிதனுக்கு அதிகாரத்தில் பங்குபெறுவதற்கான வாய்ப்பினையும் வழங்குகின்றன. ஜனநாயகத்தின் அடிப்படை அலகாகக் கருதப்படும் உள்ளாட்சி அமைப்புகள் சுதந்திரத்தின் பலன்களை மக்களுக்குக் கொண்டு சேர்ப்பதையே முக்கிய மான நோக்கமாகக் கொண்டு உருவாக்கப்பட்டவை. ஆனால் இன்று அவை சுயநல அரசியல் சக்திகளின் வேட்டைக் காடாகி யிருக்கின்றன. மக்களின் அன்றாட வாழ்வியல் தேவைகளை நிறைவேற்றுவதற்காக ஒதுக்கப்படும் பல கோடி ரூபாய் நிதி யைச் சுருட்டுவதற்கு அச்சக்திகளுக்கு அரசியல் பின்னணியும் அதிகார வர்க்கத்தின் ஒத்துழைப்பும் அடியாள் பலமும் தேவைப் படுகின்றன. உள்ளாட்சித் தேர்தலில் வெற்றி பெறுவதற்காகத் தமிழகத்தின் எல்லா அரசியல் கட்சிகளும் வெறித்தனமான போட்டியில் ஈடுபட்டதற்கு இதைத் தவிர வேறு காரணம் இருக்க முடியாது. அதனால்தான் முன்னெப்போதும் இருந் திராத வகையில் முறைகேடுகளும் வன்முறையும் நிரம்பியதாக நடந்து முடிந்திருக்கிறது இத்தேர்தல்.

மிக எளிய சேவையாகக் கருதப்படும் ஊராட்சித் தலைவருக் கான போட்டியில் வேட்பாளர்கள் பணத்தைத் தண்ணீராகச் செலவழித்திருக்கிறார்கள். முதலமைச்சரும் மத்திய, மாநில அமைச்சர்களும் எதிர்க்கட்சித் தலைவர்களும் மேற்கொண்ட சூறாவளிச் சுற்றுப் பயணங்களைப் பார்த்தவர்களுக்கு இது மற்றுமொரு பொதுத் தேர்தலாகத்தான் தென்பட்டது. நடந் திருக்கும் வன்முறையைப் பார்க்கும்பொழுது, சென்ற சட்டப் பேரவைக்கான பொதுத் தேர்தலின்போது கருணாநிதியும் ஜனநாயக முற்போக்குக் கூட்டணியின் தலைவர்களும் ஜெய லலிதா ஆட்சியின் அராஜகத்தை எதிர்த்தும் ஜனநாயகத்தைக் காப்பாற்ற வாய்ப்பளிக்கவும் கோரித் தமிழக மக்களிடம் வாக்குக் கேட்டு வலம் வந்த காட்சிகள் நினைவுக்கு வந்தன. திமுக ஆட்சியின் இத்தகைய செயல்பாடுகள் ஜெயலலிதாவின் அராஜக ஆட்சியை நினைவூட்டுகின்றன.

அரசின் இலவசத் திட்டங்கள் தொடர வேண்டுமானால் தம்முடைய கூட்டணிக்கே வாக்களிக்குமாறு கோரினார்களாம் அமைச்சர்கள். மத்திய, மாநில அரசுகளுக்கு இணக்கமான உள்ளாட்சி அமைப்பு உருவாகத் தங்களுடைய கூட்டணிக்கு வாக்களிக்குமாறு பிரச்சாரம் செய்தார் மைய நிதியமைச்சர். உள்ளாட்சி அமைப்பின் அடிப்படையான நோக்கங்களுக்கெதி ராக ஒரு நாட்டின் நிதியமைச்சரே பேசும்பொழுது அவற்றின் எதிர்காலத்தைக் குறித்து என்ன சொல்ல முடியும்?

ஆளும் கூட்டணியின் ஓர் அங்கமாக இருப்பதன் காரண மாகவே அதன் அனைத்து அராஜக நடவடிக்கைகளுக்கும்

துணைபோவதே கூட்டணிக் கட்சிகளுக்கு 'தர்ம'மாக இருந்து வரும் ஒரு சூழலில் மார்க்சிஸ்ட் கட்சி இந்த அராஜகங்களுக் கெதிராக உறுதியுடன் போராட முன்வந்திருப்பது பாராட்டுக் குரியது. தார்மீக மதிப்பீடுகள் வேகமாகச் சரிந்துவரும் சூழலில் சிறிதளவாவது நம்பிக்கையை ஊட்டும் செயல் இது. இது குறித்த வழக்கை விசாரிக்கும் உயர் நீதிமன்றம் அரசுத் தரப்பு வழக்கறிஞர்களிடம் எழுப்பிய கேள்விகள் உருவாக்கிய நம்பிக்கையை நவம்பர் 6ஆம் தேதி வழங்கவிருக்கும் இறுதித் தீர்ப்பு உறுதிப்படுத்துமா என்பதைப் பொறுத்திருந்துதான் பார்க்க வேண்டும். அரசும் மாநிலத் தேர்தல் ஆணையமும் நீதிமன்றத்திடம் அளித்திருக்கும் வாக்குறுதிகள் போதுமானவை யல்ல. வாக்குப் பெட்டிகளுக்குள் நிரப்பப்பட்டிருக்கும் கள்ள ஓட்டுகளை எண்ணி முடிக்கும் அவசரத்தின் விளைவாகச் செய்து கொண்டுள்ள சமரச முயற்சியாகவே தென்படுகிறது அரசின் நடவடிக்கை.

இது போன்ற கண்துடைப்பு வேலைகளை விட்டுவிட்டு வன்முறையையும் முறைகேடுகளையும் குறித்து நியாயமான தொரு விசாரணையை நடத்திக் குற்றம் இழைத்தவர்கள்மீது நடவடிக்கைகளை மேற்கொள்ள வேண்டியதே அரசின் முன்புள்ள உடனடிக் கடமை. அதை நிறைவேற்றுவதன் மூலம் மட்டுமே திமுக, தன்னை ஆட்சியில் அமரச் செய்த மக்களுக்கு நியாயம் செய்ய முடியும்.

இதழ் 83, நவம்பர் 2006

வளர்ச்சி தரும் பொறுப்புகள்

புதிய இடத்தில் பெரும் வரவேற்புடன் நடந்து முடிந்திருக்கும் சென்னைப் புத்தகக் காட்சி தந்த உற்சாகம் தமிழ்ப் பதிப்புச் சூழலில் அலையடித்துக்கொண்டிருக்கும் நேரத்தில் அதற்கு இசைவாக நடைபெற்றுள்ள சில நிகழ்வு கள் கவனத்திற்கு உரியவையாக இருக்கின்றன. அரசு விழாக்களில் இனிப் பொன்னாடை போர்த்துவதைத் தவிர்த்து நூல்களை அன்பளிப்பாகத் தர வேண்டும் எனத் தமிழக முதல்வர் சமீபத்தில் உத்தரவிட்டுள்ளார். மதுரை மாவட்டத்தில் அம்மாவட்ட ஆட்சியரால் தொடங்கப்பட்ட இத்திட்டம் தற்போது மாநில அளவில் தமிழக முதல்வரால் விரிவுபடுத்தப்பட்டிருக்கிறது அரசியல் மேடைக் கலாச்சாரத்தின் மலினமான அடையாளங் களில் ஒன்றான பொன்னாடை போர்த்துதல் என்ற வெற்றுச் சம்பிரதாயம் அரசு விழாக்களை மாசுபடுத்தி வந்த போக்கு முடிவுக்கு வருவது வரவேற்கத்தக்க அம்சம். பொன்னாடையின் இடத்தை நூல்கள் பதிலீடு செய்வது குறியீட்டளவில் முக்கியமான மாற்றம்.

கடந்த ஆண்டில் திமுக கூட்டணி ஆட்சிக்கு வந்த பிறகு பதிப்புத்துறை தொடர்பாகத் தமிழக அரசு எடுத்து வரும் சில ஆரோக்கியமான முடிவுகளின் தொடர்ச்சி யாகவே இதைப் பார்க்க வேண்டும். எழுத்தாளர் ரவிக்குமார் சட்டமன்ற உறுப்பினராகத் தேர்ந்தெடுக்கப்பட்ட பிறகு சட்ட மன்றத்தில் ஆற்றிய முதல் உரையில் அரசு நூலகங் களுக்காக வாங்கப்படும் நூல்களின் எண்ணிக்கையை உயர்த்த வேண்டும் எனக் கோரிக்கை விடுத்தார். அதை உடனடியாக ஏற்றுக்கொண்ட முதல்வர் நூலக ஆணையை 1000 படிகளாக உயர்த்துவதாக அறிவித்தார். நூலகத்திற் காகப் புத்தகங்கள் கொள்முதல் செய்யும் நடைமுறை

இரண்டு ஆண்டுகளாகத் தேக்கமடைந்திருந்தது. ஜனவரி மாதத் தொடக்கத்தில் கொள்முதல் செய்வதற்கான நூல்களைத் தேர்ந் தெடுக்கும் குழு நியமிக்கப்பட்டு அதன் பணிகள் விரைவில் தொடங்கவிருக்கின்றன. பொது நூலகங்களின் எண்ணிக்கை யைக் கணிசமாக அதிகரிப்பதற்கான உத்தரவும் பிறப்பிக்கப் பட்டிருக்கிறது.

அரசு சார்பிலான நடவடிக்கைகள் ஒருபுறம் இருக்க, தனிப்பட்ட முறையிலும் முதல்வர் எழுத்தாளர்களையும் பதிப்பாளர்களையும் ஊக்குவிக்கக்கூடிய வகையில் ஓர் அறிவிப்பை வெளியிட்டிருக்கிறார். 30ஆம் சென்னைப் புத்தகக் காட்சியைத் தொடங்கிவைத்துப் பேசிய அவர், தன் சொந்தப் பணத்திலிருந்து ஒரு கோடி ரூபாயைத் தென்னிந்தியப் புத்தகப் பதிப்பாளர்கள் மற்றும் விற்பனையாளர்கள் சங்கத்திற்கு (பாபாசி) நன்கொடையாக வழங்குவதாக அறிவித்துள்ளார். இந்தப் பணத்தை நிரந்தர வைப்பு நிதியாக வைத்துக்கொண்டு அதி லிருந்து கிடைக்கும் வட்டியை (ஆண்டுக்கு சுமார் ஐந்து லட்சம்) சிறந்த ஐந்து எழுத்தாளர்களுக்குப் பரிசு வழங்குவதற்காகப் பயன்படுத்திக்கொள்ள வேண்டும் என்று தெரிவித்துள்ளார்.

கடந்த சில ஆண்டுகளாகப் பல ஆக்கபூர்வமான மாற்றங் களையும் முன்னேற்றத்தையும் கண்டுவரும் பதிப்புச் சூழலை இத்தகைய அறிவிப்புகள் மேலும் ஊக்கமூட்டி வலுப்படுத்தும் என்பதில் ஐயம் இல்லை. இவற்றைப் பாராட்டி வரவேற்கும் அதே சமயத்தில் பதிப்பாளர்களும் எழுத்தாளர்களும் கவனத் தில் கொள்ள வேண்டிய சில அம்சங்களையும் சுட்டிக்காட்ட வேண்டியிருக்கிறது. தமிழ்ப் பதிப்புலகம் மேலும் ஆரோக்கிய மான வளர்ச்சியை நோக்கிப் பயணம் செய்யும் தகுதியைப் பெற்றிருக்கிறதா என்னும் கேள்வியை முதலில் எழுப்பிக்கொள்ள வேண்டியிருக்கிறது. பதிப்புத் துறை வளர்ச்சியை வருமான விரிவாக்கத்திற்கான வாய்ப்பாக மட்டுமே பார்க்கும் பதிப்பகங் களும் படைப்பாளிகளும் மலிந்த ஒரு சூழலில் இது போன்ற ஆதரவுகள் எத்தகைய மாற்றத்தை எழுப்பும் என்பது ஒரு முக்கியமான கேள்வி. விற்கக்கூடிய நூல்கள், சந்தை மதிப்புப் பெற்ற படைப்பாளிகள் ஆகியோருக்கான தேடல் அச்சமூட்டும் வகையில் பெருகிவருவதைப் புத்தகக் காட்சியில் – ஆரோக்கிய மான பல அம்சங்களுக்கு நடுவில் – பார்க்க முடிந்தது. வணிகச் சரக்குகளுடன் தீவிர நூல்களையும் வெளியிட்டுவரும் சில பதிப்பகங்கள், படைப்புக்குப் பின் உள்ள உழைப்பு, பதிப்பிப்ப தற்கு முன் எடுத்துக்கொள்ள வேண்டிய ஆழ்ந்த கவனம் ஆகிய வற்றில் நம்பிக்கை உள்ள படைப்பாளிகளையும் காயடிக்கக் கூடிய விதத்தில் செயல்பட்டு வருகின்றன. நோகாமல் நோன்பு கும்பிடும் போக்குப் பரவலாகி வருகிறது. சந்தை லாபம்

சார்ந்த வேட்கை கூடி வருவதன் விளைவு இது. தீவிரமான ஆய்வு, ஆழ்ந்த ஈடுபாடு ஆகியவற்றின் விளைவாய் உருவான நூல்கள் அருகிவருவது இந்த வேட்கையின் விளைவாகவே தோன்றுகிறது.

தமிழில் விருதுகளுக்குப் பின்னால் இதுகாறும் செயல்பட்டு வரும் அரசியல் மற்றும் அழகியலை வைத்துப் பார்க்கும்போது முதல்வரின் விருப்பத்தை – ஆண்டு தோறும் எழுத்தாளர்களுக் குப் பரிசளிப்பது – பாபாசி எப்படி நடைமுறைப்படுத்தப் போகிறது என்ற கரிசனம் இயற்கையாகவே எழுகிறது. தமிழின் தீவிர இதழ்களில் இதுவரை நடைபெற்றிருக்கும் விவாதங்களை மேம்போக்காக நோட்டமிடுபவர்களால்கூட, விருதுகள் தொடர் பான பிரச்சினைகளைப் புரிந்துகொள்ள முடியும். தமிழில் வழங்கப்படும் எந்த விருதின் தேர்வுக் குழுவும் இந்த விவாதங் கள் முன்வைக்கும் அக்கறைகளையும் கவலைகளையும் கணக்கில் எடுத்துக்கொள்ள வேண்டியது அவசியம். இலக்கியப் பரிசு என்பது அடிப்படையில், இந்தச் சமூகம் போற்ற விரும்பும் ஒரு மதிப்பீடு என்பதாலேயே இது குறித்து இவ்வளவு கவனம் தேவைப்படுகிறது.

இந்தக் கவலையை முன்வைக்கும் அதே நேரத்தில் விருது களுக்குப் பின்னால் தொழிற்படும் மனோபாவங்கள் மாறி வருவதையும் குறிப்பிட்டாக வேண்டும். முக்கியமான படைப் பாளிகளைக் கௌரவித்துவரும் விளக்கு போன்ற ஓரிரு விருது கள் ஒருபுறம் இருக்க, தமிழக அரசு நிறுவனமான தமிழ் வளர்ச்சித் துறை வழங்கும் விருதுகளின் இலக்கணங்களும் மாறிவருகின்றன. ஆண்டுதோறும் சுமார் 30 துறைகளைச் சேர்ந்த நூல்களுக்குப் பரிசளித்து வரும் தமிழ் வளர்ச்சித் துறை, இந்த ஆண்டு இரு தீவிர எழுத்தாளர்களின் நூல்களுக்கு விருது வழங்கியிருப்பது பாராட்டிற்குரியது (சோ. தருமனின் 'கூகை' மற்றும் 'தேவதேவன் கவிதைகள்'.) இத்தகைய விதி விலக்குகள் விதியாக மாறும் சூழல் உருவாக வேண்டும்.

பல்வேறு படைப்பாளிகளும் இதழ்களும் பதிப்பகங்களும் பல்லாண்டுகளாகப் பாடுபட்டதன் விளைவாகத் தமிழ்ப் பதிப்புச் சூழலில் தற்போது ஆக்கபூர்வமான விளைவுகள் ஏற்பட்டிருக்கின்றன. இவற்றை முறையாகப் பயன்படுத்திக் கொண்டு சூழலை வலுப்படுத்த வேண்டிய வரலாற்றுக் கடமை யைப் பதிப்பகங்களும் படைப்பாளிகளும் ஆற்ற வேண்டும். மாறாக, சந்தை தரும் லாபம் மட்டுமே முக்கியம் என்று நினைப்பவர்கள் சூழலை மாசுபடுத்தியவர்களாகவே வரலாற் றில் குறிக்கப்படுவார்கள்.

இதழ் 86, பிப்ரவரி 2007

மக்களை நாடும் கலை

சென்னை சங்கமம் என்ற பெயரில் தமிழ் மையம் அமைப்பினால் பிப்ரவரி 20 முதல் 26 வரை பற்பல கலை நிகழ்ச்சிகளுக்கு ஏற்பாடு செய்யப்பட்டுள்ளது. தமிழ் மையம், பொது நூலகத் துறை, சுற்றுலா மற்றும் பண்பாட்டுத் துறை ஆகிய அமைப்புகள் இந்நிகழ்வை நடத்துகின்றன.

தமிழரின் நாட்டுப்புறக் கலைகளான தப்பாட்டம், ஒயிலாட்டம், கரகாட்டம், மயிலாட்டம், புலியாட்டம், பொய்க்கால் குதிரை, வள்ளித் திருமணம், பவளக் கொடி ஆகிய, தமிழின் அந்தக் கால மேடை நாடகங்கள், சஞ்சய் சுப்ரமணியம், பாம்பே ஜெயஸ்ரீ, அருணா சாய்ராம் போன்ற கர்நாடக இசைக் கலைஞர்களின் நிகழ்ச்சிகள், கூத்துப் பட்டறை, மேஜிக் லேன்டர்ன் போன்ற நவீன நாடகக் குழுக்களின் நிகழ்ச்சிகள், மேற்கத்திய இசை நிகழ்ச்சிகள், ராக் இசை நிகழ்ச்சிகள் நடத்தப்பட உள்ளன. இதனோடு தமிழ்க் கவிஞர்கள், எழுத்தாளர்கள் பங்கு பெறும் கவிதை நிகழ்வுகளும் கதை சொல்லும் நிகழ்வுகளும் நடத்தப்பட உள்ளன. சுருக்கமாகச் சொன்னால் சென்னை சங்கமம் ஒரு மாபெரும் பண்பாட்டுத் திருவிழா.

இந்த நிகழ்வுகள் சில உள்ளரங்குகளில் நடத்தப் படுவதோடு சென்னையிலுள்ள கோயில்கள், பூங்காக்கள், கடற்கரை ஆகியவற்றிலும் தெருக்களிலும் நடத்தப்படுவது இதன் சிறப்பம்சம். இது ஒரு முக்கியமான பண்பாட்டுச் செயல்பாடு. "இரண்டாயிரம் வருடத் தமிழ் மரபின் செழுமையாய் விளைந்த நம் மரபுக் கலைகளையும் கவிதைச் செல்வத்தையும் மீட்டெடுத்து அதனை மறுபடியும் மக்களிடம் கொண்டு சேர்க்கும்" நோக்குடன் நடத்தப் படும் இந்த நிகழ்வைத் தமிழ் மையம், 'திருவிழா நம்ம

தெருவிழா' என்று மிகப் பொருத்தமாகவே குறிப்பிடுகிறது. இந்நிகழ்வு இனி ஆண்டுதோறும் பொங்கலையொட்டி நடத்தப் படவிருப்பதாகத் தெரிகிறது. சென்னையிலுள்ள கலை – பண் பாட்டு நிகழ்வுகளில் டிசம்பர் இசைத் திருவிழாக்கள், ஜனவரி புத்தகச் சந்தை ஆகியவற்றோடு இந்தக் கலை நிகழ்வும் இணை கிறது. நகர்ப்புறத் தமிழருக்கு அவர்கள் மறந்து கைவிட்ட அவர்களுடைய கலைகளை மீண்டும் அவர்கள் இருக்கும் இடத்திலேயே கொண்டுசேர்ப்பதில் 'சென்னை சங்கம'த்தின் ஆதார முக்கியத்துவம் அமைந்துள்ளது.

இந்தச் சென்னை சங்கமம் நிகழ்வுக்கு மூல காரணமாக இருந்து நடத்துகிற கவிஞர் கனிமொழி, அருட்தந்தை ஜகத் கஸ்பர் மற்றும் பங்களிக்கும் அனைவருக்கும் காலச்சுவடு தனது மனமார்ந்த ஆதரவையும் பாராட்டுதல்களையும் தெரிவித்துக்கொள்கிறது.

இதழ் 87, மார்ச் 2007

அறவியலும் அறிவியலும்

சேதுக் கால்வாய்த் திட்டம் தொடர்பான சர்ச்சைகள் வசைகளைத் தாண்டி விபரீதமான பரிமாணங்களை அடைந்துகொண்டிருக்கின்றன என்பதைப் பெங்களூரில் இரண்டு உயிர்களைப் பலிகொண்ட பேருந்து எரிப்பும் முதல்வர் கருணாநிதியின் மகள் செல்வி வீட்டின்மீது நடத்தப்பட்ட பெட்ரோல் குண்டுத் தாக்குதலும் உணர்த்துகின்றன.

அரசியல் ரீதியிலான வேறுபாடுகளைப் பயங்கரவாத நடவடிக்கைகளின் மூலம் எதிர்கொள்ளும் அபாயகரமான இடத்தை நோக்கி நகர்ந்து செல்வதை இச்செயல்கள் உணர்த்துகின்றன. ராமர் பாலம் விஷயத்தில் முதல்வர் அறிவியல் சான்றுகளை முன்வைப்பதோடு விவாதத்தை மட்டுப்படுத்திக்கொள்வதே ஆக்கப்பூர்வமான அணுகுமுறை.

சேது சமுத்திரத் திட்டம் இந்துத்துவச் சக்திகளுக்கும் ஐக்கிய முற்போக்குக் கூட்டணிக்குமான மோதலாக மாறியிருப்பதில் இத்திட்டம் பற்றிய சுற்றுச்சூழல் சார்ந்த கேள்விகள் பின் நகர்ந்துவிட்டன.

ராமர் பாலத்தை மறுக்க அறிவியலை ஆதாரமாகக் கொள்ளும்போது, சுற்றுச்சூழல் சார்ந்த கேள்விகளையும் அதே அறிவியல் அணுகுமுறையுடன் பரிசீலிக்கக் கோருவதில் தவறில்லை. சேதுக் கால்வாய்த் திட்டம் பற்றி, சுற்றுச்சூழல் சார்ந்து விஞ்ஞானிகள் எழுப்பியுள்ள கேள்விகளும் மீனவச் சமூகத்தினரின் போராட்டங்களும் நியாயமான முறையில் எதிர்கொள்ளப்படவில்லை. இத்திட்டத்தின் சாதகபாதகங்கள் அரசியலைத் தாண்டிய அறிவியல், சமூகவியல் தளத்தில் ஆராயப்பட்டு முடிவு செய்யப்பட வேண்டும் என்பதே நம் எதிர்பார்ப்பு.

இதழ் 94, அக்டோபர் 2007

மெய்ப்பட வேண்டிய கனவு

ஐந்தாண்டுகளில் தமிழ்நாட்டின் அனைத்துக் கிராமங்களும் அடிப்படை வசதிகளைப் பெற்றுத் தன்னிறைவு அடையச்செய்யும் நோக்கத்துடன் தமிழக அரசு ஒரு புதிய கனவுத் திட்டத்தைச் செயல்படுத்த முனைந்துள்ளது. முந்தைய அரசின் அண்ணா மறுமலர்ச்சித் திட்டம், நமது கிராமம் ஆகிய இரு திட்டங்களையும் ஒருங்கிணைத்து, அதன் போதாமைகளைக் களைந்து மேம்படுத்தி, இந்தப் புதிய அனைத்துக் கிராம அண்ணா மறுமலர்ச்சித் திட்டம் உருவாக்கப்பட்டுள்ளது.

ஒவ்வொரு ஆண்டும் குறிப்பிட்ட எண்ணிக்கையில் கிராமங்கள் தேர்ந்தெடுக்கப்பட்டு இத்திட்டத்தில் இணைக்கப்படும். இத்தேர்ந்தெடுப்பில் தனிநபர் வருமானம் குறைவாக உள்ள ஊராட்சிகளுக்கு முன்வாய்ப்பு தரப்படுகிறது. கீழிலிருந்து மேல் நோக்கிப் பரவும் இந்தப் பொருளாதார அடிப்படையிலான முன்னுரிமை குறிப்பிடத்தக்க சிறந்த தேர்வு முறை. ஐந்தாண்டுகளில் அனைத்துக் கிராமங்களும் இத்திட்டத்தின் கீழ் பயனடையும். தமிழ்நாட்டில் செயல்படும் மத்திய, மாநில அரசுகளின் ஏழு கிராம நலத் திட்டங்களுள் அதிக நிதி ஒதுக்கீட்டுடன் இயங்குவது அனைத்துக் கிராம அண்ணா மறுமலர்ச்சித் திட்டந்தான். ரூபாய் 69 கோடி நிதி ஒதுக்கீட்டுடன் பொன்விழா ஆண்டு கிராம சுய வேலைவாய்ப்புத் திட்டம் இயங்குகிறதெனில் ரூபாய் 507 கோடி நிதி ஒதுக்கீட்டுடன் இயங்குகிறது அனைத்துக் கிராம அண்ணா மறுமலர்ச்சித் திட்டம் (AGAMT). 2006 – 2007ஆம் ஆண்டில் முதல் 2,540 கிராமங்களும் நிகழும் ஆண்டில் 2,534 கிராமங்களும் இத்திட்டத்தின்கீழ் வந்துள்ளன. இன்னும் இருக்கும் மூன்றாண்டு முடிவில் அனைத்துக் கிராமங்களும் வந்துவிடும்.

இப்பெருங்கனவுத் திட்டம் ஒன்பது அம்சங்களைக் கொண்டுள்ளது. நூலக வசதி, நீர் சேமிப்பு, விளையாட்டுக் களம், மயான வசதி, உள்ளூர்ச் சந்தை, உள்ளூர் நீர்நிலை, குடிநீர், தெருவிளக்கு, செய்திச் சேவை போன்றவற்றுக்கான அடிப்படைகளைக் கிராமந்தோறும் உருவாக்குவது இத்திட்டத்தின் நோக்கம். இவற்றை உருவாக்கித் தருவது அரசின் வேலை. தொடர்வதும் பராமரிப்பதும் ஊராட்சிகளின் கடமை. சேவையைத் துய்ப்பதும் தொடர்ந்து அவற்றைக் காப்பதும் மக்களின் பொறுப்பு. கால வளர்ச்சிக்கேற்ப அமையும் மனிதனின் அன்றாடத் தேவைகளைக் கிராமத்திலேயே கிடைக்கும்படி செய்து, நகரப் பெயர்வைக் குறைக்கும் நோக்கிலமைவன. இந்த அடிப்படைத் தேவைகள், நாம் பல காலமாய் வற்புறுத்தி வருபவைதாம் என்றாலும் நூலக வசதி, செய்திச் சேவை ஆகியவை புதியவை. காலத்தின் பேரெழுச்சியாகக் கிராமத்தில் நுழைபவை.

கிராம நூலகம் இந்த ஒன்பது அம்சங்களிலேயே மிக முக்கியமானது, தொலை நோக்கிலானது. இப்போது ஒரு ஊராட்சி ஒன்றியத்தில், கிராம எண்ணிக்கையில் 20 சதவீத எண்ணிக்கையிலேயே கிளை நூலகங்கள் உள்ளன. 47 கிராமங்கள் அடங்கிய ஒரு ஒன்றியத்தில் ஏறக்குறைய 10 நூலகங்களே உள்ளன. பொது நூலகத் திட்டம் மூலம் அவ்வளவுதான் முடிந்திருக்கிறது. இத்திட்டம் முழுமையடையும்போது, தமிழ் நாட்டின் 13,500 கிராமங்களிலும் நூலகம் ஏற்படுத்தப்பட்டு விடும்.

திராவிட முன்னேற்றக் கழகம் தொடங்கிய காலத்தே ஊர்கள்தோறும் படிப்பகங்களை நிறுவியது. இன்றும் சில கிராமங்களில் பழைய சோபையுடன் நாவலர், அண்ணா படங்களுடன் அவை காணக் கிடைக்கின்றன. அக்கட்சியின் பத்திரிகைகள் அங்குதான் கிராம மக்களுக்கு அறிமுகம் பெற்றன. அக்கட்சியின் வளர்ச்சிக்குப் பெரிதும் துணைபுரிந்தவை இப் புத்தகங்கள்தான். அண்ணா முதலமைச்சர் ஆனதும் வானொலி நிகழ்ச்சி ஒன்றில் உரையாற்றும்போது வீடுதோறும் நூலகம் வேண்டுமெனச் சொன்னார். கன்னியாகுமரியில் திருவள்ளுவர் சிலைத் திறப்பின்போது, முதல்வர் வேண்டு கோள்படி அய்யன் திருவள்ளுவர் பெயரில் பல ஊர்களில் நூலகம் அமைந்தது. இப்போது உள்ளாட்சித் துறை அமைச்சர் மு.க. ஸ்டாலின் முன்னுரைத்துள்ள அனைத்துக் கிராம அண்ணா மறுமலர்ச்சித் திட்டம் கிராமந்தோறும் நூலகத்தை உறுதிசெய்கிறது. சென்னையில் 100கோடி ரூபாய் செலவில் அமையவிருக்கும் நூலகத்தைக் காணக் காத்துக்கொண்டிருக்கும் நமக்கு, இந்தக் கிராம நூலகங்கள் நம்பிக்கையை மேலும் வளர்க்கின்றன.

இந்தக் கிராம நூலகங்களைப் பராமரிக்க ஓய்வுபெற்ற ஆசிரியர்களை நியமிக்கலாம் என அரசு கருதுகிறது. கை நிறையச் சம்பளம் வாங்கிய ஆசிரியர்கள், மாதம் ரூ.750 சம்பளத்தில் சேவைப் பணிக்கு வருவார்களா என்பது சந்தேகமே. இதை அரசு மறுபரிசீலனை செய்யலாம். இப்பணிக்கு ஆண்களை விடப் பெண்களே பொறுப்பானவர்கள். குழந்தைகளைப் போலப் புத்தகங்களை அவர்களால் கவனித்துக்கொள்ள முடியும். சுய உதவிக் குழுவில் இயங்கும் படித்த பெண்களிடம் இதை ஒப்படைக்கலாம். கால ஓட்டத்தில் மக்களின் கவனம் குவிந்து பயன்பாடு பெருகி, ஊராட்சிகளின் நிதி நிலைமையும் வளர்ந்தால் நூலகப் படிப்புப் படித்தவர்களுக்கு இதன் மூலம் வேலை வாய்ப்புகளும் அதிகரிக்கும்.

சமூகம் திசை தவறிப் போகும்போது, அதைத் தடுப்பது காவல் துறை எனில் சமூகத்தை நல்நெறியில் இருக்க வைப்பது ஆசிரியர்களும் நூலகங்களும் என்பதில் என்ன சந்தேகம்? நடைமுறையில் இதில் நாம் தவறுகிறோம் என்பது வேறு. நூலகச் செலவும் காவல் துறைச் செலவும் எதிர்நிலைத் தன்மை கொண்டவை. நூலக முதலீட்டைப் பெருக்கினால் காவல் துறைச் செலவு தானாய்க் குறையும். நூலக முதலீடு வருங் காலச் சமுதாயத்தை உருவாக்கப் பயன்படும் செலவாகும்.

பயன்படுத்துவோரும் இயக்குவோரும் இன்மையால் கிராம ஊராட்சிக் கட்டடத்தில் முடங்கிக் கிடக்கும் கணினியைப் (அது பயன்படத் தகுதி இழக்கு முன்) பயன்படுத்தவும் இந்த நூலகப் பணியாளரையே கேட்டுக்கொள்ளலாம். இத்திட்டங்கள் தொடங்கும்வரை அவை அரசின் நேரடிக் கட்டுப்பாட்டில் இருக்கும். பின்னர் ஊராட்சி அமைப்புகளே நேரடியாகப் பராமரிக்கும்.

அனைத்துக் கிராம அண்ணா மறுமலர்ச்சித் திட்டம் என்கிற பெருங்கனவு தன்னிறைவு கொண்ட கிராமத்தை உருவாக்க உதவும் திட்டம். இதை நடைமுறைப்படுத்தும் தமிழக அரசுக்கும் ஊரக வளர்ச்சி மற்றும் ஊராட்சித் துறைக்கும் பாராட்டுகள்.

இதழ் 97, ஜனவரி 2008

செம்மொழித் தமிழ் ஆய்வு மையம்

மைசூர், இந்திய மொழிகளின் நடுவண் நிறுவனத் தின் பொறுப்பில் தற்போது செயல்பட்டு வரும் செம் மொழித் தமிழ் ஆய்வு மையம் சென்னைக்கு வர உள்ளது. அதற்கெனத் தமிழ்நாடு அரசு இருபத்தைந்து ஏக்கர் நிலம் ஒதுக்கியிருக்கிறது. மத்திய அரசு எழுபத்தாறரைக் கோடி ரூபாய் வழங்குகிறது. இத்தகைய பின் புலத்துடன் தமிழ் சார்ந்த நிறுவனம் தமிழகத்தில் அமைவது வர வேற்கத்தக்க செய்தி.

ஆனால், ஏற்கெனவே தமிழ் வளர்ச்சிக்கென உரு வாக்கப்பட்ட நிறுவனங்களின் கதி செம்மொழி மையத் திற்கும் ஏற்பட்டுவிடக் கூடாது. மிக விரிவான எதிர் காலத் திட்டங்களுடன் தொடங்கப்படும் அமைப்புகள் அத்திட்டங்கள் பற்றிய எந்த உணர்வும் அற்ற சாதாரண நிறுவனங்களாகச் சுருங்கிப் போவது தமிழகத்தின் இயல்பான வழக்கம்; சாபக்கேடு.

சென்னை தரமணியில் உள்ள உலகத் தமிழாராய்ச்சி நிறுவனம் தமிழ் சார்ந்த ஆய்வுகளுக்காகத் தொடங்கப் பட்ட நிறுவனம். அது இன்று மிகக் குறைந்த அளவுக் கான செயல்பாடுகளையே கொண்டுள்ளது. ஆய்வு நூற் களை உருவாக்குவதும் வெளியிடுவதுமான அதன் பணிகள் அனேகமாக நின்றுவிட்டன. பிஎச்.டி. ஆய்வு களை உருவாக்கும் கல்லூரி நிலையிலேயே அதன் செயல்பாடுகள் உள்ளன.

தமிழ், தமிழகம் சார்ந்த பல்துறை ஆய்வுகளுக்காக ஆயிரம் ஏக்கர் பரப்பில் அமைக்கப்பட்ட தஞ்சாவூர், தமிழ்ப் பல்கலைக்கழகம் இன்று அரசு கலைக்கல்லூரி

யின் நிலைக்குக் கீழிறங்கிப் போய்விட்டது. அகழ்வாய்வுகள், கடல் சார் ஆய்வுகள், ஓலைச்சுவடி சேகரம், பதிப்புகள், கல்வெட்டுகளும் செப்பேடுகளும் உள்ளிட்ட ஆவணமாக்கம், பலவித அகராதித் தயாரிப்பு என விரிவான திட்டங்களுடன் தொடங்கப்பட்ட பல்கலைக்கழகம் அது. இன்று அங்கு ஆராய்ச்சிகள் எதுவும் நடக்கவில்லை. தரமான புத்தக வெளியீடுகளும் இல்லை. முதுகலை, எம்.பில்., பிஎச்.டி. படிப்புகள் தொடங்கப்பட்டு இன்னொரு கல்லூரியாக நடைபெற்று வருகின்றது.

சென்னைப் பல்கலைக்கழக வளாகத்தில் உள்ள அரசினர் கீழ்த்திசைச் சுவடிகள் நிறுவனம் ஒருகாலத்தில் அரிய ஓலைச் சுவடிகள் பலவற்றை அச்சில் பதிப்பித்து வெளியிடும் பணியைச் செய்து வந்தது. இன்று அதன் இருப்பே தெரியாத அளவு செயல் மங்கிப் போயிற்று. சரஸ்வதி மகால் நூலகம் (தஞ்சாவூர்) ஓலைச் சுவடிகளை அச்சில் பதிப்பித்து வெளியிடும் மற்றோர் நிறுவனம். அதன் செயல்பாடுகளும் முடங்கிவிட்டன. உயர் கல்வி சார்ந்து பல்துறை நூல்களை வெளியிட்டு வந்த தமிழ் நாட்டுப் பாடநூல் நிறுவனம் இன்று பள்ளிப் பாடநூல்களை மட்டும் விற்பனை செய்யும் கடையாக இருக்கிறது.

தமிழ் வளர்ச்சியோடு தொடர்புடைய நிறுவனங்கள் பல இருந்தும் அவற்றின் நிலை இதுதான். இந்நிலைக்குக் காரணம் இந்நிறுவனச் செயல்பாடுகளில் அதீதமான அரசியல் தலையீடு நேர்ந்தமையே. ஒரு அரசு உருவாக்கிய நிறுவனத்தை அடுத்து வரும் அரசு கண்டுகொள்ளாமல் விட்டுவிடுவது இங்குத் தொடர் நிகழ்வு. யாருக்குப் பெயர் கிடைப்பது என்னும் அரசியல் போட்டியில் தத்தளித்து முடங்கிப்போகின்றன இந்நிறுவனங்கள்.

திட்டங்களை வகுப்பதற்கும் அவற்றைச் செயல்படுத்துவதற்கும் சரியான தலைமை அமையாததும் முக்கியமான காரணமாகும். தமிழ்ப் பல்கலைக் கழகத்திற்கு முதல் துணை வேந்தராக அமைந்த வ.அய். சுப்பிரமணியன் பல திட்டங்களை உருவாக்கும் வல்லுநராகவும் அவற்றைச் செயல்படுத்தும் ஆற்றல் கொண்ட நிர்வாகியாகவும் இருந்தார். ஆனால் அவரை அடுத்து வந்த துணைவேந்தர்கள் அப்பல்கலைக் கழகத்தின் நோக்கத்தைக்கூடப் புரிந்துகொள்ளும் திறனற்றவர்களாகவும் நிர்வாகக் குறைபாடு உடையவர்களாகவும் அமைந்தனர். அதற்குக் காரணம் அவர்கள் அரசியல், சாதி உள்ளிட்டவற்றால் பதவி பெற்று வந்தவர்கள் என்பதுதான்.

துணைவேந்தர் நியமனமே இப்படி என்றால் அந்நிறுவனத்தின் மற்ற பணியாளர் நியமனம் பற்றிச் சொல்ல வேண்டியதில்லை. துறைப் புலமையற்று நாற்காலி தேய்க்கும் நபர்களால் ஒரு நிறுவனம் ஆக்கிரமிக்கப்பட்டால் சிதைவுதான் முடிவாகும்.

நிதி ஒதுக்கீடு இல்லாமை, பணியிடங்களை நிரப்பாமை, திட்டச் செயல்பாடுகள் குறித்த ஆய்வின்மை ஆகியவற்றால் இவை பெயரளவுக்கான நிறுவனங்களாகச் சுருங்கிப் போயின.

இச்சூழலில் செம்மொழி ஆய்வு மையம் சென்னைக்கு வருகிறது. இம்மையப் பதவிகளைப் பெறுவதற்கும் திட்ட நிதிகளை வாங்குவதற்கும் பலர் போட்டியிடுவர். அரசியல் செல்வாக்கும் ஊழலும் அவற்றைத் தீர்மானிப்பதாக மாறி விடக் கூடாது. இதன் ஆலோசனைக் குழுவில் ஏற்கெனவே நியமிக்கப்பட்டுள்ளவர்கள் இப்போதைய அரசுக்கு வேண்டிய வர்கள் என்பது வெளிப்படையாகத் தெரியும் செய்தி. தற்போது இம்மையத்தின் தலைவராக முதல்வர் செயல்படுவார் எனத் தெரிவிக்கப்பட்டுள்ளது. மொழி சார்ந்த நிறுவனம் ஒன்றிற்கு அத்துறை வல்லுநர் ஒருவர் தலைவராக அமைவதுதான் பொருத்தமாக இருக்க முடியும். தலையாட்டிப் பொம்மையாக இல்லாமல் சுயமாகச் செயல்படும் அளவு அதிகாரம் கொண்ட தாகவும் அப்பதவி அமைய வேண்டும்.

தற்போது மைசூரில் செயல்பட்டுவரும் இம்மையம் பலகோடி ரூபாய் நிதி பெற்றுள்ளது. செம்மொழித் தமிழுக் கென இம்மையத்திடம் உள்ள திட்டங்கள் பற்றித் தெளிவு ஏதுமில்லை. அவை சரியான முறையில் வெளியே பரப்பப்பட வும் இல்லை. ரகசிய பேரங்களுக்கும் பங்கீடுகளுக்கும் வாய்ப் பிருக்காது என்பதால் வேண்டுமென்றே திட்டங்கள் பரவ லாக்கப்படாமல் உள்ளன. ஊடக வசதிப் பெருக்கம் மிக்க இக்காலத்தில் சமூகத்தின் கடைக்கோடியிலிருக்கும் சாமான்ய னுக்கும் தகவல்களைக் கொண்டுசேர்க்க முடியும். அப்போது தான் ஆர்வமும் உழைப்பும் உடையவர்களை இனம் காண இயலும்.

‘பணம் நிறைய இருக்கிறது. ஆட்கள்தான் இல்லை’ என்று அம்மையத்தின் தற்போதைய தலைவர் பேராசிரியர் ராமசாமி கருத்தரங்க மேடைகள் பலவற்றில் வெளிப்படையாகக் கூறு கிறார். தன்முனைப்புப் புரையோடிக் கிடக்கும் பல்கலைக் கழகத் தமிழ்த்துறை வளாகங்களில் ஆட்களைத் தேடினால் எப்படி அகப்படுவார்கள்? 1980களிலேயே பல்கலைக் கழகங் கள் அறிவுப்புலம் என்னும் தகுதியை இழந்து விட்டன. ஆர்வம் மிக்க பலரும் ஓய்வு பெற்றனர். தனியார் கல்வி நிறுவனங் களிலும் அரசு பள்ளி, கல்லூரிகளிலும் பணியாற்றும் ஆசிரியர் கள், பிற துறைகளில் பணியாற்றிக்கொண்டே ஆர்வத்தின் காரணமாகத் தமிழ் சார்ந்த பணிகளில் ஈடுபடுவோர், எழுத்தாளர்கள் எனப் பல தரப்பிலிருந்தும் ஆட்களை அடை யாளம் காணவேண்டும்.

ஆண்டு முழுக்கச் சும்மா இருந்துவிட்டு மார்ச் 31ஆம் நாளுக்குள் இத்தனை கோடியைச் செலவிட வேண்டும் என்னும் நிர்ப்பந்தத்தால் கடைசி இரண்டு மாதங்களில் அவசர அவசர மாக வாரி இறைக்கும் வகைத் திட்டங்களால் என்ன பயன்? சந்தி பிரித்துச் செய்யுளை அச்சிட்டுவிட்டால் செம்பதிப்பு, நகலெடுத்துக் கொடுத்தால் பதிப்பாசிரியர் என்பதான நிலையில் தான் திட்டங்களைச் செயல்படுத்த முடியும்.

தமிழ் இன்றும் வாழும் மொழியாக இருக்கும்போதும் கி.பி. 600க்கு முற்பட்ட இலக்கியங்கள் பற்றித்தான் ஆராய வேண்டும் என்று அபத்தமான வரையறையைக் கொண்டுள் ளது இம்மையம். பயிலரங்குகளுக்கும் கருத்தரங்குகளுக்கும் உதவும் நிதி முகவராக இம்மையம் உள்ளது. முன்னாள், இந்நாள் பல்கலைக் கழகப் பேராசிரியர்கள், துணைவேந்தர் களுக்கு மேலும் சில வகைகளில் வருமானத்திற்கு வழி வகுக்கும் திட்டங்கள் செயல்படுவதாகத் தெரிகின்றன. தமிழுக்குக் குறிப்பிடத்தக்க பங்களிப்புகளைச் செய்தவர்கள், செய்துகொண் டிருப்பவர்கள் பல்கலைக்கழக வளாகத்திற்குள் மட்டும் இல்லை. கல்விப்புலம் சாராதவர்கள் முக்கியமான காரியங்களை ஆற்றி யிருக்கிறார்கள். அத்தகைய ஆற்றல் உடையவர்களைத் தேடிக் கண்டடைந்து பணிகளை ஒப்படைக்கும் திறந்த மனப்பான்மை இம்மையச் செயல் திட்டத்தில் இல்லை.

செம்மொழித் தமிழ் என்னும் நோக்கின் அடிப்படையில் பரவலான திட்டங்கள் பலவற்றை உருவாக்குவதும் அவற்றைச் செயல்படுத்துவதற்கு அரசியல் தலையீடுகள் அற்ற சுதந்திர மான நிர்வாக அமைப்பை ஏற்படுத்துவதும் பல்கலைக்கழகப் பட்டங்களை அளவுகோலாகக் கொள்ளாமல் அனைத்துத் தரப்பினரும் பங்கேற்கும் வகையில் திறந்த நடைமுறைகளின் வழிப்பட்டதுமாகச் செம்மொழி ஆய்வு மையம் அமைய வேண்டும். இல்லையேல் ஏற்கெனவே முடங்கியும் சுருங்கியும் போய்விட்ட நிறுவனங்களின் பட்டியலில் மேலும் ஒன்றாகச் செம்மொழி ஆய்வு மையமும் சேர்வதைத் தவிர்க்க இயலாது.

இதழ் 99, மார்ச் 2008

"எல்லாம் முடிந்துவிட்டது!"

"எல்லாம் முடிந்துவிட்டது!". கடந்த வாரத்தில் சென்னைக்கு வருகைபுரிந்த இந்தியத் தலைமைத் தேர்தல் ஆணையர் திரு. கோபால்சாமியிடம், ஜனவரி ஒன்பதாம் தேதி நடைபெற்ற திருமங்கலம் சட்டப்பேரவைத் தொகுதிக்கான இடைத்தேர்தல் நடைமுறைகளையும் அவை தொடர்பாக எழுந்துள்ள விமர்சனங்களையும் திமுகவுக்கு 'மகத்தான வெற்றி'யை வழங்கிய அதன் முடிவையும் குறித்துச் செய்தியாளர்கள் கேட்ட கேள்விக்கு அவர் அளித்துள்ள பதில் இது. செய்தியாளர்கள் வாயடைத்துப் போயிருப்பார்கள். திரு. கோபால்சாமி நேர்மையான தேர்தல் அதிகாரி எனப் பெயர் பெற்றிருப்பவர். சர்ச்சைக்கும் கண்டனத்திற்கும் உள்ளாகியிருக்கிற ஒரு விஃகாரம் குறித்துக் கேட்கப்பட்ட கேள்விக்கு 'முற்றும் துறந்த' ஒருவர் சொல்வது போன்ற ஒரு பதிலை ஏன் சொல்ல வேண்டும்? 'எல்லாம்' என அவர் குறிப்பிடுவது எவ்வெவற்றை?

வாக்குப் பதிவு நடைபெறுவதற்கு ஒரு வாரத்திற்கு முன்னால் திருமங்கலத்தில் நடைபெற்ற தேர்தல் முறைகேடுகள் குறித்துக் கடும் அதிருப்தி தெரிவித்திருந்தார் தேர்தல் ஆணையர். ஆனால் முன்னெப்போதும் இல்லாத அளவில் 89 சதவிகித வாக்குகள் பதிவாகியிருப்பது குறித்தும் – அவற்றில் கிட்டத்தட்ட 40 சதவிகித வாக்குகள் கடைசி ஒரு மணி நேரத்திற்குள் பதிவானவை – தொகுதி முழுவதிலும் ஆளுங்கட்சியினரால் நடத்தப்பட்ட பிரம்மாண்டமான அசைவ விருந்துகள் குறித்தும் அவற்றுடன் பறிமாறப்பட்ட மது வகைகள் குறித்தும் 'தலை'நகரிலிருந்து மூட்டை மூட்டையாய் வந்திறங்கிய கறுப்புப் பணம் குறித்தும் ஒவ்வொரு வாக்காளருக்கும்

அவர் தன் வாக்குரிமைக்கு விலையாக 5000 ரூபாய் வரையில் கையூட்டுக் கொடுத்ததாகப் பெறப்பட்ட புகார்கள் குறித்தும் தேர்தல் ஆணையம் செய்வதற்கு ஒன்றுமில்லை. அரசு அதிகாரி களை இடம்மாற்ற உத்தரவிடுவது, எச்சரிக்கை விடுப்பது, வழக்குப் பதிவுசெய்வது போன்ற சம்பிரதாயமான நடவடிக்கை களில் ஈடுபட்ட தமிழகத் தேர்தல் ஆணையர், நேர்மைக்கும் எளிமைக்கும் பெயர்போன நரேஷ் குப்தா அவர்களை ஒழித்துக் கட்டுவதற்காகத் தமிழக அரசும் முதல்வரும் 2006ஆம் ஆண்டு முதல் எடுத்துவரும் முயற்சிகள் தனி ஆய்வுக்கு உரியவை. தை முதல் நாளைப் புத்தாண்டாக அறிவித்த சாதனைக்காக கருணாநிதியின் புகழ் பாட நடத்தப்பட்ட 'கவிதை முற்றம்' நிகழ்வில் கவிஞர் வாலி, தேர்தல் ஆணையர் 'டில்லி கோபால சாமியை ... புறம் தள்ளிய கோபாலபுரத்து சாமி' எனக் கலைஞரைப் புகழ்ந்ததைப் பதிவுசெய்துள்ள *தினத்தந்தி* கலைஞர் இந்நிகழ்வை, 'தொடர்ந்து இரண்டரை மணி நேரம் ரசித்துப் பார்த்தார்' எனத் துணைத் தலைப்பிட்டுள்ளது.

திருமங்கலம் இடைத்தேர்தல் நடைபெற்ற அதே தருணத் தில் நாட்டின் வெவ்வேறு பகுதிகளில் நடந்த சட்டப்பேரவை இடைத்தேர்தல்களில் பெரிய அளவிலான விதிமுறை மீறல்கள் நடைபெற்றதாகச் செய்திகள் இல்லை. ஜார்க்கண்டின் தாமர் சட்டப்பேரவைத் தொகுதிக்கான இடைத்தேர்தலில் போட்டி யிட்ட அம்மாநில முதல்வர் சிபுசோரன் தோற்றுப்போனதை இதற்குச் சான்றாகச் சொல்லலாம். கொலை, ஆள் கடத்தல் போன்ற அதிபயங்கரமான கிரிமினல் குற்றச்சாட்டுகளின் பேரில் கைதுசெய்யப்பட்டு நீதிமன்றத்தால் தண்டிக்கப்பட்ட சோரன் பண பலத்தாலும் அதிகார பலத்தாலும் சட்டத்தின் பிடியிலிருந்து தப்பிவந்து, தன் பதவியைத் தக்கவைத்துக் கொள்வதற்காக இடைத்தேர்தலில் போட்டியிட்டார். அந்தத் தேர்தலில் வெற்றிபெற வேண்டிய கட்டாயத்திலிருந்த சோரனின் அதிகார ஆசைகளுக்குப் பலத்த அடி கொடுத்திருக்கிறார்கள் வாக்காளர்கள். சோரன் போன்ற கிரிமினல் பின்னணி கொண்ட நபர்கள் அரசியலிலிருந்து அப்புறப்படுத்தப்பட வேண்டும் என்னும் ஜனநாயகவாதிகளின் நீண்ட நாள் கோரிக்கைகளுக் குத் தாமர் தொகுதி வாக்காளர்கள் செவிசாய்த்திருக்கிறார் கள். அவரை எதிர்த்து வெற்றிபெற்றிருக்கும் கோபால் கிருஷ்ண பகதூர், ஜாம்ஷெட்பூரில் உள்ள டாடா உருக்காலையில் தொழிலாளியாகப் பணியாற்றியவர். பணத்துக்கோ மிரட் டலுக்கோ அடிபணியாமல் தம் ஜனநாயகக் கடமையை நிறை வேற்றியிருக்கிற வாக்காளர்களின் செயல் நாடெங்கிலுமுள்ள ஜனநாயகவாதிகளின் கவனத்தை ஈர்த்துள்ளது.

திருமங்கலம் தொகுதி வாக்காளர்களும் ஏறக்குறைய அதே அளவு தேசியக் கவனம் பெற்றிருக்கிறார்கள். ஆளும் கட்சியினால் அள்ளி வீசப்பட்ட பணத்துக்கும் அதிகாரத்திற்கும் அடிபணிந்து தம் வாக்குரிமையை விலை பேசியவர்கள் என்னும் அவப் பெயர் அவர்களுக்கு ஏற்பட்டிருக்கிறது.

திமுகவின் தேர்தல் பணிக்குழுத் தலைவராக அழகிரி நியமிக்கப்பட்டதுமே சர்ச்சை உருவானது. கட்சியிலோ அரசிலோ அவருக்கு எந்தப் பொறுப்பும் அளிக்கப்படாதபோதும் முதல்வரின் மகன் என்னும் அடையாளத்தைப் பயன்படுத்திக்கொண்டு பல்வேறு அத்துமீறல்களில் ஈடுபட்டுள்ளதாக எழுந்துள்ள குற்றச் சாட்டுகளுக்கு இன்றுவரையிலுங்கூட எத்தகைய விளக்கமும் அளிக்கப்படவில்லை. ஒரு தருணத்தில் அவரோடு தொடர்பு வைத்துக்கொள்ள வேண்டாம் என்று முதல்வரே கட்சியினரை வெளிப்படையாகக் கேட்டுக்கொள்ள வேண்டிய அளவுக்கு அவருடைய நடவடிக்கைகள் இருந்தன. அவருக்குப் பின்னால் இருக்கும் அடியாள் பலம், அவரது நிழல் உலகத் தொடர்புகள், பண பலம், அதிகார வர்க்கத்தின் துணை, அரசின் உயர் மட்டங்களில் அவருக்கு இருக்கும் செல்வாக்கு ஆகியவற்றின் காரணமாக அழகிரியை விமர்சிப்பதோ அவரது செயல்களைக் கேள்விக்குள்ளாக்குவதோ சாத்தியமற்றது என்னும் நிலை உருவாகியிருப்பது ரகசியம் அல்ல.

இரண்டாண்டுகளுக்கு முன்பு 'கருத்துக் கணிப்பு' ஒன்றை வெளியிட்டதற்காகத் *தினகரன்* அலுவலகத்தைத் தாக்கி அதன் ஊழியர்கள் மூன்று பேர் கொல்லப்பட்ட வழக்கில் அழகிரிக்கு முக்கியப் பங்கு உள்ளதென்றும் அந்த வழக்கில் முதல் குற்றவாளி யாகச் சேர்க்கப்பட வேண்டியவர் அழகிரிதான் என்றும் மதுரை யைத் தலைமையிடமாகக் கொண்டு இயங்கும் மக்கள் கண் காணிப்பகம் வெளிப்படையாகக் குற்றம் சுமத்தியது. அவரைக் கைதுசெய்யக் கோரி ஆர்ப்பாட்டம் ஒன்றையும்கூட நடத்தியது அவ்வமைப்பு. கட்சி மற்றும் ஆட்சியில் தனக்குள்ள நிழல் அதிகாரம் காரணமாக அந்த வழக்கில் ஒரு குற்றவாளியாகச் சேர்க்கப்படுவதிலிருந்து தப்பித்துக்கொள்வதற்கு அழகிரியால் முடிந்திருக்கிறது. சமீபத்திய குடும்ப ஒற்றுமை 'வைபவம்' அந்த வழக்கை யதார்த்தத்தில் முடிவுக்குக் கொண்டுவந்து விட்டது. இது தொடர்பாக நீதிமன்றத்தில் நடந்துகொண்டிருக்கும் வழக்கில் எதிர்காலத்தில் பெறப்படும் 'தீர்ப்பு' எப்படிப்பட்டதாயிருக் கும் என்பதைக் குறித்து விவாதிப்பதேகூடப் பேதமை. சில ஆண்டுகளுக்கு முன்பு நடைபெற்ற தா. கிருஷ்ணன் கொலை வழக்கில் குற்றஞ்சாட்டப்பட்ட அழகிரி, *தினகரன்* ஊழியர்கள்

கொல்லப்பட்ட முதல் ஆண்டு நினைவு நாளில் விடுதலை யானதைவிடக் கொலையுண்டவர்களுக்குக் கிடைத்த 'கவித்து'வ மான நீதி வேறு எதுவும் இருக்க முடியாது.

இது போன்ற குற்றச்சாட்டுகளுக்குள்ளான ஒருவரைத் திமுகவின் தேர்தல் பணிக்குழுத் தலைவராக அதன் தலைமை நியமித்ததுமே தேர்தல் முடிவுகள் தீர்மானிக்கப்பட்டுவிட்டன. கட்சி, ஆட்சி இரண்டுக்குமான வாரிசுப் போட்டியில் தன் 'தகுதி'யை நிரூபிக்க முதல்வரின் மகனுக்கு ஒரு வாய்ப்பு அளிக்கப் பட்டது. தகுதியை நிரூபிப்பதற்கு அவர் எல்லா வழிகளையும் பிரயோகித்தார். வாக்கு எண்ணிக்கை தொடங்குவதற்கு முன்ன தாகவே திமுக 40,000 வாக்குகள் கூடுதலாகப் பெற்று வெற்றி பெறும் என அறிவித்தார். (எவ்வளவு தீர்க்க தரிசனம்!) தன்னைப் பற்றி உருவாகியிருக்கும் பிம்பத்தை மாற்றுவதற்குத் தன் 'வழக்க' மான வழிமுறைகளிலிருந்து விலகி அவர் சில மாற்று வழி களைத் தேர்ந்தெடுத்தார். திமுகவுக்கு எப்போதுமே ஜனநாயகத் துக்குப் புறம்பான நடவடிக்கைகளிலும் வன்முறையிலும் நம்பிக்கை இருந்ததில்லை என்று வெகுதுணிச்சலாக அறிவிப் பதற்கு அழகிரியால் முடிந்தது. 'வன்முறையற்ற' வழிகளில் 'ஜனநாயக நெறிமுறை'களைப் பின்பற்றி வாக்காளர்களிட மிருந்து எப்படி வாக்குகளை வாங்குவது என்பதைக் குறித்துப் பழம் தின்று கொட்டை போட்ட திமுகவின் 'தலைமை'க்குப் பாடம் நடத்துமளவுக்கு அவர் 'பதினாறு அடி பாயும் புலிக் குட்டி'யாயிருந்தார். அழகிரி – ஸ்டாலின் சகோதரர்களால் நடத்தப்பட்ட அசைவ விருந்துகளில் கலந்துகொண்ட வாக்காளர் களுக்கு இலைக்கு அடியில் வைத்துப் பணப்பட்டுவாடா செய்யப்பட்டதாகச் சொல்கிறார்கள். வெற்றி விழாக் கொண் டாட்டங்களின்போது அதேபோல் நடத்தப்பட்ட விருந்தில் இலைக்கு அடியில் பணம் இல்லாததைக் கண்டு ஏமாற்றமடைந்த தொண்டர்களும் வாக்காளர்களும் தகராறு செய்ததாகவும் செய்திகள் வந்துள்ளன. தேர்தல் பிரச்சாரத்தின் போது கோடிக் கணக்கில் நடமாடிய திமுக, அதிமுக பண மூட்டைகளைக் கையகப்படுத்த இரு கட்சி ரௌடிகளும் பரஸ்பரம் ஆள் கடத்தல், வழிப்பறிக் கொள்ளை ஆகியவற்றில் ஈடுபட்டதாக வும், தேள் கொட்டிய திருடர்களால் வழக்குப் பதிவு செய்ய முடியவில்லை எனவும் களத்தில் இருந்த ஆர்வலர்கள் தகவல் தருகின்றனர்.

சில ஆண்டுகளுக்கு முன்பு விஜயகாந்த் நடிப்பில் வெளி வந்த *சின்ன கவுண்டர்* திரைப்படத்தில் இடம்பெற்றிருந்த ஒரு காட்சி நினைவுக்கு வருகிறது. கடன்தொல்லையால்

அவதிப்படும் கதாநாயகி அதைத் தீர்க்க அந்த ஊரின் வழக்கப் படி மொய் விருந்து வைப்பாள். விருந்தில் கலந்துகொள்பவர் ஒவ்வொருவரும் சாப்பிட்டுவிட்டு இலைக்கு அடியில் தமது பங்குத் தொகையை வைத்துவிட்டுப் போவார்கள். இலையை எடுத்துப் போட்டுவிட்டுத் தொகையை எடுத்துக்கொள்ளலாம். திருமங்கலம் தொகுதியில் நடத்தப்பட்ட கறி விருந்துகளில் வாக்காளர்களுக்கு ஆளுங்கட்சி 'பங்குத் தொகை' வைத்தது. அரசு மட்டங்களில் வழமையானவையாக மாறிவிட்ட சிறிய அளவிலான சலுகைகள் முதல் 'ஸ்பெக்ட்ரம்' முதலான பெரிய அளவிலான பேரங்கள்வரை முறைகேடான பல்வேறு வழி களில் ஆளுங்கட்சியின் கருவூலத்துக்கு வந்துசேர்ந்திருக்கும் பல்லாயிரம் கோடி பெறுமானமுள்ள தொகையில் ஒரு அற்ப மான பகுதி பங்காக வைக்கப்பட்டிருக்கிறது. ஜனநாயகத்தைச் சுருட்டிக் குப்பைத் தொட்டியில் போட்டுவிட்டுப் பங்குப் பணத்தை எடுத்துக்கொண்டிருக்கிறார்கள் திருமங்கலம் தொகுதி வாக்காளப் பெருமக்கள்.

திரைப்படத்தில் மொய் விருந்தில் கலந்துகொள்ள வந்த கதாநாயகன் பணத்துக்குப் பதில் கதாநாயகிக்குத் தாலிக் கொடியை வைத்துவிட்டுப் போவான். வாக்காளர்களுக்கு மொய் விருந்து வைத்து ஓட்டுக்களை வாங்கிய அழகிரியின் இலைக்குக் கீழே திமுக தலைமை 'தென் மண்டல அமைப் பாளர்' என்னும் ஒரு புதிய பதவியை உருவாக்கி வைத்திருந் தது. முதல்வரின் புதல்வருக்கு இப்போது தேவையான 'தகுதி' வந்துவிட்டது. கட்சிக்கும் ஆட்சிக்குமான வாரிசுகள் யார் யார் என்பதைத் திமுக தலைவர் திட்டவட்டமாக அடை யாளங் காட்டிவிட்டார். திமுகவின் அடுத்த தேர்தல் திட்டம் தமிழகத்தைத் திருமங்கலம் ஆக்குவதுதான் என்பது தெளிவாக்கப் பட்டுள்ளது.

திமுகவை வெற்றிபெறச் செய்ததற்காக அழகிரிக்கும் ஸ்டாலினுக்கும் நடத்தப்பட்ட பாராட்டு விழாவில் திராவிட இயக்கத்தின் மூத்த தலைவர்களில் ஒருவரான பேராசிரியர் க. அன்பழகன் பேசியதாகத் *தினத்தந்தியில்* வெளியாகியுள்ள ஒரு செய்தியைப் பாருங்கள். 'அழகிரியையும் ஸ்டாலினையும் ஒன்றாக ஒரே மேடையில் பார்த்த திருமங்கலம் வாக்காளர்கள் அதற்காகவே ஆளுக்கு இரண்டு வாக்குகள் போட்டிருப்பார்கள்.'

திருமங்கலம் தேர்தலில் கள்ள ஓட்டுகள்தான் திமுகவின் மகத்தான வெற்றிக்குக் காரணம் என்கிறார்கள். அன்பழகன் அதைத்தான் உயர்வு நவிற்சியாகச் சொல்லியிருக்கிறாரோ?

பேராசிரியரின் துணிச்சலை நினைத்தால் புல்லரிக்கிறது. பேராசிரியர் உள்ளிட்ட திமுகவின் நெடுநாளைய 'தொண்டர்' களுங் கூட 'எல்லாம் முடிந்துவிட்டது' என்னும் மனநிலைக்கு வந்துவிட்டனரோ? ஆளுங்கட்சியின் ஜனநாயக விரோத நடைமுறைகளுக்கு உருவான வலுவான எதிர்ப்புகளை ஒருங் கிணைக்க வேண்டிய தமிழக எதிர்க்கட்சிகளுங்கூடத் தேர்தல் ஆணையரைப் பின்பற்றி 'எல்லாம் முடிந்துவிட்டது' எனத் தம் கையறு நிலையை ஏற்றுக்கொண்டு மௌனமாகியிருக் கின்றன. பணம், அதிகாரம் ஆகியவற்றில் ஆளும்கட்சிக்கு ஈடுகொடுக்க முடியாததால் உருவான மௌனம் இது.

திமுகவின் குடும்ப அரசியல்வாதிகள் திருமங்கலத்தின் வழி இந்திய ஜனநாயகத்திற்குச் சொல்லும் செய்தி, ஊழலில் மக்களைப் பங்காளிகளாக மாற்றுங்கள் என்பதுதான். ஜன நாயகத்தில் நம்பிக்கை கொண்டவர்களுக்கு இதைவிட ஒரு மோசமான செய்தி இருக்க முடியாது.

இதழ் 110, பிப்ரவரி 2009

உயிர்நீத்தலின் அரசியல்

முத்துக்குமாரின் உயிர்நீத்தல் ஈழத் தமிழர் பிரச்சனை தமிழகத்தில் எதிர்கொள்ளப்பட்ட விதத்தில் ஒரு பெரும் மாற்றத்தை ஏற்படுத்தியிருக்கிறது. ஈழத் தமிழருக்காக உயிரை, பதவியைத் துறக்கத் தயாராக இருப்பதாக அறிவிக்கும் தமிழக அரசியல் தலைவர்கள் பலரும் இதுவரை ஒரு துரும்பையும்கூடத் துறக்கவில்லை என்ற உண்மையை முத்துக்குமாரின் தீக்குளிப்பு துலக்கமாக உணர்த்தியுள்ளது. பதவி, அரசியல், தேர்தல் கூட்டணி எனப் பல தளங்களில் மத்திய அரசால் தமிழகத் தலைவர்களுடன் ஆடுபுலி ஆட்டம் ஆட முடிந்த காலகட்டம் ஒரு முடிவுக்கு வந்துவிட்டது. ராஜீவ்காந்தி மற்றும் அவருடன் இருந்த பல அப்பாவிகளின் படுகொலைக்குப் பிறகு ஈழத் தமிழர்களுக்காக உரிமைக்குரல் கொடுப்பதில் தமிழகத் தமிழர்களுக்கு ஏற்பட்டிருந்த கூட்டு மனத்தடையும் சிதறிவிட்டது. இன்று தமிழக மக்களின் கொந்தளித்த மனநிலைக்கு ஈடுசெய்ய அனைத்துக் கட்சித் தலைவர்களும் திக்குமுக்காடி நிற்கின்றனர். தமிழினத் தலைவர்களால் மத்திய அரசில் ஏற்படுத்த முடியாத தாக்கத்தை ஒரு இளைஞனின் உயிர்நீத்தல் சாத்தியப்படுத்தியிருக்கிறது. ஆடையை இழந்து நிற்கும் ராஜாக்கள் முகத்தில் தெரிவது நாணமா? அச்சமா? சிங்கள இனவாதத்தையும் தமிழர் படுகொலையையும் பாராமுகமாக இருந்த உலகச் சூழலிலும் சலனங்கள் ஏற்படத் துவங்கியுள்ளன.

தெற்காசியாவில் இந்தியாமீது பற்றுதலும் நம்பிக்கையும் கொண்ட ஒரே இனக்குழு ஈழத்தமிழர் மட்டும்தான் என்ற உண்மை காங்கிரஸ் தலைமைக்கு உறைப்பதே இல்லை.

தமிழகத்திற்கு அப்பாலும் இந்திய ஆங்கில ஊடகங்களிலும் ஈழப் பிரச்சனையின் தீவிரம் பற்றி உணர்த்தப் பெரும் தடையாகவும் ஒரு சாபக்கேடாகவும் இருந்துவருவது 'தி இந்து'வின் நிலைப்பாடு. இலங்கைப் பிரச்சனையைப் பொறுத்தவரை கொழும்பிலிருந்து வெளிவரும் அரசு சார்பான ஆங்கில ஊடகங்களில் வெளிப்படாத ஒரு ராஜ (பக்ஷே) விசுவாசமும் கண்மூடித் தனமான புலிகள் இயக்க வெறுப்பும் *தி இந்து*வில் வெளிப்பட்டு ஈழத் தமிழர் துயரங்கள் பற்றிய இந்திய மக்களின் புரிதலை நீண்ட காலமாக மாசுபடுத்தி வருகிறது. சிங்கள இனவாதம் என்று ஒரு வஸ்து நூற்றாண்டுக் காலமாகச் செயல்பட்டுவருவதையே மறுக்கும் *தி இந்து*வின் மூடத்தனத்தைக் கண்டிக்கச் சொற்களே இல்லை. கருத்துச் சுதந்திரம் என்பது ஈனத்தனமான கருத்துகளையும் பரப்பும் சுதந்திரமும்தான் என்பதை உணர்ந்து பொறுமையைக் கடைப்பிடிக்க வேண்டிய காலகட்டம் இது.

ஈழத் தமிழர் ஆதரவு இயக்கத்தை இந்தியப் பொதுவுடைமைக் கட்சி துவக்கிவைத்த பின்னர் விரைவில் அது கலைஞரின் நாடக மேடையாக மாறியது. தீர்மானங்களும் வீரவசனங்களும் ரகசியப் பேரங்களும் கட்டாய உண்ணாவிரதங்களும் எனக் கனவுக் காட்சிகளின் புகையும் மினுக்கும் படுகொலையின் தீவிரத்தில் மயக்கத்தை ஏற்படுத்தியிருந்தன. இன்று தியாகத்தின் ஜுவாலையில் நாடக மேடை கருகிவிட்டது. அசலான, அரசியல்வாதிகளுக்கு அப்பாற்பட்ட இயக்கம் தமிழகத் தெருக்களில் உறுமி நடைபோடத் துவங்கியிருக்கிறது. திமுகவின் அடிவருடிகள் சினிமா உண்ணாவிரதங்களின் முதல் கட்டத்தை இயக்கமாகவும் முத்துக்குமாரின் உயிர்நீத்தலையும் அவர் விருப்பப்படி 'பிணத்தை ... ஒரு துருப்புச் சீட்டாக வைத்து'த் தீவிரமடைந்த இயக்கத்தை நாடகமாகவும் உண்மையின் தடயமற்ற சொற்களில் துப்பிக்கொண்டிருக்கின்றனர்.

இன்றைய ஈழத் தமிழர் ஆதரவு இயக்கத்தின் மிக முக்கியமான இன்னொரு அம்சம் அதில் முழு மனதாக ஈடுபட்டுவரும் எழுத்தாளர் இயக்கம். தமிழக வரலாற்றிற்கு இது புதிது. மதுரையிலும் சென்னையிலும் இன்னும் பல பகுதிகளிலும் எழுத்தாளர்கள் ஒன்றிணைந்து இயங்கிவருகின்றனர். இரு குழுக்களாகத் தில்லி சென்று குரல் கொடுத்திருக்கின்றனர். எழுத்திற்கும் இயக்கத்திற்கும் இடையேயிருந்த கருஞ்சுவர் தகர்ந்திருப்பது மிகுந்த வரவேற்புக்குரியது.

சென்னை உயர் நீதிமன்ற வளாகத்தில் இந்த இயக்கம் பெரும் வன்முறையாக வெடித்திருக்கிறது. போராடும் வழக்கறிஞர்களே வன்முறையைத் தூண்டியதாகப் போலீசார் குற்றஞ்சாட்டுகின்றனர். போராட்டக்காரர்கள் போலீசாரைத் தூண்டுவது

அதிசயமல்ல. உலகின் பல நாடுகளில் போராட்டக்காரர்கள் போலீசார்மீது பெட்ரோல் குண்டு வீசும்போதுகூடக் கட்டுப் பாட்டைக் கடைப்பிடிக்கப் போலீசாருக்குப் பயிற்சியளிக்கப் பட்டு அமைதி காக்கப்படுகிறது. நமது போலீசார் நீதிமன்ற வளாகத்தில் எந்த நாகரிகமும் கட்டுப்பாடும் இல்லாத வன் முறையில் ஈடுபட்டது ஒளிப்பதிவு செய்யப்பட்டுள்ளது. இதன் பின்னரும் போலீசார்மீது நடவடிக்கை எடுக்கும் திராணி இல்லாத தமிழக அரசு வழக்கறிஞர்களையும் போலீசாரையும் கட்டைப் பஞ்சாயத்து நடத்த வேண்டுகோள் விடுக்கிறது.

உள்துறையை நிர்வகிக்கும் முதலமைச்சர் அதன்மீதான கட்டுப்பாட்டை இழந்து நிற்கிறார். உயர் நீதிமன்ற வளாகத் தில் சட்டம் மீறப்பட்டிருக்கிறது என்பது உறுதி. சட்டத்தை மீறியிருப்பது வழக்கறிஞர்களும் சட்டத்தை அமல்படுத்த வேண்டிய போலீசாரும். இப்போதைய தேவை அவர்கள் மீதான சட்டப்படியான நிர்வாக ஒழுங்கு நடவடிக்கைகள். பரஸ்பரம் பேசி முடிக்க இது குடும்பப் பிரச்சனை அல்ல; ஒரு மாநிலத்தின், தேசத்தின் பொதுப் பிரச்சனை. இந்நிலை யில் தேவையான நடவடிக்கைகளை எடுக்கும் ஆற்றல் கலைஞ ரிடம் இன்று இல்லை என்பது சுய பட்சாதாபத்தைத் தூண்டும் மலிவான தந்திரங்களில் அவர் இறங்கியிருப்பதிலிருந்து உறுதிப் படுகிறது. உள்துறையை மட்டுமல்ல இந்த ஆட்சிக்குத் தலைமை யேற்று முதலமைச்சராகச் செயல்படும் தகுதிகள் பலவற்றை யும் கலைஞர் இழந்துவிட்டார். உடல்நலம், தார்மீகபலம், நிர்வாகத் திறன், மக்கள் ஆதரவு எதுவும் இன்று அவரிடம் இல்லை. ஒரு தலைவனுக்கு எப்போது தலைமையேற்க வேண்டும் என்பது தெரிய வேண்டும். அதைவிட முக்கியமாக எப்போது வெளியேறுவது என்பதும் தெரிந்திருக்க வேண்டும்.

இதழ் 111, மார்ச் 2009

சமச்சீர் கல்வி – நிறைவேறாத கனவு

தனியார் கல்வி நிறுவனங்களின் கட்டணக் கொள்ளை பெருகி வருவதன் எதிரொலியாகத் தமிழக அரசு சமச்சீர் கல்விமுறையை நடைமுறைப்படுத்த வேண்டுமென்பதை வலியுறுத்தும் குரல்கள் மீண்டும் தீவிரமடைந்துள்ளன. பல்வேறு ஆசிரியர் – மாணவர் அமைப்புகளும் அறிவுத் துறையினரும் தொடர்ந்து வலி யுறுத்தியதன் பேரில் 2006 செப்டம்பரில் தமிழக அரசு பாரதிதாசன் பல்கலைக்கழக முன்னாள் துணைவேந்தர் முனைவர் முத்துக்குமரன் தலைமையில் ஒன்பது உறுப் பினர் குழு ஒன்றை அமைத்தது. 2007அக்டோபரில் தன் அறிக்கையை அரசிடம் சமர்ப்பித்த குழு தறபோதைய கல்விமுறையில் மாற்றங்கள் செய்யப்பட வேண்டுமென அரசுக்குப் பரிந்துரை செய்தது. அறிவுத் துறையினர், கல்வி ஆர்வலர்கள், ஆசிரியர் – மாணவர் அமைப்புகள் எனப் பல தரப்பினரின் வரவேற்பைப் பெற்ற, தமிழக அரசின் இந்த நடவடிக்கை கல்வியில் அடிப்படையான மாற்றங்களுக்கு வித்திடும் என எதிர்பார்க்கப்பட்டது. கல்வி வளர்ச்சியில் உண்மையான அக்கறைகொண்ட பல்வேறு அமைப்புகள் முத்துக்குமரன் குழுவுக்குப் பல ஆக்கபூர்வமான யோசனைகளை வழங்கின. ஒரு ஜன நாயக, சமத்துவ, மதச் சார்பற்ற முற்போக்கான மனித சமூகத்தை உருவாக்குவதே கல்விமுறையின் தலையாய நோக்கமாக இருத்தல் வேண்டுமெனவும் அதற்கேற்ப அரசின் கல்விக் கொள்கையில் உரிய மாற்றங்கள் செய்யப் பட வேண்டுமெனவும் தம் யோசனைகளை முன்வைத்த அறிவுத் துறையினர் தற்போதைய கல்வி அமைப்பில் உள்ள குறைபாடுகளையும் அவற்றுக்கான காரணங்களை யும் சுட்டிக்காட்டியுள்ளனர்.

நம் அரசியல் சாசனத்தின் 21ஆம் பிரிவு கல்வி கற்கும் உரிமையை அடிப்படை உரிமைகளில் ஒன்றாக உறுதிப்படுத்தி யிருக்கும்போதிலும் அனைவருக்கும் தரமான, இலவசக் கல்வி வழங்குவது என்பது நிறைவேற்றப்பட முடியாத கனவாகவே இன்றுவரையிலும் நீடித்து வருகிறது. ஆரம்பக் கல்வியிலிருந்து உயர் கல்விவரை மலிந்து காணப்படும் ஏற்றத் தாழ்வுகளும் வேறுபாடுகளும் சமூக வளர்ச்சிக்குப் பெரும் தடையாக இருந்து வருவதைப் பலரும் சுட்டிக்காட்டியுள்ளனர். வேறு எந்த மாநிலத் திலும் இல்லாத அளவுக்குத் தமிழகத்தில் மாநிலக் கல்விக் கழகப் பாடத்திட்டம், மத்தியக் கல்விக் கழகப் பாடத்திட்டம், மெட்ரிக்குலேஷன், ஆங்கிலோ இந்தியன் பாடத்திட்டம், அவற்றுக்கான தனித் தனி இயக்ககங்கள் எனப் பல்வகைக் கல்வி அமைப்புகளும் வாரியங்களும் செயல்பட்டு வருவதே கல்வியில் நிலவும் ஏற்றத்தாழ்வுகளுக்கும் அது வணிகமயமாக்கப் பட்டதற்கும் அடிப்படைக் காரணம். இதனால் அதிகமும் பாதிப்புக்குள்ளாவது கல்வியை விலைகொடுத்து வாங்க முடியாத நலிந்த பிரிவினரே.

தரமான கட்டமைப்பு வசதிகளோ உரிய தகுதிபெற்ற ஆசிரியர்களோ இல்லாத போதிலுங்கூடப் பெற்றோர் தம் குழந்தைகள் தனியார் நிறுவனங்களில் கல்வி கற்பதையே விரும்புகின்றனர். இவற்றில் பெரும்பாலானவற்றில் கற்பித்தல் மொழி ஆங்கிலமாக இருப்பதும் ஆங்கிலம் வேலை வாய்ப்புக் கும் உயர் கல்விக்கும் இன்றியமையாத ஒன்று என்னும் பெற் றோரின் நம்பிக்கையுமே இதற்குக் காரணம். இந்த நம்பிக்கை யதார்த்தமாக இருப்பது மற்றொரு காரணம். சமச்சீர் கல்வி முறை பற்றிய விவாதங்களில் இந்த யதார்த்தம் கணக்கிலெடுத் துக் கொள்ளப்பட்டால் தான் நமது கல்விமுறையில் தீவிரமான மாற்றங்கள் சாத்தியமாகும். முதலாவதாக ஆரம்பக் கல்வி முதல் மேல்நிலைக் கல்விவரை தரமான தாய்மொழிக் கல்வி அளிப்பதற்கான பாடத்திட்டங்கள் வகுக்கப்பட்டு அது அனை வருக்கும் இலவசமாகக் கிடைப்பது உறுதிப்படுத்தப்பட வேண்டும். தாய்மொழிக் கல்வியின் தரத்தை உயர்த்தாமல் ஆங்கில வழிக் கல்விக்குள்ள சந்தை மதிப்பைக் குறைக்க முடியாது. பெற்றோரின் ஆதரவு காரணமாகவே ஆங்கிலப் பள்ளிகளால் தாய்மொழிக் கல்விக்கெதிரான ஒரு வெளியை உருவாக்க முடிகிறது. பலவகையான கல்விமுறைகளும் பாடத் திட்டங்களும் ஒழிக்கப்பட்டு அனைவருக்கும் சீரான ஒரே பாடத்திட்டம் வகுக்கப்பட வேண்டும் என்பதே கல்வியாளர் களின் கோரிக்கை.

முத்துக்குமரன் தலைமையிலான குழு பொதுவான ஒரு நிர்வாக அமைப்பைப் பரிந்துரைத்திருக்கிறது; பொதுவான பாடத்திட்டத்தையோ பொதுப் பள்ளியையோ பரிந்துரைக்க வில்லை. அரசும் அந்தத் திசையில் சிந்திக்காமல் மாணவர் சேர்க்கையில் நன்கொடை வசூலிப்பதற்கெதிராகக் கடும் நடவடிக்கை எடுப்பதே போதுமானது என்பது போல் நடந்து கொள்கிறது. மழலையர் கல்வியை அரசு தன் முழுக் கட்டுப் பாட்டில் எடுத்துக்கொள்ள வேண்டும் என்னும் பரிந்துரையை அரசு நடைமுறைப்படுத்தும் என்பதற்கான எந்தவொரு தடய மும் தென்படவில்லை. மழலையர் கல்வி நூறு சதவீதமும் தனியார் கல்வி நிறுவனங்களின் – இவர்களில் கணிசமானவர் களைக் கல்விக் கொள்ளையர்கள் என்றே விவரிக்க முடியும் – கைகளில் இருக்கிறது.

அரசியல் அதிகார மட்டங்களில் செல்வாக்குப் பெற்றுள்ள கல்விக் கொள்ளையர்களிடமிருந்து அதை மீட்பது அவ்வளவு சுலபமானதாக இருக்கும் எனத் தோன்றவில்லை. குழந்தை களின் உடல், மன ஆரோக்கியம் குறித்த அக்கறையோ புரிதலோ அற்ற மழலையர் பள்ளிகள் குழந்தைகளின் இயல்பான ஆளுமை வளர்ச்சியைச் சிதைத்து ஆங்கிலப் பள்ளிகளுக்கான மாணவர் களை உருவாக்கித் தரும் பட்டறைகளாகச் சுருங்கிப் போயிருக் கின்றன. அரசு நடத்தும் அங்கன்வாடி, பால்வாடி பள்ளிகளின் நிலையோ படுமோசம். போதிய பயிற்சியோ கல்வித் தகுதியோ பெற்றிராத ஆசிரியர்களைக் கொண்டு நடத்தப்படும் இப்பள்ளி களில் மழலையர் கல்விக்கான உபகரணங்களோ உள் கட் டமைப்பு வசதிகளோ குறைந்தபட்சமாகக் கூடச் செய்து கொடுக்கப்படுவதில்லை.

கடந்த சில ஆண்டுகளாகச் செயல்படுத்தப்பட்டுவரும் சர்வ சிக்ஸ அபியான் (எஸ்எஸ்ஏ) திட்டத்தின் மூலம் பள்ளி ஆசிரியர்களுக்கு வழங்கப்படும் கருத்தாளர் பயிற்சிகளின் தரம் குறித்து நிறையச் சந்தேகங்கள் எழுந்துள்ளன. எஸ்எஸ்ஏ திட்டத்தின் மூலம் அரசுப் பள்ளிகளின் உள் கட்டமைப்பு மேம்படுத்தப்பட்டிருப்பது உண்மை என்றாலும் அது கற்பித்த லில் ஏற்படுத்தியுள்ள தாக்கங்கள் போதுமானவையாக இல்லை. கற்றல், கற்பித்தல் குறித்த கொள்கைகளில் அடிப்படையான மாற்றங்களை உருவாக்காமல் இத்தகைய பயிற்சிகளால் பெரும் பயன் விளையும் எனச் சொல்ல முடியாது. தேர்ச்சி விழுக்காட்டை அடிப்படையாகக்கொண்டு ஆசிரியர்களின் கற்பித்தல் திறன் மதிப்பிடப்படும் நிலை நீடிக்கும்வரை ஆசிரியர் கள் மாணவர்களை அதிக மதிப்பெண் பெறுவதற்குத் தூண்டும்

வகையில் மனப்பாடம் செய்து ஒப்புவிக்கச் செய்வதையே தம் கற்பித்தல் முறையாகக் கொண்டிருப்பார்கள். மழலையர் வகுப்புகளுக்குத் தேர்வு முறையை அறவே ஒழிப்பது, தொடக்கக் கல்வி மாணவர்களுக்கு எழுத்துத் தேர்வை முற்றாக ஒழித்து வாய்மொழித் தேர்வை நடத்துவது போன்ற பரிந்துரைகள் நடைமுறைப்படுத்தப்படும் போது தொடர்புடைய ஆசிரியர் கள், மாணவர்களின் கற்பித்தல் – கற்றல் சார்ந்த பதற்றங்கள் தணிய வாய்ப்பிருக்கிறது. எனினும் இந்த நடைமுறை காரண மாக உயர் கல்வியை எதிர்கொள்வதில் மாணவர்கள் கடும் நெருக்கடியைச் சந்திக்க வேண்டியதைத் தவிர்ப்பதற்கான வழி வகைகளும் இதனுடன் சேர்த்து ஆராயப்பட வேண்டும்.

சமச்சீர் கல்வி என்னும் கருத்தாக்கத்தை நடைமுறைப் படுத்துவது பொதுப் பள்ளி என்னும் கருத்தாக்கத்துடன் நேரடி யான தொடர்புடையது என்பதால் அந்த நோக்கில் மாற்றங்கள் முன்னெடுக்கப்படாதவரையில் இது போன்ற கேள்விகள் எழு வதைத் தவிர்க்க முடியாது. 12ஆம் வகுப்புவரை அனைத்துக் குழந்தைகளுக்கும் கட்டாய இலவசக் கல்வியைப் பொதுப் பள்ளி மூலம் வழங்குவது தவிர, கல்வியில் புரட்சிகரமான மாற்றங்கள் உருவாக வேறு சுருக்கு வழிகள் இல்லை.

கல்வி, தனியாரின் கொள்ளை முயற்சிகளுக்கான கருவி யாய் இருக்கக் கூடாது என்னும் நிலையை அரசு ஒரு காலக் கெடுவை நிர்ணயித்து அதற்குள் உருவாக்க வேண்டும். சிறு பான்மையினரால் நடத்தப்படும் பள்ளிகள் உள்பட அனைத்து வகையான தனியார் பள்ளிகளிலும் அரசு இட ஒதுக்கீட்டை நடைமுறைப்படுத்தவும் நலிந்த பிரிவினருக்கு அப்பள்ளிகளில் முழுமையான இலவசக் கல்வி பெறுவதற்கும் அரசு கடுமை யான சட்டங்களை இயற்றிக் கண்காணிக்க வேண்டும். உரிய கல்வித் தகுதியுள்ள ஆசிரியர்களை முறையான ஊதியத்தில், போதிய எண்ணிக்கையில் நியமிக்க வேண்டும்.

அரசியல் சட்டம் வலியுறுத்துவது போல் பாடத்திட்டங் களும் விதிமுறைகளும் கற்பித்தல் முறைகளும் கற்பவருக்குச் சுமையாய் இருக்கும் நிலையை மாற்றி, கல்வியை மகிழ்வூட்டும் ஒன்றாக மாற்றுவதற்கு உரிய சூழலை அரசு உருவாக்க வேண் டும். கல்வி தொண்டு நிறுவனங்களின் சேவை அல்ல, அது குடிமக்களின் அடிப்படை உரிமை என்பதைக் கருத்தில்கொண்டு செயல்பட வேண்டியதே இன்றைய தேவை.

இதழ் 116, ஆகஸ்டு 2009

வெட்கம் கெட்ட நடிகர்கள்

அக்டோபர் 10ஆம் தேதி முதல் 14ஆம் தேதி வரை தமிழகத்தைச் சேர்ந்த திமுக, காங்கிரஸ், விடுதலைச் சிறுத்தைகள் கட்சிகளின் நாடாளுமன்ற உறுப்பினர் களில் 10 பேர் முன்னாள் மைய அமைச்சர் டி.ஆர். பாலு தலைமையில் இலங்கைக்குச் சென்று வந்திருக்கிறார்கள். ஈழப் போரால் அகதிகளாக்கப்பட்டுத் தடுப்பு முகாம் களில் அடைத்து வைக்கப்பட்டிருக்கும் சுமார் மூன்று லட்சம் அப்பாவித் தமிழர்களை அவர்களது வாழ்விடங் களுக்குத் திருப்பியனுப்பக் கோரி உலகெங்கிலுமுள்ள தமிழர்களும் மனித உரிமை அமைப்புகளும் ராஜபக்ஷே அரசை வலியுறுத்திவரும் நிலையில் திமுக கூட்டணிக் கட்சிகளைச் சேர்ந்த நாடாளுமன்ற உறுப்பினர்கள் குழுவைத் தடுப்பு முகாம்களைப் பார்வையிட அழைப்பு விடுத்த, அனுமதித்த இலங்கை அரசின் செயல் 50 ஆண்டு களுக்கும் மேலாக நீடித்துவரும் இலங்கை இனச் சிக்கல் இறுதித் தீர்வை எட்டுவதற்கான ஒரு நடவடிக்கை என்ப தான தோற்றம் உருவாக்கப்பட்டது. முகாம்களைப் பார்வை யிடவும் அவற்றிலுள்ள மக்களுக்கு மனிதாபிமான ரீதியில் உதவவும் தம்மை அனுமதிக்கக்கோரி ஐநா உள்ளிட்ட சர்வதேச அமைப்புகளும் மனித உரிமை ஆர்வலர்களும் தொண்டு நிறுவனங்களும் விடுத்துவந்த கோரிக்கைகளைச் சற்றும் பொருட்படுத்தாத இலங்கை அரசு அவசரஅவசர மாகத் திமுக கூட்டணிக் கட்சியினருக்கு அழைப்பு விடுத்ததற்கான காரணம் புரிந்துகொள்ள முடியாததல்ல. கடந்த ஜூன் மாதத்தில் முகாம்களைப் பார்வையிட அனுமதி கோரிய கனடாவின் லிபரல் கட்சியைச் சேர்ந்த பாராளுமன்ற உறுப்பினர் பாப் ரே உள்படப் பலருக்கு அனுமதி மறுக்கப்பட்டதற்கு அவர்களைத் தம்மால் கட்டுப்படுத்த முடியாது என ராஜபக்ஷே அரசு நினைத் ததே காரணம்.

கடந்த சில வாரங்களாகத் தீவிரமடைந்துவரும் புலம் பெயர்ந்த ஈழத் தமிழர்களின் போராட்டங்களின் விளைவாகச் சர்வதேசச் சமூகம் ராஜபக்ஷே அரசுக்குக் கடும் நெருக்கடி களை அளிக்கத் தொடங்கியிருந்தது. சர்வதேச விதிமுறைகளைப் புறக்கணித்துவிட்டுப் போரில் அப்பாவி மக்கள் பாதிப்புக் குள்ளானதற்குக் காரணமானவர்கள்மீது விசாரணை நடத்தப் பட வேண்டுமென வலியுறுத்தியிருக்கிறது அமெரிக்கா. தடுப்பு முகாம்களில் உள்ள மக்களை உடனடியாக அவர்களது வாழ் விடங்களுக்குத் திருப்பி அனுப்ப நடவடிக்கை எடுக்குமாறு இலங்கை அரசை வற்புறுத்தியுள்ள ஐரோப்பிய யூனியன் கூட்டமைப்புப் புனர்வாழ்வுப் பணிகளை மேற்கொள்ளச் சர்வதேசச் சமுதாயத்தை அனுமதிக்குமாறு வலியுறுத்தியுள்ள தோடு இலங்கையின் மீது பொருளாதாரத் தடை விதிப்பதைக் குறித்தும் பரிசீலித்து வருவதாகத் தகவல்கள் வெளிவந்துள்ளன. இத்தகைய பின்னணியிலேயே ராஜபக்ஷே அரசு திமுகக் கூட்டணிக் கட்சி நாடாளுமன்ற உறுப்பினர்களுக்கு அவசர அழைப்பு விடுத்துத் தனக்குச் சாதகமாகப் பரப்புரை செய்ய அவர்களைத் தூண்டியிருக்கிறதோ என்னும் சந்தேகம் எழுகிறது.

கொடநாட்டிலிருந்து திரும்பியிருக்கும் எதிர்க்கட்சித் தலைவர் ஜெயலலிதா டி. ஆர். பாலு தலைமையிலான அந்தக் குழுவை ஏமாற்றுக் குழு எனக் கடுமையாக விமர்சித்தார். கருணாநிதியும் அவரது கூட்டாளிகளும் ஒட்டுமொத்தத் தமிழினத்தை ஏமாற்றுவதாகக் குற்றம்சாட்டிய ஜெயலலிதா, அந்தக் குழு திரும்பி வந்ததும் 'தன் எஜமானர்' கருணாநிதி யிடம் அளிக்கப்போகும் அறிக்கை எப்படிப்பட்டதாய் இருக்கும் என்பதையும் யூகித்துச் சொல்லியிருந்தார். ஜெயலலிதாவின் யூகம் ஒரு தீர்க்கதரிசனம்தான். திரும்பிவந்த குழுவினருக்கு ஜெயலலிதாவின் யூகத்திற்கப்பால் சொல்வதற்கு வேறு வார்த்தைகள் இல்லாமல் போய்விட்டன.

அவர்களை வரவேற்பதற்காகத் தன் துணைவியாருடன் சென்னை விமான நிலையத்திற்குப் போன முதல்வர் செய்தி யாளர்களுக்கு அளித்த பேட்டியில் ஜெயலலிதா யூகமாகச் சொல்லியிருந்த பல வாசகங்கள் இடம் பெற்றிருந்தன. முகாம் களில் உள்ள மக்கள் துன்புறுத்தப்படவில்லையெனவும் அவை சர்வதேச விதிமுறைகளுக்குட்பட்டே அமைக்கப்பட்டிருப்ப தாகவும் காங்கிரஸ் உறுப்பினர்கள் சொன்னதை அப்படியே திருப்பிச் சொன்ன கருணாநிதி தடுத்துவைக்கப்பட்டுள்ள இரண்டரை லட்சம் தமிழர்களைத் தங்கக்கூண்டில் வைக்கப் பட்டுள்ள கிளிகளோடு ஒப்பிட்டார். இலங்கை அதிபருக்கு இவ்வளவு 'இலக்கியத் தரமாகப் பேச முடிந்திருக்காது அல்லவா?

இதன் மூலம் உலகெங்கிலுமுள்ள தமிழர்களும் மனித உரிமை அமைப்புகளும் முகாம்களின் நிலை குறித்து இதுவரை உலகின் முன்வைத்த தகவல்களையும் அவற்றில் அடைபட்டுள்ள சிலரது அனுபவப் பதிவுகளையும் மறுத்து அவர்களைப் பொய்யர் களாக்கி அவமானப்படுத்தியுள்ளார் கருணாநிதி. குழுவின் ஒரு உறுப்பினரும் அவரது புதல்வியுமான கனிமொழி முகாம் களின் நிலை பற்றி நக்கீரனில் மனம் உருகிச் சொல்லியிருக்கும் கருத்துகள் முதல்வரின் கவனத்திற்குச் சென்றனவா எனத் தெரியவில்லை.

குழுவில் இடம்பெற்றிருந்த விடுதலைச் சிறுத்தைகள் கட்சித் தலைவர் தொல். திருமாவளவனின் அனுபவங்கள் வேறுபட் டவை. அதிபர் மாளிகையில் குழுவினருக்கு விருந்தளித்த ராஜபக்ஷே, திருமாவளவனிடம் “நீங்கள் பிரபாகரனின் நண்பர் தானே, அவரை அழைத்து வரவில்லையா?” எனவும் “நல்ல வேளையாக இறுதி யுத்தம் நடந்தபோது நீங்கள் பிரபாகரனுடன் இல்லை. இருந்திருந்தால்” எனவும் குத்தலாக மிரட்டலாகக் கேட்டதாகச் சொல்லியிருக்கிறார் திருமாவளவன். அந்தத் தருணத்தில் தன் உணர்ச்சிகளைக் கட்டுப்படுத்திக் கொள்வதற் குப் பெரும் சிரமப்பட வேண்டியிருந்தது என்கிறார் அவர். இலங்கை அதிபரின் இந்தப் பேச்சுத் திமிர்த்தனமானது எனவும் அநாகரிகமானது எனவும் கண்டனம் தெரிவித்திருக்கும் சில தமிழ்ப் பத்திரிகையாளர்கள் ராஜபக்ஷேயின் மீதான தம் அவநம்பிக்கையை உறுதிப்படுத்திக்கொள்வதற்கான ஆதாரமாக அவரது இச்செயலை மேற்கோள் காட்டியிருக்கின்றனர். ராஜ பக்ஷே அளித்த தேநீர் விருந்தை ஏற்று அவருக்குப் பொன் னாடை போர்த்திப் பரிசுகளைப் பரிமாறிக்கொள்ள முடிந்த டி. ஆர். பாலுவுக்கோ கனிமொழிக்கோ திருமாவளவனை அவமானப்படுத்திய அதிபரின் பேச்சுக்குக் கண்டனம் தெரி விக்க முடியாதது ஏனெனத் தெரியவில்லை. கனிமொழியும் டி.ஆர். பாலுவும் அடைபட்டுள்ள தங்கக்கூண்டு எதுவோ?

சர்வதேசச் சமுதாயத்தின் நெருக்கடிகளைச் சமாளிப்பதற் கான கண்துடைப்பு நாடகத்தின் ஒரு பகுதியாகவே தமிழக எம்பிக்களின் இந்தப் பயணம் அமைந்துள்ளதோ என்னும் சந்தேகமும் எழுகிறது. தன் அரசின் கொடூர முகம் முற்றாக அம்பலப்பட்டுவிட்ட நிலையில் ராஜபக்ஷேவுக்கு முகாம்களில் உள்ள தமிழர்களை விடுவிப்பது தவிர வேறு வழியில்லை. தமிழ் எம்பிக்களின் கோரிக்கைக்கு இணங்கவே விடுதலை செய்வதான ஒரு மாயையைத் தோற்றுவிப்பதன் மூலம் ராஜ பக்ஷே சர்வதேசச் சமூகத்தை ஏமாற்றுகிறார். அதற்குத் திமுக துணை போயிருக்கிறது.

இரண்டரை லட்சத்திற்கும் அதிகமான அப்பாவித் தமிழ் மக்களை ஆறு மாதத்திற்கும் மேலாக எவ்விதமான அடிப் படை வசதிகளுமற்ற முகாம்களில் அடைத்துவைத்து அவர் களின் உடல், மன ஆரோக்கியத்தைச் சிதைத்திருக்கும் ராஜ பக்ஷே அரசு அதற்குப் பொறுப்பேற்கவும் பதிலளிக்கவும் வேண்டும். சர்வதேச அமைப்புகள் முகாம்களைப் பார்வை யிடவும் அகதிகளிடம் சுதந்திரமாக விசாரணை நடத்தவும் கூடிய ஒரு சூழல் உருவாக்கப்பட வேண்டும். அப்போதுதான் கடந்த ஆறு மாத காலத்தில் அப்பாவித் தமிழர்களுக்கு இழைக்கப்பட்ட அநீதியின் கொடிய முகம் வெளிப்படும். அதற்குக் காரணமானவர்கள் உரிய தண்டனைகளை எதிர் கொள்ள வேண்டும். 'நடந்தது நடந்ததாக இருக்கட்டும் நடப் பவை நல்லவையாக இருக்கட்டும்' என இப்பிரச்சினையை விட்டுவிடுவது மனித உரிமைகள் சார்ந்த நடவடிக்கைகளுக் கும் ஜனநாயக நெறிமுறைகளுக்கும் அபாயகரமானது. இந்த நூற்றாண்டின் மாபெரும் மனிதப் பேரவலம் என வர்ணிக்கப் படும் ஒரு கொடிய யுத்தத்தை நடத்தி லட்சக்கணக்கான அப்பாவி மக்களின் வாழ்வைச் சிதைத்தவர்கள் நடத்தும் கண்துடைப்பு நாடகத்தில் கருணாநிதியும் தமிழகத்தைச் சேர்ந்த நாடாளுமன்ற உறுப்பினர்களும் பங்கேற்று நடித்திருப்பது வெட்கக்கேடானது.

தடுப்பு முகாம்களில் இருக்கும் ஈழத் தமிழர்களின் நிலை யைத் தங்கக்கூண்டுக்குள் அடைக்கப்பட்ட கிளிகள் என வர்ணித்திருக்கும் கருணாநிதி விலைவாசி உயர்வு, பொருளா தார நெருக்கடி போன்ற காரணங்களால் திணறிக் கொண் டிருக்கும் தமிழக மக்களின் துயர் துடைக்க அதே போன்ற முகாம்களை அமைக்கலாம். ஈழத் தமிழர்கள் சர்வதேசத் தரத்தில் வாழும்போது தமிழர்களுக்கும் தங்கக்கூண்டில் வாழும் கொடுப்பினை வேண்டாமோ?

இதழ் 119, நவம்பர் 2009

தேசிய ஆதிதிராவிடர் நல ஆணையமும் ஆதிதிராவிடர் முன்னேற்றக் கழக அரசாங்கமும்

ஆதிதிராவிடர்களுக்கான திட்டங்களைச் செயல் படுத்துவதிலும் அம்மக்களுக்குச் சமூக நீதி கிடைக்கப் பெறுவதை உறுதிப்படுத்தும்வகையிலும் தமிழக அர சாங்கம் செயல்படவில்லை எனக் குற்றம்சுமத்தியிருக் கிறது தேசிய ஆதிதிராவிடர் நல ஆணையம். மாநிலத் தில் ஆதிதிராவிடர்களுக்கான திட்டங்கள் நடைமுறைப் படுத்தப்படும் விதம் குறித்து பிப்ரவரி மூன்றாம் வாரத்தில் தலைமைச் செயலகத்தில் ஆய்வு நடத்திய ஆணையத் தின் துணைத் தலைவர் பேராசிரியர் கும்ளே தலைமை யிலான குழு ஆதிதிராவிடர் நலன் சார்ந்து தமிழக அரசாங்கம் செயல்படும் விதம் குறித்துக் கடும் அதிருப்தி தெரிவித்திருக்கிறது.

ஆய்வு குறித்து ஆணையம் ஆறு மாதங்களுக்கு முன் னரே அரசுக்குத் தகவல் தெரிவித்திருந்தும் தீண்டாமையை ஒழித்தல், கல்வி, வேலை வாய்ப்புகளில் ஆதிதிராவிட மக்களுக்கு உரிய பிரதிநிதித்துவம் அளித்தல், சமூக நீதியை நிலைநாட்டுதல் போன்ற விஷயங்களில் தமிழக அரசாங்கத்தின் செயல்பாடுகளை மதிப்பிடுவதற்கான புள்ளிவிவரங்களைக்கூடத் தலைமைச் செயலாளரால் அளிக்க முடியவில்லை எனக் கடந்த 18ஆம் தேதி சென்னையில் நடைபெற்ற செய்தியாளர் சந்திப்பில் கூறியிருக்கும் கும்ளே, ஆதிதிராவிடர்களைப் பாதுகாக்க உருவாக்கப்பட்ட வன்கொடுமைத் தடுப்புச் சட்டத்தைத்

தமிழக அரசாங்கம் சரியாகக் கையாளவில்லை எனவும் குற்றம் சுமத்தியிருக்கிறார். வன்கொடுமைத் தடுப்புச் சட்டத்தின் கீழ் தொடரப்பட்ட வழக்குகளில் தண்டனை வீதம் மிகக் குறைவாக இருப்பதைச் சுட்டிக் காட்டியுள்ள கும்ளே, தலித்துகளுடன் விழுப்புரம் அருகேயுள்ள காங்கையனூர் திரவுபதையம்மன் கோயிலுக்குள் நுழைய முயன்ற குடியாத்தம் தொகுதி சட்டமன்ற உறுப்பினரான லதாமீது தாக்குதல் நடத்தியவர்கள்மேல் இதுவரை நடவடிக்கை எடுக்கப் படவில்லை என்பதையும் சுட்டிக்காட்டியிருக்கிறார்.

முற்போக்கான மாநிலம் என அறியப்படும் தமிழகத்தில் மனிதக் கழிவுகளை மனிதனே அகற்றும் இழிநிலை இன்னும் நீடித்திருப்பதற்கான புகைப்பட ஆதாரங்கள் தனக்குக் கிடைத் திருப்பதாகவும் தெரிவித்திருக்கிறார் கும்ளே. தமிழகத்தை ஆளும் திமுகவை 'ஆதிதிராவிட முன்னேற்றக் கழகம்' என விடுதலைச் சிறுத்தைகளின் எம்.எல்.ஏ. ரவிக்குமார் போற்றி யுள்ள பின்னணியில், இந்த அரசின் தலைமைச் செயலாள ரிடம் மொத்த அரசு ஊழியர்களில் எத்தனை பேர் ஆதி திராவிடர்கள், பதவியுயர்வு அளிக்கப்பட்ட ஆதிதிராவிடப் பணியாளர்களின் எண்ணிக்கை, ஆதிதிராவிடர்களுக்கென ஒதுக்கப்பட்ட பணியிடங்களில் காலியாக உள்ளவற்றின் துறை வாரியான, மாவட்ட வாரியான எண்ணிக்கை எவ்வளவு என்பன போன்ற அடிப்படையான புள்ளிவிவரங்கள்கூட இல்லை என்பது ஆதிதிராவிடர் நலனில் இந்த அரசாங்கம் காட்டி வருகிற அக்கறைக்குச் சான்றாக உள்ளது.

பிற சாதியினரின் ஆக்கிரமிப்புகளுக்குள்ளான நிலங்களே இதுவரை தலித் மக்களுக்கு வழங்கப்பட்டுள்ளதாகவும் இது தொடர்பாக 8,000 வழக்குகள் நிலுவையில் உள்ளதாகவும் சுட்டிக்காட்டியிருக்கிறது ஆணையம். தலித்துகள் தொடர் புடைய வழக்குகளை விரைவாக விசாரித்து நீதி கிடைக்கப் பெற வகை செய்யும் முறையில் அதற்கெனச் சிறப்பு நீதிமன்றங் கள் அமைக்கப்பட வேண்டும் என்ற தலித் அமைப்புகளின் நீண்டகாலக் கோரிக்கையை ஆணையம் அரசுக்குப் பரிந் துரைத்திருக்கிறது. தலித்துகளுக்குச் சிறந்த சேவை ஆற்றிய தற்காக விடுதலைச் சிறுத்தைகள் அமைப்பினரால் வழங்கப் படும் இந்த ஆண்டுக்கான 'அம்பேத்கர் விருதைப்' (ஆணையர் தமிழக அரசைக் கண்டித்துப் பேட்டியளித்த அதே நாள் மாலை இந்த அறிவிப்பு வெளிவந்துள்ளது) பெற்றிருக்கும் முதல்வர் கருணாநிதியின் சாதனைகளில் ஒன்றாகப் போற்றப் படும் அருந்ததிய மக்களுக்கு வழங்கப்பட்டிருக்கிற மூன்று சதவிகித உள் ஒதுக்கீட்டுச் சட்டம் ஆணையத்தின் அனுமதி

பெறாமல், அதன் ஆலோசனையைப் பெறாமல் நடைமுறைப் படுத்தப்பட்டிருப்பதாகவும் இது அரசியல் சாசனத்திற்கு எதிரானது எனவும் குற்றம் சாட்டியுள்ள கும்ளே, தமிழக அரசின் அந்தச் சட்டம் ரத்துசெய்யப்படலாம் என எச்சரித் திருக்கிறார்.

ஆணையத்தின் விமர்சனங்களுக்குக் கருணாநிதி கடுமை யாக எதிர்வினையாற்றியிருக்கிறார். ஆணையம் 'யாருடைய பேச்சையோ' கேட்டுக்கொண்டு தமிழக அரசின் மீது குற்றம் சுமத்தியிருப்பதாகச் சொல்லும் முதல்வர் இது பற்றிப் பிரதம ரிடம் முறையிடப் போவதாகவும் சொல்லியிருக்கிறார். கடந்த சில மாதங்களாகப் பல்வேறு தரப்பினரும் எடுத்துவரும் விழாக்களில் பொழியும் பாராட்டு மழையில் சொட்டச்சொட்ட நனைந்து நிற்கும் கருணாநிதிக்கு ஆணையத்தின் இத்தகைய விமர்சனங்கள் எரிச்சலை ஏற்படுத்துவது ஆச்சரியமான ஒன்றல்ல.

சுதந்திரம் பெற்று 60ஆண்டுகளுக்கு மேலாகியும் நாட்டில் உள்ள மக்கள்தொகையில் 25 சதவிகிதமுள்ள தலித்துகள் சமூகரீதியிலும் பொருளாதாரரீதியிலும் கடைநிலையிலேயே இருத்தப்பட்டிருக்கும் நிலை குறித்து வெட்கப்பட வேண்டிய ஆட்சியாளர்கள், அரசியல் சாசனப்படி அமைக்கப்பட்ட ஒரு ஆணையத்தை விமர்சிப்பது அவமானகரமானது. பிற் படுத்தப்பட்ட, தலித் மக்களின் நலனை முன்னிறுத்தி அவர் களது வாக்குகளைப் பெற்று நாற்பதாண்டுகளுக்கும் மேலாக ஆட்சிப் பொறுப்பில் இருந்துவரும் திமுகவும் அதிமுகவும் தலித் வாக்குவங்கியைப் பயன்படுத்திப் பெற்ற அதிகாரம் ஆதிக்கச் சாதியினரின் முன்னேற்றத்திற்கே துணைபுரிந்துள் ளது என்பதற்குத் தமிழகத் தலித் மக்களின் அவல நிலையே சான்று. கீழ்வெண்மணி தொடங்கி, உத்தபுரம்வரை இதற்குப் பல உதாரணங்களைத் தர முடியும்.

தமிழகத்தின் பல்வேறு பகுதிகளிலும் வாழும் தலித் மக்கள் உயர்சாதியினரின் அச்சுறுத்தல்களுக்கும் ஓயாத வன்முறை களுக்கும் உள்ளாகி வருவதையும் தீண்டாமை பல்வேறு வடிவங்களில் நீடித்துவருவதையும் தலித் அமைப்புகளும் மனித உரிமை அமைப்புகளும் சுட்டிக் காட்டிவந்துள்ளன. தலித் மக்களைப் பாதுகாப்பதற்காகக் கொண்டுவரப்பட்ட வன்கொடுமைத் தடுப்புச் சட்டம் உயர்சாதி, போலீஸ், நீதித் துறை, அதிகாரவர்க்கக் கூட்டணியால் முடக்கப்பட்டுள்ள உண்மையைப் புள்ளி விவரங்களைக்கொண்டு நிரூபிக்க வேண்டிய தேவையே இல்லை. அந்த அளவுக்கு வெளிப்படை யாக அந்தச் சட்டம் மீறப்பட்டுவருகிறது. கொங்கு வேளாளர்

முன்னேற்றப் பேரவை போன்ற சாதியக் கட்சிகளும் பிற கட்சிகளில் உள்ள ஆதிக்கச் சாதியினரும் அந்தச் சட்டப் பிரிவையே நீக்க வேண்டுமென வெளிப்படையாகக் கோரு மளவுக்குத் துணிந்ததற்கு அந்தச் சட்டப் பிரிவைப் பயன் படுத்தி, தலித்துகளைப் பாதுகாப்பதில் தொடர்ந்துவரும் அரசு கள் கடைப்பிடிக்கும் அலட்சியப்போக்கே காரணம்.

நிலச்சீர்திருத்தச் சட்டத்தை முறையாக நடைமுறைப் படுத்தி, நிலமற்ற தலித் மக்களுக்கு விவசாய நிலம் கிடைக்கப் பெறுவதற்கு அரசு உறுதியான நடவடிக்கைகளை மேற்கொண் டிருக்குமானால் கிராமப்புறத் தலித் மக்கள் உண்மையான சமூகப் பொருளாதார விடுதலையை எட்ட உதவியிருக்க முடியும். ஆதிக்கச் சாதி நிலவுடமையாளர்களின் பிடியில் இருக்கும் கட்சிகளிடமும் அவற்றின் தலைமையிலான அரசாங் கங்களிடமும் அது போன்ற உறுதியான நடவடிக்கைகளை எதிர்பார்ப்பது பேதமை. கருணாநிதியோ வேறு எந்தவொரு முதல்வரோ இதற்கு முழுமையான பொறுப்பு ஏற்க முடியாது. ஆனால் முதல்வருக்குத் தலித்துகளின் நலனில் உண்மையான அக்கறை இருக்குமானால், தேசிய ஆதிதிராவிடர் நல ஆணையம் போன்ற குறைகளைச் சுட்டிக்காட்டும் – அரசியல் சாசனப் படி அதற்கு உரிமை பெற்ற – அமைப்புகளின் விமர்சனங் களைத் திறந்த மனத்துடன் எதிர்கொள்ள வேண்டும். அப் போதுதான் குறைபாடுகளுக்கான காரணிகளை ஆராய்ந்து களைவதும் தவறிழைத்தவர்களைத் தண்டிப்பதும் சாத்தியப் படும். அதைவிடுத்து ஆணையத்தின் விமர்சனங்களுக்கு உள் நோக்கம் கற்பிக்க முயல்வதும் ஆணையம் தலித்துகளின் நலனுக்கு எதிராக இருப்பது போன்ற தோற்றத்தை உருவாக்க முயல்வதும் கருணாநிதியைச் சிறந்த ராஜதந்திரியாகக் காட்டு வதற்கு மட்டுமே பயன்படும்; தலித் மக்களுக்கு அதனால் எந்தப் பயனும் இல்லை.

ஐந்து முறைகளில் 15 ஆண்டுகள் முதல்வர் நாற்காலியை அலங்கரித்திருக்கிற, அரை நூற்றாண்டுக்கு மேலாகச் சட்டப் பேரவை உறுப்பினராக இருந்து சட்டரீதியான வழிமுறை களில் அனுபவமும் தேர்ச்சியும் பெற்றிருக்கிற கருணாநிதிக்கு அருந்ததிய மக்களுக்கு உள் ஒதுக்கீடு வழங்க வகை செய்யும் சட்டத்தை நடைமுறைப்படுத்துவதற்கான அரசியல் சாசன ரீதியிலான வழிமுறைகளைப் பின்பற்ற முடியாமல் போனது ஏன் என்னும் கேள்வி எழுகிறது. ஆணையரின் எச்சரிக்கைக் குப் பின்னாலுள்ள சட்டரீதியிலான நியாயத்தை மறுத்து அவர் சுட்டிக்காட்டிய குறைகளைக் குறித்து பிரதமரிடம்

முறையிடுவேன் எனக் கருணாநிதி சொல்வது இழைத்த தவறை மறைக்க ஆடும் திசைதிருப்பு நாடகம்.

தலித்துகளின் உரிமைகளை வென்றெடுப்பதற்காகவும் அவர்களது சமூக விடுதலையை இலக்காகவும் கொண்டு தொடங்கப்பட்டுத் தலித் மக்களுக்கு எழுச்சியையும் நம்பிக்கை யையும் ஊட்டிய தலித் கட்சிகள் பலவும் ஓரிரு நாடாளு மன்றத் தொகுதிகளுக்காகவும் ஏழெட்டுச் சட்டப் பேரவைத் தொகுதிகளுக்காகவும் திமுக, அதிமுகவிடம் சரணடைந்து புகழுரைகளாகவும் பரிசுகளாகவும் சாமரம் வீசிக்கொண் டிருக்கிற அவலச் சூழலில் பேராசிரியர் கும்ளே போன்ற அதிகாரிகள் தம் கடமையைச் சரியாகச் செய்திருப்பதை வரவேற்போம். ஆணையத்தின் பரிந்துரைகள் நடைமுறைப் படுத்தப்பட, தமிழக அரசுக்குப் போராட்டங்கள் வழி நெருக்கடி ஏற்படுத்தப்பட வேண்டும். அறிவுஜீவிகள் திமுக அரசாங்கக் காலங்களில் தாம் மேற்கொள்ளும் மகாமௌனத்தைக் கலைத் துத் தம் கருத்துகளை அழுத்தமாகப் பதிவுசெய்ய வேண்டிய தருணம் இது.

இதழ் 123, மார்ச் 2010

லாபகரமான மௌனம்

ஊடகங்களிடம் நட்புப் பாராட்டும் அரசாங்க மாகத் தனது தலைமையிலான திமுக அரசாங்கத்தைக் குறித்த கற்பனைகளைத் தொடர்ந்து கட்டமைத்து வரு கிறார் முதல்வர் கருணாநிதி. சமீபத்தில் *குமுதம்* நிறுவனத் தின் பங்குதாரர்களுக்கிடையே பிரச்சினை ஏற்பட்டு அது தொடர்பான புகார் காவல் துறையிடம் அளிக்கப் பட்டபோது அதில் தலையிட்டுச் சமரசம் செய்ய முயன் றார். சட்டமன்றத்தில் இது குறித்து எழுப்பப்பட்ட ஒரு கேள்விக்குப் பதிலளிக்கும்போது பல தருணங்களில் தன்னை விமர்சித்திருந்தாலும் *குமுதம்* தொடர்ந்து இயங்க வேண்டும் என்று விரும்புவதாகக் குறிப்பிட்ட முதல்வர் பொதுவாகப் பத்திரிகையாளர்கள்மீது தனக்குள்ள அக்கறையை வெளிப்படுத்தும் விதமாக ஒரு சிற்றுரையை யும் ஆற்றியிருக்கிறார். வாய்ப்புக் கிடைக்கும் போதெல் லாம் தன்னை ஒரு பத்திரிகையாளர், பத்திரிகைச் சுதந்திரத் தைக் காப்பதில் அக்கறைகொண்டவர் எனக் கூறிக்கொள் ளும் கருணாநிதி தலைமையிலான திமுக ஆட்சியில் தமிழ் ஊடகங்கள் செயல்படும் விதம் ஏமாற்றமளிப்ப தாக இருப்பது ஏன் என்பது புதிர்.

திணறவைக்கும் விலைவாசி உயர்வு, அரசின் அனைத்து மட்டங்களிலும் புரையோடிப் போயிருக்கும் ஊழல்கள், காவல் துறை அத்துமீறல்கள், தலித்துகளின் மீதான வன்முறை, அரசின் பொருளாதாரக் கொள்கை காரணமாக நலிந்த பிரிவு மக்களின் வாழ்வாதாரம் சேதமடைந்திருப்பது, வளர்ச்சியைக் காரணம் காட்டிச் சென்னை உள்ளிட்ட பல்வேறு நகரங்களில் வாழும் விளிம்புநிலை மக்கள் வெளியேற்றப்படுவது, பெருகிவரும் ரவுடியிசம், சட்ட விரோதக் காவல்கள், காவல் நிலைய

மரணங்கள், போலி மோதல் கொலைகள் முதலான தமிழக மக்களைப் பாதிக்கும் அன்றாட நிகழ்வுகளைப் பதிவுசெய்வது, அவை தொடர்பான அரசின் பொறுப்பை, பொறுப்பின்மை யைச் சுட்டிக்காட்டுவது, விமர்சிப்பது போன்ற எளிய செயல் பாடுகளைக்கூடத் தமிழ் அச்சு, காட்சி வழி ஊடகங்கள் மேற்கொள்வதில்லை. தேசிய அளவில் பெரும் விவாதத்துக்குள் ளாகியிருக்கும் மத்திய தொலைத்தொடர்பு அமைச்சர் ஆ.ராசா வைத் தொடர்புபடுத்தி நடைபெற்றுவரும் 2ஜி ஸ்பெக்ட்ரம் ஊழல் தொடர்பான செய்திகளை வெளியிடுவதில் *ஜூனியர் விகடன், தினமணி* ஆகிய சொற்பமான விதிவிலக்குகளைத் தவிர்த்துவிட்டுப் பார்த்தால் தமிழ் ஊடகங்கள் எந்த அளவுக்கு மௌனமாக்கப்பட்டுள்ளன என்பது தெரியவரும். பொது ஏல முறையில் 3ஜி ஸ்பெக்ட்ரம் அலைவரிசை உரிமங்கள் விற்கப் பட்டதில் அரசுக்கு சுமார் 70,000 கோடி ரூபாய் வருவாய் கிடைத்திருப்பதை வைத்துப் பார்க்கும்போது 2ஜி அலை வரிசை விற்கப்பட்ட விதத்தில் நடைபெற்றுள்ள முறைகேடும் அதனால் அரசுக்கு ஏற்பட்ட நஷ்டமும் தொலைத்தொடர்புத் துறை அமைச்சரின் மீதான ஊழல் குற்றச்சாட்டுகளும் மேலும் உறுதிப்பட்டிருக்கின்றன.

தமிழ் ஊடகங்களின் பொதுப் போக்கு வணிக மதிப்பீடுகள் சார்ந்தவை என்றாலும் செய்திகளை வெளியிடுவதில் அவற்றுக்கு நேரடியாகவும் மறைமுகமாகவும் நிர்ப்பந்தங்கள் இருக்கின்றன என்பதும் உண்மை. ஊடகங்களைக் கட்டுப்படுத்துவதற்கான பலவேறு வாய்ப்புகள் ஆளும் வர்க்கங்களுக்கு இருக்கின்றன. முக்கிய நாளிதழ்களில் அநேகமாக எல்லாவற்றுக்குமே அரசின் விளம்பர வருவாய் தேவைப்படுவதால் அவற்றைப் பெறுவதற்கு அரசாங்கத்தோடு ஒத்துப்போக வேண்டியிருக்கிறது. செய்தி, புலனாய்வு இதழ்களுக்கு இத்தகைய நிர்ப்பந்தம் இல்லையென் றாலும் வேறு வகைகளில் அவை அரசுக்குப் பணிந்துபோக வேண்டியிருக்கிறது. பணிந்துபோகாதபோது மறைமுகமான எச்சரிக்கைகள் விடுக்கப்படுகின்றன.

தினகரன் நாளிதழ்மீது தொடுக்கப்பட்ட தாக்குதல் ஒரு வகையில் ஊடகங்களுக்கு விடுக்கப்பட்ட பகிரங்கமான எச்சரிக்கை. அது ஒரு குடும்பச் சண்டையாகக் கட்டமைக்கப் பட்டுக் குடும்பம் என்ற வெளிக்குள்ளேயே அதற்கான சமரசத் தீர்வும் எட்டப்பட்டதில் யாருக்கும் வருத்தம் இருக்க வாய்ப் பில்லைதான். ஆனால் ஒரு கருத்தை வெளியிட்டதற்காக சம்பந்தப்பட்ட பத்திரிகை அலுவலகம் சூறையாடப்படுவதும், அதன் பணியாளர்கள் கொல்லப்படுவதும் வெறும் குடும்ப விவகாரமல்ல. ஊடகங்களில் ஏற்படும் பங்காளர் பிரச்சினை

யிலும் நம்பகத்தன்மையற்ற பாலியல் குற்றச்சாட்டுகளிலும் அதிரடியாகத் தலையிடும் அரசு, *தினகரன்* அலுவலகம் தாக்கப் பட்டு அதன் பணியாளர்கள் மூவர் படுகொலை செய்யப்பட்ட போது அதில் ஆர்வம் காட்டவில்லை. அது தொடர்பான வழக்குத் தோற்கடிக்கப்பட்ட விதமும் குற்றம் சாட்டப்பட்ட வர்கள் அனைவரும் விடுதலை செய்யப்பட்ட நிகழ்வும் கருத்துச் சுதந்திரத்தின் மீதும் ஜனநாயக நடைமுறைகளின் மீதும் நம்பிக்கை கொண்டவர்களின் அக்கறைக்குரியவை. ஆனால் தமிழ் ஊடகங் கள் இதில் உரிய கவனம் செலுத்தவில்லை. கருத்துச் சுதந்திரத் தின் மீதும் ஜனநாயகத்தின் மீதும் தமிழ் ஊடகங்களால் நம்பிக்கை வைக்க முடியவில்லை என்றுதான் அவற்றின் இந்த மௌனத்துக்கு விளக்கமளிக்க முடியும்.

இரண்டு மூன்று ஆண்டுகளுக்கு முன்பு எழுத்தாளர் ஞாநியின் 'ஓ . . . பக்கங்கள்' *ஆனந்த விகடனி*ல் தொடராக வந்துகொண்டிருந்தது. கருணாநிதியின் முதுமை குறித்து ஞாநி எழுதிய சில கருத்துகள் கண்டனத்துக்குரியவை எனக் கூறித் திமுகவின் தமிழச்சி தங்கபாண்டியன் ஒரு திடீர் அமைப்பை உருவாக்கி ஞாநியைக் கண்டித்துச் சென்னையில் ஒரு கண்டனக் கூட்டம் நடத்தினார். தமிழ் அறிவுத் துறைச் செயல்பாட்டாளர் களில் பெரும்பாலானோர் பங்கேற்ற அக்கூட்டத்தில் ஞாநிக்குக் 'கண்டனம்' தெரிவிக்கப்பட்டது. தமிழக அமைச்சர்கள் பலர் கலந்துகொண்ட இந்த மாநாட்டில் *ஆனந்த விகடன்* பார்ப்பனப் பத்திரிகையாகவும் ஞாநியின் கருத்துகள் 'பார்ப்பனச் சதி'யின் ஒரு பகுதியாகவும் கட்டமைக்கப்பட்டுத் தாக்குதல் தொடுக்கப் பட்டது. 'ஜனநாயக வழியில் எதிர்ப்பைப் பதிவுசெய்த ஒரு நிகழ்வு' என இப்போதுங்கூடச் சிலரால் வர்ணிக்கப்படும் அந்தக் கண்டனக் கூட்டத்திற்குப் பிறகு *ஆனந்த விகடன்* ஞாநியின் பத்தியை வெளியிடுவதை நிறுத்திக்கொண்டது. வாசகர் களின் வரவேற்பைப் பெற்ற ஒரு தொடர் நிறுத்தப்படுவதற்கும் ஆளும் திமுகவினர் நடத்திய கண்டனக் கூட்டத்திற்குமிடையே உள்ள தொடர்பு தற்செயலானதா என்ன? ஞாநி அதே பத்தி யைப் பிறகு *குமுதத்*தில் தொடர்ந்துகொண்டிருக்கிறார். கருணா நிதியின் 'சமரச' முயற்சிகளுக்குப் பிறகும் தொடர்ந்துகொண் டிருக்கும் அந்தப் பத்தியில் ஏற்பட்டுள்ள பண்பு மாற்றத்திற்குக் காரணமான பின்னணி கருத்துச் சுதந்திரவாதிகளின் கரிசனத் திற்கு அப்பாற்பட்டதல்ல. ஒருவேளை பத்தி நிறுத்தப்பட்டாலுங் கூட ஆச்சரியமில்லை. *குமுதத்*தின் பங்குதாரர்களுக்கிடையே ஏற்பட்ட பிரச்சினையில் மோசடிக் குற்றச்சாட்டுக்குள்ளான வரதராஜனைக் கைதுசெய்த விதம் கேள்விக்குரியது. துப்பாக்கி வைத்துக் கொள்வதற்கான உரிமம்பெற்றிருந்த வரதராஜன்மீது ஆயுதத் தடைச் சட்டத்தின் கீழ் வழக்குப் பதிவுசெய்யப்பட்டதும்

காவல்துறை வாகனத்தில் வைத்து அலைக்கழிக்கப்பட்டதும் அவரை அச்சுறுத்திப் பணியச் செய்வதற்கான தந்திரங்களாகவே தென்படுகின்றன. அச்சமும் பணிவும் நீடித்திருக்கிறவரை ஒரு பத்திரிகையால் அரசையோ கட்சியையோ விமர்சனத்துக்குட் படுத்த முடியாது என்பது ஆட்சியாளர்களின் எளிய கணக்கு.

குமுதம் சமீபத்திய உதாரணம். ஓரிரு வருடங்களுக்கு முன்பு நாளிதழ் ஒன்றின் உரிமையாளர், ஆசிரியர்மீது அந் நாளிதழ் அலுவலகத்தில் பணிபுரிந்த முன்னாள் பெண் ஊழியர் ஒருவர் கொடுத்த புகாரின் பேரில் கைதுசெய்யப்பட்டார். அந்தப் பெண்ணின் புகார் அடிப்படையற்ற, தனிப்பட்ட காழ்ப்பின் காரணமாக அளிக்கப்பட்ட பொய்ப்புகார் எனச் சொல்லப்பட்டாலும் அதை ஒரு துருப்புச் சீட்டாகப் பயன் படுத்த அரசாங்கத்தால் முடியும். நாளிதழ் ஆசிரியர் அன்றே கைதுசெய்யப்பட்டார். திமுக எதிர்ப்பு நாளிதழாக அறியப் பட்ட அதன் குரலை மென்மைப்படுத்தும் அரசின் முயற்சியாக இது பார்க்கப்பட்டது. சமீபத்தில் உயர்நீதிமன்ற வளாகத்தில் அம்பேத்கர் சிலையைத் திறந்துவைப்பதற்காக முதல்வர் வந்த போது எதிர்ப்புத் தெரிவிக்கும் நடவடிக்கையாக வழக்கறிஞர் கள் சிலர் முதல்வருக்குக் கருப்புக்கொடி காட்ட முயனறனர். அந்த நிகழ்வைப் படமெடுக்க முயன்ற ஊடகத் துறையைச் சேர்ந்த புகைப்படக் கலைஞர்களும் செய்தியாளர்களும் முதல்வர் முன்னிலையிலேயே தாக்கப்பட்டனர். சட்டமன்றத்தில் அது பற்றிப் பாமக உறுப்பினர் எழுப்பிய கேள்விக்குப் பதிலளித்த அமைச்சர் துரைமுருகன் அத்தாக்குதலை நியாயப்படுத்தினார். “உங்கள் தலைவருக்கு யாராவது கருப்புக்கொடி காட்டினால் சும்மா இருப்பீர்களா?” எனப் பாமக உறுப்பினரைப் பார்த்துக் கேட்ட அமைச்சருக்கும் திமுக அரசுக்கும் – கருத்துச் சுதந் திரத்தின் மீதுள்ள அக்கறையைப் புரிந்துகொள்ளலாம்.

இதற்கு முந்தைய அரசுகளுங்கூட ஊடகங்களைப் பல வழிகளில் ஒடுக்கியிருக்கின்றன. ஜெயலலிதா தலைமையிலான அரசு ஊடகங்களின் குரல்வளையை நெரிக்கப் பல நேரடி யான முயற்சிகளை மேற்கொண்டது. தன் கட்சியையும் ஆட்சி யையும் விமர்சிக்கும் ஊடகத் துறையினர்மீது குண்டர்களை ஏவிவிடுவது, பொய் வழக்குப் போடுவது, கைதுசெய்து சிறையி லடைப்பது எனப் பல அடக்குமுறைகளை ஏவிவிட்டது ஜெயலலிதா அரசு. *நக்கீரன்* ஆசிரியர் கோபால்மீது கொலை, ஆள் கடத்தல் முதலான பொய் வழக்குகளைப் போட்ட அதிமுக அரசு அவரைப் பொடா சட்டத்தில் கைதுசெய்து விசாரணையே இல்லாமல் சிறையில் அடைத்திருந்தது. அதிமுக வின் கருத்து மற்றும் பண்பாட்டுச் சுதந்திரத்திற்கு எதிரான

முயற்சிகள் கடும் எதிர்ப்பையும் விவாதத்தையும் போராட்டத்தையும் ஏற்படுத்தின. திமுக அரசின் முயற்சிகள் எதிர்ப்பின் முனையைத் தந்திரங்களால் மழுங்கடிப்பதாக இருப்பது அதிக ஆபத்தானது.

ஊடகங்கள் துணிச்சலுடன் செயல்பட்டுப் பல சமூக, அரசியல் பிரச்சினைகளை மக்கள் கவனத்துக்குக் கொண்டு வந்து அவற்றுக்குத் தீர்வு கண்டதற்குப் பல உதாரணங்கள் உண்டு. அவசரநிலைக் கால அத்துமீறல்களை வெளிக் கொண்டு வந்தது போபர்ஸ் போன்ற தேசிய ஊழல்களை அம்பலப் படுத்தியது, ஊடகங்கள்தாம். தில்லி மாடல் ஜெசிகா லால் கொலை வழக்கில் அதிகாரம் மிக்க குற்றவாளிகள் தண்டனை பெற ஊடகங்கள் துணிச்சலுடன் போராடின. குஜராத் கலவரம் தொடர்பான உண்மைகளை *தெஹல்கா* போன்ற ஆங்கில இதழ்கள் தம் திறமையான புலனாய்வு நடைமுறைகள் மூலம் வெளிக்கொண்டுவந்ததன் விளைவாக உச்ச நீதி மன்றம் அதில் தலையிட்டு விசாரணையின் திசையைச் சரியான பாதைக்குச் செலுத்த முடிந்திருக்கிறது. இப்போதுங்கூட 2ஜி ஸ்பெக்ட்ரம் முறைகேடு தொடர்பான கேள்விகளையும் ஒரு அமைச்சராகத் தனது கடமைகளைப் புறக்கணித்துவிட்டுச் சுற்றுலாக்களில் திளைத்திருக்கும் மத்திய உரம், ரசாயனத் துறை அமைச்சர் மு. க. அழகிரி குறித்தும் கேள்வியெழுப்பி வருபவை வட இந்திய – ஆங்கில ஊடகங்கள்தாம். நிர்ப்பந்தங்களுக்குப் பணியாமல் தம் ஜனநாயகக் கடமையை ஆற்ற வேண்டிய அவசியம் ஊடகங்களுக்கு இருக்கிறது. அமைப்பின் செயல்பாடுகளைக் கண்காணிப்பதிலும் தவறுகளை அம்பலப் படுத்துவதிலும் ஊடகங்கள் பெரும் பங்காற்ற முடியும். ஆனால் எதற்கோ ஆசைப்பட்டு, எதையோ எதிர்பார்த்து, எதற்காகவோ பயந்து நம் ஊடகங்கள் ஊமையாகியிருக்கின்றன. சூழலின் எந்தச் சப்தங்களும் அவற்றின் செவிகளுக்குக் கேட்பதுமில்லை. செவிட்டூமையாக இருப்பது லாபகரமானதாக இருக்கலாம், ஆனால் நிச்சயமாகப் பெருமைக்குரியதல்ல.

இதழ் 126, ஜூன் 2010

சகிப்புத்தன்மை என்னும் அரசியல் பண்பாடு

சகிப்புத்தன்மை ஜனநாயக நடைமுறைகளின் பாதுகாப்பை உறுதிப்படுத்துவதற்கான இன்றியமையாத பண்பாட்டுக்கூறு. மக்களால் தேர்ந்தெடுக்கப்பட்டு ஆட்சியில் அமர்த்தப்படும் எந்தவொரு அரசாங்கமும் கடைப்பிடிக்க வேண்டிய நெறிமுறை. சகிப்புத்தன்மை யற்ற அரசாங்கத்தால் அரசியல் சாசனம் குடிமைச் சமூகத்துக்கு உறுதிப்படுத்தியுள்ள அடிப்படை உரிமை களைப் பாதுகாக்க முடியாது. இன்று திமுக அரசு மாற்றுக் கருத்துகள் கொண்டவர்கள்மீது துரிதமாகப் பிரயோகித்துவரும் ஒடுக்குமுறைகள் ஜனநாயகவாதி களின் கடும் விமர்சனங்களுக்குள்ளாகியுள்ளன. பல்வேறு நுட்பமான வழிமுறைகளால் ஊடகங்களின் குரல்களை மவுனமாக்குவதில் வெற்றிகண்டுள்ள திமுக அரசாங்கம் தனக்குள்ள அதிகாரத்தைத் தவறாகப் பயன்படுத்தி அரசாங்கத்தை விமர்சிக்கும் இதழியல், அறிவுத் துறைச் செயல்பாட்டாளர்களையும் ஆளுங்கட்சியின் முறைகேடு களுக்குத் துணைபோக மறுக்கும் அரசு அதிகாரிகளை யும் பழிவாங்கிவருகிறது.

சில வாரங்களுக்கு முன்பு, ஆளுங்கட்சியின் நிலைப் பாடுகளைக் கடுமையாக விமர்சித்துக் கட்டுரைகள் எழுதிவரும் பழ. கருப்பையா தாக்கப்பட்டார். அவரைத் தாக்கியவர்களைக் கண்டுபிடிப்பதில் காவல்துறை அலட்சியம் காட்டிவருவது இது போன்ற தாக்குதல் களுக்குத் துணைபுரியும் நடவடிக்கையாகவே பார்க்கப் படுகிறது. அரசியல் விமர்சகரும் செயல்பாட்டாளருமான எழுத்தாளர் தமிழருவி மணியனை அவர் நீண்ட கால மாக ஒப்பந்த அடிப்படையில் வாடகைக்கு வசித்து

வரும் தமிழ்நாடு வீட்டு வசதிவாரியக் குடியிருப்பிலிருந்து வெளியேற்ற முயன்றது திமுக அரசு. பொதுவாழ்வில் இருப்பவர்கள் கடைப்பிடிக்க வேண்டிய நேர்மை, ஒழுக்கம், தார்மீக நெறிமுறைகள் பற்றித் தன் இதழியல் கட்டுரைகளில் தொடர்ந்து வலியுறுத்திவரும் தமிழருவி மணியன் போன்றவர்களின் இருப்பு அரசை எவ்வளவு தூரம் பதற்றமடையச் செய்திருக்கிறது என்பதற்கு இந்தப் பழிவாங்கும் நடவடிக்கை ஒரு எளிய உதாரணம். தமிழருவி மணியன் நீதிமன்றத்தின் உதவியை நாடினார்.

குடியிருப்போருக்கும் தனக்குமிடையேயான வாடகை ஒப்பந்தத்தைப் புதுப்பிப்பது சார்ந்து நிர்வாகரீதியில் ஏற்பட்ட காலதாமதத்தைக் காரணம் காட்டித் தந்திரமான முறையில் அவரை வெளியேற்ற முயன்ற வீட்டுவசதி வாரியத்தின் செயல் அவ்வழக்கை விசாரித்த உயர் நீதிமன்ற நீதிபதி சந்துருவின் கடும் விமர்சனத்திற்குள்ளாயிற்று. தமிழருவி மணியனை வெளியேற்றுவதற்குத் தடையாணை பிறப்பித்த நீதிபதி வீட்டுவசதி வாரியத்தின் கோபுரத்தில் ஒளிரும் ‘தமிழ் வாழ்க’ என்னும் வாக்கியம் பொறிக்கப்பட்ட நியான் விளக்கு அலங்காரத்தைக் கவனப்படுத்தி, தமிழ் எழுத்தாளர்களை வாழவிடாமல் தமிழை எப்படி வாழவைக்க முடியும் எனக் கேட்டார். கோவையில் உலகத் தமிழ்ச் செம்மொழி மாநாட்டுப் பணிகள் கோலாகலமாகத் தொடங்கப்பட்டிருந்த நிலையில் கருணாநிதி அரசின் மீது உயர் நீதிமன்றத்தால் முன்வைக்கப்பட்ட இவ்விமர்சனம் அதன் தமிழ்ப் பற்றை அம்பலப்படுத்தியுள்ளது.

இவை தவிர இலங்கை ராணுவத்தினரின் தொடர் தாக்குதலுக்குள்ளாகி வரும் தமிழக மீனவர்களைப் பாதுகாக்கக் கோரிப் போராடிய நாம் தமிழர் இயக்கத் தலைவர் சீமான் கூட்டமொன்றில் இலங்கை ராணுவத்தை விமர்சித்து ஆற்றிய உரையின் சில பகுதிகள் இருபிரிவினருக்கிடையே பதற்றத்தைத் தூண்டுவதாகச் சொல்லித் தேசியப் பாதுகாப்புச் சட்டத்தில் அவரைக் கைதுசெய்தது அரசு. ‘தலைமறைவாக’ இருந்த சீமான் தன்மீதான குற்றச்சாட்டுகள் குறித்து விளக்கமளிப்பதற்காகச் சென்னைப் பத்திரிகையாளர் மன்றத்திற்கு வந்துகொண்டிருந்த போது தடுத்துநிறுத்தி அவரைக் கைதுசெய்த காவல் துறை, அச்சம்பவத்தைப் படம்பிடிக்க முயன்ற ஊடகத் துறையினரைத் தாக்கி அவர்களிடமிருந்த காமிராக்களைப் பறித்திருக்கிறது.

திமுக ஆட்சியில் காவல் துறையினரின் அத்துமீறல்களைப் படம்பிடிக்க முயன்ற பத்திரிகையாளர்கள் தாக்கப்படுவது திரும்பத் திரும்ப நிகழ்ந்துவருகிற ஒன்றுதான். ஒவ்வொரு தருணத்திலும் அரசு காவல் துறையினரின் அத்துமீறல்களுக்குத்

துணைபோய்க்கொண்டிருப்பது பத்திரிகைச் சுதந்திரம் பற்றிய அரசின் அணுகுமுறையைக் கேள்விக்குள்ளாக்குகிறது. நேரடி யான தாக்குதல் தவிர, பொய் வழக்குகள் மூலமும் பத்திரிகை களின் குரல்வளையை நெரிக்க அரசு முயல்கிறது. ஏற்கனவே பலமுறை சுட்டிக்காட்டப்பட்டுள்ள இந்தப் போக்கின் சமீபத்திய உதாரணம் மதுரை மாவட்டத்தில் சட்டவிரோதமான முறை யில் கிரானைட் வெட்டியெடுக்கப்படுவதாகத் தன் பத்திரிகையில் செய்திக் கட்டுரைகளை வெளியிட்டுவந்த *தினபூமி* நாளிதழின் ஆசிரியர் கைதுசெய்யப்பட்ட நிகழ்வு. ஒரு டீ கடையில் நின்று கொண்டிருந்த தம்மைத் *தினபூமி* ஆசிரியர் மிரட்டியதாகச் சொல்லி கிரானைட் அதிபர்கள் சிலர் கொடுத்த புகாரின் பேரில் அவர் கைதுசெய்யப்பட்டதாகத் தகவல்கள் வெளியாகி யுள்ளன. தமிழகக் காவல்துறை மேற்கொள்ளும் கைது நட வடிக்கைகள் எந்த அளவுக்குப் போலியானவை என்பதற்கு இந்தக் கைது நடவடிக்கை ஒரு உதாரணம். மற்றொரு உதாரணம் சமீபத்தில் சென்னையில் இணைய எழுத்தாளர் 'சவுக்கு' சங்கர் கைதுசெய்யப்பட்ட விதம்.

அமைச்சர் பூங்கோதைக்கும் முன்னாள் ஊழல் தடுப்பு, கண்காணிப்புத் துறையின் இயக்குநர் உபேந்திராவுக்குமிடையே நடைபெற்ற தொலைபேசி உரையாடல் பதிவு அம்பலமான தற்குப் பொறுப்பாக்கப்பட்டுப் பணியிடை நீக்கம் செய்யப்பட் டிருக்கும் அத்துறையின் உதவியாளர் சங்கர், சாலைப் பயணத் தின்போது வாகன ஓட்டி ஒருவரைத் தாக்கியதாகக் குற்றஞ் சுமத்தப்பட்டுக் கைதுசெய்யப்பட்டிருக்கிறார். வழக்கறிஞர் புகழேந்தியின் தலைமையிலான 'தமிழக மக்கள் உரிமைக் கழகம்' சார்பாக நடத்தப்படும் 'சவுக்கு' (www.savukku.net) இணைய தளத்தில் அரசு, காவல்துறை உயரதிகாரிகள், அரசியல்வாதிகள், பத்திரிகையாளர்கள் செய்துவரும் முறைகேடுகள் குறித்து ஆதார பூர்வமான பல கட்டுரைகளை எழுதி வந்ததே சங்கர் கைது செய்யப்பட்டதற்குக் காரணம் எனச் சொல்லப்படுகிறது. *நக்கீரன்* உதவி ஆசிரியர் காமராஜ், திமுகவின் மாநிலங்களவை உறுப்பினர் கனிமொழி, தமிழ் மையம் அமைப்பாளர் ஜெகத் கஸ்பார், காவல்துறை உயரதிகாரி ஜாபர்சேட் ஆகியோர் குறித்துச் 'சவுக்கு' வெளியிட்ட சில பதிவுகள் பலரது கவனத்தையும் ஈர்த்தவை. இந்தப் பின்னணியில் அவரது கைதுக்கான கார ணத்தை யூகிப்பது கடினமான காரியமல்ல. இந்தியாவில் இணைய எழுத்தாளர் ஒருவர் ஒடுக்குமுறைக்கு உள்ளாக்கப் பட்டிருப்பது இதுவே முதல்முறை

அரசின் பழிவாங்கும் நடவடிக்கைகளுக்கு அரசு உயரதிகாரி களும் விதிவிலக்கல்ல. கடந்த காலங்களில் தான் பணிபுரிந்த

துறைகளில் நடைபெற்ற முறைகேடுகளை வெளிக்கொணர்ந்த தற்காக, தவறிழைத்தவர்கள்மீது பாரபட்சமற்ற நடவடிக்கை எடுத்ததற்காகப் பலரது பாராட்டுகளைப் பெற்ற ஐஏஎஸ் அதிகாரி உமாசங்கர்மீது சில வாரங்களுக்கு முன்னர் வருமானத் துக்கு அதிகமாகச் சொத்துச் சேர்த்ததாகக் குற்றஞ்சுமத்தப் பட்டது. அரசின் நடவடிக்கைக்கெதிராக நீதிமன்றத்தை அணுகிய உமாசங்கர் நீதிமன்றத்தில் தாக்கல் செய்த மனுவில், அரசு பழிவாங்கும் உணர்வுடன் தன்மீது பொய்யான குற்றச்சாட்டு களைச் சுமத்தியிருப்பதாகத் தெரிவித்திருந்தார். அவர்மீதான வழக்குகளை விசாரிப்பதற்கு நீதிமன்றம் இடைக்காலத் தடை விதித்ததைத் தொடர்ந்து போலிச் சாதிச் சான்றிதழ் பெற்றுப் பணியில் சேர்ந்ததாகக் குற்றஞ்சுமத்தப்பட்டுப் பணியிடை நீக்கம் செய்யப்பட்டிருக்கிறார் உமாசங்கர்.

உமாசங்கர்மீதான நடவடிக்கைகள் அரசியல் பின்னணி கொண்டவை என்னும் குற்றச்சாட்டு எழுந்திருக்கிறது. இது அரசியல் பழிவாங்கும் நடவடிக்கை எனச் சொல்கிறார் புதிய தமிழகம் கட்சியின் தலைவர் கிருஷ்ணசாமி. முன்பு திமுகவுக் கும் மாறன் குடும்பத்தினருக்குமிடையேயான சண்டையில் சன் குழுமத்தைப் பலவீனப்படுத்துவதற்காக அரசால் தொடங்கப் பட்ட கேபிள் நிறுவனத்தின் தலைவராக நியமிக்கப்பட்ட உமாசங்கர் பாரபட்சமற்ற முறையில் எடுத்த நடவடிக்கைகள் கருணாநிதி குடும்பத்தினரில் சிலருக்குப் பாதிப்பை ஏற்படுத்திய தாகவும் குடும்ப ஒற்றுமையில் அதிகாரத்தை மீளப்பெற்றவர் கள் உமாசங்கரைப் பழிவாங்கத் தருணம் பார்த்துக்கொண் டிருந்ததாகவும் சொல்லப்படுகிறது. தவிர அதிமுக ஆட்சிக் காலத்தில் நடைபெற்றதாகக் கூறப்படும் சுடுகாட்டுக்கூரை ஊழல் வழக்கில் உமாசங்கர் தாக்கல் செய்த அபிடவிட், தற் போது திமுகவின் மாநிலங்களவை உறுப்பினராக இருக்கும் முன்னாள் அதிமுக அமைச்சர் செல்வ கணபதிக்கு எதிராக வழக்குத் தொடர்வதற்குக் காரணமாக இருந்ததால் உமாசங்கர் மீதான பழிவாங்கும் நடவடிக்கைகளில் செல்வ கணபதிக்கும் பங்கு இருக்கலாம் என்னும் யூகங்கள் எழுந்துள்ளன.

தவறு செய்யும் அதிகாரிகள்மீது பாரபட்ச நடவடிக்கை அவசியம் என்பது ஏற்றுக்கொள்ளக்கூடியதே. ஆனால் அந்த நடவடிக்கைக்குப் பின்னால் இவ்வளவு மர்மங்களும் யூகங் களும் சூழ்வதற்கு அரசின் நடவடிக்கையில் வெளிப்படைத் தன்மை இல்லாததே காரணம். அரசு சகிப்புத் தன்மையை இழந்துவருகிறது என்னும் குற்றச்சாட்டுக்குக் காவல்துறையின் மர்மமான நடவடிக்கைகள் வலுவூட்டும் என்பதில் சந்தேக மில்லை.

அரசு சகிப்புத்தன்மையற்ற விதத்தில் மக்கள் போராட்டங் களை ஒடுக்கி வருவதுதான் அதிகக் கவலை தரக்கூடியது. சமீபத்தில் பெட்ரோலியப் பொருட்களுக்கான விலையை மத்திய அரசு உயர்த்தியதைக் கண்டித்து எதிர்க்கட்சிகளால் நடத்தப்பட்ட வேலைநிறுத்தப் போராட்டத்தை அரசு ஒடுக்கிய விதம் இதற்கு உதாரணம். வேலைநிறுத்தத்துக்கு ஆதரவு தெரிவித்த அரசியல் கட்சிகளின் தொண்டர்களும் தொழிற் சங்கத் தலைவர்களும் இரவோடிரவாகக் கைது செய்யப்பட்ட தோடு வர்த்தகர்களும் தொழில் துறையினரும் வேலைநிறுத்தத் துக்கு ஆதரவாகச் செயல்பட வேண்டாம் என மிரட்டப் பட்டனர். உலகத் தமிழ்ச் செம்மொழி மாநாட்டுக்கெதிரான எந்தவொரு ஜனநாயக நடவடிக்கையையும் இந்த அரசாங்கத் தால் சகித்துக்கொள்ள முடியவில்லை. மாநாட்டை விமர்சித்து சுவரொட்டி ஒட்டிய ஒன்பது பேர் கைதுசெய்யப்பட்டனர். அத்தகைய சுவரொட்டிகளை அச்சடிக்க வேண்டாம் எனச் சிவகாசியின் அச்சக உரிமையாளர்கள் பலருக்கு எச்சரிக்கை விடப்பட்டது. தம் கண்டனத்தைத் தெரிவிக்க ஆர்ப்பாட்டம் நடத்தியவர்கள்மீது சட்ட விரோதமான ஒடுக்குமுறைகளைக் கட்டவிழ்த்துவிட்டது காவல் துறை. அரங்கக் கூட்டங்களை நடத்த முயன்றவர்கள்கூடக் காவல் துறையினரால் பல இன்னல் களைச் சந்திக்க நேர்ந்தது. மாற்றுக் கருத்துகளுக்கான இடத்தைத் திமுக அரசு முற்றாக மறுத்துவருவதன் உச்ச அடையாளம் இது. அரசின் இந்தப் போக்கு நம் ஜனநாயகத்தின்மீது மக்களுக்கு உள்ள நமபிக்கையைப் பலவீனப்படுத்துவது மட்டுமல்ல, அரசின் மீதான தம் விமர்சனங்களை முன்வைப்பதற்குக் குடிமைச் சமூகத்திற்கு நம் அரசியல் சாசனம் வழங்கியுள்ள உரிமையைப் பறிப்பதுமாகும். அரசின் பல்வேறு துறைகளும் சந்தேகங்களாலும் மர்மங்களாலும் சூழப்பட்டவையாக இருப்பதைக் காட்டிலும் மோசமான ஆபத்து வேறெதுவுமில்லை. 'தர்மம் மறுபடியும் வெல்லும்' என நாம் வாளாவிருக்க முடியாது. நம் ஜனநாயக உரிமைகளைப் பாதுகாத்துக்கொள்வதற்கான ஆணித்தரமான செயல்பாடுகளை உறுதியுடன் முன்னெடுக்க வேண்டியது அவசியம்.

இதழ் 128, ஆகஸ்டு 2010

ஓய்ந்தேன் என மகிழாதே!

தமிழக மீனவர்கள் பிரச்சினை, காவிரிப் பிரச்சினை, விலைவாசி உயர்வு, சட்டம் ஒழுங்குப் பிரச்சினைகள், சகலதுறைகளிலும் பரவியிருக்கும் ஊழல், கருணாநிதி குடும்பத்தினரின் ஆதிக்கம் உள்ளிட்ட தமிழக மக்களின் ஆதாரமான வாழ்வியல் சிக்கல்களுக்குத் தீர்வுகாண முடியாத திமுக அரசாங்கத்தைக் கண்டித்து ஜூலை 13ஆம் தேதி கோவையிலும் ஆகஸ்டு 13ஆம் தேதி திருச்சியிலும் அதிமுக பொதுச்செயலாளர் ஜெயலலிதாவின் தலைமையில் நடைபெற்ற ஆர்ப்பாட்டங்கள் பெருந்திரளான மக்களின் பங்கேற்புக் காரணமாக முக்கியமான அரசியல் நிகழ்வுகளாகியிருக்கின்றன. 2009இல் நடைபெற்ற நாடாளுமன்றத் தில்லுமுல்லுத் தேர்தலில் தோல்வியுற்ற பிறகு சோர்வடைந்திருந்த அதிமுகவினருக்கும் பிற எதிர்க்கட்சிகளுக்கும் ஊக்கமளிக்கும் நிகழ்வுகள் இவை.

உள்ளூர்த் தலைவர்கள் சிலரை விலைக்கு வாங்கிவிட்டு அதிமுக பலவீனப்பட்டுள்ளதாகக் கருதிய திமுகவுக்கு இப்பேரணிகள் துன்ப அதிர்ச்சிகளாக வந்துசேர்ந்திருக்கின்றன. அதிமுகவை அழித்துவிட மு.க. அழகிரி கண்ட கனவுகள் இப்போது அடுத்து வரவிருக்கும் அதிமுகவின் மதுரைப் பேரணியைக் கருதிக் கொடுங்கனவுகளாக மாறியிருக்கின்றன. திருமங்கலம் இடைத்தேர்தலுக்குப் பின்னர் நடைபெற்ற இடைத்தேர்தல்களில் தனது பண, அதிகார பலங்களைக்கொண்டு ஜனநாயக நெறிமுறைகளை வெளிப்படையாக மீறிவரும் திமுகவை அரசியல் ரீதியில் எதிர்கொள்ள முடியாத நிலைக்கு அதிமுக உள்ளிட்ட எதிர்க்கட்சிகள் தள்ளப்பட்டன. அரசாங்கத்தின் மக்கள் விரோதப் போக்கையும் கருணாநிதியின் குடும்பங்களின் ஆதிக்கத்தையும் அம்பலப்படுத்த வேண்டிய

ஊடகங்களும் பெரிதும் மௌனமாக்கப்பட்டன. தமிழக மீனவர்களின் வாழ்வாதாரங்களைப் பாதிக்கும் சேதுக்கால்வாய்த் திட்டம், மூன்று அப்பாவி மனிதர்களின் உயிரையும் கருத்துச் சுதந்திரத்தையும் பலிகொண்ட மதுரைத் *தினகரன்* அலுவலக எரிப்பு, காவல் துறை அத்துமீறல்கள், போலிமோதல் சாவுகள், சுதந்திர இந்தியாவின் மிகப் பெரிய ஊழல் என வர்ணிக்கப் படும் ஆ. ராசாவின் 'ஸ்பெக்ட்ரம்' முறைகேடு, கருத்துச் சுதந்திரத்தை ஒடுக்கும் அரசாங்கத்தின் நேரடியான, மறைமுகமான நடவடிக்கைகள், விலைவாசி உயர்வு, தொடரும் மின்வெட்டு, காவிரி நதி நீர்ப் பங்கீட்டுப் பிரச்சினை, வளர்ச்சியின் பெயரால் விவசாய நிலங்கள் கையகப்படுத்தப்படுவது, சென்னை முதலான நகரங்களில் வசிக்கும் விளிம்புநிலை மக்கள் அப்புறப்படுத்தப் படுதல், தலித்துகளின் மீதான தொடர் தாக்குதல்கள் ஆகிய எண்ணற்ற பிரச்சினைகளை அதிமுக உள்ளிட்ட தமிழகத்தின் முக்கிய எதிர்க்கட்சிகள் எவையும் பொறுப்புடன் கையாளவில்லை. தொண்டு நிறுவனங்களும் மனித உரிமை அமைப்புகளும் எதிர்வினையாற்றிய அளவுக்குக்கூட எதிர்க்கட்சிகளால் செயல்பட முடியாதது துரதிருஷ்டவசமானது.

திமுக அரசாங்கத்தின் இத்தகைய மக்கள் விரோத, ஜனநாயக விரோதப் போக்கைக் கண்டிப்பதற்கான வெளி முற்றாக அழிக்கப்பட்டிருந்த பின்னணியில் முக்கிய எதிர்க்கட்சியான அதிமுகவின் பொதுச்செயலாளரான ஜெயலலிதா தோழி சசிகலாவுடன் ஓய்வுக்கு ஒதுக்கிய நேரங்கள் அதிகம்; அரசியல் கடமைகளை ஆற்றுவதற்கு ஒதுக்கிய நேரம் குறைவு. முக்கியமான தருணங்களின்போது அவர் ஒன்று மௌனமாக இருந்தார் அல்லது அறிக்கைகள் வெளியிட்டார். சரியான வழிகாட்டுதல்களற்ற கட்சியின் சட்டமன்ற, நாடாளுமன்றக் குழுக்கள் செயல்படாமல் முடங்கிக்கிடந்தன. அதிமுகவுடன் கூட்டணி அமைத்திருக்கும் கம்யூனிஸ்ட்களுங்கூடத் தாக்கத்தை ஏற்படுத்தும் எந்தவொரு அரசியல் நடவடிக்கையையும் ஒருங்கிணைக்கவில்லை. எதிர்க்கட்சிகளின் இச்செயலற்ற தன்மை கருணாநிதி, தன் குடும்ப மேலாண்மையை நிறுவும் நடவடிக்கைகளை எதிர்ப்பே இல்லாமல் முன்னெடுத்துச் செல்வதற்கே துணை புரிந்துள்ளமை வெளிப்படை.

கோவையிலும் திருச்சியிலும் அதிமுக நடத்திய கண்டன ஆர்ப்பாட்டங்களுக்குப் பெருமளவிலான மக்களின் ஆதரவு கிடைத்திருப்பது திமுக அரசாங்கத்தின்மீது மக்கள் கொண்டுள்ள அதிருப்தியின் அடையாளம். ஊடகச் செய்திகள் இக்கூட்டங்களில் அதிமுக ஆதரவாளர்களைத் தவிரப் பெருமளவிலான பொதுமக்களும் பங்கெடுத்திருக்கின்றனர் எனத்

தெரிவிக்கின்றன. இது ஏமாற்றத்துக்குள்ளாக்கப்பட்ட மக்கள் தமக்காகப் போராட முன்வரும் எந்தவொரு அமைப்புக்கும் அதன் கடந்தகாலச் செயல்பாடுகளின் மீதான அதிருப்தியைப் பொருட்படுத்தாமல் ஆதரவளிக்கவும் அதன் தலைமையை ஏற்கவும் தயாராக இருக்கிறார்கள் என்பதற்குச் சான்று. விலைவாசி உயர்வு, மீனவர்மீதான தாக்குதல், காவிரி நீர்ப் பங்கீட்டுப் பிரச்சினை ஆகியவற்றைக் குறித்த அரசாங்கத்தின் அலட்சியப் போக்கை ஆதாரங்களுடன் மக்கள் முன்வைத்து, அவற்றைத் தீர்ப்பதில் அக்கறையற்ற திமுக அரசாங்கத்தை இக்கூட்டங்களில் கடுமையாக விமர்சித்த ஜெயலலிதா, கருணாநிதி குடும்ப ஆதிக்கத்துக்கு முடிவு கட்டுமாறு அவர்களைக் கேட்டுக்கொண்டார். தமக்குள்ள வாக்களிக்கும் உரிமையைப் பயன்படுத்தி அதிகாரபலத்துக்கும் பணபலத்துக்கும் அடிபணியாமல், திமுகவின் ஊழலில் பங்கெடுத்துக்கொள்ளாமல் இந்த அரசாங்கத்தை மாற்றுமாறு மக்களைக் கேட்டுக்கொண்ட அவருடைய உரை தமிழக அரசியல் வரலாற்றில் அதன் கடுமைக்காகவும் அவர் வீசிய முரட்டுக் கேள்விக்கணைகளுக்காகவும் இடம்பெறும்.

மக்கள் நலன், ஜனநாயகம் ஆகியவை சார்ந்து உருவாகியுள்ள ஜெயலலிதாவின் இந்தத் திடீர் கரிசனத்துக்குப் பின்னால் அடுத்த ஆண்டு நடைபெறவிருக்கிற சட்டப் பேரவைத் தேர்தல்கள் பற்றிய கணக்குகள் இருக்கின்றன என்பது ரகசியம் அல்ல. காங்கிரசுடன் சேர்ந்து திமுகவுக்கு எதிராக ஒரு 'வெற்றிக் கூட்டணி'யை உருவாக்குவதற்கு அவர் முயன்றுவருவதாக ஊடகங்களின் செய்தித் தொகுப்புகள் தெரிவிக்கின்றன. காங்கிரசுடன் கைகோக்கும்போது அவரது தற்போதைய நிலைப்பாடுகளில் பல மாற்றங்கள் ஏற்படும்.

முந்தைய ஜெயலலிதா அரசாங்கத்தின் மக்கள் விரோத, ஜனநாயக விரோதப் போக்குக்கு 2004இல் நடைபெற்ற நாடாளுமன்றத் தேர்தலில் வாக்காளர்கள் அதிமுகவைக் கடுமையாகத் தண்டித்தனர். குறிப்பாக மதமாற்றத் தடைச் சட்டமும் பலித் தடைச்சட்டமும் அவரது ஆட்சிக்கு முடிவு கட்டிய அபத்தங்கள். அடுத்த இரண்டாண்டுகளில் நடைபெற்ற சட்டப்பேரவைத் தேர்தல்களில் அக்கட்சி 60க்கும் மேற்பட்ட இடங்களைப் பெற முடிந்ததற்குக் காரணம் ஜெயலலிதா அரசாங்கம் தன் போக்கை ஓரளவுக்கு மாற்றிக்கொண்டதுதான். திமுகவின் பணபலத்தையும் அதிகாரபலத்தையும் மீறி 2009இல் நடைபெற்ற நாடாளுமன்றத் தேர்தல்களில்கூட அக்கட்சியால் ஓரளவுக்குக் கணிசமான இடங்களை வெல்ல முடிந்தது.

இது வாக்காளர்கள் அக்கட்சியை முற்றாகப் புறக்கணித்து விடவில்லை என்பதற்கான ஆதாரம். ஆனால் கடந்த நான்கரை ஆண்டுகளில் மக்களின் விருப்பப்படி ஒரு பொறுப்புள்ள எதிர்க்கட்சியாக அதிமுக தன் கடமையை ஆற்றவில்லை என்பது வெளிப்படை.

நாடாளுமன்ற ஜனநாயகத்தில் எதிர்க்கட்சிகள் ஆற்ற வேண்டிய பங்கு ஆளுங்கட்சியின் பங்களிப்புக்கு எந்த விதத்திலும் குறைத்து மதிப்பிடத் தக்கதல்ல. வாக்காளர்களுக்கு எண்ணற்ற வாக்குறுதிகள் அளித்துத் தேர்தல்களில் வெற்றிகளை ஈட்டுபவர்கள் அதிகாரம் கைக்குக் கிடைத்தவுடன் அவற்றைச் சரியான முறையில் நிறைவேற்றுகிறார்களா என்பதைக் கண்காணிப்பதோடு அவற்றை நடைமுறைப்படுத்துவதற்கான அழுத்தங்களை நாடாளுமன்றத்துக்கு உள்ளேயும் வெளியேயும் ஏற்படுத்த வேண்டிய முக்கியக் கடமை எதிர்க்கட்சிகளுக்கு உண்டு. கடந்த சில பத்தாண்டுகளாக அதிமுக உள்ளிட்ட தமிழகத்தின் எந்தவொரு எதிர்க்கட்சியும் அந்தக் கடமையைச் சரியாகச் செய்ததாகச் சொல்ல முடியாது. ஈழப் பிரச்சினையில் காட்டிய தீவிரத்தைத் தமிழக மக்களின் வாழ்வாதாரம் சார்ந்த பிரச்சினைகளில் தமிழகத்தின் எந்தவொரு எதிர்க்கட்சியும் காட்டவில்லை என்பது கசப்பான உண்மை. பெட்ரோலியப் பொருட்களின் விலை உயர்வுக்கெதிராகக் கடந்த மாதம் எதிர்க்கட்சிகள் நடத்திய முழு அடைப்புப் போராட்டம் தமிழகத்தில் எந்தத் தாக்கத்தையும் ஏற்படுத்தாததற்குக் காரணம் தமிழகக் கட்சிகள் தொலைநோக்குப் பார்வையுடன் வலுவான எதிர்ப்பு அணியை உருவாக்காததே. இடைத் தேர்தல்களில் திமுகவினர் வாக்காளர்களுக்குப் பணம் கொடுத்தபோது எதிர்க்கட்சிகள் ஒன்றுபட்டு நின்று அதை முறியடிக்கும் போராட்டங்களை முன்னெடுப்பதற்குப் பதில் திமுகவுக்குப் போட்டியாகத் தாங்களும் வாக்காளர்களுக்குப் பணம் கொடுத்தனர். மாற்று என்பது இத்தகைய பண்பின்மைகளைக் கொண்டதாக இருக்க முடியாது. வாக்காளர்களுக்குப் பணம் கொடுக்கும் திமுகவின் செயலைத் தடுக்க முடியாத அரசு இயந்திரத்தின் போக்கைக் கண்டித்துக் கடந்த வருடம் நடைபெற்ற சில இடைத்தேர்தல்களைப் புறக்கணிப்பதாக அறிவித்த அதிமுக, களத்திலிருந்து முற்றாக விலகிக் கொண்டு திமுகவினர் மிகச் சுதந்திரமான முறையில் முறைகேடுகளைச் செய்வதற்கு வழி வகுத்துக் கொடுத்தது. புறக்கணிப்பு என்பது ஒரு போராட்ட முறை, அதில் மக்களைப் பங்கேற்கச் செய்யும்போதே அது வெற்றிகரமானதாக இருக்க முடியும் என்னும் அரசியல் பார்வை ஜெயலலிதாவுக்கு இல்லாததன் விளைவு இது.

மக்களின் நம்பிக்கையைப் பெற்றுள்ள தலைவர் ஒருவர் அவர்களது நம்பிக்கைக்குப் பாத்திரமாக நடந்துகொள்வது அவசியம். தமிழக மக்களின் உணர்வுகளைப் புரிந்துகொள் ளாத காங்கிரஸ் கட்சிக்கு மாற்றாக அண்ணாவால் உருவாக்கப் பட்ட திமுக, அவருக்குப் பிறகு கருணாநிதியின் தலைமையில் கோட்பாட்டுரீதியிலும் நடைமுறையிலும் நீர்த்துப்போய், இப் போது கருணாநிதியின் குடும்பச் சொத்தாக மாற்றப்பட்டிருக் கிறது. இந்தப் போக்கைத் தொடக்கத்திலேயே இனம் கண்டு அக்கட்சியிலிருந்து வெளியேறி அதிமுகவை உருவாக்கிப் பத்தாண்டுக் காலம் மக்களின் நம்பிக்கைக்குரிய தலைவராக விளங்கிய எம்ஜிஆருக்குப் பிறகு கட்சியின் தலைமைப் பொறுப்பை ஏற்றுள்ள ஜெயலலிதா தன் பொறுப்புகளைச் சரியாக நிறை வேற்றாததாலேயே கட்சியின் மூத்த தலைவர்களில் பலர் விலைபோய்க்கொண்டிருக்கின்றனர்.

எனினும் ஜெயலலிதா தமிழக அரசியல் அரங்கில் தவிர்க்க முடியாத சக்தியாகவே தென்படுகிறார். சமீபத்தில் குடிசைப் பகுதி மக்களின் உரிமைகளுக்காகவும் திமுக அரசின் பழிவாங் கும் நடவடிக்கைகளுக்குள்ளாகித் தற்போது, தற்காலிகப் பணி நீக்கம் செய்யப்பட்டிருக்கும் ஐஏஎஸ் அதிகாரி உமாசங்கருக்கு ஆதரவாகவும் அவர் குரல் கொடுத்திருப்பது முக்கியமானது. திருச்சிப் பொதுக் கூட்டத்தில் காவிரி நதி நீர்ப் பங்கீடு தொடர்பான பிரச்சினையில் திமுக அரசு தமிழக மக்களுக்கு இழைத்த துரோகங்கள் பற்றிப் புள்ளிவிவரங்களோடு அம்பலப் படுத்தினார். மணல்கொள்ளை, வளர்ச்சியைக் காரணங்காட்டி விவசாய நிலங்கள் பறிமுதல் செய்யப்படுவது, ஊழலில் மக்களைப் பங்காளிகளாக்கும் திமுகவின் செயல்பாடு குறித் தெல்லாம் ஜெயலலிதா தெரிவித்துள்ள கருத்துகள் அவர் ஒரு மாற்று அணுகுமுறைகொண்ட அரசியல் தலைவர் என்னும் தோற்றத்தை உருவாக்குகின்றன. தான் ஆட்சிப் பொறுப்பில் இருந்தபோது தமிழக மக்களை வாட்டிவதைத்த கந்துவட்டிக் கொடுமைக்கு முற்றுப்புள்ளி வைக்கக் கடும் நடவடிக்கை எடுத்த, லாட்டரிச் சீட்டைத் தடைசெய்த ஜெயலலிதாதான் ஊடகங்களின் மீதும் அரசியல் எதிரிகளின் மீதும் அடக்கு முறையையும் ஏவிவிட்டார். அரசு ஊழியர்களின் உரிமைகளைப் பறித்து அவர்களது போராட்டத்தைக் கடுமையாக ஒடுக்கி அவர்களில் மூன்று லட்சம் பேரை ஒரே அரசாணையின் மூலம் பணிநீக்கம் செய்தார்.

ஜெயலலிதா அரசியல்ரீதியில் கருணாநிதிக்கு மாற்று என நம்புவதற்கு நம்மிடம் எந்த ஆதாரமும் இல்லை. அதிமுக வும் திமுகவுக்குச் சரியான மாற்று அல்ல. தேர்ந்தெடுப்பதற்கு

மக்கள் முன்பாக உள்ளவை இரு தீமைகள் மட்டுமே. ஜெய லலிதா ஒப்பீட்டளவில் குறைவான தீமையாகத் தென்படு வதற்குக் காரணம் திமுக அரசாங்கத்தின் நான்கரை ஆண்டுக் கால ஆட்சிதான். கடந்த அதிமுக ஆட்சிக்குப் பிறகு 2005இல் திமுக ஒரு மாற்றாகத் தென்பட்டது போன்ற ஒரு காட்சிப் பிழைதான் இது. தமிழக அரசியல் வானில் ஒளி ஆண்டுகளின் தொலைவில்கூட அத்தகைய விடிவெள்ளிகள் எதுவும் தென்பட வில்லை. ஆனால் திமுக அரசாங்கத்தின் மீது மக்கள் மத்தியில் நிலவும் பிற அரசியல் கட்சிகளும் ஊடகங்களும் அறிவுஜீவி களும் உணரத் தவறிய வெறுப்பையும் எதிர்ப்புணர்வையும் அடையாளம் கண்டு கொண்டு அதை ஒருங்கிணைக்கும் முக மாக உடனடியாகச் செயலில் இறங்கியிருப்பதுதான் ஒரு தலைவி என்னும் ரீதியில் ஜெயலலிதா புரிந்துள்ள சாதனை. ஜெயலலிதா கடந்தகாலத் தவறுகளைத் திருத்திக்கொண்டு மக்கள் நலனை, ஜனநாயக நெறிமுறைகளைப் பாதுகாப்பதில் அக்கறை செலுத்தினால் அக்கட்சிக்கு மீண்டும் ஒரு வாய்ப் பளிக்க மக்கள் தயாராக இருக்கிறார்கள் என்பதே இக்கூட் டங்களுக்குப் பெருமளவில் திரண்டுவந்த மக்கள் திரள் உணர்த்தி யிருக்கும் செய்தி. இந்தச் செய்தியை ஜெயலலிதா எப்படி எதிர்கொள்ளப்போகிறார் என்பதே அவருடைய அரசியல் எதிர்காலத்தைத் தீர்மானிக்கும்.

இதழ் 129, செப்டம்பர் 2010

பொன்னான உலகம்

துணை முதல்வர் மு.க. ஸ்டாலினின் கனவுகளில் ஒன்றான சிங்காரச் சென்னைத் திட்டம் சென்னை நகரின் லட்சக்கணக்கான குடிசைப் பகுதி மக்களின் கொடுங்கனவாக மாறியுள்ளது. சென்னை நகரின் மையத்தில் நகரை இருகூறுகளாக வெட்டிக்கொண்டு செல்லும் கூவம் ஆற்றைத் தூய்மைப்படுத்திப் பல்லாண்டுகளாக அதன் கரைகளில் வசித்துவரும் அடித்தட்டு மக்களை அப்புறப்படுத்திவிட்டு அங்கே பூங்காக்களையும் நடைபாதைகளையும் நிறுவுவதன் மூலம் சென்னை நகரைச் சிங்கப்பூருக்கு இணையான, உலகத்தரம் மிக்க மாநகரமாக மாற்றிவிட வேண்டும் என்பது ஆட்சியாளர்களின் திட்டம். சுமார் 1,300 கோடி ரூபாய் செலவில் இத்திட்டம் ஏற்கனவே செயலாக்கம்பெறத் தொடங்கிவிட்டது. இது தவிர பக்கிங்ஹாம் கால்வாயை ஒட்டிச் சென்னைத் துறைமுகத்துக்கும் மதுரவாயலுக்குமிடையே 19 கி.மீ தூரத்திற்கு அதிவேக மேல்மட்ட நெடுஞ்சாலை அமைக்கும் திட்டம், மெட்ரோ ரயில்பாதைத் திட்டம் ஆகிய பெருந்திட்டங்களும் இந்த ஆண்டு முதல் செயலாக்கம் பெறத் தொடங்கியிருக்கின்றன. இவை தவிரத் தகவல் தொழில்நுட்பப் பூங்காக்கள், நட்சத்திர ஓட்டல்கள், உல்லாச விடுதிகள், கார்ப்பரேட் கம்பெனிகளால் நடத்தப்படும் பல்நோக்குச் சிறப்பு மருத்துவமனைகள், சிறப்புப் பொருளாதார மண்டலங்கள், உயர்வகுப்பினருக்கான கல்வி நிறுவனங்கள் ஆகியவையும் சிங்காரச் சென்னையின் புதிய அடையாளங்களாய் உருவெடுத்துவருகின்றன.

முதல்படியாகச் சென்னையின் 70க்கும் மேற்பட்ட குடிசைப் பகுதிகளில் வசித்துவந்த 30,000க்கும் மேற்பட்ட குடும்பங்கள் கட்டாயமாக அப்புறப்படுத்தப்பட்டுள்ளன.

அப்புறப்படுத்தப்பட்டவர்களில் பெரும்பாலோர் மறுகுடியமர்த்தல் என்னும் பெயரில் எவ்வித அடிப்படை வசதிகளுமற்ற, சுகாதாரக் கேடு மலிந்த செம்மஞ்சேரி, கண்ணகி நகர், எர்ணாவூர், கார்கில் நகர், கன்னடப்பாளையம் முதலான சென்னையின் புறநகர்ப் பகுதிகளுக்கு இழுத்துச்சென்று விடப்பட்டுள்ளனர். செம்மஞ்சேரி, கன்னடப்பாளையம் போன்ற பகுதிகளில் குடியமர்த்தப்பட்ட மக்களுக்கு வெறும் ஆயிரம் ரூபாய் மட்டுமே இழப்பீட்டுத் தொகையாக வழங்கப்பட்டதாக அப்பகுதி மக்கள் தெரிவிக்கின்றனர். மக்கள் தம் சொந்த முயற்சியைக்கொண்டு கட்டாந்தரைகளில் அமைத்துக்கொண்டுள்ள குடியிருப்புப் பகுதிகள் தாழ்வான பகுதிகளில் அமைந்துள்ளதால் மழைக் காலங்களில் வெள்ளம் சூழ்ந்து கொள்கிறது. குடிநீர், மின்சாரம் முதலான குறைந்தபட்ச அத்தியாவசியத் தேவைகள்கூட இப்பகுதிகளில் வாழும் மக்களுக்குச் செய்துகொடுக்கப்படவில்லை. சுமார் 15,000 குடும்பங்களுக்குக் கண்ணகி நகரில் குடிசைமாற்று வாரியத்தால் கட்டிக்கொடுக்கப்பட்டுள்ள வீடுகளின் தரம் இதைவிட மோசம். வெறும் 130 சதுர அடிப்பரப்பில் கட்டப்பட்டுள்ள இவ்வீடுகளில் பெரும்பாலானவை மின் இணைப்பற்றவை. நகரின் மையப்பகுதிகளில் இயங்கும் பலவகையான தொழிற்கூடங்கள், வர்த்தக நிறுவனங்கள், உணவுவிடுதிகள், சிறுசிறு கடைகள், தங்கும் விடுதிகள் ஆகியவற்றில் பெரும்பாலும் சுகாதாரக் குறைவான பணிகளைச் செய்து வயிறு கழுவ வேண்டிய நிலையிலுள்ள இம்மக்கள் நகரங்களுக்குச் சென்று திரும்புவதற்கான போக்குவரத்து வசதிகள் மிகமிகச் சொற்பமானவை. போதிய எண்ணிக்கையில் நியாயவிலைக் கடைகளும் சுகாதார நிலையங்களும் அமைக்கப்பட வேண்டும் என்னும் இம்மக்களின் நீண்ட நாள் கோரிக்கையை அரசு பொருட்படுத்தவே இல்லை.

பல்வேறு சமூக நெருக்கடிகள், சிதைந்துபோன கிராமப்புறப் பொருளாதாரச் சூழல்களால் பிழைப்புத்தேடிப் பெருநகரங்களை நாடிவந்த இம்மக்களில் பெரும்பாலோர் எவ்விதச் சமூகப் பொருளாதாரப் பாதுகாப்புமற்ற தலித்துகள். தம் உடலுழைப்பின் வழியாகச் சென்னை நகரின் வளர்ச்சியில் பங்குபெற்ற அமைப்பு சாராத் தொழிலாளர்களான இம்மக்களுக்கான குடியிருப்பு முதலான அடிப்படை வசதிகளைச் செய்துதரும் கடமையை ஆட்சியாளர்கள் தொடர்ந்து புறக்கணித்துவந்ததால் வேறு வழியற்றவர்களாய்க் கூவம் ஆறு, பக்கிங்ஹாம் கால்வாய், அடையாற்றின் கரைகள், நூற்றுக்கும் மேற்பட்ட சேரிகள், நடைபாதைகளில் குடியேறிப் பல பத்தாண்டுகளாய் வசித்து வந்த இம்மக்களை ஆக்கிரமிப்பாளர்கள் எனச் சொல்லி அப்புறப்படுத்தி, புதல்வர் ஸ்டாலினின் கனவுத்

திட்டத்தை நிறைவேற்ற நடவடிக்கை எடுத்துவருகிறார் முதல்வர் கருணாநிதி. நகர்ப்புற மேம்பாடு, பொருளாதார வளர்ச்சி என்னும் சொல்லாடல்கள் மூலம் இத்தகைய அநீதியை நியாயப் படுத்திவருகிறது ஏழைகளின் நலனுக்காகத் தன்னை அர்ப் பணித்துக்கொண்டுள்ளதாகச் சொல்லிக்கொள்ளும் கருணாநிதி அரசாங்கம். பொது நன்மைக்காக இந்த மக்கள் தியாகம் செய்ய முன்வர வேண்டும் எனவும் ஒரு பொன்னான வருங்காலம் அவர்களுக்காகக் காத்திருப்பதாகவும் இத்திட்டங்கள் தொடர் பாக நடைபெற்றுவரும் கருத்துக் கேட்புக் கூட்டங்களில் ஆசைகாட்டப்படுகிறது.

பொது நன்மை அல்ல, கார்ப்பரேட்டுகள், பணக்காரர் களின் நலனே இத்திட்டங்களின் அடிப்படை நோக்கம். சென்னை யின் சுற்றுப்புற மாவட்டங்களில் அமைந்துள்ள ஏற்றுமதியை இலக்காகக்கொண்டு செயல்படும் பேராசை மிக்க பன்னாட்டு நிறுவனங்களின் போக்குவரத்து வசதிக்காகவே அதிவேக உயர் மட்டச் சாலைத் திட்டம் முன்னெடுக்கப்பட்டுள்ளது என்பதைப் பல்வேறு சமூக ஆர்வலர்கள் சுட்டிக்காட்டியுள்ளனர். இவை போன்ற திட்டங்களால் ரியல் எஸ்டேட், கட்டுமான நிறுவனங் கள், அதிகாரத் தரகர்கள் ஆகிய பிரிவினர்தாம் பெரும் ஆதாய மடைந்திருக்கிறார்கள் என்பது வெளிப்படை. கடந்த சில ஆண்டுகளில் சென்னை முதலான பெருநகரங்களின் நில மதிப்பு வேகமாக உயர்ந்துவருகிறது. சாதாரண மக்களின் வாழிடங்கள் நிலக்கொள்ளையர்களால் சட்டவிரோதமாகக் கைப்பற்றப்பட்டுவருகின்றன. அரசாங்கம் வளர்ச்சி என்னும் பெயரில் இதே கொள்ளையைச் சட்டபூர்வமாக மேற்கொண்டு வருகிறது என்றுதான் சொல்ல வேண்டும்.

சிங்காரச் சென்னை என்னும் சொல்லாடலும் அழகியல் சார்ந்து உருவாக்கப்பட்டுள்ள கற்பிதங்களும் தொடர்ந்து இத் தகைய கொள்ளைகளை நியாயப்படுத்தி வருகின்றன. அடுக்கு மாடிகளும் பிரம்மாண்டமான வணிக வளாகங்களும் தூய்மை யான சாலைகளும் புத்தாயிரத்தின் அடையாளங்களாக நம்ப வைக்கப்பட்டுள்ளன. உழைக்கும் மக்களின் அழுக்கான உடல் களும் நைந்த உடைகளும் இந்த அழகியல் கோட்பாடுகளுக்கு ஒவ்வாதவையாகச் சித்தரிக்கப்படுகின்றன. கார்ப்பரேட் ஊடகங் களும் விளம்பர நிறுவனங்களும் பொதுப்புத்தியில் இவற்றைப் பதிய வைப்பதற்காகப் பல்வேறு கலைவிழாக்களை ஒருங் கிணைத்து வருகின்றன. சராசரி மனிதனை நுகர்வுக் கலாச்சாரத் தின் அடிமையாக மாற்றியிருக்கின்றன இத்தகைய விழுமியங்கள்.

ஏழைகளின் அரசாங்கம் எனச் சொல்லிக்கொள்ளும் திமுக அரசாங்கம் ஒரு கார்ப்பரேட் நிறுவனமாக மாறிக்கொண்டிருப்பது

கூட இத்தகைய கலாச்சாரத்தின் விளைவுதான். கருணாநிதி தான் கோலோச்சுவதற்காகக் கட்டிக் கொண்டிருக்கும் மாளிகை யான புதிய தலைமைச் செயலகக் கட்டடம் இதற்குச் சரியான உதாரணம். சுமார் 450 கோடி செலவில் சென்னையின் இதயப் பகுதியில் கட்டப்பட்டிருக்கும் இன்னுங்கூட முற்றுப்பெற்றிராத அந்தக் கட்டடம் முதலமைச்சர் கருணாநிதியின் கனவுத் திட்டம் மட்டுமல்ல, புதல்வர் மு.க. ஸ்டாலினின் கனவுத் திட்டமான சிங்காரச் சென்னையின் ஒரு பகுதியுங்கூட. இவை பற்றிக் கேள்வியெழுப்புவதற்கு மேற்குறிப்பிட்ட அழகியல் விழுமியம் ஒருபோதும் யாரையும் அனுமதிக்கப்போவதில்லை. இத்தகைய 'உலகத்தர' அழகியல் விழுமியங்களின் அடிப்படையிலேயே புதிய தலைமைச் செயலகக் கட்டடத்தைச் சுற்றி ரிச்சி தெரு, புதுப்பேட்டை உள்ளிட்ட இடங்களில் பல்லாண்டுக் காலமாக இயங்கிவரும் சிறு வணிக நிறுவனங்களைப் புறநகர்ப் பகுதி களுக்கு இடமாற்றம் செய்ய முயற்சிகள் மேற்கொள்ளப்பட்டு வருகின்றன.

ஏழைகளின் அரசாங்கம் என்னும் அடையாளத்தைத் தக்கவைத்துக்கொள்வதற்காக ஒரு ரூபாய் அரிசியும் வண்ணத் தொலைக்காட்சிப் பெட்டி உள்ளிட்ட இலவசங்களும் அள்ளி வீசப்படுகின்றன. ஐந்தாண்டுகளுக்குள் கலைஞர் வீட்டு வசதித் திட்டம் என்னும் பெயரில் 21 லட்சம் குடிசைவீடுகள் கான்கிரீட் வீடுகளாக மாற்றித் தரப்படும் என வாக்குறுதிகள் அளிக்கப் படுகின்றன. இது போன்ற சலுகைகள் ஆளும் வர்க்கத்தினரின் சொகுசு வாழ்க்கை குறித்த, ஊழல்கள் பற்றிய கேள்விகள் எழாமல் இருக்க உதவும் என்பது ஆளுவோரின் எளிய கணக்கு. ஆனால் இதை ஒரு நாட்டின் வளர்ச்சி என நம்புவது நம்மை நாமே ஏமாற்றிக்கொள்ளும் செயல். பெருந்திட்டங்கள் அனைத் துப் பிரிவினரின் வளர்ச்சிக்கும் வித்திடுவதாய் இருக்க வேண்டும். அப்படி இல்லாதபட்சத்தில் நாட்டின் மக்கள் தொகையில் பெரும்பான்மையான அடித்தட்டு மக்கள் ஜனநாயகத்தின் மீது நம்பிக்கை இழந்துவிடுவார்கள் என்பதைப் பொன்னான உலகம் பற்றிய கற்பனைகளை ஊட்டி மக்களை ஏமாற்றிவரும் ஆட்சியாளர்கள் புரிந்துகொள்ள வேண்டும்.

இதழ் 130, அக்டோபர் 2010

சாத்தானின் வழக்குரைஞர்கள்

நாட்டுக்கு ஒரு லட்சத்து எழுபத்தாறாயிரம் கோடி ரூபாய் வருவாய் இழப்பை ஏற்படுத்திய 2ஜி அலைக் கற்றை ஒதுக்கீட்டு முறைகேடுகள் குறித்த இந்தியத் தலைமைத் தணிக்கை அலுவலரின் அறிக்கை தவறானது, துரதிருஷ்டவசமானது என விமர்சித்திருக்கிறார் தொலைத்தொடர்புத் துறையின் 'தற்காலிக' அமைச்சர் கபில்சிபல். கடந்த 2007 – 2008ஆம் ஆண்டில் அலைக் கற்றைகளை ஒதுக்கீடு செய்ததில் தொலைத்தொடர்புத் துறை நேர்மையான அணுகுமுறையைக் கடைபிடிக்க வில்லை எனவும், தொலைத்தொடர்பு ஒழுங்குமுறை ஆணையம், பிரதமர் அலுவலகம் போன்ற நாட்டின் சட்டபூர்வமான அமைப்புகளின் ஆலோசனைகளைப் புறக்கணித்து, சந்தை மதிப்பைவிட மிகக் குறைவான தொகைக்கு உரிமங்கள் ஒதுக்கீடு செய்ததாகவும் குற்றம் சுமத்திய தணிக்கைத் துறை அறிக்கை இதன் மூலம் நாட்டுக்கு ஏற்பட்டுள்ள இழப்பை அனுமானமாகக் கணக் கிட்டு அரசிடம் அளித்தது.

அலைக்கற்றை ஒதுக்கீட்டில் முறைகேடு நடைபெற் றுள்ளதாகவும் பெருமளவிலான தொகை கைமாறியிருப்ப தாகவும் பல்வேறு தரப்பினராலும் கூறப்பட்டு வந்த குற்றச்சாட்டுகளுக்கு நாட்டின் உச்ச அதிகாரம் பெற்ற ஒரு அமைப்பு அளித்துள்ள அங்கீகாரம் என்றே இந்த அறிக்கையைக் கருத வேண்டும். அப்போதைய தொலைத் தொடர்புத்துறை அமைச்சர் ஆ.ராசா உடனடியாகப் பதவியிலிருந்து நீக்கப்பட வேண்டுமெனவும் ஊழலுக்குப் பொறுப்பானவர்கள்மீது சட்டப்படி நடவடிக்கை எடுக்கப்பட வேண்டுமெனவும், அரசுக்கு நெருக்கடி கொடுக்கவும் இம்முறைகேடு குறித்து நாடாளுமன்றக்

கூட்டுக்குழு விசாரணைக்கு உத்தரவிட வேண்டும் என அரசை வற்புறுத்தவும் எதிர்க்கட்சிகளுக்கும் ஜனநாயகவாதிகளுக்கும் வலுவான ஆதாரமாக அமைந்தது இந்த அறிக்கை.

2ஜி அலைக்கற்றை ஒதுக்கீடு தொடர்பாகத் தொடரப்பட்ட வழக்குகளின்மீது உச்ச நீதிமன்றத்தின் நேரடிக் கண்காணிப்பின் கீழ் நடைபெற்றுவரும் விசாரணைகள் தீவிரம் அடையத் தொடங்கியதுங்கூட அதற்குப் பிறகுதான். மெத்தனமாக இருந்த பிரதமர் அலுவலகமுங்கூடச் செயல்பட வேண்டி வந்தது. எதிர்க்கட்சிகள், ஊடகங்கள் அளித்த நெருக்கடி காரணமாக ஆ. ராசா தன் அமைச்சர் பதவியை ராஜினாமா செய்ததும் அதைத் தொடர்ந்து சிபிஐ, ஆ.ராசா, அவரது நண்பர்கள், உறவினர்கள், தொலைத்தொடர்பு அதிகாரிகள் வீடுகளிலும் இரண்டு கட்டங்களிலும் சோதனைகள் நடத்திப் பல்வேறு ஆவணங்களைக் கைப்பற்றியதாகவும் செய்திகள் பரவின. விசாரணை நியாயமாக நடப்பதாக ஒரு தோற்றமும் உருவானது. திமுகவோடு கொண்டுள்ள கூட்டணியைப் பற்றிக் கவலைப்படாமல் காங்கிரசும் பிரதமர் மன்மோகன் சிங்கும் ஊழலுக்கு எதிரான போராட்டத்தைத் தொடங்கிவிட்டதாகக் கூட நம்பிக்கை உருவானது.

இது போன்ற சூழலில்தான் அலைக்கற்றை ஒதுக்கீட்டில் அரசுக்கு எவ்வித இழப்பும் ஏற்படவில்லை எனவும் ராசா சட்டப்படியே செயல்பட்டார் எனவும், நற்சான்று கொடுத்தார் கபில் சிபல். கூட்டணி தர்மத்துக்காக நாட்டின் உச்ச அதிகாரம் பெற்ற நேர்மையான ஒரு அமைப்பின் செயல்பாடுகளின் மீதே சந்தேகத்தைக் கிளப்புவதற்குக்கூடத் துணிந்தார் அவர். அமைச்சரின் இந்தக் கருத்து அவரது கட்சித் தலைமையாலும் காங்கிரஸ் தலைவரான சோனியா காந்தியாலும் ஊக்குவிக்கப்பட்ட ஒன்று என்பதை யூகிப்பதற்கு அதிகச் சிரமப்பட வேண்டியதில்லை. ஒரு பக்கம் ஊழலுக்கு எதிராகப் போராடுவதாகப் பாவித்துக் கொண்டே குற்றச்சாட்டுக்குள்ளானவர்களோடு சமரசம் செய்து கொள்ளவும் பேரங்களில் ஈடுபடவும் முயல்கிறது காங்கிரஸ் தலைமை.

காமென்வெல்த் விளையாட்டுப் போட்டி ஊழல், ஆதர்ஷ் வீட்டுவசதித் திட்ட ஊழல் என ஆளும் தரப்பினர் வரலாறு காணாத வகையில் பல்வேறு ஊழல் குற்றச்சாட்டுகளில் சிக்கியுள்ள நேரத்தில் காங்கிரஸ் கட்சியும் சோனியா காந்தியும் ஊழலில் தொடர்புடையவர்களைக் கொல்லைப்புறம் வழியே தப்பவிடுவதற்கு முயல்கிறார்களோ என்னும் சந்தேகம் எழுகிறது. தணிக்கைக் குழுத் தலைவரின் அறிக்கையைத் தொடர்ந்து ஊடகங்களால் அம்பலப்படுத்தப்பட்ட நீரா ராடியா

தொலைபேசி உரையாடல்களால் தன் அரசின் லட்சணம் அம்பலப்பட்டுப் போனதைத் தடுக்க முடியாத காங்கிரஸ் கட்சி, தொலைத்தொடர்பு அமைச்சர் மூலம் முழுப் பூசணிக் காயைச் சோற்றில் மறைக்கும் வேலையில் இறங்கியுள்ளது. நாடாளுமன்றப் பொதுக் கணக்குக் குழுவின் விசாரணையின் கீழ் இருக்கும், உச்ச நீதிமன்றத்தின் கண்காணிப்பின் கீழ் மத்தியப் புலனாய்வுத் துறை 'தீவிர' விசாரணையை மேற் கொண்டிருக்கிற ஒரு வழக்குத் தொடர்பாக அந்தத் துறைக்குப் பொறுப்பேற்றிருக்கும் அமைச்சர் தன்னிச்சையான முறையில் விசாரணை நடைமுறைகளைப் பாதிக்கும் வகையில் கருத்துத் தெரிவித்திருப்பது பல்வேறு தரப்பினரதும் கண்டனத்துக்குள் ளானது. தணிக்கைத் துறை இயக்குநர் தங்கள் அறிக்கை நூறு சதவீதமும் சரியானது என அறிவித்தார். கடைசியில் சிபலின் அத்துமீறலுக்கெதிராக சுப்பிரமணியம் சுவாமி உச்ச நீதிமன்றத்தை அணுக வேண்டியதாயிற்று. உச்ச நீதிமன்றம் அமைச்சரின் கருத்துக்குக் கடும் கண்டனத்தைத் தெரிவித்த தோடு யாருடைய கருத்தையும் தலையீட்டையும் பொருட் படுத்தாமல் விசாரணையைப் பாரபட்சமில்லாமல் நடத்த வேண்டுமென சிபிஐக்கு உத்தரவிட்டது.

தன் கூட்டணிக் கட்சியையும் ஆ. ராசாவையும் மத்திய அரசையும் காப்பாற்றுவதற்கான காங்கிரசின் குரலாகச் செயல் பட்ட அமைச்சர் இப்போது வாயை மூடிக்கொள்வதாக மிக வெட்கக்கேடான முறையில் அறிவித்திருக்கிறார். நீதிமன்றம் இப்படியொரு உத்தரவை முதலிலேயே பிறப்பித்திருந்தால் தான் வாயைத் திறந்திருக்கப்போவதில்லை எனச் சொல்வதற்கு இந்தச் 'சாத்தானின் வழக்கறிஞர்' கூச்சப்படவே இல்லை. அலைக்கற்றைகளைச் சந்தை மதிப்பைவிடக் குறைந்த விலை யில் விற்றது அந்தத் துறையின் வளர்ச்சியை ஊக்குவிப்பதை யும் பொதுமக்களுக்கு மலிவான கட்டணத்தில் தொலைத் தொடர்புச் சேவையை வழங்குவதையும் நோக்கமாகக் கொண்ட செயல் என்றார்.

அரசு எப்போதுமே வருவாயைப் பெருக்குவதை மட்டுமே நோக்கமாகக் கொண்டிருக்க முடியாது என 'அறம்' பேசவும் அவர் தயங்கவில்லை. அப்படியானால் சென்ற வருடம் 3ஜி அலைக்கற்றைகளை ஒதுக்குவதற்கு அரசு ஏலமுறையை அமல் படுத்தியதும் அதன் மூலம் சுமார் 65,000 கோடி ரூபாய் வருவாயை ஏற்படுத்திக் கொள்வதற்குத் தயங்காததும் ஏன் என்பதை அவர் விளக்க வேண்டும். அரசு மலிவான விலை யில் உரிமங்களை வழங்கியபோது உரிமம் பெற்ற நிறுவனங்கள் ஒரு சில மாதங்களுக்குள்ளாகவே அவற்றைப் பன்னாட்டு

நிறுவனங்களுக்கு மிக அதிக விலைக்கு விற்றுக் கொள்ளை லாபம் பார்த்ததை அரசு ஏன் வேடிக்கை பார்த்துக் கொண் டிருந்தது என்பதை விளக்கும் பொறுப்புச் சாத்தான்களுக்கும் சாத்தான்களின் வழக்கறிஞர்களுக்கும் உண்டு.

கபில் சிபலுக்கு, இந்த முறைகேட்டின் மூலம் நடைபெற்ற தாகக் கூறப்படும் பணப்பரிவர்த்தனைகள் பற்றிய உரையாடல் களிலிருந்தும் சந்தேகங்களிலிருந்தும் மக்களையும் விசாரணை அமைப்புகளையும் திசை திருப்பும் நோக்கமே மேலோங்கி யிருப்பதாகக் கருத வேண்டியிருக்கிறது.

நம் புனிதத் திருஉருக்களில் யாருமே நம்பத் தகுந்தவர் களாக இல்லை என்பது நம் காலத்தின் கொடிய எதார்த்தம். 'திருவாளர் தூய்மை' எனப் புகழப்படும் பிரதமர் மன்மோகன் சிங், சமீபத்தில் அந்நிய நாடுகளின் வங்கிகளில் சட்டவிரோத மாகப் பதுக்கிவைக்கப்பட்டிருக்கும் இந்தியர்களின் கருப்புப் பண விவரங்களைப் பெற்று வெளியிட முடியாது எனவும் அவற்றை மீட்பதற்கு அந்நாடுகளுடன் நாம் செய்துகொண் டிருக்கிற ஒப்பந்தங்கள் தடையாக உள்ளன, அவற்றை மீற முடியாது எனவும் அறிவித்திருக்கிறார். நாட்டின் நலனைவிட வும் கள்ளச் சந்தைக்காரர்கள், கருப்புப்பண முதலைகளுடன் செய்துகொண்ட உடன்படிக்கைகளை மேலானதாக நினைக் கிறார் இந்தத் திருவாளர் தூய்மை.

வாய்பேச முடியாத, தார்மீகரீதியில் ஊனமுற்ற பிரதமர் ஒருவரால் மவுனமாகக் கைகட்டி நின்று எல்லாவற்றையும் வேடிக்கை பார்ப்பதைத் தவிர வேறு எதுவும் செய்ய முடியாது என்னும் கையறு நிலையில் உச்ச நீதிமன்றம் தவிர நமக்கு நம்பிக்கையூட்டுவதற்கு வேறு போக்கிடமில்லையெனத் தோன்று கிறது. முன்னெப்போதுமில்லாத வகையில் ஊழல் நாட்டின் மிக மோசமான அச்சுறுத்தலாக மாறியிருக்கிறது. அரசியல்வாதி கள், கிரிமினல்கள், அதிகாரத் தரகர்கள், கார்ப்பரேட்டுகளின் கூட்டணி நாட்டின் வளர்ச்சிக்கும் பாதுகாப்புக்கும் பெரும் சவாலாக எழுந்துள்ள சூழலில் நீதிமன்றங்களால் முழுமை யான சுதந்திரத்துடன் செயல்பட முடியுமா என்னும் சந்தேகங் களும் எழுந்துள்ளன.

புலனாய்வு அமைப்புகளால் நீதிமன்றங்களை மிக எளிதாக ஏமாற்றிவிட முடியும் என்பதற்குப் பல முன்னுதாரணங்கள் உள்ளன. மிகப் புகழ்பெற்ற உதாரணம் போபர்ஸ் ஊழல் வழக்கு. போபர்ஸ் ஊழலில் முதல் குற்றவாளியாகக் கருதப் பட்ட குவாத்ரோச்சியைக் கைது செய்து நாட்டுக்கு அழைத்து வர முடியாததால் அந்த வழக்கைக் கைவிடக்கோரி நீதிமன்றத்

தில் மனுத்தாக்கல் செய்திருக்கிறது சிபிஐ. தினகரன் ஊழியர்கள் கொலை வழக்கில் குற்றம்சாட்டப்பட்டவர்கள் தப்பித்துக் கொண்டது நம் புலனாய்வு அமைப்புகளின் தோல்விக்குச் சரியான உதாரணம். சாட்சியங்களை மிரட்டுவது, தடயங்களை அழிப்பது போன்ற வழிகளில் நீதிமன்றத்தை ஏமாற்றுவது எளிது என்பதை நிரூபித்த வழக்கு அது. நீதித் துறையைச் சார்ந்தவர்களின் நம்பகத்தன்மையேகூடக் கேள்விக்குள்ளாக்கப் பட்டு வரும் தருணத்தில் நீதி என்பதன் அர்த்தம் என்ன என்ற கேள்வி எழுகிறது.

ஆளும் தரப்பின் பதில் குற்றச்சாட்டுகளால் திணறிக்கொண் டிருக்கும் எதிர்க்கட்சிகள் இந்த விவகாரத்தை நாடாளுமன்ற வளாகத்தைத் தாண்டி ஒரு வலுவான மக்கள் இயக்கமாக எடுத்துச் செல்லும் திராணியற்றவையாய் இருப்பது நம் கையறு நிலையின் தீவிரத்தை அதிகரிக்கிறது. ஜனநாயக அமைப்பின் மாண்பையும் நாட்டின் கௌரவத்தையும் காப்பாற்றும் பொறுப்பு இப்போது சாமான்யர்களிடம் ஒப்படைக்கப்பட்டுள்ளது.

இதழ் 134, பிப்ரவரி 2011

எதிர்கொள்ள வேண்டிய சவால்

தமிழகச் சட்டமன்றத் தேர்தலில் தேர்தல் ஆணையம் கடைப்பிடித்த கண்டிப்பான அணுகுமுறை முதல்வர் கருணாநிதியின் கடும் கண்டனத்துக்குள்ளாகியிருக்கிறது. தேர்தலை நியாயமாகவும் சுதந்திரமாகவும் நடத்துவதற்காக ஆணையம் எடுத்த நடவடிக்கைகளை எதிர்கொள்ள முடியாத கருணாநிதி தமிழகத்தில் அறிவிக்கப்படாத அவசரநிலை நிலவுவதாகவும் ஆணையம் எதிர்க்கட்சிகளுக்குச் சாதகமாகச் செயல்படுவதாகவும் வெளிப்படையாகக் குற்றம் சுமத்தினார். அரசியல் சாசனக் கடமைகளை நிறைவேற்றுவதற்காக அமைக்கப்பட்ட நாட்டின் உச்ச அதிகாரம் பெற்ற அமைப்பொன்றின் நியாயமான செயல்பாடுகளை அதே அரசியல் சாசனக் கடமைகளை நிறைவேற்றுவதாக உறுதிமொழி எடுத்துக்கொண்ட மாநிலத்தின் முதலமைச்சர் விமர்சிப்பதும் தடைசெய்ய முயல்வதும் கண்டனத்திற்குரியது. ஜனநாயக நெறிமுறைகளைப் பாதுகாக்க வேண்டிய பொறுப்புகளைக்கொண்ட முதலமைச்சர் அவற்றை வெளிப்படையாக அவமதிக்கும் சக்திகளுக்கு ஆதரவாகக் குரல் கொடுத்திருப்பது இந்திய அரசியல் வரலாற்றின் முன்னுதாரணமற்ற அவலம். தேர்தல் ஆணையர், தேர்தலை நியாயமாக நடத்த தமிழக அரசு பெரிய இடையூறாக இருக்கிறது என்றும் திமுகவினரே இந்தத் தேர்தலில் அதிகக் குற்றமிழைத்தவர்கள் என்றும் வெளிப்படையாகவே குற்றம் சாட்டினார்.

விதிமீறல்களும் முறைகேடுகளும் தமிழகத் தேர்தல் களத்துக்குப் புதியவையல்ல. எம்.ஜி.ஆர். ஆட்சிக்காலத்திலேயே அருப்புக்கோட்டை, திருச்செந்தூர் இடைத் தேர்தல்களில் பணம் கொடுக்கப்பட்டது வரலாறு. கள்ள ஓட்டுப் போடுதல், வாக்குச் சாவடிகளைக் கைப்பற்றுதல்,

வேட்பாளர்களைக் கடத்துதல், போட்டியாளர்கள்மீது வன்முறையை ஏவுதல், பிரச்சாரங்களின்போது தனிப்பட்டவர்கள் மீதான தாக்குதல்கள், அவதூறுகளைப் பரப்புதல் முதலானவை நம் தேர்தல் கலாச்சாரத்தின் பகுதிகளாகச் சில பத்தாண்டுகளாகவே நீடித்துவந்திருக்கின்றன. இதில் இந்திய அரசியல் களத்திலேயே தன்னிகரற்ற திறன் படைத்தவர்கள் திமுகவினர் என்பதும் அறியப்பட்ட செய்தி. எனினும் இவற்றின் மூலம் தேர்தல் முடிவுகளில் பெரிய மாற்றங்கள் நிகழ்ந்ததற்குத் திருமங்கலம் இடைத்தேர்தலுக்கு முன்னர்வரை வலுவான ஆதாரம் இருந்ததில்லை. 2008 ஜனவரியில் மதுரை மாவட்டம் திருமங்கலம் தொகுதிக்கு நடைபெற்ற இடைத்தேர்தலில் அழகிரியால் பரிசோதனை முறையில் அறிமுகப்படுத்தப்பட்ட ஒரு புதிய வழிமுறை நம் ஜனநாயகத்துக்கு விடப்பட்ட நேரடியான சவால். அமெரிக்க அரசுவரை இது கூர்ந்து கவனிக்கப்பட்டமை விக்கிலீக்ஸ் மூலம் தெரியவந்துள்ளது. வாக்காளர்களை ஊழலின் பங்காளர்களாக மாற்றிய அந்த வழிமுறை, பிறகு 2009இல் நடைபெற்ற நாடாளுமன்றத் தேர்தலில் முழுவீச்சில் செயல்படுத்தப்பட்டது. இவற்றைக் கருத்தில் கொண்டே 'தமிழகத்தில் தேர்தல்களை நடத்துவது இந்தியாவிலேயே இன்று ஆகச் சவாலான காரியம்' எனத் தேர்தல் ஆணையம் வெளிப்படையாக அறிவித்தது.

தனக்கு விடப்பட்ட சவாலை மனஉறுதியுடன் எதிர்கொண்ட ஆணையம், நடத்தை விதிகள் நடைமுறைக்கு வந்த ஓரிரு தினங்களுக்குள்ளாகவே ஆளுங்கட்சிக்குச் சாதகமானவர்கள் எனச் சொல்லப்பட்ட தமிழகக் காவல் துறைத் தலைவரான லத்திகா சரண் உள்ளிட்ட உயரதிகாரிகளையும் மாவட்ட ஆட்சித் தலைவர்கள் சிலரையும் மாற்றி அவ்விடங்களில் நேர்மையான அதிகாரிகளை நியமித்தது. எதிர்க்கட்சித் தலைவர்களின் தொலைபேசி உரையாடல்களை ஒட்டுக்கேட்டதாகவும் ஆளுங்கட்சிக்கு ஆதரவாகச் செயல்பட்டதாகவும் குற்றம் சுமத்தப்பட்ட உளவுத் துறைத் தலைவரான ஜாபர் சேட் விடுப்பில் செல்ல வேண்டிய கட்டாயம் ஏற்பட்டது. கருணாநிதிக்கு ஆத்திரமூட்டிய நடவடிக்கைகள் இவைதாம் எனச் சொல்லப்படுகிறது. ஆனால் ஆணையம் எடுத்த உறுதியான நடவடிக்கைகள், விழிப்புணர்வுப் பிரச்சாரங்களால் தேர்தல் பிரச்சார நடைமுறைகளைப் பீடித்திருக்கும் நோய்க்கூறுகளிலிருந்து மக்களால் ஓரளவுக்கேனும் விடுபட முடிந்தது.

வேட்பாளர்களின் செலவுக் கணக்கைத் தேர்தல் அதிகாரிகள் விழிப்புடன் கண்காணித்ததால் கொடிகள், தோரணங்கள், தட்டிகள், சுவர் விளம்பரங்களால் தெருக்களும் வீடுகளும்

பொது இடங்களும் ஆக்கிரமிப்புகளுக்குள்ளாவதிலிருந்து முழுமையாகப் பாதுகாக்கப்பட்டன. தலைவர்களும் நட்சத்திரப் பிரச்சாரகர்களும் கலந்துகொண்ட கூட்டங்களைத் தவிர்த்து விட்டுப் பார்த்தால் பேரணிகள், பொதுக்கூட்டங்கள், ஊர்வலங் கள், வாகன அணிவகுப்புகளின் தொல்லைகள்கூட அதிகமில்லை. இவையெல்லாம் தேர்தலுக்கு இன்றியமையாதவை என்னும் வாதத்திற்கு வரலாறு காணாத வாக்குப்பதிவே பொருத்தமான எதிர்வினை. வாகனங்களுக்கு விதிக்கப்பட்ட கட்டுப்பாடுகளின் பலன்களை நேரடியாக அனுபவித்த வாக்காளர்கள் தேர்தல் ஆணையத்தின் நடவடிக்கைகளை முழுமையாக வரவேற்றனர். 1970களிலேயே ஆயிரம் கார்களில் பவனி வந்து 'வரலாறு' படைத்த நம் முதல்வரால் இக்கட்டுப்பாடுகளை எப்படித் தாங்கிக்கொள்ள முடியும்? தமிழகத் தலைமைத் தேர்தல் ஆணையர் பிரவீன் குமார், மதுரை மாவட்ட ஆட்சித் தலைவர் சகாயம் உள்ளிட்ட அதிகாரிகளை மக்களும் ஜனநாயகவாதி களும் நாயகர்களாகக் கொண்டாடியதைப் பார்த்தால் நேர்மை யாகச் செயல்படும் யாராவது ஒருவரின் வருகைக்காக மக்கள் காத்திருக்கிறார்களோ என எண்ணத் தோன்றியது.

ஆணையத்தால் அமைக்கப்பட்ட பறக்கும் படையால் நிகழ்த்தப்பட்ட வாகனச் சோதனை சட்ட விரோதப் பணக் கடத்தலுக்குப் பெரும் தடையாக இருந்தது. ஆணையத்தின் நடவடிக்கைகளை எதிர்த்து நீதிமன்றத்தில் 'பொதுநல வழக்கு' களைத் தொடர்ந்தவர்களின் எதிர்பார்ப்புகளும் பொய்த்துப் போன நிலையில் கருணாநிதி ஆணையத்திற்கெதிரான தன் யுத்தத்தைத் தொடங்கினார். ஆணையத்தின் நடவடிக்கைகளை அவசரநிலையோடு ஒப்பிட்டவர் அதன் காரணமாகத் தன் கூட்டணிக்கட்சியான காங்கிரஸின் மனம் கோணாமல் பார்த் துக் கொண்டார். அவசரநிலைக்காலக் கொடுமைகளுக்கு அப்போதைய பிரதமர் இந்திரா காந்தி எந்தவிதத்திலும் பொறுப் பானவரல்ல எனச் சான்றளிக்க முதல்வர் கூச்சப்படவே இல்லை. ஆணையத்தின் நடவடிக்கைகளால் சிறு வியாபாரிகளும் சாதாரண மக்களும் பாதிக்கப்படுவதாக அவர் புலம்பியதைக் கண்டு 'ஆடு நனைந்த கதை' நினைவுக்கு வந்தது.

தன் ஐந்தாண்டுக் கால ஆட்சியின் சாதனைகளைச் சொல்லி ஓட்டுக்கேட்பதாகச் சொன்னவர் தேர்தல் களத்தில் நியாயமான, பாரபட்சமற்ற தேர்தல் நடைமுறைகளை எதிர்த்துப் பிரச்சாரம் செய்தார். ஆட்சிக்கெதிரான மனநிலையைப் பணத் தின் மூலம் மாற்றிவிட முடியும் என்னும் திட்டம் தோல்வி யடைவதைக் கண்டு கருணாநிதி, அவருடைய புதல்வர்கள்,

கட்சிக்காரர்கள் என எல்லோரும் ஆத்திரமடைந்ததைப் பார்க்க முடிந்தது. உரிய நேரம் வரும்போது நியாயம் கேட்பதாகச் சொல்லித் தேர்தல் பணிகளில் ஈடுபட்ட அரசு ஊழியர்களுக்கு மறைமுகமாக மிரட்டல் விடுத்த கருணாநிதி, தன் கட்சியினர் மூலம் தேர்தல் ஆணையத்தின் வழிகாட்டுதல்களை ஏற்று நடுநிலையாகச் செயல்பட்டுவரும் மதுரை மாவட்ட ஆட்சியர் சகாயத்தைப் பழி தீர்க்க அவர்மீது கீழ்த்தரமான குற்றச்சாட்டு களைச் சுமத்தினார். மதுரை மேற்குத் தொகுதியின் தேர்தல் அதிகாரியாக இருந்த கோட்டாட்சியர் ஒருவரையும் மேலூர் வட்டாட்சியர் ஒருவரையும் தூண்டிவிட்டு, ஊடகங்களின் வழியே அவரை இழிவுபடுத்தும் முயற்சிகளும் மேற்கொள்ளப் பட்டன. 'அஞ்சா நெஞ்சன்' அழகிரி கோலோச்சும் மதுரை யிலும் பிற தென்மாவட்டங்களிலும் நினைத்த அளவுக்குத் தேர்தல் முறைகேடுகளை நிகழ்த்த முடியாமல்போன ஆத்திரம் கருணாநிதியின் தேர்தல் உரைகளில் எதிரொலித்துக்கொண்டே இருந்தது.

அரசியல்ரீதியில் கருணாநிதி மிகவும் பலவீனமடைந்த வராகத் தென்படுகிறார். இந்தத் தேர்தலில் எந்தவொரு வலுவான அரசியல் முழக்கத்தையும் முன்வைக்க அவரால் முடியவில்லை. ஸ்பெக்ட்ரம் ஊழலில் அவரது குடும்பத்தினருக்குள்ள பங்கு, அத்தியாவசியப் பொருள்களின் விலையேற்றம், குடும்ப ஆதிக்கம் உள்ளிட்ட பிரச்சினைகளை மையப்படுத்தி எதிர்க் கட்சிகள் மேற்கொண்ட பிரச்சாரத்தின் தீவிரத்தை எதிர்கொள் வதற்கு அவரிடம் ஒரே ஒரு சொல்கூட இருக்கவில்லை.

இந்த முதுபெரும் தலைவர் தேர்தல் குறித்த தன் அணுகு முறையை அடியோடு மாற்றிக்கொண்டிருக்கிறார். வாக்காளர் களைப் பணத்தின் மூலம் விலைக்கு வாங்க முடியுமென நம்பு வதால் கட்சியோ தானோ எவ்விதமான அரசியல் ஒழுக்கத்தை யும் கடைப்பிடிக்க வேண்டியதில்லை எனக் கருணாநிதி முடிவு செய்துவிட்டதாகத் தோன்றுகிறது. இந்தத் தேர்தலில் திமுக ஐந்தாயிரம் கோடி ரூபாய்வரை செலவு செய்திருக்கிறது எனக் குற்றம் சுமத்தியிருக்கிறார் அதிமுக பொதுச்செயலாளர் ஜெய லலிதா. அவரது மதிப்பீட்டை மிகை எனக் கொண்டாலும் பெருந்தொகை புழங்கியிருக்கிறது என்பதே உண்மை. ஆணை யத்தின் கண்காணிப்பையும் மீறிக் கடைசி இரண்டு நாள்களில் வாக்காளர்களுக்குப் பணம் கொடுப்பதில் திமுகவினர் வெற்றி பெற்றுவிட்டதாகப் பல்வேறு ஊடகங்களில் செய்திகள் வந் துள்ளன. கற்பனை செய்ய முடியாத வழிகளிலெல்லாம் பண விநியோகத்தைத் திமுகவினர் நடத்தி முடித்திருப்பதாக அச் செய்திகள் கூறுகின்றன.

முதல்வர் கருணாநிதியின் திருவாரூர், துணை முதல்வர் ஸ்டாலினின் கொளத்தூர், போக்குவரத்து அமைச்சர் கே.என். நேருவின் திருச்சி உள்ளிட்ட அமைச்சர்கள் போட்டி யிடும் தொகுதிகள் பலவற்றில் வாக்காளர்களுக்குப் பெருமள வில் பணம் கொடுக்கப்பட்டுள்ளதாகச் செய்திகள் வந்துள் ளன. அழகிரி கோலோச்சும் தென்மாவட்டங்களில் அதிகாரி களின் கடுமையான நடவடிக்கைகளையும் மீறிக் கடைசி மூன்று நாள்களில் விரிவான பணப்பட்டுவாடா நடைபெற்றுள்ள தாகத் தகவல்கள் வந்துள்ளன. மதுரை மேற்குத் தொகுதியில் திமுகவினரிடமிருந்து பறிமுதல் செய்யப்பட்டுள்ள ஒரு குறிப் பேட்டில் வாக்காளர்களுக்கு வழங்கிய சுமார் 61 லட்சம் ரூபாய் பணத்துக்கான கணக்குகள் இடம்பெற்றிருந்ததாகச் சொல்லப்படுவது திமுகவின் சட்டவிரோத நடத்தைகளுக்குச் சான்று. அதிகார பலத்தையும் ஊழல்கள் மூலம் திரட்டப் பட்ட பெரும் பணத்தையும் முன்னனுபவத்தையும் மூலதன மாகக் கொண்டு தேர்தல் விதிமீறல்களில் முழுவீச்சில் ஈடுபட்ட திமுகவின் மீது கடும் விமர்சனங்களை முன்வைத்திருக்கும் அதிமுக தலைமையிலான அணியில் இடதுசாரிகள் நீங்கலாக வேறு யாரிடமும் இதற்கு மாற்றான மதிப்பீடுகளோ நடை முறைகளோ இல்லை. முறைகேடுகளில் ஈடுபட்டதாகவும் வாக்காளர்களுக்குப் பணம் கொடுக்க முயன்றதாகவும் அதிமுக அணியைச் சேர்ந்த சிலர்மீது வழக்குப் பதிவுசெய்யப்பட்டிருப் பது கவனத்துக்குரியது. விதிமீறல்கள் வெற்றிக்கான வழிமுறை யாக நிறுவப்பட்டால் ஜெயலலிதா அவற்றைப் பிரயோகிப்பதில் கருணாநிதியை விஞ்சக்கூடியவர் என்பதற்கு இலவச அறிவிப்பு களால் நிரப்பப்பட்ட அதிமுகவின் தேர்தல் அறிக்கையே சாட்சி.

தேர்தல் விதிமீறல் தொடர்பாகப் பதிவான ஐம்பத்து நான்காயிரத்துக்கும் மேற்பட்ட வழக்குகளில் சில கடுமை யானவை. தேர்தல் நடத்தை விதிகள் நடைமுறைக்கு வந்த மார்ச் ஒன்றாம் தேதிக்குப் பின்னர் வாக்காளர்களுக்குக் கொடுப்பதற்காகச் சட்டவிரோதமாகக் கடத்தப்பட்ட சுமார் 54 கோடி ரூபாயைப் பறிமுதல் செய்தது ஆணையத்தால் அமைக்கப்பட்ட பறக்கும்படை. பறிமுதல் செய்யப்பட்ட தொகையில் சுமார் 46 கோடி ரூபாய்வரை உரிமை கோரப் படாமல் அரசுக் கருவூலத்தில் சேர்க்கப்பட்டிருப்பதிலிருந்து இந்தத் தேர்தலில் பணத்தின் ஆதிக்கம் எந்தளவுக்குத் தீவிர மாக இருந்தது என்பதைப் புரிந்துகொள்ள முடியும்.

ஆணையம் கடைசி நேரத்தில் தன் கடுமையைத் தளர்த்திக் கொண்டதாகச் சில தரப்பினர் விமர்சித்துள்ளனர். ஆனால்

எவ்விதமான தார்மீக நெறியுமற்று, குற்றஉணர்வே இல்லாமல் ஓர் ஆளுங்கட்சி முறைகேடுகளில் ஈடுபடும்போது தேர்தல் ஆணையம் போன்ற அமைப்புகளால் வரையறுக்கப்பட்ட ஊழியர்களை வைத்துக்கொண்டு எந்தளவுக்கு வெற்றியடைந்து விட முடியும்? ஆணையம் சில உறுதியான நடவடிக்கைகளை எடுத்திருக்கிறது. தேர்தல் முறைகேடுகள் தொடர்பாகப் பதிவு செய்யப்பட்டுள்ள வழக்குகளில் ஏப்ரல் 30ஆம் தேதிக்குள் குற்றப்பத்திரிகைகளைத் தாக்கல் செய்ய வேண்டுமெனக் காவல் துறைக்கு உத்தரவிட்டது அவற்றிலொன்று. பணவிநியோகம் நடைபெற்றதற்கான ஆதாரங்கள் கிடைக்கப்பெற்றுள்ள நிலையில் மதுரை மேற்குத் தொகுதியில் நடைபெற்ற தேர்தலை ரத்து செய்து மறு தேர்தலுக்கு உத்தரவிடுவது பற்றியும் ஆலோசித்து வருகிறது.

இதுபோன்ற நடவடிக்கைகளால் தேர்தல் முறைகேடுகளை முற்றாகத் தடுத்துவிட முடியுமென நம்பத் தோன்றவில்லை. ஆணையத்தின் பொறுப்புகளும் அதிகார வரம்பும் விரிவுபடுத்தப் பட வேண்டிய அவசியத்தைத் திமுக போன்ற அதிகார ஆசைகொண்ட அரசியல் கட்சிகள் உருவாக்கியிருக்கின்றன. ஓர் அரசாங்கம் முறைகேடுகளுக்குத் துணைபோகுமென்றால், அவற்றை ஒருங்கிணைத்து நடத்தும் பொறுப்பை முதலமைச்சர் ஒருவர் மேற்கொள்வாரென்றால் தேர்தல் நேரத்தில் அந்த அரசாங்கத்தை அதிகாரத்திலிருந்து விலக்கி வைத்துவிட்டுக் குடியரசுத் தலைவர் ஆட்சியின் கீழ் தேர்தலை நடத்துவதன் மூலமே ஜனநாயக நடைமுறைகளைக் காப்பாற்ற முடியுமோ எனத் தோன்றுகிறது. இதற்கான அதிகாரம் தேர்தல் கமிஷனுக்கு வழங்கப்பட வேண்டும்.

நீண்டகாலமாக விவாதிக்கப்பட்டுவரும் தேர்தல் சீர் திருத்தங்களை நடைமுறைப்படுத்துவதைப் பற்றி உடனடியாக யோசிக்க வேண்டும். ஊழலின் ஊற்றுக்கண்ணாக விளங்கும் முறைகேடுகளிலிருந்தும் அத்துமீறல்களிலிருந்தும் தேர்தல் நடை முறைகளை மீட்டெடுக்க வேண்டியது அவசியம். வேட்பாளர் களின் தகுதியை நிர்ணயிக்கும் புதிய அளவுகோல்களைப் பற்றி யோசிக்க வேண்டும். குற்றப் பின்னணி கொண்டவர்கள் தேர்தலில் போட்டியிடுவதைத் தடை செய்ய வேண்டும்.

49ஓ ஓட்டுப் பதிவு செய்தவர்களின் பட்டியலைப் போலீசார் கேட்பதாகத் தகவல் கசிகிறது. 49ஓ ஓட்டுப் பதிவிட்டவர்களில் பலர் நக்சலைட்டுகளாக இருக்கலாம் எனப் போலீசார் கருதுவதே

காரணம். தேர்தல் ஏஜெண்டுகள் மூலமாக 49ஓ பதிவுசெய்பவர்கள் அடையாளம் காணப்பட்டுக் கட்சியினரால் பின்னர் மிரட்டப்படுவதாகவும் தகவல். 49ஓ ஓட்டைத் தனிப் பதிவேடாக அல்லாமல் ஓட்டு இயந்திரத்தில் சேர்ப்பதே சரியானதாக இருக்கும்.

தேர்தலில் வாக்காளர்களுக்குப் பணம் கொடுக்கும் நடைமுறையைப் போலவே தேர்தல் அறிக்கைகளில் இடம்பெறும் இலவசங்கள் சார்ந்த வாக்குறுதிகளுங்கூட ஒருவகையான முறைகேடாகவே கருதப்பட வேண்டும். தேர்தல் அறிக்கைகளின் நம்பகத்தன்மையை ஆராய்வதற்கும் வெற்றிபெற்ற பிறகு ஒரு கட்சியால் அவற்றை நிறைவேற்றுவதற்கான சாத்தியப்பாடுகளைப் பற்றிக் கேள்வியெழுப்புவதற்குமான உரிமை ஆணையத்துக்கு இருக்க வேண்டும். நிறைவேற்ற முடியாத, போலி வாக்குறுதிகள் மூலம் மக்களை ஏமாற்றி அதிகாரத்தைப் பெறுவதைத் தடைசெய்ய வேண்டும். தேர்தல்கள் மக்களின் அதிகாரத்தை நிலைநாட்டுவதற்கான வழிமுறையாக இருக்க வேண்டும். இதை உறுதிப்படுத்தி நம் ஜனநாயகத்தைப் பாதுகாப்பது உடனடித் தேவையாக மாறியிருக்கிறது.

இதழ் 137, மே 2011

ஒரு கெட்ட நிமித்தம்

கடந்த ஐந்தாண்டுக் காலத் திமுக அரசின் மீதான மக்களின் கோபம் தமிழகத்தில் ஆட்சி மாற்றத்தை ஏற்படுத்தியுள்ளது. 200க்கும் அதிகமான இடங்களைப் பெற்றுத் திகைக்கவைக்கும் வெற்றியைப் பெற்றுள்ளது அஇஅதிமுக தலைமையிலான கூட்டணி. தனிப்பெரும் பான்மையுடன் ஆட்சியதிகாரத்தைக் கைப்பற்றியுள்ள ஜெயலலிதா தான் சூளுரைத்தபடி கருணாநிதி அரசால் 1,200 கோடி ரூபாய் செலவில் கட்டப்பட்ட, இன்னும் முழுமைபெறாத புதிய தலைமைச் செயலகத்தைப் புறக் கணித்து, புனித ஜார்ஜ் கோட்டையிலுள்ள பழைய தலைமைச் செயலகக் கட்டடத்தைப் புதுப்பித்து அதைப் புதிய தலைமைச் செயலகமாக அறிவித்திருக்கிறார்.

கடந்த ஆட்சியில் வளர்ச்சித் திட்டங்களுக்குக் கொடுக்கப்பட்ட முக்கியத்துவத்தைவிட வரலாற்றின் சுவர்களில் தன் அடையாளங்களைச் செதுக்குவதற்கே அதிக முக்கியத்துவமளித்தார் கருணாநிதி. நவீன காலத் தின் தேவையை எதிர்கொள்வதற்காகத் தலைமைச் செயலகத்துக்கு ஒரு புதிய கட்டடத்தைக் கட்டுவது ஓர் அரசின் இயல்பான பணிகளில் ஒன்று. ஆனால் கருணாநிதி அதைத் தன் வரலாற்றுச் சாதனையாகக் கட்டமைக்க விரும்பினார். கருணாநிதியின் 50 ஆண்டுக் கால சட்டமன்ற 'சேவை'யை முன்னிட்டு அநியாயமான பணச்செலவில் இக்கட்டடம் தலைபோகும் வேகத்தில் கட்டப்பட்டது. மீண்டும் ஆட்சிக்கு வருவது பற்றிய அவரது அவநம்பிக்கையையே இந்த அவசரமும் அவரது மற்ற செயல்பாடுகளும் வெளிப்படுத்தின. கருணாநிதி குடும்ப வாரிசுகள் உள்ளிட்ட திமுக தலைவர்கள் பலரின் பெயர்கள் சட்டமன்றக் கட்டட ஊழலில் அடிபட்டன.

தமிழகப் பாரம்பரியக் கட்டடக்கலையின் சுவடே இல்லாமல் பன்னாட்டு கார்ப்பரேட் நிறுவனம் போல் கட்டப்பட்டிருக்கும் இந்த அமைப்புத் தமிழகச் சட்டசபையாகத் திகழ்வதற்குத் தகுதியற்றது. வட இந்திய ஏழைத் தொழிலாளர்களைக் கேவலமாகச் சுரண்டி காலனியவாதிகளின் வழிமுறைகளைப் பின்பற்றி இக்கட்டுமானப் பணி மேற்கொள்ளப்பட்டது. அவர்கள் மிருகங்களைப்போலக் கேவலமாக நடத்தப்பட்டது பற்றியும் கட்டடப் பணிகளின்போது நடந்த பல விபத்துகளும் மரணங்களும் மூடிமறைக்கப்பட்டது பற்றியும் எண்ணற்ற வதந்திகள் துர்தேவதைகள்போல உலவிக்கொண்டிருக்கின்றன. இந்தக் குற்றச்சாட்டுகளை நடுநிலையோடு விசாரித்து உரிய நடவடிக்கை எடுக்கப் புதிய அரசு ஆவன செய்ய வேண்டும். இக்கட்டடத்தை முழுமையாகப் பூர்த்திசெய்வதற்கு முன்பாகவே, திரைப்படக் கலை இயக்குநர் தோட்டாதரணியைக்கொண்டு இரண்டு கோடி ரூபாய் செலவில் செட் அமைத்துத் திறந்து வைக்க வேண்டிய கட்டாயம் கருணாநிதியின் தன்முனைப்பால் ஏற்பட்டது.

உலக அளவிலான தமிழறிஞர்களின் கடும் எதிர்ப்புக்கிடையே கட்சியினரும் குடும்பத்தினரும் புடைசூழச் செம்மொழி மாநாட்டை நடத்தி முடித்ததற்குக்கூட வரலாற்றில் இடம்பெறும் கருணாநிதியின் நோக்கம்தான் காரணமாயிருக்க வேண்டும். கலைஞர் காப்பீட்டுத் திட்டம், கலைஞர் வீட்டு வசதித் திட்டம் முதலான மக்கள் நலத் திட்டங்களுக்குக் கூடத் தன் பெயரைச் சூட்டி மகிழ்வதை அவர் வழக்கமாகக் கொண்டிருந்தார். தமிழ் செம்மொழியானதுகூடத் தமிழ்மொழியின் பெருமை என்பதைவிடக் கருணாநிதியின் சாதனையாகவே முன்வைக்கப்பட்டது.

இந்த அதீதத் தன்முனைப்பின் பின்னணியில் திமுகவின் அரசியல் எதிரியான அதிமுக கருணாநிதியின் அடையாளங்களைச் சரித்திரத்தின் பக்கங்களிலிருந்து அப்புறப்படுத்துவதையே மாற்றத்தின் அடையாளமாக முன்னிறுத்தத் தொடங்கியிருக்கிறது. முதல்வராகப் பொறுப்பேற்றுக்கொண்ட கையோடு தேர்தல் அறிக்கையில் இடம்பெற்றுள்ள வாக்குறுதிகளில் சிலவற்றை நிறைவேற்றுவதற்கான கோப்புகளில் கையெழுத்திட்டபோது 'மாற்றம்' வரவேற்கத்தகுந்த ஒன்றாகவே இருக்கும் என்னும் நம்பிக்கை உருவானது. ஆனால் மே 22ஆம் தேதி கோட்டையில் நடைபெற்ற முதல் அமைச்சரவைக் கூட்டத்தில் நிறைவேற்றப்பட்ட தீர்மானமொன்று முந்தைய ஜெயலலிதா ஆட்சியின் அபத்தங்களை நினைவூட்டுவதாக அமைந்துள்ளது. திமுக அரசின் நல்ல திட்டங்களில் ஒன்றாகக் கருதப்படும்

சமச்சீர் கல்விமுறையை ஓராண்டுக்குத் தள்ளிவைப்பதாக வந்துள்ள அரசின் அறிவிப்பு 'மாற்றம்' குறித்த நம்பிக்கைகளைக் கேள்விக்குள்ளாக்கியுள்ளது.

தமிழகக் கல்வியாளர்கள், கல்விசார் அமைப்புகளின் நீண்டகாலக் கோரிக்கைகளையடுத்து 2007இல் பாரதிதாசன் பல்கலைக்கழக முன்னாள் துணைவேந்தர் எஸ். முத்துக்குமரன் தலைமையில் அமைக்கப்பட்ட கல்வியாளர் குழுவின் பரிந்துரையை ஏற்றுச் சென்ற கல்வியாண்டு முதல் திமுக அரசால் அரைமனதோடும் தயக்கத்தோடும் தேவையற்ற தாமதங்களோடும் நடைமுறைப்படுத்தப்பட்ட சமச்சீர் கல்வித் திட்டம் அதன்மீதான விமர்சனங்களைத் தாண்டி முக்கியமானதாகக் கருதப்படுவது. கல்வித் துறையில் நீண்டகாலமாக நிலவிவரும் ஏற்றத்தாழ்வுகளைக் களைவதற்கும் ஏழைக் குழந்தைகள் தரமான கல்விபெறுவதற்கும் இதைப்போன்ற நவீனப் பார்வைகொண்ட கல்வித் திட்டங்கள் அவசியம் என்பதை உணர்ந்திருந்த கல்வியாளர்கள் அதை வரவேற்கத் தவறவில்லை. பொதுப்பள்ளி மூலம் அனைவருக்கும் தரமான, கட்டாய இலவசக் கல்வி, அருகமை பள்ளித் திட்டம், முழுமையான தாய்மொழிக் கல்வி போன்ற கல்வியாளர்களின் கோரிக்கைகளில் பலவற்றைத் தற்போதைய சமச்சீர் கல்வித் திட்டம் நிறைவேற்றவில்லை என்றபோதும் அது மாற்றத்தின் முதல்படி என்பதில் யாருக்கும் மாற்றுக் கருத்து இருக்க முடியாது.

இத்திட்டத்துக்குக் கல்விக் கொள்ளையர்களிடமிருந்து கடும் எதிர்ப்பு வந்தது. மெட்ரிகுலேஷன், ஆங்கிலோ இந்தியப் பள்ளிகளின் கல்விக்கொள்ளைக்கு இந்தத் திட்டம் முடிவு கட்டவில்லை என்றபோதும் பல வழிகளில் அதற்கு இடையூறாக இருந்தது. மாணவர்களுக்குப் பெரும் சுமையாகவும் அச்சுறுத்தலாகவும் விளங்கும் பாடத்திட்டங்கள் மூலம் அவை குழந்தைகளை ஈவிரக்கமின்றிச் சுரண்டிக்கொண்டிருந்தன. பாடநூல் தயாரிப்பிலும் விற்பனையிலும் அவை கொள்ளைலாபமடித்தன. சமச்சீர் கல்வித் திட்டத்தின் கீழ் அனைத்து மாணவர்களுக்கும் பாடநூல்கள் இலவசமாக வழங்கப்படும் என்னும் அரசின் அறிவிப்பு அவர்களது சுரண்டலுக்குப் பெரும் தடையாக இருந்தது. இத்திட்டத்துக்குத் தடைவிதிக்க நீதிமன்றமும் மறுத்துவிட்ட நிலையில் திமுக அரசு அதை நடைமுறைப்படுத்தத் தொடங்கியிருந்தது.

2010 – 11ஆம் கல்வியாண்டில் முதல், ஆறாம் வகுப்புகளில் அறிமுகப்படுத்தப்பட்ட சமச்சீர் கல்விப் பாடத்திட்டம் இந்த ஆண்டு பத்தாம் வகுப்புவரை முழுமையாக நடைமுறைப்படுத்தப்படும் என அறிவித்த அரசு அதற்கான பாடநூல்களை ஏறக்

குறைய அச்சடித்துவிட்ட நிலையில் ஜெயலலிதா அரசு அத் திட்டத்தை ஓராண்டுக்கு நிறுத்திவைத்திருப்பதாக அறிவித் திருக்கிறது. தற்போதைய சமச்சீர் கல்வித் திட்டம் மாணவர்களின் கல்வித் தரத்தையோ ஒட்டுமொத்தக் கல்வியின் தரத்தையோ உயர்த்த வழிவகை செய்யாது எனத் தன் நடவடிக்கையை நியாயப்படுத்தியுள்ள அரசு, கல்வித் தரத்தை மேம்படுத்துவது குறித்து ஆராய்வதற்காக வல்லுநர் குழு ஒன்று அமைக்கப் படுமென அறிவித்திருக்கிறது. இந்த ஆண்டு பழைய பாடத் திட்டமே பின்பற்றப்படும் என்னும் அரசின் அறிவிப்பு ஏற்கனவே சென்ற கல்வியாண்டு முதல் சமச்சீர் கல்வித் திட்டத்தின் கீழ் பயின்றுவந்த மாணவர்களுக்கும் கற்பித்த ஆசிரியர்களுக்கும் பெரும் குழப்பத்தை எற்படுத்தக்கூடிய ஒன்று.

திமுக அரசால் வெளியிடப்பட்டுள்ள சமச்சீர் கல்விப் பாடப்புத்தகங்களில் கருணாநிதியால் எழுதப்பட்ட செம்மொழிப் பாடல் இடம்பெற்றிருப்பதும் சிற்சில பாடப்பகுதிகளில் இடம் பெற்றிருக்கும் கருணாநிதி பற்றிய கருத்துகளுமே அரசின் இந்த அதிரடி நடவடிக்கைக்குக் காரணம் எனச் சொல்லப் படுகிறது. கருணாநிதியின் 'கறை' படிந்த குறிப்பிட்ட பாடப் பகுதிகளை நீக்கிவிட்டு இந்தத் திட்டத்தைத் தொடர்வதுதான் அறிவார்ந்த செயலாக இருக்குமெனக் கல்வியாளர்கள் சிலர் கருத்துத் தெரிவித்திருக்கின்றனர்.

அரசின் இந்த முடிவு கல்விக்கொள்ளையர்களுக்குச் சாதக மான ஒரு நடவடிக்கையாகவும் தோன்றுகிறது. கல்வியில் சமத்துவமின்மையைப் பேணுவதன் மூலம் ஆதாயம் பெற்று வரும் மெட்ரிகுலேஷன் பள்ளிகளின் விருப்பம், மறைமுக ஒப்பந்தங்களின் வழியே நிறைவேற்றப் பட்டிருக்கிறதோ என்னும் சந்தேகம் எழுந்துள்ளது. அரசு சமச்சீர் கல்வித் திட்டத்தை முழுமையாகக் கை கழுவிவிடத் திட்டமிட்டிருக்கிறதோ என்னும் அச்சம் பலருக்கு ஏற்பட்டிருக்கிறது. திமுக, அதிமுகவுக்கிடையே நிலவிவரும் தீராப்பகை தமிழக மக்களுக்குச் சாபக்கேடு என்பது ஒவ்வொருமுறையும் வெவ்வேறு மோசமான வழிகளில் நிரூபிக்கப் பட்டு வந்திருக்கும் ஓர் உண்மை. கருணாநிதி அரசால் நடை முறைப்படுத்தப்பட்டது என்னும் காரணத்துக்காகக் கைவிடப் படும் திட்டங்களில் சமச்சீர் கல்வித் திட்டமும் ஒன்றாக இருக்குமெனில் இதை ஒரு கெட்ட நிமித்தம் என்றுதான் சொல்ல வேண்டும். இந்தத் தருணத்தில் முந்தைய ஜெயலலிதா அரசு பற்றிய கொடுங்கனவுகள் நினைவுக்கு வருவதைத் தவிர்க்க வும் முடியவில்லை.

இந்தத் தேர்தலில் மக்கள் எத்தகைய மாற்றங்களைக் கோரி அதிமுகக் கூட்டணியை வெற்றிபெற வைத்திருக்கிறார்கள்

என்பதை ஜெயலலிதா சரியாகப் புரிந்துகொள்ளவில்லையோ எனத் தோன்றுகிறது. கடந்த ஐந்தாண்டுக் காலத் திமுக அரசின் செயல்பாடுகளால் பலவிதங்களில் பாதிக்கப்பட்டுள்ள மக்களின் வாழ்வியல் நெருக்கடிகளுக்குத் தீர்வு காண்பதற்கு ஜெயலலிதா முக்கியத்துவம் அளிக்க வேண்டும். தனக்கும் கருணாநிதிக்கு மிடையேயான கணக்குவழக்குகளைத் தீர்த்துக்கொள்வதற்காக இந்த வெற்றியைப் பயன்படுத்திக்கொள்ள முயல்வது அபத்தம். அரசின் எல்லாத் திட்டங்களையும் தன்னுடையதாக மாற்றி விடும் கருணாநிதியின் மனநோயும் அதைச் சகிக்க முடியாமல் நல்லது கெட்டது பார்க்க முடியாமல் அழித்துவிடும் ஜெய லலிதாவின் எதிர்வினைகளும் இனியும் சகித்துக் கொள்ளக் கூடியதாக இல்லை. மாற்றத்தை விரும்பி வாக்களித்திருக்கும் மக்கள், ஆட்சியாளர்களின் எல்லா நடவடிக்கைகளையும் கண்காணித்துக் கொண்டிருக்கிறார்கள். அவர்களது கோபம் எத்தகைய சாம்ராஜ்யங்களையும் வீழ்த்தும் சக்திகொண்டது. பலமுறை இது தெளிவாக நிரூபிக்கப்பட்டுள்ளது. அதிகாரத்தி விருப்பவர்கள் தம் 'அதிரடி' நடவடிக்கைகளைச் செயல்படுத்தத் தொடங்குவதற்கு முன் இதைக் கவனத்தில் கொள்வது நல்லது.

இதழ் 138, ஜூன் 2011

வீழ்வதும் வீழ்ந்தே கிடப்பதும்

லோக்பால் மசோதா தொடர்பாகக் கூட்டணிக் கட்சிகளின் ஆலோசனைகளைப் பெறுவதற்காகக் கடந்த 21ஆம் தேதி ஐக்கிய முற்போக்குக் கூட்டணிக் கட்சித் தலைவர்களின் கூட்டம் புதுதில்லியில் நடைபெற்றது. திமுக தலைவர் மு. கருணாநிதி அன்று தில்லியில்தான் இருந்தார். மேல்மட்ட அளவில் நடைபெறும் ஊழல் களைத் தடுப்பதற்கான அமைப்பொன்றை உருவாக்குவதில் உள்ள சிக்கல்கள் பற்றிய அந்த ஆலோசனைக் கூட்டம் நடைபெற்றபோது கருணாநிதி ஸ்பெக்ட்ரம் அலைக் கற்றை ஊழலில் கூட்டுச்சதியாளராகக் குற்றம் சுமத்தப் பட்டுத் திகார்ச் சிறையில் நீதிமன்றக் காவலில் வைக்கப் பட்டிருக்கும் கனிமொழியைப் பார்ப்பதற்காகப் புறப் பட்டுக்கொண்டிருந்தார். கட்சியின் சார்பில் அக்கூட் டத்தில் பங்கேற்ற டி.ஆர். பாலு லோக்பால் அமைப்பின் விசாரணை வரம்புக்குள் பிரதமரும் நாட்டின் தலைமை நீதிபதியும் கொண்டுவரப்பட வேண்டும் என்னும் அன்னா ஹசாரே உள்ளிட்ட ஊழலுக்கெதிராகப் போராடும் தலைவர்களின் கோரிக்கையை ஆதரித்துப் பேசியிருக்கிறார்.

கடந்த ஏப்ரலில் இந்தக் கோரிக்கையை வலியுறுத்தி அன்னா ஹசாரே மேற்கொண்ட உண்ணாவிரதப் போராட்டத்தில் அதற்கு ஆதரவாக லட்சக்கணக்கான மக்கள் திரண்டதில் நாட்டுக்கு ஒருலட்சத்து எழுபத் தாறாயிரம் கோடி ரூபாய் இழப்பை ஏற்படுத்திய ஸ்பெக்ட்ரம் ஊழல் பற்றிய செய்திகளுக்கு முக்கியப் பங்குண்டு. ஸ்பெக்ட்ரம் ஊழல் புகாரில் திமுகவின் கொள்கைபரப்புச் செயலாளரான ஆ. ராசாவும் திமுக தலைவரின் புதல்வி கனிமொழியும் கைது செய்யப்பட்டுச் சிறையில் அடைக்கப்பட்டுள்ள நிலையில் நாள்தோறும்

தனது கட்சியின் நாடாளுமன்ற உறுப்பினர்களை அழைத்துக் கொண்டு சிபிஐ சிறப்பு நீதிமன்றத்துக்குச் சென்று கனிமொழி உள்ளிட்டவர்களைச் சந்தித்து வரும் டி.ஆர். பாலு ஊழலுக் கெதிராக வாள் வீசியது அபத்தமான நகைச்சுவை.

தேர்தலில் திமுகவின் வீழ்ச்சிக்கு முக்கியக் காரணமாக இருந்தவர் கனிமொழி. திமுகவின் மதிப்பை நேரடி அரசியலுக்கு வந்த நான்கே ஆண்டுகளில் சிதைத்தார் அவர். கனிமொழி யின் ஆதரவும் அவருடன் இருந்த நெருக்கமும்தாம் ஆ. ராசா வுக்கு இவ்வளவு பெரிய முறைகேட்டில் ஈடுபடும் துணிச்ச லைத் தந்தது என்பது நீரா ராடியாவுடன் கனிமொழி நடத்திய உரையாடல்களின் மூலம் அம்பலமாகியிருக்கிறது. அவர்மீது மத்தியப் புலனாய்வுத் துறையும் நீதிமன்றங்களும் சுமத்தியுள்ள குற்றச்சாட்டுகள், ஊடகங்களும் தமிழ் அறிவுலக ஆளுமை களில் பலரும் அவரைப் பற்றிக் கட்டமைத்த பிம்பங்களைக் கலைத்துப் போட்டிருக்கின்றன.

கருணாநிதியின் அறிவுலக வாரிசாகத் தமிழக அறிவுஜீவி களால் முன்னிறுத்தப்பட்ட கனிமொழி ஊடகங்களின் செல் வாக்கைப் பெற்றவர். குறிப்பாக ஆங்கில ஊடகங்களின் செல்லப் பிள்ளை. கடந்த மே 20ஆம் தேதி அவர் கைதுசெய்யப்பட்ட போது ஆங்கில ஊடகங்கள் அதைத் தேசிய முக்கியத்துவம் வாய்ந்த செய்தியாக மாற்ற முற்பட்டன. கைது, நீதிமன்ற நடவடிக்கைகளை முழுமையாகப் பதிவுசெய்துவிட வேண்டு மென்பதில் அவர்களுக்குள் கடும் போட்டி நிலவிக்கொண் டிருந்தது. அனைத்துத் தொலைக்காட்சி அலைவரிசைகளும் கனிமொழியின் கவலை தோய்ந்த முகத்தைப் பல கோணங் களில் படம்பிடித்து அவற்றைத் திரும்பத் திரும்ப ஒளிபரப்பத் தொடங்கியிருந்தன. 'டைம்ஸ் நௌ' கனிமொழியின் 'எழுச்சி யும் வீழ்ச்சியும்' என்னும் இரண்டரை நிமிடக் காட்சித் தொகுப்பை ஒளிபரப்பியது. எல்லோருமே அவர் ஒரு கவிஞர் என்பதைக் குறிப்பிடத் தவறவில்லை. சென்னை சங்கமம், சென்னை மராத்தான் உள்ளிட்ட அவரது கலாச்சாரச் செயல் பாடுகளை நினைவூட்டிய செய்தித்தொகுப்புகள் அவர் தமிழக அரசியலில் கருணாநிதிக்குப் பிறகு முக்கியமான தலைவராய் உருவெடுப்பார் என்னும் நம்பிக்கை பொய்த்துப்போன வரலாற் றைத் திரும்பத் திரும்ப நினைவூட்டிக்கொண்டிருந்தன. ஊடகங் களிடையே ஒருவிதக் கொண்டாட்ட மனநிலை நிலவியது போல் தெரிந்தது. உள்ளீடாக ஒரு சோகம் இழையோடியது என்பதையும் மறுப்பதற்கில்லை.

கனிமொழி ஒரு கவிஞர், அறிவுத் துறை சார்ந்து இயங்கியவர் என்பதால்தான் ஊடகங்கள் இவ்வளவு தூரம் உணர்ச்சிவசப் பட்டன எனக் கருதலாம். இரண்டாயிரத்தின் தொடக்க ஆண்டுகளில் அவர் ஒரு அறிவுஜீவியாகப் பொது அரங்குகளில் அறிமுகமானபோது அவர் கருணாநிதி உள்ளிட்ட திமுகவின் தலைவர்களிடமிருந்து பண்புரீதியில் வேறுபட்டவராகத் தோன்றி னார். அரசியல், சமூகம், பண்பாடு சார்ந்து அவர் முன்வைத்த கருத்துகள் நவீனத்துவத்துடன் உறவுகொண்டவையாய்த் தென் பட்டன. பெண்ணியம், தலித்தியம் முதலான தமிழ் அறிவுத் துறையினரது கருத்தியல் உரையாடல்களில் அவர் தன்னை இணைத்துக்கொண்டார். 2006இல் திமுக அரசு பதவியேற்ற பிறகு சென்னை சங்கமம் என்னும் பண்பாட்டுத் திருவிழா வின் மூலம் நேரடி அரசியலுக்கு அவர் வந்தபோது தமிழ் அறிவுத் துறையினரின் நம்பிக்கைக்குரியவராய்த் தோற்றமளித் தார். மைய நீரோட்ட அரசியலில் அறிவுத் துறையினருக்கு மறுக்கப்பட்டுவந்த இடத்தை அதிகார மையங்களோடு நெருக்க மான உறவுகொண்டிருந்த கனிமொழியின் துணையோடு மீட்டெடுத்துக்கொண்டுவிட முடியும் என நம்பிய அறிவுத் துறையினர் அவருக்குப் பின்னால் அணிவகுக்கத் தொடங்கினர். ஆனால் கனிமொழி உடனடியாக அவர்களது நம்பிக்கையைக் குலைத்தார்.

சூழலியலாளர்கள், மீனவர்களின் கடுமையான எதிர்ப்புக் குள்ளான சேதுக கால்வாய்த் திட்டம், அமெரிக்க – இந்திய அணுசக்தி ஒப்பந்தம் ஆகியவற்றில் அவர் திமுகவின் நிலைப் பாடுகளை ஆதரித்தார். அணுசக்தி ஒப்பந்தத்தை ஆதரித்து மாநிலங்களவையில் அவர் ஆற்றிய உரை அறிவுத் துறையினரை அதிர்ச்சியுற வைத்தது. இவ்வாண்டு ஜப்பானில் அணு உலை விபத்துக் கொடுங்கனவாகப் படர்ந்தபோது கனிமொழி எந்தக் கருத்தும் தெரிவிக்கவில்லை. மதுரை *தினகரன்* அலுவலகம் எரிக்கப்பட்டபோது கனிமொழி தன் சகோதரர் அழகிரியை நியாயப்படுத்தினார். அவருக்குப் பின்னால் அணிவகுத்திருந்த தமிழ் அறிவுத் துறை ஆளுமைகள் அப்போது ஊமையாக்கப் பட்டிருந்தனர். இப்படி அணிவகுத்திருந்தவர்களில் 2006இல் அதிமுக அணியில் வெற்றிபெற்று திமுக அணிக்குத் திரும்பி யிருந்த மனித உரிமைச் செயல்பாட்டாளரும் விடுதலைச் சிறுத்தைகள் கட்சியின் பொதுச்செயலாளருமான ரவிக்குமாரும் அடக்கம். விடுதலைச் சிறுத்தைகள் கட்சிக்கும் திமுகவுக்கு மிடையேயான அரசியல் ஏஜென்டாக ரவிக்குமார் செயல் பட்டதாகச் சொல்லப்பட்டது. திமுக அணிக்குத் திரும்புவதற்கு

முன்புவரை தலித் உரிமைகள் குறித்த தீவிரமான உரையாடல் களைத் தன் எழுத்துக்கள், செயல்பாடுகளின் வழியே உருவாக்கி வந்த ரவிக்குமார் கோட்பாட்டுரீதியிலும் அரசியல்ரீதியிலும் பின்னர் நீர்த்துப்போனார். அவர் கட்சி, கருணாநிதிக்குப் பாராட்டுவிழா நடத்தி விருது வழங்கும் நிறுவனமாகச் சிறுத்துப் போனது. ஈழப் பிரச்சினையில் காங்கிரஸ் கட்சியோடு சேர்ந்து திமுக நடத்திய எல்லா நாடகங்களுக்கும் துணைபோக வேண்டிய கட்டாயம் அந்தக் கட்சிக்கு ஏற்பட்டது.

கனிமொழி தவிர, தன் பேராசிரியர் பதவியைத் துறந்து முழு நேரச் 'சேவை' ஆற்றுவதற்காகக் களமிறங்கியிருந்த கவிஞர் தமிழச்சி தங்கபாண்டியன் மற்றொரு அதிகார மையமாக உருவெடுத்தார். கனிமொழி தேசிய ஊழலின் தமிழிலக்கிய முகமென்றால் தமிழச்சி தமிழ் இலக்கியத்தின் ஊழல் முகம். இருவருமே பெண்ணியவாதிகளாகத் தம்மை முன்னிருத்திக் கொண்டாலும் எளிய ஒரு உள்கட்சித் தேர்தலைக்கூட எதிர் கொள்ளாமல் கணவர், தந்தை, சகோதரர் என ஆண்களின் அதிகாரத்தை அண்டியே தமது அதிகாரத்தை வளர்த்துக் கொண்டனர். ஆனந்த விகடன் இதழில் எழுத்தாளர் ஞாநி எழுதிய பத்தி ஒன்றில் கருணாநிதி பற்றிக் குறிப்பிட்டிருந்த சில கருத்துகளுக்காகத் தமிழச்சியால் ஒருங்கிணைக்கப்பட்ட கண்டனக் கூட்டத்தில் பங்கெடுத்துக்கொண்டு அவர்மீது வசை மாரி பொழியத் தமிழ் அறிவுத் துறை ஆளுமைகள் தயங்கவே இல்லை. அறிவுலகவாதிகளுக்கு இருக்க வேண்டிய கருத்துச் சுதந்திரம் பற்றிய நம்பிக்கைகளுக்கு முற்றிலும் விரோதமான இந்நிகழ்வில் கலந்துகொள்ள ஞாநி பிறப்பால் பிராமணர் என்ற 'நியாயப்பாடு' மட்டுமே போதுமானதாக இருந்தது. 'ஆத்மாவை ஜேப்படி அடிக்க ஒரு உடலுக்குள்தான் எத்தனை கைகள்? (ஜே.ஜே: சில குறிப்புகள்)'. சென்னை சங்கமம் நிகழ்வின் ஒரு பகுதியான தமிழ்ச் சங்கமம் நிகழ்வில் பங்கெடுத்துக் கொள்ளப் போட்டியிட்ட தமிழ் ஆளுமைகளில் யாருக்கும் தமிழ்த் தீவிர இலக்கியத் தளம் அதிகாரச் சீரழிவிற்கான இடமாக மாற்றப்படுவது பற்றிய விமர்சனம் இல்லாமல்போனது துரதிருஷ்டம். 2000க்கு முன் பெற்றிருந்த தார்மீக வலிமையை இழந்த உலகமாகக் கடந்த ஐந்தாண்டுகளின் தமிழ் அறிவுலகம் தென்பட்டது.

2006இல் திமுக அதிகாரத்துக்கு வருவதற்கு முன்புவரை ஒரு கவிஞராகக்கூட அங்கீகரிக்கப்படாத தமிழச்சி தங்க பாண்டியன் மிகக் குறுகிய காலத்தில் 20க்கும் மேற்பட்ட

இதழ்களுக்குப் பேட்டியளித்தார். அதைவிட வேகமாக அவை தொகுக்கப்பட்டு நூல் வடிவமும் பெற்றன. தமிழகத்தின் பல்வேறு நகரங்களில் தமிழச்சி தங்கபாண்டியனின் படைப்புலகம் குறித்த விவாத அரங்குகள் நடத்தப்பட்டன. தமிழச்சியும் கனிமொழியும் ஒரே மாலையில் ஒன்றுக்கு மேற்பட்ட நூல் வெளியீட்டு விழாக்களுக்கு அழைக்கப்பட்டனர். அவர்களது கருணையால் நூல் வெளியீட்டு அரங்குகளில் அமைச்சர் பெருமக்கள் பலர் பங்கெடுத்துக் கொண்டனர். ஊழல்கள் மூலம் திரட்டப்பட்ட பணத்தை வாரியிறைத்து இத்தகைய ஆடம்பர விழாக்களை நடத்தியதன் மூலம் மாற்றுச் சிந்தனைகளுக்கென இருந்துவந்த வெளி முற்றாக அழிக்கப்பட்டது. 'தீவிர' இலக்கியவாதிகளின் பேனாக்களும் 'மாற்று' இதழ்களின் தலையங்கங்களும் கனிமொழி மற்றும் தமிழச்சியின் உத்தரவுகளைச் சொல்லோவியங்களாக வரைய முந்தின. நீரா ராடியாவின் விருப்பத்திற்கு ஏற்ப எழுதிய, செயல்பட்ட வீர் சங்வி, பர்கா தத் போன்றோர் அம்பலப்பட்டதற்கு இணையாகப் பார்க்கப்பட வேண்டிய நிகழ்வு இது. உலகத் தமிழ்ச் செம்மொழி மாநாட்டுக்கு உலகத் தமிழ் அறிஞர்களிடமிருந்தும் ஈழ ஆதரவாளர்களிடமிருந்தும் வந்த எதிர்ப்பையும் மீறி மாநாட்டின் ஆய்வரங்குகளில் கருணாநிதி, கனிமொழி ஆகியோரது படைப்புகள் குறித்த விவாதங்களில் பங்கேற்பதற்குத் தமிழ் அறிவுலகவாதிகள் தயங்கவில்லை.

தமிழ் அறிவுலகம் தன் ஆதாரமான பண்பை இழந்து நின்றதற்கு, ஸ்பெக்ட்ரம் ஊழல் வழக்கில் கனிமொழியின் தொடர்புகள் குறித்து, திமுக வீழ்ச்சியடையும் வரை இவர்கள் மௌனமாக இருந்ததை உதாரணமாகச் சொல்லலாம். ஒரு காலத்தில் புரட்சிகரமானவராகத் தென்பட்ட சுப. வீரபாண்டியன், தமிழ் மையத்தின் அமைப்பாளர் ஜெகத் கஸ்பர், திராவிடர் கழகத் தலைவர் கி. வீரமணி ஆகியோருடன் இணைந்து போலிப் பத்திரிகையாளர் வட்டமொன்றை உருவாக்கி அதன் மூலம் அந்த ஊழலுக்கு வக்காலத்து வாங்கினர். ஊழலைப் பற்றிய உண்மைகளை வெளியிட்ட பத்திரிகையாளர்களுக்கு ஒரு கூட்டத்தின் வழியே அவர்கள் எச்சரிக்கை விடுத்தனர். தலித் எழுத்தாளராக அறியப்பட்ட இமையம் அலைக்கற்றை ஒதுக்கீட்டில் முறைகேடுகளே நடக்கவில்லை என வாதிட்ட ஆங்கிலக் கட்டுரையொன்றைத் தமிழில் மொழிபெயர்த்து வெளியிட்டார்.

மே 20ஆம் தேதி திரிணமுல் காங்கிரஸ் தலைவி மேற்கு வங்கத் தேர்தலில் வெற்றிபெற்று முதலமைச்சராகப் பொறுப்

பேற்றுக்கொள்வதற்காக எழுத்தாளர் மாளிகைக்குள் பிரவே சித்த நிகழ்வையும் கனிமொழி அலைவரிசை ஊழலில் இணைச் சதியாளராகக் குற்றம் சுமத்தப்பட்டுச் சிறைக்கு அனுப்பப் பட்டதையும் இணையாக ஒளிபரப்பிய ஆங்கிலத் தொலைக் காட்சி அலைவரிசைகள் உணர்த்த விரும்பிய செய்தி கனி மொழி ஒரு பெரும் வாய்ப்பைத் தவறவிட்டிருக்கிறார் என்பது தான். ஒரு மாற்றை முன்வைப்பதற்கு அவருக்குப் பல வாய்ப்பு கள் இருந்தன. ஆனால் அவர் எல்லாவற்றையும் தானே சிதைத்துக் கொண்டார். தமது பேராசைகளுக்காக அவருக்குத் துணை போனதன் வாயிலாகத் தம் அடையாளங்களைத் தாமே சிதைத்துக்கொண்ட தமிழ் அறிவுலக ஆளுமைகள் இனியேனும் தங்களை மீட்டெடுத்துக்கொள்ள வேண்டும். வீழ்ந்தே கிடப்பதில் இன்பம் காண்பது அறிவுஜீவிகளுக்கு அழகல்ல.

இதழ் 139, ஜூலை 2011

தானாக நிரம்பும் வெற்றிடம்

தேர்தல் தோல்வி எதிர்பார்த்ததைப் போலவே திமுகவுக்குப் பெரும் நெருக்கடியை ஏற்படுத்தியிருக்கிறது. ஜெயலலிதா தன் தேர்தல் சூளுரைகளை நிறைவேற்றும் விதத்தில் திமுக ஆட்சிக் காலத்தில் நடைபெற்ற நில அபகரிப்புத் தொடர்பான புகார்களின் மீது அதற்கென உருவாக்கப்பட்டுள்ள தனிப்பிரிவால் எடுக்கப்பட்டு வரும் நடவடிக்கைகள் கடந்த ஆட்சிக் காலத்தில் ஆளுங் கட்சியினரால் சட்டவிரோதமாக மேற்கொள்ளப்பட்ட நில அபகரிப்புப் பற்றிய தகவல்களை உறுதிப்படுத்தியுள் ளன. மு.க. அழகிரி, வீரபாண்டி ஆறுமுகம், கே.என். நேரு உள்ளிட்ட திமுகவின் முன்னணித் தலைவர்கள், அவர் களுடைய ஆதரவாளர்கள் மீது இது தொடர்பான வழக்குகள் பதிவாகியுள்ளன. பெண்கள், விதவைகள், முதியோர்கள் போன்ற பிரிவினரின் நிலங்களே திமுக கிரிமினல்களால் அதிகமும் பறிக்கப்பட்டுள்ளன. பாதிக்கப் பட்டவர்களில் பலர் திமுக ஆட்சியின் போதே காவல் துறை நடவடிக்கை கோரிப் புகார் அளித்திருந்தபோதும் அவர்கள்மீது நடவடிக்கை எடுப்பதிலோ சட்டரீதியான நிவாரணமளிப்பதிலோ கருணாநிதி அரசு அக்கறை காட்டவில்லை.

அதிமுகவினரின் நில அபகரிப்புகள்மீதும் நட வடிக்கை எடுக்க வேண்டும் என்று அறிக்கைவிட்டிருக் கிறார் கருணாநிதி. இதன்மூலம் திமுகவினர் நில அப கரிப்புகளில் ஈடுபட்டார்கள் என்பதையும் முதலமைச்ச ராகவும் உள்துறை அமைச்சராகவும் இருந்த தான் முந்தைய அதிமுக ஆட்சி நில அபகரிப்புகள்மீதும் மற்றும் தன்னுடைய ஆட்சி நில அபகரிப்புகள் பற்றியும் எவ்வித நடவடிக்கையும் எடுக்கவில்லை என்பதையும் உறுதிப்

படுத்தியிருக்கிறார். அவருடைய ஆட்சி நில அபகரிப்பில் ஈடுபட்ட திமுக கிரிமினல்களுக்கு ஆதரவாகச் செயல்பட்டது. முன்னாள் அமைச்சரும் ஈரோடு மாவட்டத் திமுக செயலாளரு மான என்.கே.கே.பி. ராஜாமீது நில அபகரிப்பு, ஆள்கடத்தல் தொடர்பான புகார் எழுந்தபோது கருணாநிதி சில கண் துடைப்பு நடவடிக்கைகளை மேற்கொண்டுவிட்டு, காவல் துறை உதவியோடு அவரைச் சட்டரீதியாகக் காப்பாற்றியது ஓர் உதாரணம்.

அரசின் நடவடிக்கையைத் திமுகவுக்கு எதிரானது என விமர்சித்துள்ள கருணாநிதி, ஜெயலலிதா பொய் வழக்குகள் மூலம் திமுகவை அழிக்க முயல்வதாகக் குற்றம் சுமத்தியிருக் கிறார். ஜூலை மூன்றாம் வாரத்தில் கட்சியின் செயற்குழு, பொதுக்குழுக் கூட்டங்களுக்கு அழைப்பு விடுத்துள்ள திமுக, மு.க. ஸ்டாலின் தலைமையில் தன்னைப் புனரமைத்துக்கொள் ளும் முயற்சிகளில் ஈடுபட்டிருக்கிறது. தேர்தலில் தோல்வியுறு வதையோ ஆட்சியை இழப்பதையோ மீள முடியாத வீழ்ச்சியாக எந்தவொரு கட்சியும் கருத வேண்டியதில்லை. மீண்டெழு வதற்கான வழிமுறைகளைக் குறித்துப் பரிசீலிப்பதும் புன ரமைத்துக்கொள்வதற்கான நடவடிக்கைகளை மேற்கொள் வதும் அவசியமான, இயல்பான நடவடிக்கைகள்தாம். இதற்குத் திறந்த மனதும் தார்மீக உணர்வும் அவசியமான தகுதிகள்.

கடந்த சில மாதங்களில் கூடிய திமுகவின் உயர்மட்டக் குழுக் கூட்டங்களில் விவாதிக்கப்பட்ட விஷயங்கள் திமுக மேற்குறிப்பிட்ட தகுதிகளைக் கொண்டிருக்கிறதா என்னும் கேள்வியை எழுப்பியிருக்கின்றன. ஸ்பெக்ட்ரம் ஊழல் குற்றச் சாட்டுகளுக்குள்ளான ஆ. ராசாவையும், கனிமொழி உள்ளிட்ட கருணாநிதி குடும்ப உறுப்பினர்களைக் காப்பாற்றுவதையும் நோக்கமாகக் கொண்டவை அவை. தன் குடும்ப உறுப்பினர் கள்மீதும் கட்சியின் தலைவர்கள்மீதும் குற்றச்சாட்டுகள் எழுந்த ஒவ்வொரு தருணத்திலும் கருணாநிதி அவர்களைச் சட்டத் துக்குப் புறம்பான வழியில் காப்பாற்றுவதையும் பாதிக்கப் பட்டவர்களை மிரட்டிப் புகார் மனுக்களைத் திரும்பப்பெற்றுக் கொள்ளச் செய்வதையுமே தன் கடமையாகக் கருதிச் செயல் பட்டு வந்தார். திரைப்படத் துறையில் கருணாநிதி குடும்ப உறுப்பினர்களின் ஆதிக்கம்பற்றி வந்த செய்திகள் மீதும் கருணாநிதி அரசு அக்கறை காட்டவில்லை. அதிமுக அரசு சன் குழுமத்தின் மீடியா, சினிமாத் துறை ஆதிக்கத்தைக் கட்டுப் படுத்த மேற்கொண்டுவரும் நடவடிக்கைகள் பாராட்டுக்குரியவை.

தோல்வியிலிருந்து பாடம் கற்றுக்கொள்வதற்குப் பதில் தவறுகளை மறைப்பதற்கும் தோல்விக்குப் பொய்யான காரணங் களைச் சொல்லித் தொண்டர்களின் கவனத்தைத் திசைதிருப்பு வதற்கும் முயன்றுவரும் கருணாநிதியும் திமுக தலைவர்களும் கட்சியை மீட்டெடுப்பதற்கான தார்மீக வலிமையற்றவர்களாக இருக்கும் நிலையில் பொதுக்குழு, செயற்குழுக் கூட்டங்களால் எந்த நற்பலனும் கிட்டிவிடப்போவதில்லை. குடும்ப நலனுக் காகக் கட்சியின் நலன்களைப் பலியாக்கியுள்ள கருணாநிதி குடும்பத்தின் வெவ்வேறு உறுப்பினர்களுக்கிடையே நடை பெற்றுக் கொண்டிருக்கும் வாரிசுரிமைப் போட்டியை இக் கூட்டங்கள் வழி தணிக்கப் பார்க்கிறார். ஆனால் கிளர்ந் தெழுவதற்கான அறிகுறிகளே தென்பகுதியில் தெரிகின்றன.

சுமார் அறுபதாண்டுகளாகத் தமிழகத்தின் முக்கியமான அரசியல், பண்பாட்டுச் சக்தியாகத் திகழ்ந்த திமுக இம்முறை ஒரு எதிர்க்கட்சியாகக்கூட அங்கீகரிக்கப்படவில்லை. தனக் கென்று ஒரு கோட்பாடோ அரசியல் பார்வையோ அற்ற நடிகர் விஜயகாந்த்தின் தலைமையிலான தேமுதிக எதிர்க் கட்சி அந்தஸ்தைப் பெற்றிருப்பதை ஓர் அரசியல் வெற்றிடத் தின் அடையாளமாகவே பார்க்க வேண்டும். விஜயகாந்த் ஒரு எதிர்க்கட்சித் தலைவராகத் தன் பொறுப்புகளை ஆற்று வதற்கான தகுதி பெற்றவர் என நம்புவதற்கான எந்த ஆதார மும் இதுவரை நமக்குக் கிட்டவில்லை. தமிழ் அடையாளம், பிற்பட்டோர் நலன் எனத் திராவிட இயக்கங்களின் சாயலோடு உருவான பாமக, தலித் உரிமைகளைப் பாதுகாக்கும் நோக் குடன் தொடங்கப்பட்ட விடுதலைச் சிறுத்தைகள் கட்சி, மாற்று அரசியல் பண்பாட்டைத் தம் அடையாளமாகக் கொண்டிருந்த இந்தியக் கம்யூனிஸ்ட், மார்க்சிஸ்ட் கம்யூனிஸ்ட் போன்ற கட்சிகள் தம் சுயநல, சந்தர்ப்பவாத அரசியல் போக்குகள் காரணமாக மக்களிடமிருந்து அந்நியப்பட்டுள்ளன. திமுகவுக்கு அரசியல்ரீதியில் மாற்றுச் சக்தியாகக் கருதப்படும் அதிமுக அடிப்படையில் திமுகவிடமிருந்து வேறுபட்டதல்ல என்பது பலமுறை நிரூபிக்கப்பட்டு வந்துள்ள உண்மை.

எம்.ஜி.ஆருக்குப் பிறகு ஒரு மாற்றுச் சக்தியாக உருவெடுப் பதற்கான வாய்ப்பை ஜெயலலிதா தன் எதேச்சதிகாரப் போக்கு களால் பலமுறை தவறவிட்டிருக்கிறார். ஆட்சிப் பொறுப்பேற்றுக் கொண்ட இரண்டு மாதங்களுக்குள் அரசின் செயல்பாடுகளின் மீது விமர்சனங்கள் எழுந்திருப்பதற்குக் காரணம் அவரது எதேச்சதிகாரப் போக்குத்தான். சமச்சீர் கல்வியை நடைமுறைப்

படுத்துவதில் அவர் திறந்த மனத்துடன் நடந்துகொள்ள வில்லை. அரசு விவேகமானதாகவும் மாணவர்களின் நலனில் அக்கறைகொண்டதாகவும் இருந்திருந்தால் வேறுவிதமாக இப்பிரச்சினையைக் கையாண்டிருக்கும். பள்ளிகள் திறக்கப் பட்டு இரண்டு மாதங்கள் கடந்த பிறகும் மாணவர்களுக்குப் பாட நூல்கள் வழங்கப்படாத நிலை கல்விச் சூழலில் மோச மான விளைவுகளை உருவாக்கும். 1996 – 2006ஆம் ஆண்டுகளின் கொடுங்கனவுகளை நினைவூட்டும் நடவடிக்கை இது. நீதி மன்றத்தில் அவமானகரமான தோல்வியை அரசு இப்போது சந்தித்துள்ளது. அதிமுக அரசின் முதல் நடவடிக்கையே அதன் முதல் சறுக்கலாகிப் போனது துரதிருஷ்டமானது.

புதிதாகப் பொறுப்பேற்றுக்கொண்ட ஓர் அரசின் செயல் பாடுகளை மதிப்பிடுவதற்கு நாம் இன்னும் காத்திருக்க வேண் டும் என்றாலும் இதுபோன்ற அணுகுமுறைகள் அதிமுக அரசின் மீதான அவநம்பிக்கைகளுக்கு வலுவூட்டுபவை. பொறுப்பேற்றுக் கொண்ட இரண்டு மாதங்களுக்குள் அமைச்சர்களின் துறை களில் இரண்டு முறை மாற்றங்கள் செய்யப்பட்டிருக்கின்றன. காவல் துறை உயரதிகாரிகளை அடிக்கடி மாற்றும் அரசின் செயல்பாடுகள் சந்தேகத்தோடு பார்க்கப்படுகின்றன. எளிமை யான, நேர்மையான அதிகாரி எனக் கருதப்படும் ஈரோடு மாவட்ட ஆட்சித் தலைவர் ஆனந்தகுமாரின் மாறுதலுக்குப் பின்னால் தோல் தொழிற்சாலை முதலாளிகளின் லாபி இருப்ப தாக எழுந்துள்ள புகார் அந்த மாவட்ட மக்களின் அதிருப்திக் குள்ளாகியிருக்கிறது. இரண்டாம் வகுப்புப் பயிலும் தன் குழந்தையை அரசுப் பள்ளியில் சேர்த்ததன் மூலம் மற்றவர் களுக்கு அவர் ஒரு முன்மாதிரியாகக் கருதப்பட்டார். அவரைப் போன்ற அதிகாரிகள் – முந்தைய ஆட்சியில் த. உதயச்சந்திரன், உமா சங்கர், உ. சகாயம் – ஒவ்வொரு ஆட்சியிலும் பழிவாங்கப் படுகிறார்கள் என்பது கவலையளிக்கும் விஷயம்.

மாற்றத்தை விரும்பி வாக்களித்த மக்களுக்கு மாற்றமே சாபமாகிவிடாமல் பார்த்துக்கொள்ளும் பொறுப்பு ஜெய லலிதாவுக்கு உண்டு. சென்ற மாதத்தில் தில்லிக்குச் சென்ற முதல்வர் மத்தியத் திட்டக் குழுவிடம் கூடுதல் நிதியைக் கோரிப் பெறுவதில் வெற்றிபெற்றிருப்பது அரசியல் பார்வை யாளர்களின் பாராட்டுதல்களைப் பெற்றது. சிறுவன் தில்சன் கொல்லப்பட்ட விவகாரத்தில் அடித்தளக் குடிமக்கள் சார்பாக அரசு ராணுவத்தின்மீது உறுதியான விசாரணை மேற்கொண்டு குற்றவாளியைப் பிடித்துள்ள செயல்பாடும் பாராட்டுக்குரியது.

தேர்தல் பிரச்சாரக் கூட்டங்களில் ஜெயலலிதா எந்த ஆட்சியைக் கடுமையாக விமர்சித்தாரோ அதற்கு மாற்றான நடைமுறைகளும் பண்பாடும் கொண்ட ஓர் அரசை நடத்திச் செல்வதில் அக்கறை காட்ட வேண்டும். ஜெயலலிதாவுக்கு மாற்று எனச் சொல்வதற்கு யாரும் இல்லாத வெற்றிடம் இன்று நிலவினாலுங்கூட, காலம், ஏதாவதொரு புதிய சக்தியால், அந்த வெற்றிடத்தை நிரப்பிவிடும். அத்தகைய ஒன்றோ ஒன்றுக்கு மேற்பட்ட புதிய ஜனநாயக சக்திகள் உருவாவதே நம் ஜனநாயகத்திற்கு நன்மை பயக்கும். மக்களின் விழிப்புணர்வே அத்தகைய சக்திகளை உருவாக்கும் ஆற்றல் கொண்டது. அத்தகைய ஒரு விழிப்புணர்வுப் பிரச்சாரத்தை மேற்கொள்வதே ஆரோக்கியமான ஜனநாயக அரசியலில் நம்பிக்கை கொண்டுள்ளோரின் கடமை.

இதழ் 140, ஆகஸ்டு 2011

அரசு இயந்திரத்தின் வன்முறை

சாதியாதிக்கத்திற்கு எதிராகப் போராடியதால் 1957இல் கொல்லப்பட்ட இமானுவேல் சேகரனின் நினை விடம் அமைந்துள்ள பரமக்குடியில் அவரது நினைவு நாளான கடந்த செப்டம்பர் 11ஆம் நாள் ஏராளமான தலித் மக்கள் அஞ்சலி செலுத்தத் திரளவிருந்த நிலையில் காவல் துறை நடத்திய துப்பாக்கிச் சூட்டில் ஆறு பேர் வரை இறந்துள்ளனர். இறந்தோர், காயமடைந்தோர் எண்ணிக்கையைச் சரியாகச் சொல்ல முடியாத அளவிற்கு இத்தாக்குதல் கடுமையானதாக இருந்திருக்கிறது. அத் துடன் துப்பாக்கிச் சூடு நடந்த காலை 11 மணிக்குப் பின்னரும் மாலை 5 மணி வரை காவல் துறையினர் தாக்குதலில் ஈடுபட்டுள்ளனர்.

சாதுரியமாகக் கையாண்டிருக்கக்கூடிய பிரச்சினை யைத் தவறாகக் கையாண்ட காவல் துறையினரால் தான் இந்த வன்முறை நடந்திருப்பதாக இப்பிரச்சினை குறித்த ஆய்வுகள் தெரிவிக்கின்றன. இமானுவேல் குரு பூஜை என்னும் பெயரில் முன்னெடுக்கப்படும் அஞ்சலி நிகழ்ச்சிக்கு வருவதாக இருந்த ஜான்பாண்டியன் கைது செய்யப்பட்டதை அறிந்த அவருடைய ஆதரவாளர்கள் அவரை விடுதலை செய்யக் கோரிச் சாலை மறியலில் ஈடுபட்டதாகத் தெரிகிறது. இம்மறியலால்தான் துப்பாக்கிச் சூடு நடத்தப்பட்டதாகக் காவல் துறை தெரிவிக்கிறது. அதாவது மறியலில் ஈடுபட்டோர் பொதுமக்களுக்கும் போக்குவரத்திற்கும் இடையூறு செய்ததோடு காவல் துறையினரையும் தாக்கி வாகனங்களைக் கொளுத்தினர் என்றும் காவல் துறையினர் விளக்கம் கொடுத்துள்ளனர். காவல் துறையின் இதே கருத்தைத்தான் பெரும்பாலான ஊடகங்களும் அரசும் பிரதிபலித்துள்ளன. ஆனால்

இந்நிகழ்வு குறித்த வீடியோ பதிவு உள்ளிட்ட ஆதாரங்களைப் பார்க்கும்போது இக்கூற்றுகள் திரிக்கப்பட்டவை என்பதை அறிய முடிகிறது. அங்கு 20 பேர் அளவில்தான் மறியலில் ஈடுபட்டிருந்தனர். அக்கூட்டம் சாலையை முழுமையாக ஆக்கிர மிக்கக்கூடியதாக இல்லை. சிறிய அளவிலான இம்மறியல் நடந்துகொண்டிருக்கும்போதே அஞ்சலி செலுத்துவதற்காக வாகனங்கள் சென்று வரக்கூடிய நிலைமைதான் அங்கு இருந் துள்ளது. இந்நிகழ்விற்காகப் போக்குவரத்து நகரச்சாலையி லிருந்து முற்றிலுமாக மாற்றுப்பாதைக்குத் திருப்பிவிடப் பட்டிருந்ததால் போக்குவரத்து இடையூறு என்று கூறுவதில் எந்தத் தர்க்கமும் இல்லை. எனவே ஜான் பாண்டியனைத் தக்க பாதுகாப்போடு அழைத்துவந்திருக்கவோ மறியல் செய் தோரை எளிய நடவடிக்கைகள் மூலம் கலைத்திருக்கவோ வாய்ப்பிருந்தது. கடந்த சில ஆண்டுகளில் லட்சம் பேர் கூடும் தமிழக அளவிலான நிகழ்வாக மாறிவரும் இமானுவேல் நினைவுநாள் என்ற உணர்ச்சிப்பூர்வமான நிகழ்ச்சியை அதிக எச்சரிக்கையுடன் காவல்துறை கையாண்டிருக்க வேண்டும். தினசரி வாழ்வில் ஒடுக்குமுறையை எதிர்கொண்டுவரும் வகுப்பினர் இதுபோன்ற அரசின் வன்முறைக்கும் ஆளாவது துரதிருஷ்டம்.

துப்பாக்கிச் சூட்டிற்கு முன் கையாளப்பட்டிருக்க வேண் டிய முன்னெச்சரிக்கை நடைமுறைகள் எவையும் இங்கே பின்பற்றப்படவில்லை என்று மனித உரிமை அமைப்புகள் குற்றஞ்சாட்டியுள்ளன. கூட்டம கலைந்தோடிய பின்னும் அகப்பட்டவர்களை எல்லாம் கடுமையாகத் தாக்கியுள்ளது காவல் துறை.

இறந்த ஆறு பேரில் அடித்துக் கொல்லப்பட்டோரும் உண்டு. குண்டுகள் பெரும்பாலும் இடுப்புக்கு மேலேதான் பாய்ந்துள்ளன. இந்நிலையில்தான் சட்டப்பேரவையில் அறிக்கை வாசித்த முதல்வர் இந்த வன்முறையோடு அதுவரையிலும் நேரடியாக இணைக்கப்படாதிருந்த 'சாதி மோதல்' என்ற காரணத்தைக் குறிப்பிட்டிருக்கிறார். செப்டம்பர் 11க்கு முன்பு செப்டம்பர் 9ஆம் நாள் கமுதி அருகே உள்ள பச்சேரியில் முத்துராமலிங்கத் தேவரை இழிவுபடுத்தி எழுதியதால் 11ஆம் வகுப்புப் படிக்கும் பழனிக்குமார் என்னும் தலித் மாணவன் கொல்லப்பட்டதாகவும் இதனால் அங்கே செல்லவிருந்த ஜான்பாண்டியன் கைதுசெய்யப்பட்டதாகவும் அவரை விடு விக்கக் கோரி மறியலில் ஈடுபட்டோர்மீது துப்பாக்கிச் சூடு நடத்தப்பட்டதாகவும் முதல்வரின் அறிக்கை கூறியிருக்கிறது. பிரச்சினையை இரண்டு சாதிகளுக்கு இடையேயானதாக

மாற்றிவிடக்கூடிய அபாயத்தைக் கொண்டிருக்கும் அவ்வறிக்கை பிரச்சினையின் வேரைத் தலித்துகள் தரப்பில் தேடுவதாகவும் அமைந்திருக்கிறது. முதல்வரின் இந்த அறிக்கை துரதிருஷ்டவசமானது. சாதி காரணமாகக் கொல்லப்பட்ட பழனிக்குமாரின் படுகொலைக்கு முறையான நடவடிக்கை எடுக்க வேண்டிய காவல் துறை அக்கொலையைத் தேவரை இழிவுபடுத்தியதால் ஏற்பட்ட எதிர்வினையாகக் காட்ட முயல்கிறது என்று கள ஆய்வு மேற்கொண்ட உண்மையறியும் குழுவினர் பலரும் கருதுகின்றனர்.

காவல் துறையின் வன்முறையை நியாயப்படுத்திய அதிமுக அரசு எதிர்க்கட்சிகளின் கோரிக்கையை ஏற்று ஓய்வுபெற்ற நீதிபதி தலைமையில் விசாரணைக் கமிஷன் ஒன்றை அறிவித்துள்ளது. முந்தைய அதிமுக ஆட்சிக் காலத்தில் காவல் துறை நடத்திய கொடியங்குளம் வன்முறைக்காக நியமிக்கப்பட்ட கோமதிநாயகம் கமிஷனும் திமுக ஆட்சிக்காலத்தில் திருநெல்வேலி தாமிரபரணிப் படுகொலைகளுக்காக நியமிக்கப்பட்ட மோகன் கமிஷனும் அன்றைய ஆட்சியாளர்களின் எண்ணங்களையே பிரதிபலித்தன. அவை தலித் மக்களுக்கு நியாயம் செய்யவில்லை. எனவே பணியிலுள்ள நீதிபதி தலைமையிலான கமிஷன் அல்லது நீதிமன்றத்தின் கண்காணிப்பின் கீழ் சிபிஐ விசாரணை என்ற தலித் அமைப்புகள் உள்ளிட்ட ஜனநாயக அமைப்புகளின் கோரிக்கையை ஏற்க அரசு முன்வர வேண்டும். தலித் கட்சிகளும் மக்களும்கூட இப்போராட்டத்தை அரசியல் ரீதியானதாகப் பரவலாக்க வேண்டும். அதோடு தலித் மக்கள் பிரச்சினையை ஒட்டுமொத்த சமூகப் பிரச்சினையாகக் கருதுவோரும் இதில் தலையிட வேண்டும்.

❍

தங்களின் சுயமரியாதைக்காகப் போராடிய இமானுவேல் சேகரனை நினைவுகூர்வது ஒடுக்கப்பட்டோரைப் பொறுத்தவரை கடந்தகால வரலாறாக மட்டுமல்லாமல் நிகழ்காலத்தின் அரசியலாகவும் தொடர்கிறது. தமிழக அரசியல் அரங்குகளிலோ ஊடகங்களிலோ இமானுவேல் சேகரனும் அவரை அடையாளமாகக் கொண்டு வெளிப்படும் அரசியல் எழுச்சியும் சிறு அளவிலும் அங்கீகரிக்கப்பட்டதில்லை. பொதுவெளி மீதான தங்களின் உரிமைக்காக இம்மக்கள் தொடர்ந்து போராட வேண்டியுள்ளது. பொதுச்சமூகத்தின் அங்கீகாரத்தைக் கோருவது என்பது தங்கள்மீது திணிக்கப்பட்ட இழிவை மறுக்கும் போராட்டம்தான்.

ராமநாதபுரம் பகுதியில் அரசியல் செல்வாக்கோடும் சாதி அதிகாரத்தோடும் இருந்த முத்துராமலிங்கத் தேவரை எதிர்த்ததால் கொல்லப்பட்டதாகத் தலித் மக்களின் நினைவு களில் வாழும் இமானுவேல் சேகரனைக் கொண்டாடுவது சமகாலத்திலும் ஆதிக்கம் செலுத்திவரும் தேவர் சாதியினரின் அதிகாரத்தை எதிர்கொள்ளும் அரசியலாகவும் விளங்குகிறது. அதனால்தான் தேவர் சாதிக்கு இணையாகத் தங்கள் அடை யாளங்களை அரசும் பொதுச்சமூகமும் அங்கீகரிக்க வேண்டும் என்று தலித்துகள் விரும்புகின்றனர். ஆனால் சமகால அரசிய லும் பொதுச்சமூகமும் பிற சாதி அடையாளங்களை ஆராதிக் கும் அளவுக்குத் தலித் அடையாளங்களைக் கண்டுகொள்வது இல்லை. இப்புறக்கணிப்பிற்கு எதிரான தலித் மக்களின் கோபம் அதிகாரத்திற்கு எதிரான வன்முறையாகவும் மாறிவிடுகிறது. தங்கள் தலைவரின் நினைவுக்காக ஒன்றுகூடிய இடத்தில் நடந்த துப்பாக்கிச் சூட்டிற்குப் பின்னர் காவல் துறைக்கு எதிராகக் கல்வீசிப் போராடியவர்களின் மனநிலை அதுதான். அரசே சாதியாகவும் சாதியே அரசாகவும் மாறிவிட்ட நிலையில் ஒடுக்கப்பட்டோரின் சிறு அடையாளத்தை அங்கீகரிப்பதும் ஆதிக்கச் சாதிகளைப் பகைப்பதாக மாறிவிடும் என்று இன்றைய அதிகார அமைப்புக் கருதுகிறது. இமானுவேல் சேகரன் விழாவை அரசு விழாவாக அறிவிக்கக் கோரித் தலித் அமைப்புகள் போராடுவதை அரசு கண்டுகொள்ளாமல் இருப்பது இதனால் தான். நினைவிடத்தில் பெரும் மக்கள் திரட்சி கூடுவதன் மூலம் அரசு விழா போன்ற அங்கீகாரங்களுக்கு அழுத்தம் கூடிவிடாதபடி துப்பாக்கிச் சூடு போன்ற சம்பவங்கள் மூலம் அச்சூழலைக் கலைக்க விரும்புகின்றனர். சாதி முறைக்கு ஆதரவாக எடுக்கும் நடவடிக்கையை அரசு மறுக்கப்போவ தில்லை என்பதை அறிந்திருப்பதால்தான் இம்மக்கள்மீது காவல் துறை துப்பாக்கிச் சூடு நடத்தத் துணிந்திருக்கிறது. பொது வாகவே அதிமுக ஆட்சியை முக்குலத்தோர் வகுப்பினருக்குப் பரிவான ஆட்சியெனச் சொல்வதுண்டு. பெருவாரியான ஒடுக்கப் பட்ட மக்கள் இதைத் தங்களுடைய ஆட்சி அல்ல என்று கருதும்படியான நடைமுறைகளைத் தொடர்வது அதிமுக விற்கோ அரசிற்கோ ஜனநாயகத்திற்கோ நல்லதல்ல.

இதழ் 142, அக்டோபர் 2011

விலை கொடுக்கும் மக்கள்

நிதிச்சுமையைக் காரணம் காட்டிப் பேருந்துக் கட்டணம், பால் விற்பனை விலை ஆகியவற்றைக் கடுமை யாக உயர்த்தியிருக்கிறது தமிழக அரசு. மின் கட்டணம் உயர்த்தப்படும் என்னும் அதிகாரபூர்வமான அறிவிப்பும் வந்துள்ளது. இலவசங்களில் திளைத்துக்கொண்டிருக்கும் மக்களுக்கு இது பேரதிர்ச்சியூட்டியுள்ளது. பயணங்களுக் குப் பொது வாகனங்களை நம்பியிருக்கும் ஏழை, நடுத்தர மக்களைப் பேருந்துக் கட்டண உயர்வு கடுமையாகப் பாதிக்கும் நடவடிக்கை. அன்றாட வாழ்வின் தவிர்க்க முடியாத தேவையாக உள்ள பாலின் விலை உயர்வால் அதிகம் பாதிக்கப்படப்போவது ஏழை, நடுத்தர வர்க்கத் தினர்தாம். அடித்தள மக்களின், குறிப்பாக குழந்தைகளின் ஊட்டச்சத்தில் ஏற்படக்கூடிய பாதிப்பு பற்றிய கரிசனம் அரசுக்கு ஏற்பட வேண்டும். கடந்த பத்தாண்டுகளில் பேருந்து, மின் கட்டணம் அதிக மாற்றமில்லாமல் தொடர்ந்து வந்திருப்பதன் பின்னணியில் தமிழக அரசின் தற்போதைய நடவடிக்கை கடும் விமர்சனத்துக்குள்ளாகி யிருக்கிறது.

கடந்த தேர்தலில் திமுக பெற்ற அவமானகரமான தோல்விக்கு மின்வெட்டு ஒரு முக்கியமான காரணம். 2005 – 2006இல் 9,300 கோடி ரூபாயாக இருந்த தமிழக மின்வாரியத்தின் கடன் சுமை 2010 – 2011இல் மலைக்க வைக்குமளவுக்கு உயர்ந்து 40,300 கோடி ரூபாயாக உயர்ந் திருக்கிறது. ஆண்டுதோறும் மின்வாரியம் சந்திக்கும் நஷ்டத் தின் அளவும் மிக அபாயகரமான அளவில் உயர்ந்து வருகிறது.

2008 – 2009இல் மின்வாரியத்தின் மொத்த வருவாய் ரூ. 17,644 கோடி. செலவு, ரூ. 25,414 கோடி. ஆக 7,771

கோடி ரூபாய் பற்றாக்குறை. இந்தப் பற்றாக்குறை 2009 – 2010இல் 9680 கோடி ரூபாயாகவும் 2010 – 11இல் 10950 கோடி ரூபாயாகவும் உயர்ந்துள்ளது. ஒரு யூனிட்டுக்கான மின் உற்பத்திச் செலவு ரூ. 5.31ஆக இருந்தபோதும் நுகர்வோரிடமிருந்து யூனிட்டுக்குக் குறைந்தபட்சம் 70 பைசாவிலிருந்து ரூ. 4.70 வரையே கட்டணமாக வசூலிக்கப்படுகிறது. இந்த வகையில் மட்டும் மின்வாரியம் அடையும் நஷ்டம் ஆண்டுதோறும் ரூ. 3500 கோடி என்கிறது அரசின் புள்ளிவிவரம். விவசாயத்துக்கு ஆண்டுதோறும் ரூ. 6,500 கோடி மதிப்புள்ள 1220.10 கோடி யூனிட் மின்சாரம் இலவசமாக விநியோகிக்கப்படுகிறது. பற்றாக்குறைகளால் மின்வாரியம் நவீன காலத்தின் தேவைகளைப் பூர்த்திசெய்வதற்கான ஆற்றலை முற்றாக இழந்துள்ளது. பழுதடைந்த கருவிகளை மாற்றுவது, கட்டமைப்புகளை மேம்படுத்துவது முதலான பராமரிப்பு வேலைகளைக்கூட மேற்கொள்ளாததால் மின்சாரம் பெரிய அளவில் வீணாகிறது. சீரற்ற மின்விநியோகம் காரணமாகத் தொழில் துறை பெரும் பாதிப்புக்குள்ளாகியுள்ளது. புதிய மின் திட்டங்களைத் திவாலான நிலையிலிருக்கும் மின்வாரியத்தால் மேற்கொள்ள முடியும் என எதிர்பார்க்க முடியாது. தமிழக மின்துறைக்குக் கடன் தருவதைத் தவிர்க்குமாறு அனைத்து நிதிநிறுவனங்களையும் இந்திய ரிசர்வ் வங்கி எச்சரித்துள்ளதாகவும் தகவல்கள் தெரிவிக்கின்றன. பொதுத் துறை நிறுவனமொன்றை அரசே சீரழித்துள்ளது என்பதுதான் இதன் பொருள். அகில இந்திய மின்சார ஒழுங்குமுறை ஆணையம் மாநில அரசுகள் ஒவ்வொரு ஆண்டும் ஏப்ரல் மாதம் மின கட்டணத்தை மாற்றியமைக்க வேண்டும் எனப் பரிந்துரைத்திருப்பதன் பின்னணியில் இந்த நெருக்கடியின் தீவிரத்தைப் புரிந்துகொள்ளலாம்.

மின்துறையைப் போலவே போக்குவரத்துத் துறையும் கடும் நஷ்டத்தில் இயங்குகிறது. 2011 மார்ச் 31 நிலவரப்படி போக்குவரத்துத் துறை சந்தித்துள்ள நஷ்டம் ரூ. 6,150 கோடி. 20000 பேருந்துகளை இயக்கும் போக்குவரத்துத் துறையின் இந்த நஷ்டம் காரணமாக அதன் சேவைத் தரம் மோசமாக வீழ்ச்சியடைந்துள்ளது. நிம்மதியாகவோ பாதுகாப்பாகவோ பயணம் செய்ய முடியாதபடி அவற்றின் இயங்குதிறன் தரக் குறைவாக இருப்பது கண்கூடு. தொலைதூரப் பேருந்துகள் முறையான பராமரிப்பின்றிச் சீரழிக்கப்பட்டுள்ளதால் தனியார் பேருந்து நிறுவனங்களால் பயணிகள் சிறிதும் கருணையற்ற முறையில் சுரண்டப்படுகின்றனர்.

முறைகேடுகளுக்குப் பெயர் போன தமிழகப் பொதுத் துறை நிறுவனங்களின் பொறுப்பின்மை காரணமாகவே அத் துறைகளில் பல தனியார் நிறுவனங்கள் காலூன்றியிருக்கின்றன.

பொதுத் துறை நிறுவனங்களின் சீரழிவுக்கும் அவை அடைந்துள்ள நஷ்டத்துக்கும் தொடர்பு உண்டு. கட்டமைப்பு வசதிகளை உருவாக்குதல், உதிரி பாகங்களை வாங்குதல், பராமரிப்புப் பணிகளுக்கான ஒப்பந்தங்களை அளித்தல் என எல்லா மட்டங்களிலும் நிலவிவரும் ஊழல்களே இவை சீரழிந்ததற்கு அடிப்படை. தரமற்ற நெடுஞ்சாலைகளாலும் சிறிய, நடுத்தர வகையான பாலங்களாலும் வாகனங்களுக்கான எரிபொருள் செலவு கணிசமாகக் கூடுகிறது. கட்டமைப்புகளில் உள்ள பலவீனம், உதிரி பாகங்களின் தரமின்மை போன்ற காரணங்களால் மின்விநியோகம் சீரற்றதாக இருப்பதோடு ஆற்றலும் விரயமாகிறது. பொதுத் துறை நிறுவனங்கள் புதிய தொழில்நுட்பங்களுக்கு ஏற்றவாறு நவீனப்படுத்தப்படவில்லை. நமது மின்வாரியம் மின்சிக்கனம், ஆற்றல் சேமிப்பு ஆகியவை குறித்து உலக அளவில் நடைபெற்றுவரும் விவாதங்களைப் பொருட்படுத்துவதாகவோ அவை குறித்து முன்வைக்கப்பட்டுள்ள ஆலோசனைகளைப் பின்பற்றுவதாகவோ தெரியவில்லை. ஆற்றல் சேமிப்புக்கான கருவிகளும் பல்பு முதலான சாதனங்களும் பெருமளவில் புழக்கத்துக்கு வந்துள்ள போதும் அவற்றைப் பயன்பாட்டுக்குக் கொண்டு வருவதிலும் மக்களிடையே விழிப்புணர்வை உருவாக்குவதிலும் அரசு போதிய அக்கறை காட்டவில்லை. இது போன்ற பலவீனங்களைச் சரிசெய்யாமல் அடித்தட்டு மக்களுக்கு அளிக்கப்பட்டுவரும் சலுகைகளையும் மானியங்களையும் நஷ்டத்துக்கான காரணங்களாகக் காட்டுவது மக்கள் நலனில் அக்கறைகொண்ட ஓர் அரசின் செயல்பாடாக இருக்க முடியாது.

பொதுத் துறை நிறுவனங்களின் ஊழல் அதன் ஊழியர்கள் மற்றும் அதிகாரிகளின் ஊழல் மட்டுமல்ல. இந்நிறுவனங்களே கட்சி நிதிக்கும் தேர்தல் நிதிக்கும் வற்றாத ஊற்றுகள். பொதுத் துறை நிறுவனங்களை எந்த அரசாலும் நேர்செய்ய முடியாததன் பின்னுள்ள யதார்த்தம் இதுதான்.

கடந்த பத்தாண்டுகளில் ஆட்சிப் பொறுப்பை வகித்த திமுக, அதிமுக ஆகிய கட்சிகள் வளர்ச்சியை அடிப்படையாகக் கொண்ட தொலைநோக்குத் திட்டங்களுக்குப்பதில் வாக்கு வங்கியைத் தக்கவைத்துக்கொள்ளும் குறுகிய அரசியல் ஆதாயம் தரும் திட்டங்களுக்கு முக்கியத்துவமளித்து வந்தமையால் தமிழகத்தின் பொருளாதார நிலை முற்றாகச் சீர்குலைந்துள்ளது. கடந்த ஆகஸ்டில் தமிழக அரசால் தாக்கல் செய்யப்பட்ட நிதிநிலை அறிக்கையில் அரசின் மொத்தக்கடன் ஒரு லட்சத்துப் பதினான்காயிரம் கோடி. அதற்கான வட்டியாக ஆண்டுதோறும் 8411 கோடி ரூபாய் செலுத்தப்படுகிறது. இதன் மூலம் நாட்டின் கடன் சுமை அதிகமுள்ள மாநிலங்களில் ஒன்றாகத் தமிழகம்

விளங்குகிறது. விவசாயம், கல்வி, மருத்துவம் முதலான சேவைகளைப் பெற முடியாத அடித்தட்டு மக்களுக்கு அவசியமானவையாயிருந்த இலவசத் திட்டங்கள் 2006க்குப் பிறகு படிப்படியாக அரசியல் ஆதாயத்துக்கான கருவிகளாக மாற்றப்பட்டமை தமிழகத்தின் பொருளாதார நிலை சீரழிக்கப்பட்டதற்கு முக்கியக் காரணம். திமுக அரசால் நடைமுறைப்படுத்தப்பட்ட இலவச வண்ணத் தொலைக்காட்சிப் பெட்டி வழங்கும் திட்டமும் தற்போதைய அரசால் அறிவிக்கப்பட்டிருக்கும் இலவச மடிக் கணினி திட்டமும் இதற்குச் சரியான உதாரணங்கள்.

2001இல் ஆட்சியை மீட்டெடுப்பதற்காகத் திமுகவால் அடித்தட்டு மக்களுக்கானதாக அறிவிக்கப்பட்ட இலவச திட்டங்கள் அரசியல் காரணங்களுக்காக அனைவருக்குமானதாக மாற்றப்பட்டன. அந்தப் போட்டியின் தொடர்ச்சியாக 2011 தேர்தலில் அதிமுகவால் அறிவிக்கப்பட்ட இலவச மிக்சி, கிரைண்டர், மின்விசிறி போன்றவற்றை வழங்குவதற்கு அரசிடம் நிதி இல்லை என்பது வெளிப்படை. முன்னர் பெற்ற இலவசங்களுக்கும் இனிப் பெற வேண்டிய இலவசங்களுக்கும் மக்கள் இப்போது விலைகொடுக்க வேண்டியிருக்கிறது.

வண்ணத் தொலைக்காட்சிப் பெட்டி, மிக்சி, கிரைண்டர், மின்விசிறி, லேப்டாப் முதலான ஆடம்பர வரி விதிக்கப்படும் பொருட்கள் அடிப்படைத் தேவைகளாக இருக்க முடியாது. இவற்றின் பயனாளிகளைத் தேர்ந்தெடுப்பதில் எவ்விதமான வரையறையும் பின்பற்றப்படுவதில்லை. குடும்ப அட்டை உள்ள அனைவருக்கும் எல்லா இலவசப் பொருள்களையும் வழங்குவதற்குச் சமூகப் பார்வையற்ற ஓட்டு வங்கி அரசியல் தான் காரணம். இவற்றால் ஏற்படக்கூடிய அதிக மின்தேவைகளை அரசு கணக்கெடுத்திருப்பதாகவும் தோன்றவில்லை. சிறு, குறு, நடுத்தர விவசாயிகளுக்கு வழங்கப்படும் இலவச மின்சாரம் விவசாயம் நீங்கலான பிற நோக்கங்களுக்குப் பயன்படுத்திக்கொள்ளப் படுகிறது. உதாரணமாக நிலத்தடி நீரைச் சுரண்டி விற்பனை செய்வதற்குப் பரவலாகப் பயன்படுகிறது. மான்யம் தேவையற்ற பெரு விவசாயிகளாலும் பயன்படுத்தப் படுகிறது. ஏற்கனவே விலையுயர்ந்த வண்ணத் தொலைக்காட்சிப் பெட்டி வைத்திருப்பவர்கள் அரசின் வண்ணத் தொலைக் காட்சிப் பெட்டிகளைப் பெற்று விற்பனை செய்துள்ளனர். அண்டை மாநிலங்களைக்கூட இந்த இலவசப் பெட்டிகள் படையெடுத்தன! இனிப் புதிய இலவசங்களை வழங்கும்போதும் இவற்றைத் தவிர்க்கும்விதத்தில் அரசு திட்டமிடப்பட்டுள்ளதாகத் தெரியவில்லை. அரசு தன் பொறுப்பின்மையின் விளைவான சுமைகளை மக்கள்மீது சுமத்துவது அநீதியானது.

அரசின் வளர்ச்சித் திட்டம்சார்ந்த செயல்பாடுகள் கட்சிகளின் அதிகார விழைதலுக்காகச் சுரண்டப்படுவதைச் சாத்தியமற்றதாக்க சட்டம் வகுக்கப்பட வேண்டும். அரசியல் கட்சிகளின் தேர்தல் கால வாக்குறுதிகளைக் கண்காணிக்கவும் கட்டுப் படுத்தவும் தேர்தல் கமிஷனுக்கு அதிகாரம் வழங்க வேண்டும். இலவச அறிவிப்புகள் ஓட்டுக்குப் பணம் வழங்குவதன் இன்னொரு வடிவம்தான். வாக்குறுதிகளை முன்வைக்கும் கட்சி அதற்கான நிதி ஆதாரங்களைத் திரட்டும் நடைமுறை சாத்தியம் பற்றிய திட்ட அறிக்கைகளை இணைப்பது கட்டாயமாக்கப்பட வேண்டும். இலவசங்களைக் கண்டு மயங்கி ஓட்டுப் போடும் மக்களும் விழிப்படைய வேண்டும். வலது கையால் கொடுப்பதை அரசு இடது கையால் பிடுங்கிவிடும் என்பதை அவர்கள் உணர வேண்டும். கடந்த தேர்தலில் பல இடங்களில் ஓட்டுக்குப் பணம் வாங்க மறுத்ததைப் போலவே இனி இந்த இலவசங்களையும் வாங்க மக்கள் மறுக்க வேண்டும்.

மாற்று சக்திக்கான வழிமுறைகளைப் பற்றிச் சிந்திப்பதற்கான தருணமும் இதுவே. இந்த ஆண்டு 20,000 தெருவிளக்குகளைச் சூரியசக்தி மின்சாரம் மூலம் இயங்குபவையாக மாற்றத் தமிழக அரசு எடுத்துள்ள முடிவு இந்த வகையில் வரவேற்கப்பட வேண்டியது என்பதில் சந்தேகமில்லை. படிப்படியாக அனைத்துத் தெருவிளக்குகளும் சூரிய சக்தி மின்சாரம் மூலம் இயக்கப்படுமென அரசு அறிவித்திருப்பது அரசு நெருக்கடியின் தீவிரத்தை ஓரளவுக்காவது புரிந்துகொண்டிருக்கிறது என்பதற்கான அடையாளம். ஆனால் தரமற்ற, விரைவில் பழுதாகும் சூரியசக்தி விளக்குகளால் அவை பற்றிய எதிர்மறையான எண்ணம் ஏற்கனவே சமூகத்தில் வேர்விட்டுவிட்டது. ஏற்கனவே அமைக்கப்பட்ட பெருவாரியான சூரியசக்தி விளக்குகளின் பாட்டரிகள் திருடப்பட்டிருக்கும் நிலையில் அவை அரச இயலாமையின் கூடுதல் சாட்சிகளாக நிற்கின்றன.

பால்கொள்முதல் விலையை உயர்த்தி வழங்கியிருப்பதன் மூலம் பால் உற்பத்தியாளர்களான விவசாயிகளின் கோரிக்கையை அரசு நிறைவேற்றியிருப்பது பாராட்டுக்குரியது. இதன் மூலம் விவசாயிகள் தனியார் பால் நிறுவனங்களை நாடிச் செல்வது தடுக்கப்பட்டிருக்கிறது. அரசு தன் பொருளாதார நெருக்கடிகளிலிருந்து மீண்டுவருவதற்கான வழிவகை பற்றி அர்த்தபூர்வமாகச் சிந்திக்க வேண்டும். வருவாயைப் பெருக்குவதற்கான அதன் முயற்சிகள் அடித்தட்டு மக்களின் அன்றாட வாழ்வுக்குச் சவாலாக மாறாமல் பார்த்துக்கொள்ள வேண்டியது அரசின் கடமை. அரசின் தற்போதைய நடவடிக்கை அந்தக் கடமையில் அது தவறியிருப்பதற்கான சான்று.

இதழ் 144, டிசம்பர் 2011

கட்டுரைகள்

1996 – 2001

அதிகார அரசியல்

இரா. செழியன்

இந்தத் தேர்தலில் முன்னெப்போதும் இல்லாத அளவில் கொள்கையற்ற கூட்டணிகளைத் தமிழகம் கண்டது. கொள்கை சார்ந்த பாவனை கூட வேண்டாம்; வெற்றிக் கணக்கு மட்டுமே முக்கியம் என்ற வெட்கமற்ற நிலைப் பாட்டின் உச்சம் இந்தத் தேர்தலில்தான் சாத்தியமாயிற்று. இந்த நிலைகுறித்து மூத்த அரசியல்வாதியும் பத்திரிகை யாளருமான இரா. செழியனைக் காலச்சுவடு சார்பில் அரவிந்தன் சந்தித்துப் பேசினார். செழியனின் கருத்துக்கள் கட்டுரை வடிவில் இங்கே தரப்பட்டுள்ளன.

இந்திய அரசியலை எடுத்துக் கொண்டால் அரசியல் போக்கு ஆரம்பத்தில் கொள்கை வழி அரசியலாகத் தான் இருந்தது. விடுதலைப் போராட்டக் காலத்திலும் சுதந்திரத்திற்குப் பிந்தைய சில ஆண்டுகளிலும் இந்த நிலைதான் இருந்தது. ஒரு லட்சியம், அதற்கேற்ற கொள்கை, அதைச் செயல்படுத்தக் கட்சி, அந்தக் கட்சிக்கு மக்க ளிடத்தில் ஏற்படும் செல்வாக்கு, அதன் அடிப்படையில் ஆட்சி அதிகாரத்தைப் பிடித்தல் – இப்படித்தான் இருந்தது. காங்கிரஸ், கம்யூனிஸ்ட், ஜனசங்கம் ஆகிய எல்லாக் கட்சிகளுமே இப்படித்தான் இருந்தன. கொள்கை வழி அரசியல் என்று இதைக் குறிப்பிடலாம்.

ஆனால் காலம் செல்லச் செல்ல இந்த நிலை மாற ஆரம்பித்தது. அதிகாரம் கையில் இருந்தால்தான் கொள்கைகளையும் திட்டங்களையும் நிறைவேற்ற முடியும் என்பதால் எல்லாக் கட்சிகளுக்குமே தேர்தலில் போட்டியிட்டு வெற்றி பெற்று ஆட்சியைப் பிடிக்க வேண்டும் என்பது அவசியமாகிறது. இதில் தவறில்லை.

ஆனால் ஆட்சியே பிரதான நோக்கமாக மாற ஆரம்பித்தது. பிறகு ஆட்சி மட்டுமே முக்கியம் என்ற போக்காக இது வளர்ந்தது. இங்குதான் பிரச்சனை ஆரம்பமாயிற்று.

இந்தப் போக்கு வளர வேறு சில காரணங்களும் உள்ளன. ஆரம்பத்தில் இந்திய அரசியலில் தலைவர் கட்சிக்குக் கட்டுப் பட்டவராக இருந்தார். கட்சிக்கு மக்களிடம் நெருங்கிய தொடர்பு இருந்தது. விடுதலைப் போராட்டக் காலத்தில் காங்கிரஸ் வெறும் அரசியல் கட்சி அல்ல. அது மக்கள் இயக் கம். கிராமப்புற மேம்பாடு, தீண்டாமை ஒழிப்பு, கள்ளுண் ணாமை, ஹரிஜனங்கள் ஆலயப் பிரவேசம் போன்ற பல ஆக்கப் பணிகளில் அது ஈடுபட்டது. தேர்தலோ பதவியோ அதன் நோக்கமாக இல்லை. தேர்தல் முறையே 1937இல் தான் இந்தியாவில் அறிமுகமாயிற்று. அந்தத் தேர்தலில்கூட லட்சியம் – கொள்கை – திட்டம் – நிறைவேற்றம் என்ற அடிப்படையில் தான் போட்டி நடைபெற்றது. காங்கிரஸ் மட்டுமன்றி காங்கிரஸை எதிர்த்த கட்சிகளும் இப்படித்தான் தேர்தலை அணுகின.

1947க்குப் பிறகு இதில் மாற்றம் ஏற்பட்டது. ஆங்கிலேயர் கள் இருந்தவரை அவர்களை வெளியேற்ற வேண்டும் என்ற முனைப்பு எல்லோருக்குமே இருந்தது. சுதந்திரத்திற்குப் பிறகு அந்த முனைப்பு ஆட்சியே முக்கியம் என்பதாக மாறியது. இதன் பிறகுதான் கொள்கை வழி அரசியல் என்ற நிலை மாறித் தனிநபர் வழி அரசியல் உருவாக ஆரம்பித்தது. ஒவ் வொரு கட்சியும் தனக்கென்று ஒரு கொள்கையை வைத் திருந்த நிலை மாறியது. ஒரே கொள்கை கொண்ட பல கட்சி கள் தோன்ற ஆரம்பித்தன. தனி நபர் மோதல்களின் அடிப்படை யில் கட்சிகள் உடைந்ததால் ஒரே கொள்கையை முன்னிறுத்திப் பல கட்சிகள் செயல்பட ஆரம்பித்தன. காங்கிரஸ் கட்சியும் கம்யூனிஸ்ட் கட்சியும் இப்படித்தான் உடைந்தன. சுதந்திரத்திற்கு முன்பு மாறுபட்ட கருத்துள்ள பலர் ஒரே இயக்கத்தில் இருந் தார்கள். கிராமப் பொருளாதாரம் போன்ற விஷயங்களில் காந்தியாருக்கும் நேருவுக்கும் கருத்து வேறுபாடு இருந்தது. சர்தார் படேலின் அணுகுமுறையும் நேருவின் அணுகுமுறை யும் வேறு. சோஷலிஸ அடிப்படையில் சமதர்ம சமுதாயத்தை உருவாக்க வேண்டும் என்று நினைத்த ஜெயப்பிரகாஷ் நாராயண னும் காங்கிரஸில் இருந்தார். ஆனால் எல்லோரும் சேர்ந்து ஒரு பொதுத் திட்டத்தை முன்னிறுத்திச் செயல்பட்டார்கள். தனி நபர் மோதல்களின் அடிப்படையில் கட்சிகள் உடைந்த போது கொள்கையில் வேறுபாடு இல்லாமல் கட்சிகள் பலவாகப் பெருக ஆரம்பித்தன. கட்சியைச் சார்ந்து தலைவர் இருந்த நிலைமாறி, தலைவரைச் சார்ந்து கட்சி செயல்பட ஆரம்பித்தது.

ஆட்சியைப் பிடிப்பது தான் பிரதான நோக்கம் என்ற நிலையும் தனிநபரை நம்பிக் கட்சி என்ற நிலையும் சேர்ந்து கொள்கை வழி அரசியலைத் தேர்தல் அரசியலாக மாற்றியது. இந்நிலையில் வெற்றி பெறுவதுதான் முக்கியம் என்று ஆனது. அதன் விளைவாகக் கொள்கையை அடிப்படையாகக் கொள்ளாமல் வெற்றியை அடிப்படையாகக் கொண்ட கூட்டணிகள் உருவாக ஆரம்பித்தன. இன்று இந்திய அளவிலும் தமிழகத்திலும் நிலவும் கூட்டணிகளின் தன்மைக்கு இதுதான் காரணம்.

இந்த மாற்றம் 1969க்குப் பிறகுதான் ஏற்பட்டது. அதாவது இந்திரா காந்தி ஆட்சிக்கு வந்த பிறகு. நேரு பிரதமராக இருந்த போது அவர் நினைத்திருந்தால் மிகச் சுலபமாக ஒரு யதேச்சாதிகாரியாக மாறியிருக்கலாம். அவருக்கு இருந்த செல்வாக்கும் மதிப்பும் அப்படிப்பட்டது. 1962இல் நான் நாடாளுமன்ற உறுப்பினராக இருந்தேன். நேரு உண்மையிலேயே ஒரு ஜனநாயகவாதி என்பதை நான் நேரில் கண்டு உணர்ந்திருக்கிறேன். அதுமட்டுமல்ல. பிரிவினைக்குப் பிந்திய கொந்தளிப்பான காலகட்டத்தில் அவர் மிகுந்த பொறுப்புணர்ச்சியோடு செயல்பட்டு மக்களிடம் வெறுப்புணர்வு வளராமல் பார்த்துக் கொண்டார்.

இந்திரா காந்தியின் காலத்தில் இதெல்லாம் மாறத் தொடங்கியது. கட்சி முக்கியமில்லை; தலைவர்தான் முக்கியம் என்று ஆனது. கட்சி முன்னிறுத்திய ஜனாதிபதி வேட்பாளரை எதிர்த்துக் கட்சித் தலைவரான இந்திரா காந்தியே வேலை செய்கிறார். தனி நபரே முக்கியம் என்பதால் அமைப்பு வலு விழந்தது. உள்கட்சி ஜனநாயகம் சீரழிந்தது. இந்தத் தனி நபர் வழி அரசியலின் தாக்கத்தை எம்.ஜி.ஆர்., என்.டி.ஆர். வரையிலும் பார்க்கலாம்.

கொள்கை வழி அரசியல் தனி நபர் அரசியலாக மாறியதோடு வேறொரு முக்கியமான மாற்றமும் நிகழ்ந்தது. இந்தியக் கூட்டாட்சியில் மாநிலங்களின் தனிப்பட்ட நலன்களும் உணர்வுகளும் புறக்கணிக்கப் பட்டதால் தேசியக்கட்சிகளின் செல்வாக்குக் குறைந்து மாநிலக் கட்சிகளின் செல்வாக்கு அதிகரிக்க ஆரம்பித்தது. சைதாப்பேட்டையில் நான் போட்டியிட வேண்டும் என்றால் தில்லியில் இருக்கும் தலைவரின் அனுமதி வேண்டும். மாநிலங்களின் வளர்ச்சிப் பணிகளுக்கு மத்திய அரசை அளவுக்கதிகமாகச் சார்ந்திருக்கும் நிலை இருக்கிறது. அமெரிக்காவில் இரண்டே பிரதானக் கட்சிகள்தான் இருக்கின்றன. இரண்டும் தேசியக் கட்சிகள். ஆனால் அந்தக் கட்சிகளின் பிராந்திய உறுப்பினர்கள் தங்கள் பகுதிகளின் முன்னேற்றத்திற்காகத்தான் வேலை செய்வார்கள். அதற்குத் தேவையான அதிகாரமும்

வசதிகளும் அவர்களுக்கு இருக்கின்றன. அதிகாரப் பரவல் அங்கு முழுமையாக இருக்கிறது. இந்தியாவில் அதிகாரம் மையத்தில் அளவுக்கதிகமாகக் குவிக்கப்பட்டிருப்பதால் மாநில நலன்கள் புறக்கணிக்கப்படுகின்றன. இதன் விளைவாக மாநிலக் கட்சிகள் பெருக ஆரம்பித்தன.

இப்படிப் பெருகிய மாநிலக் கட்சிகள் மக்களிடத்தில் செல்வாக்குப் பெற்றதால் தேசியக் கட்சிகள் தேர்தலில் வெற்றி பெற மாநிலக் கட்சிகளின் துணையை நாட ஆரம்பித்தன. அதன் உச்சகட்டத்தை இன்று பார்க்கிறோம். இன்று காங்கிரஸ், பா. ஜ. க. ஆகிய இரு பெரிய தேசியக் கட்சிகளும் தங்கள் சொந்தப் பலத்தால் *100 – 120* இடங்களுக்கு மேல் வெல்ல முடியாது. மாநிலக் கட்சிகளின் துணையோடுதான் தேர்தலில் வெற்றி பெற முடியும். மாநிலக் கட்சிகளைச் சார்ந்துதான் ஆட்சி அமைக்கவும் முடியும் என்ற நிலை உருவாகியிருக்கிறது.

இதே காரணம்தான் ஒரு குறிப்பிட்ட வட்டாரம், ஜாதி, சமூகம் ஆகியவற்றைப் பிரதிநிதித்துவப்படுத்தும் கட்சிகள் தோன்றவும் அடிப்படையாக அமைந்தது. ஆட்சியில் இருப்ப வர்கள் மக்கள் நலத் திட்டங்களைச் செயல்படுத்துவதில் தோல்வி அடைந்தார்கள். முன்னுரிமைகள் குழம்பின. சில பகுதிகள் வேகமாக வளர்ந்தன. பல பகுதிகள் புறக்கணிக்கப் படுகின்றன. வறுமை ஒழிப்பு முதற்கொண்டு எல்லாப் பெரிய திட்டங்களுக்கும் இதே கதிதான் ஏற்பட்டது. புறக்கணிக்கப் பட்டவர்களின் பிரதிநிதிகளாக உருவாகிய மாநிலக் கட்சி களும் இதே போக்கில் சென்றதால் ஜாதிக் கட்சிகளும் வட்டாரக் கட்சிகளும் தோன்றுகின்றன. மாநிலக் கட்சிகள் வலுப்பெற்ற தும் தேசியக் கட்சிகளுக்கு மாநிலக் கட்சிகள் தேவைப்பட்டது போல மாநிலக் கட்சிகளுக்கு ஜாதி / வட்டாரக் கட்சிகள் தேவைப்படுகின்றன. எனவே கூட்டணிகளின் கணக்குகள் மாறுகின்றன.

ஒருபுறம் கொள்கை வழி அரசியல் தனிநபர் வழி அரசிய லாக மாறியது. மறுபுறம் மையத்தில் அதிகாரக் குவிப்பின் மறுவிளைவாக மாநில, ஜாதி, வட்டாரக் கட்சிகள் வளர்ந்து செல்வாக்குப் பெற்றுவிட்டன. கொள்கை வழி அரசியல் சென்று ஆட்சியைப் பிடிப்பது மட்டுமே முக்கியம் என்று ஆகிவிட்ட நிலையில் வெற்றி பெற எது தேவையோ அதைச் செய்யலாம் என்று ஆகிவிட்டது. இதனால் கூட்டணி அமைப்ப தில் எந்தக் கொள்கையும் தேவையில்லை என்று ஆனது. இதன் விளைவுதான் தமிழகத்தில் நாம் இன்று பார்க்கும் காட்சி.

இது ஒன்றும் புதிதல்ல. ஆரம்பத்தில் காங்கிரஸ் முஸ்லிம் லீகைக் கடுமையாக எதிர்த்தது. தேசப் பிரிவினைக்கு முஸ்லிம் லீக்தான் காரணம் என்று சொன்னது. ஆனால் தேர்தல் வெற்றிக் காக அதே கட்சியுடன் கூட்டணி வைத்துக் கொண்டது. தமிழகத்திலும் ஆரம்பத்தில் Toilers Party, Commonwheel Party ஆகிய ஜாதிக் கட்சிகளுடன் தேர்தல் கூட்டணி வைத்துக் கொண்டது. காங்கிரஸை திமுக எதிர்த்தது, பிறகு அதனுடன் 1980இல் கூட்டணி வைத்துக் கொண்டது, பிறகு மீண்டும் பிரிந்தது. இந்திராவின் நெருக்கடி நிலையை எதிர்த்த சரண்சிங் அதே இந்திரா காந்தியின் துணையுடன் சிறிது காலம் பிரதம ராக இருந்தார். சந்திரசேகரின் காங்கிரஸ் எதிர்ப்பு நிலையும் இப்படித்தான். ஆக, கொள்கையற்ற கூட்டணி என்பது புதிதல்ல.

இன்றைய தமிழக சூழ்நிலையில் வேறொரு விஷயத்தை யும் கவனிக்க வேண்டும். கட்சிகள் தேர்தலுக்குத் தேர்தல் அணி மாறுவதில் சிறிய கட்சிகளைவிடப் பெரிய கட்சிகளுக்குத் தான் பொறுப்பு அதிகம். அவைதான் சிறிய கட்சிகளுக்குத் தூண்டில் போடுகின்றன; அல்லது வெட்டி விடுகின்றன. எல்லாமே அதிகாரம், பதவியை அடிப்படையாக வைத்துத் தான் நடக்கிறது. இந்த நிலை மாறவேண்டுமென்றால் மேலே சொன்ன காரணிகள் மாற வேண்டும். அல்லது இந்தச் சீரழிவு முற்றிப்போன நிலையில் மக்களிடம் உருவாகும் கொந்தளிப்பு இதற்கெல்லாம் ஒரு முடிவு கட்டும். நெருக்கடி நிலைக்குப் பிறகு அதுதான் நடந்தது. ஆனால் அந்த எழுச்சி நேர்மையான தலைமையால் திறமையாக நெறிப்படுத்தப்படாவிட்டால் விரைவில் வடிந்து போகும். ஆக இதுவும் நீண்டகாலத் தீர்வு அல்ல. கல்வியறிவு, விழிப்புணர்வு ஆகியவை மக்களிடையே பெருமளவில் பரவினால் தான் இதற்கு நிரந்தரத் தீர்வு உண் டாகும். கல்வியறிவு அதிகமுள்ள கேரளத்தில் மற்ற மாநிலங் களைவிட அரசியல் ஆரோக்கியமானதாக இருக்கிறது. ஆகவே கல்வியைப் பரவலாக்கும் முயற்சியை அதிகரிப்பதில்தான் தீர்வு அடங்கியிருக்கிறது. அது நடக்காதவரை இந்த நிலை தான் தொடரும்.

இதழ் 35, மே – ஜூன் 2001

2001 – 2006

அதிகாரம் யாருக்கு?
தமிழக அரசியல் சூழல்

ஓரஞ் செய்தி டாமே – தருமத்
துறுதி கொன்றி டாமே
சோரஞ் செய்தி டாமே – பிறரைத்
துயரில் வீழ்த்தி டாமே
ஊரை யாளு முறைமை – உலகில்
ஓர்பு றத்து மில்லை.

பாரதி *(பாஞ்சாலி சபதம்)*

வால்டர் தேவாரமும் ஜனநாயகமும்

கானகன்

"மனித உரிமை மீறல்கள் பற்றி அனாவசியமாக என்னிடம் பேசாதீர்கள், எனது ஒரே இலக்கு வீரப்பன் தான். அவனைப் பிடிப்பதே என் ஒரே குறிக்கோள்" என்று அதிரடிப்படையின் புதிய தலைவர் வால்டர் ஐசக் தேவாரம் திருவாய் மலர்ந்தருளியிருக்கிறார்.

புரட்சித் தலைவி ஆட்சி மீண்டும் மலர்ந்து விட்டது. மீண்டும் பாலும் தேனும் ஆறாக ஓடப் போகிறதோ இல்லையோ, வனப்பகுதிகளில் இரத்த ஆறு ஓடப் போகிறது அப்பாவி மலைவாழ் மக்களின் கூக்குரல் இந்தியாவெங்கும் எதிரொலிக்கப் போகிறது.

இனி என்ன ஆகுமோ, எப்படியெல்லாம் போலீசார் தங்களைத் துன்புறுத்தப் போகிறார்களோ என்று வயிற்

றில் நெருப்பைக் கட்டிக்கொண்டிருப்பவர்கள் வீரப்பன் நடமாடும் வனப்பகுதிகளில் வாழும் மலைவாழ் மக்கள் தான். ஏற்கெனவே ஒருமுறை இதே அதிரடிப்படைக்குத் தேவாரம் தலைமை தாங்கியபோதுதான் சொல்லொணா மனித உரிமை மீறல்கள் நிகழ்ந்தன. அப்பாவி மலைவாசிகள் பலர் கொல்லப் பட்டனர், சித்திரவதைக்குள்ளாக்கப்பட்டனர், அவர்கள் வீட்டுப் பெண்கள் கற்பழிக்கப்பட்டனர், நூற்றுக்கணக்கானோர் சிறையி லடைக்கப்பட்டனர். தலைவர் என்று அறிவிக்கப்பட்டவுடன் நிகழ்ந்த முதல் செய்தியாளர் சந்திப்பில் தேவாரம் வழக்கம் போலத் தனது மீசையை முறுக்கிக்கொண்டு இந்தப் பணிக் கான ஒப்பந்தக் காலம் ஒரு வருடம்தான். அதற்குள்ளேயே வீரப்பன்களைப் பிடித்து விடுவேன் – உயிருடனோ, பிண மாகவோ – விடப்போவதில்லை என்று சூளுரைத்தார்.

ஏற்கனவே வீரப்பனுக்கும் அவரைத் தேடும் காவல் துறைக்குமிடையில் சிக்கித் தவிப்பது பொதுமக்கள்தான். இப் போது தேவாரம், மற்றும் ஜெயலலிதா ராஜாங்கத்தில் அவர்கள் இன்னமும் கூடுதலாக அவதிப்படப் போகிறார்கள் என்பதில் ஐயமில்லை.

இந்தியாவில் நிலவுவதாகக் கூறப்படும் மக்களாட்சியின் உண்மையான முகங்கள் ஜெயலலிதாவும் தேவாரமும்தான் என்றே தோன்றுகிறது. ஊரைக் கொள்ளையடித்து உலையில் போடலாம்; லூயி மன்னன் போல நான்தான் அரசு, நானே மக்கள், நானே எல்லாம் எனலாம்; மக்களும் திரண்டு வந்து அப்படிப்பட்ட நபருக்கு வாக்களிப்பார்கள்; அவர் முதல்வராகி, தன் மீதான வழக்குகளை விசாரித்தவர்களை ஒரு கை பார்க்கலாம்.

தேவாரத்தை எடுத்துக் கொள்ளுங்கள். எண்பதுகளில் நக்சலைட்டுக்களை ஒழிக்கிறேன் பேர்வழி என்று சொல்லிக் கொண்டு அப்பாவி இளைஞர்கள் பலரை வட மாவட்டங் களில் சுட்டுத்தள்ளினார். இப்படியெல்லாம் செய்யலாமா என்று கேட்டதற்கு, கம்யூனிஸ்டுகளை ஒழிக்க வேண்டும், அதற் காக எதையும் செய்யத் தயங்கமாட்டேன் என்று முண்டா தட்டினார்.

நக்சலைட் இயக்கம் ஒடுக்கப்பட்டதென்னவோ உண்மை தான். ஆனால் கொல்லப்பட்ட இளைஞர்களுக்கு, அழிக்கப் பட்ட குடும்பங்களுக்கு, என்ன பதில்? கிராமப்புறங்களில் நடந்து வந்த, இன்னமும் தொடரும் பண்ணையார்களின், மேல்சாதியினரின் அட்டூழியங்கள், அத்துமீறல்கள், தாங்கொணா வறுமை, இவையெதுவும் தேவாரத்தின் கண்ணை உறுத்தாது. நக்சலைட் ஒழிப்பில் அவர் மும்முரமாக ஈடுபட்டிருந்தபோது, அவரைப்பற்றிக் கேரளாவைச் சேர்ந்த தலைசிறந்த எழுத்தாளர்

மற்றும் கார்ட்டூனிஸ்ட் ஓ.வி. விஜயன் கூறினார்: 'தேவாரம் லஞ்சம் வாங்காத அதிகாரியாக இருக்கலாம், ஆனால் அன்றாட மக்களின் பிரச்சனைகளோ, லட்சியவாதிகளின் கனவுகளோ அவருக்குப் புரியாது. அவர் ஒரு காவல்துறை அதிகாரி. சட்டம் ஒழுங்கினைப் பராமரிக்க வேண்டும், சட்டத்தை மீறுபவர் களைத் தண்டிக்க வேண்டும், தப்பியோடுபவர்களைப் பிடிக்க வேண்டும் அவ்வளவு தான் அவருக்குத் தெரியும். இந்தப்பணி யில் எந்த குறுக்கீடு வந்தாலும் தயவுதாட்சணியம் இல்லாமல் அதையெல்லாம் நொறுக்கித் தள்ளவேண்டும். இப்படித்தான் அவர் சிந்தனையோடுகிறது. தெய்வபக்தி மிகுந்த ஒரு ப்ராட் டஸ்டண்ட் கிறித்தவர் என்ற முறையில், அவருக்குக் கறுப்பு, வெள்ளை இரண்டுதான் தெரியும். இடைப்பட்ட நிறங்கள் கண்ணில் படாது. பாவம், புண்ணியம் என்ற நேரெதிர்த் துருவங்களைத்தான் அறிந்து வைத்திருக்கிறார். ஏன் பாவச் செயல் புரியப்படுகிறது என்பது பற்றியோ, எது பாவம் என்பது பற்றியோ அவருக்குத் தெளிவான சிந்தனை கிடையாது.'

இப்படிப்பட்ட ஒரு மனிதரிடம்தான் ஆயிரக்கணக்கான மலைவாழ் மக்களின் எதிர்காலத்தினை ஜெயலலிதா ஒப்படைத் திருக்கிறார். தேவாரத்தை எதிர்த்து நீதிபதி சதாசிவம் கமிஷனின் முன் சாட்சியமளித்த பெண்களின் கதி என்ன? அதிரடிப்படை யினர் பல்வேறு அட்டூழியங்களைச் செய்தார்கள் என்று கூறியவர் களுக்கெல்லாம் இப்போது என்ன தண்டனை கிடைக்கும்?

ஒரு புறம் நானே சர்வமும் என்று அகங்காரத்துடன் உலவும ஜெயலலிதா; இன்னொரு புறம் சட்டம் ஒழுங்கைப் பராமரிப் பதே என் பணி, குறுக்கே எது வந்தாலும் அதனை நிர்மூலமாக்கு வேன் என்று சூளுரைத்துச் செயல்படும் தேவாரம்; ஏதோ இத்தகைய மனிதர்கள்தான் இந்தியாவின் இறையாண்மை யினைக் காக்க அவதரித்தவர்கள் என்ற ரீதியில் எழுதும் சோ போன்ற விமர்சகர்கள்; அதனை அப்படியே நம்பும் படித்தவர் களாகத் தங்களைக் கருதிக்கொள்ளும் நடுத்தர வர்க்கத்தினர் – இவர்கள் ஆட்சியே இந்திய ஜனநாயகம். வறுமைக் கோட்டின் கீழ் வாழும் பல லட்சக்கணக்கான பிரஜைகளுக்கும் இந்த ஜனநாயகத்திற்கும் துளியும் தொடர்பில்லை.

தேர்தல் பிரச்சாரத்தின்போது நான் கண்ட சில காட்சிகள் எத்தகையதொரு மக்களாட்சி நடைபெறுகிறது என்பதைத் தெளிவாக எடுத்துக்காட்டின. தேனியருகே தேவாரம் – எங்கு போனாலும் தேவாரத்திடமிருந்து தப்ப முடியாது போலிருக் கிறது! – கிராமப் பேருந்து நிலையம். ஒரு மூதாட்டி. பல மணி நேரங்களாகக் காத்துக்கொண்டிருந்தார் போலிருக்கிறது. எந்தக் கட்சிக்கு ஓட்டுப் போடுவீர்கள் என்று கேட்டதற்கு,

தனது இயலாமையை, ஏழ்மையினை, கால் கடுக்கக் காத்திருப்பதை, வயதான காலத்தில் தனித்து விடப்பட்டிருப்பதையெல்லாம் சொல்லிப் புலம்பிவிட்டு, எனக்கெல்லாம் எதற்கய்யா ஓட்டு என்றும் கூறினார் மனங்கசந்து. நானும் எனது நண்பரும் ஏமாற்றத்துடன் திரும்பியபோது, அவரே எங்களை விளித்து, தம்பி, ஆனாலும் நான் ஓட்டுப் போடுவேன் பாத்துக்க என்றார். ஏனாம்? ஓட்டுப் போடாட்டி செத்துப் போயிட்டதா அருத்தமாமில்ல, கார்டெல்லாம் புடிங்கிருவாங்களாமே ... அதனால் போடுவேன் ... யாரு காசு கொடுப்பாகளோ அவுங்களுக்கு!

எம்.ஜி.ஆர். ப்ரூக்ளின் மருத்துவமனையில் உயிருக்காகப் போராடிக்கொண்டிருந்தபோது, இங்குச் சட்டமன்ற, நாடாளுமன்றத் தேர்தல்கள் நடந்தன. ஆண்டிப்பட்டியில் அவரது வேட்பு மனு தாக்கல் செய்யப்பட்டது, அவருடைய கைரேகையை ஒற்றி எடுத்திருந்தார்கள். அவர் சுய நினைவில் இருக்கிறாரா என்பதுகூடத் தெரியாத நிலையிலும் அவரது மனு ஏற்றுக் கொள்ளப்பட்டது. அந்த நேரம், அப்பகுதியில் பெருவாரியாக எங்கள் வாக்கு இரட்டை இலைக்கே, எம்.ஜி.ஆருக்கே, அந்த மகராசனுக்கே என்று கோஷங்கள் எழ, ஒரு கிராமத்தில் நான் அவர் உயிருடன் இருப்பதே சந்தேகத்தில் இருக்கிறது, எதற்கு நீங்கள் அவருக்கு வாக்களிக்கிறீர்கள் என்று – சற்றுத் தயங்கித் தயங்கித்தான் – கேட்டேன். சில பெண்கள் சரமாரியாகத் திட்டி அடிக்கவே வந்து விட்டார்கள்.

அவர்களைச் சமாதானப்படுத்திய ஒரு முதியவர் கூறினார்: ‘ஓங்களுக்கேன் தம்பி இந்த வம்பெல்லாம் ... ஒண்ணு வெச்சிக்கிங்க ... அவரு போயிட்ராருன்னே இருக்கட்டுமே ... அதுனாலே என்ன? இதுக்கப்புறம் அவருக்கு ஓட்டுப்போட எங்களுக்கு சான்ஸ் கிடைக்காதுய்யா ... அதுனாலே நாங்கள்ளாம் அவரு உயிரோட இருந்தாலும் சரி, இல்லேன்னாலும் சரி அவருக்குத்தான் ஓட்டுப் போடுவோம்.’ ஜெயலலிதா மீது அப்படிப்பட்ட வெறிகலந்த பக்தி ஏதும் இல்லை. புதிய பொருளாதாரக் கொள்கைகளின் விளைவாகப் பண வீக்கம் அதிகமாக, விலைவாசி ஏற, விவசாய விளைபொருட்கள் விலை வீழ, வாழ்க்கைச் சுமை கடுமையாக, வெகுண்டெழுந்த மக்களின் தீர்ப்பே அஇஅதிமுக அணிக்கு மாபெரும் வெற்றி என்பது எனது கணிப்பு.

ஜெயலலிதா ஊழல் செய்யவில்லையா என்றால், அட போய்யா, யார்தான் யோக்கியம் என்ற பதிலே திரும்பத் திரும்பக் கிடைத்தது. அவரது யதேச்சாதிகார மனப்பான்மை பற்றியும் எவரும் கவலைப்பட்டதாகத் தெரியவில்லை. ஆக 17 ஆண்டுகளுக்கு முன் வாக்களித்தவர்களைவிட, இன்று வாக்களித்தவர்கள் சற்றுச் சிந்தித்திருக்கிறார்கள் என்பது உண்மை

தான். ஆயினும் பிரச்சினையின் பல பரிமாணங்களை அவர்கள் உணரவில்லை என்பது வெளிப்படை.

மதவாதம் பற்றியும் புதிய பொருளாதாரக் கொள்கைகளைப் பற்றியும் கவலைப்படும் கம்யூனிஸ்ட்கள் ஜெயலலிதா உருவாக்கப் போகும் ஆபத்துகளைப் பற்றிச் சிந்திப்பதில்லை. பாரதீய ஜனதாவையும் மக்கள் விரோத புதிய பொருளாதாரக் கொள்கை களையும் அரவணைத்துக் கொண்ட கருணாநிதியா, இதை யெல்லாம் எதிர்ப்பதாகச் சொல்லிக் கொள்ளும் யதேச்சாதிகார ஜெயலலிதாவா, இதுதான் மக்களின் முன் வைக்கப்பட்ட கேள்வி என்றால் நமது ஜனநாயகம் எப்படிப்பட்ட ஒரு இக்கட்டில் இருக்கிறது என்பதை நாம் யூகித்துக்கொள்ள வேண்டியது தான்.

இத்தகையதொரு சூழலில் யாரையும் வேட்டையாடுவேன், எனக்கு வேண்டியது வீரப்பன்தான் என்று கொக்கரிக்கும் தேவாரம் போன்ற அதிகாரிகளிடமிருந்து மக்களைக் காப்பது என்பது அவ்வளவு எளிதான வேலையல்ல.

ஜனநாயகமென்றால் ஜெயலலிதா, கம்யூனிசம் என்றால் ஸ்டாலின் அல்லது போல்பாட் என்று வரலாறு நமக்குக் கூறுமானால் மனித குலத்தின் எதிர்காலம் பற்றி மகிழ்ச்சி அடைய ஏதுமில்லை.

○

நெடும் புனலுள் வெல்லும் முதலை

இராசேந்திர சோழன்

தமிழகத்தின் 12வது சட்டப் பேரவைக்கு நடைபெற்ற தேர்தலில் கட்சிகளின் வெற்றி தோல்விகள் குறித்த மதிப்பீடு கள் வெவ்வேறு வகைப்பட்டு இருந்த போதிலும், சாரத்தில் இம்முடிவுகள் ஜெ. அனுதாப ஆதரவு அலையோ அல்லது திமுக எதிர்ப்பு அலையோ ஏதும் வீசிடவில்லை என்பதையே மெய்ப்பிக்கின்றன.

கட்சிகளுக்கு உள்ள வாக்கு வங்கிகள் அப்படியே நீடித்து வந்துள்ளன. தமிழகத்தில் திமுகவுக்கும் அதிமுகவுக்கும் உள்ள பலம் கிட்டத்தட்ட எப்போதும் சரிபாதியாகவே இருந்து வந்திருக்கிறது. நிலையான வாக்கு வங்கிகள் உள்ள பிற கட்சிகள் எந்தக் கட்சியோடு கூட்டு சேர்கிறதோ அந்தக் கூட்டணியே வெற்றி பெறுவது வழக்காகியிருக்கிறது. இந்தத் தேர்தலிலும் அதுவே நேர்ந்திருக்கிறது.

பதிவான மொத்த வாக்குகளில் அதிமுக அணி 140 லட்சமும், திமுக அணி 108 லட்சமும் பெற்றுள்ளன. கூடுதல் 32 லட்சம் கூட்டணிக் கட்சிகளின் வலுவால் பெறப்பட்டதாகக் கொள்ளலாம். இதில் தில்லி அரசின் பொருளாதாரக் கொள்கையினால் ஏற்பட்ட நியாய விலைக்கடைப் பொருட்களின் விலையேற்றம், பேருந்துக் கட்டண உயர்வு, விவசாய உற்பத்திப் பொருட்களின் விலை வீழ்ச்சி முதலானவை காரணமாக திமுக பால் ஏற்பட்ட அதிருப்தியும் ஒரு சிறு பங்காற்றியிருக்கலாம். எனினும் அதை ஒரு தீர்மானிக்கும் சக்தியாகக் கொள்ள முடியாது.

ஆட்சி முறையைப் பொறுத்தமட்டில் கருணாநிதிக்கும் ஜெயலலிதாவுக்கும் கொள்கை ரீதியில் அடிப்படையில் சில வேறுபாடுகள் இருந்தாலும், பண்பு ரீதியில் ஒரு முக்கிய வேறுபாடு உண்டு. கருணாநிதி எல்லா வகையிலும் தில்லியோடு இணக்கமாகப் போய்ப் பதவியைப் பாதுகாத்துக்கொள்ள வேண்டும் என்பதிலேயே குறியாய் இருப்பவர். அந்த நிலையிலிருந்தே அனைத்துப் பிரச்சனைகளையும் அணுகுபவர்.

ஜெ. வும் இப்படிப்பட்ட போக்குடையவர்தான் என்றாலும் சில நேரங்களில், சில பிரச்சனைகளில் தனக்குத் தோன்றுவதைப் பிடிவாதமாகப் பற்றி அதைச் சாதிக்க வேண்டும் என்று நினைப்பவர். பின் விளைவுகள் எதைப் பற்றியும் கவலைப்படாமல் தடாலடியாக எந்தவித நடவடிக்கையும் மேற்கொள்ளத் தயங்காதவர். அவரது கடந்த காலச் செயல்பாடுகள் பல இதைப் புலப்படுத்தும்.

தமிழகத்தில் இன்றும் தீர்க்கப்படாத பிரச்சனைகளாக காவிரி நீர், இட ஒதுக்கீடு, கச்சத் தீவு, தமிழ்வழிக் கல்வி முதலான சிக்கல்கள் தொடர்ந்து வருகின்றன. இப்பிரச்சனைகள் எதிலும் தில்லியின் முகம் கோண ஒரு துரும்பையும் அசைக்க விரும்பாதவர் கருணாநிதி. 1974இல் கச்சத் தீவு இலங்கைக்குத் தாரை வார்க்கப்பட்டபோது தான் முதல்வராக இருந்தும் அதை உறுதியாக எதிர்க்காதவர் அவர்.

எனில் ஜெ. அப்படியல்ல. தான் முதல்வராக இருந்த போதும் காவிரிப் பிரச்சனைக்காகப் பட்டினிப் போராட்டத்தில் இறங்கியவர் (ஜூன் 18, 19, 20, 1993). 69 விழுக்காடு இட ஒதுக்கீட்டிற்குத் தமிழகச் சட்டமன்றத்தில் தீர்மானம் (31.12.93) நிறைவேற்றியவரும் அவரே.

தற்போது கச்சத்தீவை மீட்பது, 69 விழுக்காடு இட ஒதுக்கீட்டிற்குச் சட்டப் பாதுகாப்புப் பெறுவது, சேது சமுத்திரத் திட்டத்தை நிறைவேற்றுவது முதலானவற்றுக்கு மத்திய அரசை வலியுறுத்துவோம் என அறிவித்துள்ளார்.

தமிழ்வழிக் கல்விக்கு எதிரான கொள்கையுடையவரே யானாலும் தமிழில் பதவிப் பிரமாணம் எடுத்துக் கொள்ளுதல், தமிழை முதல் பாடமாக எடுத்து முதலில் வந்த மாணவர் களுக்கு உயர் கல்விக்கு உதவுதல் முதலான செயல்பாடுகள் மூலம் தனது 'தமிழ்ப்பற்றை' வெளிப்படுத்திக் கொண்டிருக் கிறார். தொழிற்கல்விகளில் கிராமப்புற மாணவர்களுக்கான இட ஒதுக்கீட்டை 25 விழுக்காடாகவும் உயர்த்தியிருக்கிறார்.

கடந்த கால அவப்பெயர்களிலிருந்து தன்னைத் தற்காத்துக் கொண்டு நற்பெயரெடுக்க இதுபோன்ற பல நடவடிக்கை களை அவர் மேற்கொள்ளலாம் என்றாலும், திமுகவை எதிர்ப் பது, பழிவாங்குவது என்பதில் எப்படிப்பட்ட தீவிர நிலையை யும் மேற்கொள்ளத் தயங்காதவர் அவர். உழவர் சந்தைகளை மூட அறிவித்தது, மாவட்டங்கள், போக்குவரத்துக் கழகங்களுக்கு மீண்டும் தலைவர்கள் பெயரைக் கொண்டு வரும் யோசனைக்கு இடம் தருவது, கொஞ்சமும் நிதானிப்புக்கோ, கால அவகாசத் துக்கோ கூட இடம் தராமல் அவசர அவசரமாக தி.மு.கவினர் மேல் வழக்குப்போடுவது, கைது செய்வது முதலானவைகளை இவற்றுக்கு எடுத்துக்காட்டுகளாகக் கொள்ளலாம்.

இத்துடன் இன்னொன்றையும் அவர் செய்யக்கூடும். தில்லி ஆட்சியதிகாரத்தைத் தக்கவைத்துக் கொள்வதில் குறியாயிருக் கும் பாஜக தற்போதைய தேர்தல் முடிவுகளை வைத்துத் தன் கூட்டாளிகளை மாற்ற முனையலாம். தமிழகத்தில் திமுகவைக் கழற்றிவிட்டு அதிமுகவுடனான உறவுக்கு முயலலாம். தில்லி அதிகாரப் பீடத்தின் ருசியை அனுபவித்த பாமகவும் இதற்கு முன் கை எடுக்கலாம். மத்திய அமலாக்கப் பிரிவு வழக்கு களிலிருந்து மீள தில்லியின் பலத்தோடு திமுகவை எதிர்க்க ஜெ.வும் அதற்கு உடன்படலாம். தில்லியில் யாருக்கு வெற்றி வாய்ப்பு இருக்கிறது எனப் பார்த்துத் தேவைப்பட்டால் காங்கிரசைக் கழற்றிவிட்டு பாஜகவுடனும் கை கோர்க்கலாம். இப்படியெல்லாம் ஜெ. செய்யமாட்டார் என்பதற்கு எந்தவித உத்தரவாதமும் இல்லை.

இறுதியாக, இந்தத் தேர்தலில் கவனிக்கப்பட வேண்டிய அம்சங்கள் இரண்டு.

ஒன்று, இத்தேர்தலில் சாதிக்கட்சிகள் ஏதும் நிலைபெற முடியவில்லை என்பது. பாமகவும் சாதியக் கட்சிதான் என்றாலும் அது பல போராட்டங்கள் நடத்தி உயிர்த்தியாகங் கள் செய்து தனக்கென நிலையானதொரு வாக்கு வங்கியைக் கொண்டுள்ளது. புதிதாக முளைத்த பல சாதிக்கட்சிகள் அப்படி யல்ல என்பதோடு மக்களும் சாதிய அடிப்படையில் மட்டுமே தங்களை அடையாளப்படுத்திக் கொள்ளத் தயாராயில்லை

என்பது இந்தத் தேர்தலில் கவனிக்கப்பட வேண்டிய ஒரு நல்ல அம்சமாகப் படுகிறது.

அடுத்தது, இதுவரை நடைபெற்ற சட்டப் பேரவைத் தேர்தல்களிலேயே இத்தேர்தலில்தான் மிகக் குறைவான எண்ணிக்கையில் வாக்குப் பதிவாகியுள்ளது. தமிழகத்தின் மொத்த வாக்காளர்கள் 474 லட்சத்தில் 270 லட்சம் பேரே இத்தேர்தலில் வாக்களித்துள்ளனர். அதாவது கிட்டத்தட்ட பாதிக்கு நெருக்கமானோர், 42 விழுக்காட்டினர் வாக்களிக்கவில்லை.

பெரும்பாலான நடுத்தர வர்க்கத்தினர் சோம்பல் அல்லது அக்கறையின்மை காரணமாக வாக்களிக்கச் செல்வதில்லை என்பது பொது நிகழ்வு என்றாலும் தேர்தல் கட்சிகளிலோ அல்லது முறைகளிலோ அதிருப்தியுற்று வாக்களிக்க விரும்பாதோரின் தொகை தேர்தலுக்குத் தேர்தல் அதிகரித்து வருவதும் ஓர் உண்மை.

பல்வேறு பகுதிப் பிரச்சனைகள் காரணமாக மக்கள் ஆங்காங்கே தேர்தல் புறக்கணிப்புச் செய்வது ஒருபுறமிருக்க, தமிழகத்தைப் பாதிக்கும் அடிப்படைப் பிரச்சனைகளில் இத் தேர்தல்களால், தேர்தல் கட்சிகளால் பலனேதுமில்லை என்கிற நோக்கில் அரசியல் காரணங்களுக்காகப் புறக்கணிப்புச் செய்ததும் இந்த ஆண்டு கூடுதலாகியிருக்கிறது.

தமிழக ஆட்சியதிகாரத்தில் 1967க்குப் பிறகு திமுகவை விட்டால் அதிமுக; அதிமுகவை விட்டால் திமுக என இவ்விரு கட்சிகளுமே மாற்றி மாற்றி அமர்ந்து வந்திருக்கின்றன. இக் கட்சிகளுக்கு அப்பால் நிலையான, வலுவான மூன்றாவது அணி என்பது ஒன்று உருவாகவேயில்லை. அப்படிப்பட்ட ஒன்றை உருவாக்க வேண்டிய இடதுசாரிக் கட்சிகளோ தங்கள் நிலைப்பாடுகளையெல்லாம் கைவிட்டு இவ்விரண்டில் ஏதாவதொரு கட்சியுடன், ஏதாவதொரு காரணம் சொல்லிக் கூட்டுச் சேர்ந்து வருவதையே வாடிக்கையாகக் கொண்டிருக்கின்றன. இவர்களால் தமிழகத்துக்கு எந்த விமோசனமும் ஏற்படும் என்பதற்கான நம்பிக்கைக்கும் இடமில்லை. எனவே, இவர்களைத் தாண்டி முகிழ்த்து வரும் வேறு ஏதாவது புதிய சக்திகளின் மூலமே தமிழகத்தில் ஏதும் மாற்றம் ஏற்படும் என்று தோன்றுகிறது. அந்த மாற்றமும் கொள்கை, கோட்பாடுகளைப் பற்றியெல்லாம் பொருட்படுத்தாது நடைபெறும் இத்தேர்தல்கள் மூலமாக மட்டுமே சாத்தியப்படாது என்பதும், இத் தேர்தல் நடைமுறைகள் காட்டும் படிப்பினையாக உள்ளது.

இதழ் 36, ஜூலை – ஆகஸ்ட் 2001

பாசிசத்தின் பேய் நகங்கள்

கருணாநிதி கைது :
ஒரு சாமானியனின் நோக்கில்

இராசேந்திரசோழன்

கைது சம்பவம் நெருக்கடி கால நிகழ்வுகளை நினைவுகூர வைப்பதாய் இருந்த போதிலும் அக்காலத்தை நிகர்த்த சூழல் தற்போது நிலவுவதாகக் கொள்ள முடியாது.

நெருக்கடி நிலை அறிவிப்பு அரசமைப்புச் சட்டத்தின் துணையோடு பிறந்தது. ஜூன் 29 – 30 நள்ளிரவு சம்பவம் பல சட்ட விதிகளை மீறி அவற்றையெல்லாம் புறக்கணித்துவிட்டு நிறைவேற்றப்பட்டது. நெருக்கடி நிலை அரசமைப்புச் சட்டம் வழங்கியுள்ள அடிப்படை உரிமைகளை நீக்கி அனைத்து உரிமைகளையும் பறிமுதல் செய்து கொண்டு பாய்ந்தது. அப்படிப்பட்ட உரிமைப் பறிப்பு ஏதும் தற்போது சட்ட பூர்வமாய் இல்லை. எனவே, உணர்வெழுச்சியாலோ, உள நெகிழ்ச்சியாலோ நிலைமைகளை மிகை மதிப்பீடு செய்யாமல் நிகழ்வுகளை அதன் இருப்பில் வைத்து நோக்க வேண்டியது முக்கியமாகிறது.

நடந்து முடிந்த சம்பவங்கள் நான்கு முக்கியப் பிரச்சினைகள் குறித்து நம் கவனத்தை ஈர்ப்பதாகக் கொள்ளலாம் : (அ) மனித உரிமை, (ஆ) மாநில உரிமை, (இ) ஆதிக்கச் சனநாயகம், (ஈ) மக்கள் சனநாயகம்.

(அ) கைதும் கைது செய்யப்பட்ட முறையும் அப்பட்டமான மனித உரிமை மீறல் என்பது விலாவாரியாக விமர்சிக்கப்பட்டு, கட்சி வேறுபாடு இன்றிப் பொதுவில்

அனைத்துத் தரப்பினராலும் கண்டனம் செய்யப்பட்டதில் கைது குறித்த குற்றவியல் நடைமுறைச் சட்டங்கள், அது சார்ந்த உச்ச நீதிமன்ற வழிகாட்டும் நெறிகள் நினைவூட்டப் பட்டு மனித உரிமை பற்றிய விழிப்புணர்வு பரவலாகத் தூண்டப் பட்டுள்ளது.

இதில், மத்திய அமைச்சர்கள் மாறன், பாலு இருவரது நடவடிக்கைகள் மட்டும் சிலரால் சர்ச்சைக்குள்ளாக்கப்பட் டுள்ளன. மத்திய அமைச்சர்கள் என்பதனால் இவர்கள் எப்படி வேண்டுமானாலும் நடந்து கொள்வதா ..?

ஒரு சட்ட விரோத நடவடிக்கையைச் சட்டபூர்வமாகத் தான் எதிர்கொள்ள வேண்டும் என்று எல்லாக் காலத்திலும் போதித்துக் கொண்டிருக்க முடியாது. அப்படிப் போதிப்பதே பல சந்தர்ப்பங்களில் மனித உரிமைக்கு எதிரானதாகி வரும். அரசு வன்முறையை எதிர்த்த ஒடுக்கப்பட்ட மக்களது வன்முறை யின் நியாயம் உலக அளவில் நிறுவப்பட்டிருக்க, சாதாரண மனிதனுக்குள்ள இந்த உரிமையை அமைச்சர்கள் என்பதனால் மறுத்துவிட முடியாது.

தவிர, ஒரு வன்முறையை எப்படி எதிர்கொள்வது என்பது எதிர்ப்பாளனின் உரிமை. அந்த உரிமையில் யாரும் தலையிட முடியாது. அது சட்டப்பூர்வமாகவும் இருக்கலாம். அல்லாமலும் இருக்கலாம். எதுவானாலும் தாக்குபவனுக்கு என்ன சட்டமோ அதுவேதான் எதிர்ப்பவனுக்கும் என்பதே பொது நியதி. இந்த நியதியின் அடிப்படையிலேயே இதை நோக்க வேண்டும்.

எனில், அமைச்சர்கள் இருவரையும் விடுதலை செய்து அவர்கள் மீதான வழக்குகளையும் திரும்பப் பெற்றது, சட்டத் தின் முன் அனைவரும் சமம் என்கிற கோட்பாட்டிற்குப் பொருந்தி வருமா, சாதாரண மனிதனுக்கு இது போன்ற சலுகைகள் கிடைக்குமா என்கிற கேள்விகள் எழலாம். எதுவா னாலும், வழங்கப்பட்ட இச்சலுகைகள் நியாயமானதா அல்லவா என விவாதித்துக்கொண்டிருப்பதை விடவும், இதைச் சாதாரண மனிதனுக்கும் விரிவுபடுத்து என்று கோருவதே பொருத்தமாக வும், மனித உரிமை நோக்கில் அர்த்தமுள்ளதாகவும் இருக்கும்.

(ஆ) இச்சம்பவத்தை வைத்து ஜெ. அரசின் மீது நடவடிக்கை எடுக்க வேண்டும், ஆட்சியைக் கலைக்க வேண்டும் என்று திமுக கோரியதுடன் உரிய நடவடிக்கை இல்லை என்றால் உறவை மறுபரிசீலனை செய்வோம் என்று கருணாநிதி அறிவித் துள்ளது சந்தர்ப்பவாதமேயன்றி வேறல்ல.

ஏற்கெனவே மாநிலச் சுயாட்சிக் கொள்கையைத் தேவைக் கேற்பத் தொட்டுக் கொள்ளும் ஊறுகாய் ஆக்கி வைத்திருக்கும் கருணாநிதி தனக்கு ஒரு பிரச்சினை என்று வரும்போது தில்லியிடம் போய் முறையிட்டு நடவடிக்கை கோரிக்கொண்டிருப்பது மாநில உரிமைகளைக் காவு கொடுப்பதாகும்.

அப்படியானால் தவறு செய்யும் ஆட்சிக்கு என்னதான் மாற்று எனக் கேட்கலாம். மாற்று, மக்களைத் திரட்டிப் போராடுவதுதான்.

தமிழகத்தைவிட மிகக் குறைவான மக்கள் தொகையுடன், சுயேச்சையான அரசதிகாரம் பெற்ற நாடுகளிலெல்லாம், அங்குள்ள அரசுகள் தவறு செய்தால் ஆட்சியைக் கலைக்கச் சொல்லி மக்கள் யாரிடம் போய் முறையிடுவார்கள்? அவர்களே தான் போராடித் தீர்த்துக் கொள்ள வேண்டும். அதுவேதான் நமக்கும்.

மேலே தில்லி என்று ஒன்று இருப்பதனால் அல்லவா கேட்கவேண்டியிருக்கிறது என்று சிலர் கருதலாம். அப்படி ஒன்று இருப்பதே கூட்டாட்சித் தத்துவத்திற்கு எதிரானது. அப்படி ஒன்று இருப்பதனாலேயே அது எந்தத் தவறுக்கும் அப்பாற்பட்ட 'புனிதத்துவம்' மிக்கதாக நோக்க முடியாது. அந்த தில்லி தவறு செய்தால் யாரிடம் போய் முறையிடுவது என்கிற கேள்விக்கும் பதில் சொல்ல முடியாது.

பிரச்சினை எதுவானாலும் மக்கள் போராட்டங்கள் வழி மாற்றுக் காண்பதுதான் சனநாயகமாக இருக்க முடியுமே தவிர, கலைப்பு மூலம் அல்ல. கலைப்பிற்குப் பின் வேறு ஆட்சிதான் அமையும் என்பதற்கோ, அப்படி அமையும் ஆட்சியும் உத்தமமானதாக இருக்கும் என்பதற்கோ எந்தவித உத்தரவாதமும் இல்லை.

மக்களால் தேர்ந்தெடுக்கப்பட்டுப் பெரும்பான்மைப் பலத்துடன் நிலவும் ஒரு ஆட்சியை மேலிருந்து கலைப்பதோ, அப்படிக் கலைக்க வேண்டும் என்று கோருவதோ எந்த வகையிலும் சனநாயகமாகாது. இதற்கு எவரும் துணை போகவும் கூடாது.

வேண்டுமானால், தற்போது நடப்பிலுள்ள சட்டங்களையும், சூழலையும் கருத்தில் கொண்டு ஒன்று செய்யலாம். ஜெ. ஏற்கனவே முறைகேடாக முதல்வர் பதவி வகிப்பதை, அது தொடர்பாக வழக்கும் நிலுவையில் உள்ளதை வைத்து அவரைப் பதவி இழக்கச் செய்து அக்கட்சி முன்மொழியும் வேறு யாரையும் முதல்வராக்கலாம்.

எனினும் இதனாலும் பிரச்சினைக்கு முழுமையான தீர்வு கண்டுவிட முடியும் என்று சொல்ல முடியாது. முறையான இறுதியான மாற்று மக்கள் சக்திதான். இந்த அடிப்படை யிலேயே மாநில உரிமைகளை நோக்க வேண்டும்.

(இ) ஜெ. ஆட்சி காவல் அராஜக ஆட்சி நடத்தி வருவது கண்டனத்திற்குரியது என்பதிலோ, இது எந்தவித சமரசத்திற் கும் இடமின்றி எதிர்க்கப்பட வேண்டியது என்பதிலோ மனித உரிமைப் போராளிகள் மத்தியில் மாற்றுக் கருத்து இருக்க முடியாது. அதே வேளை திமுக தற்போது ஆட்சியில் இல்லை என்பதனால், அது ஆட்சியில் இருந்தபோது நடத்திய அராஜகங்களையோ மனித உரிமை மீறல்களையோ மறந்துவிடவும் முடியாது.

அண்ணாமலைப் பல்கலைக் கழகத்தில் முனைவர் பட்டம் பெறச் சென்ற மாணவன் உதயகுமாரின் உயிரைப் பலிகொண் டது தொடங்கி, ராஜீவ் கொலை வழக்கில் மரண தண்டனை விதிக்கப்பட்ட நால்வர் கருணை மனுப் பரிசீலனையில் சோனியாவின் இரக்க உணர்ச்சி அளவுக்குக் கூடத் தனக்கு இதயத்தில் ஈரம் இல்லை என மெய்ப்பித்துக் கொண்டது வரையான, பல்வேறு நடவடிக்கைகளின் வழித் தன் நெஞ்சத்தை வெளிப்படுத்திக் கொண்ட 'மனித நேயப் பற்றாளர்' தான் கருணாநிதி.

தாழ்த்தப்பட்ட மக்கள், பெண்கள், சிறுபான்மையினர் உள்ளிட்ட உழைக்கும் மக்களின் உரிமைப் போராட்டங்களை ஒடுக்குவதில், மனித உரிமை மீறல்களில், இவ்விரண்டு கட்சி களுமே ஒன்றுக்கொன்று சளைத்தவை அல்ல. இதற்கு முந்தைய அதிமுக ஆட்சிக்கு ஒரு கொடியங்குளம் என்றால், கடந்த கால திமுக ஆட்சிக்கு மேலவளவு, தர்மபுரி (ரவீந்திரன்), தாமிர பரணிப் படுகொலைகள்.

இவ்விரு கட்சிகளுமே தமிழகத்தைப் பாதிக்கும் அடிப்படைப் பிரச்சினைகள் எது சார்ந்தும் மாநில உரிமைக் கோரிக்கையை முன் வைப்பதில்லை. தில்லி அரசுக்கு நிர்ப்பந்தம் கொடுப்ப தில்லை. நிபந்தனை விதிப்பதுமில்லை. மாறாகத் தங்கள் சொந்தப் பிரச்சினைகளைத் தீர்த்துக் கொள்ளவே இவற்றைப் பயன்படுத்தி வருகின்றன. அதுபோலவேதான் சனநாயக, மனித உரிமை சார்ந்த பிரச்சினைகளில் இவற்றின் அணுகுமுறைகளும்.

இவ்விரு கட்சிகளும் தாங்கள் பாதிக்கப்படும்போதும் சிறை செல்ல நேரும் போதும் மட்டுமே மனித உரிமைகள் பற்றிப் புலம்பிச் சிறைக் கொடுமைகள், வசதிக் குறைவுகள்

பற்றிப் பிலாக்கணம் பாடுகின்றன. எதிர்க்கட்சியாக இருக்கும் வரை எல்லா உரிமைகள் பற்றியும் பேசி அதிகாரத்துக்கு வந்தபின் வசதியாக அனைத்தையும் மறந்து, முந்தைய ஆட்சியாளர்கள் போல மனித உரிமைகள் மீறுவதையே வாடிக்கையாகக் கொண்டிருக்கின்றன.

இக்கட்சிகளுக்கிடையே உள்ள போட்டியெல்லாம் யார் ஆட்சியில் இருப்பது, யார் கொள்ளையடிக்கும் வாய்ப்பைப் பெறுவது, பதவி சுகங்களை அனுபவிப்பது என்கிற போட்டிதானே தவிர, இவைகள் பேசும் சனநாயகமெல்லாம் ஆதிக்கப் போட்டிக்கான சனநாயகம்தானே தவிர, உண்மையான சனநாயகத்திற்கான, மனித உரிமைக்கான குரல் அல்ல என்பதைப் புரிந்துகொள்ள வேண்டும்.

இந்தப் புரிதலுடன், இக்கட்சிகள் எழுப்பும் சனநாயக, மனித உரிமைக் குரலை முற்றாகவும் புறக்கணித்துவிடாமல், முழுமையாகவும் நம்பிவிடாமல், எச்சரிக்கையோடு அணுகி அவற்றை மக்கள் சனநாயகத்துக்கான குரலாக மாற்ற முயற்சிக்க வேண்டும்.

(ஈ) தமிழக அரசியல் என்பதே திமுக, அதிமுக மற்றும் அவற்றோடு இயங்கும் சந்தர்ப்பவாதக் கூட்டணிகளின் ஆதிக்கப் போட்டியாகவே இருந்து வருகிறது. இதன் வழியே “அரசியல் அயோக்கியர்களின் புகலிடம்” என்பதான கூற்று நியாயப்படுத்தப்பட்டு வருகிறது.

தமிழக அரசியலில் படாடோபம், டாம்பீகம், சூது வாது, சூழ்ச்சி, நயவஞ்சகம், பழிவாங்கல், பாசாங்குத்தனம் அனைத்தையும் ஆயுதமாக்கி ஒரு சீரழிந்த கலாச்சாரத்தை உருவாக்கியது திமுக என்றால், அதன் எதிர்வினையாகவும் அதைவிடவும் பன்மடங்குத் தீவிரத்தோடும் அதிமுக செயல்பட்டு வருகிறது.

கருணாநிதி கைது சமயத்தில் ‘சன்’, ‘ஜெயா’ தொலைக் காட்சிகள் மாற்றி மாற்றிப் படம் காட்டி மக்களைக் குழப்பியது மற்றும் அதையொட்டிய செயல்பாடுகள் வழி இவற்றைப் புரிந்து கொள்ளலாம். இப்படிப்பட்ட சீரழிவுகளுக்கு அப்பால், சனநாயகத்துக்கும் மனித உரிமைகளுக்கும் குரல் கொடுப்பவையாகச் சிறு அமைப்புகளே எப்போதும் செயல்பட்டு வருகின்றன. இவை மனித உரிமை மீறல் எங்கு நேர்ந்தாலும், எவருக்கு நேர்ந்தாலும் கட்சிப் பாகுபாடு, நபர் பாகுபாடு இன்றி அதை எதிர்த்துக் குரல் கொடுக்கின்றன. சம்பவ இடத்திற்குச் சென்று கள ஆய்வுகள் நடத்தி, பக்கச் சாய்வின்றி உண்மைகளை வெளிக் கொணர்ந்து மக்களுக்குத் தெரிவிக்கின்றன. ஆதிக்கக் கட்சிகள் தங்கள் அதிகாரப் போட்டியில்,

பழிவாங்கும் நடவடிக்கைகளில், ஒன்றுக்கொன்று பாதிக்கப் படும் போதும் அவற்றுக்காக இவையே குரல் எழுப்புகின்றன எனில் ஆதிக்கச் சக்திகள் தங்களுக்குச் சாதகமாக இருக்கும் வரை இவற்றைப் பயன்படுத்திக் கொள்வதும் பாதகமாக உணரும்போது இச்சக்திகளை ஒடுக்கி அதன் குரல்வளையை நெரிப்பதையுமே நடைமுறையாகக் கொண்டிருக்கின்றன.

தடா காலாவதியாக இருக்கும் தருணத்தில் கருணாநிதி பொடா கொண்டு வர முயன்றது, ஜெ. காவல் ஆட்சி நடத்திப் பத்திரிகையாளர்களைக் கைது செய்தது முதலான அனைத்தும் இப்படிப்பட்ட போக்குகளின் வெளிப்பாடுகளே.

வெகுசன ஊடகங்களைப் பொறுத்தமட்டில், இப்படிப் பட்ட ஆதிக்கப்போக்குகளைத் தோலுரித்து மக்களை விழிப் பூட்டுவதற்கு மாறாக, தங்கள் வணிக நோக்கங்களை நிறைவேற் றிக் கொள்ளும் வகையில் அந்தந்தச் சந்தர்ப்பத்திலும் கவனம் பெறும் நிகழ்ச்சிகளுக்கு முக்கியத்துவம் தந்து அறிந்தோ அறி யாமலோ ஆதிக்கக் கருத்தியலின் சாய்மானத்தோடே அவற்றை வெளியிட்டு, மக்களை ஒரு குறிப்பிட்ட நோக்கிலேயே சிந்திக்க வைத்து வருகின்றன.

தாழ்த்தப்பட்ட மக்கள் வீடு புகுந்து தாக்கப்பட்ட போதும், அவர்களது குடிசைகள் எரிக்கப்பட்ட போதும், இட ஒதுக்கீட் டுப் போராட்டத்தில் வன்னியர் அமைப்பைச் சார்ந்தவர்கள் மூர்க்கத்தனமாகத் தாக்கப்பட்டு அவர்களது உடைமைகள் சூறையாடப்பட்ட போதும், அடித்தட்டு மக்களின் உரிமைக் குப் போராடுகிற மூன்றாம் அணி இடதுசாரிச் சிந்தனையாளர் கள் “மோதல் சாவு” என்பதன் பேரால் குறி வைத்துக் கொல்லப் பட்ட போதும் அதிகம் பேசப்படாத மனித உரிமை தற்போது கருணாநிதியின் கைதையொட்டித் தீவிரம் பெற்று முன்னுக்கு வந்துள்ளது. பெரிய இடங்கள் பாதிக்கப்படும்போதே பிரச்சினை கள் பெரிதாகின்றன என்ற வகையில் இது இயல்பானது தான். எனவே இதைக் கேள்விக்குட்படுத்திக்கொண்டிருக்காமல் சாதகமாகவே எடுத்துக் கொள்ளவேண்டும்.

சனநாயகத்தை, மனித உரிமைகளைக் காக்க வெகு சன ஊடகங்கள், குறிப்பாகப் பத்திரிகைகள் இப்போக்கைத் தொடர்ந்து பின்பற்றிச் சாமானியனுக்காகவும் குரல் கொடுக்க முன்வர வேண்டும். மக்கள் நலனில் அக்கறையுள்ளவர்கள், மனிதநேயச் சிந்தனையாளர்கள் ஆதிக்கச் சனநாயகத்திற்கு மாற்றான மக்கள் சனநாயகம் காக்க மனித உரிமைகளுக்குப் போராடும் அமைப்பு களை ஆதரிக்க வேண்டும். அவற்றை வலுப்படுத்த வேண்டும்.

நாடகத்தின் வரலாறும் வரலாற்றின் நாடகமும்

தேவிபாரதி

1975ஆம் ஆண்டு, ஜூன் 26ந்தேதி நள்ளிரவில், அன்றைய இந்தியப் பிரதமர் இந்திரா காந்தியால் பிரகடனப்படுத்தப் பட்ட 'நெருக்கடி நிலை' அறிவிப்பின், 25வது ஆண்டு நிறைவு விழாவை, நவரசங்களும் ததும்பும் விறுவிறுப்பானதொரு நாடகத்தை அரங்கேற்றி, மிகச் சிறப்பாகக் கொண்டாடி முடித் திருக்கிறார், அவரது அரசியல் மறு உருவமான ஜெயலலிதா. கால் நூற்றாண்டுக்கு முன்னால் அவசரநிலை அறிவிக்கப் பட்ட பொழுது இருந்த, இந்திரா, எம்.ஜி.ஆர்., காமராஜர், கல்யாண சுந்தரம் போன்ற பல தலைவர்கள் இப்பொழுது உயிருடன் இல்லை. எனினும் அவர்களுடைய இடங்கள், அவர்களை விடவும் வலிமையான ஆட்களால் நிரப்பப்பட் டிருப்பதை நமது பேரதிருஷ்டம் என்றுதான் சொல்ல வேண்டும். இல்லையென்றால் முக்கியமான இந்தத் தருணத்தில் அரங் கேற்றப்பட்ட இந்த நாடகம், இவ்வளவு விறுவிறுப்பானதாக வும், பல விவாதங்களைத் தோற்றுவிப்பதற்கான மூலமாகவும் இருந்திருக்க முடியாது. இந்திரா, எம்.ஜி.ஆர். ஆகிய இருபெரும் தலைவர்களின் பாத்திரங்களையும் தான் ஒருவராகவே ஏற்று நடிக்க வேண்டிய கட்டாயம், ஜெயலலிதாவுக்கு. ஆனால் குறையே இல்லாமல் செய்திருக்கிறார். நீண்டகாலத்திய திரைப் படத்துறை அனுபவம் அவருக்குக் கை கொடுத்திருக்கிறது. கலைஞர், மாறன், ஸ்டாலின் ஆகியோருக்கு, 25 ஆண்டுகளுக்கு முந்தைய அதே பாத்திரம் திரும்பவும் வழங்கப்பட்டிருக்கிறது. அன்று திருமதி காந்திக்குப் பக்கபலமாக இருந்த கல்யாண சுந்தரத்தின் பாத்திரம், இப்பொழுது நல்லகண்ணு, சங்கரய்யா, வீரமணி ஆகிய முப்பெரும் தலைவர்களுக்கும் சரிசமமாகப் பிரித்து வழங்கப்பட்டிருக்கிறது.

ஒரு திருப்புமுனையை ஏற்படுத்துவதற்காக டாக்டர் ராமதாஸ் பாத்திரம் புதிதாகச் சேர்க்கப்பட்டிருக்கிறது. விறு விறுப்பை உத்தேசித்து நாடகத்தின் கதைப்போக்கு, மூல வரலாற்றிலிருந்து சிறிதளவு வேறுபடுத்திக் காட்டப்பட்டுள் ளது. ஆனால் சூத்திரதாரியின் சாமர்த்தியத்தினால், மூல வரலாறு எதை உணர்த்தியதோ, அதை, அப்போதையும்விடத் தீவிரமாக, தனது பார்வையாளர்களான தமிழக மக்களுக்கு உணர்த்தியிருக்கிறது. காலத்தின் தேவைகளுக்கேற்ப மறுவாசிப்புச் செய்யப்பட்டிருக்கிறது, வரலாறு. பின் நவீனத்துவ யுகத்தில் இது முக்கியமான விஷயமில்லையா? ஜனநாயக நெறிமுறை

களின் மீதும், அரசியல் சாசனம் உறுதிப்படுத்தியுள்ளதாகக் கூறப்படும் அடிப்படை உரிமைகளின் மீதும் நம்பிக்கை கொண் டுள்ளவர்களுக்குக் கடும் அதிர்ச்சியை ஏற்படுத்தியுள்ள இந்த நாடகத்தின் சூத்திரதாரி யார் – கருணாநிதியா? ஜெயலலிதாவா? இதன் தொடர்ச்சியும் பின்விளைவுகளுமான காட்சிகள் எவை? இது போன்ற எண்ணற்ற கேள்விகளை எழுப்பியிருக்கின்றன, ஜூன் இறுதி நாட்களின் நிகழ்வுகள்.

ஜெயலலிதாவோ, கருணாநிதியோ அல்ல, குரூரமான இந்த நாடகத்தின் சூத்திரதாரிகள். சுதந்திர இந்தியாவின் அது வரையிலான வரலாறு முழுவதுமே ஒரு நாடகம்தான் என்பதை ஒரே இரவில் எல்லோருக்கும் உணர்த்தியவர், இந்திரா. நாடாளு மன்ற ஜனநாயகம் பற்றிய கற்பனைகளை, அரசியல் சாசனம் உறுதிப்படுத்தியுள்ளதாகக் கூறப்படும் அடிப்படை உரிமைகள் பற்றிய புனைவுகளை, முற்றாக அழித்தது நெருக்கடி நிலை வரலாறு. அந்த வரலாறு தந்த படிப்பினைகளைக் கணக்கிலெடுத் துக் கொள்ளத் தவறியதால், அதன் கொடிய பரிமாணங்களை மறுபடியும் நமக்கு நினைவூட்டும் பொருட்டு, அதன் தொடர்ச்சி யாகவும் நீட்சியாகவும் இருக்கும் காலம் சூத்திரதாரியாக இருந்து இந்த நாடகத்தை அரங்கேற்றியிருக்கிறது என்றுதான் சொல்ல வேண்டும்.

நெருக்கடி நிலை அறிவிப்பால், தமிழகத்தில் அதிகமும் பாதிப்புக்குள்ளானது, திமுகழகம்தான். ஆட்சியை இழந்ததோடல் லாமல், அதன் பல முன்னணித் தலைவர்களும், நூற்றுக்கணக் கான தொண்டர்களும் இரவோடிரவாகக் கைது செய்யப்பட்டு, எவ்வித விசாரணையுமில்லாமல் சிறையிலடைக்கப்பட்டனர். அதன் இரு நாடாளுமன்ற உறுப்பினர்கள் சிறைக்கொடுமை களின் விளைவாகப் பின்னர் உயிரிழந்தனர். மாறனும் ஸ்டாலி னும் கடும் பாதிப்புக்குள்ளாயினர். நெருக்கடி நிலை விலக்கிக் கொள்ளப்பட்டு, நாடாளுமன்றத்திற்குத் தேர்தல் அறிவிக்கப் பட்ட பொழுதுதான், இவ்வுண்மைகளே வெளிவரத் தொடங்கின. நெருக்கடிநிலைச் சட்டங்களுக்கெதிரான கிளர்ச்சிகளிலும், ஜனநாயக நெறிமுறைகளுக்கு ஆதரவாக ஒரு பொதுக்கருத்தை உருவாக்க நடைபெற்ற முயற்சிகளிலும் முனைப்பாகப் பங்கெடுத் துக் கொண்டது திமுக. அக்கட்சியின் தேர்தல் பிரச்சாரச் சுவரொட்டிகளில் நெருக்கடி நிலைக்கெதிரான பிரச்சாரம் முக்கிய இடத்தைப் பெற்றிருந்தது. ‘இம் என்றால் சிறைவாசம், ஏன் என்றால் வனவாசம்’ என்பன போன்ற பாரதியின் கவிதை வரிகள் பொருத்தமாக மேற்கோள் காட்டப்பட்டன. அநேகமாக ஒவ்வொரு திமுக தலைவர்களினது பெயருக்கு முன்னாலும் ‘மிசா’ என்ற அடைமொழி சேர்க்கப்பட்டது.

எதேச்சாதிகாரத்தின் கொடூர முகத்தை நினைவூட்டும் ஒரு குறியீடாக அந்த அடைமொழி சில காலம் நீடித்துக் கொண்டிருந்தது.

ஆனால் இரண்டரையாண்டுகளுக்குள்ளாகவே, மாறியிருந்த அரசியல் சூழ்நிலைகளைக் காரணம் காட்டி, திமுகழகம் எதேச்சாதிகார இந்திரா காந்தியோடு தேர்தல் கூட்டணி வைத்துக் கொண்டது. 1980ஆம் ஆண்டு நாடாளுமன்றத்திற்கு நடத்தப்பட்ட இடைத்தேர்தலுக்கான பிரச்சாரச் சுவரொட்டிகளில், 'நேருவின் மகளே வருக, நிலையான ஆட்சி தருக' என்பன போன்ற 'எழுச்சி மிகு' கவிதை வரிகளை அச்சிட்டு ஓட்டுக் கேட்டது திமுகழகம். முப்பதாண்டுக் காலத்திய திமுகழகத்தின் அரசியல் நிலைப்பாடுகளைத் தீர்மானித்துக்கொண்டிருப்பது அஇஅதிமுகழகம் தான். தன்னிடமிருந்து அக்கட்சி தட்டிப் பறித்துவிட்ட ஆட்சியதிகாரத்தை மீட்பதற்காக யாருடனும் கூட்டணி அமைக்கத் தயாராயிருந்தார் கருணாநிதி. சில சமயங்களில் இது அவருக்குப் பலனளித்தாலும், இன்றுவரை அவரால் அக்கட்சியை முழுமையாகத் தோற்கடிக்க முடியவில்லை. ஒரு சிறந்த கவிஞர், எழுத்தாளர், திறமையான மேடைப்பேச்சாளர், ஆற்றல் மிகுந்த ராஜதந்திரி, உறுதியான தொண்டர்களைக் கொண்ட மிகப்பெரிய கட்சியின் தலைவர் போன்ற அடையாளங்கள், கருணாநிதிக்கு அரசியல் ரீதியிலான வெற்றிகளுக்குக் கை கொடுக்கவேயில்லை. அவரது திரைக்கதையாலும், வசனங்களாலும் புகழ்பெற்ற, அவரோடு ஒப்பிடும்பொழுது அரசியல் கத்துக்குட்டியான ஒரு நடிகரிடமும், நடிகரின் மறைவுக்குப் பின்னர் அந்த இடத்திற்கு வந்திருக்கிற ஒரு நடிகையிடமும் தொடர்ந்து தோற்றுக்கொண்டிருப்பது சாதாரண விஷயமல்ல. இதுபோன்ற நிலையில், தனது மன அமைப்பைச் சிதற விடாமல் பாதுகாத்துக் கொள்வதேகூட ஒருவருக்குக் கடினமான காரியம்தான்.

இந்திய அரசியல் அரங்கில், குறிப்பாகத் தமிழகத்தில் நடைபெற்ற பல முக்கிய நிகழ்வுகளுக்கும், தலைவர்களின் மனச்சிதறல்களுக்கும் நெருங்கிய தொடர்பு இருந்து வருவதைக் காணமுடியும். ஜெயலலிதாவின் தற்போதைய, 'எதேச்சதிகார நடவடிக்கைகள்' அவர் கடுமையான மனச்சிதைவிற்குள்ளாகியிருக்கிறார் என்பதை நிரூபிக்கப் போதுமானவை. திருமதி காந்தியின் 1975ஆம் ஆண்டு நடவடிக்கைகளும் கூட கடும் மனச்சிதைவின் விளைவுகள்தாம். 1966லிருந்து தொடர்ந்து ஆட்சியின் தலைவராக இருந்து வந்திருந்த திருமதி காந்தி, மக்களின் கடும் அதிருப்திக்கு ஆளாகியிருந்தார். அவரது கட்சியின் பல தலைவர்கள் ஊழல் குற்றச்சாட்டுக்களுக்கு உள்ளாகி

யிருந்தனர். வாரிசு அரசியல், துதிபாடிகளின் கூட்டம், மக்களோடு தொடர்பற்ற கட்சி என்று எண்ணற்ற பலவீனங்களுடன் இருந்த இந்திரா தேர்தலைச் சந்திப்பதற்கு அஞ்சினார். தனது அதிகாரத்தைத் தக்க வைத்துக்கொள்வதற்கு அவர் இறுதியாகத் தேர்வு செய்த வழி நெருக்கடி நிலை.

நெருக்கடி நிலை அறிவிப்புக்கு முந்திய இந்திராவின் மனநிலையைப் பல விதங்களிலும் ஒத்திருந்தது, தேர்தல் வெற்றிக்குப் பிந்திய ஜெயலலிதாவின் மனநிலை. அப்பொழுது இந்திராவின் தேர்தல் வெற்றியைச் செல்லாது என அறிவித்திருந்தார், நீதிபதி சின்ஹா. அவரைப் பதவி விலகுமாறு வற்புறுத்திக் கிளர்ச்சியைத் தீவிரப்படுத்திக் கொண்டிருந்தன எதிர்க்கட்சிகள். ஜெயலலிதாவிற்கோ தேர்தலிலேயே போட்டியிட முடியாத நிலை ஏற்பட்டிருந்தது. ஊழல் வழக்கில் தண்டனை பெற்றிருந்த ஜெயலலிதா, தனது வேட்புமனு நிராகரிக்கப்பட்டதற்கு, சட்ட விதிகளல்ல, கருணாநிதியே காரணம் என்று நம்பினார், பிரச்சாரமும் செய்தார். கருணாநிதியின் மீதான அவருடைய வன்மம் தேர்தல் பிரச்சாரத்தின் போதே தெளிவாகத் தெரிந்தது. ஆட்சிக்கு வந்தால் கருணாநிதியைக் கைது செய்வோம் என்று அவரது கட்சியினர் வெளிப்படையாகவே அறிவித்திருந்தனர். தேர்தலில் வெற்றி பெற்று முதலமைச்சராகப் பொறுப்பேற்றுக் கொண்ட பின்னரும், அவரது பதவியேற்புத் தொடர்பான சர்ச்சைகளும், அதற்கெதிரான நீதிமன்ற வழக்குகளும், அவரது பதவிக்கும் அதிகாரத்திற்கும் எதிரான தீராத அச்சுறுத்தல்களாக நீடித்து வந்திருந்தன. வாக்களித்த மக்களில் பெரும்பான்மையினரது ஆதரவைப் பெற்றிருந்த போதிலும் அவரால் அந்த வெற்றியைக் கொண்டாட முடியவில்லை. அவரால் தொடர்ந்து பதவியில் நீடிக்க முடியுமா என்பதே சந்தேகத்திற்குரியதாக இருந்தது. அதிகாரம் கையைவிட்டுப் போவதற்குள், ஒருநாளாவது கருணாநிதியைக் கைது செய்து உள்ளே வைக்க வேண்டும் என்று அவர் விரும்பியிருக்கக் கூடும். அதற்கு, சட்டத்தையோ, ஜனநாயக நெறிமுறைகளையோ பொருட்படுத்திக் கொண்டிருப்பது அவருக்குத் தேவையற்றதாக இருந்தது. இந்திராவின் நடவடிக்கைகளுக்கு இருந்தது போலச் சட்ட அதிகாரம் எதுவும் இல்லாத நிலையில், இந்திராவைப் போன்றே கடும் மனச்சிதைவிற்குள்ளாகியிருந்த ஜெயலலிதா, இரண்டிலொன்று பார்ப்பதற்கு முடிவு செய்து மூர்க்கத்தனமாகச் செயலில் இறங்கினார்.

இதன் மூலம் ஒரு விஷயத்தை அழுத்தமாக உணர்த்தியிருக்கிறார் ஜெயலலிதா. அதாவது, ஒருவரின் ஜனநாயக உரிமைகளைப் பறிப்பதற்கு, மனித உரிமைகளை மீறுவதற்கு,

எதேச்சாதிகாரமான முறையில் பழி தீர்ப்பதற்கு, அவசரநிலை போன்ற விசேஷமான சட்டங்கள் எதுவும் ஆளும் வர்க்கத்திற்குத் தேவையில்லை என்பதுதான் அது. முன்னாள் முதல்வர், மைய அரசில் பங்கு வகிக்கும் ஒரு முக்கியக் கட்சியின் தலைவர் என்பது போன்ற பாதுகாப்புகள் எதுவுமற்ற ஒரு சாதாரண மனிதனுக்குத் தற்போதைய நிகழ்வுகள், அவனது வாழும் உரிமைகள் பற்றிய அச்சத்தைத் தீவிரமடையச் செய்யும் என்பதில் சந்தேகமில்லை. எப்படியோ ஜெயலலிதாவின் கட்டுடைப்புப் பணி தொடர்கிறது. தற்பொழுது அவர் கட்டுடைத்திருப்பது, நமது அரசியல் சாசன உரிமைகளை, அதிகார வர்க்கத்திற்கு, சட்டத்தின் மீதுள்ள ஈடுபாட்டை. இந்த நாடகத்தில் ஜனநாயக நெறிமுறைகளின் மீதும், மனித உரிமைகளின் பாலும் உண்மையான அக்கறை கொண்டவர்கள், பார்வையாளர்கள் நிலையிலிருந்து பங்கேற்பாளர்களாக மாறியுள்ளார்கள். அரசியல் சாசன உரிமைகள் குறித்த விவாதம் மீண்டுமொருமுறை பொது அரங்கிற்குக் கொண்டுவரப்பட்டிருக்கிறது. அரசியல் ஆதாயங்களைக் குறிவைத்து நடைபெற்று வரும் இவ்விவாதங்களில் அறிவுத்துறையினரின் பங்கேற்பு, அவை சார்ந்த புரிதலை விரிவுபடுத்துவதற்கும், விழிப்பை உருவாக்குவதற்கும் பயன்படுமானால் அது ஒரு மோசமான வரலாற்று நிகழ்வின் வழியாகப் பெறப்படும் சிறந்த ஆதாயத்திற்கான சான்றாக இருக்கும்.

இதழ் 37, செப்டம்பர் – அக்டோபர் 2001

பதிவு

பொடா எதிர்ப்பு அரங்கு

இங்கே வாழ வெட்கமாக இருக்கிறது

சரவணன்

தமிழகத்தில் பொடா சட்டம் தவறாகப் பயன் படுத்தப்படுவது குறித்துச் சொல்லும்போது, 'குழந்தை கையிலிருக்கும் சமையலறைக் கத்தி' எனக் கருணாநிதி வர்ணித்தார். உண்மைதான். இதில் பிரச்சினை என்ன வென்றால் அதிகாரத்தில் இருக்கும் எல்லோருமே இது போன்ற கத்திகளை வைத்துக்கொள்ளவே விரும்புகின்ற னர். இதேபோல் ஒரு கத்தியைத் தன்னிடம் வைத்துக் கொள்ள 1998இல் அப்போதிருந்த குடியரசுத் தலைவர் கே.ஆர். நாராயணனிடம் அப்போது தமிழக முதல்வராக இருந்த இதே கருணாநிதி அனுமதி கேட்டார். (அந்தக் கோரிக்கையைக் குடியரசுத் தலைவர் நிராகரித்தார் என்பது வேறு விஷயம்.) இந்திராகாந்தி கொண்டுவந்த மிசாவாகட்டும் ராஜீவ்காந்தி கொண்டுவந்த தடாவாகட் டும் எல்லாமே அரசியல் எதிரிகளைப் பழிவாங்குவதன் பொருட்டே பயன்படுத்தப்பட்டன. இந்தப் போக்கின் நீட்சியாகவே தமிழக முதல்வர் ஜெயலலிதா பொடா சட்டத்தைப் பயன்படுத்தும் விதத்தைப் புரிந்துகொள்ள முடியும்.

பொடாவின் துஷ்பிரயோகத்தில் தமிழ்நாடு தனி மரமல்ல. உத்தரப் பிரதேசத்தில் சிமி அமைப்பின் ஆதர வாளர்கள் பொடாவின் 21வது பிரிவின் கீழ்க் கைது

செய்யப்பட்டுள்ளனர். ஜார்க்கண்ட் மாநிலத்திலோ, மாயந்தி குமாரி என்கிற 14 வயதுப் பெண் குழந்தை உட்படப் பலர் பொடா சட்டத்தின் கீழ்க் கைது செய்யப்பட்டுள்ளனர். தமிழகத்தில் வைகோ, பழ. நெடுமாறன், சுப. வீரபாண்டியன், டாக்டர் தாயப்பன், பாவாணன், நக்கீரன் கோபால் போன்றோர். பொடா சட்டம் இப்படிப் பயன்படுத்தப்படுவதை எதிர்த்து நாடு முழுவதும் பல மட்டங்களிலும் எதிர்ப்புகள் பதிவுசெய்யப்பட்டுள்ளன. எதிர்க்கட்சி வரிசையில் இருக்கும்போது இது போன்ற அடக்குமுறைச் சட்டங்களைத் தீவிரமாக எதிர்ப்பவர்கள் ஆளுங்கட்சியாக மாறும்போது இதே சட்டங்களைத் தங்கள் அதிகாரச் சமன்பாடுகளுக்கு ஏற்றபடி பயன்படுத்திக் கொள்வது இந்திய அரசியலின் விவஸ்தையற்ற யதார்த்தங்களில் ஒன்று. எனவே அரசியல்வாதிகளின் எதிர்ப்பை அழுத்தமான சந்தேகத்துடன்தான் அணுகவேண்டியிருக்கிறது. இந்தப் பின்னணியில் தமிழ்ப் படைப்பாளிகள் முன்னணி நடத்திய பொடா எதிர்ப்புக் கருத்தரங்கு முக்கியத்துவம் பெறுகிறது.

12.04.2003 அன்று சென்னை அறிவுமணி அரங்கத்தில் இந்த அமைப்பு நடத்திய கருத்தரங்கில் இராசேந்திர சோழன், பா. செயப்பிரகாசம், மாலன், அ. மார்க்ஸ், இன்குலாப், கவிதாசரண், இயக்குனர் புகழேந்தி, முகம் மாமணி, பிரபஞ்சன், அப்துல் ரகுமான், களந்தை பீர் முகம்மது, கந்தர்வன் போன்றோர் கலந்துகொண்டு பொடாவுக்கு எதிரான தங்களது கருத்துகளைப் பதிவுசெய்தனர். வர இயலாத காரணத்தால், சுந்தர ராமசாமி தன்னுடைய கருத்தை எழுதி அனுப்பியிருந்தார். பொடாவுக்கு எதிரான கவிதைகளைச் சிலர் வாசித்தனர்.

பொடா கைவிடப்பட வேண்டுமா அல்லது செழுமைப் படுத்தப்பட வேண்டுமா? – இந்த இரண்டு கேள்விகளுக்கிடையிலான குழப்பம் பொடாவை எதிர்ப்பவர்களிடையே தொடர்ந்து நிலவிவருகிறது. இந்தக் குழப்பத்தை இந்தக் கூட்டமும் எதிரொலித்தது. குறிப்பாகப் பொடா சட்டத்தின் 21ஆம் பிரிவை நீக்கும்படியான குரல்களே எழுந்தன. தடை செய்யப்பட்ட இயக்கத்திற்கு ஆதரவாகவோ, அதன் நடவடிக்கைகளை நியாயப் படுத்தும்படியாகவோ பேசுவது குற்றம் என்கிறது இந்தப் பிரிவு. அரசியல் தளத்திலும் இந்தப் பிரிவை நீக்குவது அல்லது செழுமைப்படுத்துவது குறித்தே விவாதங்கள் மேற்கொள்ளப் பட்டு வருகின்றன. ஆனால் பொடா சட்டத்தின் கீழ்க் குற்றம் சாட்டப்பட்டவர்களின் சொத்துகளை உடனடியாக முடக்குவது போன்ற அபாயகரமான பிரிவுகள் இருப்பதை எவரும் சுட்டிக் காட்டுவதில்லை. இந்தக் கூட்டமும் அதற்கு விதிவிலக்கல்ல. பொடாவின் பாதிப்புகள் பற்றி விரிவான தளத்தில் விவாதங்

களை மேற்கொள்ளாமல், பொத்தாம்பொதுவான கருத்துகளை எழுத்தாளர்கள் சிலர் உதிர்த்தது ஏமாற்றமளித்தது.

பயங்கரவாதத்தைத் தூண்டுபவர்களாகக் கருதப்படுபவர்களின் அரசியல் உரிமை மற்றும் பொருளாதர உரிமை இரண்டையும் ஏக காலத்தில் பறிப்பதற்கான சாத்தியங்களைக் கொண்டுள்ள பொடாவின் தீவிரத்தன்மையை எதிர்க்க, அதேயளவு தீவிரம் கொண்ட முயற்சிகள் தேவைப்படுகின்றன. அவ்வாறான எதிர்ப்பு எழுத்தாளார்கள் மத்தியிலும் சமூக ஆர்வலர்கள் மத்தியிலும் பரவலாக முன்னமே எழுந்திருக்குமெனின், பொடா எதிர்ப்பு என்பது கவனம் பெற்றிருக்கும். இவ்வளவு தாமதமாக அல்லாமல், முதலிலேயே எழுத்தாளர்கள் பொடாவுக்கு எதிராகக் குரல் கொடுத்திருக்க வேண்டுமென மாலன் கருத்தரங்கில் சரியாகச் சுட்டிக்காட்டினார்.

பொடா சட்டத்தின் கீழ்க் கைது செய்யப்பட்டவர்களை விசாரணையின்றி ஒரு வருடம்வரை சிறையிலடைக்க முடியும் என்பதையும் தீவிரமாக எதிர்க்க வேண்டியிருக்கிறது. சாமான்யனின் எஞ்சி நிற்கிற ஒரே பாதுகாப்பான நீதிமன்றக் கதவுகளையும் தட்ட முடியாத நிலை இதன் மூலம் ஏற்பட்டிருக்கிறதென சுந்தர ராமசாமி தன்னுடைய கடிதத்தில் குறிப்பிட்டிருந்தார். எப்போது வேண்டுமானாலும் கைது செய்யப்படுவோம் என்கிற பயத்துடனேயே வாழ்ந்துகொண்டிருக்கும் சூழலை அ. மார்க்ஸ் கவனப்படுத்தினார். பொடாவின் கீழ்க் கைதாகியிருக்கும் நிலையிலும் பொடாவை ஆதரிக்கும் வைகோவை ஆதரிக்க முடியாத நிலை இருப்பதையும் மார்க்ஸ் சுட்டிக்காட்டினார்.

பழ. நெடுமாறன் உள்ளிட்ட பொடாவில் கைது செய்யப்பட்ட அனைவரையும் உடனடியாக விடுதலை செய்ய வேண்டும், கருத்துரிமையைப் பறிக்கும் பொடா சட்டத்தை மத்திய அரசு உடனடியாகத் திரும்பப்பெற வேண்டும், நக்கீரன் கோபாலை உடனடியாக நிபந்தனையின்றி விடுதலை செய்ய வேண்டும், அமெரிக்கக் கூட்டுப்படைகள் உடனடியாக ஈராக்கிலிருந்து வெளியேற வேண்டும் போன்ற தீர்மானங்கள் இக் கூட்டத்தில் நிறைவேற்றப்பட்டன.

தமிழகத்தைப் பொறுத்தவரை வெறும் கருத்தியல் தளத்தில் மட்டுமே வைத்து இந்தப் பிரச்சினையை விளங்கிக்கொள்ள இயலாது. தடா சட்டம் கொண்டுவரப்பட்டபோது இங்கு பரவலான எதிர்ப்புகள் எழுந்தன. அரசியல் ரீதியிலும் கருத்துலக ரீதியிலும் தொடர் போராட்டங்கள் நடந்தன. ஆனால் பொடாவைப் பொறுத்தவரை, தமிழக அரசியல் கட்சிகளிடையே ஆரம்பத்திலிருந்தே இரட்டை மனப்பான்மை செயல்பட்டு

வந்திருக்கிறது. திமுக, மதிமுக முதலான கட்சிகள் இதை எதிர்த்திருந்தால் இந்தச் சட்டத்தை இவ்வளவு சுலபமாகக் கொண்டுவந்திருக்க முடியாது. வைகோ கைதையடுத்துகூட அரசியல் ஆதாயங்களுக்காக அரசியல் கட்சிகள் எதிர்ப்பு நடவடிக்கைகளில் தாமதம் காட்டின. திமுக உள்ளிட்ட கட்சி களும் எழுத்தாளர் கூட்டமைப்பும் பிற இயக்கங்களும் வைகோ கைதாகி ஒன்பது மாதங்கள் கழிந்த பிறகு போராட முன்வந் திருப்பது கேள்விக்குட்படுத்தப்பட வேண்டிய தாமதம். தமிழ்ப் படைப்பாளிகள் கூட்டணியின் இந்தக் கருத்தரங்கு பொடா வின் சகல பரிணாமங்களையும் பிரச்சினைகளையும் தொட்டுப் பேசாமல், மேலோட்டமான வகையில் நடைபெற்றது பொடா எதிர்ப்பில் இந்தக் கூட்டமைப்பு எந்த அளவு தீவிரத்துடன் இருக்கிறது என்ற ஐயத்தை ஏற்படுத்துகிறது.

பேச்சாளர்களாகப் பலர் அழைக்கப்பட்டிருந்தும், சிலர் மட்டுமே கலந்து கொண்டதும் கவனத்துக்குரியது. பொதுவாக இம்மாதிரி நடக்கும் கூட்டங்கள் விரிவான தகவல்களையும் புதிய கோணத்திலான அலசல்களையும் வேண்டி நிற்பவை. ஆனால் ஒவ்வொருவருக்கும் 5 நிமிடங்கள் என்ற வரையறை எந்த விவாதத்தையும் மூச்சுத் திணற வைக்கக் கூடியது. தீவிர மான விவாதத்தை எழுப்ப வேண்டும் என்று அமைப்பாளர் கள் நினைத்திருந்தால் மூன்று அல்லது நான்கு பேரைத் தேர்வு செய்து விரிவாகப் பேச வைத்திருக்கலாம். தவிர, பொடா எதிர்ப்பு என்கிற மையத்தை விட்டு விலகி, சகல பிரச்சினை களுக்கும் ஒரே மேடையில் தீர்வு காண முயற்சித்ததும் கேலிக் கூத்தான அணுகுமுறை. ஜெயலலிதாவை அல்லி – வில்லி என்று வர்ணிக்கும் எதுகை மோனைக் கவிதைகள் இன்னொரு கேலிக் கூத்து.

தமிழக அரசு சர்வாதிகாரப் போக்கோடு செயல்பட்டு வருவதை எழுத்தாளர்கள் அழுத்தந் திருத்தமாகச் சுட்டிக் காட்டினர். வைகோ முதல் ராணி மேரிக் கல்லூரிவரை அரசு நடந்து கொள்ளும் விதத்தைப் பார்க்கும்போது இதுபோன்ற கருத்தரங்குகளில் கலந்து கொள்பவர்களும் அரசின் கோபப் பார்வைக்கு இலக்காக மாட்டார்கள் என்று சொல்ல எந்த உத்தரவாதமும் இல்லை. இந்நிலையில் கருத்தரங்கில் வாசிக்கப் பட்ட தய். கந்தசாமியின் கவிதையின் முதல் வரிதான் நினை வுக்கு வருகிறது: 'இங்கே வாழ வெட்கமாக இருக்கிறது.'

இதழ் 47, மே – ஜூன் 2003

ஜனநாயகவாதிகள் இருக்க வேண்டிய இடம்

கண்ணன்

நக்கீரன் கோபால் கைது செய்யப்பட்டபோது பத்திரிகையாளர் மத்தியிலிருந்து போதுமான எதிர்ப்பு எழவில்லை. கோபால் கைது செய்யப்படும்வரை இந்திய ஜனநாயகத்தின் இந்த 'நான்காவது தூண்' ஜனநாயகத் தைப் பாதுகாக்கும் முகமாக பொடாவுக்குத் தீவிர எதிர்ப்பு எதுவும் காட்டவில்லை. கோபால் கைதுக்குச் சில நாட்களுக்கு முன்னர் சென்னையில் தமிழ் எழுத் தாளர்கள் பொடாவை எதிர்த்துக் கூட்டம் நடத்திய போது ஊடகங்கள் அக்கூட்டத்தைப் புறக்கணித்தன. கோபால் கைதுக்குப் பிறகு பத்திரிகையாளர்கள் மத்தியில் சின்ன சலசலப்பும் பயமும் எழுந்தன.

இன்று பொதுவாக ஊடகங்கள், இந்தியாவிலும் உலக அளவிலும், ஜனநாயக அமைப்பிற்குப் பதிலாக அரசு அமைப்பின் தூணாகச் செயல்படுகின்றன. இந்திய மக்கள் மீதும் ஜனநாயக அமைப்பின் மீதும் மனித உரிமை மீதும் அரசு தாக்குதல் நடத்தும்போது 'உடன்படுக்கைப்' பத்திரிகையாளர்கள் மௌனம் பழகுகின்றனர். எனவே அரசு ஆட்டைக் கடித்து மாட்டைக் கடித்து, பின்னர் பத்திரிகையாளர்களைக் கடிக்கும்போது அவர்கள் ஒன்று பட்டுக் குரல் எழுப்பும் திறன் இழந்து நிற்கின்றனர்.

கோபால் கைது விஷயத்தில் பத்திரிகையாளர்களின் எதிர்ப்புப் பலவீனமாக இருப்பதற்கும் சில பத்திரிகைகள் எதிர்ப்பு நடவடிக்கைகளில் பங்கெடுக்க மறுப்பதற்கும் காரணமாக அவருடைய பல குறைபாடுகள் சுட்டிக்

காட்டப்படுகின்றன. வீரப்பன் விவகாரத்தில் அவர் பத்திரிகையாளர் என்ற வரம்பை மீறிச் செயல்பட்டதாகக் குற்றஞ்சாட்டப்படுகிறது. இந்திய ராணுவம் இலங்கையில் தமிழர்களோடு போர் புரியவும், மாநில அரசை டிஸ்மிஸ் செய்ய மத்திய அரசுக்குச் சதி ஆலோசனை வழங்கவும் துணை போகும் பத்திரிகையாளர்களை 'நடுநிலை'யாளர்களாகவும், அரசின் கட்டாயத்தின் பேரில் வீரப்பனிடம் தூது போன கோபாலை 'வரம்பு மீறி' விட்டதாகவும் பேசுவது நகைப்பிற்கு உரியது. பத்திரிகையாளராக கோபாலின் குறைபாடுகள் தனி விவாதத்திற்கு உரியவை என்றாலும், அவற்றைக் காரணம் காட்டிப் பத்திரிகை சுதந்திரத்தை அடக்க முயலும் அரசுக்கு எதிராகக் குரல் கொடுக்க மறுப்பது என்பது கோழைத்தனத்தைக் கோவணம் கட்டி மறைப்பதேயன்றி வேறல்ல. அரசுக்கு எதிர்ப்பைக் காட்டச் சில பத்திரிகையாளர்கள் புனிதக் காரணங்களுக்காகக் காத்திருப்பது என்பது யதார்த்தத்தை மறுப்பதேயன்றி வேறல்ல.

கோபால் இன்று பொடாவின் கீழ் இட்டுக்கட்டிய குற்றச்சாட்டுகளின் அடிப்படையில் கைது செய்யப்பட்டிருப்பதற்குக் காரணம் அவர் பின்பற்றும் செய்திக் கோட்பாட்டின் குறைபாடுகள் அல்ல. அவர் வீரப்பனிடம் தூது போனதும் அல்ல. மாறாகத் தமிழக அரசின் அராஜகங்களையும் ஊழல்களையும் துணிச்சலுடன் அவர் அம்பலப்படுத்தி வருவதே.

கோபால் மீது போலீஸ் பதிவு செய்துள்ள வழக்கில் அவரிடமிருந்து கைப்பற்றப்பட்ட ஆயுதத்தைப் 'பிஸ்டல்' என்றும் 'கன்' என்றும் 'ரிவால்வர்' என்றும் விதவிதமாகப் போலீஸ் குறிப்பிட்டிருப்பதன் அடிப்படையில், உண்மையில் ஆயுதம் கைப்பற்றப்பட்டதா என்று சந்தேகித்த உயர் நீதிமன்றம், கோபாலுக்கு பெயில் வழங்கியது. இதை ரத்து செய்து உச்ச நீதிமன்றம் வழங்கியுள்ள தீர்ப்பு விசித்திரமானது. கோபால் பெயிலில் வெளியே வந்தால் வீரப்பனிடம் ஓடிப்போய்விடுவார் என்றும் சாட்சியங்களை அழிப்பார் என்றும் தமிழக அரசு கூறிய பல அபத்தமான வாதங்களை உச்ச நீதிமன்றம் ஏற்றுக்கொண்டு இத்தீர்ப்பை வழங்கியுள்ளது. ஒரு பிரதானத் தமிழ் இதழாசிரியர் பற்றிய உச்ச நீதிமன்றத்தின் இந்தக் கணிப்பு தமிழ் இதழியலாளர்களுக்குப் பெரும் அவமானமாகும். ஒரு ஆங்கில இதழின் ஆசிரியர் பற்றி இத்தகைய சந்தேகத்தை உச்ச நீதிமன்றம் ஏற்றுக்கொள்ளுமா? நமது ஊடகங்களைப் போலவே நமது நீதிமன்றங்களும் ஜனநாயகத்தின் தூணாக அல்லாமல், அரசு அமைப்பின் தூணாகவே பல சமயங்களில் செயல்படுகின்றன.

ஒரு பத்திரிகையாளராக, அபூர்வமாகவே காணக் கிடைக்கும் துணிச்சலுடன், கோபால் செயல்பட்டதே இன்று பொடா வின் கீழ் அவர் சிறையிலிருப்பதன் உண்மையான காரணம் என்று கொண்டால், ஒரு அராஜக அமைப்பில் ஒரு ஜன நாயகவாதி இருக்கவேண்டிய சரியான இடம் சிறைச்சாலை தான் என்பது தெளிவுபெறும். எனவே கோபாலை விடுவிக்கு மாறு கோருவது அல்ல நமது முதல் பணி. மாறாகத் தமிழக சிவில் சமூகத்தைப் பாதுகாக்கும் முகமாக நாம் துணிச்ச லுடன் செயல்பட வேண்டும். தமிழகத்தில் இன்று ஜனநாயக வாதிகள் இருக்கவேண்டிய இடம் சிறைச்சாலைதான்.

இதழ் 50, நவம்பர் – டிசம்பர் 2003

பாஜகவும் தமிழக அரசியலின் ரசாயன மாற்றமும்

களந்தை பீர் முகம்மது

1967ஆம் ஆண்டில் நடந்த தேர்தலை நான் பள்ளிக் கூட மாணவனாக இருந்தபோதும் ஓரளவுக்கு உள் வாங்கியிருக்கிறேன். இன்று தமிழகத்தில் பலமான எதிர்க் கட்சிகளின் கூட்டணி ஒன்று உருவாகியிருப்பதைப் போலவே 1967இலும் ஓர் எதிர்ப்பு அணி உருவாகியிருந் தது. 1967இல் திமுகழகத்தால் வீழ்த்தப்பட்டது காங்கிரஸ். காங்கிரஸின் ஆட்சி முடிந்து கழக ஆட்சி உருவானபோது அந்தக் கட்சியின் சின்னத்தைப்போலவே தமிழகம் பிரகாசிக்கப்போகிறது என்கிற அதீதமான நம்பிக்கை அப்போது உண்டாகியிருந்தது. வாக்குச் சீட்டுகளின் மூலம் தாங்கள் ஒரு யுகப்புரட்சியையே நடத்தி முடித்து விட்டதாக எல்லோருக்கும் ஒரு நினைப்பு. எங்கள் கிராமத்தில் மொத்தமுள்ள 24 வீடுகளில் சரிபாதியாக முஸ்லிம்கள். மீதமுள்ள 12 வீடுகளில் யாதவர், தேவர், செட்டியார், ஆசாரி என்கிற சாதிகளில் தலா ஒவ்வொரு குடும்பம் தவிர்த்து இதர அனைவரும் சைவப் பிள்ளை மார்கள். இப்படியான இந்த 24 குடும்பங்களிலுள்ள பெரியவர்களும் உதயசூரியனுக்கே வாக்களித்திருந்தார்கள்.

இந்தத் தேர்தலில் தமிழக முஸ்லிம்களின் வாக்குகள் திமுக தலைமையிலான கூட்டணிக்குக் கிடைத்தது. முஸ்லிம் மிராசுதார்கள் மட்டும் வழக்கம் போல காங்கிரஸுக்கு வாக்களித்திருந்தனர். காயிதேமில்லத் இஸ்மாயில் சாகிபுவின் தெளிவான அரசியல் கண் ணோட்டம் முஸ்லிம்களுக்குப் பிடித்திருந்தது. அவரும்

திமுக கூட்டணியில் அங்கம் வகித்திருந்தார். இதைவிடவும் முக்கியமான காரணம் திமுகழகமே ஓர் இஸ்லாமியக் கட்சி போன்ற உணர்வை முஸ்லிம்களிடத்தில் ஏற்படுத்துவதில் வெற்றிகண்டிருந்தது. அதிலும் ஒன்றே குலம், ஒருவனே தேவன் என்கிற கொள்கை இஸ்லாமிய அடையாளத்தை வலுப்படுத்தி யிருந்தது. நாகூர் ஹனிபாவின் ஓங்கார நாதம் எங்கும் பரவி முஸ்லிம்களுக்கும் கழகத்துக்கும் இடையில் ஓர் ஆத்மார்த்தமான இணைப்பை மிளிரச் செய்தது. திமுக இவ்வளவு நெருக்கமான இஸ்லாமியச் சார்பை வெளிப்படையாகப் பறைசாற்றியிருந்த போதும் தமிழ்ச் சமூகம் இதில் எவ்வித மாச்சரியமும் கொள் ளாமல், திமுகவின் அரசியலை உள்வாங்கிக்கொண்டது. தமிழக அரசியல் ஒரு சுற்றுச் சுற்றி வந்து விட்ட இக்காலச் சூழலில் மேற்குறித்த இந்த அம்சம் தான் மிகவும் எடுப்பான தோற்றத் தைத் தருகிறது.

அன்று முஸ்லிம்கள் ஒட்டுமொத்தமாய் திமுகவுக்கு வாக்களித்திருந்தபோதிலும் காங்கிரஸ் கட்சிக்கு முஸ்லிம்கள் மீது வெறுப்புணர்வு தோன்றிடவில்லை. அந்த மாதிரியான எண்ணம் தோன்றக்கூட வாய்ப்பைத் தராத அளவுக்குத் தமிழக அரசியல் பண்பாடு மிகவும் நளினமாக இருந்தது. முஸ்லிம் களுக்கும் இந்து சமூகத்தின் பல்வேறு சாதிகளுக்கு இடையிலு மான நட்பு முறையில் உறவு ரீதியான அழைப்புகளே இருந்தன. எனவே தமிழகத்தின் வாக்காளர்களை அரசியல் கட்சிகள் அணுக நேர்ந்த முறைகளில் மதரீதியான மோதல்களுக்கான சித்தாந்த தளம் இருந்திடவில்லை. ஆனால் இன்று?

1967இல் மத்தியிலும் மாநிலத்திலும் காங்கிரஸ்தான் ஆளுங் கட்சி. எனவே அதற்கு எதிரான கூட்டணி நிலைப்பாட்டை அங்கீகரிக்க எவ்விதத் தடையுமில்லை. இன்றைய நாடாளுமன்றத் தேர்தலைச் சந்திக்கையில் பாஜகவுக்கு எதிரான அணி உரு வாவதும் இயற்கைதான். அதனைப் புரிந்துகொள்ளவும் முடிகிறது. ஆனால் 2001இல் நடந்த சட்டமன்றத் தேர்தலிலும் மதவாத எதிர்ப்பு அணியைக் கட்ட வேண்டிய அவசியம் தமிழகத் திற்கு நேரிட்டுவிட்டதை எப்படிக் கணக்கெடுப்பது? பாரதீய ஜனதா தமிழகத்தின் வலுவான கட்சி அன்று. 2001இல் பாஜக எல்லோரையும் மிரட்டக்கூடிய அளவுக்கு வளர்ந்திருக்கவு மில்லை. ஆனால் கோவை கலவரத்தில் சிறுபான்மைச் சமூகத் தின்மீது வலுவான எதிர்ப்பைக் கட்டவிழ்த்துவிடுவதில் கைதேர்ந்த நிலையில் இருந்தது. அதுதான் மதவாத எதிர்ப்பு அணியைக் கூட்டத் தமிழகத்தைத் தூண்டியதா? கட்சி பலவீன மாயிருக்கும்போது அதன் சிந்தாந்தம் எப்படி வலுவானதாக ஆயிற்று? தனித்து நின்றால் காப்புத் தொகையைக்கூடத் தக்க

வைத்துக்கொள்ள முடியாத ஒரு கட்சி, அத்தன்மைக்கும் மீறிய தான ஒரு சக்தியைக் கொண்டிருப்பது எங்ஙனம்? சாத்தான் குளம் இடைத்தேர்தலில் காங்கிரஸுக்கும் அதிமுகவுக்குமான போட்டியில் அதிமுகவே வென்றபோதும் 'சாத்தான் குளத்தில் பாஜக வெற்றி' என்று காலச்சுவடு தலையங்கம் தீட்டியது. இந்த அளவிற்கான ஒரு ரசாயன மாற்றம் தமிழக அரசியலில் எப்படி நடந்தது?

கேள்விகள் முடிவற்று நீள்கின்றன. திராவிட இயக்கங்களை எதிர்த்து எவருமே அரசியல் செய்ய முடியாத நிலைமையும் வெற்றிபெற முடியாத நிலைமையும் நம் கண்களுக்குத் தெளி வாகத் தெரிகிறது. ஆனாலும் பலவீனமான கட்சியான பாஜக வின் ஹிந்துத்துவா சித்தாந்தமே வெல்லப்பட வேண்டியதாக இங்கே தோற்றம் தருகிறதெனில், திராவிட அரசியல் எந்தத் தளத்திலிருந்து இயங்குகிறது?

அன்று முஸ்லிம்களும் இந்துக்களும் மதவாதத்தன்மை யற்று வாக்களித்ததைப்போல இனி வாக்களிக்கும் சூழல் உருவாக என்ன செய்ய வேண்டும்? விஞ்ஞானத் தொழில்நுட்ப மும் நாகரிகமும் வளர்ந்துவருகையில் அதனைப் பயன்படுத்திக் கொண்டபடியே, ஒரு தேசம் கருத்தியல் ரீதியாக மட்டும் எங்ஙனம் பின்செல்கிறது? மதவாதம் பற்றிய எண்ணமே இல்லா மல் முஸ்லிம்களும் இந்துக்களும் பொதுவான தளத்தில் நின்று மீண்டும் வாக்களித்து மகிழும் அந்த நாள் வருமா?

இரண்டு தரப்பிலுமுள்ள ஜனநாயகச் சக்திகள் யோசித்துச் செயல்பட வேண்டிய தருணம் இதுவே!

இதழ் 52, மார்ச் – ஏப்ரல் 2004

2006 – 2011

சூரியன் விழுங்கும் நாடு

கண்ணன்

தினகரன் நாளிதழை சன் டி.வி. குழுமம் விலைக்கு வாங்கியிருக்கிறது. இந்நிகழ்வைத் தனிமைப்படுத்திப் பார்க்கும்போது இது ஒன்றும் தமிழ் உலகை உலுக்கும் செய்தியல்ல. வீழ்ச்சியடைந்த ஒரு குழுமத்தை அதிக உபரி மதிப்புள்ள மற்றொரு குழுமம் வாங்குவது இயல்பு. ஆனால் இது தனிமைப்படுத்திப் பார்க்க வேண்டியதும் அல்ல. பெருமளவு உருப்பெற்றுவிட்ட, ஓர் அரசியல் – ஊடக ஆதிக்க வரைபடத்தின் ஒரு துண்டு இது.

வலுப்பெற்றுவரும் மாறன் குடும்பத்தின் ஊடக ஆதிக்கம், அரசியல் அதிகாரம் மற்றும் பொருளாதார வலிமை, தமிழகத்திற்கோ இந்தியாவிற்கோ சாதகமானது அல்ல. தமிழகத்தின் இரண்டு பிரதானக் கட்சிகளில் ஒன்றான திமுகவில் சன் டி.வியின் தாக்கம் அளவுக்கு அதிகமாக இருப்பதாகவே பொதுவாகப் பார்க்கப்படு கிறது. திமுகவிற்குச் சமீபகாலத்தில் ஏற்பட்ட மிகப் பெரிய நெருக்கடியான கலைஞரின் நள்ளிரவுக் கைது சம்பவத்தின்போது தலைவருக்கு அரண் அமைத்தது திமுகவின் கழகக் கண்மணிகள் அல்லர். சன் டி.வி.யின் பிரச்சாரம், மத்திய அரசு அதிகாரம் இரண்டுமே மாறன் குடும்பத்தின் சித்தத்தால் நிகழ்ந்தவை. திமுக தலைமை யகம் இன்று சன் டி.வியின் கீழ்த் தளத்தில் குடிவைக்கப் பட்டுள்ளது என்பதே யதார்த்த நிலைமை.

திமுகவின் வழியாக மத்திய அரசில் மாறன் குடும்பம் வலுவான இடத்தைப் பெற்றுள்ளது. மாறன் குடும்பம் மத்திய அரசில் அதிகாரம் பெற்று, அதன் மூலமாகத் தங்கள் ஊடக மற்றும் தொலைத்தொடர்பு நிறுவனங்

களை வளர்ப்பதற்கு ஏற்பவே திமுகவின் அரசியல் வியூகம் அமைக்கப்படுகிறது என நம்பப் பல காரணங்கள் உள்ளன.

உதாரணமாக, திமுகவின் மீது அழியாத களங்கமாக என்றுமே இருக்கப்போகிற (தற்போது முறிந்துவிட்ட) பாஜக வுடனான கூட்டணி அக்கட்சிக்கு எந்த அரசியல் லாபத்தை யும் ஈட்டவில்லை என்பது மட்டுமல்ல, கணிசமான இழப்பையே ஏற்படுத்தியது. இது முன் ஊகிக்க முடியாத பின்விளைவு அல்ல. இருப்பினும் முரசொலி மாறன் மத்திய அரசில் அதிகாரம் வகிப்பதற்காகத் திமுகவின் நலன் பலியிடப்பட்டது. இன்று மத்தியத் தொலைத்தொடர்புத் துறையைக் கைப்பற்றியிருக்கும் மாறன் குடும்பம் தன் குடும்ப நிறுவனங்களுக்குச் சாதகமாக வும் போட்டியாளர்களுக்கு எதிராகவும் இயங்கிவருகிறது.

மிக வலுவான கூட்டணியுடன் அடுத்த தேர்தலைச் சந்திக்க விருக்கும் திமுக, ஆட்சிக்கு வருவதற்கான வாய்ப்புகள் கணிசமாக உள்ளன. அவ்வாறு ஏற்படும் பட்சத்தில் மாநில அரசிலும் மாறன் குடும்பத்தின் தாக்கம் வலுவாக இருக்கும் என எதிர் பார்க்கலாம். தமிழக முதல்வர் பதவி மாறன் குடும்பத்தின் அதிகார வரம்பிற்கு அப்பால் இல்லை. தமிழக அரசியலையும் அதிகாரத்தையும் அவர்கள் எளிதில் ஸ்டாலினுக்கு விட்டுக் கொடுக்கப்போவதில்லை. ஸ்டாலினிடம் இல்லாத ஊடக பலம், அகில இந்தியத் தொடர்புகள் ஆகியவற்றோடு அதிக பணபலமும் மாறன் குடும்பத்திடம் உள்ளது. மேலும் மாறன் மகன்களைப்போல ஸ்டாலின் கான்வென்ட் பள்ளிகளில் படித்தவர் அல்லர் என்பதால் நுனி நாக்கு ஆங்கிலமும் மேட்டுக் குடித் தளுக்கும் அவரிடம் இல்லை. நமது மத்திய தர வர்க்கத் தையும் ஊடகங்களையும் அதிகாரிகளையும் கவர இவை மிக அவசியம். திமுக இன்று ஒரு 'குடும்பக் கட்டுப்பாட்டு'க் கட்சி என்பதால் முதலமைச்சர் பதவி என்பது ஒரு கட்டத்தில் குடும்பப் போராட்டமாகவே முடியும்.

மாறன் குடும்பம்போல இந்தியாவில் பல்வேறு கால கட்டங்களில் பல்வேறு குடும்பங்களுக்குப் பரந்துபட்ட அதி கார வீச்சும் பணபலமும் இருந்துள்ளன; இருந்து வருகின்றன. எனவே இதை ஒரு பேராபத்தாகப் பார்ப்பதற்கில்லை. ஆனால் மாறன் குடும்பத்தின் அரசியல் அதிகாரம் வலுவான ஊடக அதிகாரத்துடன் இணைந்துள்ளது. இது தனிக் கவனிப்பிற்குரிய செய்தி.

'முரசொலி' மாறனின் வியாபாரத் தீர்க்கதரிசனத்தால் கேபிள் தொலைக்காட்சி ஊடக உருவாக்கத்தின் ஆரம்பக் கட்டத்திலேயே அதில் நுழைந்த மாறன் குடும்பம் தன் செயல் திறனாலும் அரசியல் பலத்தாலும் கொள்கை நீக்கம் செய்யப்

பட்ட தூய வியாபார உத்திகளாலும் இன்று தமிழக கேபிள் வலைப்பின்னலில் வலுவான இடத்தைப் பிடித்துள்ளது. சன் டி.வி., சன் மியூசிக், சன் நியூஸ், கே டி.வி. என அதன் ஆதிக்கம் மேலும் மேலும் வலுப்பெற்று வருகிறது. இன்று உலகெங்கும் தமிழர் வாழும் பகுதிகளில் சன் டி.வி. நுழைந்துள்ளது.

அத்தோடு கேரளம், கர்நாடகம், ஆந்திரம் போன்ற மாநிலங்களில் சூர்யா, கிரண், தேஜா, ஜெமினி, ஆதித்யா போன்ற சன் டி.வியின் சானல்கள் இயங்கி வருகின்றன. வங்காளத்தில் இப்போது புதிய சானல் தொடங்கப்பட உள்ளது (இந்த வளர்ச்சி மத்திய அரசு அதிகாரம் இன்றிச் சாத்தியமில்லை). வெகுஜனப் பண்பாடு சார்ந்த சன் டிவி. குழுமத்தின் பண்பாட்டுச் சுரண்டல் அணுகுமுறை பிற மொழிகளிலும் கேடு விளைவித்து வருவதை அறிய முடிகிறது.

தமிழகத்தின் கேபிள் டி.வி. வலைப்பின்னல் மாறன் குடும்பத்தினரின் கைவசமே உள்ளது. தமிழகம் எங்கும் கேபிள் டி.வி. சேவைத் துறையில் உள்ளூர் விற்பன்னர்களால் உருவாக்கப்பட்ட விநியோக நிறுவனங்கள் எல்லாம் இன்று கைவிடப்பட்டு விட்டன. சன் டி.வி. குழுமம் தன் பணபலத்தால் கட்டணச் சானல்களுக்கான உரிமைகளை ஒட்டு மொத்தமாக வாங்கி விட்டது. இந்தச் சானல்கள் தமிழகமெங்கும் மாறன் குடும்பத்தின் மறைமுக ஆதரவு பெற்ற நபர்களாலேயே விநியோகிக்கப்படுகின்றன (அடிக்கடி உள்ளூரில் கேபிள் அறுக்கப்படுவது இந்த ஆதிக்கத்திற்கெதிரான 'கலக' நடவடிக்கை).

அச்சு ஊடகங்களைப் பொறுத்தவரையில் நேற்றுவரை மாறன் குடும்பம் வசம் *குங்குமம்* மட்டுமே இருந்தது (தற்போது *தினகரன்* இணைக்கப்பட்டுள்ளது). மோசமான உள்ளடக்கத்துடன் திமுகவின் சகலப் போலி மதிப்பீடுகளின் ஆவணமாகவும் வெளிவந்துகொண்டிருந்த *குங்குமம்* சமீபத்தில் பெரிய வளர்ச்சி கண்டுள்ளது. ஆனால் இந்த வளர்ச்சி உள்ளடக்கத்தில் உழைத்து உருவாக்கிய வளர்ச்சி அல்ல. 'இலவச' வளர்ச்சி. *குங்குமம்* இலவசப் பொருள்களுக்காகவே வாங்கப்படுகிறது. சில பலசரக்குப் பொருள்கள் வாங்கினால் குங்குமம் இலவசம் என்றும் இந்தப் போக்கைப் புரிந்துகொள்ளலாம். அரசியல், அதிகாரம் மற்றும் ஊடகப் பலத்தைப் பயன்படுத்தி இணைக்கப்படும் இந்த இலவசப் பொருள்களுக்குப் போட்டியாக *குமுதமோ ஆனந்த விகடனோ* இறங்க முடியாது. மேலும் *குங்குமத்திற்கு* சன் டி.வியில் கொடுக்கப்படும் விளம்பரங்களை ஈடு செய்ய வேண்டுமெனில் போட்டி இதழ்கள் வாரத்திற்குப் பல லட்சங்கள் செலவு செய்ய வேண்டியிருக்கும். எனவே *குங்குமம்* ஏற்படுத்தும் இந்தப் போட்டி ஒரு நியாயமான போட்டி அல்ல.

இதே போன்ற அநீதியான போட்டியை இனி *தினகரனும்* ஏற்படுத்தும் என்று நம்பலாம். பல நாடுகளில் அச்சு ஊடகத்தை யும் காட்சி ஊடகத்தையும் ஒரே குழுமம் நடத்துவது தடை செய்யப்பட்டிருக்கிறது. ஊடக ஆதிக்கத்தைத் தடுக்கப் பல விதிகளும் கட்டுப்பாடுகளும் உள்ளன.

அமெரிக்காவில் Federal Communication Commission (FCC) விதித்திருக்கும் கட்டுப்பாடுகள் சில:

1. ஒரே சந்தையில் ஒரு தொலைக்காட்சி நிறுவனம் இரண்டு சானல்கள் மட்டுமே நடத்தலாம், இரண்டு நிபந்தனை களுக்கு உட்பட்டு:
   (அ) அந்தச் சந்தையில் மற்ற எட்டு சானல்கள் செயல் பட வேண்டும்.
   (ஆ) மேற்படி இரண்டு சானல்களும் பார்வையாளர் விகிதத்தில் முதல் நான்கு இடங்களில் இடம்பெறக் கூடாது.
2. ஒரு நிறுவனத்தின் கேபிள் வலைப்பின்னல் அமெரிக்கா வில் 30% இல்லங்களுக்குமேல் சென்றடையக் கூடாது.
3. ஒரே நிறுவனம் ஒரே சந்தையில் தொலைக்காட்சியும் நாளிதழும் நடத்தக் கூடாது.

ஆஸ்திரேலியாவில்:

1. ஒரு நபர் மொத்த ஆஸ்திரேலியாவிலும் தான் பெற்றிருக் கும் ஒளிபரப்பு உரிமங்களின் மூலம் அதிகபட்சமாக அந்நாட்டின் 75% மக்களை மட்டுமே சென்றடையலாம். ஒரு பிராந்தியத்திற்குள் ஒன்றுக்கு மேற்பட்ட உரிமங்கள் பெற முடியாது. அதாவது ஒன்றுக்கு மேற்பட்ட சானல் களை ஒரே பிராந்தியத்தில் நடத்த முடியாது.
2. தொலைக்காட்சி ஒன்றை நடத்திவரும் ஒரு நபர் நாளிதழ் ஒன்றையும் தொடங்கினால் அந்நாளிதழின் விற்பனையில் 50% அத்தொலைக்காட்சி பார்க்கப்படும் வட்டத்திற்கு அப்பால் இருக்க வேண்டும்.

இது போன்ற பாதுகாப்புச் சட்டங்கள் நமக்கு அவசியம் தேவை. இதைப் பற்றிய விரிவான விவாதமும் செயல்பாடும் மிக அவசரம். ஏனெனில் நான் அறிந்த வரை உலக அளவில் எந்த ஜனநாயக நாட்டிலும் ஒரு குடும்பத்திடமும் இத்தகைய அரசியல் மற்றும் ஊடக அதிகாரம் ஒருசேர இல்லை. ஒரே நபரிடமோ குடும்பத்திடமோ ஊடகச் சக்தி ஒருசேரக் குவியும் போது மக்கள் மத்தியில் ஒரு கருத்தை உருவாக்குவதும் அவர்கள்

பார்வையைத் திசை திருப்புவதும் ஒரு நிகழ்வை இருட்டடிப்புச் செய்வதும் பெருமளவுக்குச் சாத்தியப்படுகிறது. ஒரு மொழியில் அல்லது நாட்டில் அல்லது பிரதேசத்தில் ஊடக ஆதிக்கம் உருவாவதன் ஆபத்து இதுதான். இத்தகைய ஊடகச் சக்தி அரசியல் சக்தியுடன் இணையும்போது இந்த ஆபத்து இரட்டிப் பாகிறது. உதாரணமாக சன் டி.வியைப் பார்க்கும் ஒருவருக்குத் தமிழகத்தில் வைகோ என்னும் ஒரு தலைவர் இருப்பது தெரிய வாய்ப்பில்லாமல் போகிறது.

தீவிர இதழியல் என்னும் மிகச் சிறிய வட்டத்திற்குள் நிகழும் வளர்ச்சிக்கு, அதிகாரம், அபாயம் என்றெல்லாம் பல ஆண்டுகளாகப் பதறிவருபவர்கள் மேற்படி அபாயம் பற்றி ஒரு சொல்லும் பேசாமல் மௌனம் காப்பதை எப்படித்தான் புரிந்துகொள்வது? நமது சாதிய அறிவுஜீவிகளின் பகுத்தறியாமை யின் வீச்சு ஜெயலலிதாவோடும் சங்கர மடத்தோடும் நின்று விடுவது துரதிர்ஷ்டவசமானது என்றுதான் சொல்ல வேண்டும். ‘வணக்கம் தமிழக’த்தில் அழைத்த விசுவாசமும் அழைக்கப்பட லாம் என்னும் சபலமும் இத்தனை வலுவானவையா?

இதழ் 68, ஆகஸ்டு 2005

தேர்தல் 2006

முட்டையிடும் குதிரைகளும் பரமார்த்தமான குருவும்

நமது தேர்தல் நடைமுறையில் நியாயமான, சுதந்திரமான தேர்தல் என்பது சாத்தியமா?

தேவிபாரதி

நியாயமான, சுதந்திரமான தேர்தல் என்ற இலக்கை நோக்கி நாம் நகர்ந்துகொண்டிருக்கிறோமா? அரசியல் கட்சிகளுக்குத் தேர்தல் கமிஷன் விதிக்கும் கட்டுப்பாடு களைப் பார்க்கும்பொழுது அப்படித்தான் நம்பத் தோன்று கிறது. நமது ஜனநாயக அமைப்பின் மீது நம்பிக்கை வைத்திருக்கும் எவருக்கும் அதை நம்ப வேண்டியது கட்டாயமும்கூட. முன்னெப்போதும் இல்லாத அளவுக்கு நடத்தை விதிகளை நடைமுறைப்படுத்துவதில் தேர்தல் ஆணையம் கண்டிப்புக் காட்டிவருகிறது. சர்வதேச மகளிர் தினத்தையொட்டிச் சென்னை நகரக் காவல்துறை ஆணையர் நடராஜ் தெரிவித்த ஒரு கருத்து நடத்தை விதியை மீறிய செயல் எனக் கருதிய தேர்தல் ஆணையம், காவல்துறை ஆணையரை மாற்றச் சொல்லி உத்தரவிட்ட தும், தமிழக அரசு ஆணையத்தின் உத்தரவை எதிர்த்து நீதிமன்றத்திற்குப் போனதும், நீதிமன்றம் அரசின் நிலைப் பாட்டுக்கு ஆதரவாகத் தீர்ப்பளித்ததுமான நிகழ்வுகளை ஒரு கெட்ட கனவாக நினைத்து ஒதுக்கிவிட்டால் ஆணை யம் வானளாவிய அதிகாரம் படைத்ததுதான் என்பதை ஒப்புக்கொள்வதில் யாருக்கும் எந்தச் சிரமும் இருக்காது.

ஏனென்றால் ஆணையம் பல விஷயங்களில் 'வெற்றி' பெற்றிருக்கிறது. தலைவர்களின் விண் முட்டும் உயரங்கள் கொண்ட கட் – அவுட்டுகள் வைப்பதை ஆணையம் தடுத்து விட்டது. எல்லா வேட்பாளர்களும் தமது சொத்துக் கணக்கு களை 'ஒழுங்கா'கக் காட்டியிருக்கிறார்கள். முக்கிய அரசியல் கட்சிகளின் தலைவர்கள் தமது சொத்து மதிப்பைக் கோடிக் கணக்கில் காட்டிய போதும்கூட அவை அவர்களுடைய உண்மை யான சொத்து மதிப்பில் ஒரு தசமம்கூடத் தேறாது என்பன போன்ற விமர்சனங்கள் எழுந்திருப்பதைக்கூட நாம் பொருட் படுத்த வேண்டியதில்லை. யாராவது ஒரு அமைச்சர் யாருக் காவது இலவசத் தையல் இயந்திரம் வழங்கியதாகக் கேள்விப் பட்டால் அதை விசாரித்து அறிக்கை அளிக்கச் சொல்லி உத்தரவிடுகிறது தேர்தல் கமிஷன். அரசுக்குச் சொந்தமான சுவர்களில் எழுதப்பட்டிருக்கும் விளம்பரங்களைத் தனது பணி யாளர்களைக் கொண்டு அழித்துவிட்டு அதற்கான செலவுத் தொகையைச் சம்பந்தப்பட்ட கட்சிகளிடமிருந்து வசூலிக்க உத்தரவிடுகிறது. ஆணையத்தின் கெடுபிடிகளால் தனியாருக்குச் சொந்தமான பல சுவர்கள் காப்பாற்றப்பட்டிருக்கின்றன. இரவு பத்து மணிக்கு மேல் ஒலிபெருக்கிகளைப் பயன்படுத்தக் கூடாது என்கிற ஆணையத்தின் உத்தரவையும்கூட அரசியல் கட்சிகள் 'செல்லமான' எதிர்ப்புகளுடன் பின்பற்றத்தான் செய் கின்றன. மூச்சைப் பிடித்துக்கொண்டு விடிய விடியப் பேசிப் பழக்கப்பட்டுப் போன நமது தலைவர்கள் கடிகாரத்தைப் பார்த்துக்கொண்டே பேருரை ஆற்றுவதைப் பார்த்தால் புல்லரிக்கிறது.

ஆக, சுதந்திரமான மற்றும் நேர்மையான தேர்தல் என்பது நடைமுறைச் சாத்தியம்தான் என்ற எண்ணம் தோன்றுவதைத் தவிர்க்க முடியவில்லை. ஆனால் ஆணையத்தின் அதிகார வரம்பிற்குட்படாத பல விஷயங்களும் நடந்துகொண்டுதான் இருக்கின்றன.

அணி மாறுவதற்காக மதிமுகவின் பொதுச் செயலாளர் வைகோ ஜெயலலிதாவிடமிருந்து 40 கோடி ரூபாய் பெற்றுக் கொண்டிருக்கிறார் என்றும், அதிமுகவில் சேருவதற்காக நடிகர் சரத்குமாருக்கு அதிமுக தலைமை 22 கோடி ரூபாய் கொடுத் துள்ளது என்றும், முரளி, சிம்ரன், விந்தியா, கோவை சரளா போன்ற திரைத் தாரகைகள் ஒவ்வொருவரும் கட்சியின் அடிப் படை உறுப்பினர்களாகத் தம்மைப் பதிவு செய்துகொள்வதற்கு லட்சக்கணக்கில் பணம் பெற்றுக்கொண்டிருக்கிறார்கள் என்றும் வந்துகொண்டிருக்கும் 'செய்தி'களைத் தேர்தல் ஆணையம் கையைக் கட்டிக்கொண்டு வாசித்துக்கொண்டிருக்கிறது. அதே போல் கட்சிகள் தமது தேர்தல் அறிக்கைகளில் எண்ணிலடங்

காத இலவச வாக்குறுதிகளை அள்ளி வீசியுள்ளதையும் வேடிக்கை பார்த்துக்கொண்டிருக்கிறது.

ஆனால் தனது அதிகார வரம்பிற்குட்பட்ட விஷயங்களில் ஆணையம் கண்டிப்புடன் நடந்து கொள்ளத்தான் செய்கிறது. வேட்பாளர்கள் தங்கள் செலவுக் கணக்குகளைப் பராமரிக்க நோட்டுப் புத்தகங்களை வழங்கியிருக்கிறது. மூன்று நாட்களுக்கு ஒரு முறை செலவுக் கணக்குகளைக் காட்ட வேண்டுமென உத்தரவிட்டிருக்கிறது. எல்லாச் செலவுகளையும் பத்து லட்ச ரூபாய்க்குள் முடித்துக்கொள்ள வேண்டும் எனக் கண்டிப்புடன் சொல்லியிருக்கிறது ஆணையம்.

பத்து லட்ச ரூபாய் என்பது எவ்வளவு அற்பமான தொகை என்பதை ஒரு சராசரி வாக்காளரிடம் கேட்டால் தெரியும். வேட்பாளர் தனது பெயரையும் தான் போட்டியிடும் கட்சியின் பெயரையும் தனக்கு ஒதுக்கப்பட்ட சின்னத்தையும் அனுமதிக்கப் பட்ட சுவர்களில் வரைந்து வைத்துவிட்டுக் கையைக் கட்டிக் கொண்டு சும்மா உட்கார்ந்திருக்க முடியும் என்றால் அந்தத் தொகை போதுமானது. ஆனால் நமது வாக்காளர்களைக் கவர அது மட்டும் போதாது என்பது வாக்காளர்களுக்கே தெரிந்த விஷயம்.

வாக்குக் கேட்க வரும் ஒரு வேட்பாளர் எந்தக் கட்சியைச் சேர்ந்தவர் என்பது மட்டும் முக்கியமானதல்ல. அவர் என்ன சாதியைச் சேர்ந்தவர் என்பதும்கூடப் போதுமானதல்ல (எல்லா அரசியல் கட்சிகளும் அந்த விஷயத்தில் போதிய விழிப்புடன் இருக்கின்றன). அல்லது வண்டிவண்டியான இலவச வாக்குறுதி களும்கூட வெற்றியைத் தீர்மானிக்கிற விஷயமல்ல. வேட்பாளர் வாக்குச் சேகரிக்க வரும்பொழுது எப்படி வருகிறார், அவரைப் பின்தொடர்ந்து வரும் வாகனங்களின் எண்ணிக்கை எப்படி யிருக்கிறது என்பதும் தரம் ஆகியவையும்கூட முக்கியமானவை தான். நமது வாக்காளரைத் தமது தேர்தல் பிரச்சாரக் கூட்டத் திற்கு இழுத்துவர வேட்பாளர்கள் என்னென்ன தந்திரங்களை யெல்லாம் செய்ய வேண்டியிருக்கிறது பாருங்கள். ஜெயலலிதா வும் கருணாநிதியும் சோனியாவும் வைகோவும் டாக்டர் ராம தாசும் வந்தால் போதாது. சரத்குமாரோ பாக்கியராஜோ சிம்ரனோ செந்திலோ கோவை சரளாவோ வர வேண்டும். மேடைகளில் குத்தாட்டம் போட வேண்டும். பேரணிகளில் கரகாட்டமும் நையாண்டி மேளமும் இடம்பெற வேண்டும். சூப்பர் ஸ்டார் ஏதாவது ஒரு கட்சிக்கு வாய்ஸ் கொடுத்தால் இன்னும் விசேஷம். ஆனால் அவர் எப்பொழுது எந்தக் கட்சிக்கு எப்படி வாய்ஸ் கொடுப்பார் என்பது யாருக்குமே தெரியாத

தாகையால் சின்னச் சின்ன நடிகர்களுக்கெல்லாம்கூட ஐந்தும் பத்துமாய் அழ வேண்டியிருக்கிறது.

சரத்குமாருக்கு அதிமுக 22 கோடி கொடுத்தாகச் சொல்கிறார்கள். ஒரு வகையில் இத்தொகை கருணாநிதியின் அதிகார பூர்வமான சொத்துக்கு நிகரானது. அவ்வளவு பெரிய விலை ஏன் என்றால் அவர் வெறும் நடிகர் மட்டுமல்ல; நாடார் சமுதாயத்தின் செல்வாக்கு மிக்க பிரமுகர்களில் ஒருவர் என்பதே. வெங்கடேச பண்ணையார் என்கவுன்டர் விவகாரத்தில் ஆளும் கட்சியின் மீதுள்ள அதிருப்தியைச் சரிக்கட்ட சரத்குமார் 'நாடா'ரும் பண்ணையாரின் மனைவி ராதிகா செல்வியைச் சமாளிக்க 'செல்வி' ராதிகாவும் உதவுவார்கள் என ஜெயலலிதா நம்புவதால்தான் அந்த நட்சத்திரத் தம்பதிக்கு அவ்வளவு பெரிய விலை என்று சொல்லப்படுகிறது. தவிர சுமார் 200 சிறுசிறு சாதி அரசியல் குழுக்களின் தலைவர்களுக்கும் சில லட்சங்கள் கிடைத்திருக்கின்றனவாம். கிடைத்தவற்றைப் பெற்றுக் கொண்டு எல்லோரும் 'சந்தோஷமாக'த் தேர்தல் பணி செய்கிறார்கள். மேற்குறிப்பிட்ட செலவுகளெல்லாம் தேர்தல் ஆணையத்தின் அந்த நோட்டுப் புத்தகங்களில் இடம்பெறவே போவதில்லை. இவை போன்ற செய்திகளைக் கழுகாரும் வம்பானந்தா சுவாமிகளும் தமது வாசகர்களுக்குச் சொல்வதை வெகு சுவாரஸ்யமாகப் படித்துக்கொண்டிருப்பதுதான் ஆணையத்தின் அதிகார வர்க்கத்திற்குச் சாத்தியப்படும் ஒரே விஷயம்.

❍

நியாயமான, சுதந்திரமான தேர்தல் என்பதான ஒரு பாவனையுடன் செயல்படும் ஆணையத்திற்கு நடைமுறைகளைப் பற்றிக் கொஞ்சமாவது தெரிந்திருக்கிறதா என்று தெரியவில்லை. எழுத்தாளரும் பத்திரிகையாளருமான எனது நண்பர் ஒருவர் சொன்ன 'கதை'யிலிருந்து தொடங்குகிறேன். கதை நிகழ்ந்த காலகட்டம் தேர்தல் ஆணையத்தின் 'பொற்கால'மாகக் கருதப் பட்ட காலம். 'கதை நாயகன்' பிரபல தேசியக் கட்சியொன்றின் மாநிலத் தலைவராக இருந்தவர். மக்களவைத் தேர்தலில் போட்டியிட்ட அவருக்கு அந்தத் தேர்தலில் செலவான தொகை ஒன்றரைக் கோடி. இவ்வளவுக்கும் அந்தக் கட்சியும் அந்த வேட்பாளரும் பொது வாழ்வில் நேர்மை, தார்மீகப் பண்புகள் போன்றவற்றை வலியுறுத்தியவர்கள். மனுத் தாக்கல் செய்துவிட்டுக் கொள்கைப் பிரச்சாரம் செய்துகொண்டிருந்தவரிடம் கூட்டணிக் கட்சிப் பிரமுகர் பாடம் நடத்தினாராம். தேர்தல் 'நடைமுறை'களைப் பற்றி விளக்கிய அந்தப் பிரமுகர் வேட்பாளரிடம் கேட்ட தொகைதான் நான் மேலே குறிப்பிட்டது.

அந்தக் கூட்டணிக் கட்சிப் பிரமுகர் முந்தைய தேர்தல்களில் வாக்குச் சாவடியைக் கைப்பற்றியது, கள்ள ஓட்டுகளைப் போட்டது, வாக்காளர்களுக்குப் பணம் கொடுத்தது, எதிரணியைச் சேர்ந்தவர்களை மிரட்டியது போன்ற பல வகையான குற்றச்சாட்டுகளுக்கும் உள்ளானவர். தார்மீகப் பண்புகளை வலியுறுத்திய தலைவர், கேட்ட தொகையைக் கொடுத்துவிட்டு ஒதுங்கிக்கொண்டாராம். வெறும் பதினைந்தே நாட்களில் கொடுத்த தொகை முழுமையாகச் செலவிடப்பட்டது; ஆணையத்தின் வரம்பிற்குட்பட்டவாறு செலவுக் கணக்கும் செவ்வனே காட்டப்பட்டது. கடைசியில் அவர் தோற்றுப் போனார் என்பது வேறு விஷயம்.

கதையை விட்டுவிட்டுச் சில புள்ளி விவரங்களைப் பார்க்கலாம். எனது நண்பரும் 19 வருடங்களில் 11 தேர்தல்களில் போட்டியிட்ட ஒரு முக்கிய அரசியல் கட்சிப் பிரமுகரின் உறவினருமான ஓர் எழுத்தாளர் கொடுத்த புள்ளிவிவரங்கள் இவை.

1. வாக்குச் சாவடி முகவர்கள்: ஒரு முகவருக்கு ரூ. 1000 வீதம் 250 முகவர்களுக்கு ரூ. 2,50,000.

2. வாகனச் செலவு: ஒரு தொகுதிக்குக் குறைந்தபட்சம் 15 அல்லது 20 கார்கள் பயன்படுத்தப் படுகின்றன. கார் வாடகை மற்றும் அவற்றிற்கான எரிபொருள் செலவுகள் ஒரு காருக்கு ஒரு நாளுக்குக் குறைந்தபட்சம் 1000 ரூபாய். 20 கார்களுக்கு 20,000 ரூபாய். 30 நாள்களுக்குக் கணக்கிட்டால் அந்த வகையில் மட்டும் 6,00,000 ரூபாய். பிரச்சாரத்திற்காகத் தலைவர்கள் வரும்பொழுது வாகனங்களின் எண்ணிக்கை பல மடங்கு அதிகம். ஒரு தொகுதிக்குக் கருணாநிதியோ ஜெயலலிதாவோ வரும்பொழுது அவர்களுக்காக ஒரு வேட்பாளர் செய்யும் செலவு 5 லட்சத்திலிருந்து 10 லட்சம்வரை ஆகுமாம்.

3. தொண்டர்களுக்கான சாப்பாடு, ஒன்றிய மற்றும் பஞ்சாயத்து அளவிலான கட்சி அமைப்புகளுக்காகக் கொடுக்க வேண்டியுள்ள தொகை சுமார் 15 லட்சம்.

4. சுவர் விளம்பரம், தட்டி விளம்பரம், துண்டறிக்கைகள், சுவரொட்டிகள் ஆகியவற்றுக்காகச் செலவிடப்படும் குறைந்தபட்சத் தொகை சுமார் 4 லட்சம்.

5. பேரணிகள், பொதுக்கூட்டங்களை ஏற்பாடு செய்யத் தேவைப்படும் தோராயமான தொகை சுமார் 5 லட்சம். பேரணி, பொதுக் கூட்டங்களுக்கு வரும் ‘தொண்டர்’

களுக்குச் சாப்பாடு போகக் கையில் 100, 200 என ரொக்கம் கொடுக்க வேண்டியிருக்கலாம். அதெல்லாம் இந்தக் கணக்கில் சேராது.

6. இவையெல்லாம் தவிர நண்பர்கள், உறவினர்கள், தொண் டர்கள், கட்சிக்காரர்கள் எனப் பலருக்கும் தானமாக 100 ரூபாய் முதல் 500 ரூபாய் வரை கொடுக்க வேண்டி யிருக்குமாம். அந்த வகையில் 5 லட்சம்.

7. போட்டி அதிகமாக இருந்தால் தேர்தல் தேதிக்கு ஓரிரு நாட்கள் இருக்கும்பொழுது வாக்காளர்களுக்குத் தலைக்கு 100 கொடுக்க வேண்டியிருக்கலாமாம்.

8. பெரிய கட்சிகளின் வேட்பாளர், 'டம்மி'யாக சுயேச்சை வேட்பாளர் ஒருவரை நிறுத்துவார். இவர் செய்யும் பல செலவுகள் அவரது கணக்கில் காட்டப்படும்.

ஆக, வெற்றி பெற வேண்டும் என்று விரும்பும் எந்த வேட்பாளரும் குறைந்தபட்சம் 40 லட்ச ரூபாயாவது செலவிட வேண்டியிருக்கும். வேட்பாளரின் தகுதி, போட்டி நிலவரம், வசதி வாய்ப்புகள் ஆகியவற்றைப் பொறுத்துச் செலவு ஒன்றரைக் கோடி ரூபாய்வரை உயரலாம் என்கிறார் அந்த நண்பர். 10 லட்ச ரூபாய்க்கும் 40 லட்சம் முதல் ஒன்றரைக் கோடி வரைக்குமான இந்த இடைவெளியைத் தேர்தல் ஆணையம் எப்படி நிரப்புகிறது? நடத்தை விதிகளையும் யதார்த்தமான நடைமுறைகளையும் எப்படிச் சமன் செய்கிறது? இந்தக் கேள்விக் கான பதில்தான் இக்கட்டுரையின் தலைப்பை நியாயப்படுத்து கிறது. 'குதிரை முட்டை' எதன் உருவகமாகவும் இருக்கலாம். ஆனால் அந்த முட்டாள் சீடர்களின் குரு உருவகம் தேர்தல் ஆணையத்திற்கு முழுமையாகப் பொருந்திப் போவது துர திர்ஷ்டவசமானது.

❍

இந்தக் 'கதை'யெல்லாம் கிடக்கட்டும். கிறுகிறுக்கச் செய்யும் இந்தச் செலவுகளுக்கான தொகையை எங்கிருந்து பெறுகிறார்கள் நமது அரசியல் கட்சிகளும் 'மக்கள் சேவை'க் காகத் தேர்தலில் போட்டியிடும் வேட்பாளர்களும்? விடை தெரியாத அளவுக்கு யாரும் அப்பாவிகள் அல்ல என்றாலும் நண்பர் சொன்ன தகவல்களைச் சொல்கிறேன். ஒவ்வொரு வேட்பாளருக்கும் அந்தந்தத் தொகுதியிலுள்ள தொழிற்சாலை அதிபர்களும் நிலவுடமையாளர்களும் வியாபாரிகளும் ஆயிரக் கணக்கில், சில தருணங்களில் லட்சக்கணக்கில் 'நன்கொடை' தருகிறார்கள்.

சுருக்கமான இந்தப் பதில் நம் அரசியல் அமைப்பின் ஏமாற்றுவித்தையைப் பட்டவர்த்தனமாக அம்பலப்படுத்துவதற்குப் போதுமானது. இந்த 'நன்கொடை'களுக்குக் கைமாறாகத்தான் பாலங்கள் மற்றும் சாலைகள் அமைப்பதற்கான டெண்டர்கள் வழங்கப்படுகின்றன; 'வளர்ச்சி'க்கான கொள்கைகள் வகுக்கப்படுகின்றன; ஆலைக் கழிவுகளால் நதிகளும் நீர் நிலைகளும் மாசுபடுத்தப்படும்பொழுது மாசுக் கட்டுப்பாட்டு வாரியத்தைக் கைகட்டி உட்கார்ந்திருக்கச் செய்கின்றன; தொழிலாளர் விரோத, மக்கள் விரோதச் சட்டங்களை இயற்றுவதற்கு இந்த நன்கொடைகள்தாம் விலை. ஒரு முறை எம்.எல்.ஏவாகவோ எம்.பியாகவோ இருந்துவிட்டால் போதும், தலைமுறைக்கும் சொத்துச் சேர்ந்துவிடுகிறது. அம்மாவும் அய்யாவும் இந்தத் தொண்டர்களுக்கு வாழவைக்கும் தெய்வங்களாகக் காட்சியளிப்பதற்கு இதுதான் காரணம். மிக மிக நேர்மையாக இருக்க விரும்பும் ஒரு வேட்பாளர் கூடப் பதவிக்கு வந்த பின்னர் தாங்கள் முதலீடு செய்த தொகையைத் திரும்ப எடுப்பதற்காக 'ஏதாவது' செய்தாக வேண்டியிருப்பது தவிர்க்க முடியாதது என்ற உண்மைதான் இவை எல்லாவற்றையும்விடக் கசப்பானது.

'அரசியலில் நேர்மையை நிலைநாட்டவும் பொது வாழ்வில் தூய்மையைக் கடைப்பிடிக்கவும் இதுவரை எவ்வளவோ யோசனைகள் சொல்லப்பட்டுவிட்டனதான். ஊழலின் ஊற்றுக்கண்ணாக விளங்கும் தேர்தல் நடைமுறைகளைச் சீர்திருத்திவிடுவதன் மூலம் அதைச் சாதித்துவிட முடியும் எனவும் ஒரு பரவலான நம்பிக்கைகூடப் புழக்கத்தில் இருக்கிறது. தேர்தல் செலவினங்களைக் கட்டுக்குள் கொண்டுவருவது என்ற நடைமுறைச் சாத்தியமற்ற ஆணையத்தின் திட்டம் அந்த நம்பிக்கையில் உதித்ததுதான்.

வேட்பாளர்களின் தேர்தல் செலவுகளை அரசே ஏற்பதன் மூலம் செலவுகளைக் கட்டுப்படுத்திவிட முடியும் என்பது ஒரு புராதன நம்பிக்கை. ஆனால் அத்தகைய யோசனை ஜனநாயக விரோதமான ஒன்று என்கிறார் ஆய்வாளர் ஆ.இரா. வேங்கடாசலபதி. "ஆணையம் எந்தெந்தச் செலவுகளை ஏற்க முடியும்? அப்படியே ஏற்றாலும் அங்கீகரிக்கப்பட்ட அரசியல் கட்சிகளின் வேட்பாளர்கள்தாம் அதனால் பலன் பெறுவார்கள். இது அரசியலில் பல்வேறு சமூகப் பிரிவுகளும் பங்கேற்பதைத் தடை செய்துவிடும்" என்கிறார் சலபதி. வேட்பு மனுவுக்கான கட்டணத்தை உயர்த்தியதுகூட அத்தகைய நடவடிக்கைதான் என்கிறார் அவர். சாதாரண மனிதனுக்குத் தேர்தலில் பங்கேற்கும் உரிமை இதனால் மறுக்கப்படுகிறது என்கிறார் சலபதி.

"மக்கள் பிரதிநிதிகளுக்கான ஊதியம் மற்றும் படிகளை உயர்த்துவது மிக முக்கியம்" என்கிறார் ஒரு மூத்த பத்திரிகை யாளர். "ஒரு எம்.எல்.ஏ. அல்லது ஒரு எம்.பி. தனது தொகுதியில் சுற்றுப் பயணம் செய்வதற்கே நிறைய செலவிட வேண்டியிருக் கும். தனது தொகுதி மக்களின் கோரிக்கைகளை நிறைவேற்று வதற்காக அவர்கள் பலரையும் சந்திக்க வேண்டியுள்ளது. இதையெல்லாம் அவர்கள் எப்படி ஈடுகட்டுவார்கள்? நேர்மை யாகச் செயல்பட விரும்பும் ஒரு மக்கள் பிரதிநிதி இது போன்ற அவசியமான செலவுகளுக்கே கையேந்த வேண்டியிருக்கும் பொழுது ஊழலை ஒழிப்பது என்பது பகல் கனவாகவே இருக்க முடியும். நாம் யதார்த்தத்தைப் புரிந்துகொள்ளவே இல்லை; நடைமுறை சார்ந்த உண்மைகளைக் கணக்கிலெடுத்துக்கொள் ளாத எந்த ஒரு அமைப்பும் தார்மீக நெறிகளைப் பற்றிய பாவனைகளையே கொண்டிருக்க முடியும்" என்று சொல்லும் அந்தப் பத்திரிகையாளர், "உள்ளாட்சித் தலைவர்களுக்கு எந்த ஊதியமும் தருவதில்லை. ஆனால் அவர்கள் நேர்மையாக இருக்க வேண்டும் என ஓயாமல் வலியுறுத்திக்கொண்டிருக் கிறோம். இது எப்படிச் சாத்தியமாகும்?" எனக் கேட்கிறார்.

ஆனால் நடைபெறவிருக்கும் இந்தத் தேர்தல், பாவனை களையே மூலதனமாகக் கொண்டிருப்பதாகத்தான் தோற்றமளிக் கிறது. அணி மாற்றங்களும் கட்சித் தாவல்களும் அவற்றுக்குப் பின்னால் உள்ள பேரங்களும் நமக்கு நல்ல செய்தியைக் கொண்டு வரக்கூடியவையல்ல. பண பலத்தாலும் அதிகார பலத்தாலும் இயக்கப்படும் தோதல் களத்தில், நம்ப முடியாத வாக்குறுதி களும் மாய யதார்த்தவாதப் பிரகடனங்களும் நிரம்பிய தேர்தல் அறிக்கைகளைச் சுமந்து செல்லும் வாகனங்களின் நெரிசலுக்கு மத்தியில் அமைதியாகப் பயணம் செய்யும் தேர்தல் ஆணையத் தின் மிகப் பழைய அம்பாசிடர் கார்களைவிடப் பதற்றம் தருபவை வேறு எதுவாகவும் இருக்க முடியாது எனத் தோன்றுகிறது.

இதழ் 77, மே 2006

தேர்தல் 2006

தேர்தல் முறை: அடியோடு மாற்ற வேண்டும்

ஞாநி

தேர்தலில் முதல் ஊதாரித்தனம் பிரச்சாரம். இதைத் தவிர்க்க, போட்டியிடும் வேட்பாளர் யார் எவர் என்பதை வாக்காளர்களுக்குத் தெரியச் செய்ய வேண்டும். போட்டியிடும் கட்சியின் கொள்கை, செயல்திட்டம் (அப்படி ஏதாவது இருந்தால்) என்ன என்று சொல்ல வேண்டும். இரண்டையுமே அரசுச் செலவிலிருந்தே செய்யலாம். இப்போது போலியோ தடுப்புச் சொட்டு மருந்துக்கு அரசு விளம்பரங்களால் மக்கள் கவனத்தை ஈர்ப்பதுபோல, தேர்தல் ஆணையம் இதையும் வெகு எளிதாகச் செய்துவிட முடியும். வேட்பு மனுக்கள் இறுதி செய்யப்பட்டதும் வேட்பாளர் பெயர், சின்னத்துடன் மாதிரி வாக்குச் சீட்டைத் தயாரித்துத் தபால்காரர்கள் மூலம் ஒவ்வொரு வீட்டுக்கும் கொடுத்துவிட முடியும். ஒரே வாரத்துக்குள் எல்லா வீடுகளுக்கும் வேட்பாளர் பட்டியல் கிடைத்துவிடும்.

கட்சிகள் தங்கள் கொள்கை என்ன, செயல் திட்டம் என்ன என்பதை விளக்க, தற்போது தூர்தர்ஷன், ஆல் இந்தியா ரேடியோ இரண்டிலும் நேரம் ஒதுக்குவது போல எல்லாத் தனியார் தொலைக்காட்சிகளிலும் வானொலிகளிலும் ஆணையமே ஸ்லாட் எடுத்து நேரத்தைக் கட்சிகளுக்குப் பங்கிட்டுத் தரலாம். இதேபோலப் பத்திரிகை விளம்பரங்களுக்கும் சமமான அளவு இடத்தை ஆணையமே வாங்கி விநியோகித்து விடலாம்.

வேட்பாளர்கள் தொகுதியில் வாக்காளர்களை நேரடியாகச் சந்தித்துப் பிரச்சாரம் செய்வதற்கு ஆளுக்கு ஒரு வாகனத்தையும் தினசரி இத்தனை கிலோமீட்டர் என்ற அடிப்படையில் பெட்ரோல் செலவையும் ஆணையமே அளிக்க வேண்டும். இவை தவிர எல்லா ஊர்களிலும் எல்லாக் கட்சிகளுக்குமாகத் தலா ஓரிரு பொதுக் கூட்டங்களை ஆணையமே மேடை அமைத்துத் தந்துவிடலாம்.

இதற்காக ஒரு தேர்தல் செலவு நிதியை ஆணையம் உருவாக்கி நன்கொடை தரும் கம்பெனிகள், அமைப்புகள், தனி நபர்கள் ஆகியோருக்கு வரி விலக்குத் தரலாம்.

தேர்தலின் அடுத்த கட்டம் வாக்குப் பதிவு. அன்றைய தினம் கட்சிகள் வாக்காளர்களைக் 'குளிப்பாட்டி' சாவடிக்கு அழைத்து வருவதற்கும் சில சாவடிகளைக் கைப்பற்ற ரவுடித்தனம் செய்வதற்கும்தான் செலவு செய்கின்றன.

இதற்குச் சரியான தீர்வு, வாக்காளர்கள் சாவடிக்கு வருவதற்குப் பதில், சாவடி வாக்காளர்களை நோக்கிப் போவதுதான்.

வாக்குப் பதிவு நாளன்று ஊரடங்கு உத்தரவு பிறப்பிக்கப்பட வேண்டும். வாக்குப் பதிவு நேரத்தின்போது யாரும் வீட்டை விட்டு வெளியில் வரக் கூடாது. போலீஸ் பாதுகாப்புடன் மொபைல் வாக்குச் சாவடி வாகனம் தெருத் தெருவாக வரும். ஒவ்வொரு தெருவுக்கும் தண்ணீர் லாரி வந்ததும் குடத்துடன் போய் வரிசையாக நிற்பதுபோல, அந்தத் தெரு வாக்காளர்கள் ஓட்டுப் போட்டுவிட்டு வீட்டுக்குத் திரும்பிவிடலாம். வாக்கு வாகனத்துக்குள் தேர்தல் அதிகாரியுடன் கட்சிப் பிரதிநிதிகளும் இருக்கலாம். இந்த ஏற்பாட்டில் கட்சிகளுக்குச் செலவு எதுவும் கிடையாது. அரசுக்கு இப்போதைய தேர்தல் முறையில் பூத் அமைக்க ஆகும் அதே செலவுதான் இதற்கும் ஆகப்போகிறது. இதன் மூலம் கள்ள ஓட்டுகளை ஒரேயடியாக ஒழித்துவிடலாம். அதிகமானவர்கள் வாக்களிக்கச் செய்யலாம். யாரும் வாக்குச் சாவடிகளைக் கைப்பற்ற முடியாது.

மூன்றாவது கட்டம் வாக்கு எண்ணிக்கை. மின்னணு இயந்திரங்கள் இதை விரைவானதாகவும் எளிதானதாகவும் ஆக்கிவிட்டன. இம்முறையில் ஓட்டு எண்ணும் இடத்தில் கட்சிகளின் ரவுடித்தனம் செல்லுபடியாகவில்லை என்பது கடந்த தேர்தலிலேயே நிரூபிக்கப்பட்டுவிட்டது.

இந்த மாற்று முறைகள் எல்லாம் ஓரளவுக்குப் பணத்தின் செல்வாக்கைக் கட்டுப்படுத்திச் சம வாய்ப்பு நிலையை உருவாக்கக்கூடியவை.

தேர்தல் முறையையே அடியோடு மாற்றியமைக்கக்கூடிய இன்னும் சில புரட்சிகரமான மாற்றங்கள் தேவை. அவை என்ன?

தொகுதி மேம்பாட்டு நிதி என்ற பெயரில் வருடத்துக்கு சுமார் 1200 கோடி வீதம் பத்தாண்டுகளில் பன்னிரண்டாயிரம் கோடி ரூபாய்க்கு மேல் எம்.பி.களுக்கு ஒதுக்கப்பட்ட நிதியில் கணிசமான பணத்துக்குக் கணக்கே இல்லை என்று தற்போது மத்திய தணிக்கை அதிகாரிகளும் விஜிலன்ஸ் கமிஷனும் தெரிவித்திருக்கிறார்கள்.

ஒரு தொகுதியின் நலனைக் கவனிக்க வேண்டியது யார்? எம்.எல்.ஏவா, எம்.பியா, வார்டு கவுன்சிலரா? இப்போது இருக்கும் நம்முடைய அரசியல் அமைப்பு முறையில் ஏராள மான எம்.எல்.ஏக்கள், எம்.பிகள், பஞ்சாயத்து, நகராட்சி, மாநக ராட்சி கவுன்சிலர்கள் என்று 'பொதுநல நிர்வாக'ப் பிரதிநிதி கள் இருப்பதால் இவர்களுக்கெல்லாம் அரசுப் பணத்தைச் சம்பளமாக, அலவன்சாக, போக்குவரத்துப் படியாக நிறையச் செலவு செய்ய வேண்டியிருக்கிறது. இரண்டாவதாக இத்தனை பேர் ஒவ்வொரு தேர்தலிலும் ஜெயித்து வந்து ஆட்சியைப் பிடிப்பதற்கு, ஒவ்வொரு கட்சியிலும் அத்தனை பேர் வீதம் குறைந்தது நான்கு மடங்கு நபர்கள் தேர்தலில் போட்டியிடு கிறார்கள். இதற்குப் பெரும்பணம் தேவைப்படும் சூழல்தான் ஊழலின் ஊற்றுக்கண்.

உண்மையில் ஒரு தொகுதியின் நலனைக் கவனிக்க இத் தனை பேர் தேவையே இல்லை. ஒரே தொகுதியில் நிறையப் பஞ்சாயத்து அல்லது நகராட்சி கவுன்சிலர்களும் அதே தொகுதி யில் எம்.எல்.ஏவும் எம்.பியும் இருக்கிறார்கள். ஒரு தொகுதி யின் அன்றாடப் பிரச்சினைகள் குடிநீர், மின்சாரம், சாலை, போக்குவரத்து, சட்டம் ஒழுங்கு சார்ந்தவைதான். இவற்றையே ஏன் கவுன்சிலர், எம்.எல்.ஏ, எம்.பி மூவரும் கவனிக்க வேண்டும்?

எம்.எல்.ஏ என்றால் சட்டங்களை உருவாக்கும் மன்றத் தின் உறுப்பினர். அவர் வேலை சட்டங்களை உருவாக்குவது, நிறைவேற்றுவது, திருத்துவது, மாற்றுவது போன்றவைதான். இதே சட்டம் இயற்றும் வேலையை மாநில அளவில் எம்.எல்.ஏ வும் தேச அளவில் எம்.பியும் செய்ய வேண்டும். இதுதான் கோட்பாடு. எனவே நடைமுறையில் இவர்களுக்கென்று எந்தத் தொகுதியும் தேவையே இல்லை. தொகுதியைக் கவனிப்பதோ தொகுதியின் சார்பாகப் பணியாற்றுவதோ இவர்கள் வேலையே அல்ல. அது பஞ்சாயத்து, நகராட்சி, மாநகராட்சி கவுன்சிலர் களின் வேலை.

எம்.எல்.ஏவுக்கே தொகுதி அடிப்படை தேவையில்லை என்கிறபோது எம்.பிக்கு நிச்சயம் அவசியம் இல்லை. இவர்களைத் தொகுதி அடிப்படையில் வைத்திருப்பதால் எந்தப் பயனும் இல்லை. ஒரு எம்.எல்.ஏ. தொகுதியை ஒரு முறை சுற்றி வருவதற்கே குறைந்தது பத்து நாள்கள் தேவை. எம்.பிக்கு அறுபது நாள்கள். தொகுதி அடிப்படையை நீக்கிவிட்டால், எம்.எல்.ஏ., எம்.பி. தொகுதிக்கே வருவதில்லை என்ற வருத்தங்களும் உருவாகப்போவதில்லை. தொகுதியில் கண்ணில் பட்டுக் கொண்டே இருக்க வேண்டியவர் கவுன்சிலர் மட்டும்தான்.

இந்த முடிவு செய்துவிட்டால், அடுத்த பெரிய லாபம் எம்.எல்.ஏக்கள், எம்.பிகள் எண்ணிக்கையைக் கணிசமாகக் குறைத்துவிடலாம் என்பதுதான். தொகுதி அடிப்படை இருப்பதால்தான் தமிழ் நாட்டில் 234 எம்.எல்.ஏக்களும் இந்திய அளவில் 543 எம்.பிகளும் தேவைப்படுகிறார்கள்.

தொகுதி அடிப்படையை நீக்கிவிட்டால் ஒவ்வொரு மாநிலத்துக்கும் மொத்தமாக நூறு எம்.எல்.ஏக்கள் போதும். மக்களவைக்கு மொத்தமாக இருநூறு எம்.பிகள் போதும். எல்லா மாநிலங்களுக்கும் சமமான எம்.பி. எண்ணிக்கை அளித்தால்தான் உண்மையான மாநில சமத்துவம் வர முடியும்.

தொகுதி அடிப்படை இல்லாதபோது இனி எந்த அடிப்படையில் எம்.பிகளையோ எம்.எல்.ஏக்களையோ தேர்ந்தெடுப்பது? கட்சி அடிப்படை மட்டும்தான். வாக்குச் சீட்டில் கட்சிகளின் பெயரும் சின்னமும் மட்டுமே இருக்கும். உங்களுக்குப் பிடித்த கட்சிக்கு நீங்கள் வாக்களிக்கலாம். மொத்த வாக்குகளில் எந்தக் கட்சிக்கு எவ்வளவு வாக்கு என்று கணக்கிட்டு அதற்கேற்ப எம்.எல்.ஏ. சீட் தரப்படும். ஒரு கட்சிக்குப் பத்து சதவிகித வாக்குக் கிடைத்திருந்தது என்றால் மொத்த எம்.எல்.ஏ. சீட்டுகளான 200இல் அதற்கு 20 சீட் தரப்படும். இதன்படி எல்லாக் கட்சிகளுக்கும் அவை பெற்ற வாக்குகளின் அடிப்படையில் சீட் கிடைக்கும். பிறகு அந்தக் கட்சி தனக்குக் கிடைத்த சீட்டுகளுக்கான எம்.எல்.ஏ.க்கள் யார் யார் என்று பெயர்களை அறிவிக்கலாம். இதேபோல எம்.பி. தேர்தலிலும் செய்ய வேண்டும்.

இந்த முறையைப் பின்பற்றினால் தனியே தலித் தொகுதிகளோ பெண்கள் தொகுதிகளோ தேவைப்படாது. ஒவ்வொரு கட்சியும் தனக்குக் கிடைத்த எம்.எல்.ஏ., எம்.பி. சீட்டில் இத்தனை சதவிகிதம் தலித், பெண் பிரதிநிதிகளை நியமிக்க வேண்டும் என்ற ஏற்பாட்டைச் செய்துவிடலாம். தவிர ஒரு மகளிர் கட்சியோ தலித் கட்சியோ, இந்தத் தேர்தல் முறையில் எல்லாத் தொகுதிகளிலும் உள்ள பெண்கள், தலித்துகள் ஓட்டைப் பெற்று, தானே கணிசமான சீட்டுகளை அடைய முடியும்.

உலகத்தில் பிரிட்டன், அதன் முன்னாள் அடிமை நாடுகள், அமெரிக்கா தவிர மீதிப் பெரும்பாலான நாடுகளில் (ஜெர்மனி, ஸ்வீடன், ஆஸ்திரேலியா, ஜப்பான், ருஷ்யா, இஸ்ரேல்...) விகிதாச்சார முறைதான் பின்பற்றப்படுகிறது.

இந்த முறையில் உள்ள வசதிகள்:

1. கட்சிக்கு இப்போது கிடைக்கும் ஓட்டுக்கும் சீட்டுக்கும் சம்பந்தம் இல்லை என்ற கோளாறு நீக்கப்படும். உதாரண மாக, 1996 தேர்தலில் அதிமுகவுக்குக் கிடைத்த ஓட்டு சதவிகிதம் 21.50. ஆனால் சீட்டு வெறும் நான்குதான். இதே கட்சிக்கு 2001இல் கிடைத்த ஓட்டு சதவிகிதம் 29.92. இந்த முறை 132 சீட்டுகள்! 1967இல் காங்கிரஸ் கட்சி ஆட்சியை இழந்த தேர்தலில் அதற்குக் கிடைத்த ஓட்டு சதவிகிதம் 41.38. எம்.எல்.ஏ. சீட் வெறும் 50. ஆனால் காங்கிரசைவிடக் குறைவான ஓட்டுகள் (40.77 சதவிகிதம்) பெற்ற திமுக 138 சீட்டுடன் ஆட்சியைப் பிடித்தது.

2. இப்போதுள்ள தேர்தல் முறையில் ஒருவருக்கு 49 ஓட்டு கிடைத்தாலும் எதிர்த்தவர் 51 ஓட்டு வாங்கியதால் அவர் தான் வெல்வார் என்ற கோட்பாடு பின்பற்றப்படுகிறது. அந்த 49 வாக்குகளுக்குப் பிரதிநிதித்துவமே கிடையாது. அவர்களில் பலர் அதிருப்தியடைந்து எதிர்காலத்தில் ஓட்டளிக்காமலே போகலாம். ஒவ்வொரு தேர்தலிலும் இந்தியாவில் சராசரியாக 55 சதவிகிதம் வாக்குகள் மட்டுமே பதிவாகின்றன. விகிதாச்சார முறையில் ஒவ்வொரு ஓட்டுக் கும் பயன் இருப்பதால் இன்னும் அதிகம் பேருக்கு வாக்களிக்க உற்சாகம் ஏற்பட்டு ஜனநாயகம் வலுவடையும்.

3. எந்தக் கட்சியையும் பிடிக்காவிட்டால் '49 ஓ' பிரிவின் கீழ் அதைப் பதிவு செய்ய இப்போதே தேர்தல் சட்டத்தில் இடம் இருக்கிறது. இதை எலக்ட்ரானிக் ஓட்டு இயந் திரத்திலும் சேர்க்கக் கோரி உச்ச நீதிமன்றத்தின் முன்பு மனு செய்யப்பட்டுள்ளது. விகிதாச்சார முறையுடன் இதுவும் இணைந்தால் மக்களின் கருத்துக்கு நிஜமான பிரதிபலிப்புத் தேர்தலில் கிட்டும்.

4. விகிதாச்சார முறையில் ஒவ்வொரு கட்சியின் உண்மைச் செல்வாக்கும் தெரிந்துபோய்விடுவதால், கூட்டணிகள் அமைப்பதும் பேரங்களும் நியாயமான முறையில் நடக்க முடியும்.

உள்ளூர் சிவிக் பிரச்சினைகளைக் கவனிக்க வேண்டிய பஞ்சாயத்து, நகராட்சி, மாநகராட்சிகளில் மட்டும் கட்சி

அடிப்படையை ஒரேயடியாக நீக்கிவிட வேண்டும். இங்கே கட்சிக்காரர்கள் உள்பட சுயேச்சைகள்வரை யாரும் தனி நபராகக் கட்சிச் சின்னம் இல்லாமல் போட்டியிடலாம். இதன் மூலம் உள்ளூரில் உண்மையாகவே மக்கள் சேவையில் ஈடு பட்டிருக்கும் கட்சி சார்பற்ற சமூக நலத் தொண்டர்கள்கூட மக்களால் தேர்ந்தெடுக்கப்படும் வாய்ப்புப் பெருகும்.

இந்தச் சீர்திருத்தத்தின் அடுத்த கட்ட நடவடிக்கையில் நேரடி எம்.பி. தேர்தலையேகூட ஒழித்துவிட முடியும். ஒவ் வொரு மாநிலத்துக்கும் தேர்ந்தெடுக்கப்பட்ட எம்.எல்.ஏக்கள் எம்.பிகளைத் தேர்ந்தெடுத்தால் போதுமானது. அதாவது மக்க ளவை, மாநிலங்களவை என்ற இரண்டு தேவையில்லை. இந்த முறையை மேற்கொண்டால் தேர்தல் செலவுகள் பெருமளவு குறையும்.

இதெல்லாம் நடைமுறைச் சாத்தியம்தானா என்று பிரமிப் பாக இருக்கலாம். நெட் மூலம் ரயில்வே ரிசர்வேஷன், தெருவுக் குத் தெரு ஜெராக்ஸ், எஸ்.டி.டி பூத், எல்லார் கையிலும் செல்போன் போன்றவைகூட ஒரு காலத்தில் பிரமிப்பூட்டும் கனவுகளாக மட்டுமே தோன்றியவைதான்.

எனவே இவற்றுக்காகக் கனவு காண்போம். விவாதிப் போம். உழைப்போம். ஆனால் இப்போதைக்கு இதில் நம் வசம் இருக்கும் ஒரே ஆயுதம் '49 ஓ' மட்டும்தான். அதைப் பயன்படுத்தினால் அரசியல் கட்சிகளுக்குப் பயம் வரும். அடுத்த கட்டச் சீர்திருத்தங்களை நோக்கி அவற்றை நகர்த்த '49 ஓ'வை இப்போது பரவலாகப் பயன்படுத்த வேண்டும் என்பதே என் பரிந்துரை.

இதழ் 77, மே 2006

தேர்தல் 2006

சீரழிவுகளின் தேரோட்டம்

இராசேந்திர சோழன்

தேர்தல் என்பது பொதுவில் ஒரு குடிமைச் சமூகத்தின் நிர்வாக அமைப்புகளை வழிநடத்திச் செல்லும் பொறுப்பாளர்களைத் தேர்வு செய்வதற்கான ஒரு சனநாயக வடிவம். இத்தேர்தல் இல்லாமல் எந்த ஒரு குடிமைச் சமூகமும் இயங்க முடியாது.

எவரும் தன் கருத்தைச் சுதந்திரமாக முன்வைத்துப் பொறுப்புகளுக்குப் போட்டியிடுவது, பெரும்பான்மை ஆதரவின் அடிப்படையில் பொறுப்புகளுக்குத் தேர்ந்தெடுக்கப்படுவது, சிறுபான்மை அதற்கு உள்படுவது என்பவையே இந்த ஏற்பாட்டின் சாரம்.

எனில் இச்சாரம் இன்று சமூகத்தின் எல்லா நிலைகளிலும் கேள்விக்குரியதாய் ஆகியுள்ளது. ஒன்று பல அமைப்புகளில் தேர்தலே நடப்பதில்லை. மற்றொன்று, நடந்தாலும் அதில் சனநாயகம் இருப்பதில்லை.

பெரும்பாலான அரசியல் கட்சிகளின் தலைவர்கள் என்றென்றைக்கும் நிரந்தரத் தலைவர்கள். மாவட்ட, வட்ட, ஒன்றியப் பொறுப்பாளர்கள் பெருமளவும் மேலிருந்து நியமிக்கப்படுபவர்கள். சில அமைப்புகளில் முறையாகத் தேர்தல் நடப்பதாகச் சொல்லப்பட்டாலும் அவை மேல்மட்ட முடிவை நிறைவேற்றுவதற்கான அரிதார ஏற்பாடுகள்தானே தவிர உண்மையான தேர்தல்கள் அல்ல. இடதுசாரி அமைப்புகளில் தலைமைக்

குழுவின் முன்மொழிவை எல்லோரும் ஒரு மனதாகக் கைதட்டி வரவேற்க, அதுவே தேர்தலாகி இனிதே நிறைவேறிவிடும்.

இப்படிப்பட்ட வழிமுறைகள் சாத்தியப்படாமல் தேர்தல் நடத்தித்தான் ஆக வேண்டும் என்கிற நிலை இருந்தால், கட்சி அமைப்புகளோ அரசு ஊழியர், ஆசிரியர், உள்ளிட்ட பிற தொழிற்சங்கங்களோ வாக்கெடுப்பின் துணை நிகழ்வாக வடை பாயசத்துடன் கூடிய விருந்துச் சாப்பாடோ கறிச் சோறோ பிரியாணியோ வேறு பரிசுப் பொருட்களோ அங்கம் பெறும். கல்லூரி மாணவர் சங்கத் தேர்தல்களில் ஏதோ பொதுத் தேர்தல் களுக்கான ஒத்திகைபோல் மது வகையறாக்கள், அடிதடிகள், வெட்டுக் குத்துகள் உள்பட அனைத்தும் நிகழும்.

நேரடி அரசு அதிகாரம் அற்ற சங்க மற்றும் கட்சி அமைப்பு களுக்கான தேர்தல்களிலேயே இவ்வளவு ரகளைகளும் என்றால், நேரடியாக அரசு அதிகாரத்தில் அங்கம் பெற வாய்ப்பளிக்கும் பொதுத் தேர்தல்களில் எப்படிப்பட்ட தில்லுமுல்லுகள் நிகழும் என்பதை நாம் புரிந்து கொள்ளலாம்.

இன்று தேர்தல் என்பது கொள்கை, கோட்பாடுகள், சாதனைகள் மற்றும் மாற்றுத் திட்டங்களை முன்வைத்து மக்களைச் சந்திப்பதற்கு மாறாகப் படை பலம், பண பலத்தை மட்டுமே வைத்து மக்களை விலைக்கு வாங்கியோ மிரட்டியோ வாக்குச் சேகரிப்பதாகவே மாறியுள்ளது.

எப்பாடுபட்டேனும் இப்பதவிகளைக் கைப்பற்றிவிட வேண்டும் என்கிற இந்த முனைப்பு எங்கிருந்து எழுகிறது? இப்பதவிகள் தரும் பலன், சுகம், செல்வாக்கு, புகழ், வாரிச் சுருட்டவும் கொள்ளையடிக்கவும் வழங்குகிற பெருவாய்ப்பு. இவை எல்லாமுமாகச் சேர்ந்தே இப்பதவிகளைக் கைப்பற்று வதற்கான வெறியைத் தூண்டுகின்றன.

இன்று ஒரு சட்டமன்ற உறுப்பினர் பொறுப்புக்குப் போட்டி யிடும் ஒருவர் குறைந்தபட்சம் ஐம்பது லட்சமாவது செலவு செய்யும் ஆற்றல் பெற்றவராக இருக்க வேண்டும். இது போது மானதா இல்லையா என்பதை இவரை எதிர்த்து நிற்கும் வேட்பாளரே தீர்மானிப்பார். இதில் சாதியும் மிக முக்கியப் பாத்திரம் வகிக்கும்.

இது போன்ற சூழலில் சாமானிய மனிதர்கள் எப்படி இப்போட்டியில் பங்குகொள்ள முடியும்? அவர்கள் இந்தத் தேர்தல் போட்டிகளிலிருந்து விலகி நிற்க, வசதி படைத்தவர்

களே இதில் ஆதிக்கம் செலுத்துவார்கள். இப்படிப்பட்டவர்கள் இப்போட்டியில் வென்று பொறுப்பேற்கும்போதும் என்ன செய்வார்? மக்கள் நலத் திட்டங்களுக்கு ஒதுக்கீடு செய்யும் தொகையில் முதலில் செலவு செய்த காசைப் பிடிக்க வழி பார்ப்பார். பிறகு அடுத்த போட்டிக்கான மூலதனத்தைத் திரட்டுவார். இடையே தன் உற்றார் உறவினர், சாதிக்காரர்கள், அனுதாபிகள் என்று தனக்கு ஆதரவாக உள்ள சக்திகளின் பிழைப்பிற்கு, வளத்திற்கு வழி காட்டுவார்.

இது போன்ற வாய்ப்பு வசதிகளுக்கு இப்பொறுப்புகள் வழியமைத்துக் கொடுப்பதால்தான் தானும் அனுபவிக்க வேண்டும் என்கிற முனைப்பு ஒவ்வொருவருக்கும் எழ, இதன் விளைவுதான் முந்தைய எந்தத் தேர்தலும் கண்டிராத அளவு இந்த முறை ஏகத்துக்கும் அணி மாற்றங்கள், போட்டி வேட்பாளர் அறிவிப்புகள், சுயேச்சையாகப் போட்டியிட முடிவு, ஆர்ப்பாட்டங்கள், சண்டைக் காட்சிகள் ஆகியவை அரங்கேறி வருகின்றன. கட்டுப்பாடுகள் மிகுந்த கட்சி என வர்ணிக்கப்படும் இடதுசாரி அமைப்பான சி.பி.எம். கட்சி யிலும் இரண்டு தொகுதிகளில் போட்டி வேட்பாளர்கள்.

ஆக, நாடாளுமன்ற அரசியல் என்பது இன்று இப்படிக் கடும் சீரழிவில் சிக்கியுள்ளது.

நாடாளுமன்ற அரசியலின் சீரழிவுகள் அனைத்திற்கும் அரசியல்வாதிகளே அடிப்படைக் காரணம் என்றபோதிலும் இதற்கு மக்களும் ஒரு வகையில் முக்கியக் காரணமாய் அமை கின்றனர். கட்சி அமைப்புகளில் தலைமையை அண்டிப் பிழைக் கும் அடுத்தடுத்த மட்ட நிர்வாகிகள், இவர்களை அண்டி வாழும் முன்னணித் தொண்டர்கள்,விரும்பினாலும் விரும்பா விட்டாலும் எப்போதாவது இவர்களது உதவி தேவைப்பட லாம் என்று இவர்களோடு நல்லுறவு காக்க முனையும் சாதா ரணப் பொதுமக்கள் என, இவர்கள் எல்லோருமாகச் சேர்ந்தே இப்படிப்பட்ட போக்கை வளர்த்து வருகின்றனர். இதனால் பெரும்பகுதி மக்கள் இச்சீரழிவுகள் எவற்றையும் விமர்சிக்கவோ, வெறுத்து ஒதுக்கவோ முனையாமல், அரசியல் என்பதே இப்படித்தான், இதுதான் நடைமுறை என்பதாக எல்லாவற்றை யும் இயல்பாக ஏற்று வாழப் பழகிக்கொண்டு விடுகிறார்கள்.

இந்நிலையில், நியாய உணர்வும் சமூக அக்கறையும் உள்ள பிற பொது மக்களின் நிலை என்ன என்பதே நமது அக்கறைக் குரிய கேள்வியாகும்.

இவர்களுக்கு நம்பிக்கையூட்டும் மாற்று இல்லையானால் நாளாவட்டத்தில் இவர்களும் இந்தச் சீரழிவு அரசியலை ஏற்று அதனோடு சமரசமாகி விடுவார்கள். அல்லது இந்த அரசியலே வேண்டாம் என்று வெறுத்து எல்லாவற்றிலிருந்தும் ஒதுங்கி இருப்பார்கள். இந்த இரண்டு போக்குகளுமே ஆபத்தானவை. அரசியல் என்பதே அடியாட்கள், தாதாக்கள், சமூக விரோத சக்திகள் ஆகியவற்றின் ஏகபோகமாகிவிடும். எனவே இதற்கு மாற்று காண் நேர்மையான சமூக ஆர்வலர்களை அரசியலை நோக்கி ஈர்க்க முனைவதே சனநாயகச் சிந்தனையாளர் ஒவ்வொருவரது கடமையும்.

இதில் சில இடதுசாரிகள் சொல்வதுபோல் முதலாளித்துவ அரசியலே இப்படிப்பட்ட சீரழிவுகளோடு கூடியதுதான். நாளைக்கே புரட்சி வெடித்து சோஷலிசமும் மலர்ந்துவிட்டால் மறு நிமிடமே எல்லாம் மாறி மாயாஜாலம்போல் அற்புதங்கள் நிகழ்ந்துவிடும் என உபதேச வார்த்தைகளை உதிர்த்துக்கொண்டிருக்க முடியாது.

நடப்புச் சூழலிலேயே, இச்சீரழிவுகளின் தீர்வுக்கான வழிமுறைகள் குறித்து நாம் சிந்திக்க வேண்டும். ஒப்பீட்டளவிலேனும் ஒரு நேர்மையான, நாணயமான அரசியலை வளர்த்தெடுக்க முனைய வேண்டும்.

இதையொட்டித் தோன்றும் சில யோசனைகள்:

1. தற்போதைய தேர்தல் முறை என்பது தனிப் பெரும்பான்மை அல்லது கூட்டணிப் பெரும்பான்மை என்பதன் பேரால் மொத்தச் சமூகத்தின் பெரும்பான்மைக்கும் எதிரான சக்திகள் அதிகாரத்திற்கு வர வழிவகுக்கிறது. இந்த நிலை மாற்றியமைக்கப்படத் தேர்தல் முறையில் சீர்திருத்தங்கள் கொண்டு வரப்பட வேண்டும்.

2. தேர்ந்தெடுக்கப்பட்ட பொறுப்பாளர்களை, அவர்களது செயல்பாடுகள் நிறைவளிக்காததாகவோ முரண்பட்டதாகவோ இருந்தால் அவர்களை மக்கள் திரும்ப அழைக்கும் உரிமை உறுதி செய்யப்பட்டு அதற்கேற்ற வழிமுறைகள் வகுக்கப்பட வேண்டும்.

3. தேர்தலில் இன்னாருக்கு வாக்களியுங்கள் என்று கோருவதற்கு எந்த அளவு உரிமை உண்டோ அதே அளவு உரிமை எவருக்கும் வாக்களிக்காதீர்கள் என்று கோருவதற்கும் உண்டு. இந்த உரிமையைச் செயலாக்குவதற்

காகத் தற்போது தேர்தல் விதிமுறைகளில் உள்ள பிரிவு '49 ஓ' பற்றி மக்களுக்கு உரிய முறையில் பிரச்சாரம் செய்து, விரும்புகிறவர் அதைப் பயன்படுத்த வாய்ப்பளிக்க வேண்டும்.

4. ஒரு தொகுதியில் ஒவ்வொரு வேட்பாளரும் பெறும் வாக்குகளை விட, இந்த '49 ஓ' வாக்களிப்பின் எண்ணிக்கை அதிகமானால், அத்தொகுதியில் மறு தேர்தல் நடத்த வேண்டும். முதலில் போட்டியிட்ட எவரையும் மீண்டும் போட்டியிட அனுமதிக்கக் கூடாது.

5. கட்சிகளுக்குள் நடைபெற்றுவரும் தொகுதி உடன்பாடுகள், கூட்டணிகள் இவற்றுக்கெல்லாம் என்ன சட்ட அங்கீகாரம், மீறினால் என்ன தீர்வு என்பவை கேள்விக் குரியவையே. இவை மக்கள் மத்தியில் அறிவிப்பதற்கான ஒரு ஏற்பாடே, தார்மீகக் கடப்பாட்டை வலியுறுத்தும் ஒரு நிர்ப்பந்தமே தவிர வேறல்ல. எனவே இது போன்ற வியாபாரத்தைத் தடை செய்ய வேண்டும், அல்லது இது சார்ந்த விதிமுறைகளை உருவாக்கி ஒழுங்குபடுத்த வேண்டும்.

6. இதற்கு முக்கியமாகத் தொகுதிகளில் வேட்பாளர்களை நிறுத்தாமல் கட்சிச் சின்னங்களின் அடிப்படையில் மட்டுமே போட்டியை வைத்து, ஒவ்வொரு கட்சியும் தனித்தனியே பெறும் வாக்குகளின் அடிப்படையில், அதற்கான விகிதாச்சார அடிப்படையில் சட்டமன்ற, நாடாளுமன்ற உறுப்பினர்களைக் கட்சி முடிவு செய்யலாம். இவ்வுறுப்பினர்களின் தகுதி குறித்து அரசு விதிமுறைகளை உருவாக்கிக் கொள்ளலாம். இதனடிப்படையில் கூட்டணி ஆட்சியும் அமைக்கலாம்.

7. இப்படி வந்தால் சுயேச்சைகள் நிலை என்ன ஆகும் என்று ஒரு கேள்வி எழலாம். எந்த சுயேச்சையையும் ஆதரிக்க ஒரு பத்துப் பேராவது தேவை என்பதால், அந்தப் பத்துப் பேரை வைத்து அவர் ஏதாவது ஓர் அமைப்பை உருவாக்கிக் கொள்ளட்டும். பக்கத்துத் தொகுதிகளில் உள்ள சுயேச்சைகளோடு ஓர் அமைப்பாக இயங்க இணக்கம் காண முடிந்தால் காணட்டும். இல்லாவிட்டால் தனியாக இருந்துவிட்டுப் போகட்டும்.

8. போட்டியிடுபவர் சொத்துக் கணக்குக் காட்டும் நடைமுறை தற்போது உள்ளது. இதில் கேலிக்கூத்துகள் பல

இருந்தாலும், பதவி முடியும் காலத்திலும் அவர் சொத்துக் கணக்கை – அதாவது பதவிக் காலத்தில் அவர் மற்றும் குடும்பத்தினர், உறவினர் அல்லது பினாமிகள் வாங்கி யுள்ள சொத்து விவரம் உள்ளிட்டு அனைத்தையும் – காட்டித் தகுதிச் சான்று பெறும் வகையில் அதற்கான கட்டமைப்புகளை ஏற்படுத்தி, அத்தகுதிச் சான்று பெற்ற வரே அடுத்த தேர்தலில் போட்டியிடலாம் என்கிற நிலையை உருவாக்க வேண்டும்.

இவை பொதுவில் முன்வைக்கப்படும் பரிந்துரைகள். ஆனால் என்னதான் சட்டம் போட்டாலும், என்னதான் திட்டங்கள் தீட்டினாலும் பொது மக்களின் விழிப்புணர்ச்சி, ஒத்துழைப்பு இல்லாமல் எதையும் நிறைவேற்ற முடியாது. எனவே இது சார்ந்த பிரச்சினைகளை முன்வைத்துப் பொது மக்களுக்கு விழிப்பூட்டவும் அவர்களது ஒத்துழைப்புக்கு நம் பிக்கையூட்டவும் உரிய முயற்சிகள், இயக்கங்கள் மேற்கொள்ளப் பட வேண்டும்.

இதழ் 77, மே 2006

தேர்தல் முடிவுகள்:

அண்ணாயிசத்தின் வெற்றி

தேவிபாரதி

தமிழ்நாடு, கேரளம், அசாம், மேற்கு வங்கம் ஆகிய நான்கு மாநிலங்கள் மற்றும் புதுச்சேரி யூனியன் பிரதேசத் தின் சட்டமன்றங்களுக்கான தேர்தல் முடிவுகள் வெளி யிடப்பட்ட 11.05.2006 அன்றைய காலை அவ்வளவு சுவாரஸ்யமானதாக இல்லை. சில தனியார் தொலைக் காட்சி நிறுவனங்களால் மேற்கொள்ளப்பட்ட வாக்குப் பதிவுக்குப் பிந்தைய கருத்துக் கணிப்புகளை வாக்கு எண்ணிக்கையின் முடிவுகள் கிட்டத்தட்டத் துல்லிய மாகப் பிரதிபலித்தன. என்றாலும் இம்முடிவுகள் வேறு சில வகைகளில் முக்கியத்துவம் வாய்ந்தவை. புதிர்களும் மர்மங்களும் திடுக்கிடும் பல திருப்பங்களும் நிரம்பிய அரசியல் நாடகத்தின் பல காட்சிகள் ஒரு பின் நவீனத் துவக் கதையாடலின் சாயலைப் பெற்றிருக்கின்றன. கோட் பாட்டு ரீதியில் நமது அரசியல் வந்து சேர்ந்திருக்கும் இடத்தைக் கண்டறியும் முயற்சி கடும் போட்டி நிலவிய தேர்தலைவிடவும் சுவாரஸ்யமானது.

ஜனநாயக முற்போக்குக் கூட்டணியின் உறுப்புக் கட்சிகளான இடதுசாரிகளும் திமுகழகமும் காங்கிரசும் தத்தமக்குச் செல்வாக்குள்ள மாநிலங்களில் அரியணை களைக் கைப்பற்றியிருப்பதால் இவ்வெற்றிகள் மத்தியில் காங்கிரஸ் தலைமையிலான கூட்டணிக்கு வலுவூட்டி யிருப்பதாகக் கருத வாய்ப்பிருக்கிறது. தேர்தல் முடிவுகள் பற்றிக் கருத்துத் தெரிவித்த பிரதமர் மன்மோகன் சிங் இதை வெளிப்படையாகச் சொன்னார். ஆனால் இந்தத் தேர்தல் முடிவுகள் அரசின் பொருளாதாரச் சீர்திருத்தங்

களுக்கு இணக்கமானவையா இல்லையா என்பதைக் குறித்துப் பிரதமரால் வெளிப்படையாகக் கருத்துத் தெரிவிக்க முடியாது.

தேர்தல் முடிவுகள் வெளியிடப்பட்ட பிறகு மேற்கு வங்க முதல்வர் புத்ததேவ் பட்டாச்சார்யா சி.என்.என். – ஐ.பி.என். தொலைக்காட்சிக்கு அளித்த பேட்டியைப் பார்த்தவர்கள் ஓரிடத்தில் புத்ததேவின் நாக்குப் 'பிறழ்ந்து'போனதைக் கவனித்திருப்பார்கள். பேட்டியாளரின் ஒவ்வொரு கேள்விக்கும் தேர்ந்த மார்க்சிஸ்ட்டுகளுக்கே உரித்தான பாணியில் பதிலளித்துக் கொண்டுவந்த புத்ததேவுக்கு அந்த முக்கியமான கேள்விக்கான பதிலைச் சொல்லும்பொழுது மட்டும் ஏன் நாக்குப் பிறழ்ந்து போக வேண்டும்? செய்தியாளர் மணிரத்னத்தின் *நாயகன்* திரைப்படத்தின் கிளைமாக்சை மிகவும் ரசித்துப் பார்த்திருப்பார் போலிருக்கிறது. சிறை வாயிலில் நாயகன் கமலிடம் ஒரு சிறுவன் கேட்ட அதே பாணியில்தான் அவரும் புத்ததேவிடம் கேட்டார்: "நீங்கள் ஒரு கம்யூனிஸ்டா, கேப்பிடலிஸ்டா?"

இந்தக் கேள்விக்குப் பதிலளிக்கும்பொழுதுதான் மேற்கு வங்க முதல்வருக்கு நாக்குப் பிறழ்ந்துபோனது. "நான் ஒரு கேப்பிடலிஸ்ட்" எனச் சொன்னவர் சட்டென்று நாக்கைக் கடித்துக்கொண்டார். வாய் தவறிப் பேசிவிட்டதற்காக வருத்தம் தெரிவித்தவர் பிறகு தான் ஒரு "கம்யூனிஸ்ட்" என்று சற்று மிகையான அழுத்தத்துடன் சொன்னார். இந்த 'க்ளிப்பிங்'கை 'ட்ரெய்லெ'ராகப் பயன்படுத்திக்கொண்ட அந்த சேனல் காம்ரேடுகளின் கோட்பாட்டிற்கும் அவர்களது நடைமுறைக்கும் இடையே உள்ள முரண்பாட்டை அம்பலப்படுத்தும் விதத்தில் அரை மணி நேரத்திற்கு ஒரு முறை இதை ஒளிபரப்பிச் சந்தோஷப் பட்டுக்கொண்டது தனிக் கதை.

❍

'நாக்குப் பிறழ்வு'க்குள்ளானது பட்டாச்சார்யா மட்டுமல்ல. தமிழகத் தேர்தல் களத்தில் நிகழ்ந்தவற்றைப் பாருங்கள். நமது அரசியல் கட்சிகளின் முகங்கள் எப்படியெல்லாம் மாறின என்பதைக் கவனியுங்கள். பிரச்சார மேடைகளில் நமது தலைவர்களின் பாவனைகளில் தென்பட்ட நவரசங்களையும் நினைவு கூர முயலுங்கள். பின்நவீனத்துவப் 'பண்புக் கூறு'கள் சிலவற்றை யாவது இவற்றுடன் ஒப்பிட்டுப் பாருங்கள்.

இலவசங்களுக்குப் பெயர் போன அதிமுகவின் தேர்தல் அறிக்கை வளர்ச்சித் திட்டங்களின் பக்கம் கவனத்தைத் திருப்பியதைக் கண்டு யாரும் பதற்றமடையத் தேவையில்லை. உலகமயமாக்கல் யுகத்தில் இரண்டு முறை முதல்வராக இருந்த ஜெயலலிதாவுக்கு 'யதார்த்த நிலை'யைப் பற்றிப் போதிய

அளவுக்குப் புரிதல் இருந்திருக்கிறது என்பதுதான் இதற்குப் பொருள். ஐந்தாண்டு காலத்தில் தனது அரசு மேற்கொண்ட பல்வேறு சீர்திருத்த நடவடிக்கைகளைப் பற்றித் தனது கட்சி யின் தேர்தல் அறிக்கையில் குறிப்பிட்டு வாக்குக் கேட்டதை அசட்டுத் தைரியம் என்றுதான் சொல்ல வேண்டும்.

தனது அரசின் ‘சாதனை’களின் மீது ஜெயலலிதா வைத் திருக்கும் நம்பிக்கையைக் கேலி செய்யும் அருகதை யாருக்குமே இருக்க முடியாது என்றுகூட அவர் நம்பியிருக்கலாம். உண்மை யில் மன்மோகனும் ப. சிதம்பரமும் ஜெயலலிதாவைக் கொண் டாடியிருக்க வேண்டும். அவர்கள் வலியுறுத்திய ‘சீர்திருத்த’ நடவடிக்கைகளுக்கு ஜெயலலிதாவைப் போல் உறுதுணையாய் நின்ற முதலமைச்சர் என்று வேறு யாரையாவது சுட்டிக்காட்ட முடியுமா? சாதாரண மக்களுக்குப் பயனளிக்கும் பல்வேறு நலத் திட்டங்களுக்கான மானியங்களைக் குறைத்ததில், அரசு மறறும் பொதுத்துறை நிறுவனங்களில் பணிபுரியும் ஊழியர் களின் ஊதியம் உள்ளிட்ட பல சலுகைகளைப் பறித்ததில், பறிக்கப்பட்ட சலுகைகளைத் திரும்ப வழங்கக் கோரிப் போராடிய அரசு ஊழியர்களைச் சாத்தியப்பட்ட எல்லா வழிகளிலும் ஒடுக்கி அவர்களது எல்லா உரிமைகளையும் பறித்ததில், பல் வேறு அரசுத் துறைகளிலும் ஆட்குறைப்பு நடவடிக்கைகளை மேற்கொண்டதில், தொழிலாளர்களின் போராட்ட உரிமை களை நசுக்குவதற்கான சட்டங்களைக் கடுமையாக்கியதில் அவர் காட்டிய தீவிரத்தைக் கவனித்தவர்கள் அவரைச் சீர் திருத்தங்களின் தாயாக அல்லவா கொண்டாடியிருக்க வேண்டும்?

கொண்டாடவில்லை. காரணம்: அரசியல். ஓட்டு வங்கிக்கு முன்னால் தத்துவங்கள் எடுபடாது என்பது மன்மோகனுக்கும் ப. சிதம்பரத்துக்கும் நன்கு தெரியும். கார்ப்பரேட் நிறுவனங்கள் நடத்தும் ஆய்வுக் கூட்டங்களில், வளர்ச்சி விகிதத்தை அதிகரிக்க வும் பணவீக்க விகிதத்தைக் குறைக்கவும் அரசு மேற்கொண் டுள்ள உறுதியான நடவடிக்கைகளைப் பற்றித் தணிந்த குரலில் புள்ளிவிவரங்களுடன் பேசும் பிரதமருக்கும் நிதியமைச்சருக் கும் ஓட்டு வங்கிகளைக் கவர அந்தப் பேச்சுக்கள் உதவாது என்பதும் நன்றாகத் தெரியும்தான். இடதுசாரிகள் மற்றும் சிறுபான்மையினரின் ஆதரவைப் பெற்றுள்ள காங்கிரசின் பிரதமர் அவர். சிறுபான்மையினர், பிற்பட்டோர், தலித்துகள், விவசாயிகள் மற்றும் ஏழை மக்களுக்காக அவர் ஏதாவது செய்தாக வேண்டும். தனது மாமியார் இந்திரா காந்தியை நினைவூட்டும் ஒப்பனைகளுடன் வறுமைக்கும் மதவாதத்திற் கும் எதிராகப் போராட முன்வருமாறு ஓயாமல் மக்களை அறைகூவி அழைக்கும் காங்கிரஸ் தலைவர் சோனியாவின் உணர்ச்சிகரமான அரசியல் முழக்கங்களுக்கு மதிப்பளித்தாக

வேண்டிய கட்டாயம் அறிவுஜீவிகளான நமது பிரதமருக்கும் நிதியமைச்சருக்கும் உண்டு.

தீவுத் திடலில் கருணாநிதியோடு கைகோர்த்து நின்று உதய சூரியனுக்கும் கைச் சின்னத்திற்கும் வாக்களிக்குமாறு கோரும்பொழுதும் பிரதமரின் சீர்திருத்த முகம் மாறிவிடுகிறது. இரண்டு ரூபாய்க்கு ஒரு கிலோ அரிசி, இலவச வண்ணத் தொலைக்காட்சிப் பெட்டி, விவசாயக் கடன்கள் முற்றாகத் தள்ளுபடி, ஏழைகளுக்கு இரண்டு ஏக்கர் இலவச நிலம் என்று திமுகவின் தேர்தல் அறிக்கையில் காணப்படும் எண்ணிலடங்கா இலவசத் திட்டங்களை நிறைவேற்றுவதில் உள்ள சிக்கல்கள் பற்றி அவரால் எதுவுமே பேச முடியவில்லை. உலக வங்கி போன்ற அமைப்புகளின் செல்லப் பிள்ளையான பஞ்சாபைச் சேர்ந்த இந்தச் சீர்திருத்தச் சிங்கம் அந்த மேடைகளில் வாயை மூடிக்கொண்டு தான் உட்கார்ந்திருக்க வேண்டியிருக்கிறது. சென்னை தீவுத் திடலில் தனது அமைச்சரவை சகாக்கள் புடைசூழ அமர்ந்திருந்த பிரதமரைத் தனது இலவசத் திட்டங் களை நிறைவேற்றுவதற்கான உத்தரவாதத்தை அளிக்குமாறு கேட்ட கருணாநிதியின் கோரிக்கையை ஏற்றுத் தப்பித் தவறி ஏதாவது பேசியிருந்தால் அதை 'நாக்குப் பிறழ்வு' என்று சொல்லி மறந்துவிடுவதற்கு அவரேதான் முயற்சித்திருக்கவும் வேண்டும்.

❍

திமுகழகத்தின் தேர்தல் அறிக்கையைப்போல இந்தத் தேர்த லில் முக்கியத்துவம் பெற்றது வேறு எதுவும் இல்லை எனச் சொல்லலாம். சிதம்பரத்தின் வார்த்தைகளில் சொல்வதானால், “திமுக தேர்தல் அறிக்கைதான் இந்தத் தேர்தலின் ஹீரோ.” 'சீர்திருத்த' நடவடிக்கைகளோடு திகட்டத் திகட்ட இலவசத் திட்டங்களையும் நிறைவேற்றிக் காட்டி சாமானிய மக்களை வளைத்துவிட்டதாகக் கற்பனை செய்துகொண்டிருந்த ஜெய லலிதாவின் வாயில் மண்ணைப் போட்ட அந்தத் தேர்தல் அறிக்கையைக் கண்டு கூட்டணிக் கட்சிகளேகூட வெலவெலத் துப்போயின. காங்கிரஸ் கட்சிக்கு என்ன சொல்வதென்றே தெரியவில்லை. பொருளாதார நிபுணர்கள் மண்டையைப் பிய்த்துக்கொண்டார்கள்.

இந்தச் 'சீர்திருத்த யுகத்'தில் இத்தனை இலவசத் திட்டங் களுக்கான நிதியாதாரத்தை எப்படித் திரட்ட முடியும்? பல வருடங்களாகத் தான் வலியுறுத்திவந்த வளர்ச்சிப் பணிகளை மேற்கொள்வதையும் தொலைநோக்குத் திட்டங்களை நிறை வேற்றுவதையும் கருணாநிதி கைவிட்டு விட்டாரா என்பன போன்ற கேள்விகளைக் கேட்க யாருக்கும் தோன்றவில்லை. 1996 முதல் 2001 வரை நடந்த இவரது ஆட்சியில் பொருளாதாரச்

சீர்திருத்தங்கள் ஜாம்ஜாமென்று நடந்ததையும் அதற்காக உலக வங்கியிடமிருந்து 'ஷொட்டு' வாங்கியதையும் யாரும் நினைவு படுத்தவில்லை.

நிறைவேற்ற முடியாத வாக்குறுதிகளை அளித்து மக்களை ஏமாற்ற முயல்வதாகக் கருணாநிதியைக் குற்றம்சாட்டிய ஜெய லலிதா, தேர்தல் களத்தில் அந்த வாக்குறுதிகள் எடுபடுவதைப் பார்த்துத் தானும் பல இலவசத் திட்டங்களை வாக்குறுதி களாக அளித்துச் சமாளிக்க முயன்றார். கருணாநிதியின் தேர்தல் அறிக்கையைக் காப்பியடிக்கிறார் என்று எதிர்க் கட்சிகள் கிண்டல் செய்ததுதான் கண்ட பலன்.

ஆனால் கருணாநிதிக்கு நாக்குப் பிறழ்வு ஏற்படவே இல்லை. மைய அமைச்சர்கள் தயாநிதி மாறனும் டி.ஆர். பாலுவும் திமுகவினரால் 'வருங்கால முதல்வர்' எனக் கருதப்படுபவரான மு.க. ஸ்டாலினும் திமுக தனது வாக்குறுதிகளை நிச்சயமாக நிறைவேற்றும் என உறுதியளிக்கவே திமுக தேர்தல் கூட்டங் களுக்குக் கூட்டம் அலைமோதியது. நிறைவேற்ற முடியுமா முடியாதா என்கிற வாதப் பிரதிவாதங்கள் மும்முரமாக நடை பெற்றுக்கொண்டிருந்த ஒரு தருணத்தில் நமது பெருமைக்குரிய நிதியமைச்சரும் 'சீர்திருத்த நடவடிக்கை'களைத் தீவிரமாக அமல்படுத்துவதில் பிரதமருக்கு வலதுகரமாகச் செயல்படுபவ ரான ப. சிதம்பரம் களத்தில் இறங்கியவுடன் நிலைமை மாறியது.

கார்ப்பரேட் கூட்டங்களில் பேசும் அதே தொனியில் அதே வகைப்பட்ட புள்ளிவிவரங்களுடன் திமுகவின் தேர்தல் அறிக்கையில் சொல்லப்பட்டிருக்கும் இலவசத் திட்டங்கள் அனைத்தையும் நிறைவேற்ற முடியும் என இந்தியக் குடியரசின் நிதியமைச்சரே உத்தரவாதம் கொடுத்த பொழுது நிலைமை தனது கையை மீறிப் போய்விட்டதை ஜெயலலிதா உணர்ந் திருக்கக் கூடும். அவருக்கு நாக்குப் புரளவில்லை. சமாளித்துக் கொண்டு மிகப் பலவீனமான குரலில் மாணவர்களுக்கு இலவசக் கம்ப்யூட்டர் வழங்கும் திட்டத்தை வாக்குறுதியாக முன்வைத்துப் பேச முயன்ற பொழுது தேர்தல் பிரச்சாரம் முடிவுக்கு வந்திருந் தது. அவருக்கு ஆதரவாகப் பேச அதிமுகவில் பொருளாதார வல்லுநர்கள் யாருமில்லை. யாருக்கும் அதைச் செயல்படுத்துவது சாத்தியம்தான் என நம்பவும் தோன்றவில்லை. அது அம்மா வுக்கு நேர்ந்த நாக்குப் பிறழ்வின் விளைவு எனக் கருதி மறந்து விட்டார்கள் போலும். இந்தத் திட்டமேகூட முதலில் விடுதலைச் சிறுத்தைகள் இயக்கத் தலைவர் திருமாவளவன் அறிவித்தது என்பதை மறந்து விடக்கூடாது.

தேர்தல் முடிவுகளைத் தீர்மானித்ததில் திமுகவின் தேர்தல் அறிக்கைக்குத்தான் முக்கியப் பங்கு. கடைசியில் ‘மக்கள்’தான் வெற்றி பெற்றிருக்கிறார்கள். கருணாநிதியின் இலவசங்களைக் கூட அமைப்பிலிருந்து தங்களுக்கு நியாயமாகக் கிடைக்க வேண்டிய பங்கு என்றே மக்கள் புரிந்துகொண்டிருக்கக் கூடும். நிலமற்ற ஏழைகளுக்கு இரண்டு ஏக்கர் நிலம் என்கிற திமுக வின் வாக்குறுதி கம்யூனிஸ்ட்டுகளின் நெடுங்காலத்திய கோரிக்கை களில் ஒன்றுதான். ‘தனது தேர்தல் அறிக்கை, கம்யூனிஸ்ட்டு களின் தேர்தல் அறிக்கையை ஒத்திருப்பதாக’ திமுக தலைவர் பெருமையடித்துக் கொண்டதை யாராவது கவனித்தார்களா என்று தெரியவில்லை. ஒரு வகையில் ஜனநாயகம் வெற்றி பெற்றிருக்கிறதுதான். பங்குச் சந்தையின் வரலாறு காணாத வளர்ச்சியை அடித்தட்டு வாக்காளர் பொருட்படுத்த வேண்டு மானால் அது அவருக்கு நேரடியாகப் பயனளிக்க வேண்டும் என்பதை இத்தேர்தல் உணர்த்தியிருக்கிறது.

கூட்டணிக் கட்சிகளின் ஆதரவுடன் ஆட்சிப் பொறுப்பை ஏற்றிருக்கும் திமுக தனது வாக்குறுதிகளை நிறைவேற்றுவதற்கு மிகவும் சிரமப்பட வேண்டியிருக்கலாம். கடந்த பத்தாண்டு களாக நடைபெற்றுவரும் நிதிச் சீர்திருத்தங்களை மென்மை யான முறையில் தொடர்ந்து மேற்கொள்ள வேண்டிய நிர்ப்பந் தத்தை இப்போது தவிர்க்க முடியும் எனத் தோன்றவில்லை. அதேபோல் முந்தைய அரசு நடைமுறைப்படுத்திக்கொண்டிருந்த நலத் திட்டங்களுக்கு முட்டுக்கட்டை போடுவதும் அரசியல் ரீதியில் சரியான முடிவாக இருக்க முடியாது என்பதால் கருணாநிதிக்கு உண்மையிலேயே இது முள் கிரீடம்தான். மாநிலத்தின் பொருளாதார நிலை கருணாநிதிக்குப் பெரும் சவாலாக இருக்கும்.

நம்ப முடியாத வாக்குறுதிகளை முன்வைத்துத் தேர்தலில் வெற்றி பெற்றிருக்கும் இடதுசாரிகளும் திமுக அரசும் சாதாரண மனிதர்களின் நலனில் அக்கறை செலுத்தக் கடமைப்பட்டிருக் கிறார்கள். தொழிலாளர்கள் மற்றும் விவசாயிகளின் உரிமை களை அவர்களால் விட்டுக்கொடுக்க முடியாமல் போகலாம். பன்னாட்டு நிறுவனங்களின் பொருளாதார நோக்கங்களுக்கு எதிரான இந்தப் போக்கை மன்மோகன் சிங் அரசு எப்படிச் சகித்துக்கொள்ளப் போகிறது என்பதையும் கவனத்தில் எடுத்துக் கொள்ள வேண்டும். சமூகத்தின் அடித்தட்டு மக்களின்மீது அக்கறையுடையதாகப் பாவனை செய்யும் சோனியாவின் காங்கிரசையும் சீர்திருத்தங்களில் அக்கறை கொண்டிருக்கும் தனது அரசையும் எப்படிச் சமன் செய்யப்போகிறார் சிங்?

புத்ததேவ் பட்டாச்சார்யாவுக்குத் தனது மாநிலத்தின் பொருளாதார நலன்களைப் பாதுகாக்கப் பன்னாட்டு நிறுவனங்களின் ஒத்துழைப்பு இன்றியமையாததாய் ஆகியிருப்பதைப் பார்க்கும்பொழுது கம்யூனிஸ்ட்டுகள் தங்கள் பழமைவாதக் கூண்டுகளிலிருந்து வெளியே வந்துகொண்டிருக்கிறார்களோ என்று தோன்றுகிறது. ஆக, முதலாளித்துவத்திற்கும் சோஷலிசத்துக்கும் இணக்கத்தை ஏற்படுத்துவதே ஜனநாயக முற்போக்குக் கூட்டணியின் எல்லா உறுப்புக் கட்சிகளுக்கும் உடனடிச் செயல்திட்டமாக இருக்கும்போலிருக்கிறது. ஒரு வகையில் இது எம்.ஜி.ஆரின் 'அண்ணாயிசம்'தான். அதிமுகவைத் தொடங்கிய பொழுது அவருடைய கட்சியின் கொள்கை என்ன என்று கேட்டதற்கு எம்.ஜி.ஆர். சொன்ன பதில்தான் 'அண்ணாயிசம்'. அது சரி, அண்ணாயிசம் என்றால் என்ன? அதற்கு எம்.ஜி.ஆர். தந்த விளக்கம் இதுதான்: "கேப்பிடலிசம், கம்யூனிசம், சோஷலிசம் மூன்றும் சேர்ந்ததுதான் அண்ணாயிசம்."

இந்தப் பதிலைக் கேட்ட அந்தக் காலத்து 'அறிவுஜீவிகள்' நொந்துபோனார்கள். முக்காலத்தையும் உணர்ந்த 'சோ' துக்ளக்கில் மட்டுமல்லாமல் தான் நடித்த திரைப்படங்களிலும்கூட அந்தத் 'தத்துவ'த்தைக் கிண்டல் செய்துகொண்டிருந்தார்.

கடைசியில் வரலாறு எம்.ஜி.ஆரை ஒரு 'தீர்க்கதரிசி'யாக்கியிருக்கிறது. ஜெயலலிதாவைத் தவிர்த்து மன்மோகன் சிங் தொடங்கி சோனியா, ப. சிதம்பரம், தயாநிதி மாறன், கருணாநிதி, புத்ததேவ் பட்டாச்சார்யா வரை எல்லோருமே எம்.ஜி.ஆரின் வழியில் 'பீடு நடை' போடத் தொடங்கியிருக்கிறார்கள்.

"வென்றால் அண்ணா வழி, தோற்றால் பெரியார் வழி" என்பது கருணாநிதியின் பிரபலமான வாக்கியம். இப்போது எம்.ஜி.ஆர். வழியே சரியென்று அவர் முடிவு செய்துவிட்டார் போலும். சத்துணவுத் திட்டத்தை எம்.ஜி.ஆர். கொண்டுவந்த போது அதைக் கடுமையாக விமர்சித்த கருணாநிதி இன்று தனக்கு அரசியல் நெருக்கடி ஏற்படும்போது அதே எம்.ஜி.ஆரின் அண்ணாயிசத்தை 'உய்வதற்கான வழி'யாகக் கண்டடைய நேர்ந்திருப்பதைத்தான் அரசியல் பின் நவீனத்துவம் பிரதிநிதித்துவப்படுத்தும் 'அபத்தக் கூறு'களுக்கு மிகப் பொருத்தமான சான்றாகச் சொல்ல வேண்டும்.

இதழ் 78, ஜூன் 2006

நேர்காணல்: ரவிக்குமார்

அரசியலுக்குத் தேவை கற்பனையும் படைப்பூக்கமும்

சட்டமன்ற உறுப்பினராகத் தேர்ந்தெடுக்கப்பட்டுள்ள உங்களுக்கு வாழ்த்துக்கள். எழுத்தாளராகவும் மனித உரிமை ஆர்வலராகவும் செயல்பட்டுவந்த நீங்கள் முழுநேர அரசியல்வாதியாக வேண்டும் என்று முடிவெடுத்ததற்குக் காரணம் என்ன?

வரும் ஐந்து ஆண்டுகள் தமிழக அரசியலில் மிக முக்கியமானதாக இருக்கும் என்று கருதுகிறேன். சமூகப் பிரிவுகள் கூர்மையடைந்து விளிம்பு நிலையில் உள்ள சக்திகளின் செல்வாக்கு அதிகரித்து வரும் விளைவே இது. இதன் காரணமாகத் தமிழகத்தில் கூட்டணி ஆட்சி அமைய வேண்டிய கட்டாயம் எறபடும் என்று இரண்டு ஆண்டுகளுக்கு முன்பே நான் யூகித்தேன். 2004 நாடாளுமன்றத் தேர்தல் சமயத்தில் அது குறித்து இந்தியா டுடே இதழில் கட்டுரை எழுதும்போது தமிழகத்தில் கூட்டணி ஆட்சி வரும் என்று கூறியிருந்தேன். விளிம்பு நிலையில் உள்ள சக்திகளின் பங்கு அதிகரித்துவருவதன் விளைவே இது. இந்தச் சூழ்நிலையில் அரசியலில் நேரடியாக ஈடுபடுவதன் மூலம் இந்த வளர்ச்சியைத் துரிதப்படுத்தி, கடைநிலையில் உள்ள மக்களையும் அதிகாரத்தில் பங்குபெற வைக்க முடியும் என்று நம்புகிறேன்.

சட்டமன்ற உறுப்பினரான பிறகு எப்படி உணர்கிறீர்கள்?

பெரிதாக ஒன்றுமில்லை. 234 பேரில் நானும் ஒருவன். அவ்வளவுதான். என்னைத் தேர்ந்தெடுத்த மக்களுக்கு இந்தப் பதவியைப் பயன்படுத்தி என்னால் முடிந்த அளவு நன்மை செய்ய வேண்டும் என்ற பொறுப்புணர்வு இருக்கிறது. பயம் இருக்கிறது. அதற்கு மேல் ஒன்றுமில்லை. ஒரு பெரிய நிம்மதி என்னவென்றால், தினமும் வேலைக்குச் செல்லும் தொல்லையிலிருந்து விடுதலை அடைந்துவிட்டேன்.

சட்டமன்ற உறுப்பினர் என்ற முறையில் உங்கள் செயல் திட்டம் என்ன?

ஆங்கிலேயர்கள் நம் நாட்டை விட்டுச் சென்றபோது காட்டுமன்னார்கோயில் தொகுதி எப்படி இருந்ததோ அதே நிலையில்தான் இன்றும் உள்ளது. இந்தத் தொகுதியை மேம் படுத்துவதுதான் என் முதல் கடமை. கல்வி, சுயவேலைவாய்ப்பு, உள் கட்டமைப்பு வசதிகள் ஆகியவற்றில் கவனம் செலுத்துவேன். நவீனத் தொழில்நுட்பத்தின் பலன்கள் இந்தத் தொகுதிக்கு கிடைப்பதற்கு முயற்சி செய்வேன். பி.பி.ஓ. மையங்களைத் தொடங்குவது முதலான முயற்சிகளை மேற்கொள்வேன்.

தொகுதி மேம்பாடு என்பது எல்லாச் சட்டமன்ற உறுப்பினர்களுக்கும் அடிப்படைக் கடமை. ஆனால் ஒரு எழுத்தாளர் என்ற முறையில் நீங்கள் காட்டக்கூடிய வித்தியாசம் என்ன?

கற்பனைத் திறன், படைப்பூக்கம் ஆகியவை ஓர் எழுத்தாள ரின் அடிப்படையான குணாம்சங்கள். இவை அரசியலுக்குள் வரும்போது சாதகமான விளைவுகளை ஏற்படுத்த முடியும். இன்று அரசியல்வாதிகளிடம் கற்பனை வறட்சி காணப்படு கிறது. கலர் டி.வி. போன்ற இலவசங்களைக் கொடுத்து மக்களை வெறும் கையேந்திகளாகப் பார்க்கும் அணுகுமுறை இதனால் தான் ஏற்படுகிறது. எனவே, கற்பனைத் திறனையும் படைப் பூக்கத்தையும் அரசியல் களத்தில் பயன்படுத்த வேண்டியிருக் கிறது. சமூக அமைப்பு, சமூக மாற்றங்கள் ஆகியவற்றின் பல்வேறு காரணிகளைக் கணக்கில் எடுத்துக் கொண்டு வேலை செய்ய வேண்டியிருக்கிறது. இவை குறித்த வாசிப்பு, மனித உரிமைப் பிரச்சினைகளை எடுத்துக்கொண்டு பணிபுரிந்த அனுபவம் ஆகியவை எனக்கு உள்ளன. அதன் அடிப்படையில் சிறப்பாகச் செயல்பட முடியும். இந்தத் தொகுதி என்று மட்டும் இல்லாமல் மொத்தத் தமிழகத்தையும் பாதிக்கும் அடக்கு முறைச் சட்டங் கள் ஆகியவற்றுக்கு எதிராகவும் குரல்கொடுக்க வேண்டியிருக்கும்.

நீங்கள் விடுதலைச் சிறுத்தைகளின் சார்பில் போட்டியிட்டு வெற்றி பெற்றிருக்கிறீர்கள். எனவே கட்சியின் செயல்திட்டத்தைச் செயல்படுத்த வேண்டிய பொறுப்பும் உங்களுக்கு இருக்கிறது அல்லவா? தவிர ஒரு கட்சியின் சார்பில் செயல்படும்போது ஏற்படும் நிர்ப்பந்தங்களை எப்படிச் சமாளிப்பீர்கள்?

விடுதலைச் சிறுத்தைகள் என்பது வெறும் அரசியல் கட்சி யல்ல. இது ஒரு மக்கள் இயக்கம். தலித் மக்களின் உரிமைகளுக் காகவும் மேம்பாட்டுக்காகவும் பல ஆண்டுகளாகப் போராடி வரும் இயக்கம். இந்த இயக்கத்தின் சார்பில் மாநிலம் தழுவிய பிரச்சினைகளிலும் கவனம் செலுத்த வேண்டியிருக்கும்.

விடுதலைச் சிறுத்தைகள் அமைப்பு இதுவரை தலித் மக்களுக் கான ஒரு போராட்டச் சக்தியாக மட்டுமே இருந்தது. இப் போது அரசியல் ரீதியான அதிகாரம் கிடைத்திருப்பதால் இந்தச் சக்தியை ஆக்கபூர்வமாக, வளர்ச்சிக்குப் பயன்படும் விதத்தில் வளர்த்தெடுக்க வேண்டும். வாழ்வின் எல்லாத் துறை களிலும் கட்சியின் பங்கை அதிகரிக்கச் செய்ய வேண்டும்.

கூட்டுச் செயல்பாடு என்று வரும்போது அதில் நன்மை களோடு சமரசங்களும் சேர்ந்தே வரும். எல்லா விதமான கூட்டுச் செயல்பாடுகளுக்கும் இது பொருந்தும். எதிர்மறை அம்சங்களைக் கண்டு தயங்கினால் கூட்டுச் செயல்பாட்டில் ஈடுபடவே முடியாது.

தொகுதிக்கான பணிகளை எப்படி அணுகுகிறீர்கள்?

நான் வெற்றி பெற்றது தனித் தொகுதியில். இங்கு தலித்துகள் 38% பேர் இருக்கிறார்கள். இவர்களது மேம்பாட்டுக்காகப் பணி புரியும் அதே நேரத்தில் ஒட்டுமொத்தத் தொகுதியின் வளர்ச்சி யிலும் எனக்குப் பொறுப்பு இருக்கிறது. தலித்துகளின் வாக்கு களை மட்டும் பெற்று நான் வெற்றி பெறவில்லை. வன்னியர் கள், சிறுபான்மையினர் ஆகியோர் கணிசமாக ஆதரித்திருக் கிறார்கள். ஏற்கனவே மனித உரிமைகள் விஷயத்தில் இங்குள்ள வன்னியர்கள் பாதிக்கப்பட்டபோது அவர்களுக்காக நான் போராடியிருக்கிறேன். இதுபோன்ற அனுபவங்கள் எல்லாப் பிரிவினர் மத்தியிலும் எனக்கு ஆதரவைப் பெற்றுத் தந்திருக் கின்றன. எனவே இந்தத் தொகுதியின் ஒட்டுமொத்த வளர்ச்சிக் காகப் பாடுபட வேண்டிய பொறுப்பு எனக்கு இருக்கிறது.

இத்தொகுதி சாதிக் கலவரத்திற்குப் பேர் போனது. அதே சமயம் சுவாமி சகஜானந்தா, இளையபெருமாள் ஆகியோர் இந்தப் பகுதியில் சமூக இணக்கத்திற்காகவும் தலித் முன்னேற்றத் திற்காகவும் பணிபுரிந்த வரலாறும் உண்டு. அதன் தொடர்ச்சி யாக விடுதலைச் சிறுத்தைகள் அமைப்பின் தலைவர் திருமா வளவன் பல்வேறு பணிகளைச் செய்து இங்குள்ள தலித் மக்க ளைத் திரட்டியிருக்கிறார். இந்தத் தொகுதியின் சமூகப் பதற்றத் தைக் குறைத்து ஒட்டுமொத்த மக்களின் வாழ்வை மேம்படுத் தும் சவால் என்முன் உள்ளது.

காலச்சுவடின் சென்ற இதழில் தேர்தலில் நிற்பதற்கு ஆகும் செலவு, அதைத் திருப்பி எடுப்பதற்காகச் செய்ய வேண்டிய முறைகேடுகள் ஆகியவற்றைப் பற்றி எழுதியிருந்தோம். இந்த விஷயத்தில் உங்கள் அனுபவம் என்ன? இந்த விஷ வட்டத்தை எப்படி எதிர்கொள்ளப் போகிறீர்கள்?

இந்தத் தேர்தலிலே மிக மிகக் குறைவாகச் செலவு செய்த வேட்பாளர் நானாகத்தான் இருப்பேன். பணிபுரிந்த தொண்டர் களுக்குச் சரியாகச் சாப்பாடுகூடப் போடாத வேட்பாளர் நான். ஒரு டிஜிட்டல் பேனரைக்கூடப் பயன்படுத்தவில்லை. எந்தத் தொழிலதிபரிடமிருந்தும் நான் பணம் வாங்கவில்லை. யாருக்கும் கடன்படவில்லை. எனவே கைமாறு செலுத்த வேண்டிய அவசியம் எனக்கு இல்லை. சுதந்திரமாக முடிவு எடுக்க முடியும். தொகுதி மேம்பாட்டு நிதியாக வழங்கப்படும் தொகையில் சாலை போடுதல் போன்ற பணிகளை வழக்கம் போல் கான்ட்ராக்ட் விடுவதற்குப் பதில் தொகுதியில் இருக்கும் மகளிர் சுய உதவிக் குழுக்களின் மூலம் செய்யத் திட்டமிட் டிருக்கிறேன்.

தொகுதியில் பாராட்டுக் கூட்டங்களை நடத்தக் கூடாது என்று சொல்லியிருக்கிறேன். நான் வெற்றி பெற்றதில் என் பங்கு என்ன இருக்கிறது? மக்கள் என்மீது வைத்துள்ள நம்பிக்கையை இது காட்டுகிறது. இதனால் என் பொறுப்புணர்வு கூடுகிறது. பாராட்டுக் கூட்டத்திற்குப் பதில் தொகுதி மேம்பாட் டுக் கலந்தாய்வுக் குழுக் கூட்டங்களை நடத்தத் திட்டமிட்டிருக் கிறேன். எழுத்தாள நண்பர்களைத் தொகுதிக்கு அழைத்துச் செல்வது, அங்குள்ள பள்ளிகளைத் தத்து எடுத்து நடத்தக்கூடிய அமைப்புகளை இனம் காண்பது என்று பல திட்டங்களை யோசித்துவருகிறேன்.

தொடர்ந்து அரசியலில் உங்கள் திட்டம் என்ன?

அரசியலில் தொடர்ந்து செயல்படுவேன். ஆனால் இனி மேல் தேர்தலில் நிற்க மாட்டேன். இந்த ஒரு அனுபவம் போதும். தேர்தல் மட்டுமல்லாது புதிய களங்களில் பணியாற்ற வேண்டியிருக்கிறது. எழுத்து, வாசிப்பு ஆகியவற்றில் முன்பை விடவும் தீவிரமாக ஈடுபடும் எண்ணமும் இருக்கிறது. குறிப் பாகப் படைப்பிலக்கியம் நோக்கி என் கவனத்தை அதிகப் படுத்த விரும்புகிறேன்.

இதழ் 78, ஜூன் 2006

கறுப்புக் கண்ணாடித் தரிசனங்கள்

கண்ணன்

கிறிஸ்தவ நிறுவனங்களுக்கு உவப்பற்ற பல பொருள் விளக்கங்களைக் கொண்ட 'டா வின்ஸி கோட்' திரைப் படத்தைத் திமுக அரசு தடை செய்திருக்கிறது. தடையை நீக்கிய உச்சநீதிமன்றத் தீர்ப்பை இந்த அரசு மதிக்கப் போவதில்லை. Cinematograph Act, 1952ஐப் பயன்படுத்திச் சட்ட ஒழுங்கு அடிப்படையில் இத்திரைப்படத்தைத் தடை செய்யும் அதிகாரத்தை மாவட்ட ஆட்சியருக்கு வழங்கியிருக்கிறது அரசு. தடை செய்யாமல் தடை செய்யும் இந்தத் தந்திரம் முன்னர் தேசியப் படங்களைத் தடுக்கக் காலனியாதிக்க அரசு கைக்கொண்ட முறைமையாகும்.[1]

ஆந்திர மாநில உயர் நீதிமன்றம், தமிழக அரசைப் பின்பற்றி 'டா வின்ஸி கோ'டைத் தடை செய்த ஆந்திர அரசைக் கண்டித்துள்ளது. தடையை நீக்கியதுடன், வினியோகஸ்தர்களுக்கு நஷ்டஈடு வழங்குமாறும் உத்தரவிட்டுள்ளது.

இந்தியாவில் எந்தப் பிரதானக் கிறிஸ்தவ அமைப்பும் இத்தடையை வேண்டவில்லை. சகிப்புத்தன்மையற்ற மதம் என்னும் பிம்பம் தம் மதத்திற்கு ஏற்படுவதைப் பெரும்பான்மையான கிறிஸ்தவர்கள் விரும்புவதில்லை. அதே நேரத்தில் இத்தடையை நீக்கக் கோரும் மனமும் அவர்களுக்கு இல்லை.

மத உணர்வுகளைப் புண்படுத்துவதைத் தவிர்ப்பதில் கருணாநிதிக்கும் திமுகவுக்கும் இருந்திருக்கும், இருந்து வரும் அக்கறை உலகறிந்த செய்தி. அண்ணாவின் 'கம்ப ரசம்' நூல், கம்பராமாயணப் பிரதிகளை எரிக்க முனைந்தது,

‘பராசக்தி’ வசனங்கள், புலவர் குழந்தையின் ‘ராவண காவியம்’, இந்துப் புராணங்களில் அரக்கர்களாக இருப்பவர்களை நாயகர் களாகச் சித்தரிக்கும் ஆர்.எஸ். மனோகரின் நாடகங்கள் என மத உணர்வுகளைப் புண்படுத்துவதாக மத நம்பிக்கையாளர் களால் கருதப்பட்ட, ஆனால் திமுக ஆதரித்த செயல்பாடு களுக்குப் பலப் பல உதாரணங்களைத் தரமுடியும். இந்த மண்ணில் இவற்றிற்கெல்லாம் இடம் உண்டெனில் ‘டா வின்ஸி கோ’டுக்கு மட்டுமென்ன விதிவிலக்கு? முன்னர் ஒரு முறை கருணாநிதி ஆராய்ச்சியில் இறங்கி இந்துக்கள் என்றால் திருடர் கள் என்ற பொருள் கண்டு வெளியிட்டமை அவரது புண்படுத் தாதப் பண்புக்குச் சிறந்த உதாரணம். தீ மிதித்த திமுக சட்ட மன்ற உறுப்பினரைக் கண்டித்த கலைஞரிடம், அப்போது அவைத் தலைவராக இருந்த மறைந்த பி.டி. ஆரின் பக்தியைப் பற்றிக் கேட்டபோது, ‘அவர் பரம்பரைப் பக்தர். பஞ்சத்திற்கு வந்த பக்தரல்ல’ என்று சிறுதெய்வ வழிபாட்டாளர்கள் ‘மனம் புண்படாமல்’ குறிப்பிட்டது மற்றொரு உதாரணம்.

அதிமுக, மதிமுகவின் கோட்டையாகக் கருதப்பட்ட தென் தமிழகம் இம்முறை திமுகவிற்குக் கைகொடுத்தது. குமரியை ‘வெறும் தொல்லை’ என்று முன்னர் குறிப்பிட்ட கலைஞரின் கூட்டணிக்குக் குமரியில் முழுமையான வெற்றி ஏற்பட்டது. இவ்வெற்றிக்குக் கிறிஸ்தவர்களின் ஓட்டு ஒரு முக்கியக் காரணி. கத்தோலிக்க, சீர்திருத்தக் கிறிஸ்தவச் திருச்சபைகள் இம்முறை கிறிஸ்தவர்களின் ஓட்டை முழுமையாகத் திமுக கூட்டணிப் பக்கம் திருப்புவதில் தீவிரம் காட்டின. எனவேதான் அவர் களின் மனத்தைப் புண்படுத்தக்கூடிய ‘டா வின்ஸி கோ’டை அழுத்தமான கோரிக்கையின்றியே தடை செய்துள்ளது திமுக அரசு. கருணாநிதியின் உண்மையான கைமாறு இதுதான்.

கிறிஸ்தவர்களின் மனம் ‘புண்படாமல்’ காப்பாற்றியிருக் கும் கருணாநிதி இப்போது மத உணர்வுகளை முன்னர் ‘புண் படுத்திய’ ‘பராசக்தி’ வசனங்களையும் தனது மேடைப் பேச்சு களையும் மறு பரிசீலனை செய்வாரா? (பற்பல கோரிக்கைகள் இருந்தும் ‘பராசக்தி’ திரைப்படத்தை ராஜாஜியின் காங்கிரஸ் அரசு அப்போது தடை செய்யவில்லை.) இந்தியப் புராணங் கள் பற்றிய பெரியாரின் மறுவாசிப்புகளைவிட, ‘டா வின்ஸி கோ’டின் மறுவிளக்கங்கள் உக்கிரமானவையா?

இந்து மதத்தின் அநீதியான ஆதிக்கச் சிந்தனைகள் பற்றிய நியாயமான விமர்சனங்கள் வரவேற்கப்பட வேண்டியவை. அம்மத நிறுவனங்களின் சாதிய அணுகுமுறைகளைத் தகர்ப் பதற்கான செயல்பாடுகளும் அவசியமானவை. ஆனால் இத் தகைய விமர்சனங்கள், செயல்பாடுகளிலிருந்து குறிப்பிட்ட

சில மத நிறுவனங்களுக்குப் பாதுகாப்பு வழங்குவது மதச் சார்பற்ற சிந்தனையாளர்கள் மற்றும் அரசின் வேலை அல்ல. அது நியாயமானதும் அல்ல.

❍

மத உணர்வுகளைப் புண்படுத்துதல் பற்றிய திடீர் அக்கறை ஏற்பட்ட மற்றொரு 'பெரியாரிஸ்ட்' அ. மார்க்ஸ். இறைத் தூதர் கார்ட்டூன் பிரச்சினைத் தொடர்பாக 'சமரசம்' என்ற இஸ்லாமிய இதழில் எழுதும்போது இவ்வாறு எழுதி அசர வைக்கிறார்.

"கருத்துச் சுதந்திரம் என்ற பெயரில் 'blasphemy'க்கு நியாயம் கற்பிப்பதை ஏற்க முடியாது."[2]

இவர் இந்து மதத்தை மலம் அது இது என்றெல்லாம் எழுதிவந்தது ஒருபுறம் இருக்க, ஒரு 'பெரியாரிஸ்ட்' இத்தகைய நிலைப்பாட்டை எடுக்க முடியுமா என்ற அடிப்படையான கேள்வியை எழுப்பிக்கொள்ள வேண்டும். பெரியாரின் செயல் பாடுகளை, உரைகளை, எழுத்துக்களை, 'மத உணர்வுகளை இழிவுசெய்தல் கூடாது' என்று கற்பிக்கும் ஒருவர் ஏற்க முடியுமா? Blasphemy என்ற சொல்லுக்கு ஆக்ஸ்போர்ட் அகராதி, 'behaviour or language that insults or shows a lack of respect for God or religion' என்று பொருள் தருகிறது. கடவுளை அவமதித்தல், மத உணர்வு களை அவமதித்தல் கூடாது எனில் பிள்ளையார் சிலை உடைத்தலை எப்படிப் பார்ப்பது என்று இந்தப் 'பெரியாரிஸ்ட்' நமக்கு விளக்க வேண்டும். சீதையின் கீழாடையை லட்சுமணன் தூக்கிப் பார்ப்பது போன்ற அதிர்ச்சிகரமான காட்சிகள் அடங்கிய திராவிடர் கழக ஊர்வலங்கள் blasphemy அல்லவா? இஸ்லாமிய மிதவாதிகள், மதவாதிகள், அடிப்படைவாதிகள், பயங்கரவாதிகள் என எல்லாத் தரப்பினருக்கும் 'ஆமா' போடுபவ ராக இருக்கும் அ. மார்க்ஸ் ஏக காலத்தில் 'பெரியாரிஸ்ட்' ஆகவும் இருப்பதை என்னவென்று சொல்ல?

❍

இந்த வருடம் ஜூன் மாதம் ஐந்து சமண முனிவர்கள் மேட்டூருக்கு வருகை தந்தார்கள். இவர்களது பயணத்தின் நோக்கம் 'உலக அமைதி'. "இந்த உடம்புகூட நமக்குச் சொந்த மல்ல" என்ற தத்துவத்தின் அடிப்படையில் அவர்கள் நிர்வாண மாக உலக அமைதிக்கான பயணத்தை மேற்கொண்டுள்ளனர் (திகம்பரப் பிரிவைச் சேர்ந்த அந்த முனிவர்களைப் 'பீடிச் சாமியார், சாக்குச் சாமியார், சரக்குச் சாமியார்' போன்றவர் களோடு ஒப்பிட்டது 'புலனாய்வு' இதழ் ஒன்று.)[3]

மேட்டூரில் அவர்கள் தங்கியிருந்த விருந்தினர் விடுதியின் முன்னர் பெரியார் திராவிடர் கழகத்தினர், சமீப காலமாக வீரத் தமிழர்கள் கையிலெடுத்திருக்கும் ஆயுதங்களான செருப்பு, துடைப்பம் ஆகியவற்றோடு போராட்டத்தில் இறங்கினர். ஜெய லலிதா ஆட்சியில் 'தொட்டிலில் உறங்கும் புரட்சி'[4]யாளர்கள் கலைஞர் ஆட்சிக்கு வந்ததும் துயில் எழுந்து ஆட்டம் போடத் தொடங்கிவிடுவது வழக்கமானதுதான்.

வீரப்பனின் ஆதரவாளராகப் பரவலாக அறியப்படும் கொளத்தூர் மணி சமண முனிவர்களின் வருகையைப் பற்றிக் கூறியதாவது: "அஞ்சு பேரு நிர்வாணமாப் போனா, உலக அமைதி கிடைச்சுடும்னா ... ஊருல இருக்கிற எல்லாருமே நிர்வாணமாச் சுத்தினா சீக்கிரமே உலக அமைதி கிடைச்சிடுமே. என்ன ஒரு கேவலமான கொள்கை! மதத்தின் பெயரால் எதை வேண்டுமானாலும் செய்யலாமா? இவர்கள்மீது அரசு கடுமையான நடவடிக்கை எடுக்க வேண்டும்!"[5]

ஊரில் எல்லோரும் நிர்வாணமாக இருப்பதே ஆரோக்கிய மானது என்று எண்ணியவர்கள் ஐரோப்பாவில் கடந்த நூற் றாண்டில் நிர்வாணச் சங்கங்கள் அமைத்தனர். அவற்றில் நிர்வாணமாகப் பங்குகொண்டு, நிர்வாணச் சங்கத்தினருடன் தானும் நிர்வாணமாக நின்று புகைப்படம் எடுத்துக்கொண்ட தோடு தமிழகத்தில் அதைப் பிரசுரித்தவர் பெரியார். 'பெரியா ரிஸ்ட்' கொளத்தூர் மணியைப்போல நிர்வாணத்தை அவர் ஒரு 'கேவலமான கொள்கை'யாகப் பார்த்ததாகத் தெரியவில்லை.

தமிழக அரசு சிறுபான்மைச் சமணர்களின் மத உணர்வு களைப் புண்படுத்தியதற்காகச் செருப்பு, துடைப்பம் ஏந்திய போராளிகள்மீது நடவடிக்கை எடுக்கவில்லை. மாறாகச் சமண முனிவர்களை மாநிலத்தைவிட்டு வெளியேற்றியது. ஏனெனில் சமணர்களுக்கு இங்கு ஓட்டு வலிமை இல்லை. இத்தகைய சகிப்புத்தன்மையற்ற ஒரு சூழ்நிலை இன்று குஜராத் நீங்கலாக இந்தியாவில் வேறெங்கும் இருப்பதாகத் தெரியவில்லை.

சமணம் தமிழகத்திற்கு அந்நியமானதல்ல. தென் குமரி யில் சிதறால்வரை சமணர்கள் பள்ளி அமைத்துச் செயல்பட் டுள்ளனர்.[6] அதேபோலச் சமணர்களைக் கழுவிலேற்றிய வர லாறும் நமக்குண்டு. அந்த ரத்த ருசி இன்னும் மறக்கப்பட வில்லை என்பதை இச்செயல்பாடுகள் உணர்த்துகின்றன.

மத நம்பிக்கைகள் மத நம்பிக்கையாளர்களால் பேணப் பட வேண்டியவை. பின்பற்ற மறுப்பவர்கள் மத நீக்கம் செய்யப் படலாம். ஆனால் அந்த மதத்தில் நம்பிக்கை அற்றவர்களோ

அல்லது எந்த மதத்திலும் நம்பிக்கையற்றவர்களோ அவற்றை மதிக்க வேண்டும் என வற்புறுத்துவது விவேகமானது அல்ல. அது ஒரு மதச் சார்பற்ற சமூகத்திற்கு அழகும் அல்ல. இணைய மும் குறுந்தகடுகளும் பிற நாட்டுத் தொலைக்காட்சி சானல் களும் சரளமாகப் புழங்கும் உலகமயமான சூழலில் இத்தகைய கட்டுப்பாடுகளை அமல்படுத்துவது சாத்தியமுமல்ல. நமது சந்தர்ப்பவாத செக்குலரிஸ்டுகளின் இத்தகைய இரட்டை நிலைப்பாடுகள் மத அடிப்படைவாதிகளுக்கான நியாயங்களை உருவாக்கி அவர்களை வலுப்படுத்துவதிலேயே சென்று முடியும்.

அடிக்குறிப்புகள்

1. *தியடோர் பாஸ்கரன், Outlook, 12 ஜுன் 2006*
2. *சமரசம், 1 – 15 ஏப்ரல் 2006*
3. *ஜுனியர் விகடன், 11.06.2006*
4. 'வானகமே இளவெயிலே மரச்செறிவே' – சுந்தர ராமசாமி *(2004)*
5. *ஜுனியர் விகடன், 11.06.2006*
6. 'தென்குமரியின் கதை' – அ.கா. பெருமாள் *(2003)*

இதழ் 79, ஜூலை 2006

தமிழ்நாடு சட்டப் பேரவையில் ரவிக்குமார் நிகழ்த்திய முதல் உரை

மனித உரிமையின் குரல்

திரு. டி. ரவிக்குமார் : பேரவைத் துணைத் தலைவர் அவர்களே, இந்த மரபு மிகுந்த மாமன்றத்திற்கு நான் வருவதற்குக் காரணமாக இருந்து, தான் போட்டியிட இருந்த தொகுதியினை எனக்கு ஒதுக்கித் தந்து என்னைத் தன்னிடத்தில் இங்கே அனுப்பி வைத்திருக்கின்ற எங்கள் இயக்கத்தின் பொதுச் செயலாளரும் எழுச்சித் தமிழரு மான தொல். திருமாவளவன் அவர்களுக்கும் என்னுடைய வெற்றிக்காக உழைத்து 13,000 வாக்குகளுக்கும் அதிக மான வித்தியாசத்தில் என்னை வெற்றிபெறச் செய்ய, பாடுபட்ட ஜனநாயக மக்கள் கூட்டணியின் தலைவர் களுக்கும் தொண்டர்களுக்கும் கடந்த ஒரு நூற்றாண்டுக் காலமாகவே சுவாமி சகஜானந்தா காலத்திலிருந்து அரசியல் உணர்வோடு செயல்பட்டு அதே உணர்வைப் போற்றிப் பாதுகாத்து அதன் விளைவாக என்னைத் தங்களுடைய பிரதிநிதியாக இங்கே அனுப்பியிருக்கின்ற காட்டுமன்னார்கோயில் தொகுதி மக்களுக்கும் என்னுடைய நன்றியை, வணக்கத்தைத் தெரிவித்துக் கொண்டு பண்டைக் காலத்திலே திருக்குறளுக்கு எழுதப் பட்ட உரைகளிலேயே சிறந்த உரை என்னவென்று கேட்டால் பரிமேலழகர் உரை என்று சொல்வார்கள். இன்றைக்கு நவீன காலத்து உரைகளிலே சிறந்த உரை எதுவென்று கேட்டால், அறிஞர் பெருமக்களெல்லாம் ஏற்றுக் கொள்கின்ற ஒரு அற்புதமான உரையைத் தந்து வள்ளுவத்தை தமது மூச்சாகக் கொண்டிருக்கின்ற முத் தமிழ் அறிஞரின் அவையிலே *(மேசையைத் தட்டும் ஒலி)* ஓர் எழுத்தாளனாக நானும் நின்று பேசுகின்ற ஒரு பெருமையைப் பெற்ற அந்த நிலையையும் எண்ணி இந்த ஆளுநர் உரைமீது என்னுடைய கருத்துகளைப் பதிவுசெய்ய விரும்புகிறேன்.

இன்றைக்கு ஊடகங்களால் ஊதி வளர்க்கப்பட்டு இந்தியத் துணைக் கண்டமே ஏதோ கொந்தளிப்பில் இருப்பதுபோல ஒரு மாயத் தோற்றத்தை உருவாக்கி, பிற்படுத்தப்பட்ட மக்க ளுக்கு உயர் கல்வி நிலையங்களிலே இடவொதுக்கீட்டு உரிமையை மறுத்திட வேண்டுமென்று நடக்கின்ற அந்தச் சதித் திட்டங் களுக்கு மைய அரசும் துணை போய்விடுமோ அல்லது பயந்து தயங்கிவிடுமோ என்கின்ற ஒரு அச்ச உணர்வு இன்றைக்கு நாட்டு மக்களிடத்திலே எழுந்திருக்கின்ற நிலையிலே மைய அரசு அந்த இடவொதுக்கீட்டுக் கொள்கையை நிறைவேற்று வோம் என்று உறுதியோடு நடவடிக்கைகள் எடுத்துக்கொண் டிருக்கின்ற நேரத்திலே அதற்கு ஊக்கம் அளிக்கும்விதமாக இந்த மாமன்றத்திலே ஒரு தீர்மானத்தை நிறைவேற்ற வேண்டு மென்று எங்கள் இயக்கத்தின் பொதுச் செயலாளர் அவர்கள் அறிக்கையின் வாயிலாக விடுத்த வேண்டுகோளை ஏற்கும் விதமாக இதே கூட்டத் தொடரிலேயே அதற்கான தீர்மானம் நிறைவேற்றப்படுமென்று ஆளுநர் உரையிலே அறிவித்து இன் றைக்கு இந்த நாட்டிலே இருக்கின்ற ஒடுக்கப்பட்ட கோடிக் கணக்கான மக்களின் உணர்வுகளுக்கு மதிப்பளித்த இந்த அரசின் அறிவிப்பை நான் வரவேற்கின்றேன். *(மேசையைத் தட்டும் ஒலி.)*

அதே நேரத்திலே இன்றைக்கு மத்திய அரசு அமைத்திருக் கின்ற அந்த அமைச்சர்கள் குழு, அவர்கள் அந்த உயர் கல்வி நிலையங்களிலே இடங்களை உயர்த்திக் கொள்ளலாம் என்கின்ற ஒரு பரிந்துரையை வழங்கியிருக்கின்றார்கள். அப்படியான பரிந்துரை என்பது இடவொதுக்கீடு தொடர்பாக இதுகாறும் பேணப்பட்டு வந்த மரபுக்கும் அரசியலமைப்புச் சட்ட விதி முறைகளுக்கும் முரணானது. அப்படி இடங்கள் உயர்த்தப் படுமேயானால் அந்த இடங்களிலும் இடவொதுக்கீட்டினை வழங்க வேண்டுமென்ற திருத்தம், நாம் கொண்டு வருகிற தீர்மானத்திலே சேர்க்கப்பட வேண்டுமென்று இந்த மாமன் றத்தின் முன்னே தாழ்மையோடு தெரிவித்துக்கொள்கின்றேன். இடவொதுக்கீட்டைக் காப்பதிலே நாம் எந்த அளவுக்கு அக்கறையோடு இருக்கின்றோமோ, அதற்காக இந்த அவை யிலே தீர்மானம் இந்தத் தொடரிலேயே நிறைவேற்றப்படு மென்று அறிவித்திருக்கின்றோமோ அப்படியே மிக அண்மை யில் இருக்கின்ற நம்முடைய சொந்தங்கள், ஈழத் தமிழர்கள்மீது இன்றைக்குப் பேரினவாதிகளால் ஒரு யுத்தம் வலிந்து திணிக்கப் படுகிறது. அது பற்றியும் கவலை தெரிவித்து இதிலே குறிப்பிடப் பட்டிருந்தாலும்கூட, இன்றைக்கு அவர்கள் எப்போது தங்கள் தலையிலே குண்டு விழுமோ தங்கள் உயிர்கள் பறிக்கப்படுமோ என்கிற அச்சத்தின் காரணமாக ஏதிலிகளாகத் தஞ்சம் தேடி

நமது மண்ணை நோக்கி ஓடி வரும்போது கடலிலேயே ஜல சமாதி அடைகின்ற கோரக் காட்சிகளை நாம் கண்டுகொண் டிருக்கின்றோம். இந்த நிலையிலும் நாம் பாராமுகமாக இருந்து விடாமல், நாம் எல்லாம் அவர்களுக்கு ஆறுதலாக இருக்கின் றோம் என்று இந்த உலகுக்கு எடுத்துச் சொல்லும் விதமாக அந்த நாட்டிலே வலிந்து திணிக்கப்படுகின்ற யுத்தம் தவிர்க்கப் பட வேண்டும் அமைதியான தீர்வு ஒன்று எட்டப்பட வேண்டும் என்கின்ற தீர்மானத்தை நாம் இந்த அவையிலே, இதே கூட்டத் தொடரிலே ஒருமனதாக நிறைவேற்ற வேண்டும் என்று பணி வோடு கேட்டுக்கொள்கின்றேன்.

கடந்த ஆட்சிக் காலத்திலே கொண்டுவரப்பட்ட திட்டம் என்று புறக்கணித்துவிடாமல், ஏழை எளிய குழந்தைகளுக்கு உதவும் என்கிற விதத்திலே பெருந் தன்மையோடு இலவச மிதிவண்டித் திட்டத்தைத் தொடர்ந்து நிறைவேற்றுவோம் என்கின்ற உறுதி மொழியை இந்த அரசு வழங்கி இருக்கிறது. அது மிகவும் பாராட்டுக்குரியது. (*மேசையைத் தட்டும் ஒலி.*)

அதே பெருந்தன்மையோடு உழவர் பாதுகாப்புத் திட்டத்தை யும் நீங்கள் தொடர்ந்து நிறைவேற்ற வேண்டும் என்று உங் களைக் வேண்டிக் கேட்டுக் கொள்கின்றேன். குறிப்பாக, இந்த ஆளுநர் உரையிலே பல்வேறு விஷயங்கள் குறிப்பிடப்பட்டிருந் தாலும்கூட, கல்விக்காகக் காட்டப்பட்டிருக்கின்ற அக்கறை மிகவும் முக்கியமானது. மிகவும் வரவேற்றுப் பாராட்டப்பட வேண்டிய அந்த அக்கறை, நுழைவுத் தேர்வை ரத்து செய்வதிலும், கல்விக் கட்டணங்களைக் குறைப்போம் என்று சொல்வதிலும், பள்ளிகளிலே, கல்லூரிகளிலே ஆசிரியர்களை டைம் ஸ்கேல் (Time Scale) அடிப்படையிலே நியமித்து, மாணவர்களுக்கு நல்ல கல்வியை வழங்குவோம் என்று சொல்வதிலும் அந்த அக்கறை வெளிப்பட்டிருக்கின்றது. இது மிகவும் வரவேற்கப் பட வேண்டிய ஒன்று.

அதே நேரத்திலே, இதற்கு முன்னாலே நீங்கள் ஆட்சிப் பொறுப்பேற்றிருந்த காலத்திலே அறிமுகப் படுத்தப்பட்டு, பின்னாலே *25* விழுக்காடாக உயர்த்தப்பட்டு, இன்றைக்கு நீதிமன்றங்களுடைய தலையீட்டினாலே பறிக்கப்பட்டிருக்கின்ற கிராமப்புற மாணவர்களுக்கான இட ஒதுக்கீடு என்கின்ற அந்த உரிமையை மீண்டும் பெறுவதற்கு, நேற்றும்கூட இந்த அவையிலே அது பற்றிய விவாதங்கள் நடந்தன. உச்ச நீதி மன்றத்திலே நிலுவையில் இருக்கின்ற அந்த வழக்கைத் துரிதப் படுத்தி, வரும் கல்வி ஆண்டிலேயே அந்த இட ஒதுக்கீட்டு உரிமையை அந்த மாணவர்களுக்கு மீண்டும் வழங்குவதற்கான

ஏற்பாடுகளை இந்த அரசு செய்ய வேண்டும் என்று கேட்டுக் கொள்கின்றேன்.

(மாண்புமிகு பேரவைத் தலைவர் அவர்கள் தலைமை.) அதுமட்டுமல்லாமல், இன்றைக்கு மருத்துவப் படிப்பிற்கு ஆயிரக் கணக்கான மாணவர்கள் போட்டியிட்டும், நல்ல மதிப்பெண் களைப் பெற்றும், அவர்கள் இடம்பெற முடியாத நிலை ஏற் பட்டுக் கொண்டிருக்கிறது. இதற்கான காரணம், போதுமான மருத்துவக் கல்லூரிகள் நம் மாணவர்களுடைய வளர்ச்சிக்கும் அவர்களுடைய கல்வி நிலைக்கும் ஏற்ற விதத்திலே, அந்த விகிதத்திலே போதுமான மருத்துவக் கல்லூரிகள் நமது மாநிலத் திலே இல்லை. இன்றைக்கு ஒவ்வொரு மாவட்டத்திலும் மாவட்டத் தலைநகரங்களிலே மருத்துவமனைகள் இருக்கின்றன. இந்த மருத்துவமனைகளோடு சேர்த்து 50 இடங்கள் கொண்ட ஒரு மருத்துவக் கல்லூரியைத் துவக்குவது ஒன்றும் முடியாத காரியம் அல்ல. இன்றைக்கு மத்தியிலே சுகாதாரத் துறை அமைச்சராக இருக்கின்றவர் நமது தமிழ்நாட்டைச் சேர்ந்தவர் என்கின்ற காரணத்தினாலே, இப்படியான ஒரு திட்டம் வந்தால் அவரும் உங்களுக்கு ஒத்துழைப்பார். எனவே, மாவட்டந்தோறும் மருத்துவக் கல்லூரிகளை

(இந்த இடத்திலே அமைச்சர் மாண்புமிகு ஆற்காடு வீராசாமி அவர்கள் குறுக்கிட்டு ஒரு விளக்கத்தை அளித்தார். 1996 – 2001 ஆண்டுக் காலத்தில் மாவட்டத் தலைநகரங்களில் மருத்துவக் கல்லூரி தொடங்க வேண்டும் என்ற கொள்கை முடிவை திமுக அரசு அறிவித்தது. அதன்படி வேலூர், கன்னியாகுமரி, தூத்துக்குடி ஆகிய இடங்களில் மருத்துவக் கல்லூரிகள் துவக்கப் பட்டன. இப்போது விழுப்புரத்தில் அரசு மருத்துவக் கல்லூரி அமைக்கப்படும். அதற்கு முதல்வர் ஒப்புதல் அளித்துள்ளார் என்று அமைச்சர் குறிப்பிட்டார்.)

திரு. டி. ரவிக்குமார் : உடனடியாகவே அதை ஏற்றுக்கொள்ளும் விதமாக அறிவிப்புச் செய்த மாண்புமிகு அமைச்சர் அவர் களுக்கு நன்றி. அடுத்து, தந்தை பெரியார் அவர்களுடைய நெஞ்சிலே தைத்த முள்ளைக் களையும்விதமாக, அனைத்துச் சாதியினரும் அர்ச்சகராகலாம் என்கின்ற ஒரு புரட்சிகரமான சட்டத்தை இன்றைக்கு இந்த அரசு நிறைவேற்றியிருக்கின்றது. அதை மனப்பூர்வமாக வரவேற்கின்ற அதே நேரத்திலே, அந்தச் சட்டத்தை இந்து அறநிலையத் துறைக்கு உட்படாத அனைத்து இந்துக் கோயில்களுக்கும் விரிவுபடுத்தி, அனைத்துச் சாதியின ரும் அர்ச்சகராகலாம், அனைத்து இந்துக் கோயில்களிலும் அர்ச்சகராகலாம் என்று அதனை அறிவிக்க வேண்டுமாய்க் கேட்டுக் கொள்கின்றேன்.

அனைத்து மதங்களிலும் உள்ள ஆதி திராவிடர்களுக்கு, ஆதி திராவிடர்களுக்கு வழங்கப்படும் சலுகைகள் விரிவுபடுத்தப் படும் என்று ஒரு சிறப்பான அறிவிப்பை ஆளுநர் உரையிலே வெளியிட்டிருக்கின்றீர்கள். அது மிகவும் வரவேற்கப்பட வேண் டிய ஒரு அறிவிப்பு. புரட்சியாளர் அம்பேத்கர் அவர்கள் இந்து மதத்தைவிட்டு விலகி, பௌத்தத்தை ஏற்று இந்த ஆண்டு 50 ஆண்டுகளை எட்டுகிறது. அந்த மத மாற்றத்தின் பொன் விழா ஆண்டு இது. இந்த ஆண்டிலே இந்த அனைத்து மதங் களிலும் உள்ள ஆதி திராவிடர்களுக்கான சலுகைகள் விரிவு படுத்தப்படும் என்கின்ற அந்த அறிவிப்பை, நீங்கள் குறிப்பான சட்டமாகத் தலித் கிறிஸ்துவர்களுக்கும் இட ஒதுக்கீடு, இஸ்லாத் தைத் தழுவிய தாழ்த்தப்பட்ட மக்களுக்கும் இட ஒதுக்கீட்டு உரிமை என்று குறிப்பான சட்டங்களாக, அதிலும் குறிப்பாக, அந்த மதமாற்றப் பொன்விழாவில், அக்டோபர் மாதத்திற் குள்ளாக அறிவித்து, அதைப் பெருமைப்படுத்த வேண்டுமாய் உங்களைக் கேட்டுக் கொள்கின்றேன்.

தமிழுக்குச் செம்மொழி அந்தஸ்தை வாங்கித் தந்த செயலை உலகத் தமிழர்கள் எல்லோருமே பாராட்டாமல் இருக்க முடியாது. ஆனால், அந்தச் செம்மொழி என்கின்ற அந்தப் பெருமை, தமிழை நாம் இன்னும் ஆற்றல்கொண்ட மொழி யாக, அறிவியல் மொழியாக வளர்த்தெடுப்பதிலேதான் தங்கி யிருக்கின்றது. இன்றும்கூட ஆயிரக்கணக்கான கல்வெட்டுகள், அவையெல்லாம் படியெடுக்கப்பட்டாலும்கூட, தொகுத்து ஆவணப்படுத்தப்படாமல் கிடக்கின்றன. இன்னும் படியெடுக்கப் படாத கல்வெட்டுகள் நம்முடைய கோயில்களிலே, சிற்றூர் களிலே நிறைந்து கிடக்கின்றன. உலகத்திலேயே ஒரு வரலாற்றை உருவாக்குவதற்கு ஆதாரங்களாக இருக்கின்ற கல்வெட்டுகள் நிறைந்த பகுதிகளிலே, மிகக் குறைந்த பகுதிகளிலே ஒன்றாகத் தமிழகம் விளங்கிக்கொண்டிருக்கின்றது. அப்படி நம்முடைய தொன்மையான நாகரிகத்தின் வரலாற்றை நாம் தோண்டி யெடுக்க வேண்டும் என்று சொன்னால், அதற்கான ஆவணங் களாக, ஆதாரங்களாக இருக்கின்ற அந்தக் கல்வெட்டுகளை யெல்லாம் நாம் படியெடுத்து, தொகுத்து, படியெடுக்கப்பட்ட அந்தக் கல்வெட்டுகளையும் நாம் ஆவணங்களாக மாற்ற வேண்டும். அப்படியெல்லாம் செய்தால்தான் இந்தச் செம் மொழிச் சிறப்பு என்பது பாதுகாக்கப்படும்.

அதுமட்டுமல்லாமல், தமிழகத்தினுடைய வரலாற்றைச் சார்ந்த பல்வேறு ஆவணங்கள் இன்றைக்கு லண்டனில் உள்ள ஆவணக் காப்பகங்களிலே பாதுகாக்கப்பட்டிருக்கின்றன. இன் றைக்குத் தமிழகத்தின் வரலாற்றைப் பற்றி எழுதக்கூடியவர்கள், லண்டனுக்குச் சென்று அந்த ஆவணங்களைப் பார்ப்பது

என்பது எல்லோருக்கும் சாத்தியமாகக்கூடிய காரியம் அல்ல. அப்படித் தமிழகம் தொடர்பாக லண்டன் ஆவணக் காப்பகத்திலே என்னென்ன ஆவணங்கள் எல்லாம் பாதுகாக்கப்பட்டிருக்கின்றதோ, அவற்றின் படி ஒன்றை நாம் கேட்டுப்பெற்று, அவற்றை நம்முடைய தமிழ்நாட்டு ஆவணக் காப்பகத்திலே வைத்தால், தமிழகம் பற்றிய ஆய்வுகளை மேற்கொள்கிறவர்களுக்கு அது உதவியாக இருக்கும். இந்தக் கோரிக்கையையும் நீங்கள் பரிசீலிக்க வேண்டுமென்று நான் கேட்டுக்கொள்கிறேன்.

தாழ்த்தப்பட்ட மக்களுடைய மேம்பாட்டிற்காக ஒதுக்கப்படுகிற நிதி போதுமானதாக இல்லை என்கின்ற காரணத்தினாலும், இன்னும் அவர்களது வாழ்க்கை மேம்பாடு அடைய வேண்டும் என்ற நோக்கோடும், 20 ஆண்டுகளுக்கு முன்பே மைய அரசு சிறப்புக் கூறுகள் திட்டம் (Special Component Plan) என்று ஒன்றைக் கொண்டுவந்தார்கள்.

அதன்படி, ஒவ்வொரு மாநில அரசும் தங்களுடைய நிதிநிலை அறிக்கையிலே ஒதுக்குகின்ற நிதியிலே, அந்தந்த மாநிலத்திலே இருக்கின்ற, தாழ்த்தப்பட்ட, பழங்குடியின மக்களுடைய மக்கள் தொகை விழுக்காட்டிற்கு இணையாக நிதியை ஒதுக்க வேண்டுமென்று சட்டமே இயற்றப்பட்டது. அந்தச் சட்டமும் வழிகாட்டுதலும் மத்திய அரசால் மறைந்த பிரதமர் அன்னை இந்திரா காந்தி அவர்களால் அறிமுகப்படுத்தப்பட்டு இருபது ஆண்டுகளுக்குமேல் ஆனாலும் கூட, இன்னமும் தமிழ்நாட்டைப் பொறுத்தளவிலே, அது முழுமையாக நடைமுறைக்கு வராத ஒன்றாகவே இருக்கிறது. அதனால் எதிர்வரும் நிதிநிலை அறிக்கையைத் தயாரிக்கும்போது, அதைச் சிறப்புக் கூறுகள் திட்டத்தோடு சேர்ந்த நிதிநிலை அறிக்கையாக, மத்திய அரசின் வழிகாட்டுதலை ஏற்றுக்கொண்ட நிதிநிலை அறிக்கையாகத் தயாரிக்க வேண்டுமென்று நான் உங்களைக் கேட்டுக்கொள்கிறேன்.

இன்றைக்கு வேலை நியமனத் தடைச் சட்டம் நீக்கப்பட்டு, பல்வேறு பணியிடங்களையெல்லாம் நீங்கள் நிரப்புவதாக அறிவித்து இருக்கிறீர்கள். உங்களுடைய கடந்த ஆட்சிக் காலத்திலே, அமைச்சராக இருந்த மாண்புமிகு சமய நல்லூர் செல்வராஜ் அவர்களுடைய தலைமையிலே, ஒரு உயர்நிலைக் குழு அமைக்கப்பட்டு, அதனுடைய அறிக்கை அந்த அரசிடம் அப்போது சமர்ப்பிக்கப்பட்டது. 1996ஆம் ஆண்டிலே. அந்த அறிக்கையின் அடிப்படையிலே, உங்களுடைய முந்தைய ஆட்சிக் காலத்தின் இறுதிப் பகுதியிலே, நீங்கள் ஒரு வெள்ளை அறிக்கையை சமர்ப்பித்தீர்கள் இதே அவையிலே. அந்த வெள்ளை அறிக்கையில் பின்னடைவுப் பணியிடங்களாக எவ்வளவு பணி

யிடங்கள் தாழ்த்தப்பட்ட மக்களுக்கு இருக்கின்றன என்பதை நீங்கள் அதிலே குறிப்பிட்டு இருந்தீர்கள். அந்தப் பின்னடைவுப் பணியிடங்கள் தவிர, அதற்குப் பின்னால் சேர்ந்த பின்னடைவுப் பணியிடங்களும் இன்றைக்குச் சேர்ந்துவிட்டன. இடையிலே வேலை நியமனத் தடையாணை இருந்த காரணத்தினாலே, அவை இன்னமும் பின்னடைவுப் பணியிடங்களாகவே தொடர்ந்துகொண்டு இருக்கின்றன. சமயநல்லூர் செல்வராஜ் தலைமையிலான உயர்நிலைக் குழுவின் அறிக்கை இன்றளவும் பொருத்தமுடையதாக இருக்கின்றது. நீங்களே நியமித்த குழு. உங்கள் அரசுக்குச் சமர்ப்பிக்கப்பட்ட அந்த அறிக்கை. அதனை இப்போது நீங்கள் பரிசீலித்து மீண்டும் அந்தப் பின்னடைவுப் பணியிடங்கள், தாழ்த்தப்பட்ட பழங்குடியின மக்களுக்கு எவ்வளவு இருக்கிறது என்று கணக்கிட்டு, அவற்றை நிரப்புவதற்கு நீங்கள் முயற்சிக்க வேண்டுமென்று அன்போடு கேட்டுக்கொள்கின்றேன்.

நிலமற்ற விவசாயிகளுக்கு இரண்டு ஏக்கர் நிலம் வழங்குவது பற்றி இன்றைக்குக்கூட விவாதம் நடந்தது. அந்த நிலம் எங்கே இருக்கிறது? எப்படி வழங்கப் போகிறீர்கள் என்கின்ற பிரச்சினையெல்லாம் ஒருபுறம் இருக்க, தாழ்த்தப்பட்ட மக்களுக்கு, பிரிட்டிஷ் ஆட்சிக் காலத்திலே வழங்கப்பட்ட நிலம், பஞ்சமி நிலம் என்று அழைக்கப்பட்டு, அவர்கள் பெயரிலே இன்றளவும் ஆவணங்களிலே தொடர்ந்துகொண்டு இருக்கிறது. ஆனால், அந்த நிலங்களெல்லாம் பிறரால் அபகரிக்கப்பட்டிருக்கின்றன. இந்தப் பஞ்சமி நிலங்களைக் கண்டறிந்து, அவர்களுக்கு உரிமையான அந்தப் பஞ்சமி நிலங்களை, இலட்சக்கணக்கான ஏக்கர் பஞ்சமி நிலங்களை மீட்டெடுத்து, முதலிலே அந்த மக்களுக்கு ஒப்படைப்பதற்கு நீங்கள் முயற்சித்தாலே எங்களுக்குப் பேருதவியாக இருக்கும். இரண்டு ஏக்கர் நிலம் நீங்கள் கொடுக்கிறீர்களோ இல்லையோ, எங்களுக்கு ஏற்கனவே உரிமையாக இருக்கின்ற அந்த நிலத்தையாவது நீங்கள் மீட்டுத் தரவேண்டுமென்று உங்களை நான் வேண்டிக் கேட்டுக்கொள்கிறேன்.

டெஸ்மா சட்டத்தை ரத்து செய்வதாகச் செய்யப்பட்டு இருக்கின்ற அறிவிப்பு, அரசு ஊழியர்கள் மட்டுமல்ல, மனித உரிமைகளின்பால் அக்கறை கொண்ட எல்லோராலும் வரவேற்கப்பட வேண்டிய அறிவிப்பு அது. டெஸ்மா சட்டம் மட்டும் அல்ல. *(இந்தச் சமயத்தில் "என்மீதுகூட டெஸ்மா உள்ளது" என்று உட்கார்ந்தபடியே நகைச்சுவையாகக் கூறினார் முதல்வர்.)* டெஸ்மா சட்டம் மட்டும் அல்ல, அதேபோல் கருப்புச் சட்டம் என்று சொல்லப்படுகின்ற பல்வேறு சட்டங்கள் நம் அரசின் கையிலே இருக்கின்றன. உதாரணத்திற்குச் சொல்ல வேண்டுமென்றால், குண்டர் சட்டம். அப்படியே

அந்தச் சட்டங்களையும்கூட நீங்கள் ரத்து செய்து, இந்தியாவிற்கு மட்டுமல்ல, உலகத்திற்கே முன் உதாரணமாக விளங்க வேண்டு மென்று நான் உங்களைக் கேட்டுக்கொள்கின்றேன்.

பெண்களுக்குப் பொழுதுபோக்கவும் பொது அறிவு தர வேண்டுமென்றும் நீங்கள் காட்டுகின்ற அக்கறை. அதற்காக வண்ணத் தொலைக்காட்சி தருவேன் என்கின்ற அறிவிப்பு. இது வரவேற்க வேண்டியதா இல்லையா என்கின்ற வாதப் பிரதிவாதங்கள் ஒருபுறம் இருந்தாலும், இளைய சமுதாயத்தின ருக்குப் பொது அறிவு வரவேண்டுமென்று சொன்னால், இன்றைக் குத் தகவல் தொழில்நுட்பம் வளர்ந்து இருக்கின்ற நிலையிலே, கணினி வழங்குவதால்தான் அவர்களுக்கு அந்தப் பொது அறிவு வளர்வதற்கு நாம் உதவ முடியும் என்பதிலே யாருக்கும் கருத்துவேறுபாடு இருக்க முடியாது.

எனவே இந்த அரசு குறைந்தபட்சம் ப்ளஸ் 2 முடித்த மாணவர்களுக்கு வழங்க முடியவில்லையென்றாலும் கல்லூரி அளவிலே, குறிப்பாகக் கம்ப்யூட்டர் பாடப் பிரிவை எடுத்துப் படிக்கின்ற மாணவ மாணவிகளுக்காவது இலவசமாகக் கம்ப்யூட்டர்களை வழங்குவதற்கு நீங்கள் நடவடிக்கை எடுக்க வேண்டுமென்று நான் கேட்டுக்கொள்கிறேன்.

இன்றைக்கு நமது மாநிலத்தை, நமது உதவியை, நம்முடைய ஆதரவைத் தேடி அகதிகளாக வருகின்ற ஈழத் தமிழ் மக்கள் சிறப்பு முகாம்கள் என்கின்ற பெயரிலே அமைந்திருக்கின்ற திறந்தவெளிச் சிறைச் சாலைகளிலே தங்கவைக்கப்படுகின்றார் கள். அந்த முகாம்களுடைய நடைமுறைகள் – நம் இந்திய அரசானது சர்வதேச அளவிலே இருக்கின்ற குறிப்பாக ஐ.நா. சபையினால் நிறைவேற்றப்பட்டிருக்கின்ற அகதிகளைப் பற்றிய ஒப்பந்தத்திலே கையெழுத்திடாத காரணத்தினாலே, பிற நாடு களிலே அகதிகள் நடத்தப்படுகின்ற விதத்தைப் பின்பற்றாமல் தன்னுடைய பொறுப்பைத் தட்டிக்கழித்துக் கொண்டிருக்கின்றது. அதனால், இங்கே நடத்தப்படுகின்ற சிறப்பு முகாம்கள் மிகமிக மனிதாபிமானமற்ற முறையிலே அதனுடைய நடைமுறைகள் இருக்கின்றன. அவற்றைச் சீர்திருத்தி அதிலும் குறிப்பாக அப்படி வருகின்ற அகதி மக்களுக்கு வழங்கப்படுகின்ற உதவித் தொகை மிகமிகக் குறைவாக இருக்கின்றது. ஏறத்தாழ, 10 ஆண்டுகளுக்கு முன்பு நிர்ணயிக்கப்பட்ட அந்தத் தொகையை நீங்கள் மறு பரிசீலனைசெய்து அவர்களுக்கு அதை உயர்த்தித் தர வேண்டும். அப்படி வருகின்ற, நம்முடைய ஆதரவைத் தேடி வருகின்ற அந்த அகதிகளை நாம் மேலும் மனிதாபிமானத்தோடு அணுகி அவர்களை நடத்திட வேண்டும். அவர்களுடைய சுயமரியாதைக் குக் குந்தகம் வராமல் நாம் அவர்களை நடத்த வேண்டு மென்று நான் கேட்டுக்கொள்கின்றேன்.

மகளிர் சுய உதவிக் குழுக்கள் போலவே, ஆடவர்களுக்கும் சுய உதவிக் குழுக்கள் அமைக்கப்படும் என்றும் அந்த சுய உதவிக் குழுக்களால் தயாரிக்கப்படுகின்ற பொருள்களை வணிகப்படுத்துவதற்குப் பூமாலைத் திட்டம் மீண்டும் துவக்கப்படும் என்றும் இந்த அறிக்கையிலே குறிப்பிடப்பட்டிருக்கின்றது. அத்துடன்கூட அந்த மகளிர் சுய உதவிக் குழுக்கள் மூலமாகக் கிராமப்புறப் பொருளாதார மேலாண்மையை நாம் அவர்கள் கையிலே ஒப்படைப்பதற்கு முன்வர வேண்டும். குறிப்பாக, கிராமப்புறங்களிலே மேற்கொள்ளப்படுகின்ற அரசு சார்ந்த கட்டமைப்புப் பணிகளுக்கான ஒப்பந்தங்களை அதற்குத் தகுதியான மகளிர் சுய உதவிக் குழுக்கள் அந்தப் பகுதியிலே இருந்தால் அவர்களிடத்திலே அந்த கான்ட்டிராக்ட் பணிகளை நாம் கொடுத்துச் சாலை போடுகின்ற பணி அல்லது அரசுக் கட்டடங்களைக் கட்டுகின்ற பணி போன்ற பணிகளிலும் அந்த மகளிர் சுய உதவிக் குழுக்களை நாம் ஈடுபடுத்த வேண்டும்.

கச்சத் தீவுப் பகுதியிலே தமிழக மீனவர்களுக்கு இழைக்கப்படுகின்ற துயரத்தை உணர்ந்து இந்த அரசு அவர்களுடைய உரிமைகளைக் காப்போம் என்று கூறியிருக்கிறது. கச்சத் தீவு மீனவர்களுடைய உரிமைகளை மீட்பது மட்டுமல்லாமல் கச்சத் தீவு ஒப்பந்தத்தை ரத்து செய்து நாம் கச்சத் தீவையே மீட்க வேண்டுமென்ற கோரிக்கை பல காலமாக எழுப்பப்பட்டு இருக்கின்றது. அதை நீங்கள் பரிசீலிக்க வேண்டும். இவற்றோடு என்னுடைய தொகுதியைச் சார்ந்த சில கோரிக்கைகளை மட்டும் எழுப்பி நான் என்னுடைய உரையை முடித்துக் கொள்ள விரும்புகிறேன்.

சோழர் காலத்திலே வெட்டப்பட்ட மிகப்பெரிய வீராணம் ஏரியைக் கொண்ட தொகுதி என்னுடையது. அந்தப் பகுதியைச் சொந்த ஊராகக்கொண்ட மாண்புமிகு பிற்படுத்தப்பட்ட நலத்துறை அமைச்சர் அவர்களும் எதிரிலே அமர்ந்திருக்கிறார். அந்த வீராணம் ஏரியைத் தூர் வாரி ஆழப்படுத்த வேண்டுமென்றும் அதனுடைய கரையை உயர்த்த வேண்டுமென்றும் அந்தப் பகுதி மக்கள், குறிப்பாக விவசாயிகள் கூறி வருகின்றார்கள். இன்றைய நிலையிலே புதிய வீராணம் திட்டம் காரணமாக அங்கிருந்து நீர் கொண்டு வரப்பட்டுச் சென்னை மக்களுடைய தாகம் தீர்க்கப்படுகின்றது. சென்னை மக்களுடைய தண்ணீர்ப் பிரச்சினையைத் தீர்ப்பதற்கு எம்முடைய தொகுதி உதவி செய்கின்றது என்கின்ற பெருமையை நாங்கள் கொள்கின்றோம்.

அதே சமயத்திலே சென்னை மக்களுடைய குடிநீர்த் தாகத்தைத் தீர்த்து உதவிசெய்கின்ற அந்தப் பகுதி மக்களுக்கு, அதற்கு ஈடாகச் சென்னை மாநகர் எதைத் தரப் போகிறது என்ற கேள்வி இருக்கிறது. அப்படி எடுக்கப்படுகின்ற தண்ணீருக்கு ராயல்டி வழங்கி அதனால் பாதிக்கப்படுகின்ற, ஏனென்று சொன்னால் தொடர்ந்து தண்ணீரை எடுத்தால் அந்தப் பகுதி விவசாயிகள் பாதிக்கப்படுவார்கள். நிச்சயமாக அது ஒரு பிரச்சினையாக உருவெடுக்கப்போகிறது. அந்தப் பிரச்சினை வராமல், அந்தப் பகுதியை மேம்படுத்த வேண்டுமென்று சொன்னால், அங்கேயிருந்து எடுக்கப்படுகின்ற தண்ணீருக்கு நாம் அந்த மக்களுக்கு ராயல்டி வழங்க வேண்டும். அந்த ராயல்டியைக் கொண்டு அந்தப் பகுதி மேம்பாட்டிற்கு உதவிசெய்ய வேண்டும். இதற்கு ஏற்கெனவே, மினரல் வாட்டர் கம்பெனிகளுக்கு அவர்கள் எடுக்கின்ற தண்ணீருக்கு ஒரு தொகை நிர்ணயிக்கப்பட்டு அரசு அவர்களிடமிருந்து வசூலித்து வருகின்றது. அதையே முன்னுதாரணமாகக் கொண்டு அந்த ராயல்டியை நிர்ணயிக்க வேண்டுமென்று நான் கேட்டுக் கொள்கிறேன்.

கண்ணகிக்குச் சிலை வைப்பதை எல்லோரும் பாராட்டினார்கள், கற்பின் இலக்கணமாகக் கண்ணகி மட்டும் இல்லை, நீங்கள் பூம்புகாரிலே கலைக்கூடம் அமைத்தபோது அங்குக் கண்ணகியின் சிலைக்கு அருகிலேயே மாதவியின் சிலையையும் வைத்திருந்தீர்கள். கண்ணகியை மட்டும் இன்றைக்குக் கற்பின் சின்னமாகப் போற்றும்போது, மாதவி ஏதோ அதில் ஒரு மாற்றுக் குறைந்தவர்போல ஆகிவிடுகிறது. கண்ணகி சிலை எழுப்பும்போது நீங்கள் மாதவிக்கும் அருகிலேயே சிலை அமைத்து, இந்த ஐயத்தைப் போக்க வேண்டுமென்று கேட்டுக்கொள்கின்றேன்.

தாழ்த்தப்பட்ட மக்களுக்குக் கட்டப்படுகின்ற தொகுப்பு வீடுகள் பழைய முறையிலேயே கட்டப் படுகின்றன. அவை மனிதர்கள் வசிக்க முடியாத அளவுக்கு இருக்கின்றன என்பது நம்முடைய சபை உறுப்பினர்கள் எல்லோருக்குமே தெரியும். இன்றைக்கு சுனாமி பேரழிவுக்குப் பின்னாலே மீனவ மக்களுக்குக் கட்டப்பட்டிருக்கின்ற வீடுகள் நல்ல நிலையிலே கட்டித் தரப்பட்டிருக்கின்றன, அத்தகைய வீடுகளுக்கு என்ன Unit Cost நிர்ணயிக்கப்பட்டதோ அந்த Unit Costஐ நிர்ணயித்து இனித் தாழ்த்தப்பட்ட மக்களுக்கும் மீனவ மக்களுக்குக் கட்டித் தரப்பட்டிருக்கின்ற வீடுகளைப் போலவே தொகுப்பு வீடுகளைக் கட்டித் தர வேண்டுமாய்க் கேட்டுக்கொள்கிறேன்.

அயோத்திதாசர் அவர்களுக்கு – 100 ஆண்டுகளுக்கு முன்பே தமிழன் என்று பெயரிட்டு வார இதழை நடத்தி நமது தமிழ்ச் சமூகம் பெருமைப்படக் காரணமாக இருந்த அயோத்திதாசப் பண்டிதருக்கு – இன்றைய முதல்வர் அவர்கள் முன்முயற்சி எடுத்து அஞ்சல் தலையை வெளியிட்டார்கள். அந்தப் பெருமை யின் தொடர்ச்சியாக அயோத்திதாசருக்கு ஒரு சிலையை நிறுவ வேண்டும் என்றும் தமிழ்ப் பல்கலைக் கழகத்திலே அவரது பெயரிலே ஓர் இருக்கையை ஏற்படுத்தி, தமிழ்ப் பௌத்தம் பற்றிய ஆய்வுகள் நடத்துவதற்கு நீங்கள் வழிவகை கள் செய்ய வேண்டும் என்றும் அன்போடு கேட்டுக்கொண்டு, ஓர் எழுத்தாளன் என்கின்ற முறையிலே என்னுடைய கடைசி யான வேண்டுகோளை வைக்கின்றேன். எழுத்தாளராக இருக்கிற முதல்வர் அவர்கள் இதை இப்போதேகூட ஏற்று அறிவிக்கக் கூடும்.

இன்றைக்கு நூலகங்களிலே வாங்குகின்ற நூல் பிரதிகள் அதிகபட்சமாக 750 படிகள்தான் வாங்கப் படுகின்றன. எந்த நூலை வாங்கினாலும் அதிகபட்சமாக அவ்வளவுதான் வாங்கப் படுகின்றன. பல கோடித் தமிழர்கள் வாழ்கின்ற இந்த நாட்டிலே ஒரு நூல் அதிகபட்சமாக 1,100 படிகள்தான் அச்சிடப்படு கின்றது என்பது தமிழர்கள் பெருமைப்படக்கூடிய ஒரு விஷயம் அல்ல. எனவே இந்தக் களங்கத்தை நீக்கும் விதமாக நீங்கள் நூலகங்களில் நூல் வாங்கும்போது அது எந்த நூலை அவர்கள் தேர்வு செய்தாலும் குறைந்தபட்சம் 1,500 படிகளாவது வாங்க வேண்டுமென்று உத்தரவிட்டுத் தமிழ் எழுத்துலகிற்கு மட்டு மல்ல, தமிழ் மொழிக்கும் நீங்கள் வாழ்வு அளிக்க வேண்டு மென்று வேண்டி, இந்த வாய்ப்புக்கு நன்றிகூறி அமர்கிறேன். வணக்கம். *(மேசையைத் தட்டும் ஒலி.)*

(காட்டுமன்னார் கோயில் சட்டமன்ற உறுப்பினர் ரவிக்குமார் 2006 ஆம் ஆண்டு மே 27 அன்று நிகழ்த்திய உரை சட்டமன்றப் பதி வேட்டில் உள்ளவாறு இங்குத் தரப்படுகிறது. கட்சி பேதங்களுக்கு அப்பாற்பட்டுச் சட்டமன்ற உறுப்பினர்களால் பாராட்டப்பட்ட இந்த உரையில் எழுப்பப்பட்ட ஒரு கோரிக்கை உடனடியாக ஏற்றுக்கொள்ளப் பட்டது குறிப்பிடத்தக்கது. நூலகங்களுக்கு வாங்கப்படும் புத்தகங் களின் எண்ணிக்கை குறித்த ரவிக்குமாரின் கோரிக்கையை முதல்வர் மு. கருணாநிதி ஏற்றுக்கொண்டார். தற்போது 700 ஆக உள்ள இந்த எண்ணிக்கையை 1000 படிகளாக உயர்த்துவதாக ஆளுநர் உரைக்கு நன்றி தெரிவிக்கும் விவாதத்திற்கான தனது பதிலுரையில் முதல்வர் அறிவித்தார்.)

இதழ் 79, ஜூலை 2006

கூட்டு மௌனங்கள் கலையட்டும்

கண்ணன்

நண்பர் ரவிக்குமாருக்கு வாழ்த்தும் வரவேற்பும் அளிப்பதற்காக, நாகர்கோவில் நண்பர்கள் சார்பாக, ‘நெய்தல்’ ஒழுங்கு செய்திருக்கும் இன்றைய நிகழ்ச்சியில், நான் பேசுவதில் ஒரு முரண்பாடு உள்ளது.

ரவிக்குமாரின் தேர்தல் அரசியல் பிரவேசத்திற்கு நான் எதிர்ப்புத் தெரிவித்திருந்தேன். அரசியல் அவரோடு இரண்டறக் கலந்திருப்பது எனக்கும் உவப்பானதுதான். ஆனால், அவரது தேர்தல் பிரவேசத்தால் அவரது கருத்துச் சுதந்திரம் பாழ்பட்டுவிடும் என்னும் பயமும் *காலச் சுவடு* ஆசிரியர் குழுவிலிருந்து அவர் விலக நேரிடுமே என்ற கவலையும் அந்த எதிர்ப்பிற்குப் பின்னிருந்தன.* தமிழகச் சமூக யதார்த்தங்கள் தொடர்பான பல கூட்டு மௌனங்களைத் தன் கருத்துகளால் தொடர்ந்து கலைத்து வருபவர் அவர். இனிச் சட்டமன்ற உறுப்பினராகப் பல அரசியல் யதார்த்தங்களைக் கணக்கில் கொண்டு அவர் செயல்பட வேண்டியிருக்கும். இதைத் தமிழ்க் கருத்துலகிற்கு ஓர் இழப்பாகத்தான் இப்போதும் கருது கிறேன்.

இருப்பினும் ஒரு மாற்றத்தை அதனால் ஏற்படும் இழப்புகளின் அடிப்படையிலேயே அளக்க முடியாது. அதனால் ஏற்படும் சாதகங்களையும் பார்க்க வேண்டி யிருக்கிறது. தேர்தல் முடிந்த இந்த இரு மாதக் காலத்தில்

---

* வங்கி ஊழியராக இருந்த ரவிக்குமாரின் புனைப்பெயர் ‘ஆதவன்’

ரவிக்குமாரின் செயல்பாடுகள் ஏற்படுத்தியிருக்கும் நல்ல தாக்கங்கள், முந்தைய தயக்கங்களையும் மீறி மகிழ்ச்சி அளித்திருக்கின்றன. தமிழகத்தின் இன்றைய சூழ்நிலையில் ஓர் அறிவுஜீவியால் அரசியலில் சாதகமான தாக்கத்தை ஏற்படுத்த முடியாது என்ற எனது வலுவான எண்ணத்தை மறுபரிசீலனை செய்ய வேண்டிய மகிழ்ச்சியான ஒரு நிலை இப்போது ஏற்பட்டுள்ளது. ரவிக்குமாருக்கு மட்டுமல்ல, அவரது கருத்துகளைக் கவனத்தில் கொண்டு எதிர்வினை ஆற்றிவரும் கலைஞருக்கும் இதற்காக நன்றி சொல்ல வேண்டும்.

குறிப்பாக ஈழத்திலிருந்து வரும் அகதிகள் பற்றி இன்று தமிழகத்தில் ஏற்பட்டுள்ள கவனத்திற்கான பெருமை ரவிக்குமாருக்கு உரியது. கடந்த தேர்தலின்போது யாருமே ஈழத் தமிழர் பிரச்சினை பற்றிப் பேசவில்லை. ரவிக்குமாரின் முதல் சட்டமன்ற உரை இந்தக் கூட்டு மௌனத்தைக் கலைத்திருக்கிறது. அகதிகளின் அவல நிலையைக் கவனப்படுத்திய அவரது செயல்பாடுகள், நமது மனிதாபிமானமற்ற அணுகுமுறையை வெளிப்படுத்தியிருக்கின்றன. ஈழத் தமிழருக்காக உயிரையும் கொடுக்கத் துடித்துக்கொண்டிருக்கும் நமது வீரத் தமிழர்கள் எவருமே கடந்த சுமார் 25 ஆண்டுகளில் ஓர் அகதி முகாமைக் கூடச் சென்று பார்த்ததில்லை என்பதையும் தெளிவுபடுத்தியிருக்கிறது.

அரசியல் பிரச்சினைகளோடு மனித உரிமை, மொழி, பண்பாடு போன்ற பலதரப்பட்ட தளங்களிலும் தொடர்ந்து ஊக்கத்துடன் செயல்பட வேண்டும் என்று எனது மிக நெருங்கிய நண்பர்களில் ஒருவரான ரவிக்குமாரிடம் அன்பு பாராட்டிக் கேட்டுக்கொள்கிறேன்.

தேர்தல் முடிவுகள் வெளிவந்த அன்று ரவிக்குமார் வெற்றி பெற்ற செய்தியை சன் டி.வி. இறுதிவரை இருட்டடிப்புச் செய்தது. ரவிக்குமாருக்கு எதிராகப் போட்டியிட்ட வள்ளல் பெருமானின் ஆதரவாளர் ஒருவர், வள்ளல் அவர்கள் தோற்றுவிட்டதில் ஏற்பட்ட துக்கத்தை என்னோடு பகிர்ந்துகொண்ட போதுதான் ரவிக்குமார் வெற்றி பெற்ற, மகிழ்ச்சிகரமான அந்தச் செய்தி எனக்குக் கிடைத்தது. இருப்பினும் தோல்வியின் ஆற்றாமையால் இருந்த நண்பரின் துக்கத்தை நானும் பகிர்ந்து கொண்டேன். நண்பர்களுக்குத் துக்கம் தரும் விஷயம் சில சமயங்களில் நமக்கு மகிழ்ச்சி தருவதாக அமைந்துவிடுகிறது.

சிபிஎம் வேட்பாளராக நின்ற நண்பர் சு. வெங்கடேசும் திமுக வேட்பாளராக நின்ற தோழி சல்மாவும் தோல்வி

அடைந்துவிட்ட வருத்தமான செய்திகளுடன் ரவிக்குமார் வென்ற செய்தியும் கிடைத்ததில் மனம் மகிழ்ச்சி, வருத்தம் என்ற இருநிலைகளுக்கிடையிலும் அன்று ஊடாடிக்கொண் டிருந்தது.

பல எழுத்தாள நண்பர்களும் தொலைபேசியில் அழைத்து இவ்விரு நிலை உணர்வுகளையும் பகிர்ந்து கொண்டார்கள். தற்போது மௌனி வேஷம் பூண்டிருக்கும் எழுத்தாள முனிவர் ஒருவர் அன்று எல்லோருக்கும் ஒரு குறுஞ்செய்தி (SMS) அனுப்பிக்கொண்டிருந்தார். நண்பரொருவர் அதை எனக்கு அனுப்பிவைத்தார்.

அந்தச் செய்தி இதுதான்:

> All writers defeated. Fate is hunting (*sic*) Tamil literature. They will come back to writing.

> எல்லா எழுத்தாளர்களும் தோல்வி அடைந்துவிட்டார் கள். விதி தமிழ் இலக்கியத்துடன் விளையாடுகிறது. அவர்கள் இப்போது மீண்டும் எழுத வந்துவிடுவார்களே.

சக எழுத்தாளர்களின் தோல்வியில் மகிழ்ச்சி காணும் இந்த அற்ப மனோபாவத்திற்குத் தக்க பதிலாக, ரவிக்குமாரின் வெற்றி அமைந்தது இரட்டிப்பு மகிழ்ச்சி தந்தது.

தமிழக எழுத்தாளர்களின் வெகு ஜனப் பண்பாட்டு நுழைவு என்பது பொதுவாக ஆபாசமானது. மெட்டுக்கும் துட்டுக்கும் தமது ஆன்மாவைக் கழற்றிவிட்டு ஆடும் ஆளுமை களையே நாம் இதுவரை அதிகமும் பார்த்துவருகிறோம்.

ரவிக்குமாரின் அரசியல் நுழைவு என்பதும் ஒரு வகையில் வெகுஜனப் பண்பாட்டிற்குள் அவர் ஆழமாக இறங்கியிருக்கும் விஷயம்தான். ஆனால் அவர் தனது ஆன்மாவின் துடிப்புகளைத் தமிழக மக்களின் துடிப்பாக மாற்றும் முயற்சியில் தனது எழுத்தாற்றலையும் பேச்சாற்றலையும் சிந்தனையையும் இப் போது ஈடுபடுத்தி வருகிறார்.

அவரது முயற்சிகள் வெற்றி பெற இங்கே வந்திருக்கும் நண்பர்களில் வாழ்த்துபவர்கள் வாழ்த்த வேண்டும், பிரார்த் தனை செய்பவர்கள் பிரார்த்திக்க வேண்டும். தமிழிலோ வடமொழியிலோ ஆங்கிலத்திலோ லத்தீனிலோ அரபியிலோ இறைவனை வேண்டலாம். நேர்ச்சை எடுப்பவர்கள் நேர்ச்சை எடுக்கலாம். தேங்காய் உடைக்கலாம். ஆடு, கோழி பலியிட

லாம். முடி இறக்கலாம். இப்போது 'டை' அடித்துக் கொண்டு வந்திருக்கும் ரவிமீது கண்பட்டுவிடாமல் இருக்கத் திருஷ்டி கூடக் கழிக்கலாம்.

அவர் நமது ஆசைகளை, எதிர்பார்ப்புகளை நிறைவேற்று வதில் வெற்றிபெற நாம் எல்லோரும் இயன்ற எல்லாவிதத் திலும் அவருடன் நின்று பணியாற்ற வேண்டும் என்று அன்புடன் கேட்டுக்கொள்கிறேன். நன்றி.

(சட்டமன்ற உறுப்பினராகத் தேர்ந்தெடுக்கப்பட்ட ரவிக்குமாருக்கு நாகர்கோவில் நெய்தல் அமைப்பு சார்பாக 14.07.2006 அன்று பாராட்டு விழா நடத்தப்பட்டது. சுகுமாரன், பொன்னீலன், கொடிக் கால் ஷேக் அப்துல்லா, அ. ராமசாமி, சின்னசாமி, கண்ணன் ஆகியோர் கலந்துகொண்டு பேசினர். கண்ணனின் உரை இங்குப் பிரசுரிக்கப் படுகிறது.)

இதழ் 81, செப்டம்பர் 2006

ரவிக்குமார்மீதான தாக்குதல்: வாக்குமூலம்

சாதி உணர்வின் சாட்சியங்கள்

கடந்த 01.01.2007 அன்று இரவு சுமார் 8 மணியளவில் கடலூரில் உள்ள எமது கட்சியின் துணை அமைப்பான முற்போக்கு மாணவர் பேரவையின் கடலூர் மாவட்டப் பொறுப்பாளர் ஞானம் என்கிற அறிவுடை நம்பி தொலைபேசியில் பேசும்போது சேடப்பாளையம் என்ற கிராமத்தைச் சேர்ந்த ஆதி திராவிட வகுப்பைச் சேர்ந்த இளைஞர் ஒருவர் வெட்டிக் கொலை செய்யப் பட்டுவிட்டதாகக் கூறினார். அவருக்கு அதற்கு மேல் விவரம் தெரியவில்லை. எனக்கு நன்கு அறிமுகமானவரும் சிதம்பரம் காவல் துறைச் சிறப்புப் பிரிவில் துணை ஆய்வாளராக உள்ளவருமான திரு. அம்பேத்கர் அவர்களைத் தொடர்புகொண்டு விவரம் கேட்டேன். சுமார் ஐந்து நிமிடங்களில் அந்தக் கொலை பற்றிய விவரங்களை அவர் எனக்குத் தெரிவித்தார். சேடப்பாளையத்தை ஒட்டியுள்ள சகஜாநந்தா நகர் காலனியைச் சேர்ந்த சிவா என்ற ஆதி திராவிட இளைஞருக்கும் சேடப்பாளையம் கிராமத்தைச் சேர்ந்த வன்னிய இளைஞர்கள் சிலருக்கும் தகராறு ஏற்பட்டதில் சிவா இறந்துவிட்டதாக அவர் கூறினார்.

உடனே நான் மாவட்ட ஆட்சித் தலைவர் திரு. ககன் தீப்சிங் பேடி அவர்களைத் தொடர்புகொண்டு விவரங்களைக் கூறினேன். எமது கட்சியின் பொதுச் செயலாளர் திரு. தொல். திருமாவளவன் அவர்களிடமும் தெரிவித்தேன்.

இதனிடையில் மேலும் சில விவரங்களை ஞானம் (எ) அறிவுடை நம்பி எனக்குக் கூறினார். சிவா சிப்காட் (SIPCOT) வளாகத்தில் ஏதோ ஒரு கம்பெனியில் தற்காலிகமாகச் சில காலம் பணிபுரிந்துள்ளார். 29.1.2007 அன்று அவருக்குத் திருமணம் நடக்கவிருந்தது. அதற்கான

அழைப்பிதழ்களை விநியோகித்துவந்தார். அவர் விடுதலைச் சிறுத்தைகள் கட்சியிலும் பணியாற்றி வந்தார். 31.12.2006 நள்ளிர வுக்கு மேல் புத்தாண்டுத் தினத்தைக் கொண்டாடிக்கொண்டு வன்னிய இளைஞர்கள் சிலர் கடலூர் விருத்தாசலம் நெடுஞ் சாலையில் சேடப்பாளையத்தில் மிட்டாய் வாங்கியுள்ளனர். அப்போது வயிற்றுவலியால் துடித்துக்கொண்டிருந்த ஒருவரைக் கடலூர் அரசு மருத்துவமனைக்குக் கொண்டு செல்வதற்காக சகஜாநந்தா நகர் காலனியைச் சேர்ந்த சிலர் ஆட்டோவில் சென்றுள்ளனர். அவர்களை மறித்து வன்னிய சமூகத்து இளைஞர் கள் "ஹேப்பி நியூ இயர்" என்று சொல்லும்படி கூறியுள்ளனர். அப்போது வாக்குவாதம் ஏற்பட்டு அது மோதலாக மாறியதில் சிவாவுக்குத் தலையில் வெட்டுக்காயம் ஏற்பட்டது. அவரைக் கடலூர் அரசு மருத்துவமனையிலிருந்து புதுச்சேரி அரசு மருத்துவமனைக்கு மேல்சிகிச்சைக்காக அனுப்பினார்கள். அங்கே அவர் இறந்துவிட்டார் என ஞானம் கூறினார். மறுநாள்தான் அவரது உடல் போஸ்ட்மார்ட்டம் செய்யப்படும் என்றும் சொன்னார்.

கடலூர் மாவட்டத்தில் தொண்ணூறுகளின் பிற்பகுதியில் ஏராளமான சாதிய மோதல்கள் நடந்தன. 1999இல் சிதம்பரம் பாராளுமன்றத் தொகுதியில் திரு. தொல். திருமாவளவன் அவர் கள் போட்டியிட்டபோது ஆதிதிராவிட மக்கள் வன்னியச் சமூகத்தினரால் தாக்கப்பட்டனர். ஆதி திராவிடர்களுக்குச் சொந்தமான ஆயிரத்துக்கும் மேற்பட்ட வீடுகள் எரிக்கப்பட்டன. சுமார் 2004 வரை தொடர்ந்த அந்தச் சூழல் திரு. தொல். திருமாவளவன் அவர்களும் பாமக நிறுவனர் மருத்துவர் திரு. ராமதாஸ் அவர்களும் தமிழ்ப் பாதுகாப்பு இயக்கத்தில் இணைந்து செயல்பட ஆரம்பித்த பிறகு மாறியது. மீண்டும் இரண்டு சமூகத்தினருக்கும் இடையே மோதல் வந்துவிடக் கூடாது என்ற நல்லெண்ணத்தில்தான் நான் காவல் துறை யினரையும் மாவட்ட ஆட்சியரையும் தொடர்பு கொண்டு பேசினேன்.

01.01.2007 அன்று இரவு சுமார் 11 மணி அளவில் சென்னைக் காவல்துறைத் தலைமை அலுவலகத்தில் பணிபுரியும் திரு. ஈஸ்வரமூர்த்தி, எஸ்.பி., அவர்களுக்கு இந்தக் கொலை பற்றி யும் மறுநாள் என்னைத் தொடர்புகொள்ளுமாறும் கேட்டு ஒரு குறுந்தகவலை (SMS) அனுப்பினேன். செய்தி கிடைத்ததும் அவர் என்னை உடனே தொடர்புகொண்டு பேசினார். அவரிடம் விவரங்களைக் கூறினேன். மாண்புமிகு முதல்வர் அலுவலகத் துக்கு இந்தத் தகவல்களைத் தெரிவித்துக் கொலையுண்டவரின் குடும்பத்துக்கு உடனே இழப்பீடு கிடைக்க உதவுமாறு கேட்டுக் கொண்டேன்.

கொலையாளிகள் அனைவரும் கைதுசெய்யப்பட்டு விட்ட தாகவும் வழக்கில் வன்கொடுமைத் தடுப்புச் சட்டத்தின் பிரிவு களும் முறைப்படி சேர்க்கப்பட்டிருப்பதாகவும் 2.1.2007 அன்று காலையில் எனக்குத் தகவல் கிடைத்தது. காலை சுமார் 9:30 மணியளவில் முதல்வர் அவர்கள் என்னைப் பேசச் சொன்ன தாகச் சென்னையில் அவரது இல்லத்திலிருந்து எனக்குக் கூறப் பட்டது. உடனே முதல்வர் அவர்களின் செயலாளர் திரு. சண்முகநாதன் அவர்களைத் தொடர்பு கொண்டேன். அவர் கூறியதன்பேரில் முதல்வர் அவர்களிடம் நேரடியாகப் பேசி னேன். கொலையாளிகள் யாவரும் கைது செய்யப்பட்டுவிட் டதையும் சரியாக வழக்குப் பதிவுசெய்யப்பட்டுள்ளதையும் கூறியதோடு, கொலையுண்டவரின் குடும்பத்துக்கு அளிக்க வேண்டிய இழப்பீட்டை உடனே அறிவித்தால் பாதிக்கப் பட்ட குடும்பத்தை ஆறுதல்படுத்தி, சவ அடக்கத்தைச் சுமுக மாக நடத்துவதற்கு உதவியாக இருக்குமென வேண்டினேன். உடனே உத்தரவிடுவதாக முதல்வர் அவர்களும் என்னிடம் உறுதியளித்தார். இந்த விவரங்களை மாவட்ட ஆட்சியருக்குக் கூறினேன். இரண்டு லட்சம் இழப்பீடு அறிவிக்கப்படுவதாக மாவட்ட ஆட்சியர் சுமார் 12:00 மணியளவில் என்னிடம் தெரிவித்தார்.

காலை 10:30 மணியளவில் நான் புதுச்சேரி அரசு மருத்துவ மனைக்குச் சென்றுவிட்டேன். போஸ்ட்மார்ட்டம் செய்து சுமார் 1:00 மணியளவில் சிவாவின் உடல் அவரது ஊர் முக்கியஸ்தர்களிடம் ஒப்படைக்கப்பட்டது. அங்கு வந்திருந்த டி.எஸ்.பி. சந்திரசேகரன் அவர்கள் இரண்டு காவலர்களை அங்கே இருக்கச் சொல்லிவிட்டு முன்னதாகச் சேடப்பாளை யம் கிராமத்துக்குச் செல்வதாகக் கூறிச் சென்றுவிட்டார்.

சிவாவின் உடல் எடுத்துச் செல்லப்பட்ட ஆம்புலன்ஸைப் பின்தொடர்ந்து நானும் புதுச்சேரியைச் சேர்ந்த எமது கட்சி நிர்வாகிகள் சிலரும் திண்டிவனத்திலிருக்கும் பழங்குடி இருளர் பாதுகாப்புச் சங்கத்தின் பணி ஒருங்கிணைப்பாளர் பேராசிரியர் கல்யாணியும் எனது நண்பர் திரு. வள்ளுவன் அவர்களும் எனது வாகனத்தில் சென்றோம்.

அன்னவல்லி கிராமத்திலிருந்தே சாலையில் ஆங்காங்கே ஆதி திராவிட மக்கள் அழுதபடி நின்றனர். சவ வண்டி எந்த இடத்திலும் நிறுத்தப்படவில்லை. நேரே சகஜாநந்தா நகருக்குக் கொண்டுசெல்லப்பட்டது. சாலையிலிருந்து தெரு வுக்குத் திரும்பும் இடத்தில் சவத்தை ஆம்புன்ஸின் மேல் பார்வைக்காக வைத்துத் தெருவுக்குள் எடுத்துச் சென்று சிவாவின் வீட்டில் வைக்கப்பட்டது. சேடப்பாளையம் பகுதியில் நூற்றுக் கும் மேற்பட்ட போலீசார் இருந்ததைப் பார்க்க முடிந்தது.

கடலூரிலிருந்து இழப்பீட்டுத் தொகைக்கான காசோலையை வருவாய்த் துறை அதிகாரிகள் கொண்டுவருவதாகக் கூறிய தால் சுமார் ஒரு மணிநேரம் அங்கே காத்திருந்தோம். கடலூர் வட்டாட்சியர் அவர்களும் மேலும் சில அதிகாரிகளும் வந்தனர். காசோலையை மாவட்ட ஆட்சித் தலைவர் நேரில் வழங்க விருப்பதாகவும் இன்னும் ஓரிரு மணிநேரத்தில் அவர் வழங்கி விடுவாரெனவும் அவர்கள் தெரிவித்தனர். இதனிடையே சவ அடக்கத்துக்கான ஏற்பாடுகள் செய்யப்பட்டன.

எமது கட்சியின் இணைப் பொதுச் செயலாளர் திரு. சிந்தனைச் செல்வன் அவர்கள் அங்கே கூடியிருந்த மக்களிடம் வருவாய்த் துறை அதிகாரிகள் கூறிய விவரங்களையும் இந்தச் சம்பவம் தொடர்பாக அரசு செய்துள்ளவற்றையும் விளக்கிக் கூறி அமைதியாகச் சவ அடக்கத்தைச் செய்ய வேண்டுமெனப் பேசினார். அவரைத் தொடர்ந்து நான் எடுத்த முயற்சிகளை யும் முதல்வர் அவர்களே இதில் அக்கறை செலுத்தி இழப்பீடு வழங்க ஆணையிட்டிருப்பதையும் எடுத்துச் சொன்னேன்.

சிவாவின் உடல் பாடையில் வைக்கப்பட்டு 5:00 மணி சுமாருக்குச் சவ ஊர்வலம் புறப்பட்டது. ஊர்வலம் புறப்பட்டுச் சாலைக்கு வந்தபோது அங்கிருந்த இரண்டு காவலர்களிடம் ஊர்வலத்தில் வருபவர்களைக் கண்காணித்து, கட்டுப்பாடு கலையாமல் பார்த்துக்கொள்ளுங்கள் என்று கூறினேன். அப் போது அங்கே கடலூர் புதுநகர் காவல் நிலைய உதவி ஆய்வாளர் திரு. பாபு அவர்கள் வந்தார். டி.எஸ்.பி. எங்கிருக்கிறார் என்று விசாரித்தேன். கடைத்தெருப் பக்கம் இருப்பதாகக் கூறினார்.

சவ ஊர்வலம் சாலையில் கிழக்கு நோக்கிச் சற்று தூரம் சென்று வலதுபுறமாக மண் பாதையில் திரும்பும் நேரத்தில் ‘கல்லால் அடிக்கிறாங்க, கல்லால் அடிக்கிறாங்க’ என்றபடி ஊர்வலத்திலிருந்து கூச்சல் எழுந்தது. கூட்டத்தினர் சிதறி ஓடினர். சிலர் அங்கிருந்த கடை ஒன்றின் கழிகளைப் பிடித்து இழுத்தனர். அவர்களை நாங்கள் விரட்டினோம். ஒரு கடையின் கூரையில் புகை வந்தது. அங்கே நெருப்புப் பரவாமல் கடலூர் நகர் மன்றத் துணைத் தலைவர் உள்ளிட்டோர் கூரையிலிருந்து வைக்கோலைப் பிடுங்கிப் போட்டனர்.

பாடை கீழே விழுந்துவிடுவதுபோல ஆடியது. பாடையைத் தூக்கி வந்தவர்களை ஒழுங்குபடுத்தி மண் பாதையில் சுமார் 100 மீட்டர் தூரம் செல்லும்போது, வலதுபுறமாக அங்குமிங்கு மாய்ச் சில குடிசைகளிலிருந்து புகையும் நெருப்பும் கிளம்பு வதைப் பார்த்தேன். பேண்ட் சட்டை அணிந்த சிலர் கையில் தடிகளோடு சவ ஊர்வலத்தில் வந்தவர்களை அடித்து விரட்டி னர். போலீஸாரும் தடிகளோடு விரட்டினர். அவர்கள் டெல்டா

போலீசார் என்று பிறகு தெரிந்தது. நான் இடதுபுறம் சிமெண்ட் களம் போன்று இருந்த இடத்தில் நின்றுவிட்டேன். திடீரென்று இப்படி அசம்பாவிதம் ஏற்பட்டது எனக்கு மிகுந்த மன உளைச் சலைத் தந்தது. அங்கே டி.எஸ்.பி. சந்திரசேகரன் அவர்களும் மேலும் சில போலீசாரும் இருந்தனர். அவர்கள் என்னைப் பாதுகாப்பாகச் சாலைக்கு அழைத்து வந்தனர். என்னுடன் ஞானம் (எ) அறிவுடை நம்பி, எமது கட்சியின் காட்டுமன்னார் கோயில் ஒன்றியச் செயலாளர் பன்னீர்செல்வம் ஆகியோர் இருந்தனர்.

எங்களை டி.எஸ்.பி. அங்கிருந்த போலீஸ் ஜீப்பில் ஏற்றி எனது வண்டி இருந்த இடத்தில் விட்டுவிட்டு வருமாறு கூறி னார். குள்ளஞ்சாவடி வழியாகச் சென்றுவிடுமாறு என்னிடம் டி.எஸ்.பி. கூறினார். பாதுகாப்புக்கு என்னோடு ஒரு காவலரை அனுப்ப முடியுமா என்று கேட்டேன். தேவையில்லை என்று டி.எஸ்.பி. கூறினார். எனது வாகனம் சகஜாநந்தா காலனி அருகில் சாலையில் நின்றிருந்தது. எனது ஓட்டுநர் திரு. ஆனந்த் என்பவரும் என்னுடன் வந்த திரு. வள்ளுவனும் வாகனத்தில் இருந்தனர். என்னையும் மற்றவர்களையும் இறக்கி விட்டுவிட்டு ஜீப் கடைகள் இருந்த பக்கம் திரும்பிச் சென்றுவிட்டது. பதற்ற மான அந்தச் சூழலில் நான் அந்த இடத்தை விட்டுச் செல்வது எனக்குச் சரியாகப் படவில்லை. காவல் துறையினர் கும்பலாக நின்றிருந்த இடத்துக்கே நான் திரும்பிச் சென்றேன். அங்கு சுமார் ஐம்பது காவலர்கள் நின்றிருந்தனர். சீருடை அணியாத காவலர்களும் இருந்தனர்.

என்னோடு ஞானம், பன்னீர்செல்வம், வள்ளுவன் மற்றும் எனது ஓட்டுநர் ஆகியோர் மட்டுமே இருந்தனர். அந்த இடத் தில் பொதுமக்கள் வேறு எவரும் இல்லை. அங்கிருந்த டி.எஸ்.பி. அவர்கள், நீங்கள் போகவில்லையா என்று கேட்டார். சற்று நேரம் உங்களோடு இருந்துவிட்டுப் போகிறேன் என்றேன். வாகனத்திருந்து இறங்கி அவர்களோடு நின்றேன். சப் – இன்ஸ்பெக்டர் திரு. பாபு என்னிடம் வந்து பேசினார்.

அப்போது காவல் துறை அதிகாரி ஒருவரும் அவரோடு சீருடை அணிந்த போலீஸ்காரர்கள் சிலரும் அங்கே வந்தனர். எனது வாகனத்தில் இருந்த மூன்று பேரையும் அந்த அதிகாரி பார்த்துவிட்டு, “இவனுங்களெல்லாம் அக்யூஸ்டுகள், இவனுங் களைப் பிடியுங்கள்” என்று கத்தினார். நான் “இவர்களெல் லாம் என்னோடு இருப்பவர்கள்; டி.எஸ்.பி.யோடுதான் நாங்கள் இருக்கிறோம்” என்று கூறினேன். சப் – இன்ஸ்பெக்டர் பாபு என்னைக் காட்டி, “இவர் எம்.எல்.ஏ. சார்” என்று கூறினார். அவர் அதைப் பொருட்படுத்தாமல் வாகனத்திற்குள் அமர்ந் திருந்தவர்களைப் பிடித்து இழுத்தார். எந்த முன்னறிவிப்பும்

இல்லாமல் அவர்களைக் காவலர்கள் சூழ்ந்துகொண்டு தாக்கினர். நான் அந்த அதிகாரியிடம் அவர்களை அடிக்காதீர்கள் என்று முறையிட்டேன். அந்தச் சமயம் டி.எஸ்.பி. கடைத் தெருப் பக்கமாக வேகமாகச் சென்றார்.

அவர் சென்றதும் அங்கு நின்றுகொண்டிருந்த போலீசாரில் சிலர் என்னைச் சூழ்ந்துகொண்டு தடிகளால் என்னை அடித்தனர். அப்போது சப் – இன்ஸ்பெக்டர் பாபு "அவர் எம்.எல்.ஏ., அடிக்காதீர்கள்" என்று கூச்சலிட்டார். அடித்தவர்கள் "நீ என்னடா, எம்.எல்.ஏ.வுக்கு சப்போர்ட்டா?" என்று அவரைத் திட்டினர். "இவன்தான் பேப்பருக்குப் பேட்டி கொடுக்கிறவன்" என்றபடி காவலர் என்னை அடித்தார். அவர் அடிக்கும்போது ஞானமும் பன்னீர்செல்வமும் தடுத்தனர். அதில் அவர்களுக்குப் பலமான அடி விழுந்தது. பன்னீர்செல்வத்தின் இடது பக்கக் காதிலிருந்து ரத்தம் ஒழுகியது. ஞானம் மயங்கிவிழுந்தார். வள்ளுவனின் கையிலும் முகத்திலும் அடி விழுந்தது. என்னைத் தலையில் அடித்தனர். நான் தலையைச் சாய்த்ததால் அந்த அடிகள் எனது வலது தோள்பட்டையில் விழுந்தன. இடது கையில் புஜத்திலும் பல அடிகள் விழுந்தன. வலது கால் முட்டியிலும் அடித்தனர். அடிப்பதைப் பார்த்துப் பதறிய சப் – இன்ஸ்பெக்டர் பாபு, டி.எஸ்.பி.யை அழைத்து வருகிறேன் என ஓடினார். என்னைத் தாக்கிய போலீசார் "எம்.எல்.ஏன்னா என்னா பெரிய மயிராடா?" என்றும் இவனை விடக் கூடாது என்றும் இன்னும் பல்வேறு ஆபாச வார்த்தைகளைக் கூறியும் என்னைத் திட்டினார்கள். என்னை அடித்தவர்களில் டெல்டா பிரிவைச் சேர்ந்த எஸ்.ஐ. திருவேங்கடமும் கடலூரைச் சேர்ந்த எஸ்.ஐ. குமரேசனும் இருந்ததாகப் பின்னர் அறிந்தேன்.

முதலில் வாகனத்தில் இருந்தவர்களைப் பிடித்து இழுத்த அந்தப் போலீஸ் அதிகாரி என்னைச் சட்டைக் காலரைப் பிடித்து இழுத்து, "இவனும் அக்யூஸ்டு, இவனையும் வேனில் ஏத்துங்க" என்று என்னையும் வேனில் பிடித்துத் தள்ளினார். அவர் விழுப்புரம் மாவட்டத்தைச் சேர்ந்த இன்ஸ்பெக்டர் என்று பிறகு தெரிந்தது. அப்போது அங்கே வந்த சீருடை அணியாத காவலர் – அவர் டிட்டாச்மென்ட் பிரிவைச் சேர்ந்த ராஜசேகர் எனப் பின்னர் அறிந்துகொண்டேன் – என்னை வேனிலேயே இருக்கும்படி சொன்னார். இவற்றைப் பார்த்துக் கொண்டிருந்த பெண்மணி ஒருவர் எனக்குத் தண்ணீர் கொண்டு வந்தார். அதைக் காவலர் எனக்கு வாங்கிக் கொடுத்தார். "வெளியூர்க்காரர்கள் திரண்டு கும்பலாக வருகிறார்கள். இங்கேயே உட்காருங்கள்" என்று அவர் கூறிவிட்டுச் சென்றார். சில நிமிடங்களில் டி.எஸ்.பி. சந்திரசேகரன் வேனிடம் வந்தார். என்னை இறங்கும்படிக் கூறினார். இதனிடையில் எனது

வாகனச் சாவியைப் போலீசார் பிடுங்கிக் கொண்டனர். எனது ஓட்டுநரும் வேனில் ஏற்றப்பட்டிருந்தார். அவரை விடுவிக்கச் சொல்லிக் கேட்டேன். என்னோடு வந்த ஞானம், பன்னீர் செல்வம், வள்ளுவன் ஆகியோர் வேனில் காயங்களோடு கிடந்தனர். அவர்களை விடுவிக்கும்படிக் கேட்டதற்கு டி.எஸ்.பி. மறுத்து விட்டார். நானும் எனது ஓட்டுனரும் மட்டும் விடு விக்கப்பட்டோம். வாகனச் சாவியும் தரப்பட்டது. டி.எஸ்.பி. கூறியபடி குள்ளஞ்சாவடி, வடலூர், பண்ருட்டி வழியாக நான் கடலூர் புறப்பட்டேன்.

சம்பவம் நடந்த அரைமணி நேரத்துக்குள் ஏ.டி.ஜி.பி. திரு. நாஞ்சில்குமரன் அவர்கள் என்னைத் தொடர்பு கொண் டார். நான் நடந்தவற்றைக் கூறினேன். அடித்தவர்கள் பெயர் தெரியுமா என்று கேட்டார். அப்போது எனக்கு அவர்களின் பெயர் தெரியவில்லை. சப் – இன்ஸ்பெக்டர் பாபுவிடம் கேட் டால் அவருக்குத் தெரிந்திருக்கும் என்று சொன்னேன். என் னுடன் வந்த ஞானம், பன்னீர்செல்வம், வள்ளுவன் ஆகி யோரை விடுவிக்கும்படி அவரிடம் கேட்டேன். சில நிமிடங் களில் முதல்வரின் செயலாளர் திரு. முனீர் ஹோடா அவர்கள் என்னிடம் பேசினார்கள். அவரிடமும் அதே விவரங்களைக் கூறினேன். நான் எம்.எல்.ஏ. என்று தெரிந்துதான் அவர்கள் என்னை அடித்தனர் என்பதையும் கூறினேன். என்னைத் தாக்கியவர்கள்மீது நிச்சயம் நடவடிக்கை எடுப்பதாக உறுதி யளித்தார். மாவட்ட ஆட்சித் தலைவர் திரு. ககன்தீப்சிங் பேடி அவர்களும் என்னைத் தொடர்புகொண்டு பேசினார். காவல் துறைத் தலைமையகத்தில் உள்ள சிறப்புப் பிரிவு எஸ்.எஸ்.பி. திரு. சந்திரசேகர் அவர்களும் பேசினார். அவரிட மும் விவரங்களைக் கூறினேன்.

கடலூர் வந்து நேரே அரசு பொது மருத்துவமனைக்குச் சென்று சிகிச்சை எடுத்துக்கொண்டேன். 'அட்மிட்' ஆகும்படி டாக்டர் கூறினார். நான் சென்னையில் சிகிச்சை பெற விரும்பிய தால் புற நோயாளியாகச் சிகிச்சை பெற்றேன். அதன்பிறகு இரவு சுமார் *10:00* மணிளவில் மாவட்ட ஆட்சித் தலைவரைப் பார்த்து நடந்தவற்றை விவரித்தேன். அவர் எஸ்.பி.யிடம் பேசினார். என்னையும் பேசச் சொன்னார். இதனிடையில் வள்ளுவன், பன்னீர்செல்வம் இருவரையும் போலீசார் விட்டு விட்டதாகவும் ஞானம் மட்டும் விடுவிக்கப்படவில்லையென் றும் தகவல் கிடைத்தது. அதை எஸ்.பி.யிடம் கூறினேன். அவர் உடனே விடுவிக்கச் சொல்கிறேன் என்றார்.

இரவு வலி அதிகரித்தது. எனவே மறுநாள் புறப்பட்டுச் சென்னை சென்றேன். மதுரை சென்றிருந்த எமது பொதுச்

செயலாளர் சென்னை திரும்பினார். அவரைப் பார்த்து நடந்த வற்றைக் கூறினேன். அங்கிருந்து நேரே போரூர் ராமச்சந்திரா மருத்துவமனைக்குச் சென்று 3.1.2007 மாலை அங்கே 'அட்மிட்' செய்யப்பட்டேன்.

மறுநாள் 4.1.2007 அன்று இரவு மருத்துவமனையில் அனுமதி பெற்று முதல்வர் அவர்களை நேரில் சந்தித்து நடந்தவற்றை எழுத்துபூர்வமாகத் தெரிவித்தேன். எனது உடம்பில் போலீசார் அடித்த இடங்களையும் காட்டினேன். எமது பொதுச் செய லாளர் அவர்களும் எமது கட்சியின் இன்னொரு எம்.எல்.ஏ. திரு. செல்வம் அவர்களும் உடனிருந்தனர். நான் கொடுத்த மனுவையே புகாராக எடுத்துக்கொண்டு விசாரணைக்கு உத்தரவிடுவதாகவும் நடவடிக்கை எடுப்பதாகவும் முதல்வர் அவர்கள் எங்களிடம் உறுதியளித்தார்கள். 6.1.2007 மாலை மருத்துவமனையிலிருந்து நான் 'டிஸ்சார்ஜ்' செய்யப்பட்டேன்.

போதுமான காவலர்கள் இருந்தும் சவ ஊர்வலம் செல்லும் வழியில் சரியான பாதுகாப்புப் போடப்படவில்லை. குடிசை களுக்கு நெருப்பு வைத்தவர்களை விட்டுவிட்டுச் சவ ஊர்வலத் தில் வந்தவர்களை எவ்வித முன்னறிவிப்பும் இல்லாமல் போலீசார் தாக்கினார்கள். நான் ஆதிதிராவிட வகுப்பைச் சேர்ந்த ஒரு எம்.எல்.ஏ. எனத் தெரிந்துதான் என்னைப் போலீசார் அடித்தனர். கடலூர் காவல் நிலையம் மற்றும் டெல்டா பிரிவு ஆகியவற் றைச் சேர்ந்தவர்களே என்னைத் தாக்கியுள்ளனர். ஐம்பதுக்கும் மேற்பட்ட போலீசார் இருந்த இடத்தில் நாங்கள் நான்கைந்து பேர் மட்டுமே இருந்தோம். நாங்கள் எவரும் போலீசாருடன் எந்தவித வாக்குவாதத்திலும் ஈடுபடவில்லை. போலீசாரும் நாங்களும் நின்றிருந்த இடத்தில் எந்தவிதப் பதற்றமோ தள்ளு முள்ளோ இல்லை. என்னையும் என்னுடன் வந்தவர்களையும் அடிப்பதற்கு எந்தவொரு முகாந்திரமும் இல்லை.

சாதி உணர்வோடும் அரசாங்கத்துக்குக் கெட்ட பெயர் உருவாக்க வேண்டும் என்ற உள்நோக்கத்தோடும் செயல்பட்டு என்னைத் தாக்கியுள்ளனர். டெல்டா பிரிவு போலீஸில் ஒரு குறிப்பிட்ட சாதியைச் சேர்ந்தவர்களே அதிகமாக இடம்பெற் றிருப்பதாகக் கூறப்படுகிறது. அதுவும் என்மீது தாக்குதல் நடக்கக் காரணமாக இருந்திருக்கலாம்.

(சேடப்பாளையம் கிராமத்தில் 2.1.2007 அன்று ரவிக்குமார் போலீசா ரால் தாக்கப்பட்டது குறித்துக் கடலூர் மாவட்ட ஆட்சியர் 18.1.2007 அன்று கடலூரில் நடத்திய விசாரணையில் ரவிக்குமார் சமர்ப்பித்த வாக்குமூலத்திலிருந்து.)

இதழ் 86, பிப்ரவரி 2007

சட்டமன்ற உறுப்பினர் ரவிக்குமார் மீதான காவல் துறையின் தாக்குதல் :

எழுத்தாளர் கண்டன அறிக்கை

புத்தாண்டுக் கொண்டாட்டத்தின் தொடர்ச்சியாகக் கடலூர் மாவட்டத்தில் நடந்த சாதி மோதலில் சகஜாநந்தா நகரில் வசிக்கும் சிவா என்னும் தலித் இளைஞர் வெட்டிக் கொல்லப்பட்டார். பாதிக்கப்பட்ட குடும்பத்தினருக்கு அரசின் உதவி, காவல்துறையினரின் ஒத்துழைப்பு ஆகியவற்றைப் பெற்றுத்தர முன்னின்று செயல்பட்டவர் எழுத்தாளரும் சட்டமன்ற உறுப்பினருமான ரவிக்குமார் அவர்கள். கொலை செய்யப்பட்ட இளைஞரின் இறுதி ஊர்வலம் 2.01.07 செவ்வாய் அன்று மாலை 4:30 மணிக்குத் தொடங்கி நடந்தபோது ஏற்பட்ட மோதலில் ஊர்வலம் தடுத்து நிறுத்தப்பட்டது. காவல் துறை அதிகாரி ரவிக்குமாரைச் சட்டமன்ற உறுப்பினர் என்று அறிந்தே கடுமையாகத் தாக்கிக் காயப்படுத்தியுள்ளார். மனித உரிமைக்குக் குரல் கொடுப்பது காவல் துறைக்கு அச்சமூட்டும் செயலாகிறது. இத்தாக்குதல் அச்சப்படுபவரின் தாக்குதலாக நடந்திருக்கிறது. எழுத்தாளர் ரவிக்குமார் தாக்கப்பட்டதைத் தமிழ் அறிவுலகம் கடுமையாகக் கண்டிக்கிறது.

கையெழுத்திட்டோர் : கண்ணன், நாஞ்சில் நாடன், செ.சா. செந்தில்நாதன், இமையம், அய்யனார், சுகுமாரன்,

இந்திரா, பேராசிரியர் நாச்சிமுத்து, அரவிந்தன், தேவிபாரதி, ஜி. குப்புசாமி, சிபிச்செல்வன், பேராசிரியர் அ. ராமசாமி, கோபால கிருஷ்ணன், சல்மா, பேராசிரியர் க. பஞ்சாங்கம், பொ. வேல்சாமி, க.வை. பழனிசாமி, பி.ஏ. கிருஷ்ணன், குளச்சல் மு. யூசுப், ராஜ்கௌதமன், இராசேந்திரசோழன், சுகிர்தராணி, கிருஷ்ணன், ப்ரஸன்னா ராமஸ்வாமி, ஆ. சிவசுப்பிரமணியன், திலீப்குமார், பேராசிரியர் நஞ்சுண்டன், மணா, ந. முருகேச பாண்டியன், ஜே.பி. சாணக்யா, சேரன் (கனடா), பெருமாள் முருகன், பேராசிரியர் பா. மதிவாணன், பாவண்ணன், த. சந்திரா, பெருந்தேவி, திவாகர் ரங்கநாதன், ராஜமார்த்தாண்டன்.

இதழ் 86, பிப்ரவரி 2007

ரவிக்குமார்மீதான தாக்குதல் :

சாதி வெறுப்பின் கொடுங்காயங்கள்

ஜனவரி 2 அன்று சேடப்பாளையம் கிராமத்தில் காட்டுமன்னார்கோயிலின் விடுதலைச் சிறுத்தைகள் எம்.எல்.ஏ. டி. ரவிக்குமார் மீது காவல் துறை நடத்திய அராஜகத் தாக்குதலைக் குறித்து எழுதுகிறேன். புத்தாண்டு தினத்தன்று கொலை செய்யப்பட்ட சிவா என்ற தலித் இளைஞரின் இறுதி ஊர்வலத்திலும் அவருக்கு நீதி கோரி நடந்த போராட்டத்திலும் திரு. ரவிக்குமார் பங்கேற்றிருந் தார். தன்னைத் தாக்கியவர்கள் எனத் திரு. ரவிக்குமார் அடையாளம் காட்டிய எஸ்.ஐ. திருவேங்கடம் (டெல்டா போலீஸ்), எஸ்.ஐ. குமரேசன் (தமிழ்நாடு காவல்துறை) ஆகியோர்மீது உடனடியாக ஒழுங்கு நடவடிக்கை எடுக்கும் படி வலியுறுத்துகிறேன். சிவாவின் குடும்பத்தினருக்குத் துரிதமாக நீதி கிடைக்க வழிசெய்ய வேண்டும் என்றும் வலியுறுத்துகிறேன். சிவா கொல்லப்பட்ட சம்பவம் புத்தாண் டில் வரவிருப்பவைக்கு ஒரு தொடக்கம்போல் அமைந்து விடாது என நம்புகிறேன்.

அருந்ததி ராய்

●

இந்த ஆண்டின் முதல் நாளில் ஒரு தலித் இளைஞர் கொல்லப்பட்டதையும் அதையடுத்து எம்.எல்.ஏ. ரவிக் குமார் காவல் துறையினரால் தாக்கப்பட்டதையும் கவனத் தில் கொள்ளும்படி கேட்டுக்கொள்கிறோம். நாம் நாகரிக உலகில் வாழ்வதாகக் கூறிக்கொள்கிறோம், ஆனால் சமூகத்

தினர் மட்டுமின்றி அரசாங்கத்தில் பங்குவகிப்பவர்களும் இவ்வாறு காட்டுமிராண்டித்தனமாக நடந்துகொள்வது தொடர் கிறது. நமக்கொரு அரசியல் சாசனம் இருக்கிறது, ஆனால் தலித்துகளைப் பொறுத்தவரை சட்டத்தின் அதிகாரம் என்பது கானல் நீராகவே இருக்கிறது.

தமிழகத்தில் தங்கள் விருப்பம்போல் தலித்துகளைக் கொன்று குவிக்குமளவுக்கு அத்துமீறிவிட்டிருக்கும் சாதிய சக்திகளின் காட்டுமிராண்டித்தனமான நடத்தையைக் கண்டனம் செய் கிறோம். சட்டம், ஒழுங்கின் பாதுகாவலர்களாக இருக்க வேண் டிய காவல் துறையினரே சாதீய மனப்பான்மையுடன் செயல் படுவது பரிதாபம்.

பாதிக்கப்பட்டவருக்குப் போதுமான நஷ்ட ஈடு வழங்கி, சாதீயச் சக்திகளும் அரசு ஊழியர்களும் தலித்துகள்மீது மேற் கொண்டு அராஜகமான செயல்கள் ஏதும் செய்யாமல் தடுக்கும் படி கேட்டுக்கொள்கிறோம்.

எம்.சி. ராஜ், ஜோதிராஜ்
பூசக்தி கேந்திரா, தலித் ஆசிரமம்
தும்கூர் தாலுகா, கர்நாடகா

●

திரு. ரவிக்குமார் தமிழ்நாடு காவல் துறையினரால் தாக்கப் பட்டதை அறிந்து அதிர்ச்சியடைந்தேன்.

ரவி தமிழகத் தலித்துகள் மற்றும் ஏழை மக்களின் சமூக, பொருளாதார, அரசியல் முன்னேற்றத்திற்காக உழைத்துவரு கிறார். அவர் சமூகப் போராளியாகவும் எழுத்தாளராகவும் நாடெங்கும் அறியப்படுகிறார்.

ஒரு தலித் எம்.எல்.ஏ., தலித்துகளுக்கு ஆதரவாக நிற்பது காவல் துறையின் பார்வையில் இன்னும் பெரிய குற்றம்போலும். ரவிமீதான தாக்குதல் வேண்டுமென்றே நடத்தப்பட்டதால், அத்தாக்குதலில் ஈடுபட்ட காவல் துறையினரை எஸ்.சி./எஸ்.டி. சட்டத்தின்கீழ் வழக்குப் பதிவு செய்ய வேண்டும் எனவும் அவர்களை உடனடியாக இடைநீக்கம் செய்து இச்சம்பவம் குறித்து சிபிஐ விசாரணை தொடங்க வேண்டும் எனவும் கோருகிறேன். காவல் துறைக்கு எதிராக எந்த நடவடிக்கையும் மேற்கொள்ளப்படாவிட்டால், அரசு காவல் துறையிலுள்ள உயர்சாதியினருக்குத் தவறான சமிக்ஞை அனுப்பியதாகிவிடும்.

இதனால் சாதாரண தலித்துகள் மீதான வன்முறை அதிகரிக்கவே செய்யும்.

கே. சத்யநாராயணா
மாநிலச் செயலாளர், சாதி ஒழிப்பு மன்றம்
ஆந்திரப் பிரதேசம்

●

திரு. ரவிக்குமாரைப் போன்ற ஒருவரைக் காவல் துறையில் சிறு பதவிகளில் இருப்பவர்களால் சர்வ சாதாரணமாகத் தாக்க முடியும் என்றால், அது காவல் துறையின் தலித் விரோத மனப்பான்மையையே காட்டுகிறது. உங்கள் அதிகாரிகளும் உள்ளூர் நிர்வாகமும் இச்சம்பவங்களின் தீவிரத்தைக் குறைத்துக் காட்டுவதில் முனைப்பாக இருக்கிறார்கள். மூத்த அதிகாரிகளும் அமைச்சர்களும் திரு. ரவிக்குமாரைத் தொலைபேசியில் அழைத்து அந்த "துரதிர்ஷ்டமான சம்பவ"த்திற்கு மன்னிப்புக் கேட்டிருக்கிறார்கள். ஆனால் அவர்களுக்கும் "மன்னிப்போம், மறப்போம்" என்றே போதிக்கிறார்கள்.

இந்த ஆண்டின் அம்பேத்கர் விருதுக்கு விடுதலைச் சிறுத்தைகளின் திரு. தொல். திருமாவளவனை உங்கள் அரசே தேர்ந்தெடுத்துள்ளபோது, விருது வழங்கும் விழா 2007 ஜனவரி 8 அன்று நடக்கவிருக்கும்போது, கடலூர் மாவட்டத்தில் பதவியில் இருக்கும் ஒரு விடுதலைச் சிறுத்தைகள் எம்.எல்.ஏ. மீதும் தொண்டர்கள்மீதும் இத்தகையதொரு தாக்குதல் நடந்திருப்பது விநோதம்.

இச்சம்பவம் நடந்த ஒரு நாளுக்குள் நீங்கள் உடனடி நடவடிக்கை மேற்கொண்டால் அது பாராட்டுக்குரியது. எந்த நடவடிக்கையும் மேற்கொள்ளப்படவில்லை எனில் இப்பிரச்சினையை மனித உரிமைக் காவலர்களுக்கான ஐ.நா. தலைமைச் செயலரின் சிறப்புப் பிரதிநிதியான செல்வி ஹினா ஜிலானியிடம் கொண்டுசெல்வது தவிர எங்களுக்கு வேறு வழி இல்லை. ஏனெனில் திரு. ரவிக்குமார் எம்.எல்.ஏ. மட்டுமின்றி மனித உரிமைக் காவலராகப் பல ஆண்டுகளாக நாடெங்கும் மதிக்கப்படுபவர்.

ஹென்றி திஃபேன்
நிர்வாக இயக்குநர்
பீப்பிள்ஸ் வாட்ச், மதுரை

●

ரவிக்குமார்மீது நடத்தப்பட்ட தாக்குதலில் தமிழ்நாடு காவல்துறை சம்பந்தப்பட்டிருப்பதைக் கேட்டு அதிர்ச்சியடைந்தேன். ஒரு ஜனநாயக அரசின் காவல் படை இதில் ஈடுபட்டிருப்பது கண்டனத்திற்குரியது, ஏற்க முடியாதது.

தங்கள் மாநிலத்தில் ஒரு தலித் இளைஞர் கொலை செய்யப்பட்டார். பின்னர் அவரது இறுதி ஊர்வலத்தின்போது அதில் பங்கேற்றவர்கள்மீது வன்முறை கட்டவிழ்த்துவிடப்பட்டது. இதுவும் மனித உரிமைகள் மீதும் ஒரு ஜனநாயக மாநிலம் மற்றும் நாட்டின் அனைத்து அறங்களுக்கு எதிராகவும் நடத்தப்பட்ட ஏற்க முடியாத தாக்குதல்.

ஆகவே இச்சம்பவத்திற்குக் காரணமான காவல் துறையினர்மீது உடனடியாக ஒழுங்கு நடவடிக்கை எடுத்து, கொல்லப்பட்ட சிவாவுக்கும் எழுத்தாளர், சமூகப் போராளி, பதிப்பாளர் டி. ரவிக்குமாருக்கும் நீதி கிடைக்க வழிசெய்யும்படி வலியுறுத்துகிறேன்.

டாக்டர் கரீன் போலிட்

மானுடவியல் துறை, சவுத் ஏஷியா இன்ஸ்டிட்யூட்
ஹெய்டல்பர்க் பல்கலைக்கழகம், ஜெர்மனி

●

மத்தியப் பல்கலைக்கழகங்களில் பணிபுரியும் தலித் ஆசிரியர்களான நாங்கள் எம்.எல்.ஏ. டி. ரவிக்குமார் மீதான தாக்குதலை வன்மையாகக் கண்டிக்கிறோம். சிவா என்னும் தலித் இளைஞர் கொல்லப்பட்டதற்கும் வருந்துகிறோம். தமிழகத்தின் தலைமைச் செயல் அலுவலர் என்ற முறையில் தாங்கள் பொது நீதியில் முன்னுதாரணமாக விளங்கி, தவறிழைத்த காவல் துறையினருக்கு எதிராக உடனடியாக ஒழுங்கு நடவடிக்கை மேற்கொள்ளும்படி கேட்டுக்கொள்கிறோம்.

பொது நடத்தையில் தங்கள் கட்சி பிற மாநிலங்களுக்கும் பிராந்தியங்களுக்கும் மிக உயர்ந்த தரநிலைகளை அமைத்திருக்கிறது. தங்கள் நலனுக்காகவும் தங்கள் கட்சியின் நலனுக்காகவும் தாங்கள் உடனடியாகச் செயல்பட்டு, நாடெங்கும் உள்ள தலித் போராளிகள் மற்றும் தலைவர்கள் மத்தியில் தங்களுக்குள்ள நற்பெயரைக் காத்துக்கொள்ள வேண்டும்.

டாக்டர் பி. திருமால், ஹைதராபாத் பல்கலைக்கழகம்; **டாக்டர் கே.ஒய். ரத்னம்**, ஹைதராபாத் பல்கலைக்கழகம்; **சத்ய நாராயணா**, சிஐஇஃப்எல், ஹைதராபாத்; **டாக்டர் கேசவ் குமார்**, பாண்டிச்சேரி

பல்கலைக்கழகம்; **டாக்டர் குருராம் ஸ்ரீனிவாஸ்**, ஜவஹர்லால் நேரு பல்கலைக்கழகம், புதுதில்லி; **குஸுமா சங்கர்**, ஜாமியா மில்லியா பல்கலைக்கழகம்; **ரஞ்சித் டி.**, இந்திரா காந்தி தேசிய திறந்தநிலைப் பல்கலைக்கழகம், புதுதில்லி.

●

விடுதலைச் சிறுத்தைகள் எம்.எல்.ஏ.வும் மகாராஷ்டிரத்தில் தலித் இயக்கத்தில் உள்ள நாங்கள் பெரிதும் மதிக்கும் அறிவுஜீவியுமான ரவிக்குமார்மீது நடத்தப்பட்ட தாக்குதலில் தமிழ்நாடு காவல் துறை சம்பந்தப்பட்டிருப்பது வருந்தத்தக்கது. தலித் இளைஞர் சிவா கொலை செய்யப்பட்டதும் இறுதி ஊர்வலத்தில் வன்முறை நடந்ததும் வருந்தத்தக்கவை. ரவிக்குமார்போல் சமூக அந்தஸ்துள்ள ஓர் அறிவுஜீவியைக் காவல் துறையினர் தாக்க முடியும் என்றால் சிவாவின் கிராமத்தில் உள்ள தலித் குடும்பங்களின் நிலைமையைக் கற்பனை செய்து பார்க்க முடிகிறது. தவறிழைத்த காவல் துறையினர்மீது உடனடியாக ஒழுங்கு நடவடிக்கை எடுத்து, கொலை செய்யப்பட்ட சிவாவுக்கு நீதி கிடைக்க வழி செய்ய வேண்டும் என நானும் சாவித்ரி பாய் புலே பெண்ணியக் குழுவின் உறுப்பினர்களும் வலியுறுத்துகிறோம்.

சர்மிளா ரெகெ

பேராசிரியர், சமூகவியல் துறை, புனே பல்கலைக்கழகம்

●

நான் ஓரளவு கவனம் பெற்ற எழுத்தாளன். நான் திரு. ரவிக்குமாரின் நண்பனும்கூட. கடலூர் காவல் துறையினர் அவர்மீது வேண்டுமென்றே நடத்திய தாக்குதல் அதிர்ச்சியளிப்பது மட்டுமல்ல. அது ஒரு செய்தியைத் தெளிவாகத் தெரிவிக்கிறது. தமிழ்நாட்டில் எழுத்தாளராக இருந்தால் வீட்டிலேயே இருப்பது நலம். வெளியே வந்தாலும் செல்வாக்கு மிக்க பல்வேறு கட்சிகளின் புகழ் பாடுவதற்காக மட்டுமே வரலாம். நிராதரவான, தொடர்ந்து கொல்லப்படும் மக்களின் சார்பாகப் போராடுவதற்காக வெளியே போனால் எழுத்தாளரின் தலையைத் தமிழ்நாடு காவல் துறை உடைக்கும் அபாயம் இருக்கிறது. அவர் சட்டமன்ற உறுப்பினராக இருந்தாலும்கூட. குறைந்தபட்சம் அவர் படுகாயத்துடனாவது வீடு திரும்புவார்.

ரவிக்குமார், வெறுக்கப்படும், ஒடுக்கப்படும் ஒரு குழுவைச் சேர்ந்த எம்.எல்.ஏ. மட்டுமின்றி அவர் மதிப்பிற்குரிய ஓர்

எழுத்தாளரும்கூட என்பதைத் தெரிந்து வைத்திருக்கும் அள விற்குத் தமிழக கான்ஸ்டபிள்கள் படித்தவர்களா என்று என்னால் நிச்சயமாகக் கூற முடியவில்லை. ரவிக்குமாரை அவர்கள் தாக்கியபோது இந்த உண்மைதான் அவரை அச் சுறுத்தியது என அவரிடமிருந்து தெரிந்துகொண்டேன். இப்படி யாக, அவர் மீதான தாக்குதல் குடிபோதை தலைக்கேறிய யாரோ சில கான்ஸ்டபிள்கள் செய்த காரியமல்ல; அது தலித்துகளுக்கு ஆதரவாக அர்த்தமுள்ள வகையில் பேசும் குரல்களை அடக்க விரும்பும் ஒரு சக்தி செய்த காரியம் என்று ஊகிப்பதில் நியாயமிருக்கிறது. பாரபட்சமின்றி விசாரணை நடத்தினால் உண்மை வெளிவரும்.

சக எழுத்தாளன் என்ற முறையில், உங்கள் அளவிற்கு அதிர்ஷ்டமான இடத்தில் இல்லாத, ஆனால் குரல் அற்ற மக்களுக்காகக் குரலெழுப்ப விரும்பும் மற்ற தமிழ் எழுத் தாளர்களின் தலையையும் உடலுறுப்புகளையும் பாதுகாக்கும் படி கேட்டுக்கொள்கிறேன்.

பி.ஏ. கிருஷ்ணன்

(நேரடியாக முதல்வருக்கு அனுப்பப்பட்டது)

●

இதழ் 86, பிப்ரவரி 2007

சாதனைகளும் போதனைகளும்

அரவிந்தன்

இல்லாமைகளைப் பற்றிய புலம்பல்கள் சதா ஒலித்துக் கொண்டிருக்கும் தமிழ்ச் சூழலில் மாற்றத்தை முன்னெடுக்கும் முயற்சிகள் எதிர்கொள்ளப்படும் விதம் விசித்திரமானது. எதை இல்லை இல்லை என்று சொல்லிக் கொண்டிருக்கிறார்களோ அது கண் எதிரில் வந்து நின் றாலும் தெரியாத அளவுக்கு அரற்றலை ஒரு தவம் போல நிகழ்த்திக்கொண்டிருக்கும் விசித்திரப் பிறவிகள் நிறைந்த சூழல் நம்முடையது. பிப்ரவரி 20 – 25 தேதி களில் சென்னையில் நடத்தப்பட்ட சென்னை சங்கமம் நிகழ்வையும் அதற்கான எதிர்வினைகளையும் பார்க்கும் போது இந்த விசித்திரம் துலக்கமாகத் தெரிகிறது.

தமிழ்க் கலை வடிவங்களுக்குப் புத்துயிரூட்டி அவற்றின் மீதான மக்களின் கவனத்தைப் புதுப்பிக்கும் நோக்கத்துடன் நடத்தப்பட்ட சென்னை சங்கமம், இயல், இசை, நாடகம் ஆகிய துறைகள் சார்ந்த கலைகளைச் சென்னையில் பெரும் திரளான மக்கள் முன்னிலையில் நிகழ்த்தியது. ஆண்டுதோறும் பொங்கல் திருவிழாவை ஒட்டி இந்நிகழ்வை நடத்தப்போவதாக இதைத் திட்ட மிட்டு ஒருங்கிணைத்த தமிழ் மையம் அறிவித்திருக்கிறது.

பெருநகரங்களில் இதுபோன்ற கலைச் சங்கம நிகழ்வு கள் நடப்பது புதிதல்ல. பெங்களூரில் *பெங்களூர் ஹப்ப* என்னும் பெயரில் இது போன்ற கலை நிகழ்வுகள் ஆண்டுதோறும் நடைபெறுகின்றன. *அப்னா உத்ஸவ்* என்னும் பெயரில் மத்திய அரசு நடத்தும் கலை விழாக் களின் பிரதான நோக்கமும் இதுதான். இயந்திர மயமாகி வரும் நகர வாழ்வில் கலை முதலிய நுட்பமான விஷயங்

களுக்கான ஆர்வமும் நேரமும் வெளியும் சுருங்கிவரும் நிலையில் இது போன்ற முயற்சிகள் காலத்தின் தேவைகளாகின்றன. வசதிகளும் பதற்றங்களும் நிரம்பிய பெருநகரத்து வாழ்வில் கலைகளுக்கான இடத்தைத் தொலைக்காட்சியின் பிம்பங்களும் திரைப்படங்களும் பிடித்துக்கொண்டிருக்கின்றன. கல்வித் துறையிலும் கலைக்கும் மொழிக்குமான இடம் குறைந்து தொழில் நுட்பத்திற்கான இடம் அதிகரித்துவருகிறது. இந்நிலையில் கலைகளுக்கும் பெருநகரத்து மக்களுக்கும் இடையேயான உறவில் சில சாதகமான சலனங்களை ஏற்படுத்துவதில் இது போன்ற சங்கமங்களின் பங்களிப்பு முக்கியமானதும் பொருள் மிகுந்ததுமாக அமையும்.

சென்னை நகரில் ஆண்டுதோறும் நடைபெறும் இசை விழாவைத் தவிரப் பல்வேறு கலை நிகழ்வுகள் சிறிய அளவில் அவ்வப்போது நடந்துவருகின்றன. திட்டமிட்டபடி ஆண்டுதோறும் சென்னை சங்கமம் நடத்தப்பட்டால் அது மார்கழி இசைவிழாவைப் போலவே பெரியதொரு கலை விழாவாக மலரும். கலை விழாக்களும் கொண்டாட்டங்களும் பொருள் சார்ந்த வாழ்வின் அழுத்தத்திலிருந்து தனி மனிதர்களைச் சற்றேனும் விடுவித்து, வாழ்வுக்கும் மனிதர்களுக்கும் இடையிலான உறவைப் புதுப்பிக்கும் வல்லமை படைத்தவை. மதம் சார்ந்த கொண்டாட்டங்களே அதிகம் நிகழும் ஒரு சூழலில் மதம் தவிர்த்த, மத எல்லைகளைத் தாண்டிய பொதுவான வெளியில் கலைகளை மையமாகக் கொண்டு இந்தக் கொண்டாட்டம் நடப்பதையும் நாம் கவனத்தில் கொள்ள வேண்டும். இந்த வகையில் நிகழும் மிக அரிய முயற்சிகளில் ஒன்றாக இது அமைந்திருப்பதையும் சற்று யோசித்துப் பார்த்தால் உணர முடியும்.

❍

அக்கறையோடும் செறிவோடும் முன்வைக்கப்படும் விமர்சனங்கள் ஒரு செயல்பாட்டை வலுப்படுத்தவே முடியும். ஒரு செயல்பாட்டில் இருப்பவற்றைக் காட்டிலும் இல்லாதவற்றைப் பற்றியே அதிகம் பேசும் பழக்கம் கொண்ட தமிழ்ச் சூழல் வழக்கம்போலத் தனது ஆகிவந்த விமர்சனங்களுடனேயே சென்னை சங்கமத்தை அணுகுகிறது. பெரும்பாலான விமர்சனங்கள், இந்த நிகழ்வை நடத்தியதில் முன்னணியில் நின்ற கனிமொழியையே இலக்காகக் கொண்டிருக்கின்றன. தமிழ்ச் சுற்றுலா வளர்ச்சித் துறை, பொது நூலகத் துறை ஆகிய அரசுத் துறைகளின் ஆதரவோடு தமிழ் மையம் என்ற அமைப்பு இந்த நிகழ்வை நடத்தியிருக்கிறது. கனிமொழி தமிழ் மையத்துடன் இணைந்து பணிபுரிபவர். அரசுத் துறை

களின் ஆதரவும் கனிமொழியின் முனைப்பும் முதல்வர் உள் ளிட்ட அமைச்சர்களின் ஈடுபாடும் விமர்சனங்களை ஈர்ப்பதில் வியப்பேதும் இல்லை. அதிகாரத் துஷ்பிரயோகம், நிதி முறை கேடு போன்றவைகளில் தொடங்கி, தமிழ் மையம் அமைப்பின் பொறுப்பாளர் அருட்தந்தை ஜகத் கஸ்பார் எல்.டி.டி.ஈ. ஆதர வாளர் என்பது வரை பலவிதமான குற்றச்சாட்டுகள் சுமத்தப் படுகின்றன.

அரசு ஒரு காரியத்தில் ஈடுபடும்போதும் அது வெற்றிகரமாக நடக்கும்போதும் இது போன்ற குற்றச்சாட்டுகள் எழுவது தவிர்க்க முடியாதது. அரசின் சகலவிதமான செயல்பாடுகளி லும் நீக்கமற நிறைந்திருக்கும் பொதுவான நோய்க்கூறுகள் அதன் பண்பாட்டுத் தளத்திலான செயல்பாடுகளிலும் பிரதி பலிக்கும் என்பதைச் சொல்ல ஒருவர் அரசியல் ஆய்வாளராக இருக்க வேண்டிய அவசியம் இல்லை. இது போன்ற விமர் சனங்கள் ஆதாரபூர்வமாக முன்வைக்கப்படுவதும் சம்பந்தப் பட்டவர்கள் அதற்குப் பதிலளிப்பதும் அத்தியாவசியமானவை. ஆனால், விமர்சனம் என்பது குறைகாண்பதில் அடையும் திருப்தியாக முடங்கிவிடக் கூடாது. கலைத் துறையில் ஆக்க பூர்வமான சலனங்களை ஏற்படுத்துவதற்காகச் சகல மட்டங் களிலும் முயற்சிகள் நடைபெற வேண்டும் என்று கோரிவரும் ஆளுமைகள் இந்தத் திசைவழியில் யாரேனும் ஒரு அடி எடுத்து வைத்தாலும் முதலில் அதைப் பாராட்ட முன்வருவதே அவர் களது அக்கறைகளுக்குப் பொருத்தமான எதிர்வினையாக இருக்கும். நூற்றுக்கணக்கான கலைஞர்கள் பல்வேறு மையங்களில் தங்கள் கலைகளை நிகழ்த்திக்காட்டியதையும் பெருந் திரளான மக்கள் அவற்றைக் கண்டு மகிழ்ந்ததையும் எண்ணிக் குறைந்தபட்சத் திருப்தியும் சந்தோஷமும் ஏற்படாத அறிவுஜீவிகளின் கலை சார்ந்த அக்கறைகள் பற்றி நாம் எத்தகைய முடிவுக்கு வர முடியும்?

குறை சொல்பவர்கள் அரசின் பங்கேற்புக் குறித்து அதிகம் பேசுகிறார்கள். புரவலர்கள் இல்லாமல் கலைகள் வளர முடி யாது. அரசோ வர்த்தக நிறுவனங்களோ பொது நல அமைப்பு களோ பணம் படைத்த தனி நபர்களோ உதவாமல் பொது அரங்கில் எந்தச் செயல்பாடும் எப்போதும் சாத்தியமில்லை. கலைகளை வளர்க்க அரசு முயற்சி எடுக்க வேண்டும் என்று ஒருபுறம் கோருபவர்கள் அரசு முன்வரும்போது அதைக் குறியீட்டு அளவிலான வெற்றி என்பதற்காகவேனும் பாராட்ட வேண்டும். அரசோடு நெருக்கமாக இருப்பவர்களுக்கு இந்த ஆதரவு எளிதில் கிடைப்பதை எண்ணிப் பொருமுவதைவிட,

இது போன்ற ஆதரவை மற்றவர்களுக்கும் நீட்டிக்கும்படி கோரு வதும் அதற்காகப் போராடுவதும் கலை ரீதியில் ஆக்கபூர்வ மான செயல்பாடுகளாக இருக்கும்.

○

பெரிதாக ஒரு காரியம் நடக்கும்போது, அதன் குறைகளை மட்டும் பார்த்துக்கொண்டிருக்காமல் விருப்பு வெறுப்பற்ற, சமநிலையான விமர்சனத்தை முன் வைப்பதே சூழலின் வளர்ச்சிக்கு ஆற்றக்கூடிய பங்காக அமையும். இந்த நோக்கின் அடிப்படையிலேயே சென்னை சங்கமம் நிகழ்வுகளை விமர்சனப் பார்வையோடு ஆக்கபூர்வமாக அணுகும் பதிவுகள் வரும் பக்கங்களில் இடம்பெற்றுள்ளன. ஒட்டுமொத்த மதிப்பீடு என்ற முறையில் சென்னை சங்கமத்தின் வெற்றிகளையும் போதாமைகளையும் கோட்பாட்டளவிலும் நடைமுறை சார்ந்தும் இங்குத் தொகுத்துப் பார்ப்பது பொருத்தமாக இருக்கும்.

சென்னை சங்கமத்தில் நிகழ்த்தப்பட்ட பெரும்பாலான கலைகள் சமய நம்பிக்கைகளோடும் நடைமுறைகளோடும் தவிர்க்க முடியாத உறவு கொண்டவை. உதாரணமாக, காவடி யாட்டத்திற்கும் முருகன் வழிபாட்டிற்கும் இடையே உள்ள தொடர்பு. இதுபோலவே திரௌபதை அம்மன் வழிபாட்டை யும் பாரதக் கூத்தையும் பிரித்துப் பார்க்க முடியாது. இதே வரிசையில் கரகாட்டம், ஒயிலாட்டம் எனச் சொல்லிக்கொண்டே போகலாம்.

பின்னணிகளிலிருந்து பிரித்தெடுத்து இந்தக் கலைகளைக் கண்காட்சிப் பண்டங்களாக மாற்றுவது பண்பாட்டு ரீதியிலும் அழகியல் நோக்கிலும் எந்த அளவு பொருத்தமானதாக இருக்கும் என்பது ஒரு முக்கியமான கேள்வி. பெரும்பாலான நாட்டார் கலை வடிவங்களில் கலைஞர்களின் மனத்தோய்வு, அந்தக் கலை வடிவத்தின் ஆதாரமான ஒரு நம்பிக்கையை அல்லது நடைமுறையைச் சார்ந்திருக்கிறது. அந்த நம்பிக்கையிலிருந்தும் நடைமுறையிலிருந்தும் அந்தக் கலையைப் பிரித்து எடுத்துவிட் டால் கலைஞர்களின் மனத்தோய்வு எதைத் தன் ஆதாரமாகக் கொள்ளும்? உள்ளார்ந்து நின்று அவரை ஊக்குவிக்கும் உணர்வை எதைவைத்துப் பதிலீடு செய்வீர்கள்? கலை வெளிப்பாடு என்பது உடல்சார் பயிற்சி மட்டும் அல்லவே.

சென்னை சங்கமத்தில் தமது கலைகளை நிகழ்த்திய சில குழுவினர் இந்துக் கடவுள்களுக்குப் பதில் இயேசு பிரானைத் துதிக்கும் பாடல்களுடன் தமது மரபுக் கலைகளை நிகழத்தினர். இது சமய ரீதியில் கலைஞர்களிடையே நிகழ்ந்துள்ள மாற்றத்

தைப் பிரதிபலிக்கிறது. கலைகளில் 'சமய நீக்கம்' செய்வது வேறு; ஒரு சமயத்தை இன்னொரு சமயத்தால் பதிலீடு செய்வது என்பது வேறு. இதில் சென்னை சங்கமத்தின் பார்வை என்ன?

சமயப் பின்னணி மட்டுமின்றிச் சமூகம் மற்றும் தொழில் சார்ந்த பின்னணியும் நாட்டார் கலைகளுக்கு இருக்கிறது. வேளாண் சமூகங்களில் இக்கலைகளுக்கு முக்கியமான இடம் இன்றளவும் உள்ளது என்கிறார் பல ஆண்டுகளாக நவீன நாடகத் துறையில் செயல்பட்டுவரும் ப்ரஸன்னா ராமஸ்வாமி. யாரேனும் சிலரிடம் அல்லது சில அமைப்புகளிடம் நிதி உதவி பெறாமல் எந்த நிகழ்வும் சாத்தியமில்லை என்பதால் சென்னை சங்கமத்தில் புழங்கிய நிதியைப் பற்றிக் கேள்வி எழுப்புவதில் அர்த்தமில்லை என்று சொல்லும் அவர், கலையைப் பற்றிய அக்கறைகள்தான் முதன்மையானவை என்கிறார். கலைகளை அவற்றின் பின்னணிகளிலிருந்து பிரித்துப் பார்ப்பதோ பின்னணிகளைப் பற்றிக் கவலைப்படாமல் இக்கலைகளை ஊக்குவிக்க முயல்வதோ கலை வடிவங்களின் முழுமைக்கு நியாயம் செய்வதாக ஆகாது என்பது அவர் கருத்து.

நகர்ப்புற மக்களுக்கு மரபுக் கலை வடிவங்களை எடுத்துச் செல்வது என்ற உரிமைகோரலே ஆட்சேபத்திற்கு உரியது என்பது ப்ரஸன்னாவின் பார்வை. நகர்ப்புற மக்கள் என்றால் யார் என அவர் கேள்வி எழுப்புகிறார். நகர்ப்புறத்தில் இருக்கும் பல்வேறு மக்களிடையே ஏற்கனவே மரபுக் கலை வடிவங்கள் புழக்கத்தில் இருக்கின்றன என்றும் ஆடி, மார்கழி போன்ற மாதங்களில் அவற்றைப் பார்க்கலாம் என்றும் சொல்கிறார். சென்னைக்கு வெளியே புழக்கத்தில் இருக்கும் கலைகளை, அவை வாழ்ந்துவரும் இடங்களிலேயே அவற்றின் பின்னணிகளோடு வளர்த்தெடுப்பதற்கான முயற்சிகளை மேற்கொள்வதே கலைகளை வளர்க்க உதவும் என்கிறார் ப்ரஸன்னா. அதற்கான உள்கட்டமைப்பு வசதிகளையும் கலைஞர்களின் வாழ்வாதாரங்களையும் மேம்படுத்துதல் முதலான பல செயல்பாடுகளை இதற்காக மேற்கொள்ள வேண்டும் என்கிறார் அவர். மாறாக, நகரை நோக்கி, நகர்ப்புற மக்களை நாடி, எடுத்துவரப்படும் கலைகள் தமது ஆதாரமான அடையாளங்களை இழந்து நகர மக்களின் நுகர்வுக்கான பண்டங்களாக மாறிவிடும் என்பது அவரது கருத்து. "இது சென்னை சங்கமம் குறித்த விமர்சனம் மட்டுமல்ல. நமது மரபுக் கலைகளைக் காட்சிப் பொருள்களாக வெளிநாடுகளுக்கு எடுத்துச் சென்றபோதும், *அப்னா உத்ஸவ்* போன்ற நிகழ்வுகளை ஒட்டியும் இதே போன்ற விமர்சனங்களை நான் முன் வைத்திருக்கிறேன்" என்கிறார் ப்ரஸன்னா.

மரபு சார் கலைகளை மீட்டுருவாக்கம் செய்வது குறித்துப் பேசும்போது ஒரு சில கலைகள் சாதி அமைப்புடன் அழுத்த மாகப் பிணைந்திருப்பதையும் கவனிக்க வேண்டும். குறிப்பிட்ட ஒரு கலையைப் பேணும் அல்லது நிகழ்த்தும் பொறுப்பு ஒரு குறிப்பிட்ட சாதிக்கு என்று ஒதுக்கப்பட்டுள்ளதைப் பார்க் கிறோம். சாதி அடுக்கின் கீழ்த் தட்டுக்களில் உள்ள பிரிவினைப் பொறுத்தவரை இந்தப் 'பொறுப்பு' சாதியமைப்பின் களங்க மாகவே அவர்கள்மீது படிந்துள்ளது. கூத்தாடிகள் என்னும் பிரிவினர் 'பேணி'வரும் ஆட்டக் கலையை இதற்கு உதாரண மாகச் சொல்லலாம். இதுபோன்ற கலைகளை மீட்டுருவாக்கம் செய்வது சாதியமைப்பைக் காப்பாற்றும் முயற்சியாகவும் உருப்பெறும் அபாயம் உள்ளது. குறிப்பிட்ட சாதியோடு அடை யாளம் காணப்படும் ஒரு கலையைப் பயிலவும் அதைத் தமது வாழ்க்கையோடு இணைத்துக்கொள்ளவும் பிற சாதியினர் முன்வருவார்களா? அதிலும் அந்தக் கலை 'கீழ்ச்சாதி'யோடு அடையாளப்படுத்தப் பட்டிருக்கும்போது இது எப்படிச் சாத்தியமாகும்? சென்னை சங்கமம் அமைப்பாளர்கள் மட்டு மின்றி, மரபுக் கலைகளை மீட்டுருவாக்கம் செய்வது குறித்துப் பேசிவரும் அனைவரும் எதிர்கொள்ள வேண்டிய கேள்வி இது.

இயந்திரமயமான பெருநகர்ப்புற வாழ்வில் கலை ரீதியான சலனங்களை ஏற்படுத்துவது அவசியம்தான். ஆனால் மரபுக் கலைகளை மீட்டுருவாக்கம் செய்வதற்கு நகர்ப்புற மக்களிடையே அவற்றுக்கான ஆதரவைப் பெருக்க வேண்டும் என்னும் அணுகு முறை தன்னளவிலேயே பலவீனமானது. தப்பாட்டத்தையும் ஒயிலாட்டத்தையும் பார்த்துத் தென் சென்னையின் நடுத்தர வர்க்கப் பிரதிநிதிகள் பிரமிப்பதன் மூலம் அக்கலைகள் வளர்ந்து விடமாட்டா. இவர்களது கவனத்தை இவற்றின்பால் திருப்பு வது முக்கியம்தான். ஆனால், இவர்களது அங்கீகாரம் மட்டுமே இந்தக் கலைகளை வளர்க்க உதவாது. நகரின் கேளிக்கையின் ஒரு பகுதியாக இது அவர்கள் பார்வையில் உருமாறுவதற்கு அதிக நாட்கள் ஆகாது.

கர்நாடக இசையைச் சபாக்களின் மேடைகளிலிருந்தும் கோவில் சன்னதிகளிலிருந்தும் நகர்த்தி, பூங்காக்களிலும் கடற் கரைகளிலும் கொண்டுவந்தது புதுமைதான். இதுவரை இது போன்ற இசை நிகழ்வுகளை நேரில் பார்த்திராத பலர் அனு பவிக்க வாய்ப்புக் கிடைத்தது என்பது உண்மைதான். ஆனால், ஏற்கனவே சபாக்கள் நிறைந்த தென் சென்னைப் பகுதியிலேயே கர்நாடக இசை நிகழ்வுகள் நடந்தன. சென்னை நகரில் ஏற் கனவே நிலைபெற்றிருக்கும் சாதி மற்றும் வர்க்கப் பிரிவுகளை

ஓரளவு கணக்கில் எடுத்துக்கொண்டே நிகழ்ச்சிகள் திட்டமிடப் பட்டிருப்பதாக எண்ண இடமிருக்கிறது. இதுபோன்ற சங்கமங் கள் நிலைபெற்ற சாதி – வர்க்க வரைபடத்தைக் கலைத்துப் போடுவதாகத்தானே இருக்க வேண்டும்?

பெருமளவில் தமிழ்க் கலைகளை முன்னிறுத்தி நடத்தப் பட்ட இந்த நிகழ்வுகளுக்கான விளம்பரங்களைத் தமிழ் இதழ் களில் அதிகம் காண முடியவில்லை. கலை இலக்கியத் துறை களில் பல ஆண்டுகளாகச் செயல்பட்டுவரும் பல அமைப்பு களுக்கும் இதழ்களுக்கும் சிறப்பு அழைப்பு எதுவும் இல்லை. நிகழ்வுகளில் பங்கு பெற்ற கலைகள், கலைஞர்கள், எழுத்தாளர் கள் ஆகியோரைத் தேர்வு செய்யுமுன் உரிய ஆலோசனைகள் நடத்தப்பட்டதாகத் தெரியவில்லை. இந்தத் துறைகளில் பல ஆண்டுகளாக இயங்கிவரும் ஆளுமைகள் கலந்தாலோசிக்கப் பட்டதாகவும் தெரியவில்லை. தமிழ்ச் சங்கமம் நிகழ்ச்சி நிரலைப் பார்க்கும்போது இது அப்பட்டமாகத் தெரிகிறது. தேர்வுகளுக்கு அடிப்படையான அளவுகோல்களையும் வெளிப் படையாக முன்வைப்பது ஜனநாயகபூர்வமான ஒரு கடமை. இது போன்ற போதாமைகள் தவிர்த்திருக்கப்படக்கூடியவை என்பது மட்டுமல்ல. சென்னை சங்கமத்தின் அறிவிக்கப்பட்ட நோக்கங்களுக்கு முரணானவை.

❍

ஒட்டுமொத்தமாகப் பார்க்கையில் 'மிகை நாடி மிக்க கொளல்' என்ற வகையில் சென்னை சங்கமத்தை வரவேற்க லாம். அதே சமயம் அதன் போதாமைகளும் அலட்சியப்படுத்தக் கூடியவை அல்ல. கலைகளுக்கும் மக்களுக்கும் இடையேயான உறவைச் செழுமைப்படுத்தக்கூடிய எந்த நிகழ்வும் முக்கிய மானது என்பதால் சென்னை சங்கமம் அதன் குறைபாடு களை மீறி முக்கியத்துவம் பெறுவது இயல்பானதே. குறைகளை மட்டும் மையப்படுத்துபவர்கள் நிறைந்த ஒரு சூழலில் நம்பிக்கை யோடு இயங்குவது எளிதல்ல. விமர்சனங்களை ஆக்கபூர்வ மாக எதிர்கொள்வதும் அப்படியே. அரிதான இந்தப் பண்புகள் சென்னை சங்கமம் அமைப்பாளர்களுக்கு இருக்கின்றனவா என்பது தெரிய அடுத்த ஆண்டுவரை காத்திருக்க வேண்டும்.

இதழ் 88, ஏப்ரல் 2007

நெய்தல் சங்கமம்

'புல்லரிக்க' வைக்கும் அனுபவம்

தேவிபாரதி

சென்னை சங்கமத்தின் ஒரு பகுதியாகக் கடற்கரைச் சாலையில் மெரினா எதிரே உள்ள லேடி வெலிங்டன் பள்ளி மைதானத்தில் ஏற்பாடுசெய்யப்பட்டிருந்த 'நெய்தல்' சங்கமத்தைக் காட்டிலும் இப்பெருநகரவாசிகளுக்கு வேடிக்கையான அனுபவம் வேறொன்று இருந்திருக்க முடியாது.

வளாகத்தின் மதில்களில் தென்பட்ட, வெகு நேர்த்தியாக வடிவமைக்கப்பட்ட, மிக நவீன பாணியிலான 'சோளக் கொல்லை' பொம்மைகளின் அணிவகுப்பே பார்வையாளர்களை அந்த வளாகத்தினுள் ஈர்ப்பதற்குப் போதுமானவை. உள்ளே நுழைந்தவுடன் இடதுபுறம் திரும்பிப் பார்த்தால் மாதிரி கிராமம் நம் கண் முன்பு விரிகிறது. மாதிரி வீடு, மாதிரிக் கோயில், மாதிரி மசூதி, மாதிரி தேவாலயம் (மதச் சார்பு தொடர்பான சர்ச்சைகளிலிருந்து நல்ல வேளையாகக் கஸ்பார் தப்பித்தார். தப்பிப்போய் இவற்றில் ஏதாவதொன்று விடுபட்டிருந்தால் ஜூ.வியும் ரிப்போர்ட்டரும் அவரைச் சும்மா விட்டிருக்குமா என்ன?). எல்லாம் 'பாரிஸ் சுண்ணாம்'பினால் உருவாக்கப்பட்டவை.

ஒரு ஓட்டு வீடு. மரக் கதவு. முன்வாசலில் கோழிகள் அடைபட்ட கூடை (பாரிஸ் சுண்ணாம்பினால் செய்யப்பட்ட கோழிகளும் தென்பட்டதாக நினைவு.) மர ஜன்னல்கள். அவை திறந்து கிடக்கின்றன. கதவும் திறந்து கிடக்கிறது. திறந்த கதவின் வழியே வாசலை அடைத்துக்

கொண்டு நிற்கும் நெற்குதிர். ஜன்னலினூடாகத் தெரியும் எரியாத லாந்தர் விளக்கு. அற்புதமான கற்பனை. கற்பனையின் அற்புதங்கள் அதோடு நின்றுவிடவில்லை. கொஞ்சம் நகர்ந்து போனால் கணியான்கூத்துக்கும் கரகாட்டத்துக்குமான மேடை. அதில் கிராமத்துக் கலைஞர்கள் கரகமாடிக்கொண்டிருக் கிறார்கள். மேலும் கொஞ்சம் வலப்பக்கமாக நகர்ந்தால் – அட, டூரிங் டாக்கீஸ்! வாசலில் டிக்கெட் கிழிப்பவர். ஆனால் டிக்கெட்டெல்லாம் வேண்டியதில்லை, இலவசமாகவே அனு மதித்துவிடுகிறார்கள். மண்ணைக் கூட்டி உட்காரலாம் என்று பார்த்தால் வரிசையாக, அறுபதுகளின் கல்யாண வீடுகளில் தென்பட்ட இரும்பு நாற்காலிகள்.

பத்து – இருபது பார்வையாளர்கள் உட்கார்ந்திருந்தார்கள். கொஞ்ச நேரத்தில் படம் போட்டார்கள். சிவாஜி கணேசனின் 'கல்யாணம் பண்ணியும் பிரம்மச்சாரி'. உற்சாகத்தில் விசிலடிக்க லாம் என்று பார்த்தால் சில வருட சென்னை வாழ்க்கை விசிலை மறக்கடித்து விட்டதை உணர்ந்து படம் பார்த்தேன். பார்த்த படம் என்பதால் படத்தை விட்டுவிட்டுப் பார்வை யாளர்களைப் பார்த்தேன். பரிதாபமாக உட்கார்ந்திருந்தார் கள். இவ்வளவுக்கும் அது காமெடிப் படம்.

போனால் போகட்டும் என எழுந்து வெளியே வந்தால் எதிரே விளையாட்டுத் திடல். ஒரு பெருநகரப் பெண் குழந்தை கண்களைக் கட்டிக்கொண்டு உறியடித்துக்கொண்டிருந்தது. கார்ப்பரேட் அடையாளங்களுடன் தென்பட்ட அதன் தந்தை குழந்தையின் கையிலிருந்த கம்பைப் பிடித்துத் தொங்கும் மண் செப்பின் திசையைக் கோடிகாட்டிக்கொண்டிருந்தார். ஐந்தாறு தடவை முயன்று கடைசியில் அந்த மண் செப்பை உடைத்துவிட்டது குழந்தை. கெட்டிக்காரிதான். உதவியாளர் மற்றொரு மண் செப்பை எடுத்து உறியில் வைத்தார். அதே விளையாட்டு மைதானத்தில் 'ட' வடிவில் ஒரு தெருவின் நீள அகலங்களுடன் மேசை. அதன் இருபுறங்களிலும் எதிரும் புதிருமாக அமர்ந்து தாயக் கட்டம், பதினைந்தாம் கரம், பல்லாங்குழி விளையாட்டுகளை விளையாடிக்கொண்டிருந் தார்கள் மாதிரிக் கிராமத்தின் மாதிரி மனிதர்கள். வேட்டிக் கட்டு, தலைப்பாகை, பாவாடை தாவணி என மாதிரி கிராம மனிதர்கள் பார்க்கப் படுசுவாரஸ்யமாகத் தோற்றமளித்தார்கள்.

தாயக்கட்டம் வரைந்த அட்டையைப் பார்த்தவுடன் உட்கார்ந்து ஒரு கை சுழற்றலாமா என்று தோன்றியது. அனுமதிப்பார்களா என்ற சந்தேகத்துடன் நகர்ந்து விட்டேன். அப்புறம் ஒரு முக்கியமான காட்சி. ஓரிடத்தில் ஐந்தாறு இளைஞர்கள் நாற்காலிகளில் உட்கார்ந்து என்னவோ செய்து

கொண்டிருந்தார்கள். ஒவ்வொருவரையும் ஒரு சிறு கூட்டம் சூழ்ந்திருந்தது. நெருங்கிப் பார்த்தால் சென்னையின் ஓவியக் கல்லூரி மாணவர்கள் சிலர் பார்வையாளர்களை உட்கார்த்தி வைத்து அவர்களுடைய உருவப் படங்களை வரைந்து கொடுத்துக் கொண்டிருந்தார்கள். பெருநகரவாசிகளுக்குத் தங்களுடைய மாதிரிப் படங்களை வரைந்து வைத்துக்கொள்வதில் எத்தனை ஆர்வம்! வெளியே வரும்பொழுது அரசுப் பேருந்து ஒன்று, பத்துப் பதினைந்து தப்பாட்டக் கலைஞர்களைக் கொண்டு வந்து இறக்கிவிட்டது. பேருந்துக்குள்ளேயே பறையிசை. வழியெல்லாம் வாசித்துக்கொண்டே வந்திருக்கிறார்கள்.

ஆனால் இதையெல்லாம் இங்கே வந்துதான் பார்க்க வேண்டியிருக்கிறது. ஊரில் இப்பொழுது டூரிங் டாக்கீசுகள் இல்லை. ஒன்றிரண்டு இருந்தாலும் அவற்றில் 'கல்யாணம் பண்ணியும் பிரம்மச்சாரி'யெல்லாம் திரையிடுவதில்லை. அவை போன்றவற்றையெல்லாம் பார்க்க நமது தொலைக்காட்சிப் பெட்டிகளுக்குள் ஒரு நெடும் பயணம் போய் யாரும் பார்க்க முடியாத நேரங்களில் ஒளிபரப்பப்படும் நிகழ்ச்சிகளுக்குள் தான் தேட வேண்டும்.

எங்களுடைய ஊர் ஒரு மிகச் சிறிய கிராமம். எண்ணி இருபது முப்பது வீடுகள்தாம் இருக்கும். அவற்றில் பாதிக்கும் மேற்பட்ட வீடுகளில் வண்ணத் தொலைக்காட்சிப் பெட்டிகள் கேபிள் இணைப்புகளுடன் இருக்கின்றன. இல்லாத மீதிப் பத்துப் பதினைந்து வீடுகளுக்கும் கலைஞர் அரசு வண்ணத் தொலைக்காட்சிப் பெட்டிகளை இலவசமாகத் தந்துவிடப் போகிறது. ஒருவேளை கேபிள் இணைப்புகளும் இலவசமாகக் கொடுக்கப்படலாம். அமைப்பாளர்கள் தயவுசெய்து எங்கள் ஊருக்கு வந்து ஒரு பார்வை பார்க்கலாம். அல்லது குறுந்தகட்டின் உதவியோடு எம்.ஜி.ஆர்., கே.ஆர். விஜயா நடித்த 'விவசாயி' படத்தையாவது பார்க்கலாம். 'வருங்காலக் கிராம'ங்கள் எப்படியிருக்கும் என்பதை அதில் காட்டியிருப்பார்கள்.

இதழ் 88, ஏப்ரல் 2007

தமிழ் இயல் கருத்தரங்கம்

சொற்பந்தல்களைத் தாண்டி ஓர் அரங்கம்

பழ. அதியமான்

சென்னையின் கலாச்சாரத் தளத்தில் பெரும் அதிர்வை உண்டாக்கிய 'சென்னை சங்கமம்', தமிழகத் தலைநகரத்தை ஒரு வாரம் கலங்கடித்தது. அதன் ஒரு பகுதியாக 21ஆம் நூற்றாண்டில் தமிழ் இயல் கருத்தரங் கம் சென்னை பிலிம் சேம்பர் அரங்கில் 2007 பிப்ரவரி 25 அன்று நடைபெற்றது. இதில் எழுத்தாளர் பிரபஞ்சனின் தலைமை உரை கூடுதலான சூழல் அவதானிப்புகளுடன் கொந்தளிப்பு மிக்கதாக, அவையை நெருப்பாக்க முயன்றது. உலகமயமாதல், தாராளமயமாதல் மூலம் பெருமுதலாளி களின் பொருளாதார நெருக்குதல் சில்லறை வியாபாரிகள் வரை நீண்டு, 21ஆம் நூற்றாண்டில் சாதாரண மனிதர் களையும் நேரடியாகத் தாக்கிவிடும் என்பதைக் கலைஞ னுக்கு உரிய வலிமையுடன் கேட்பவர் பயந்து நடுங்கும் படி விவரித்தார். இதெல்லாம் பாதிக்காத எழுத்து எப்படி இருக்க முடியும் என்ற பழைய கேள்வியைப் புதிய சூழலில் மீண்டும் முன்வைத்தார். இதை நிரூபிக்கும் வகையிலும் 21ஆம் நூற்றாண்டுப் படைப்பிலக்கியம் எவ் வகையில் அமையும் என்பதற்காகவும் இன்றைய கதைப் போக்குகளைச் சான்றுகளுடன் எடுத்துச் சொன்னார்.

21ஆம் நூற்றாண்டின் தமிழ்ப் படைப்பிலக்கியம், இன்றைக்கு இந்தியா முழுவதும் உருவாகும் சிறப்புப் பொருளாதார மண்டலங்களும் டோனி பிளேரும் ஜார்ஜ் புஷ்ஷூம் பயன்படுத்தும் கழிவறையின் தரத்திற்குச் சற்றும்

குறையாத கழிவறைகளுடன் கூடிய, மாபெரும் வணிக வளாகங்களும் தோற்றுவிக்கும் நுகர்வுப் பண்பாட்டின் எதிர்விளைவாக இருக்க வேண்டும். நுகர்வியல் பண்பாட்டுக்கு எதிராகக் கலாச்சாரத் தளத்தில் செயல்படுபவர்களை அதிகாரம் ஒத்திசைந்து போகவைக்கும் அல்லது மௌனமாக்கும். இதை எதிர்கொள்ள வேண்டும் என்பது பிரபஞ்சனின் பேச்சு தந்த எச்சரிக்கை.

21ஆம் நூற்றாண்டின் தமிழ்ச் சிறுகதை பற்றிய எழுத்தாளர் எஸ். ராமகிருஷ்ணனின் பேச்சுத் தமிழ் உலகத்தைத் தாண்டியே அதிக நேரம் சஞ்சரித்தது. அவர் லத்தீன் அமெரிக்க, ஜப்பானிய எழுத்துலகின் போக்குகளைப் பகிர்ந்துகொண்டார். இடையிடையே கதை சொல்லல் மரபின் பலப்பல வகைகளும் தமிழில் இருப்பதாகப் பெருமைப்பட்டுக்கொண்டார். உலக மொழிகளின் தரத்தில் 100 தமிழ்ச் சிறுகதைகளையாவது தன்னால் காட்ட முடியும் என்றவர், நல்ல சிறுகதை ஆசிரியர்களின் பெயர்கள் சாதாரணமாக நினைத்தாலே பொங்கிப் பிரவகிக்கின்றன என்றார். அப்படிப் பிரவகித்த பெயர்களில் சில : ஹசின், சந்திரா, ஜே.பி. சாணக்யா, அரவிந்தன், எழில்வரதன். தமிழ்ச் சிறுகதைகளின் உலகத் தரம் அங்கீகரிக்கப்படாமல் இருக்க இரண்டு காரணங்கள் என்றார். முதலாவது, அவை ஆங்கில மொழிக்குப் போகாதது. அடுத்தது நன்றாக இருக்கிறது, நன்றாக இல்லை என்ற எல்லைகளைத் தாண்டித் தமிழ்ச் சிறுகதை விமர்சனம் விரியாதது. கர்நாடகாவில் ஆங்கிலப் பேராசிரியர்கள் ஆண்டுக்கு ஒன்றோ இரண்டோ கன்னட மொழிப் படைப்புகளை ஆங்கிலத்துக்கு மொழிபெயர்த்தாக வேண்டும் என்று அரசு ஆணை இருக்கிறதாம். அதனால் ஆங்கிலத்திற்கு மாறி அம்மொழிப் படைப்புகள் அங்கீகாரத்தைப் பெற்றுவருகின்றனவாம். ஆங்கிலம் அறிந்த உலக எழுத்தாளர்களின் ஒப்புதல் வேண்டி மற்ற மொழிகள் ஏங்க வேண்டியுள்ளதை ஆதங்கத்துடன் வெளிப்படுத்தினார்.

எஸ். ராமகிருஷ்ணனுக்குச் சமூகக் கவலைகள் இருந்தாலும் அவை தன்னைத் தின்னத் தகாது என்று மாய உலகைத் தன் சொற்களால் சிருஷ்டித்து அதில் வாசகர்களை உலவவிட்டார். பழமையின் மீது மோகமோ என்று எண்ணுமளவிற்கு அதை ஆராதித்தார். தமிழ்க் கதை மரபு, கதை சொல்லலின் எல்லாப் பரிமாணங்களையும் பரிசோதித்துப் பார்த்துவிட்டது என்பது அவர் தீர்மானம். 'ஒரு ஊர்ல ஒரு நரி, அதோட கதை சரி' என்பதுபோல உலகின் மிகச் சிறிய கதையைத் தமிழ்தான் எழுதிப் பார்த்தது என்று புளகாங்கிதப்பட்டார். அந்த நரியின் செயல்பாடுகள் என்னவாக எல்லாம் இருக்கும் என்கிற

வாசகனின் கற்பனையைக் கிளறிவிட்டு அதன் பின்னால் அவனைத் துரத்திவிடுகிற இந்தக் கதையைவிட விதவிதமான கற்பனைச் சாத்தியங்கள் உள்ள வேறு பிரதி உண்டா என்று மடக்கினார். இதெல்லாம் இருந்தும் தமிழ்க் கதை மரபில் பேய்க் கதைகளுக்கு இருக்கும் அவமதிப்பை அவரால் தாங்கிக் கொள்ள முடியவில்லை. ஜப்பானில் பேய்க் கதை மரபு செழித் தோங்கியிருக்கிறதாம். எல்லா வகை ஜப்பானிய எழுத்தாளர் களும் பேய்க் கதை எழுதியிருக்கிறார்களாம். ஜப்பானில் நல்ல எழுத்தாளன் என்றால் அவன் ஐந்து அல்லது ஆறு பேய்க் கதைகளையாவது எழுதியிருக்க வேண்டுமாம். பேய்க் கதையை உதாசீனம் செய்யும் தமிழ்க் கதை மரபின் மீது ராமகிருஷ்ண னுக்குக் கோபம் கோபமாய் வருகிறது. புதுமைப்பித்தனின் 'காஞ்சனை' கதை பேய் மரபுக் கூறு உள்ள கதைதானே? அது இன்றும் கவர்ச்சியைக் கொண்டிருக்கவில்லையா என்பது அவர் கேள்வி. பி.டி. சாமிகள் புதுமைப்பித்தன்களாகிவிட முடியாது.

சுதேசமித்திரனின் 'சலவைக்காரர்கள்' என்ற இதழியல் பற்றிய கட்டுரை கேட்டவர்களைக் கட்டிப் போட்டு விட்டது. பல தரத்தில் பார்வையாளர்கள் இருந்தும், கட்டுரை நீண்ட தாக இருந்தும் அவையினர் அமைதியாய்க் கேட்ட அதிசயத் திற்கு இரண்டு காரணங்கள்: ஒன்று, கட்டுரையின் செய்தி. அடுத்தது அவரது மொழி. நவீன மொழிச் சாயலுடன் கூடிய, ஆனால் உள்ளொடுங்கிப்போகாத, இறுக்கமற்ற, எளிமையான, ஆனால் எப்போதும் இரண்டாம் அர்த்தத்தைப் பேசிய மொழி.

அவரது கட்டுரை, ஏகதேசம் இதழியலின் எல்லா வகைமை களையும் பற்றி இருந்தது. மனிதாபிமானம் கொஞ்சமும் இல்லாத, பொறுப்பும் கேள்வி கேட்பாரும் அற்ற இதழியல்காரர்களின் அராஜகத்தை, கொக்கி போன்ற கூரான ஆயுதத்தால் தாக்கிய படியே கட்டுரை நகர்ந்தது. தொடர்ந்த கல் எறிதலும் ஆடை உரிப்பும் யதார்த்த தரிசனத்திற்கு வழிவகுத்தன.

இந்த யதார்த்த தரிசனமே, பெரும்பாலும் தீவிர இலக்கிய வாசகர் அல்லாதவர்களும் நிரம்பிய கூட்டத்தையும் நிதான மாகக் கவனிக்கவைத்தது. கிண்டலும் கேலியும் கோபமும் பூடகமும் நிறைந்து வழிந்த மொழியின் மூலம் மாயத் திரையை விலக்கிக்கொண்டே போனதுதான் சுதேசமித்திரன் கட்டுரை யின் அரங்க வெற்றிக்கு அடிப்படை. அவரது திரை விலக்கிய பயணம் ஆழம் ஆழமாய் அல்லது மேலே மேலே என்று அச்சில் அமையாது. மேலும் மேலும் என்ற அச்சில் சமதளத் தில் விரிந்தது என்று சொல்லலாம்.

சுரணையற்ற இதழியல் அராஜகத்தின் கொடுமையைக் குறிப்பாக எடுத்து விளக்காமல் மொத்தமாக எல்லாவற்றையும் தாக்கிவிடுகிற கட்டுரை சுதேசமித்திரனுடையது. இதழியல்காரர் களின் பிரச்சினையைக் கொஞ்சமும் கணக்கில் எடுக்காமல் கட்டுரை எழுதப்பட்டுள்ளது. அளவற்ற கருணை நிரம்பிய எழுத்தாளனிடமே அன்பு வற்றிவிட்டால் வேறு எங்கு போவது?

கவிதையின் எதிர்காலம் பற்றிப் பேசவந்த கலாப்ரியா தனது கவிதையையும் இன்றைய நவீனக் கவிஞர்களின் கவிதை களையும் சில குறிப்பிட்ட அம்சம் சார்ந்து ஒப்பிட்டுக் கருத்தும் உணர்வும் மாறுபட்டு வளர்ந்திருப்பதைத் தன்விருப்பம் கலக்கா மல் எடுத்துச் சொன்னார். கால மாற்றத்தை உணர்ந்துள்ள அவரது புரிதல், கவிதையின் மீது அக்கறை, கவிஞர்கள்மீது அன்பு என்பதாக வெளிப்பட்டது. திசைகளின் வழியெங்கும் கனத்த தமிழ்க் கவிதைகள் உலாவரும் சாத்தியக்கூறுகள் இருக் கின்றன என்றார் முடிவாக நம்பிக்கையுடன்.

'நாவலின் எதிர்காலம்' நாஞ்சில் நாடனின் கையில் இருந்தது. தமிழ் நாவலின் வரலாற்றில் தமிழ் பேசும் மற்ற நாடுகளுக்கும் பங்கு உண்டு என்பதை நிரூபிக்கத் தமிழ் நாவல் வரலாற்றை மறுபடியும் பேசும்படியாயிற்று. ஒரு நாவல் எழுதிப் புகழ் பெற்றவர்கள் உள்பட சக நாவலாசிரியர்களை வஞ்சனையில் லாமல் புகழ்ந்தார். நாட்டில் நடைபெறும் சமூகச் செயல்பாடு களைப் பற்றிக் கவலைப்படாமல் ஓர் எழுத்தாளனால் கண்ணை மூடிக்கொண்டு எப்படி எழுத முடியும் என்று கேட்டார். நொய்டாவில் நடந்த உடல் உறுப்புத் திருட்டு, பாலியல் வன்முறையாகத் திரிக்கப்படுவ்தாகப் பத்திரிகைகள்மீது குற்றம் சாட்டினார். இன்று நொய்டாவில் நடந்தது நாளை ஏன் சென்னை, திருப்பூரில் நடக்காது என்று கோபமும் வருத்தமும் கூடிய தாங்கொணாத் துயரத்தோடு வினவினார். வலி நிரம்பிய வாழ்க்கையின் வேதனையைப் பற்றிப் பேசாமல் நம் கதைகள் தொடர்ந்து காப்பி ஆற்றிக்கொண்டிருக்க இயலாது என்று முடித்தார் தீர்க்கமாக. பிரபஞ்சனின் தொனியிலிருந்து மாறு படாததாகவே நாஞ்சில் நாடனின் குரல் அன்று ஒலித்தது.

இந்த அரங்கம் குறித்த ஒட்டுமொத்த மனப்பதிவை இப்படிச் சொல்லலாம்: ஏறக்குறைய சரியான ஆளுமைத் தேர்வு, இயற்கை யான விடுபடல் ஆகிய வலுவான வாய்ப்புகள் இருந்தும் இது ஆதர்சக் கருத்தரங்கமாக மாறாமல் போயிருக்கலாம். ஆனால், நாம் அடிக்கடி எதிர்கொள்ள நேரிடும் சொற்பந்தல் அல்ல இக்கருத்தரங்கம்.

இதழ் 88, ஏப்ரல் 2007

தமிழ்ச் சங்கமம்

சொற்களின் சங்கமம்

பெ. முத்துசாமி

திறந்த வெளிகளிலும் உள் அரங்குகளிலுமாக நடைபெற்ற பல்வேறு கலைச் 'சங்கம'ங்களிடையே எழுத்துக் கலைக்கான அரங்கமாக அமைத்தது தமிழ்ச் சங்கமம்.

சென்னை பிலிம் சேம்பர் திரை அரங்கில் பிப்ரவரி 21 முதல் 25 வரை ஐந்து நாட்கள் இந்த நிகழ்ச்சிகள் நடந்தன. பட்டிமன்றம், கவியரங்கம், கருத்தரங்கம், வழக்காடு மன்றம், நவீன நாடகம், கவிதா நிகழ்வு, கதை சொல்லுதல் முதலான பல நிகழ்வுகள் ஒழுங்கு செய்யப்பட்டிருந்தன.

திசைகள் அதிரப் பாப்பம்பாடி ஜமா குழுவினரின் பறையாட்டத்துடன் தமிழ்ச் சங்கமம் தொடங்கியது. வலிமை கூட்டி எழுப்பப்பட்ட இசையில் பலவித நுட்பங்கள் பொதிந்திருந்தன. இயல்புத்தன்மை தவிர்க்கப்பட்டு மேடைக்குரிய கலையாக மாற்றப்பட்டிருந்தது. விளிம்பு நிலை மக்களிடம் மட்டும் ஊடாடியிருந்த இந்த இசையால் நகரவாசிகளின் நாசூக்கு உணர்வுகளைத் தாண்டி வெளிப்பட்ட பரவசத்தை அரங்கிற்குள் இருந்தவர்களிடம் காண முடிந்தது. திருமதி ராஜாத்தி அம்மாள் குத்து விளக்கு ஏற்றினார். தமிழ்ச் சூழலில் தொடக்கவுரை என்பது நிகழ்ச்சியை வாழ்த்திப் பேசுவது என்னும் வழமையான மையச்சரடிலிருந்து விலகாமல் தனக்கேயுரிய மிடுக்கான நடை, கம்பீரமான பேச்சு, அஞ்சாத தொனி எனப் போர் முழக்கமிட்டார் ஜெயகாந்தன்.

இது தன்னுடைய நெடுநாள் கனவு என்றும் இந்த முரசு சென்னை முழுவதும் கொட்டட்டும் என்றும் கூறினார்.

முதல் நிகழ்வு தமிழரின் பண்டிகைக் காலத் தொலைக் காட்சிப் பொழுதுபோக்குகளின் தவிர்க்க முடியாத அங்கமான பட்டிமன்றம். தலைப்பு : பாரதி கண்ட பெண்மை கனவா, நனவா? தலைமை சாரதா நம்பியாரூரன். வேதகாலத்தில் தொடங்கி பாரதி காலம் வரையிலான பெண்கள் நிலையைக் குறிப்பிட்டுவிட்டுப் பட்டிமன்றத்தைத் தொடங்கிவைத்தார். 'கனவே' எனப் பேச வந்த மூன்று பெண்களுக்குப் பர்வீன் சுல்தானாவும் 'நனவே' எனப் பேச வந்த மூன்று பெண்களுக் குப் பிரேமா குமாரும் அணித் தலைவர்களாக இருந்தனர். அவர்களின் பேச்சில் அவ்வப்போது வெளிப்பட்ட பாரதியின் கவிதை வரிகள் ஆறுதல் தருவதாக இருந்தன. ஒரு கட்டத்தில் சாரதா நம்பியாரூரன் பொறுமையிழந்து கத்திரிக்காய்க் கூட்டைப் பற்றிப் பேசுவதை நிறுத்திக் கொள்ளும்படி கேட்டுக்கொண் டார்.

தர்க்கத்திலிருந்து விலகித் திருமண வீட்டில் பெண்கள் பேசிக்கொள்வதைப் போல் இருந்தது. தலைப்பிலிருந்து தொடங்கி, வாதப் பிரதிவாதங்கள், உணர்ச்சிக் கொந்தளிப்புகள் என எல்லாமே இந்தியத் தொலைக்காட்சிகளில் "முதல் முறையாக" ஒளிபரப்பப்படும் "சூப்பர் ஹிட்" திரைப்படத்திற்கு முன்பு ஒளிபரப்பாகும் நிகழ்ச்சியையே நினைவுபடுத்தின.

அடுத்த நாள் மாலை விளாத்திகுளம் இராசலட்சுமி குழுவினரின் வில்லுப்பாட்டு. 'காலனியாதிக்கக் கப்பலை மோதி நிறுத்திய சுதேசிப்பாறை – வ.உ.சி.' என்னும் தலைப்பில் அமைந்த இப்பாட்டில் வ.உ.சியின் பிறப்பு முதல் இறப்புவரை நடந்த சில முக்கிய நிகழ்வுகள் பாட்டாகவும் கதையாகவும் அமைந்திருந்தன.

தமிழ்நாட்டு மேடைகளில் அதிகமாக எழுப்பப்படுவது சொற்களாலான மனக்கோட்டை என்பதற்கு வலிமை கூட்டுவ தாக அமைந்திருந்தது அப்துல் ரகுமான் தலைமையில் நடை பெற்ற கவியரங்க நிகழ்வு. அப்படியான பேச்சுகள் பெரும் நேரத்தை விழுங்கிவிட்டிருந்தன. அவற்றிலிருந்து பார்வையாள ருக்குக் கிடைத்திருக்கும் புரிதலும் மிகச் சொற்பமாகத்தான் இருந்திருக்கும். நிகழ்வில் கலந்து கொண்ட ஒன்பது கவிஞர் களில் ஆண்டாள் ப்ரியதர்ஷினி மட்டும் பெண். அவரவர் விருப்பப்படி கவிதை வாசிக்கலாம் என்பதால் பாடுபொருள்கள் பலவாக இருந்தன. தமிழ் இனத்தின் அடையாளங்கள் அழிந்து

வருவதாகவும் அவற்றைக் காக்கத் தமிழர்கள் முயல வேண்டும் என்பதாகவும் அப்துல் ரகுமான் கவிதைகள் அமைந்திருந்தன. அறிவுமதி, கபிலன், நா. முத்துக்குமார் ஆகியோரின் கவிதை களில் திரைப்படப் பாடல்களின் நெடி அதிகமாக இருந்தது. இன்குலாப் 'நடந்தாய் வாழி காவேரி' என்னும் தலைப்பில் கவிதை வாசித்தார். ஆண்டாள் ப்ரியதர்ஷினி வாசித்த கவிதை களில் 'முத்தக்கடை' மட்டும் வாசிக்கப்பட்ட கவிதைகளின் தளத்திலிருந்து மாறுபட்டிருந்தது. இலங்கை எழுத்தாளர் வ.ஐ.ச. ஜெயபாலன் கவிதைகள் குறிப்பிடும்படியாக இருந்தன.

23.02.2007 அன்று புதுவைப் பல்கலைக்கழகத்தின் நிகழ்கலைத் துறை வழங்கிய பெர்தோல்ட் பிரெக்டின் 'யாசகனும் செத்த நாயும்' என்ற நவீன நாடகம் நடைபெற்றது. இதைத் தொடர்ந்து நடைபெற்ற புதுமைப்பித்தன், ஜீவா, என்.எஸ். கிருஷ்ணன் ஆகியோரின் நூற்றாண்டு விழாக் கருத்தரங்கில் தோழர் தா. பாண்டியன் தலைமையுரையாற்றினார். மூவரின் உருவப் படங்கள் திறந்துவைக்கப்பட்டன. புதுமைப்பித்தன் பற்றி எஸ். ராமகிருஷ்ணனும், ஜீவா பற்றித் தமிழருவி மணியனும், என்.எஸ்.கே. பற்றி சுப்பு ஆறுமுகமும் (வில்லிசைக் கலைஞர்) மிக நீண்ட உரை நிகழ்த்தினர்.

பாசஞ்சர் வண்டியில் பயணம் செய்த உணர்வைத் தோற்று வித்தது எஸ். ராமகிருஷ்ணனின் பேச்சு. புதுமைப்பித்தன் அறிமுகம், மேலைநாட்டு இலக்கியம், இந்தியாவின் பிறமொழி இலக்கியம் ஆகியவற்றை இணைத்துக்கொண்டு பேச்சில் பயணமானார். கபிலருக்கும் தனக்கும் மொழிவழி ஒரு தொடர்புண்டு என அவர் கூறியது வண்டியின் முதல் பெட்டியையும் கடைசிப் பெட்டியையும் நினைவுக்குக் கொண்டுவந்தன. காற்றில் கலந்து விடாமல் செவிக்குள் நுழையும் சில கருத்துகளும் அவரது பேச்சில் இருந்தன.

ஜீவாவின் வாழ்க்கையை முழுவதுமாக அசை போட்டார் தமிழருவி மணியன். சொல்முறை, பிறழாத நடை, கேட்பவரை ஆச்சரியப்படவைக்கும் தொனி ஆகியவற்றின் கலவையாக இருந்த அவரது பேச்சு மேடைப் பேச்சை அடியொற்றியிருந்தது. ஒரு மணி நேரத்திற்கு மேலாக அமைந்த அவரது பேச்சில் "நீங்கள் அறிந்துகொள்ள வேண்டும்" என்னும் வாசகம் திரும்பத் திரும்பப் பலமுறை வந்தது. அரங்கத்தை அதிர வைத்த பெருமை பறையாட்டத்திற்கு மட்டுமல்ல, அவரது குரலுக்கும் இருந்தது.

என்.எஸ். கிருஷ்ணன் வாழ்க்கையை நினைவுகூர்வதாக சுப்பு ஆறுமுகம் பேசினார். என்.எஸ்.கே. வாழ்வில் நடந்த

நகைச்சுவைச் சம்பவங்கள் சிலவற்றைச் சொல்ல முயன்று தோற்றுப்போனார் அவர்.

சனிக்கிழமை மாலை புதுவைப் பல்கலைக்கழக நிகழ் கலைத் துறைப் பேராசிரியர் ஆர். இராஜுவின் இயக்கத்தில் 'மணிமேகலையின் கண்ணீர்' என்ற நவீன நாடகம் நடை பெற்றது. பெரும்பாலான நவீன நாடகங்கள் போலவே புராண, இதிகாசங்களைக் கேள்விக்குட்படுத்தி மறுவாசிப்பைக் கோருவ தாக அமைந்த இந்த நாடகம், தமிழக வரலாற்றையும் இந்து மதத்தையும் விசாரணைக்குட்படுத்தியது.

தீயை ஏவி மதுரையை அழித்த கண்ணகியும் துரியோதன னின் ரத்தத்தைத் தன் தலையில் பூசிய பாஞ்சாலியும் வழி பாட்டுத் தெய்வங்களாக இருக்கும்போது அட்சய பாத்திரம் கொண்டு பசிப்பிணியைப் போக்கிய மணிமேகலை ஏன் கண்டுகொள்ளப்படவில்லை என்ற அழுத்தமான கேள்வியுடன் மணிமேகலையின் கண்ணீர் முடிவுற்றது. 'புத்தம் சரணம் கச்சாமி' என்ற பாடல் இடையிடையே ஒலித்து நாடகத்தை வேறு தளத்திற்குக் கொண்டு சென்றது. நடிகர்களின் நடிப்பு நாடகத்திற்குக் கூடுதல் பலம் சேர்த்தது.

நாடகத்திற்குப் பிறகு கவிஞர் ஞானக்கூத்தன் தலைமை யில் 'கவிதா நிகழ்வு' (அப்படியென்றால் என்ன?) நடைபெற்றது. பதினாறு கவிஞர்கள் பங்கேற்றனர். தமிழச்சி, இளம்பிறை, சல்மா, மாலதி மைத்ரி, சுகிர்தராணி, வெண்ணிலா, லதா ராமகிருஷ்ணன், கலாப்ரியா, கல்யாண்ஜி, விக்ரமாதித்யன், த. பழமலய், அப்பாஸ், யவனிகா ஸ்ரீராம் ஆகிய கவிஞர்கள் கலந்து கொண்டார்கள்.

இந்த நிகழ்வுகளில் குறிப்பிட வேண்டிய ஒன்று, பெண்கள் தப்பு அடித்தது. பெண்கள் தப்படிக்கும் வழக்கம் நம் சமூகத்தில் இல்லை. இதுபோன்ற நிகழ்வுக்காக அவர்களுக்குக் கற்றுக் கொடுக்கப்பட்டிருக்கிறது. 'திண்டுக்கல் சக்தி குழு'வின் ஆறு பெண்கள் கலந்து கொண்டனர். 25 வயதைத் தாண்டாத இளம்பெண்கள். அவர்கள் தப்படித்துக்கொண்டே ஆடிய விதம் அருமையாக இருந்தது.

தலைமையுரை ஆற்றிய ஞானக்கூத்தன் புதுக்கவிதையின் தொடக்கத்தையும் முன்னோடிகளையும் பற்றிக் குறிப்பிட்டார். வால்ட் விட்மன் 1860ஆம் ஆண்டு எழுதிய 'ஓக்மரம்' என்பதே முதல் புதுக்கவிதை என்றார் ஞானக்கூத்தன். இந்நிகழ்வில்

கலந்துகொண்டுள்ள கவிஞர்களால் அர்த்தச் செறிவுள்ள 3000 கவிதைகள் கிடைத்திருக்கின்றன என்று கூறிய ஞானக்கூத்தன் இவர்கள் தமிழுக்கு வளம் சேர்த்தவர்கள் என்றார்.

வாசிக்கப்பட்ட கவிதைகள் பெரும்பாலும் முன்பே எழுதி இதழ்களிலும் தொகுப்புகளிலும் வெளிவந்தவையாக இருந்தன. விக்ரமாதித்யன் ‘குதிரைவீரன்’,‘தற்கொலை செய்து கொண்ட வனின் நாட்குறிப்பேடு’ ஆகிய கவிதைகளை வாசித்தபோதும் இளம்பிறை,‘முதல் மனுஷி’ தொகுப்பிலுள்ள சில கவிதைகளை வாசித்த போதும் அரங்கத்தில் உற்சாகம் காணப்பட்டது. ஒவ் வொருவரும் தலா மூன்று நான்கு கவிதைகளை வாசித்தனர்.

இறுதி நாளன்று காலை நிகழ்வாக கே.ஏ. குணசேகரனின் எழுச்சி இசை அமைந்திருந்தது. அதையடுத்துத் தஞ்சைத் தேன்மொழியின் கரகாட்டம், காவடியாட்டம், மயிலாட்டம், மாடாட்டம் ஆகியவை நிகழ்ந்தன. இந்த ஆட்டங்களுக்கு இடையிடையே குணசேகரனும் அவரது மகள் குணவதியும் நாட்டுப்புறப் பாடல்களைப் பாடினர்.

அடுத்து, கி. ராஜநாராயணன் தலைமையில் கதை சொல்லு தல் நிகழ்வு. தாத்தா பாட்டி சொல்லும் அதிசயக் கதைகள் சிலவற்றைச் சொல்லிக் கம்பராமாயணம், மகாபாரதம் போன்ற வற்றிலும் இதற்கு ஒப்பான கதைகள் உள்ளன எனச் சான்று காட்டிக் கதை சொன்னார் லட்சுமணப் பெருமாள். உயிர்த் துடிப்போடு அவர் கதை சொன்ன விதம் அரங்கில் உற்சாகத்தை எழுப்பியது.

ஒடுக்கப்படும் மக்களின் எதிர்ப்புணர்வுகள் ஒடுக்குபவர் களின் மரணத்திலும் அவர்கள் உடலுக்குத் தீ மூட்டும்போதும் வெளிப்படுகின்றன என்பதைக் குறிக்கும் வகையில் அவர் ஊரில் நடந்த ஒரு சம்பவத்தையே கதையாக விரித்தார் வேல. ராமமூர்த்தி. சொல்லியும் நடித்துக் காட்டியும் கதையைக் காட்சிப்படுத்திய விதம் அரங்கில் இருந்தோரைக் கட்டிப் போட்டது. இரண்டு கதைகளில் ஒன்றைச் சொல்லியும் மற் றொன்றை வாசித்தும் காட்டினார் பவா. செல்லத்துரை. வாசித்த கதை நீண்டதாகவும் இலக்கிய நடையைக் கொண்டதாகவும் இருந்ததால் கதை எப்போது முடியும் என்ற எண்ணத்தையே தோற்றுவித்தது. இறுதியாக ஜப்பான் கதை ஒன்றைச் சொல்லி நிகழ்வை நிறைவுசெய்தார் கி.ரா. கதை கேட்பது என்ற அனு பவத்தைப் புதுப்பிக்கும் இந்த நிகழ்வு நமது ஆழ்மன நினைவு களைத் தட்டி எழுப்புவதாக இருந்தது.

'21ஆம் நூற்றாண்டில் தமிழ்' எனும் நிகழ்வில் பிரபஞ்சன், எஸ். ராமகிருஷ்ணன், சுதேசமித்திரன், நாஞ்சில் நாடன், கலாப்ரியா ஆகியோர் பங்கேற்றனர் (இதுகுறித்த பதிவு தனியே இடம்பெற்றுள்ளது.)

தமிழ்ச் சங்கமம் நிகழ்ச்சிகளுக்குக் கவிஞர் இளைய பாரதி ஒருங்கிணைப்பாளராகவும் சித்ரா பாலசுப்பிரமணியன் நிகழ்ச்சித் தொகுப்பாளராகவும் செயல்பட்டனர். நிகழ்வுகளின் தேர்வில் கூடுதல் கவனம் இருந்திருக்கலாம். பல்வேறு போக்குகளைப் பிரதிநிதித்துவப்படுத்தும் விதமாக ஆளுமைகளைத் தேர்ந்தெடுத் திருக்கலாம். ஆளுமைத் தேர்வில் ஆவணக் காப்பக நெடி அடிப்பதைத் தவிர்த்திருக்கலாம். இப்படிச் சில குறைகள் இருந்தாலும் நிகழ்வுகளுக்கு வந்திருந்தவர்களின் எண்ணிக்கை யைக் கணக்கிலெடுத்துக்கொண்டால் தமிழ்ச் சங்கமம் தன் னுடைய முதல் அடியை உற்சாகத்துடன் எடுத்துவைத்திருக் கிறது எனலாம்.

இதழ் 88, ஏப்ரல் 2007

பூங்கா நிகழ்வுகள்

மண்ணோடு பிணைந்த கலைகள்

ரவீந்திரன்

சென்னை சங்கமம் நிகழ்ச்சியின் ஒரு பரிமாண மாகப் பூங்காக்களும் கடற்கரைகளும் கலையரங்கங் களாக மாறியிருந்தன. சென்னையின் அடையாளங்களில் ஒன்றான மயிலாப்பூர் லஸ் முனை அருகே உள்ள நாகேஸ்வர ராவ் பூங்காவில் நாட்டுப்புறக் கலைகளும் கர்நாடக இசைக் கச்சேரிகளும் தினசரி காலையும் மாலை யும் நிகழ்த்தப்பட்டன.

பாவைக் கூத்து, கரகாட்டம், மயிலாட்டம், ஒயிலாட் டம், பறையாட்டம், சிக்காட்டம், கழியலாட்டம் போன்ற தமிழக நாட்டுப்புறக் கலைகளோடு, களரி, செண்டை மேளம் போன்ற கேரளாவின் பாரம்பரியக் கலைகளை யும் இணைத்து நிகழ்த்திக் காட்டினர்.

இவற்றோடு கர்நாடக இசையின் வாய்ப்பாட்டு, வாத்திய இசை போன்றவையும் இடம்பெற்றன. மேற்கத்திய வாத்தியக் கருவியான சாக்ஸபோனைக் கர்நாடக இசைப் பாணியில் கற்றுத்தேர்ந்த சாக்ஸபோன் சகோதரிகளின் கச்சேரியும் மேற்கத்திய இசை ஆல்பம் வெளியிட்ட இளம் கலைஞரான ஆல்ட்ரின் அலெக்சின் நிகழ்ச்சியும் இச்சங்கமத்தின் முக்கியமான பகுதிகள்.

கதைசொல்லிகளைக் கொண்டு குழந்தைகளுக்குப் பாரம்பரியக் கதைகளைச் சொன்ன என். பவுண்டேஷ னின் நிகழ்ச்சியும் கவனத்தை ஈர்த்த ஒன்று.

கர்நாடக இசை உலகின் முன்னணிப் பாடகர்களான அருணா சாய்ராம், பாம்பே ஜெயஸ்ரீ, டி.எம். கிருஷ்ணா, ரவிகிரண், உன்னி கிருஷ்ணன் போன்றோரும் வளரும் கலைஞர்களான ஐஸ்வர்யா ராகவன், எம். பாலமுரளி கிருஷ்ணா, வயலின் அக்கரை சகோதரிகள் ஆகியோரும் இந்நிகழ்வுகளில் கலந்துகொண்டனர். இசைப்பதற்கும் பயிலுவதற்கும் கடினமான வாத்தியக் கருவியான சாக்ஸபோனை வாசித்த எம்.எஸ். சுப்புலட்சுமியும் லாவண்யாவும் தம் பங்களிப்பைச் செய்தனர்.

ஒவ்வொரு நாளும் காலையில் தமிழ்நாடு இசைக் கல்லூரி மாணவர்களின் நாதஸ்வர இசையோடும் பக்திப் பாடலோடும் தொடங்கியது. தூக்கத்தின் சாயல் தென்படாத இளம் இசைக் கலைஞர்கள் தம் பங்களிப்பை மிகுந்த சிரத்தையோடு ஆற்றினர்.

நாகேஸ்வர ராவ் பூங்காவில் தினமும் காலையில் உடற் பயிற்சிக்காக வருகிற வயதான மற்றும் நடுத்தர வயது ஆண்கள் தான் காலை நிகழச்சிகளுக்கான பார்வையாளர்களாக இருந்தார் கள். விரல்விட்டு எண்ணக்கூடிய அளவில் பெண்களும் இல் லாமலில்லை. இளம் இசைக் கலைஞர்கள் தயக்கத்தோடு தொடங்கினாலும் பிறகு இசையில் லயித்துப் பாடினார்கள்.

கர்நாடக இசைக் கலைஞர்களில் பெரும் புகழ் பெற்றிருக் கும் அருணா சாய்ராம், மிக நெருக்கமாக அமர்ந்தும் சுற்றி நின்றுகொண்டுமிருந்த கூட்டத்தைப் பார்த்துச் சற்றே திகைத் தாலும் ஆரம்பித்த விதமும் அதன் பின்பு தமது இசை ஆளுமை யைப் பார்வையாளர்களிடம் படரச் செய்த விதமும் அற்புத அனுபவமாக இருந்தன.

பாம்பே ஜெயஸ்ரீ, தான் தொழில் முறை இசைக் கலைஞர் என்பதை அனாயாசமாக நிரூபித்தார். ரவி கிரணும் டி.எம். கிருஷ்ணாவும் இது போன்ற இசை நிகழ்ச்சிகள் மக்களிடம் நேரடியாகச் சென்றடைவது குறித்து உணர்ச்சிவயப்பட்டவர் களாக இருந்தார்கள். “கர்நாடக இசையைச் சாதாரண மக்க ளிடம் எடுத்துச் சென்றிருக்கிறீர்கள்” என்று உணர்ச்சி பொங்க ரவிகிரண் கூறியதும் நிகழ்ச்சியின் தொனியும் அவர்களது மனவோட்டத்தைக் கூறின.

நாகேஸ்வர ராவ் பூங்காவில் கடைசியாக நடந்த நரேந்திர ராவின் அவிக்னா குழுவின் ஏசு துதிப்பாடல் மற்றும் நடன நிகழ்ச்சி அனைவரின் ஏகோபித்த பாராட்டுகளையும் பெற்றது.

கலைஞர்கள் மிக அற்புதமாக நிகழ்ச்சிகளை நடத்தினர். தொழில் ரீதியான அணுகுமுறையும் கட்டுப்பாடும் தென்பட் டன. தப்பாட்டம், செண்டை மேளம், பெரிய மேளம் போன்ற

தாள வாத்தியக் கலைஞர்கள் தாளகதியின் வேகத்தில் தங்களை மறந்து இசைத்து, கூடியிருந்த மக்களையும் தம் நிலை மறக்கச் செய்தார்கள்.

பூங்காவில் நடந்த இந்த நிகழ்வுகளுக்கு வந்திருந்தோர் நடுத்தர மற்றும் மேல் நடுத்தர மக்கள்தாம். குடிசைப் பகுதி யிலிருப்போரும் அதற்கு வசதியற்றோரும் மிகச் சிலர்தான் வந்திருந்தனர். குறிப்பிடத்தக்க எண்ணிக்கையில் சீருடை அணிந்த கன்னியாஸ்திரீகள் வந்திருந்தனர்.

கடலோரப் பகுதியிலிருந்து வந்த சில குழுவினர் கிறிஸ்தவ சமயத்தைச் சேர்ந்தவர்கள். இந்தக் கலையோடு பிணைந்திருக் கும் கடவுள் துதியை இவர்கள் கவனத்துடன் நீக்கியிருந்தனர்.

நாட்டுப்புறக் கலைக் குழுக்களில் சிலவற்றைத் தவிர மற்றவையெல்லாம் கிறிஸ்தவப் பாதிரிகள் மற்றும் சிவப்புச் சிந்தனையாளர்களின் தலைமையில் இயங்கி வருவது இந்தப் பூங்கா நிகழ்வுகளில் வெளிப்பட்டது.

பெரும் வர்த்தக நிறுவனங்களின் நிதி உதவியோடு நடந்த சென்னை சங்கமத்தின் சில நிகழ்வுகளில் இடதுசாரி முழக்கங் கள் இருந்ததை, ஒருவேளை இந்த நிறுவனங்களின் முதலாளிகள் அடையாளம் கண்டிருந்தால் முகம் சிவந்துபோயிருக்கலாம்.

❍

நிகழ்ச்சிக்கான ஏற்பாடுகள் குறிப்பிட்டுச் சொல்லப்பட வேண்டியவை. பன்னிரண்டுக்கும் மேற்பட்ட இடங்களில் ஆறு நாட்களில் தினமும் ஆறு வெவ்வேறு நிகழ்வுகள் பல கலைக் குழுக்களோடும் இசைக் கலைஞர்களோடும் நடத்தப் பட்டன. குறிப்பிட்ட நேரத்தில் குறிப்பிட்ட இடத்தில் குறிப் பிட்ட கலைஞர்கள் சென்றடையச் செய்து நிகழ்ச்சிகளை வெற்றிகரமாக்கியது அசாதாரணமான பணிதான்.

இந்தச் சங்கமத்திற்கு அரசின் ஆதரவு பல்வேறு விதங்களில் தேவையான அளவிற்கு இருந்தது. தங்களது இருப்பு யாருக்கும் பரபரப்பையோ தொந்தரவையோ ஏற்படுத்திவிடாத வகையில் காவல் துறையினரின் பாதுகாப்புப் பணி இருந்தது. தமிழ் மையத்தின் நிறுவனர் ஜெகத் கஸ்பாரின் சுறுசுறுப்பு, பேச்சுத் திறன், கலைஞர்களை அணுகிய விதம் யாவும் பாராட்டும்படி யாக இருந்தன. சென்னை சங்கமத்தின் ஒருங்கிணைப்பாளராக இருந்த கவிஞர் கனிமொழி, நிகழ்ச்சி நடைபெறும்போது வந்திருந்து, கலைஞர்களைப் பாராட்டிச் சென்றது உண்மையில் கலைஞர்களுக்குப் பெரிய ஊக்குவிப்பாக இருந்தது.

மயிலாப்பூர் போன்ற பகுதியில் வசிப்போருக்கு நாட்டார் கலைகளைப் பார்க்கவும் ரசிக்கவும் தெரிந்து கொள்வதற்குமான வாய்ப்பு ஏறக்குறைய இல்லாமலிருந்திருக்கும். கிராமங்களில் இவைபோன்ற கலைகள் உயிர்ப்புடன் இருப்பதை இந்நிகழ்வு நகரவாசிகளுக்குத் தெரியப்படுத்தியிருக்கிறது. இசையென்றால் கர்நாடக இசை, சினிமா இசை, என்பதைக் கடந்து மிகப் பல இசை வடிவங்கள், நடன முறைகள், இந்த மண்ணின் கலாச்சாரத்தோடு, வாழ்வோடு பின்னிப் பிணைந்திருப்பவை என்பதை இந்த நிகழ்வு காட்டியிருக்கிறது.

நிகழ்ச்சியில் கலந்துகொண்ட பல கலைஞர்கள் வறுமையி லிருப்போர் என்பது, நிகழ்ச்சி முடிந்து கரகோஷங்களைப் பெற்று மகிழ்ந்து மேடையை விட்டு இறங்கியபோது முகப் பூச்சையும் ஒப்பனையையும் மீறி அவர்களது முகத்தில் வெளிப் பட்ட ஆதங்கத்தாலும் கவலையாலும் புரிந்தது. குறிப்பாகத் தெருக்கூத்து நடத்திய குழுவினரைச் சொல்லலாம். இக்குழுவை நடத்துபவர் கலைமாமணிப் பட்டம் பெற்று ஆறாவது தலை முறையாகத் தெருக்கூத்துக் கலையைத் தொடர்ந்து உயிர் வாழச் செய்துகொண்டிருப்பவர். இந்தக் குழுவில் இளைஞர்கள் இல்லை.

வரும் தலைமுறைக்கு நாட்டுப்புறக் கலைஞர்களை இது போல அறிமுகப்படுத்தப் போகிறோமா அல்லது இதுபோன்ற நிகழ்வுகளைப் படம்பிடித்துக் குறுந்தட்டுகளாகத் தர நேரிடுமோ? இது பற்றி அரசும் மக்களும் சிந்திக்க வேண்டும். மரபுக் கலை களுக்கு உயிர்கொடுத்துக் கொண்டிருக்கும் இந்தக் கலைஞர் களின் வாழ்வில் அடிப்படைத் தேவைகளைப் பூர்த்தி செய்யு மளவிற்காவது நம்பிக்கையைத் தரும் நடவடிக்கைகள் எடுக்கப் பட வேண்டும்.

இதழ் 88, ஏப்ரல் 2007

பிறக்கும் ஒரு புது அழகு

அரசியல், ஊடக வன்புணர்ச்சியின் கதை

கண்ணன்

2004 ஜனவரி சென்னைப் புத்தகச் சந்தையில், பொங்கலை ஒட்டிய ஒரு நாள் மாலை, வாசகரைச் சந்திக்க, நூல்களில் கையெழுத்திடக் காலச்சுவடு அரங்கிற்கு சு.ரா. வந்திருந்தார். சென்னைப் புத்தகச் சந்தைக்கு அவருடைய முதல் வருகை அது. அதுவே கடைசி வருகையாகவும் அமைந்துவிட்டது. அன்று புத்தகச் சந்தையில் வாசகர் கூட்டம் அலை மோதிக்கொண்டிருந்தது. அரங்கிலும் வாசகர்கள் குமிய மூச்சுத் திணறியது. இந்நிகழ்வைப் பதிவுசெய்யக் குங்குமம் பத்திரிகையாளரும் புகைப் படக்காரரும் வந்திருந்தனர். அரவிந்தனும் கனிமொழியும் சு.ராவைச் சந்திக்க வந்திருந்தனர். சு.ராவிடம் கனிமொழி கையெழுத்து வாங்குவதை குங்குமம் புகைப் படக்காரர் படம்பிடிக்க முயன்றபோது, கனிமொழி, 'எதுக்கு எடுக்கறீங்க? எப்படியும் போடமாட்டீங்கல்ல?' என்றார். புகைப்படக்காரர் 'கண்டிப்பாகப் போடுவோங்க' என்று சொல்லிவிட்டுப் போனார். வேலைக்குப் புதியவராக இருந்திருப்பார். செய்திக் கட்டுரை வேறு புகைப் படங்களுடன் வெளி வந்தது. முன்னர்க் கலைஞரின் நள்ளிரவுக் கைதினை அடுத்து வெளிவந்த சன் டிவி செய்திப்படங்களில் கனிமொழி இடம் பெற்ற காட்சிகள் கவனமாக நீக்கப்பட்டு வந்ததைப் பிற சேனல்களின் காட்சிகளோடு ஒப்பிட்டுக் காலச்சுவடில் குறிப்பிட்டிருந்தோம்.

சில மாதங்களுக்கு முன்னர் சென்னை சென்றிருந்தபோது கனிமொழியின் புகைப்படத்தோடு 'குங்குமம்' போஸ்டர்கள் சென்னை முழுவதும் ஒட்டப்பட்டிருந்தன.

அந்த வார குங்குமம் முன்னட்டையில் கனிமொழி. உள்ளே விரிவான நேர்காணல். 'சோழியன் குடுமி சும்மா ஆடாதே' என்று நினைத்துக்கொண்ட போதிலும், அதன் உள்நோக்கம் அப்போது பிடிபடவில்லை. கனிமொழி அரசியலுக்கு வர இருப்பதாக நிலவிய வதந்திகளுடன் உளவுத்துறையும் ஊடகங் களில் செய்திகளைப் பதித்துக்கொண்டிருந்தது. தமிழக அரசிய லின் உள்ளோட்டங்களை அறிய *Intelligent Journalism* (கூர்மை யான இதழியல்) பதிவுகளைப் படிப்பது போதுமானதல்ல. *Intelligence Journalism* (உளவுத்துறை இதழியல்) உருவாக்கும் செய்திகள் அதிமுக்கியமானவை. உலகின் பிற பகுதிகள் பற்றித் தெரியவில்லை. ஆனால், தமிழக மீடியா கல்விப் பாடத்திட்டத் தில் உளவுத்துறை இதழியல் தனிப் பாடமாக இடம்பெற வேண்டும். இந்த உளவுத் துறை இதழியல் நேற்று இன்று பிறந்தது அல்ல. எந்த ஒரு குறிப்பிட்ட ஆட்சிக்கு உரியதும் அல்ல. பத்திரிகையாளர் – உளவுத் துறையினர் தொடர்பு என்பது நீண்ட காலத்து உறவு. ஆனால், இதழியலின் ஒரு பிரிவாகப் பேசத்தக்க இன்றைய நிலை 'புலனாய்வு' இதழ் களின் வருகைக்குப் பின்னர் ஏற்பட்டது. புலனாய்வு இதழ்களின் கவனம் அரசின் ஊழல்கள், குற்றங்களை நோக்கித் திரும்பாத வண்ணம் மசாலாச் செய்திகளை எடுத்துக் கொடுப்பது உளவுத் துறையின் அரிய பணிகளில் ஒன்று. அப்போதைய ஆளும் வர்க்கத்திற்குத் துதிபாடும் பதிவுகளையும் எதிரிகளைச் சிறுமைப் படுத்தும் செய்திக் கட்டுரைகளையும் ஊடகங்களில் வரச் செய்வது மற்றொரு அரிய பணி. உளவுத்துறை இதழியலைத் துல்லியமாக அடையாளம் காட்டுவது கடினம். ஆனால், படிக்கும் போது உணர்ந்துகொள்வது எளிது. லெதர் பூட்சும் ஆட்டுக்கடா மீசையும் விறைப்பான உடல் மொழியும் கொண்டு மஃப்டியில் வரும் போலீசாரைப்போல அது இருக்கும்.

ஸ்டாலின் மற்றும் அழகிரியுடன் கனிமொழி நல்லுறவு வளர்த்துக்கொண்டிருப்பதாகவும் குடும்ப அரசியலில் அவர் அண்ணன்கள் இருவருக்கும் இடையில் புரிதலை ஏற்படுத்தும் பாலமாகச் செயல்படுவார் என்றும் உளவுத்துறை இதழியல் பதிவுகள் தெரிவித்துவந்தன. (ஸ்டாலினும் அழகிரியும் ஒற்றுமை யாகத் தமிழகத்தை ஆளும் தொடர்காட்சிகள் மனத்தில் ஓடிக் கொண்டிருக்கின்றன.) அரசியலில் ஸ்டாலின் கிழித்த கோட்டைக் கனிமொழி தாண்ட மாட்டார் என்பது போன்ற உத்தரவாதங் களையும் அவை பரப்பிக்கொண்டிருந்தன. கலைஞர் குடும்பத் தில் கடந்த ஆண்டு ஏற்பட்ட சொத்துப் பங்கீட்டில் மாறன் குடும்பத்தால் தாம் ஏமாற்றப்பட்டு விட்டதான உணர்வு கலைஞரின் வாரிசுகளுக்கு ஏற்பட்டு, கலைஞர் குடும்பம் Vs மாறன் குடும்பம் என்னும் பிளவு ஏற்பட்டிருப்பதாகவும் ஊடகங்கள் தெரிவித்தன.

கலைஞருக்குப் பிறகு திமுகவைக் கைப்பற்றும் திட்டத்தோடு இருந்த மாறன்களுக்கு மேற்படி செய்திகள் பதற்றத்தை ஏற்படுத்தியிருக்க வேண்டும். அதன் ஒரு வெளிப்பாடுதான் கனிமொழியின் *குங்குமம்* பேட்டி என்பது பின்னர் பிடிபட்டது. இப்பேட்டியை அடுத்துக் கனிமொழியைத் தம் பக்கம் இழுக்க மாறன்கள் முயன்றதாகக் கூறப்படுகிறது. இப்பதற்றத்தின் அடுத்தகட்ட வெளிப்பாடாகத் *தினகரன்* கருத்துக் கணிப்பு வெளிவந்தது.

அழகிரியை நிதானம் தவறவைக்கும் கண்ணிவெடிகளுடன் வெளிவந்த *தினகரன்* கருத்துக் கணிப்பு எதிர்பாராத பின் விளைவுகளை ஏற்படுத்தி, மாறன்களையே நிதானம் தவற வைத்து, பதவிப் பறிப்புக்கு இட்டுச்சென்றது. சதித் திட்டங்கள் பல சமயங்களில் உயிர்கொண்டெழுந்து தமக்கான பாதையைத் தாமே தீர்மானித்துவிடுகின்றன.

மதுரை வந்த கலாநிதி மாறன் 'தினகரன்' மீதான தாக்குதல், மீடியா சுதந்திரத்தின் மீது தொடரப்பட்ட தாக்குதல் என்று குறிப்பிட்டார். 'மீடியா சுதந்திரம்' என்னும் கோட்பாட்டை வாழ்வில் முதல்முறையாக யோசித்து உச்சரிக்க வேண்டிவந்ததாலோ அல்லது சூழலின் பதற்றம் காரணமாகவோ, 'மீடியா சுதந்திரம்' என்று சொல்லும்போது வாய் குழறியது. கொலையுண்ட ஊழியர்களுக்கு நியாயம் கிடைக்க அழகிரிக்கு எதிராக இறுதிவரை போராடுவதாக அவர் சூளுரைத்த வாக்கை 48 மணிநேரம்கூடக் காப்பாற்ற முடியவில்லை.

மறுநாள் சென்னையில் நடந்த பத்திரிகையாளர் கண்டனக் கூட்டத்தில் கலந்துகொண்டேன். (*நக்கீரன்* கோபால் கைது செய்யப்பட்டபோதும் பின்னர் *தி ஹிந்து* இதழ்மீது ஜெயலலிதா அரசு தாக்குதல் தொடுத்த போதும் நடந்த கண்டனக் கூட்டங்களிலும் கலந்து கொண்டிருக்கிறேன்.) இச்சந்திப்பில் பேசிய என்.ராம் 'தினகரன்' மீதான தாக்குதலைப் பத்திரிகைச் சுதந்திரத்தின் மீதான தாக்குதலாக மட்டுமே பார்க்க வேண்டும் என்றும் அதன் பிற பரிமாணங்களை விவாதிப்பது கூடாது என்றும் குறிப்பிட்டு, அழகிரியைக் கடுமையாகத் தாக்கிப் பேசினார். சன் குழுமத்தின் கடந்த காலச் செயல்பாடுகளும் மீடியா ஆதிக்கமும் விவாதத்திற்கு வந்துவிடக் கூடாது என்னும் அக்கறையுடன் ஒற்றைப் பரிமாணத்தை மட்டுமே அழுத்திப் பேசிய அவரது உரையில், பத்திரிகைச் சுதந்திரம் பற்றிய கரிசனங்களுடன் கலாநிதியுடன் *த ஹிண்டு* குடும்பம் கொண்டிருக்கும் சம்பந்தி உறவும் நிழலாடியதாகத் தோன்றியது.

'தினகரன்' தாக்குதலில் பத்திரிகைச் சுதந்திரம் பாதிக்கப்பட்டுள்ளதா என்பது விவாதத்திற்குரியது. சன் குழுமத்தினர்

ஊடகச் சுதந்திரத்தையோ கருத்துச் சுதந்திரத்தையோ எந்நிலையிலும் ஆதரித்தவர்கள் அல்ல. சன் ஊடகர்களின் இருப்பும் செயல்பாடும் மேற்படிச் சுதந்திரங்களை வலியுறுத்தியதோ வலுப்படுத்தியதோ இல்லை. கருத்துச் சுதந்திரம் என்பது விஷமத்தனமான கருத்துகளைப் பரப்புவதற்கான சுதந்திரத்தையும் உள்ளடக்கியது என்ற அளவில் இத்தாக்குதலால் கருத்துச் சுதந்திரம் பாதிக்கப்பட்டுள்ளதாகக் கருதலாம்.

ஊடகச் சுதந்திரம் என்னும் நோக்கில் 'தினகரன்' தாக்குதல் ஏற்படுத்தியிருக்கும் பின்விளைவுகள் இவை:

1. மாறன் குடும்பத்தின் ஊடக மேலாண்மையோடு இணைக்கப்பட்டிருந்த அரசியல் அதிகாரம், ஒரு முடிவுக்குக் கொண்டுவரப்பட்டுள்ளது.
2. சன் குழுமத்தின் ஆபத்தான வளர்ச்சி மட்டுப் படுத்தப்பட்டிருக்கிறது.
3. தமது ஊடக – அரசியல் ஆதிக்கம் என்னும், உலகில் இன்று எந்தக் குடும்பத்திடமும் இல்லாத இரட்டை அதிகாரத்தின் வழி, தமிழகத்திலும் இன்னும் சில மாநிலங்களிலும் பல மீடியாக் குழுமங்களின் நாளிதழ்களை, தொலைக்காட்சிகளை, வார இதழ்களை, வானொலிகளை, வினியோக வலைகளை ஒழித்துக்கட்டும் போக்கில் இருந்த மாறன்களின் நாணயமற்ற முறைமைகள் கட்டுப்பாட்டிற்குள் வந்துள்ளன.

எனவே, 'தினகரன்' மீதான தாக்குதலைத் தூண்டியதாகக் குற்றஞ்சாட்டப்படும் அழகிரி, ஊடகச் சுதந்திரம் என்ற நோக்கில் பார்க்கும்போது, ஊடகச் சுதந்திரத்தின் நாயகன் போல – அவரது நோக்கங்களுக்கும் அப்பால் – காட்சியளிக்கிறார்!

மேலும், இப்போது தமிழகத்தின் அதிசக்தி வாய்ந்த ஊடகக் குழுமம் ஒன்று அரசியல் சார்பற்றுச் சுதந்திரமாக இயக்குவதற்கான வாய்ப்பும் உருவாகியுள்ளது.

'தினகரன்' மீதான தாக்குதல் அழகிரியை ஒரு தளத்தில் ஒரு சமூக நாயகனாக மாற்றியிருக்கிறது. திமுக தொண்டர்களிடையே இன்று ரகசிய வாக்கெடுப்பு நடத்தப்பட்டால் அழகிரியின் ஆதரவு வேகமாக உயர்ந்து வருவதை அது வெளிப்படுத்தும் என்பது என் துணிபு. அழகிரி துணிச்சலானவர், உடனடியாக முடிவெடுத்துச் செயல்படுபவர், அடித்தள மக்களுக்கு ஆதரவானவர், கட்சித் தொண்டர்கள்மீது கரிசனம் கொண்டவர், குறிப்பாக, நம்பியவர்களைக் கைவிடாதவர்

எனப் பலவிதமாகத் தொண்டர்களால் புகழப்படுகிறார். 'அன்பான மனுஷ'ராகவும் பார்க்கப்படுகிறார் அவர்.[1] முக்கியமாக, ஜெயலலிதாவை எதிர்கொள்ளச் சரியான நபர் அழகிரிதான் என்னும் கருத்தும் திமுகவில் உருவாகி வருகிறது.

'தினகரன்' தாக்குதலில் மூவர் படுகொலை செய்யப்பட்டனர் என்று பார்க்கும்போது, தமிழ்ச் சமூகத்தின் எதிர்வினை பொதுவாக மிகப் பலவீனமானதாகவே இருக்கிறது. தமிழ் நாளிதழ்கள் பல இச்செய்தியை முதல் பக்கத்தில்கூட வெளியிடவில்லை. செய்தி இதழ்கள் மேற்படி தாக்குதலுக்கான பொறுப்பிலிருந்து அழகிரியை விடுவிப்பதில் ஆர்வம் காட்டின. பத்திரிகையாளர்கள் நடத்திய சென்னைக் கண்டனக் கூட்டத்தில் முன்னர் *நக்கீரன்* கோபால் கைதுசெய்யப்பட்டபோதும், 'த ஹிண்டு' தாக்கப்பட்டபோதும் காணப்பட்ட வேகம் இல்லை. எதிர்க்கட்சிகள்கூடப் போதிய வேகத்துடன் எதிர்வினையாற்றவில்லை. தயாநிதி அமைச்சரவையிலிருந்து ஒதுக்கப்பட்டதற்குத் திமுக தொண்டர்களின் முழு ஆதரவு கிடைத்துள்ளது. கூட்டணிக் கட்சிகளும் ஆதரவு தெரிவித்துள்ளன. பாமகவுடனான திமுகவின் உறவு மேம்பட்டுள்ளது. விதிவிலக்குகளாக சி.பி.எம். மிகத் தெளிவான எதிர்ப்பை வெளிப்படுத்தியிருக்கிறது (அவர்களுக்கு ஒரு லால் சலாம்!). ஹென்றி திபேன், பேரா. கல்யாணி போன்றோரின் போராட்டங்களும் குறிப்பிட்டுச் சொல்ல வேண்டியவை.

'தினகர'னைத் தாக்கியவர்கள் பற்பல தரப்பினரின் ஆழ்மன விருப்பத்தை நிறைவேற்றியுள்ளார்கள். தமது மேட்டுக்குடித்தனமான அரசியலின் வழி மாறன்கள் புண்படுத்திய திமுக தொண்டர்கள், கடும் பாதிப்புக்கு உள்ளாகிவந்த மீடியா நிறுவனங்கள், நசுக்கப்பட்டுவந்த கேபிள் சேவைத்துறையினர், அவமானப்படுத்தப்பட்ட சக அமைச்சர்கள், அச்சுறுத்தலுக்கு ஆளாகிவந்த தொழிலதிபர்கள், சொத்துப் பங்கீட்டில் ஏமாற்றப்பட்டதாக உணர்ந்த கலைஞரின் வாரிசுகள், சன் குழுமத்தால் இருட்டடிப்புச் செய்யப்பட்ட அரசியல் தலைவர்கள் எனப் பற்பல குழுவினரின் மானசீகமான செயல் கரமாகவே ரௌடிகள் செயல்பட்டுள்ளார்கள். அப்பாவி ஊழியர்களின் படுகொலையை யாரும் வேண்டவில்லை என்றாலும், தினகரன் அலுவலகம் உயிர்ச் சேதமின்றித் தாக்கப்பட்டிருக்கும் பட்சத்தில், ஆதரவுகூடக் கிடைத்திருக்கும் என்பதே யதார்த்த நிலை.

மாறன்களின் அரசியல் – மீடியா ஆதிக்கம் ஒரு கட்டத்தில் நேரடி வன்முறைக்கு இட்டுச் செல்லும் என்பது அறியப்படாத ஒன்றல்ல. கடந்த ஆண்டு எழுதிய ஒரு கட்டுரையில் சன் குழுமம் பற்றி இவ்வாறு குறிப்பிட்டிருந்தேன்:

ஒரு கட்சி சார்ந்த ஊடகங்களுக்கு ஒரு தேசத்தில் அல்லது மாநிலத்தில் இத்தகைய ஆதிக்கம் இருப்பதைப் பிற அரசியல் கட்சிகள் சகித்துக் கொள்வது சாத்திய மல்ல.[2]

இருப்பினும் அநீதியான, ஆபத்தான, மாறன்களின் அரசியல் – ஊடக ஆதிக்க வளர்ச்சியைக் கட்டுப்படுத்தும் முகமாக அரசு அமைப்புகளும் சக ஊடகங்களும் சிவில் சமூகமும் செயல்படத் தவறிய இடைவெளியில் ரௌடிகளின் அதிரடிச் செயல்பாடு நிகழ்ந்துள்ளது. நீதித் துறையின் போதாமைகளினால் கட்டைப் பஞ்சாயத்து உருவாவது போன்ற விஷயம் இது.

சன் குழுமத்தின் ஆதிக்கத்தைக் கடந்த ஆட்சியில் கட்டுப்படுத்த அதிமுக அரசு முயன்றபோது, திமுக தலைமை அவர்களுக்கு அரணாக நின்றது. இன்று திமுகவினர் மட்டுமல்ல, கலைஞர் குடும்பத்தினரே சகித்துக்கொள்ள முடியாத அளவிற்கு சன் குழுமம் ஆதிக்கம் செலுத்திய நிலையில், அதன் மீடியா எதேச்சாதிகாரம் உள்ளிருந்தே தூண்டப்பட்ட அராஜகத்தால் எதிர்கொள்ளப்பட்டுள்ளது.

மனித சரித்திரத்தில் பட்டம், பதவி, அதிகாரம் இவற்றிலிருந்து பிரிக்க முடியாததாகவே கயமையும் துரோகமும் வெறியும் கலந்திருக்கின்றன. அரச பரம்பரைகளின் குருதி தோய்ந்த வரலாற்றில் துரோகம் என்பதும் பதவிவெறி என்பதும் சதி என்பதும் ஒன்றறக் கலந்த ஒன்று. மகன் தந்தையைக் கொல்வதும் சகோதரர்கள் சகோதரர்களைக் கொல்வதும் ஒரு குடும்பத்தையோ ஒரு பரம்பரையையோ கூண்டோடு வேரறுப்பதும் சரித்திரத்தின் தீராத பக்கங்களாகத் தொடர்ந்து வந்துகொண்டிருக்கின்றன. அதிகார வர்க்கத்தின் அலமாரிகளில் ஒளிந்திருக்கும் எலும்புக்கூடுகள் எண்ணில் அடங்காதவை.[3]

கனிமொழி

மதுரை 'தினகரன்' தாக்குதலின் கரிசனத்திற்குரிய அம்சங்கள் (அ) மூன்று ஊழியர்களின் பலி, (ஆ) அழகிரியின் சட்டத்திற்கு அப்பாலான அதிகாரம்.

கலைஞரின் நேரடி வாரிசுகளுக்கும் மாறனின் வாரிசுகளுக்கும் இடையிலான குடும்பப் போராட்டத்தில் தற்போது நேரடி வாரிசுகள் வெற்றிவாகை சூடியுள்ளனர். குடும்பத்தின் அசையாச் சொத்துப் பங்கீட்டில் கலைஞர் வாரிசுகள் ஏமாற்றப் பட்டிருந்தாலும்கூட அசையும் குடும்பச் சொத்தான திமுக

கட்சியை – தொண்டர்களை முழுமையாகக் கைப்பற்றுவதில் அவர்கள் வெற்றி அடைந்துள்ளனர். மாறன்கள் வெளியேற்றப் பட்டுள்ளனர். இப்போராட்டத்தில் மூன்று 'தினகரன்' ஊழியர் கள் பலியாகியுள்ளனர். அவர்கள் பத்திரிகையாளர்கள் அல்ல. பத்திரிகைச் சுதந்திரத்தை முன்னிட்டு அவர்கள் மரணமடைய வில்லை என்பதால் அவர்களைத் தியாகிகளாகப் பார்ப்பதிலும் சிக்கல் இருக்கிறது. இருப்பினும் இது அவர்களது உயிரின் மதிப்பை எந்தவிதத்திலும் குறைத்துவிடவில்லை. அவர்கள் இழப்பு அவர்களது உற்றாருக்கும் சுற்றத்தாருக்கும் ஈடுசெய்ய முடியாத ஒன்று. மேலும், அவர்கள் குற்றமற்றவர்கள். அவர்கள் உயிரை வாங்க யாருக்கும் உரிமையில்லை. அவர்கள் குறிவைத்துக் கொல்லப்படவில்லை. ஆனால், சில உயிர்கள் பலியாவதைப் பற்றி அவர்களைத் தாக்கியவர்கள் கவலைப்படவில்லை. அவர்களது பலி ஏற்படுத்திய கவனமும் நெருக்கடியுமே தற் போது ஏற்பட்டுள்ள பல அரசியல் மாற்றங்களுக்கு வழிவகுத் துள்ளன. இவ்வாறு மக்களின் உயிரைப் பலி வாங்கிக் காய் நகர்த்துவதும் நமது அரசியல் வர்க்கத்திற்குப் பழகி மரத்துப் போன ஒரு நடைமுறை. தமிழ்ச் சமூகத்தில் உயிர்வாழும் உரிமைகூட நம்முடையதாக இல்லை. அது நமது அரசியல் வர்க்கத்தின் பெருந்தன்மையால் நமக்கு அளிக்கப்பட்டிருக் கிறது. தமிழகத்தை ஆட்டிப்படைக்கும் பல அதிகாரங்கள் 'கொலையில் பிறந்த சிருஷ்டிகள்' என்பது நமது அரசியல் வரலாற்றின் யதார்த்தம்.

மேற்படி கொலைகளின் முதல் குற்றவாளியாகப் பாதிக்கப் பட்டவர்களால், பத்திரிகையாளர்களால் குற்றஞ்சாட்டப்படுப வர் மு.க. அழகிரி. கிரிமினல் குற்றச்சாட்டுகளிலும் கொலைக் குற்றங்களிலும் பல முறை புழங்கியுள்ள பெயர் அவருடையது. 'தினகரன்' தாக்குதலுக்கு அவர் உத்தரவிடவில்லை என்றும், அந்நேரத்தில் அவர் ஒரு காதுகுத்தும் நிகழ்ச்சிக்குச் சென் றிருந்ததாகவும், அவருக்கு இத்தாக்குதல் பற்றித் தெரியாது என்றும் இதழியல் செய்திகள் தெரிவித்தன ('காதுகுத்தும் நிகழ்ச்சி' என்பதை ரொம்பவே ரசித்துப் படித்தேன்.)

கவிஞர் கனிமொழி, அண்ணன் அழகிரி நிரபராதி – அவருக்கும் 'தினகரன்' தாக்குதலுக்கும் எந்தத் தொடர்பும் இல்லை – என்று நினைப்பதாக ஒரு பேட்டியில் தெரிவித்திருக் கிறார்.[4] அழகிரியை அவ்வளவு எளிதில் நிரபராதி ஆக்கிவிட முடியும் எனத் தோன்றவில்லை. இத்தாக்குதலில் அவருக்குத் தொடர்பு இருப்பதற்கான ஆதாரம் இல்லை என்று கொண் டால் தயாநிதி மாறனுக்கு சன் டி.வியோடு தொடர்பில்லை என்பதையும் ஏற்க வேண்டும். அழகிரிக்கும் இந்நிகழ்ச்சிக்கு மான தொடர்பு, அன்று காலை *தினகரனைப்* படித்துவிட்டு

அவர் அடியாள்களைக் கூப்பிட்டு, 'போய் அடித்து நொறுக்கி விட்டு வாங்கடா' என உத்தரவிட்டாரா என்பதில் அடங்குவ தல்ல. அழகிரிக்கு எந்தக் குந்தகம் வந்தாலும் வன்முறையில் ஈடுபட ஒரு கூட்டம் மதுரையில் எப்போதும் தயாராக இருப் பதற்கு யார் பொறுப்பு? உத்தரவிடாமலேயேகூட மனதறிந்து செயல்படும் அடியாள் படையை உருவாக்கிவிட்டால் அவர் களின் செயல்பாட்டில் தலைமைக்குப் பொறுப்பில்லை என்று ஆகிவிடுமா? மதுரை போலீசாரை வன்முறைக் களத்தில் பார்வையாளராக மாற்றிய சக்தி எது? உடனடி நடவடிக்கை மூலம் வன்முறையைக் கட்டுப்படுத்திப் படுகொலையையும் தவிர்த்திருக்கக்கூடிய, மதுரையைப் பெரும் கனவோடு நிர்வகித்து வந்த ஆட்சியர் உதயச்சந்திரனை இடம் மாற்றிய சக்தி எது? இன்று மதுரையில் நேர்மையோடும் நிர்வாகத் திறனோடும் யாரும் பணியாற்ற முடியாத நிலை ஏற்பட்டிருப்பதற்கு யார் பொறுப்பு? கவிஞரின் புரிதலுக்கு அப்பாற்பட்ட கேள்விகள் அல்ல இவை. வன்முறை பற்றிப் பிறிதொரு சந்தர்ப்பத்தில் கனிமொழி இவ்வாறு எழுதுகிறார்:

> *வன்முறை நமது சமூகத்தில் காட்டுச்செடிபோலப் பரவி விட்டது. வன்முறை என்பது வன்முறையாளர்களின் குற்றம் மட்டுமே என்று கூறிவிட முடியாது. தன்மீது அவிழ்த்துவிடப்படும் வன்முறையை அமைதியாக ஏற்றுக் கொள்ளும் எல்லோருக்கும் இந்தக் குற்றத்தில் பங்கு உண்டு.*[5]

ஒரு சமூகத்தின் ஆன்மாவாகக் கருதப்படுபவர்கள் எழுத் தாளர்கள். இன்று அரசியலில் இருக்கும் ரவிக்குமாருக்கும் சல்மாவுக்கும் மதுரை நிகழ்வுகளைப் பற்றிப் பலத்த மௌனத்தை மட்டுமே வெளிப்படுத்த முடிந்திருக்கிறது. எழுத்தாளர்கள் அரசியலுக்குப் பங்களிப்பதைவிடத் தாம் இழப்பதே அதிக மாகத் தெரிகிறது. மனித உரிமைப் போராளியாக, பி.யு.சி.எல். தலைவராக இருந்த ரவிக்குமாருக்கு மதுரைப் படுகொலை களைப் பற்றி மட்டுமல்ல, தான் போலீசாரால் கடுமையாகத் தாக்கப்பட்டது பற்றிக்கூட அதிகம் சொல்ல முடியாத நிலை. இந்நிலை ஒரு கூட்டணி (அ)தர்மம். தான் தாக்கப்பட்டதற்காக ஆளும் குடும்பத்திடம் முறையிட்டும் ஆறுதல் பெற்றும் அவர் அமைதி அடைய வேண்டியிருக்கிறது. அவரைத் தாக்கிய போலீசார் யாரும் இடைநீக்கம்கூடச் செய்யப்படவில்லை. மாறாக போலீசால் தாக்கப்பட்டுப் படுகாயமடைந்து மருத்துவ மனையில் சேர்க்கப்பட்ட அவர் போலீசாரைத் தாக்கியதாக முதல் தகவல் அறிக்கை பதிவுசெய்யப்பட்டுக் கைதுக்கான வாரண்டும் பிறப்பிக்கப்பட்டுள்ளது. தாக்குபவர்களுக்கு அரச மரியாதை அளிக்கும் அரசு தாக்கப்படுபவர்களைக் குற்றவாளி

கள் ஆக்குவதில் வியப்பேதுமில்லை. முதலமைச்சரின் பெருந் தன்மையால் அவர் இன்று சமூகத்தில் நடமாடிக்கொண்டிருக் கிறார். கலைஞருக்கு நமது நன்றி உரித்தாகிறது.

சல்மாவின் அரசியல் வாழ்க்கையில் ஒரு எழுத்தாளருக்கு உரிய எந்தச் செயல்பாட்டையும் காண முடியவில்லை. ஒரு எழுத்தாளருக்கு உரிய கரிசனங்களாக ஒரு சொல்லும் செயலும் பொது வாழ்க்கையில் அவரிடமிருந்து வெளிப்படுவதில்லை. இன்றைய அரசியல் குட்டையில் ஊறிய ஒரு மட்டையாகவே அவர் காட்சியளிக்கிறார். அரசியல் தளத்திலும் ஊடகங்களி லும் அவரை ஒழித்துக்கட்டுவதற்காக மேற்கொள்ளப்படும் முயற்சிகளை இன்னும் எத்தனை காலம் அவர் எதிர்கொள்ள முடியும் என்பதும் கேள்விக்குறியாகவே உள்ளது.

மனித உரிமைகள் மீறப்படும்போது பெரும் துக்கத்தோடு கனிமொழி எதிர்வினையாற்றியதைக் கேட்டிருக்கிறேன். 2002 இல் குஜராத் கலவரத்தை எதிர்த்து 'காலச்சுவடு' நடத்திய பொதுக்கூட்டத்தில் அவர் வெளிப்படுத்திய உணர்ச்சிகள் என்னைக் கண்கலங்கவைத்துள்ளன. கொடுங்குற்றவாளிகளைக் கூடத் தூக்கிலிடும் உரிமை அரசுக்கு இல்லை என மரண தண்டனைக்கு எதிராக வாதாடிய கனிமொழி, மதுரையில் அப்பாவிகளின் படுகொலைக்கு ஆற்றியுள்ள எதிர்வினை, அவர்மீது மரியாதை கொண்டவர்களுக்கு ஏமாற்றத்தையே அளித்திருக்கும்.

நேற்றுவரை இந்திய அரசு அமைப்புகள் பற்றிய விமர் சனப் பார்வையோடு இருந்த கனிமொழி தற்போது சி.பி.ஐ யின் மீது முழு நம்பிக்கை கொண்ட குடிமகளாக மாறியிருக் கிறார்.[6] கலைஞரின் விருப்பத்தையும் மீறிக் 'கருத்து' அமைப்பைத் தொடங்கி, குஷ்பு பிரச்சினையில் ஆணித்தரமான நிலைப் பாட்டை எடுத்த கனிமொழியின் கருத்துச் சுதந்திரம் இன்று குடும்ப அரசியலில் சிக்கித் தவிக்கிறது. அரசியலில் உயர்ந்த செயல்திட்டங்கள் அவருக்கு இருக்கின்றன என்றே நம்புகிறேன். ஆனால், லட்சியத்தின் மலர்ச்சியை வழிமுறைகளின் அறத் திலிருந்து பிரிக்க முடியாது.

ஒரு படுகொலைக்கு அரசு மறைமுக உடந்தையாக மாறும் போது, மக்களுக்கு நீதி வழங்கும் எந்த உயரிய அமைப்பும் இன்று நம்மிடம் இல்லை. ஓர் அநீதிக்கு எதிராக அரசிடம் முன்வைக்க எந்தக் கோரிக்கையும் இன்று சிவில் சமூகத்திடம் இல்லை. இருப்பினும் 'விசாரணைக் கமிஷன் அமைக்க வேண் டும்', 'சி.பி.ஐ. விசாரணைக்கு உத்தரவிட வேண்டும்' போன்ற கோரிக்கைகள் பழக்கதோஷத்தில் முன்வைக்கப்படுகின்றன.

சி.பி.ஐ. விசாரணையின் வழி மதுரை வன்முறையின் குற்றவாளி கள் சட்டத்தின் முன் கொண்டுவரப்படுவார்கள் என ஆத்மார்த்த மாக நம்பும் ஒருவரும் இன்று தமிழகத்தில் இல்லை. சி.பி.ஐ. விசாரணை இங்கு நீதியின் செயல் கரமாக அல்ல, அரசின் அம்மணத்தை மறைக்கும் அரச இலையாகப் பயன்படுத்தப் பட்டுள்ளது.

சி.பி.ஐ. விசாரணைக்கு உத்தரவிட்டதன் மூலம், ஒரு சாதுர்யமான அரசியல்வாதி என்பதை, நிரூபணங்களே இனித் தேவையற்ற ஒரு தனிச்சிறப்பை, கலைஞர் மீண்டும் நிரூபித் திருக்கிறார். தமிழ்ச் சமூகம் மீண்டும் மீண்டும் தன் தோல்வியை நிரூபித்துக்கொண்டிருக்கிறது.

"கை தூக்கிக் கும்பிடுவதற்கு ஒன்றுமில்லையே, நித்ய சூன்யமாக இருக்கிறதே"[7] என்ற புதுமைப்பித்தனின் அலறல் பெரும் சோகத்தோடு இன்று நம்மீது படிகின்றது.

பிறக்குமா ஒரு புது அழகு?[8]

சான்றுக் குறிப்புகள்

1. *கனிமொழி பேட்டி, குமுதம், 6.6.2007.*
2. *தமிழ் மீடியா: பொன்விழா அபாயம், புதிய பார்வை, 16 – 30, நவம்பர் 2006.*
3. *பிணம் தின்னிகள், 'கறுக்கும் மருதாணி' (2003).*
4. *ஜூனியர் விகடன் பேட்டி, ஜூன் 3, 2007.*
5. வன்முறை என்ற வாழ்க்கை, *'கறுக்கும் மருதாணி' (2003).*
6. *பார்க்க குமுதம் பேட்டி, 6.6.2007.*
7. *'கண்மணி கமலாவுக்கு' (1994).*
8. "மிரளாதே. இந்த அழகிய உடல்களுக்குப் / பொருந்தாத உறுப்புக்கள் இவை. / புதியவற்றைப் பொருத்தவே / இவற்றைத் துண்டாடுகிறேன் / இப்போது தெரியாது என் ரூபம் / பொறுத்திரு ஒரு தலைமுறைக்கு / பிறக்கும் ஒரு புது அழகு" / என்று இவன் சொல்லி முடிக்கும் முன்பே / மனிதர்கள் வரிசையாக / இவனிடம் வருகிறார் கள் / இவன் துண்டாடுகிறான்.

   சேரனின், 'கொலைக் கலைஞர்' கவிதையின் சில வரிகள். *'மீண்டும் கடலுக்கு', (2004).*

இதழ் 91, ஜூலை 2007

பாலைவனமாகும் தேரிக்காடும் கலைஞர் மறந்த திருக்குறளும்

நித்தியானந்த் ஜெயராமன்
தமிழில்: ப்ரேமா ரேவதி

நீர் வேண்டுமா? டைட்டானியம் வேண்டுமா?

30,000 பேருக்கு வேலை வழங்கும் நிலத்தை எடுத்துக் கொண்டு 2,000 பேருக்கு வேலை தரும் டாடாவின் பெருந்தன்மையைத் தேரிக்காட்டு மக்கள் ஏற்றுக்கொள்ள வில்லை. அவர்கள் இந்தப் பெருந்தன்மையால் எரிச்ச லடைந்துள்ளனர். அவர்களின் கோபத்தில் நியாயம் இருக்கிறது. இந்தச் சிவந்த மண் பூமியை நம்பித்தான் இங்கே உள்ள முழு மக்கள்தொகையும் வாழ்ந்துவருகிறது.

டாடா நிறுவனத்தினர் 15,000 ஏக்கர் நிலத்தை வாங்கப் போகிறார்கள். அவர்கள் வாங்கப்போகும் நிலத் தில் வீடுகள், சாலைகள், கல்லறைகள், மாதா கோவில்கள், மசூதிகள், கோவில்கள், பள்ளிகள், விவசாய நிலம் என்று அனைத்தும் அடக்கம். டாடா நிறுவனத்தினர் இந்த நிலத்தின் மேலிருக்கும் அனைத்தையும் அகற்றிவிட்டுத் தோண்டி எடுக்கப்போகிறார்கள். 30 ஆண்டுகள் கழித்து என்ன மிச்சமிருக்கும்?

இந்தப் பூமி வளமான விவசாய பூமி. முருங்கை, கொய்யா, மா, முந்திரி போன்ற பணப்பயிர்கள் செழித்து வளர்ந்துள்ள பூமி. நிலமற்ற மக்கள் விவசாய வேலை களில் கிடைக்கும் கூலியில்தான் வாழ்கிறார்கள்.

அதுமட்டுமல்ல, வானுயர வளர்ந்துள்ள பனை மரக்காடுகள் செழித்துள்ள பூமி. பனை மரத்தைக் கர்ப்பக

விருட்சம் என்றும் சொல்வார்கள். அதன் அனைத்துப் பாகங்களும் மனிதர்களுக்கு வாழ்வளிக்கும். இந்த மரங்களை நம்பி இங்கே நாடார் சமூகம் வாழ்ந்து வருகிறது. அவர்கள் மிக மோசமான வாழ்க்கை நடத்துகின்றனர். மரம் ஏறுதல், பதநீர் இறக்குதல், கருப்பட்டி, பனை ஓலை – மட்டைகளைப் பதப்படுத்துதல், கூடை அல்லது பாய் முடைதல் என்று இவர்களின் குடும்பமும் வாழ்க்கையும் பனையைச் சுற்றியே இருக்கிறது. டாடாவின் சுரங்கத் தொழிலில் இவர்களில் எத்தனை பேருக்கு வேலை கிடைக்கும்? அதற்கான சிறப்புத் தகுதிகள் என்ன இருக்கிறது இவர்களிடம்? இவர்கள் வாழ்க்கை என்னவாகும்?

தேரிக்காடு : நீர்வனமா? பாலைவனமா?

கருணாநிதி தேரிக்காடுகளைப் பாலைவனம், பயனற்ற பொட்டல் காடு என்கிறார். எப்படியாவது டாடாவின் டைட்டானியம் டை ஆக்சைடு தொழிலகத்தை நிறுவிவிட வேண்டும் என்ற அவசரத்தில் அவர் பேசுகிறார். ஆனால், தேரிகள் அதாவது மணற்குன்றுகள் மழை நீரைத் தேக்கிவைக்கும் இயற்கை அணைகள். பெய்யும் மழையைச் சேகரித்து அவை ஆண்டு முழுவதும் கொஞ்சம் கொஞ்சமாக வெளியேற்றுகின்றன. தேரிகள் இல்லை என்றால் நீரில்லை. நீரின்றி அமையாது உலகு என்ற வள்ளுவர் கூற்றைத் தமிழறிஞர் கலைஞர் மறந்திருக்க வாய்ப்பில்லை. மழை மறைவுப் பிரதேசத்தில் அமைந்திருக்கும் தேரிகளின் முக்கியத்துவத்தை உணர்ந்திருக்கும் தமிழக அரசு பல கோடிகள் செலவழித்து முந்திரிக் காடுகளை வளர்த்துக் காற்றால் ஏற்படும் மண் அரிப்பைத் தடுத்துத் தேரிகளைக் காப்பாற்றும் வேலையைச் செய்து வந்திருக்கிறது. தஞ்சபுரம் கிணறு 40 அடியில் நல்ல நீரைக் கொண்டுள்ளது. குட்டம் என்னும் கிராமத்தின் 1,500 குடும்பங்களுக்குத் தேவையான நீரை ஆண்டு முழுவதும் தந்துகொண்டிருக்கிறது.

டாடாவால் கொள்முதல் செய்யப்படும் நிலங்களில் 50 அடிகள்வரை ஆழங்கொண்ட மணற்குன்றுகள் இருக்கின்றன என்று உள்ளூர்வாசிகள் சொல்கிறார்கள். ஆற்று மணலையே அடியாழம்வரை தோண்டிப் பாறாங்கற்களைக் கண்டுபிடிக்கும் மணற்கொள்ளையரைத் தமிழகம் பார்த்திருக்கிறது. டாடா 50 அடிவரை தோண்டினார் என்றால் தேரிக்காடு, நீர்வனம் என்ற இன்றைய நிலையிலிருந்து உண்மையிலேயே பாலைவனம் ஆகிவிடும்.

டாடாவின் திட்டந்தான் என்ன?

டைட்டானியம் அடங்கிய இல்லுமினேட் என்னும் தாதுப் பொருளை ஆண்டுக்கு 5,00,000 டன் தோண்டி எடுத்து, 1,00,000

டன் டைட்டானியம் டை ஆக்சைடு தயார் செய்வதுதான் டாடாவின் திட்டம். 2,500 கோடி ரூபாய் மூலதனத்தில் தொடங்கப்படும் இத்திட்டம் 15,000 ஏக்கர் பரப்பைத் தோண்டும். இது ஏறக்குறைய 60 ச.கி.மீ. பரப்பாகும். மதுரை நகரின் பரப்பைவிடப் பெரியதாகும்.

இந்த மாபெரும் திட்டத்தின் விவரம் எதனையும் தமிழக அரசு இதுவரை தரவில்லை. டாடாவும் வழக்கம் போல அது பற்றியெல்லாம் கவலைப்படவில்லை. இந்தத் திட்டத்தின் சுற்றுச்சூழல் தாக்கம் என்ன என்பது பற்றியோ உற்பத்தி நடக்கும் முறை பற்றியோ எந்த முறையான தகவலும் கிடைக்க வில்லை. என்ன நடக்கும் என்பதைத் தெரிந்துகொள்ளும் உரிமை மக்களுக்கு உண்டு என்பதை யாரும் கண்டுகொள்ள வில்லை.

டைட்டானியம் என்றால் என்ன?

டைட்டானியம் வலுமிக்க உலோகம் ஆகும். ஆனால், அதன் எடை மிகவும் குறைவு. டைட்டானியம் அடங்கிய மூலப்பொருள்கள் புவிப்பரப்பில் பெருமளவு இருக்கின்றன. ஆனால், வணிக ரீதியாக எடுக்கப்படக்கூடிய மூலப்பொருள் கள் ருட்டைல் (Rutile) என்னும் வடிவிலும் இல்லுமினேட் (Ilmenite) என்னும் வடிவிலும் கிடைக்கின்றன. ருட்டைல் வடிவத்தில் கிடைக்கும் டைட்டானிம் டை ஆக்சைடு மிகவும் சுத்தமானது. ஆனால், அது அரிதாகத்தான் கிடைக்கிறது.

டைட்டானியத்திற்கும் அதன் டை ஆக்சைடுக்கும் பெரிய அளவான சந்தை காத்திருக்கிறது. அதன் வலு மற்றும் குறைவான எடை, அதுமட்டுமல்லாமல் அரிப்பை எதிர்க்கும் தன்மையின் காரணமாக இராணுவ ஆயுதத் தொழிலிலும் விண்வெளித் தொழிலிலும் வானூர்தித் தொழிலிலும் தொழிலகக் கட்டு மானங்களிலும் அது பெருமளவு பயனாகிறது. டைட்டானியம் டை ஆக்சைடு மின்னலடிக்கும் வெண்மை நிறம் கொண்டது. இதனால் வண்ணங்களைத் தயாரிக்கும் தொழிற்சாலைகள் இதனைப் பெருமளவு பயன்படுத்துகின்றன. இது விஷத்தன்மை அற்றதுங்கூட. அதனால், மாவு, தூய வெண்மையான உயர் தரச் சர்க்கரை, இனிப்புகள், பற்பசை, அழகு சாதனப் பொருள் கள் போன்றவற்றில் வெண்மை வண்ணம் ஊட்டுவதற்குப் பயன்படுத்தப்படுகிறது.

சொல்லப்படாத செய்திகள்

டாடா எந்த உற்பத்தி முறையைப் பயன்படுத்தப் போகி றார் என்பது தெரியவில்லை. ஆனால், உலகெங்கும் உள்ள

டைட்டானியம் உற்பத்திமுறைகளைப் பார்க்கும்போது, டாடா என்ன செய்வார் என்று ஊகிக்க முடிகிறது. கிடைக்கும் தகவல் களை வைத்துப் பார்க்கும் போது, இல்லுமினேட்டில் இருந்து டைட்டானியம் டை ஆக்சைடு தயார்செய்து அதனை உள்ளூர் மற்றும் அயல்நாட்டுச் சந்தைக்கு டாடா அனுப்பப்போகிறார் எனத் தெரிகிறது.

இல்லுமினேட் அடங்கிய கடற்கரை மணலை அள்ளி யெடுத்து வேதியியல் முறையின் மூலம் மிக உயர்ந்த சுத்த முள்ள டைட்டானியம் டை ஆக்சைடைப் பிரித்தெடுப்பது தான் டாடாவின் திட்டம். இதன் சுற்றுச்சூழல் தாக்கத்தை மதிப்பிட வேண்டுமென்றால் தோண்டியெடுக்கும் முறை பற்றி யும் உள்ளூர் உயிர்ச் சூழல் மற்றும் புவியியல் தன்மைகளை யும் ஆழமாகப் படிக்க வேண்டும். ஆனால், இந்த இரண்டைப் பற்றியும் போதுமான தகவல்கள் இல்லை. இருந்தபோதும் டைட்டானியம் டை ஆக்சைடு தொழில் பொதுவாக எவ்வாறு நிகழ்த்தப்படுகிறது என்ற விவரங்களை வைத்துக்கொண்டு இந்தக் கட்டுரை எழுதப்படுகிறது.

தோரியம் என்ற பூதம் என்னவாகும்?

இந்தத் தாதுப்பொருளை எடுக்கும்போது தோரியம் போன்ற கதிரியக்கத் தனிமமும் கிடைக்கும். அணுசக்தித் தொடர்பான துறைகளில் தனியார் நுழைவது பற்றிய அதிருப்திக் குரல்கள் ஆங்காங்கே கேட்கத் தொடங்கியுள்ளன. டாடாவின் வரலாற்றை யும் அணுசக்தித் துறையில் அவர்கள் காட்டும் ஆர்வத்தையும் கவனிக்கும் எவரும் கவலைகொள்வார்கள். தோரியம் போன்ற அணுசக்தி மற்றும் ஆயுத முக்கியத்துவம் உள்ள தாதுப் பொருள் கள் கிடைக்கும் நிலத்தைத் தனியாருக்குத் தாரை வார்ப்பது நீண்டகால நோக்கில் கவலைக்குரியதாகும்.

சுரங்கமும் அதன் தாக்கமும்

குறையுள்ள குழந்தை, துரத்தும் புற்றுநோய்

கேரளா மற்றும் தமிழகக் கடற்கரையில் இல்லுமினேட், ருட்டைல், ஜிர்கான் என்று மூன்று தாதுப் பொருள்கள் பொதுவாகக் கிடைக்கின்றன. பல தொழில் நிறுவனங்கள் கேரளாவின் கொல்லம் மாவட்டத்தில் கடற்கரை மணலை அள்ளியெடுத்துத் தொழில்செய்து வருகின்றன. தோரியம் உள்ளிட்ட கதிரியக்கத் தனிமங்களைப் பிரித்தெடுக்கும் தொழில் கொல்லம் மாவட்டத்தில் பரவலான ஆரோக்கியக் குறைவை ஏற்படுத்தியுள்ளது. குறையுள்ள குழந்தைகள் பிறப்பது, கூடுதல் புற்றுநோய்த் தாக்குதல் முதலியவற்றுக்கான அபாயங்கள் பரவலாக இருக்கின்றன.

டைட்டானியம், டைட்டானியம் ஆக்சைடு என்ற அதன் ஆக்சைடு வடிவத்தில் இரும்பு மற்றும் யுரேனியம், தோரியம் போன்ற கதிரியக்கத் தனிமங்களுடன் கிடைக்கிறது. இயற்கை யான அமைப்பை நாம் தொந்தரவு செய்யாத வரையில் கதிரியக்கத் தனிமங்களின் நிலைத்தன்மை பாதிக்கப்படாத வரையில் அவை அபாயகரமான கதிரியக்கத்தை வெளிப்படுத்து வதில்லை. தோண்டி எடுத்து அவற்றைப் பிரித்தெடுத்துச் சுத்தம்செய்யும்போது, அவை கதிரியக்கத்தை வெளிப்படுத்து கின்றன. அதன் காரணமாகத் தொழிலாளர்களும் அருகாமை மக்களும் புற்று நோய் மற்றும் குறையுள்ள குழந்தைப் பிறப்பு களுக்கு ஆளாகிறார்கள்.

நிர்வாணமாகும் பூமி

டைட்டானியம் வழக்கமாக 'நிர்வாணச் சுரங்க முறை' யில் எடுக்கப்படுகிறது. அதாவது புவிப் பரப்பின் மீதுள்ள அனைத்துத் தாவரங்களும் அழித்தொழிக்கப்பட்டு, பூமியை நிர்வாணமாக்கி, தாதுக்களைத் தோண்டியெடுக்கிறார்கள். மேல் மண்ணை அகற்றி வைத்துவிடுவார்கள். தாதுப் பொருள் அடங்கிய கீழ் மண் எவ்வளவு ஆழம்வரை கிடைக்கிறதோ அதனை எடுத்து முதல் கட்டச் சுத்திகரிப்புக்கு அனுப்புவார் கள். தூத்துக்குடியில் வெளிவரும் செய்தித்தாள்கள் 6 மீட்டர் முதல் 20 மீட்டர்வரை தோண்டப்படும் எனச் செய்தி வெளி யிட்டுள்ளன. நமது அரசியல்வாதிகள் மற்றும் கட்டுப்பாட்டு அமைப்புகளின் பணப்பசியையும் டாடாவின் பணபலத்தை யும் பார்க்கும் எவரும் ஆழம் பற்றிய எந்தக் கணக்கும் செல்லுபடியாகாது என்பதைப் புரிந்துகொள்வார்கள். பணம் பாதாளம் வரைக்கும் பாயும் என்பது உண்மையாகும்.

நிர்வாணச் சுரங்கம் உள்ளூர்ச் சுற்றுச்சூழல்மீது நேரடித் தாக்கத்தை ஏற்படுத்தும். ஆழமாகத் தோண்டுவது நிலத்தடி நீர்வளத்தைப் பாதிக்காது என்றாலும், நிலத்தடியை ஒட்டிய ஆழக்குறைவான நீர்வளமும் ஓடைகளும் வடிகால்களும் குளங்களும் மறைந்துபோக நீர்வளம் குறைய ஆரம்பிக்கும்.

நிலத்தடியில் 50 மீட்டரில் கடும்பாறைகள் இருக்கின்றன என்று உள்ளூர் விவசாயிகள் தெரிவிக்கின்றனர். கடற்பஞ்சு போல நீரை உறிஞ்சி வைத்துக்கொள்ளும் மணலை அகற்றுவது அப்பகுதியின் நீர்ச்சமநிலையைப் பாதிக்கும். இந்தப் பகுதியின் நிலத்தடி நீர்வளம் தேரிகளையே நம்பியுள்ளது.

நிலத்தின் மீதுள்ள தாவரங்கள் அகற்றப்படும்போது, வெப்பம் நேரடியாகப் பூமியைத் தாக்கும். அருகாமைக் கடலி லிருந்து வரும் குளிர்ந்த காற்று வெப்பமடையும். இதன்

காரணமாக உள்ளூர் மழையின் அளவும் தன்மையும் முறையும் மாற்றமடையும். அனைத்தையும்விட மிக முக்கியமானது, கடல் அருகாமையில் இருப்பதால் நிலத்தடியில் கடல் நீர் புகுவதே. இதனால் குடிப்பதற்கும் வாழ்வதற்குமான நீர் அரிய பொருளாகிவிடும். நிர்வாணச் சுரங்கத்தால் எழும் தூசு அருகாமைத் தாவரங்களில் படிந்து ஒளிச்சேர்க்கையைத் தடுத்து, இருக்கும் பசுமையையும் சாகடிக்கும்.

தாதுக்களைச் சுத்தம் செய்தல்

தாதுப்பொருள்களும் தேவையற்ற மணலும் புவியீர்ப்பு விசையைப் பயன்படுத்திப் பிரிக்கப்படும். பெருமளவு நீருள்ள தொட்டியில் தோண்டியெடுக்கப்பட்ட மணல் கொட்டிக் கலக்கப்படும்போது, கனமான தனிமங்களான ஜிர்கான், இல்லுமினேட், மோனோசைட், ரூட்டைல் போன்றவை கீழே தங்கிவிட லேசான மணல் மேல்பகுதியில் மிதக்கிறது. அந்தத் தேவையற்ற மணல் வெளியேற்றப்படுகிறது.

டைட்டானியம் டை ஆக்சைடு உற்பத்தி

வணிகத் தேவைக்கான டைட்டானியம் டை ஆக்சைடு உற்பத்தி இரண்டு வழிகளில் நடைபெறக்கூடும். ஒன்று சல்பேட் முறை, மற்றது குளோரைடு முறை. இந்த இரண்டு முறைகளுமே கடும் மாசுபாட்டை ஏற்படுத்தக்கூடியவை. விவசாயத்தையும் மீன் வளத்தையும் அழிக்கக் கூடியவை. இந்த முறைகளில் மிக அபாயகரமானது சல்பேட் முறையாகும். இந்த இரண்டு முறைகளில் குளோரைடு முறையையே டாடாக்கள் பயன் படுத்துவார்கள் என்று தெரிகிறது.

இந்த முறையில் குளோரைடு மற்றும் ஆக்சிஜன் நிரப்பி இல்லுமினேட் எரிக்கப்பட்டு டைட்டானியம் டெட்ரா குளோரைடு என்ற வாயு பெறப்படும். இதனை வடித்தெடுத்து ஆக்சிஜனோடு இணைத்து எரிக்கும் போது, டைட்டானியம் டை ஆக்சைடு கிடைக்கும். அதோடு சேர்ந்து குளோரின் வாயுவும் உற்பத்தியாகும். உற்பத்தியில் மீண்டும் மீண்டும் குளோரின் பயன்படுத்தப்படும் என்றாலும் வாயுக் கசிவு ஏற்படுவது தவிர்க்க முடியாதது. நிலம், நீர், காற்றில் குளோரின் கலப்பது தவிர்க்க முடியாதது.

இந்த உற்பத்தி முறையில் வெளியேறும் மற்ற முக்கியப் பொருள்கள்: ஹைட்ரஜன் குளோரைடு, ஹைட்ரோ குளோரிக் அமிலம், குளோரின் வாயு, அமிலத் தன்மையுள்ள சகதி, சல்பர் டை ஆக்சைடு, கார்பன் டை ஆக்சைடு, கன உலோகங்கள் நிறைந்த திடக்கழிவுகள், அமிலத் தன்மையுள்ள திரவக்

கழிவுகள் மற்றும் காற்றில் மிதக்கும் திடப்பொருள் துகள்கள். டைட்டானியம் டை ஆக்சைடு உற்பத்தியில் வெளியாகும் கழிவுகளில் அலுமினியம், ஆண்டிமணி, ஈயம், மோலிப்டனும் போன்றவை மிகக்குறைந்த அளவில் இருக்கும். இந்த உலோகங் கள் காற்றில் மிதக்கும் தூசுக்களிலும் இருக்கும். இந்த மிகக் குறைந்த அளவே போதுமான அபாயத்தை விளைவிக்கும். இவை நுரையீரலில் மிகக்குறைந்த அளவு நுழைந்தால்கூட, நீண்ட காலப்போக்கில், சரிசெய்ய முடியாத இழப்புகளை ஏற்படுத்தக்கூடியவை.

சல்பர் டை ஆக்சைடு உள்ளூர் அளவில் கடும் பாதிப்பை ஏற்படுத்தும். அது அந்தப் பகுதியில் அமில மழையை ஏற்படுத் தும். வெளியேறும் திடக்கழிவுகள் நிலத்தையும் நீரையும் கடலை யும் நஞ்சாக்கும்.

இந்த முறையில் இரும்பு குளோரைடும் உற்பத்தியாகும். இதனை முறையாகப் பாதுகாத்து வைக்கவில்லை என்றால், அது சுற்றுச்சூழலில் கலந்துவிடும். கேரளாவில் சவரா என்னும் ஊரில் கேரளா மினரல் & மெட்டல் என்னும் நிறுவனம் டைட்டானியம் ஆலையை நடத்தி வருகிறது. அந்த ஆலை யிலிருந்து வெளியேறிய கழிவுகள் நிலத்தடி நீரை மாசுபடுத்தி விட்டன என்று உச்ச நீதிமன்றக் கண்காணிப்புக் குழு 2004இல் குற்றஞ்சாட்டியது. தற்போது அந்த ஆலையைச் சுற்றியுள்ள ஊர்களிலுள்ள மக்கள் ஆலை கொண்டுவந்து அளிக்கும் நீரை நம்பியே வாழ்ந்துகொண்டிருக்கிறார்கள்.

குளோரைடு முறையில் டைட்டானியம் டை ஆக்சைடு உற்பத்தி செய்யப்படும்போது, 76 கிலோ சல்பர் டை ஆக்சைடும் 1 டன் திடக் கழிவுகளும் 2.7 கிலோ திரவக் கழிவுகளும் உற்பத்தியாகும்.

மிகுந்த கவனத்திற்குரியது குளோரைடு முறையின் மூலம் டைஆக்சினும் (dioxins) ஃபுரானும் (furans) உற்பத்தியாகும் என்பதே. குளோரைடு முறை இந்த விஷ வாயுக்களையும் உற்பத்தி செய்யும் என்று ஐக்கிய நாட்டுச் சபையின் சுற்றுச் சூழல் திட்டம் கூறுகிறது. அறிவியலுக்குத் தெரிய வந்த மிகக் கொடூரமான நச்சுத் தன்மைகொண்ட 100 வேதிப்பொருள் களின் பட்டியலில் இந்த இரண்டு பொருள்களும் இடம்பிடித் துள்ளன. இவை புற்றுநோயை உண்டாக்குவதோடு குறைபாடு களுள்ள குழந்தைகள் பிறப்பதற்கும் காரணமாகின்றன. மிகக் குறைந்த அளவு டைஆக்சின் உடலில் நுழைந்தால்கூட அது உடலின் நோய் எதிர்ப்புத் தன்மையை ஒழித்துக்கட்டிவிடுகிறது. இதன் காரணமாக இப்பொருளை வேதியியல் எய்ட்ஸ் என்று கூறுகின்றனர். வைரசுக்குப் பதிலாக டைஆக்சினும் ஃபுரானும்

உடலின் நோய் எதிர்ப்புச்சக்தியை ஒழித்து மனிதர்களை மரணத்தின் பிடிக்குள் தள்ளுகின்றன.

டைட்டானிய உற்பத்தியின் ஆபத்தும் எதிர்ப்புப் போராட்டங்களும்

வழக்கமான ஆலை மாசுபாடுகளுக்கு அப்பால் அபாயகரமான கழிவுகளின் தாக்குதலுக்கும் மக்கள் ஆட்பட வேண்டியிருக்கும். டைட்டானியம் டெட்ரா குளோரைடு ஒரு பிரச்சினைக்குரிய வாயுவாகும். அது நீருடன் கடுமையான வினையாற்றி ஹைட்ரஜன் குளோரைடு வாயுவை உருவாக்கும். ஹைட்ரஜன் குளோரைடு தரையைத் தழுவியபடியே பயணித்துப் பெரிய பகுதிக்குப் பரவும். அது பரவும் இடம் முழுவதும் மரணம் பரவும். எத்தனை சிறப்பாகப் பராமரிக்கப்படும் ஆலையிலும் விபத்து ஏற்படுவது இயற்கை என்பதால் இது போன்ற விபத்துகள் ஏற்படாது என்று 100 சதம் உத்தரவாதம் தர முடியாது.

2006 ஆகஸ்டில் சீனாவின் ஜிங்சூ மாகாணத்தில் டைட்டானியம் ஆலை நானி ஆற்றில் 3000 டன் சுத்திகரிக்கப்படாத கழிவை வெளியேற்றிய குற்றத்திற்காக மூடப்பட்டது. அந்தக் கழிவு ஆற்றைக் கொன்று போட்டது. ஆற்றங்கரையில் உள்ள ஊர்மக்கள் அனைவரும் பாதிக்கப்பட்டனர்.

1999இல் இங்கிலாந்தின் டைட்டானிய உற்பத்தி ஆலை ஒன்றில் விபத்து ஏற்பட்டது. குழாய் உடைந்ததால் 8 ஆயிரம் டன் திரவக் கழிவு வெளியேறியது. அதில் 37 டன் அடர்த்தியான ஹைடிரோ குளோரிக் அமிலமும் அடக்கம். விளைவாக 17 ஏக்கர் நிலம் பயனற்றுப்போனது.

அமெரிக்காவின் தெற்கு ஜார்ஜியாவில் பழங்குடியினர் பகுதியில் டூபாண்ட் நிறுவனம் டைட்டானியம் தோண்டியெடுக்க 1999இல் முயற்சி செய்தது. ஆனால், பழங்குடி மக்களின் போராட்டத்தின் காரணமாக விரட்டியடிக்கப்பட்டது.

நிலத்தடி நீர் கெட்டுப்போனது மற்றும் குறைந்து போனது என்று காரணம் காட்டி மத்திய வியட்னாமின் கிராம மக்கள் 2006இல் டைட்டானியம் தோண்டியெடுப்பதை வலுக்கட்டாயமாகத் தடுத்து நிறுத்தினர்.

கென்யாவின் கடற்கரைப் பகுதியான க்வாலேவில் பழங்குடியினர் டைட்டானிய உற்பத்தியின் பகாசுரக் கம்பெனியான டியோமினுடன் (Tiomin) விடாப்பிடியான யுத்தம் நடத்தி வருகின்றனர். தங்களது மூதாதையர் நிலத்தைத் தோண்ட விடமாட்டோம் என்று அவர்கள் போராடுகின்றனர்.

எது பெரியது?

எந்த முறையைப் பயன்படுத்துகிறார்கள் என்பது முக்கிய மல்ல. ஏனென்றால் அனைத்து முறைகளும் ஆபத்தானவை. அவை சுற்றுச்சூழலையும் மனிதர்களின் நல்வாழ்வையும் பாதிக்கும்.

அரசியல் கட்சிகள் அனைத்தும் இந்த டைட்டானியத் தொழிற்சாலை பற்றிய முக்கிய விவரங்களைப் பார்க்கத் தவறு கின்றன. நிலத்தை யார் வாங்குகிறார்கள், அரசா? டாடாவா? என்பதோ, தொழிலை யார் நடத்துகிறார்கள், அரசா? டாடாவா? என்பதோ முக்கியமல்ல. யார் தோண்டினாலும் டைட்டானி யம் 30 ஆண்டுகளில் தீர்ந்துபோகும். டாடா உலகப் பணக்காரர் களில் மிக முக்கியமான இடத்தைப் பிடித்துவிடுவார். அதே சமயம் அந்தப் பகுதியின் நீரும் தீர்ந்துபோயிருக்கும்.

எது பெரியது? எது முக்கியம்?

டைட்டானியமா? நீரா?

எவர் முக்கியமானவர்?

டாடாவா? மக்களா?

டைட்டானியம் இன்றி வாழ்ந்திருக்கிறோம். ஆனால், நீரின்றி அமையாது உலகு.

(நித்தியானந்த் ஜெயராமன் தொழில்நிறுவனங்கள் இழைக்கும் குற்றங் கள் பற்றியும் சுற்றுச்சூழல் பிரச்சினைகள் பற்றியும் கவனம் செலுத்தும் எழுத்தாளர். சுதந்திரமான பத்திரிகையாளராகப் பணியாற்றுகிறார். அவர் ஆங்கிலத்தில் எழுதிய கட்டுரை இது.)

இதழ் 94, அக்டோபர் 2007

சேதுக் கால்வாய்: பாதையை மறிக்கும் பாலம்

தேவிபாரதி

தமிழர்களின் 150 ஆண்டுகாலக் கனவு என வர்ணிக்கப்படும் சேதுக் கால்வாய்த் திட்டத்தை மையப் படுத்தி எழுந்துள்ள விவாதங்கள் அத்திட்டம் செயல் படுத்தப் படுவதைக் கேள்விக்குள்ளாக்கியிருக்கின்றன. பெரியாரால் முன்னெடுக்கப்பட்டு, அவரது மறைவுக்குப் பின்னர் கிட்டத்தட்டக் கைவிடப்பட்டுவிட்ட பகுத்தறிவுக்கும் மூடநம்பிக்கைக்குமிடையிலான போராட்டங்கள் இவ்விவாதங்களின் மூலம், இன்னும் சரியாகச் சொல்லப்போனால், திமுகவுக்கும் பாரதிய ஜனதா மற்றும் அதிமுகவின் தலைமையிலான இந்துத்துவ இயக்கங்களுக்குமிடையிலான தெருச்சண்டைகளின் மூலம் புத்துயிர் பெற்றிருப்பது போன்ற தோற்றம் தமிழக அரசியல் அரங்கில் உருவாகியுள்ளது. இதிகாச நாயகன் ராமன் இந்துத்துவ மீட்டுருவாக்கத்தின் அடையாளமாக முன்னிறுத்தப் பட்டிருப்பதுபோல் பெரியாரிய மீட்டுருவாக்கத்தின் அடையாளமாகத் தமிழக முதல்வர் மு. கருணாநிதி முன்னிறுத்தப்பட்டிருக்கிறார் எனச் சொல்லலாம்.

17 இலட்சம் ஆண்டுகளுக்கு முன்பு இலங்காபுரியின் அரசன் இராவணனால் கவர்ந்து செல்லப்பட்ட தன் மனைவி சீதையை மீட்பதற்காக வனவாசத்திலிருந்த அயோத்திச் சக்ரவர்த்தி தசரதனின் மூத்த குமாரன் ராமனால் வானரச் சேனையின் உதவியுடன் கட்டப் பட்டதாக இந்துக்களால் நம்பப்படும் – ஆடம்ஸ் பிரிட்ஜ் என அழைக்கப்படும் – ராமர் பாலத்தைச் சிதைத்துச் சேதுக் கால்வாய்த் திட்டத்தை நிறைவேற்ற முற்படும்

இந்தியக் கப்பல் போக்குவரத்து அமைச்சகத்தின் முயற்சிகளுக்குத் தடைகோரி 'ஜனதாக் கட்சி'த் தலைவர் சுப்பிரமணியசுவாமி உச்ச நீதிமன்றத்தில் வழக்குத் தொடர்ந்ததுதான் சர்ச்சையின் தொடக்கப்புள்ளி. அறிவியல் ஆதாரமற்ற, ஒரு புராணக் கதையாடலின் அடிப்படையில் முன்வைக்கப்பட்ட இவ்வகை வாதங்களை எதிர்கொள்வதற்கு ஒருவர் பகுத்தறிவின் மீது நம்பிக்கை கொண்டவராக இருக்க வேண்டிய அவசியம் இல்லைதான். ஆனால், அவர் கண்டிப்பாக இந்தியத் தொல்லியல் துறையினரைப் போல் வெகுளியாக இருக்கக் கூடாது.

இந்திய அரசியல் அரங்கில் ஒரு கேலிச் சித்திரமாக அசைந்துகொண்டிருக்கும் சுப்பிரமணிய சுவாமியால் தொடரப்பட்ட அந்த வழக்கில் அவர் மனுவுக்கெதிராக, மத்திய அரசின் தொல்லியல் துறை அறிவியல்ரீதியிலான பதில் மனு ஒன்றைத் தாக்கல்செய்தபோது, அதைப் பாரதிய ஜனதா உள்ளிட்ட இந்துத்துவ இயக்கங்கள் அரசியல் துருப்புச் சீட்டாகப் பயன்படுத்திக் கொள்ளும் என அனுமானிக்க முடியாததை அறிவியல் அணுகுமுறையின் வெகுளித்தனம் என்றுதான் சொல்ல வேண்டும். வெகுளித்தனம் இல்லையென்றால் அப்படியொரு அறிக்கையைத் தாக்கல் செய்த 'குற்றத்'திற்காக அரசு தன் துறையின் அலுவலர்கள் இருவரைத் தற்காலிகப் பணிநீக்கம் செய்ததற்கு எதிராகத் தன் கண்டனத்தைத் தொல்லியல் துறை பதிவு செய்திருக்கும். அரசியலரங்கில் உருவான புயலுக்குக் காரணமான அந்த அறிக்கையை ஆதரிப்பது அரசியல்ரீதியில் ஆபத்தானது எனக் காங்கிரஸின் தலைமை முடிவெடுத்ததை விவேகமானது எனப் பாராட்டுமளவுக்குத்தான் நம் அறிவியல் அணுகுமுறை இருக்கிறது.

காங்கிரஸின் தலைமையிலான ஐக்கிய முற்போக்குக் கூட்டணி அரசின் ஓர் அங்கமாக இருக்கும் திமுகழகத்தின் தலைவர் தொல்லியல் துறையின் அறிக்கைக்கு எதிரான இந்துத்துவ அமைப்புகளின் நடவடிக்கைகளுக்கு எதிர்ப்புத் தெரிவித்துக் காட்டமாகக் குரல் கொடுத்ததைப் பகுத்தறிவு வாதத்தை மீட்டுருவாக்கம் செய்யும் நடவடிக்கை எனச் சொல்வது பொருத்தமற்றதாக இருக்க முடியாது அல்லவா? ஆனால், தொடரும் நிகழ்வுகள் இச்சர்ச்சைகளை முன் குறிப்பிட்டதுபோல் வெறும் பகுத்தறிவுக்கும் மூடநம்பிக்கைக்குமிடையிலான போராட்டம் எனத் தீர்மானிப்பதை மறுபரிசீலனை செய்யத் தூண்டுகின்றன. மிகச் சிக்கலான, மர்மமான வேறு பல காரணிகள் இந்தப் 'போராட்டங்களி'ன் போக்கை வழி நடத்திக்கொண்டிருக்கின்றனவோ என எண்ணத் தோன்றுகிறது.

நகைச்சுவை உணர்வு நிரம்பப் பெற்ற, சிக்கலான பல தருணங்களைப் புன்னகையோடும் மன உறுதியோடும் எதிர் கொள்ளும் கவிஞர், எழுத்தாளர், முத்தமிழறிஞர் எனப் பன்முக அடையாளங்களைக் கொண்ட முதுபெரும் தலைவரான கலைஞர் கருணாநிதி எதற்காக இவ்வளவு உணர்ச்சிவசப்பட வேண்டும்?

150 ஆண்டுகளுக்கும் மேலாகப் பல்வேறு விவாதங்களுக் கும் மறுபரிசீலனைகளுக்கும் உள்ளாக்கப்பட்டுத் தள்ளிப் போடப்பட்டுக் கொண்டிருந்த, பல தருணங்களில் கைவிடப் பட்டிருந்த ஒரு திட்டத்தை வழக்கமானதொரு நீதிமன்ற நடவடிக்கை தற்காலிகமாகத் தடைசெய்த நிகழ்வு ஏன் முதல்வ ருக்கு இவ்வளவு ஆத்திரமூட்ட வேண்டும்? தன் கட்சி மைய அரசின் அங்கமாகவும் சேதுக் கால்வாய்த் திட்டத்திற்குப் பொறுப்பான தரைவழி மற்றும் கப்பல் போக்குவரத்துத் துறை அமைச்சரே தன் கட்சியைச் சேர்ந்தவராகவும் உள்ள நிலையில், சுவாமி தொடர்ந்த வழக்கைச் சட்டரீதியில் எதிர் கொள்வதற்கான அதிகார பலமுடைய ஒரு கட்சியின் தலைவர், ‘ராமர் எந்தப் பொறியியல் கல்லூரியில் படித்துப் பட்டம் பெற்றார்?’ என்பதைப் போன்ற எதிர்ப்பாளர்களின் ஆத்திரத் தைத் தூண்டும் வகையான கேள்விகளை ஏன் கேட்க வேண் டும்? வேதாந்தி போன்ற மனப்பிறழ்வுக்குள்ளான நான்காம் தர அரசியல்வாதிகளை முன்னிறுத்தி எதற்காக வன்முறையில் இறங்க வேண்டும்? அறிஞராகவும் எழுத்தாளராகவும் போற்றப் படும் நம் முதல்வருக்கு அறிவியல் அடிப் படையற்ற ஒரு மூடக்கருத்தை அறிவார்ந்த தளத்தில் எதிர் கொள்வதற்கான வாய்ப்புகள் இருக்கும்போது அவர் ஏன் அதை உணர்வு சார்ந்த தளங்களுக்கு நகர்த்திச் சென்றார்?

முன்பொருமுறை, மற்றவர்களைக் காட்டிலும் ஆட்சிப் பொறுப்பில் உள்ளவர்களுக்குக் கூடுதல் பொறுப்புணர்வு தேவை என்பதை வலியுறுத்தும் பொருட்டுக் குட்டிக்கதை ஒன்றைச் சொன்னார் கருணாநிதி.

கதை இதுதான்.

இரண்டு பெண்கள் ஆளுக்கொரு கரண்டியைக் கையில் வைத்துக்கொண்டு அவற்றை ஆட்டி ஆட்டித் தெருச்சண்டை போடுகிறார்கள். அவர்களில் ஒருத்தி வேகமாகக் கரண்டியை ஆட்டுகிறாள். மற்றொருத்தியின் கையிலுள்ள கரண்டியோ நிதானமாக அசைந்துகொண்டிருக்கிறது. சண்டையைப் பார்த்துக் கொண்டிருப்பவர்கள் கரண்டியை மெதுவாக ஆட்டுபவளை மெத்தனமானவள் என இளப்பமாகக் கருதி விமர்சனம் செய்கிறார்கள். ஆனால், அவளுடைய கையில் உள்ள கரண்டி

யில் சிறிதளவு உளுந்து இருக்கிறது என்னும் உண்மை அவர்களுக்குத் தெரியாது. சண்டை போடும்போது கரண்டியில் இருக்கும் உளுந்து சிந்திவிடக் கூடாதே என்னும் பொறுப்புணர்வு காரணமாகத்தான் அவளால் தன் எதிராளியைப் போல் கரண்டியை அவ்வளவு வேகமாக ஆட்ட முடியவில்லையே தவிர ஆவேசத்தில், கோபத்தில் அவள் எவ்விதத்திலும் எதிராளிக்குக் குறைந்தவளல்ல என்பதைக் கழக உடன்பிறப்புகள் புரிந்துகொள்ள வேண்டும் என்பதுதான் அந்தக் குட்டிக்கதையின் மூலம் கருணாநிதி சொன்ன நீதி.

இப்போது அவர் தன் கையில் உள்ள கரண்டியில் 'உளுந்து' இருப்பதையே மறந்துவிட்டார் எனத் தோன்றுகிறது. 'கரண்டி'யின் ஆட்டம் அதிகமாகவே இருந்தது. வேதாந்தியின் 'ஃபத்வா' அறிவிப்புக்குப் பிறகு கரண்டி 'கத்தி'யாக உருவெடுத்தது. திமுக தொண்டர்கள் பாரதிய ஜனதாக் கட்சியின் தலைமை அலுவலகத்தின் மீது தாக்குதல் தொடுத்ததும் அக்கட்சிக்குப் போன உயிர் திரும்பிவந்துவிட்டது. சுப்பிரமணிய சுவாமியின் வழக்கமான பூச்சாண்டி வேலை அரசியல் பூகம்பமாக உருவெடுப்பதற்கான வாய்ப்பை உருவாக்கிக்கொடுத்ததில் அத்தாக்குதலுக்கு ஒரு பெரும் பங்கு இருக்கிறது.

ஜெயலலிதாவுக்கு இதைவிட நல்ல தருணம் கிடைத்திருக்க முடியாது. தமிழகத்தில் சட்டம் ஒழுங்கு கெட்டுவிட்டது என்னும் வழக்கமான பல்லவியைப் பாடுவதற்கு அவர் அதிகம் யோசிக்க வேண்டிய தேவைகூட ஏற்படவில்லை. 'மூன்றாவது அணி'க் கனவுகள் மிகக் குறுகிய காலத்திற்குள் பொய்த்துப்போய்விட்ட நிலையில் தேசிய அரசியலில் இடம் பிடிக்க மாற்றுவழிகளைத் தேடிக்கொண்டிருந்த ஜெயலலிதா உடனடியாகச் செயலில் இறங்கினார். அவரைப் பொறுத்தவரை 'மாற்று வழி' என்பது பாஜகவோடு கைகோர்த்துக் கொள்வதுதான்.

தமிழக பாஜக அலுவலகத் தாக்குதல் தொடர்பான காட்சிப் பதிவுகளை ஜெயா தொலைக்காட்சியில் திரும்பத் திரும்ப ஒளிபரப்பியதோடு அவற்றையே ஆதாரமாக்கித் தமிழக அரசைக் கலைப்பதற்கான கோரிக்கையை முன்வைத்துப் பிரச்சாரத்தில் இறங்கியது அதிமுக. மாநில அமைச்சர்களும் சென்னை நகர மேயரும் தாக்குதலில் நேரடியாக ஈடுபட்ட காட்சிப் பதிவுகளைப் பார்த்தபோது, திமுக இதுபோன்ற 'பூச்சாண்டி'களுக்குப் பயப்பட்ட காலம் மலையேறிப் போய் விட்டதோ எனத் தோன்றியது.

முன்பு 1991இல் சந்திரசேகர் தலைமையிலான பொம்மை அரசு, அதிமுகவின் தூண்டுதலின் பேரில் சட்டம் ஒழுங்கைக்

காரணம் காட்டிப் பேரவையில் முழுப்பலம் பெற்றிருந்த அப்போதைய திமுக அரசைக் கலைத்ததை முதல்வர் மறந் திருக்கமாட்டார்தான். ஆனால், தற்போதைய ஐக்கிய முற்போக் குக் கூட்டணி அரசு அது போன்ற ஒரு காரணத்தைக் காட்டிக் கருணாநிதி அரசைக் கலைப்பதற்கான வாய்ப்புகளைப்பற்றி ஜெயலலிதாவேகூடக் கற்பனை செய்யமாட்டார்.

எனவேதான், ஜனநாயக முற்போக்குக் கூட்டணியின் முழு அடைப்புப் போராட்டத்திற்குத் தடைகோரி நீதிமன்றத் தின் கதவுகளைத் தட்டியது அதிமுகத் தரப்பு. உயர் நீதிமன்றம் தடைவிதிக்க மறுத்தவுடன் உடனடியாக உச்ச நீதிமன்றத்தில் மேல் முறையீடு செய்தது. மின்னல் வேகத்தில் செயல்பட்ட உச்ச நீதிமன்றம் ஜெயலலிதாவின் ஆசைகளைப் பூர்த்திசெய் யும் விதத்தில் அதிரடியாக வழங்கிய தீர்ப்புகளுக்குப் பின்னர் மிகத் தாமதமாகச் சுதாரித்துக் கொள்ளும் முயற்சிகளில் இறங்கியது திமுக. முழு அடைப்பு என்பது உண்ணாவிரதம் எனப் பெயர் மாறியது. தன் கையில் உள்ள 'கரண்டி'யில் 'உளுந்து' இருக்கும் விஷயம் அப்போதுதான் நினைவுக்கு வந்திருக்க வேண்டும். உண்ணாவிரதத்தைத் தொடங்கி வைத்து விட்டு அவசர அவசரமாகத் தலைமைச் செயலகத்திற்குச் சென்று 'பொறுப்புணர்வுடன்' பணிகளைக் கவனிக்கத் தொடங்கி னார். ஆனால், இந்தியக் கம்யூனிஸ்ட் கட்சியின் தா. பாண்டியன் உச்ச நீதிமன்றத்தின் தடையைப் பொருட்படுத்தாமல் திட்ட மிட்டபடி முழு வேலைநிறுத்தம் நடைபெறும் என அறிவித் தார். அவரிடம் 'கரண்டி' இல்லை. 'உளுந்து' பற்றிய பயமும் அவருக்கு இருக்க வாய்ப்பில்லை.

மன்னனின் வழியைப் பின்பற்றி 'மந்திரிகளு'ம் கோட்டைக் குப் போய்த் தத்தம் இருக்கைகளில் அமர்ந்துகொண்டனர். பாழாய்ப் போன 'சட்டம் ஒழுங்கு'ப் பிரச்சினை உருவாகாத வாறு சமாளிக்க முயன்றது அரசு. முற்பகல் 11 மணிக்கு மேல் பெருநகரப் போக்குவரத்துக் கழகம் ஒரு சில வழித்தடங்களில் பேருந்துகளை இயக்கத் தொடங்கியது. குறிப்பிடத் தகுந்த வன்முறைச் சம்பவங்கள் எதுவும் நடந்ததாகத் தெரியவில்லை. ஆனால், இவை போன்ற நடவடிக்கைகளால் உச்ச நீதிமன்றத் தின் கண்டனங்களிலிருந்து தமிழக அரசால் தப்பித்துக்கொள்ள முடியவில்லை. தமிழக அரசைக் கலைக்குமாறு ஏன் மத்திய அரசுக்கு உத்தரவிடக் கூடாது எனக் கேள்வியெழுப்பிய உச்ச நீதிமன்றம் தமிழக அரசின்மீது நீதிமன்ற அவமதிப்பு வழக்குத் தொடருமாறு அதிமுகவுக்கு யோசனை கூறியது. உச்ச நீதி மன்றத்தின் இத்தகைய கடுமையான அணுகுமுறை திமுகவின ரிடையே பெரும் கொந்தளிப்பை உருவாக்கியபோதிலும், அக்கட்சி அமைதியாகவே இருந்தது. மாநில சுயாட்சி கோரிப்

போராடிய ஒரு கட்சியால் உச்ச நீதிமன்றத்தின் இந்தத் தீர்ப்புக்குப் பின்னால் இயங்கும் அரசியல் குறித்து எதுவுமே சொல்ல முடியவில்லை. அண்மைக் காலமாக நீதிமன்றங்கள் தம் தீர்ப்புகளின் வாயிலாக எல்லா வகையான மக்கள் போராட்டங்களுக்கும் தடைவிதித்து வருகின்றன. அதை விமர் சிப்பதற்கும் ஒரு விவாதத்தை உருவாக்குவதற்குமான வாய்ப்பை 'ஜனநாயக முற்போக்குக் கூட்டணி'த் தலைவர்கள் தவறவிட்ட தன் பின்புலத்தில் உள்ள அரசியல் என்னவெனத் தெரியவில்லை.

ராமர் பாலத்தைச் சிதைக்காமல் மாற்றுவழியில் சேதுக் கால்வாய்த் திட்டத்தை நிறைவேற்ற முடிந்தால் மகிழ்ச்சியடை வேன் என்றதோடு திமுக ராமருக்கு எதிரானதல்ல என்று நிரூபிக்கவும் முயன்றுகொண்டிருக்கிறார் முதல்வர். தான் பங்கேற்கும் எல்லாக் கூட்டங்களிலும் தமிழக அரசின் இந்து சமய அறநிலையத் துறை ஆன்மீகத்திற்கு ஆற்றிய தொண்டு களை மேற்கோள் காட்டித் தாங்கள் கடவுளுக்கு எதிரானவர் கள் அல்ல என 'வாக்குமூலம்' கொடுக்க வேண்டிய நிலை பகுத்தறிவுப் பாசறையிலிருந்து வந்த ஒரு முதல்வருக்கு உருவான தற்காக உண்மையில் வருத்தப்படத்தான் வேண்டும்.

நம் முதல்வருக்கு எந்த அளவுக்குப் 'பொறுப்புணர்வு' வந்திருக்கிறது என்பதற்குச் சமீபத்தில் நடைபெற்ற தமிழக அரசுத் திரைப்பட விருது வழங்கும் விழாவில் அவர் ஆற்றிய தாகக் கூறப்படும் உரையை உதாரணமாகச் சொல்லலாம். விழாவில் கலந்துகொண்ட ரஜினியிடம் இமயமலையில் உள்ள சாமியார்களுக்குச் சேதுக் கால்வாய்த் திட்டத்தின் நல்ல அம்சங்களை எடுத்துச் சொல்லி அவர்களைத் திருத்தும்படி சொன்னாராம் முதல்வர். எல்லாவற்றையும்விடத் 'தன் கட்சி' ராமருக்கு எதிரானதல்ல என்பதை நிறுவுவதற்குக் கருணாநிதி முன்வைத்த ஒரு வாதத்தை நினைத்தால்தான் புல்லரிக்கிறது. 'நாங்கள் ராமருக்கு எதிரானவர்கள் அல்ல. எங்களுடைய தலைவர் ஈ.வெ. ராமசாமி. ராம – சாமி என அவருடைய பெயரிலேயே ராமன் இருக்கும்போது, அவரைத் தலைவராக ஏற்றுக்கொண்டுள்ள எங்களை ராமருக்கு எதிரானவர்கள் என எப்படிச் சொல்ல முடியும்' எனக் கேட்டாராம். இது கருணாநிதியின் சொல் விளையாட்டுத்தான் என நம்புவதைத் தவிர திமுக ஆதரவுப் பகுத்தறிவுவாதிகளுக்கு வேறு வழியில்லை.

○

ஆனால், முதல்வர் எழுப்பியுள்ள கேள்விகள் அரசியல் ரீதியில் முக்கியமானவை. அதிமுக தன் தேர்தல் அறிக்கையில் சேதுக் கால்வாய்த் திட்டம் பற்றிக் குறிப்பிட்டிருந்ததையும் அதை முன்வைத்து முந்தைய தேசிய ஜனநாயகக் கூட்டணி

அரசு தொடங்கிய நடவடிக்கைகளையும் குறித்து முதல்வர் எழுப்பிய எட்டுக் கேள்விகளை யாருமே பொருட்படுத்திய தாகத் தெரியவில்லை. அவற்றுக்குப் பதிலளிப்பது புத்திசாலித் தனம் அல்ல என எதிர்ப்பாளர்கள் கருதியிருக்கக்கூடும். உணர்ச்சிபூர்வமாக நடைபெறும் இப்போராட்டத்தில் அறி வார்ந்த கேள்விகளுக்கு எந்த முக்கியத்துவமும் இருக்கப்போவ தில்லை. அதேபோல் சூழலியலாளர்கள், மனித உரிமை ஆர்வலர்கள் மற்றும் கடல் ஆய்வாளர்களிடமிருந்து வந்த எதிர்வினைகளை முதல்வரோ மைய அரசோ பொருட்படுத்த வில்லை. இத்திட்டம் முற்றாகக் கைவிடப்பட வேண்டும் என இரண்டாண்டுகளுக்கும் மேலாகக் குரல் கொடுத்து வருபவர் கள் அவர்கள். எதிர்ப்பாளர்களை ஒடுக்குவதற்குப் பகுத்தறி வின் துணையை நாடிய முதல்வர் சூழலியலாளர்களின் அறிவியல்ரீதியான கேள்விகளைப் பொருட்படுத்தாததன் மூலம் பகுத்தறிவையும் அறிவியலையும் எதிரெதிராக நிறுத்து கிறார் என்றுதான் கருத வேண்டியிருக்கிறது.

இத்திட்டம் நடைமுறைப்படுத்தப்பட்டால் தூத்துக்குடி, நாகப்பட்டினம் மாவட்டங்களைச் சேர்ந்த ஆயிரக்கணக்கான மீனவர்களின் எதிர்காலம் சரிசெய்யப்பட முடியாத அளவுக் குப் பாதிக்கப்படும் எனச் சொல்கிறார் மனித உரிமை மேம்பாடு மற்றும் ஆராய்ச்சி அமைப்பின் இயக்குநரும் மனித உரிமைப் பாதுகாவலருமான ஆசி பெர்னாண்டஸ். இந்தியா வுக்குச் சொந்தமான சுமார் 5,500 சதுரக் கிலோமீட்டர் பரப்பும் 50 மீட்டர் ஆழமும் கொண்ட பாக் நீரிணை மற்றும் மன்னார் வளைகுடாப் பகுதிகளில் உள்ள மீன்வளம் அடியோடு அழிந்து விடும் என எச்சரிக்கிறார் பெர்னாண்டஸ். இந்தியக் கடல் பகுதியில் வாழும் 2,200 மீனினங்களில் 441 மன்னார்ப் பகுதியில் வாழ்வதாகக் கண்டறியப்பட்டுள்ளது. மீன்கள் மற்றும் பல அரியவகைக் கடல்வாழ் உயிரிகளின் இனப்பெருக்கத்துக்கு இசைவான சூழல் நிரம்பிய மன்னார்ப் பகுதியில் 3,600 வகை யான கடல்வாழ் உயிரிகளும் தாவரங்களும் தென்படுவதாகக் *காலச்சுவடு*க்கு அளித்த பேட்டியில் பெர்னாண்டஸ் குறிப்பிட் டார். அவற்றில் 377 வகை உயிரினங்கள் அந்தப் பகுதியில் மட்டுமே வசிப்பவை. சேதுக் கால்வாய்த் திட்டம் அவற்றை முற்றாக அழித்துவிடும். உயிரியல் ரீதியில் முக்கியத்துவம் வாய்ந்த இக்கடல் பகுதியில் மட்டுமே மொத்தமுள்ள 117 வகைப்பட்ட பவளப்பாறைகளில் 37 வகைகள் தென்படுகின்றன என்கிறார்கள் கடல்சார் ஆய்வாளர்கள். உலக அளவில் உள்ள 52 வகையான கடல் தாவரங்களில் 12 வகைகள் மன்னார்ப் பகுதியில் இருப்பதாகக் கண்டறியப்பட்டுள்ளது. தவிர அரிய வகைக் கடல் ஆமைகளும் கடல் குதிரைகளும் வாழும் இப்பகுதி

யின் உயிரியல் சூழலை இத்திட்டம் அடியோடு அழித்துவிடும் அபாயம் இருக்கிறது.

இதன் விளைவாக நேரடியாகவும் மறைமுகமாகவும் சுமார் 60,000 கோடி ரூபாய் அளவுக்கு இழப்பு ஏற்படும். மீன்வளம் பாதிக்கப்படுவதால் தூத்துக்குடி, நாகப்பட்டினம் மாவட்டங்களைச் சேர்ந்த பல்லாயிரக்கணக்கான மீனவக் குடும்பங்கள் தம் வீடுவாசல்களைத் துறந்து வெளியேற வேண்டியிருக்கும். இடப்பெயர்வினால் இப்பகுதியின் மனிதவள ஆற்றல் பெருத்த சேதத்திற்குள்ளாகும். இவையெல்லாம் உடனடிப் பாதிப்புகள் தாம். நீண்ட கால அடிப்படையில் இடம்பெயரும் மீனவக் குடும்பங்கள் சமூக, பண்பாட்டுரீதியிலும் பெரும் பாதிப்புக்குள்ளாகும் என்கிறார் பெர்னாண்டஸ்.

இத்திட்டம் வணிக நோக்கிலும் பலனளிக்கக் கூடியதல்ல என்கிறார்கள் ஆய்வாளர்கள். பாக் நீரிணைக்கும் தலைமன்னாருக்குமிடையிலான கடல் பகுதியை ஆழப்படுத்தி, இலங்கையைச் சுற்றிக்கொண்டு செல்லும் 400 கடல் மைல் தொலைவு கொண்ட தற்போதைய கடல்வழிப் பயணத்தின் தூரத்தை 44.9 கடல் மைல் தூரமுடையதாகக் குறைப்பதன் வாயிலாக நேரத்தையும் எரிபொருளையும் மிச்சப்படுத்துவதே இதன் முக்கிய நோக்கம். இது அடிப்படையற்ற ஆசை என்கிறார்கள் ஆய்வாளர்கள். இதே போன்ற நோக்கத்திற்காக உருவாக்கப்பட்ட சூயஸ் கால்வாய் முந்தைய பயண நேரத்தில் 24 நாள்களை மிச்சப்படுத்த உதவியது. ஆனால், சேதுக் கால்வாய்த் திட்டம் வெறும் 21 மணி நேரத்தையே மிச்சப்படுத்தும். அமைக்கப்படவிருக்கும் கால்வாயின் வழியே பயணம் செய்வது பாதுகாப்பானதல்ல எனச் சொல்கிறார் ஓய்வுபெற்ற இந்தியக் கடற்படைத் தலைவர் எச். பாலகிருஷ்ணன். பாக் நீரிணைப் பகுதியில் அடிக்கடி நடக்கும் மணல் நகர்வு மற்றும் புயலினால் ஏற்படும் சுற்றுச்சூழல் காரணிகள் கப்பல்களைக் கடுமையாகப் பாதிக்கும் என எச்சரிக்கிறார் அவர். தவிர அதிகமாக மணல் நகரும் தன்மையுடைய இப்பகுதியின் ஆழத்தைத் தக்கவைக்க ஒவ்வொரு வருடமும் அகழ்வுப் பணியைத் தொடர்ச்சியாக மேற்கொள்ள வேண்டிவரும் எனச் சொல்கிறார் பாலகிருஷ்ணன். இவை போன்ற காரணங்களால் கால்வாயைப் பராமரிப்பதற்கு ஆகும் செலவு திட்டமிடப்பட்டதைவிடப் பல மடங்காக உயரலாம். அதை ஈடுகட்டுவதற்குக் கப்பல் நிறுவனங்களிடமிருந்து மிக அதிகக் கட்டணம் கோருவதைத் தவிர வேறு வழியில்லை. சேதுக் கால்வாய்த் திட்டத்தின் குறிப்புகள் 32,000 DWT திறன் வரை உள்ள கப்பல்கள் இதன் வழியாகப் பயணம் செய்ய முடியும் எனக் குறிப்பிடுகிறது. ஆனால், நவீனக் கப்பல்கள் கப்பல் துறையின் வளர்ச்சியைக் கருத்தில்கொண்டு 60,000

DWTக்கும் மேற்பட்ட திறன்கொண்டவையாக உருவாக்கப்பட்டு வருகின்றன. இவ்வகைப் பெரிய கப்பல்கள் சேதுக் கால்வாய்த் திட்டத்தைப் பயன்படுத்திக்கொள்ளப்போவதில்லை என எச்சரிக்கிறார் பாலகிருஷ்ணன்.

சுனாமித் தாக்குதலுக்குப் பிறகு, கடலில் ஏற்பட்டுள்ள அபாயகரமான மாற்றங்களைக் குறித்து ஆய்வாளர்களும் சூழலியல்வாதிகளும் தெரிவித்த கருத்துகளைப் பரிசீலித்த பிரதமர் அலுவலகம் 2005ஆம் ஆண்டு இத்திட்டத்தைச் செயல் படுத்துவதற்குத் தன் மறுப்பைத் தெரிவித்ததாகச் சொல்கிறார் பத்திரிகையாளர் எஸ். ஆனந்த். இத்திட்டம் குறித்துத் தனக்கு அனுப்பப்பட்ட கோப்புகளில், 'திட்டம் நடைமுறைப்படுத்தப் பட்டால் எதிர்காலத்தில் பேரழிவை ஏற்படுத்தக்கூடிய பெரிய நெருக்கடிகள் உருவாகும்' எனப் பிரதமர் அலுவலகம் தன் மறுப்பை மிக உறுதியாகப் பதிவுசெய்திருக்கிறது. ஆனால், மைய அரசின் கப்பல் போக்குவரத்து அமைச்சரான டி. ஆர். பாலுவின் தலைமையிலான திமுகவினரின் லாபி, பிரதமர் அலுவலகத்தின் மறுப்பை மீறி இத்திட்டத்தை நடைமுறைக்குக் கொண்டுவந்திருக்கிறது என ஆங்கில வார இதழான *தெஹல்கா* வில் இது குறித்து எழுதியுள்ள ஒரு குறிப்பில் ஆனந்த் சொல்லி யுள்ளார்.

இவ்வளவு எதிர்ப்புகளையும் அலட்சியப்படுத்தி விட்டுச் சேதுக் கால்வாய்த் திட்டத்தை நடைமுறைப்படுத்த வேண்டிய அவசியம் என்ன? அதிகாரத்தில் உள்ளவர்களுக்கு 150 ஆண்டு காலக் கனவுத் திட்டத்தை நிறைவேற்றிய அரசியல் பெருமை தவிர வேறு பல ஆதாயங்களும் இருக்கக்கூடும். சுமார் 3,000 கோடி ரூபாய் மதிப்பீட்டிலான இத்திட்டத்தை நிறைவேற்று வதன் மூலம் அதிகாரத்தில் உள்ளவர்களுக்குக் கமிஷனாகவும் ஒப்பந்தங்கள், துணை ஒப்பந்தங்களின் வழியாகவும் பெரும் தொகை கிடைப்பதற்கான வாய்ப்புகள் உள்ளன. ஆட்சிப் பொறுப்பிலுள்ளவர்களுக்கு இவ்வகை ஆசைகள் இருப்பது ஒன்றும் 'சிதம்பர' ரகசியம் அல்ல.

உச்ச நீதிமன்றம் இவ்வழக்கைக் கையாளும் விதத்தைப் பார்த்தால் திட்டம் முழுமையாகக் கிடப்பில் போடப்பட்டு விடும் எனத் தோன்றுகிறது. அப்படி நடந்தால் திமுகவும் அதன் தோழமைக் கட்சிகளும் தமிழர்களின் கனவுத் திட்டத்தை நிறைவேற்றவிடாமல் தடுத்ததாக அதிமுக, பாஜக மற்றும் அவற்றின் தோழமைக் கட்சிகளின் மீது குற்றம் சுமத்தும். இது அடுத்ததாகத் தமிழகம் சந்திக்கும் எந்தவொரு தேர்த லிலும் அந்த அணிக்குப் பெரும் சேதத்தை விளைவிக்கலாம். இதை உணர்ந்துதான் சேதுக் கால்வாய்த் திட்டத்தை நிறை

வேற்றக் கோரி நாடாளுமன்றத்தில் குரல் எழுப்பியவர்களில் ஒருவரான மதிமுக தலைவர் வைகோ போன்றவர்கள் இத் திட்டம் நிறைவேற்றப்பட வேண்டும் எனப் பட்டும் படாமல் சொல்லிக்கொண்டிருக்கிறார்கள்.

எதிர்காலத்திலுங்கூடத் தமிழகத்தைச் சேர்ந்த எந்தவொரு கட்சியும் தேர்தல் அறிக்கையில் இத்திட்டம் பற்றிய தன் நிலைப் பாட்டை விளக்காமல் இருக்க முடியாது. வெற்றி பெற்றால் சேதுக் கால்வாய்த் திட்டத்தை 'ராமர் பால'த்துக்கும் சுற்றுச் சூழலுக்கும் பாதிப்பில்லாமல் நிறைவேற்றுவதாக ஒரு வாக்குறுதி யையும் அது அளிக்க வேண்டி வரும். பணம் கொழிக்கும் இத்திட்டத்தை முற்றாகக் கைவிடுவது பைத்தியக்காரத்தனம் என்பது எல்லா அரசியல் கட்சிகளுக்குமே தெரிந்த விஷயந் தான். ஜெயலலிதாவுக்கு இத்திட்டத்தைத் தன்னுடைய ஆட்சிக் காலத்தில் நிறைவேற்ற முடியாமல் போனது குறித்த வருத்தம் இருக்கத்தான் செய்யும். அதை நடைமுறைப்படுத்துவதன் மூலம் கிடைக்கப் போகும் ஆதாயங்களைப் பற்றி அவருக்கும் ஒரு கணக்கு இருக்கக்கூடும். ஒவ்வொரு தருணத்திலும் ஒரு தர்க்கத் தின் துணையோடு இத்திட்டத்தை நடைமுறைப்படுத்துவதற் கான முயற்சிகளை ஒவ்வொரு கட்சியும் மேற்கொண்டபடி தான் இருக்கும்.

ஆனால், நம் அரசியல் தலைவர்கள் ஒருபோதும் சூழலியல் சார்ந்து தற்போது எழுந்துள்ள கேள்விகளையும் எதிர்ப்புகளை யும் பொருட்படுத்தப் போவதில்லை. அவர்களுக்கு யாருடைய ஆலோசனைகளும் தேவையில்லை. அவர்களில் யாருமே அல் கோரைப்போல் ஓர் ஏமாளி அரசியல்வாதியாக இருக்க நிச்சயம் விரும்பமாட்டார்கள். எல்லாத் துறைகளையும்போல் அரசிய லும் தொழில்ரீதியான ஒன்றாக ஆகிவிட்டதால் இதைக் குற்றம் சொல்லவும் முடியாது.

ஆனால், நம் தலைவர்கள் விதிவிலக்கான ஒரு தருணத்தி லாவது சூழலியல் சார்ந்த சிறப்பான செயல்பாடுகளுக்காகச் சென்ற ஆண்டின் அமைதிக்கான நோபல் பரிசு பெற்றுள்ள அமெரிக்காவின் முன்னாள் துணை அதிபரும் *An Inconvenient Truth* என்னும் புவி வெப்பமடைதல் குறித்த ஆவணப்படத்தை எடுத்தவருமான அல் கோரிடமிருந்து சிறிதளவாவது கற்றுக் கொள்ளலாம். அரசியலில் ஈடுபடும் ஒருவர் நல்ல நோக்கங் களையும் அறிவியல் அணுகுமுறையையும் கொண்டிருக்க முடியும் என்பதை அவர் நிரூபித்திருக்கிறார்.

இதழ் 95, நவம்பர் 2007

வெந்து தணியும் அவதூறுகள்

கண்ணன்

நற்றா மரைக்கயத்தில் நல்லன்னம்
சேர்ந்தாற்போல
கற்றாரைக் கற்றாரே காமுறுவர் – கற்பிலா
மூர்க்கரை மூர்க்கரே முகப்பர் முதுகாட்டில்
காக்கை உகக்கும் பிணம். (அவ்வையார்)

சில விஷயங்களை உடைத்துப் பேசிவிடலாம் எனத் தோன்றுகிறது. கருத்துச் சுதந்திரம் பற்றிய *காலச் சுவடி*ன் நிலைப்பாடு. '*பெரியார் 125*' இதழ் ஏற்படுத்திய எதிர்வினைகள். *காலச்சுவடு* மீதான அவதூறுகள். நமது 'புரட்சிகர' அறிவுஜீவிகளின் செயல்பாடுகள், மௌனங்கள்.

கடந்த சில ஆண்டுகளாக எதிர்வினை புரிவதைத் தவிர்த்து வந்திருக்கிறேன். இந்த எதிர்வினைக்கான ஒரு சந்தர்ப்பமாகத் 'தீம்புனல்' கூட்டம் அமைகிறது. மேற்படி கூட்டத்தில் நான் கலந்துகொள்ளவில்லை. கலந்துகொண்ட நண்பர்கள் பகிர்ந்துகொண்டனர். இணையத்தில் பல பதிவுகள், எதிர்வினைகள். இக்கூட்டத்தின் முழு ஒலிப்பதிவு இணையத்தில் கேட்கக் கிடைக்கின்றது (thoughtsintamil.blogspot.com). தேர்ந்தெடுத்த சில பகுதிகளை, என் மனத் தடையையும் மீறிக் கேட்டேன்.

அக்டோபர் 2007, மூன்றாம் ஞாயிறு காலை நண்பர் ஒருவர் தொலைபேசியில் அழைத்தார். '*காலச்சுவடு* எதிர்ப்புக் கூட்டம் பற்றிக் கேள்விப்பட்டீர்களா?' குரலில் கிண்டல் இழையோடியது. *ஆனந்த விகடன்* (அக். 10, 07) இதழில் 'ஓ, பக்கங்க'ளில் கலைஞரை 'மனிதாபிமான'த்துடன் விமர்சித்து ஞாநி எழுதியிருந்ததைக் கண்டித்து

'தீம்புனல்' முதல் நாள் நடத்தியிருந்த எழுத்தாளர்கள் கண்டனக் கூட்டத்தில் ஒருசிலர் *ஆனந்த விகடனையும் ஞாநியையும்* விடக் *காலச்சுவடை* மையப்படுத்திப் பேசியிருந்ததையே நண்பர் மிகையாகக் குறிப்பிட்டார். (கூட்டத்தில் உரையாற்றிய சுமார் ஒரு டஜன் எழுத்தாளர்களில் மூவர் மட்டுமே *காலச்சுவடைக்* குறிப்பிடுகின்றனர்.) பெரிய ஊடகங்களைவிடக் *காலச்சுவடைத்* தாக்குவது எளிது. எந்த இழப்பும் இன்றிப் 'புரட்சி'ப் படிமம் ஏற்படும்.[1]

சுமார் ஐந்து ஆண்டுகளுக்கு முன்னர் புதுமைப்பித்தனின் 96ஆம் பிறந்த தினத்தன்று ஒரு திடீர் அமைப்பு, முதலும் கடைசியுமாகப் புதுமைப்பித்தன் பிறந்த தினத்தைக் கொண் டாடியது. அதில் பேசிய பலரும் பு.பி. மீது மரியாதை கொண்ட வர்கள் என்பது பு.பி. ஆய்வாளர்களுக்கே அன்றுதான் தெரிய வந்தது. பு.பியை அவரது இலக்கிய ஸ்தானத்திலிருந்து ஒழித்துக் கட்டுவதற்காகப் பல ஆண்டுகள் முயன்று படுதோல்வி கண் டிருந்த அ. மார்க்ஸ், அன்று பு.பியின் 'பாதுகாப்புப் படை' யோடு மேடை ஏறினார். அக்கூட்டத்தில் சுந்தர ராமசாமியும், *காலச்சுவடு* நண்பர்களும் வெறித்தனமான தாக்குதலுக்கு உள்ளாயினர்.

அக்கூட்டத்தில் பேசிய பலரும் 'தீம்புனல்' கூட்டத்திற்கும் அழைக்கப்பட்டிருந்ததை விதியின் விளையாட்டு என்றுதான் சொல்ல வேண்டும். 'தீம்புன'லில் வெறுப்பைத் துப்பியவர்கள், மகாத்மா காந்தியிலிருந்து குஷ்பு வரை, பலர்மீதும் வெறுப்பைத் துப்புவதைத் தொழிலாகக்கொண்டவர்கள். இவர்களின் வெறுப்புச் சுரபி தினம் இத்தனை அவுன்ஸ் சுரந்து கொண்டேயிருக்கும். ஒரு வாரம் மேடையில் அதைத் துப்பமுடியாத நிலை ஏற் பட்டால் ஏற்படும் கடுப்பு பெரும் துயரம். தாய்ப்பால் கடுப்புப்போல.

○

காலச்சுவடு தமிழில் ஒரு மாற்றுக் கருத்தியல், பண்பாட்டு இயக்கம். அதிகாரத்திடம் உண்மையைப் பேசுவது என்பதை யாருக்கும் உபதேசிக்காமல் செயல்முறையாகக் கொண்ட இயக்கம். வெறுப்புச் சுரபிகளுக்கு ஒன்றைத் தெளிவுபடுத்தி விடுவது நலம். 2002இல் பு.பி.யை மையமாகக்கொண்டு நடத்தப் பட்ட பொய்மை இயக்கம் எங்களைப் பலவீனப்படுத்தவில்லை. 2007இல் அதைவிட வலுவாக, வெறுப்புச் சுரபிகளுக்குத் தீய கனவுகளையும் உறக்கமற்ற இரவுகளையும் தரும் இயக்கமாகக் *காலச்சுவடு* வளர்ந்திருக்கிறது. பத்தாண்டுகளுக்கு மேலான ஆக்கபூர்வமான தமிழ்ப் பங்களிப்பின் வலுவில் இயங்கும் இயக்கம் இது. மேடையிலிருந்து உமிழப்படும் அவதூறுகள்

எங்களைத் தீண்டுவதில்லை. தமிழ் அடையாள அட்டை வழங்கும் குமாஸ்தாக்களின் சான்றிதழ்கள் எங்களுக்கு அவசிய மில்லை. *காலச்சுவடு* கருத்துச் சுதந்திரத்தின் களமாகச் செயல் படும். பெரும்பான்மைக் கருத்தியலால் செரிக்க முடியாத மாற்றுக் கருத்துகளை அது தொடர்ந்து வெளியிடும். இதனால் அரண்டவருக்கெல்லாம் *காலச்சுவடு* பேயாகத் தெரிவதில் என்ன அதிசயம்?

காலச்சுவடு இதழில் பலதரப்பட்ட பார்வைகளும் விமர் சனங்களும் விவாதங்களும் பிரசுரமாகின்றன. இவற்றைக் *காலச்சுவடின்* நிலைப்பாடாகப் பார்ப்பது, வெளிப்படை யாகச் சொல்வதானால், முட்டாள்தனமானது. ஒரு இதழை, அது வெளியிட்ட ஒன்றிரண்டு கட்டுரைகளின் அடிப்படை யில் எதிர்த்துக்கொண்டிருக்கும் அபத்தம் உலகில் வேறு எங்கேனும் சாத்தியப்படுமா எனத் தெரியவில்லை. *காலச்சுவடின்* நிலைப்பாடு அதன் தலையங்கங்களில் வெளிப்படுகிறது. சிறப்புப் பகுதிகளுக்கு அது தேர்வு செய்யும் கருப்பொருள் களில் வெளிப்படுகிறது. *காலச்சுவடின்* பார்வையை இவற்றின் அடிப்படையில் விமர்சிக்க வேண்டும். ஆனால் இந்த வெறுப்புச் சுரபிகள் இவற்றைப் பற்றியெல்லாம் பேசுவதே இல்லை.

O

கருத்துச் சுதந்திரம் பற்றிய என்னுடைய நிலைப்பாட் டைக் *காலச்சுவடில்* விரிவாகப் பதிவுசெய்திருக்கிறேன். 'கருத்து' அமைப்பின் தொடக்க விழாவில் வாசித்த கட்டுரை யிலும் விரிவாகப் பேசியிருக்கிறேன். ஒரு கட்டுரையைப் பிரசுரிப்பதே பிழை என்ற அளவுகோல்,

> தமிழின் வெகுஜன இதழ்களை நோக்கியோ ஆங்கில இதழ்களை நோக்கியோ இதே அளவுகோல் சார்ந்த கேள்விகள் எழுப்பப்படுவதில்லை. *தினமணி*யின் நடுப் பக்கத்தை அருண் ஷோரி, ஷண்முகநாதன் போன்றோ ருடன் பகிர்ந்துகொள்வதில் அ. மார்க்ஸுக்குத் தயக்கம் இல்லை. அ. மார்க்ஸ் பங்களிக்கும் குமுதம்.காம், ஆறாம் திணை போன்ற இணைய இதழ்களின் பக்திப் பகுதியை அவரால் நியாயப்படுத்த முடியுமா? அ. மார்க்ஸ் அடிக்கடி மேற்கோள் காட்டும் 'அவுட்லுக்' இதழில் சங்கப் பரிவாரத் தினரின் வன்முறையான பேட்டிகள் வெளிவருகின்றன. பி.ஜே.பி. அரசியல்வாதியின் பத்தி வருகிறது. காஞ்சிப் பெரியவர் விதந்தோதப்படுகிறார். பிரேம் சங்கர் ஜாவின் செரிக்கமுடியாத கருத்துகள் பதிவாகின்றன. இவ்வளவை யும் மீறி அதில் வெளிப்படும் பலதரப்பட்ட கருத்துகளுக் காக அந்த இதழைப் படிக்கவும் மதிக்கவும் அவசிய

மிருக்கிறது. மண்டல் கமிஷன் அமலாக்கத்திற்குப் பிறகு நடந்த விவாதத்தில் இட ஒதுக்கீட்டை மறுத்த கருத்து களும் EPWவில் பதிவாயின. 'செமினார்' இதழில் ஒரு பொருளைப் பற்றிப் பெரியாரியவாதிகள் முதல் சங்கப் பரிவாரத்தினர்வரை பங்களிக்கின்றனர்; விவாதிக்கின்றனர்.

நோம் சோம்ஸ்கி ஒரு தீவிரமான இடதுசாரிச் சிந்தனை யாளர். மேற்கின் சரித்திர அறிஞர்களில் Holocaust Deniers என்னும் குழு ஒன்று உண்டு. ஹிட்லரின் நாஜிப்படை யூதப் படுகொலையைச் செய்யவே இல்லை என வாதிடு பவர்கள் இவர்கள்.

இத்தகைய அறிஞர்களில் ஒருவர் பிரெஞ்சுப் பேராசிரியர் Robert Faurison. அவருடைய மேற்படி கருத்தைத் தடை செய்யப் பிரெஞ்சு அறிவுஜீவிகள் முயன்றபோது, அவர் சோம்ஸ்கியின் ஆதரவை நாடினார். Faurisonஇன் கருத்துச் சுதந்திரத்திற்கான உரிமையைப் பிரெஞ்சு அறிவுஜீவிகள் மதிக்க வேண்டும் என்னும் கோரிக்கையில் சோம்ஸ்கி கையெழுத்திட்டார். அவருடைய நூலுக்கு சோம்ஸ்கி முன்னுரை வழங்கினார். (சோம்ஸ்கி ஒரு யூதர்.) அந்த முன்னுரையின் (பிரெஞ்சிலிருந்து ஆங்கிலத்திற்கு மொழி பெயர்க்கப்பட்ட) சில பகுதிகள் இணையத்தில் படிக்கக் கிடைத்தன. அதில் சோம்ஸ்கி குறிப்பிடும் சில கருத்துகள் நமது முற்போக்கு மற்றும் பிற்போக்கு அறிவுஜீவிகளின் விசேஷ கவனத்திற்கு உரியவை.

1. கருத்து வெளிப்பாட்டிற்கான சுதந்திரம் என்பது நாம் ஆதரிக்கும் கருத்துகளுக்கான சுதந்திரம் அல்ல. நம்மை அதிர்ச்சியடையச் செய்யும் கருத்துகளுக்கான சுதந்திரமுங்கூட . . .

2. நான் (சோம்ஸ்கி) மத அடிப்படைவாதத்திற்குச் சாதக மான, அணுகுண்டுப் போரை ஆதரிக்கக்கூடிய, இந்தோ – சைனாவில் அமெரிக்கா நடத்திய ஒடுக்கு முறைகளை மெச்சக்கூடிய கருத்துகளை முன்வைக்கும் சுதந்திரத்திற்கு ஆதரவான கோரிக்கைகளில் முன்னர் கையெழுத்திட்டுள்ளேன்.[2]

இந்துத்துவத்தின் மீது ஒரு பெரும் தாக்குதலையே நடத்தி வரும் *டெஹெல்கா* போன்ற இதழ்களில்கூட வலதுசாரிக் கருத்துகளுக்கு இடமளிக்கப்படுகிறது. தமிழின் மாற்று இதழ் களில் *புதிய பார்வை* இதழில் தமிழகப் பாரதீய ஜனதாக் கட்சித் தலைவர் இல. கணேசனின் நேர்காணல் இரண்டு இதழ்களில் விரிவாக வெளிவந்தது. அதன் காரணமாகப் *புதிய*

பார்வை மீது இந்துத்துவக் குற்றச்சாட்டை வைக்கும் அபத்தத்தை இதே வெறுப்புச் சுரபிகள் செய்யவில்லை. இவர்களுடைய அபத்தமான நிலைப்பாடுகள் *காலச்சுவடு*க்காக மட்டுமே உருவாக்கப்படுபவை. சாதிய வெறுப்பில் தோய்ந்தவை.

*காலச்சுவடி*ல் பாரதியும் அம்பேத்கரும் புதுமைப்பித்தனும் காந்தியும் சுந்தர ராமசாமியும் பெரியாரும் ஜெயமோகனும் *காலச்சுவடு* ஆசிரியர்களும் இமையமும் விமர்சனத்திற்கு உள்ளாவது கருத்துச் சுதந்திரம் பற்றிய எங்கள் நிலைப்பாட்டின் வெளிப்பாடு. விமர்சனத்திலிருந்து யாரையும் *காலச்சுவடு* பாதுகாப்பதில்லை. தமது அந்தந்தக் காலகட்ட நிலைப்பாடுகளுக்கு மாறான கருத்துகளையும் தம்மீதான விமர்சனங்களையும் சகித்துக்கொள்ளவே முடியாத, அவற்றை எப்போதும் வன்மத்துடனும் அவதூறுகளுடனும் பச்சைப் பொய்களுடனும் எதிர்கொள்ளும் பாசிச மனோபாவம் கொண்டவர்களால் 'யாரும் விமர்சனத்திற்கு அப்பாற்பட்டவர்கள் அல்ல' என முழங்க முடியும்; ஆனால் ஏற்க முடியாது.

காந்தியவாதிகள் தொடர்ந்து காந்தியை விமர்சனத்திற்கும் மறுபரிசீலனைக்கும் உட்படுத்திவருகிறார்கள். இத்தகைய மறுபரிசீலனைகள் எவையும் வெறுப்பை எதிர்கொள்வதில்லை. விவாதத்தை எதிர்கொள்கின்றன. அம்பேத்கர் பற்றிய கறாரான மதிப்பீட்டை முன்வைத்த உபேந்திர பக்சியின் 'விடுதலை என்ற நீதி: பாபாசாகேப் அம்பேத்கரின் கொடையும் தொலைநோக்கும்' கட்டுரை மொழிபெயர்க்கப்பட்டு *காலச்சுவடு* (ஜனவரி – பிப்ரவரி 2002) இதழில் பிரசுரமானபோது அது தலித்திய அறிஞர்களின் வரவேற்பைப் பெற்றது. ஒருவர்கூட எங்கள்மீது வெறுப்பை உமிழவில்லை. பெரியாரிஸ்டுகள் பெரியாரை மறுபரிசீலனைக்கு உட்படுத்துவதில்லை. போற்றிப் பாதுகாத்துவருகின்றனர். இதில் பெரியார் மீதான பற்றுறுதியைவிடப் பதற்றமே அதிகமாக வெளிப்படுகிறது.

'கருத்து' அமைப்பின் தொடக்க நிகழ்வில் நான் வாசித்த உரையிலிருந்து ஒரு பகுதி:

> "சில ஆண்டுகளுக்கு முன்னர் தமிழகத்திற்கு வந்திருந்த அம்பேத்கரிய அறிஞர் கெயில் ஓம்வத் பதிவுசெய்த ஒரு செய்தி நம் கவனத்திற்கு உரியது. விடுதலைச் சிறுத்தைகள் தலைவர் திருமாவளவனின் 'Talisman' நூலுக்கு எழுதிய முன்னுரையில், 'தமிழகத்தில் பெரியாரை விமர்சனமே செய்யக் கூடாது' என்று நம் அறிவுஜீவிகள் கொண்டிருந்த பிடிவாதத்தைப் பார்த்துத் திகைத்துப்போனதாக அவர் குறிப்பிடுகிறார். தான் உட்பட எல்லாவற்றையும் கேள்வி

கேட்கச் சொல்லித் தொடர்ந்து வற்புறுத்தி வந்த பெரியார், இன்று கேள்விக்கு அப்பாற்பட்டவராக நிறுத்தப்பட்டிருப்பது, இடைப்பட்ட காலத்தில் கருத்துச் சுதந்திரத்திற்கு ஏற்பட்ட சிதைவின் குறியீடுபோல எனக்குத் தோன்றுகிறது."[3]

பெரியார் எப்போதும் இவ்வாறு விமர்சனத்திற்கு அப்பாற்பட்டவராக இருந்ததில்லை. இடதுசாரிகள் தொடர்ந்து அவரை விமர்சித்து வந்திருக்கின்றனர். 1980களின் தொடக்கத்தில் தீவிர இடதுசாரி இதழ்களில் பெரியார் பற்றிய அவதூறுகள் வெளிவந்துள்ளன. இவற்றுக்குப் பதிலாகத் திராவிடக் கழக இதழ்களில் கார்ல் மார்க்ஸ் பற்றிய அவதூறுகள் இடம்பெறும். சோவியத் யூனியனின் வீழ்ச்சிக்குப் பிறகு தமிழக இடதுசாரிகள் பெரியாரிஸ்டுகளாக உருமாற்றம் அடைந்தனர். இம்மாற்றத்திற்குப் பின்னரே பெரியார் விமர்சனத்திற்கு அப்பாற்பட்டவராக மாறினார். புனிதங்களை உடைப்பதாகக் கதை கட்டியவர்களே இம்மாற்றத்தை உறுதிப்படுத்தினர்.

ரவிக்குமார் பெரியாரை விமர்சித்து எழுதிய முதல் கட்டுரையை 1998இல் *சரிநிகரில்* படித்தேன். அப்போது அவரோடு எனக்கு எந்தத் தொடர்பும் இல்லை. பின்னர் 'தமிழ் இனி 2000' நிகழ்விற்கு அவரையும் ராசி கௌதமனையும் அழைக்கப் பாண்டிச்சேரி சென்றிருந்தபோது அவரை முதலில் சந்தித்தேன். பின்னர் ஒருமுறை மேற்படி கட்டுரையைத் தமிழகத்தில் எந்த இதழும் முழுமையாக வெளியிடவில்லை* என்பதால் *சரிநிகருக்கு* அனுப்பியதாகக் குறிப்பிட்டார். தமிழகத் தலித் அரசியல் பண்பாடு இயக்கத்தின் முக்கிய ஆளுமை ஒருவருக்குத் தமது கருத்தை விவாதத்திற்கு முன்வைக்க ஒரு ஊடகம் தமிழகத்தில் இருக்கவில்லை என்பது ஆரோக்கியமான நிலையா என்பதைச் சிந்திக்க வேண்டும். தமிழகத்தில் இருக்கும் ஊடகங்களுக்குப் பெரியாரைப் பற்றிய ஒரு விமர்சனத்தை வெளியிட அச்சம் உள்ளது. இதுபோல இன்னும் விமர்சனத்திற்கு அப்பாற்பட்ட புனிதங்கள் பல உள்ளன, உருவாகிவருகின்றன.

இன்று தமிழகத்தில் முத்துராமலிங்கத் தேவரின் நூற்றாண்டை அடுத்து தெற்கில் சாதிய வன்முறை ஏற்பட்டுள்ளது. பாரதீய ஜனதாக் கட்சி சார்புடைய தீனதயாள் சேவா சமிதி டிரஸ்ட் வெளியிடும் *ஒரே நாடு* தீபாவளிச் சிறப்பிதழ் (நவம்பர் 1.15.2007) முத்துராமலிங்கத் தேவர் சிறப்பிதழாக வெளிவந்துள்ளது. 1956ஆம் ஆண்டு ஆர்.எஸ்.எஸ். இயக்கத்

---

* இக்கட்டுரையின் சுருக்கப்பட்ட வடிவம் *தலித் முரசு* இதழில் வெளிவந்தது.

தலைவர் குரு கோல்வால்கரின் பொன் விழா நிகழ்வு மதுரையில் முத்துராமலிங்கத் தேவர் தலைமையில் நடைபெற்ற செய்தி புகைப்படங்களுடன் குறிப்பிடப்பட்டுள்ளது. தமது கருத்துகள் ஆர்.எஸ்.எஸ்சின் கருத்துகளோடு இசைந்து இருப்பதாக அவர் உரை நிகழ்த்தியதாகவும் பதிவுசெய்யப்பட்டுள்ளது. தேவர் நூற்றாண்டை அடுத்து *தீக்கதிர் (30.10.2007)* மற்றும் *ஜனசக்தி (30.10.2007)* வெளியிட்டுள்ள சிறப்புக் கட்டுரைகளில், இதே காலகட்டத்தில் அவர் இடதுசாரிக் கட்சிகளின் ஆதரவைப் பெற்ற செய்திகள் குறிப்பிடப்பட்டுள்ளன. இம்முரண்பட்ட பதிவுகளை விளங்கிக்கொள்ள, முத்துராமலிங்கத் தேவரின் வாழ்வும் பணியும் பற்றிய ஒரு நடுநிலையான கட்டுரைகூடத் தமிழில் இல்லை. ஞாநியைச் சாதி அடிப்படையில் தாக்கும் நமது சாதி எதிர்ப்புப் போராளிகளுக்கு இந்த இடைவெளியை எதிர்கொள்ளும் திராணி இல்லை. 'பேசாப் பொருளைப் பேச நான் துணிந்தேன்' என மார்தட்டிக்கொள்பவர்கள் இத்தகைய சவால்களை, பணி ஓய்வுபெற்ற பிறகாவது, எதிர் கொள்ள வேண்டும். தமிழகச் சாதி ஆதிக்கத்தின் அடிமடியைப் பிடிக்கத் துணிவு இல்லாதவர்களுக்குத் தமது புரட்சிகர அரிப்பைத் தீர்த்துக்கொள்ளக் கடந்த மாதம் கிடைத்த பிள்ளையார் கோயில் ஆண்டி, ஞாநி.

புனிதங்களை உடைப்பது அல்ல, தம்மையே அத்தகையதொரு புனிதமாகக் கட்டமைத்துக்கொள்வதுதான் நமது பல அறிவுஜீவிகளின் நோக்கம். தம்மைச் சுயபரிசீலனை செய்து கொள்வதும் தமது செயல்பாடுகள் பற்றிய விமர்சனத்தையும் விவாதத்தையும் வரவேற்பதும் இவர்களுக்குச் சாத்தியப்படுவது இல்லை. வாழ்நாள் முழுவதும் தம்மைத் தீவிரமான சுயவிமர்சனத்திற்கு உட்படுத்திவந்த பெரியார் இன்று விமர்சனத்தைச் சகிக்க முடியாத அறிவுஜீவிகளின் கேடயமாக நிறுத்தப்பட்டுள்ளார். அனைத்துப் புனிதங்களையும் விவாதத்திற்கு உட்படுத்துவதுதான் கருத்துச் சுதந்திரத்திற்கு வலுசேர்க்கும் எனக் *காலச்சுவடு* நம்புகிறது. இதில் சில பெரியாரிஸ்டுகளுக்குக் கருத்துவேறுபாடு இருக்கலாம், ஆனால் பெரியாருக்கு இருக்க நியாயமில்லை.

பெரியார் 125 பற்றிய மற்றொரு விமர்சனம், ரவிக்குமாரின் விமர்சனம் நியாயமானது அல்ல என்பது. இதுபற்றிய சூடான விவாதங்கள் *காலச்சுவடு* ஆசிரியர் குழுவிலும் நடைபெற்றன. ஆனால் நமது அறிவுஜீவிகள் காந்தியைப் பற்றி எத்தனை மட்டமான அவதூறுகளைப் பரப்பினார்கள் என்பதை அறிவேன். அப்போதெல்லாம் நியாயத்தின் குரல் இங்கு எழும்பவில்லை. இப்போது இவர்களில் சிலர் காந்தியை மறுகண்டுபிடிப்புச்

செய்துகொண்டிருக்கிறார்கள். இவர்கள் முன்னர் சாட்டிய குற்றச்சாட்டுகளுக்கும் அவதூறுகளுக்கும் இவர்களே இன்று மறுப்புக் கூறிவருகிறார்கள். காந்திமீது நேற்று துப்பிய அவதூறு களை இன்று இவர்களே சுத்தப்படுத்த நேர்ந்திருப்பதைக் 'கவித்துவ நீதி' என்று கொள்ளலாம். சுயவிமர்சனம் இன்றி, நேற்றைய நிலைப்பாடுகளுக்காக வருத்தம் தெரிவிக்கும் நேர்மை யும் இன்றி, இப்பணி இப்போது நடைபெற்றுவருகிறது.

பெரியார் 125 இதழில் ரவிக்குமார் கட்டுரையை விமர்சித் தவர்கள் முக்கியமாக இரண்டு கேள்விகளைத் தொடர்ந்து எழுப்பினார்கள்.

1. தலித்துகள் கையில் பேனாவைக் கொடுத்தவர் பெரியார். அவரை ரவிக்குமார் விமர்சிக்கலாமா?
2. அம்பேத்கர் என்ன பெரிய யோக்கியமா?

அக்காலகட்டத்தில் அம்பேத்கர் பற்றிய விமர்சனங்கள், அவதூறுகள் எல்லாம் எனக்குத் திகட்டத் திகட்டக் கிடைத்தன. கடந்த எழுபத்தைந்து ஆண்டுகளாகக் காந்தியைத் தலித் அறிஞர்கள் கடுமையாகப் பழித்துவருகின்றனர். ஒரு காந்திய வாதிகூட அம்பேத்கரின் தகுதியைக் கேள்விக்குட்படுத்திய தில்லை. அம்பேத்கர் பற்றிய தனது உயரிய மதிப்பீட்டைக் காந்தி தொடர்ந்து இறுதிவரை பதிவுசெய்து வந்திருக்கிறார்.

காலச்சுவடு பெரியாருக்கு ஆதரவானதோ எதிரானதோ அல்ல. அதன் ஆசிரியர் குழுவில் பெரியாரின் ஆதரவாளர் களும் விமர்சகர்களும் உள்ளனர். இன்று தமிழக அறிவுலகின் பலதரப்பட்ட அழகியல், கருத்தியல் நீரோட்டங்கள் *காலச் சுவடு* ஆசிரியர் குழுவில் பிரதிநிதித்துவம் பெற்றுள்ளன. இந்த அனைத்துப் பார்வைகளும் *காலச்சுவடி*ல் பதிவு பெறுகின்றன.

சுமார் 10 ஆண்டுகளுக்கு முன்னர் எம்.எஸ்.எஸ். பாண்டிய னின் *Denationalising the Past: 'Nation' in E.V. Ramasamy's Political Discourse* என்னும் கட்டுரையைப் படித்தேன். பெரியாரைப் பற்றி எழுதப்பட்ட ஒரு சிறந்த கட்டுரையாக எனக்கு அதைப் பரிந்துரைத்தவர் சலபதி. அக்கட்டுரையைப் படித்த பின்னர் அதை மொழிபெயர்த்துக் *காலச்சுவடி*ல் வெளியிடுவது என்று முடிவுசெய்தேன். கிட்டத்தட்ட இரண்டு ஆண்டுகள் இம்முயற்சி நடந்தது. திரு. இராம சுந்தரம் அவர்களின் தொடர்பு கிடைத்த பிறகு இப்பணியை அவர் ஏற்றுக்கொண்டார். என்னுடைய நச்சரிப்புத் தாங்காமல் சில மாதங்களில் மொழிபெயர்த்துக் கொடுத்தார். அந்தக் கட்டுரை பாண்டியனிடமும் காட்டப் பட்டுச் சில எளிய மாற்றங்களுடன் *காலச்சுவடி*ல் பிரசுரம்

பெற்றது (இதழ் 27, அக்.–டிச. 99). பெரியாரைப் பற்றிய ஒரு நவீனப் பார்வை தமிழில் விவாதிக்கப்பட வேண்டும் என்னும் ஆர்வத்தில் மேற்கொண்ட பணி அது.

○

ஆனந்த விகடன் பத்தியில் ஞாநி, கலைஞர் பதவி விலகக் கோரி அவருடைய முதுமையைக் காரணம் காட்டியிருந்தார். கலைஞர் தன்னுடைய தள்ளாத வயதிலும் துன்புறுவதைக் காணச் சகிக்க முடியவில்லை என்னும் தொனியுடன் எழுதப் பட்ட கட்டுரை அது. கட்டுரையின் வரிகளில் என்னால் எந்த மனிதாபிமானத்தையும் காண முடியவில்லை. அரசியல் களத்தில் கலைஞர் சில தடுமாற்றங்களுக்கு ஆளாகியிருப்பதை ஒரு வாய்ப்பாக, தாக்குவதற்கான தருணமாகக் கருதி எழுதப் பட்ட கட்டுரையாகவே அது எனக்குத் தோன்றியது. பாஜக, அதிமுக இணைந்து கலைஞர் மீது மத அடிப்படைவாதத் தாக்குதலைத் தொடுத்திருக்கும் அசந்தர்ப்பத்தில் எழுதப்பட்ட கட்டுரை அது. கலைஞர் பற்றிய ஞாநியின் விமர்சனங்கள் எல்லாம் நியாயமானவையாக இல்லை. இது பற்றி யாரும் மேடை அமைக்கக் காத்திராமல் *காலச்சுவடு* (இதழ் 88, ஏப். 2007) இதழில் என்னுடைய பத்தியில் எழுதியிருந்தேன்:

> “ஆனந்த விகடன் (புத்தாண்டுச் சிறப்பிதழ்) இதழின் ‘ஓ பக்கங்கள்’ தலைப்பு “சசிகலா நிதி அமைச்சர், கனிமொழி கல்வி அமைச்சர்.” இந்த ஒப்பீடு துணுக்குற வைத்தது. உள்ளே செம்மொழிக் குழுவில் கனிமொழி இடம்பெற்றதை ஞாநி கண்டித்திருந்தார். வருங்காலத் தில் ராகுல் காந்தி உள்துறை அமைச்சராகவும் சசிகலா நிதி அமைச்சராகவும் கனிமொழி கல்வி அமைச்சராக வும்கூடும் எனும் சாத்தியப்பாட்டையும் அவர் முன் வைத்திருந்தார்.
>
> இவை நியாயமற்ற வார்த்தைகளாகவும் கலைஞர் மீது ஞாநி சமீபகாலமாக வெளிப்படுத்திவரும் வன்மமும் கோணலுமான கண்டனங்களின் உச்சமாகவும் தோன்றின . . .

கலைஞர் தனது வயது காரணமாகத் தன் பணிக்குரிய கடமைகளைச் செய்ய முடியவில்லை என்பதை நிறுவி, பதவி விலக ஞாநி கோரியிருந்தால் அது நியாயமான நிலைப்பாடாக இருந்திருக்கும். ஆனால், ஞாநி இக் கட்டுரையில் கலைஞர் தினமும் 18 மணிநேரம் உழைப்பதாகவும் அவருக்குப் பாதி வயது இருப்பவர்களைவிட இருமடங்கு உழைப்பதாகவும் குறிப்பிடுகிறார். எனவே பொதுத்தளத்தில் விவாதிக்க வேண்டிய

பிரச்சினை அவர் வயது சார்ந்து எதுவும் இல்லை. தள்ளாத வயதிலும் அரசியலில் ஈடுபடுவது அவருடைய விருப்பம். அவர் ஓய்வு எடுக்க விழைவதாக எந்தத் தகவலும் இல்லை. அவரைப் பணியில் தொடரக் குடும்பத்தினர் கட்டாயப்படுத்து வதாகக் கருத எந்த ஆதாரமும் இல்லை. மாறாக, ஸ்டாலின் முதல்வர் பதவியைக் கோரி வருவதாகவே செய்திகள் தெரிவிக் கின்றன. கலைஞர் குடும்பத்தினரை, குறிப்பாக அவருடைய வாரிசுகளைப் புண்படுத்தும் நோக்கோடு எழுதப்பட்ட கட்டுரை இது என்பது தெளிவு.

தாள்களைக் கைதவறி வைத்துவிடுவதோ ஒப்பனை அறை யில் வேட்டியை நனைத்துக்கொள்வதோ முதுமையின் அடை யாளங்கள் மட்டுமல்ல. அவை யாருக்கும் நேரக்கூடியவை. அடிசறுக்காத யானையின் நோக்கில் எழுதப்பட்ட, முதுமை யைப் பழிக்கும், இத்தகைய வரிகள் படிக்கச் சங்கடத்தையே தருகின்றன. தனது 13ஆம் வயதில் இருந்து திராவிட இயக்கத் தோடு தன்னை இணைத்துக்கொண்டு (குழந்தைத் தொழிலாளர் தடைச் சட்டத்தைத் தனது தர்க்கத்திற்கு ஞாநி பயன்படுத் தாமல் இருக்க இறைவனை வேண்டிக்கொள்கிறேன்) பணியாற்றி வரும் ஒருவரை, 58 வயதுவரை கூலிக்கு மாரடித்துவிட்டு ஓய்வு பெறும் ‘வேலை’ பார்ப்பவரோடு ஒப்பிட்டு எழுதுவது பொருத்த மற்றது.”

இக்கட்டுரையை அதிமுக பாணியில் அதிரடியாக எதிர் கொள்ளாமல் கருத்து மாறுபாடு கொண்ட எழுத்தாளர்கள் ஒன்றுகூடிக் கண்டனம் தெரிவிக்கும் முறைமை வரவேற்கப்பட வேண்டியதுதான். ஆனால் கூட்டத்தின் உள்ளடக்கம் வரவேற்கப் பட வேண்டியதாக இல்லை. ஞாநியின் அவதூறுக்கு எதிராக அழைக்கப்பட்ட கூட்டம் ஆதாரபூர்வமான மறுப்புகளைக் கண்ணியமிக்க மொழியில் வெளிப்படுத்தியிருக்க வேண்டும். மாறாக அதிகார வர்க்கத்தின் பாதுகாப்பில் நின்று எண்ணற்ற நச்சுச் சொற்களைச் சூழலில் கலப்பதாக முடிந்து போனது. (கூட்டத்தில் பேசப்பட்ட அவதூறுகளுக்கு அஞ்சாமல் ‘ஓ பக்கங்க’ளைத் தொடர்ந்து பிரசுரிக்கும் ‘ஆனந்த விகட’னைப் பாராட்ட வேண்டும்.) எந்தப் பிறழ்வுக்கு எதிராக இக்கூட்டம் நடத்தப்பட்டதோ அதைவிடப் பலமடங்கு வலுவான பிறழ்வு கள் கூட்டத்திலேயே நடந்தேறியுள்ளன.

இக்கூட்டத்தில் கலந்துகொண்டவர்களை இரண்டு வகைமை களில் பிரித்துவிடலாம். ஞாநிக்கு எதிரான தனிப்பட்ட கணக்கு களைத் தீர்க்க வந்தவர்கள். திமுக மற்றும் கூட்டணிக் கட்சி யைச் சேர்ந்தவர்கள். தமுஎசவின் இரா.ரெ. முத்து கூட்டத் திற்கு வரவில்லை. சார்பற்ற சில அறிவுஜீவிகள் கூட்டத்தில்

கலந்துகொள்வதைத் தவிர்த்ததாக அறிகிறேன். கணக்குத் தீர்க்க வந்தவர்களுக்கு இது ஒரு அரிய வாய்ப்பு. நண்பர் ஒருவர் குறிப்பிட்டபடி, பொதுவாகக் கணக்குத் தீர்க்கும்போது நஷ்டமே மிஞ்சும். இவர்களுக்கோ வருங்காலத்தில் நல்ல அறுவடை இருக்கும் என்னும் எதிர்பார்ப்பு உண்டு. கூட்டத்தில் கலந்து கொள்வோரின் பட்டியல், அத்துமீறிய பேச்சுகள் இடம்பெறும் என்பதைத் துலக்கமாகவே உணர்த்தியது. அத்துமீறிப் பேசு வார்கள் என எதிர்பார்க்கப்பட்டவர்கள் தம்மீதான நம்பிக் கையை வீணடிக்கவில்லை. அத்துமீறிப் பேசுபவர்களாக அறியப் படாதவர்களுக்கு, அத்துமீறலுக்குத் தம்மைப் பழக்கப்படுத்திக் கொள்ள ஒரு வாய்ப்பாகவும் இக்கூட்டம் இருந்துள்ளது. உதாரணத்திற்கு ஞாநியை ஒருமையால் திட்டித் தீர்த்திருக் கிறார் சல்மா. தமது களத்தில் நிகழ்த்தப்பட்ட அத்துமீறல்கள் பற்றி மௌனம் காக்கும் *தீம்புனல்*, ஞாநி போன்ற ஒரு மூத்த பத்திரிகையாளர் தனது பத்தியில் தெரிவித்த கருத்துகளுக்காக *ஆனந்த விகடனைக்* கண்டிக்கும்போது அக்கண்டனம் பலவீன மடைந்துவிடுகிறது. தமது களத்தில் ஏற்காத பொறுப்பைப் பிறர் களத்தில் எப்படி வேண்ட முடியும்? கூட்டத்தின் 'வெற்றி'க்கு அமைப்பாளர்கள் பொறுப்பு. ஆனால், பேசப்பட்ட அவதூறு களுக்கு, பேசியவர்களே பொறுப்பு என்ற பார்வை சமூகப் பொறுப்பின்மையின் வெளிப்பாடு.

ஞாநியின் அரசியல், பார்வை, மொழி, தர்க்கம், வெளிப் படும் சூழல் ஆகியவை சார்ந்து அவர்மீது பல தரப்பட்ட விமர்சனங்களை முன்வைக்க முடியும். அன்றைய கூட்டத்தில் இரண்டு விமர்சனங்கள் பிரதானமாக வைக்கப்பட்டுள்ளன.

1. ஞாநியின் பார்ப்பனிய மனோபாவம்.
2. ராமர் பாலம் பிரச்சினையில் இந்துத்துவச் சக்திகளோடு ஞாநியும் இணைந்து செயல்படுகிறார் என்பது.

இவை இரண்டுமே ஆதாரமற்ற குற்றச்சாட்டுகள்.

ஞாநியிடம் பல குறைபாடுகளைக் காணமுடியும். சாதி உணர்வு அவற்றில் ஒன்றல்ல. அவரோடு நெருங்கிப் பழகியுள்ள எவருமே அவ்வாறு உணர்ந்ததில்லை. அவருடைய எழுத்திலும் அத்தகைய மனோபாவம் வெளிப்படுவதாக நான் உணர்ந்த தில்லை. தன்னை ஒரு பெரியாரிஸ்டாக அடையாளப்படுத்திக் கொள்பவர் அவர். தமிழகப் பிராமணியத்தின் மையங்களாகக் கருதப்படும் சங்கராச்சாரியார், சோ, ஜெயலலிதா போன்றோரை அவர் கடுமையாக விமர்சித்திருக்கிறார். சுயசாதி விமர்சனம் மேற்கொள்ள அவர் தயங்கியதே இல்லை. பிராமணிய மனோ பாவத்தை வெளிப்படுத்துபவர்கள் நெருங்கிய நண்பர்களாக இருந்தாலும் கடுமையாகச் சாடியிருக்கிறார்.

அதேபோல ஞாநி என்றுமே இந்துத்துவச் சக்திகளோடு சமரசம் செய்துகொண்டதில்லை. கலைஞர் மீதான அவர் கோபமே பாஜகவோடு திமுக உறவு கொண்டதால் ஏற்பட்டது தான். (இதே புள்ளியில்தான் திராவிட இயக்கம் பற்றிய ரவிக்குமாரின் மறுபரிசீலனையும் தொடங்கியது.) கலைஞரை நம்பி ஏமாற்றமடைந்த கோபமே இன்று ஒரு பிறழ்வாக வளர்ந்திருக்கிறது. பாஜகவோடு சமரசம் செய்துகொண்டு, குஜராத் படுகொலையின்போது மௌனம் காத்து, ப. சிதம்பரம் அவர்களின் சொற்களில் 'நீதிக்கும் அநீதிக்கும் இடையில் நடுநிலை வகித்து', பின்னர் உள்ளாட்சித் தேர்தலில் பாஜக வோடு கூட்டணி அமைத்து, அடித்தளம்வரை பாஜக ஊடுருவத் துணைபோன திமுகவின் சார்பில் நின்று, ஞாநியை இவ்வாறு குற்றஞ்சாட்டுவது சிறிதும் பொருத்தமற்றது. இது பற்றித் திமுகவை விமர்சிக்காத அறிவுஜீவிகளுக்கு ஞாநியை விமர்சிக்க அருகதை இல்லை.

மேலும் அன்று மேடையில் நின்று பேசிய பலரும் பிற ருடைய சாதியுணர்வைச் சுட்டிக்காட்ட எந்த அருகதையும் இல்லாதவர்கள். சொந்த சாதிக் கட்சியை ஆதரிப்பவர்கள், சொந்த சாதித் தலைவரை வழிபடுபவர்கள், சொந்த சாதிச் சங்கங்களில் முன்நிற்பவர்கள், சொந்த சாதி எழுத்தாளராகப் பார்த்து நூற்றாண்டு கொண்டாடுபவர்கள், சாதி பார்த்துக் குரல் கொடுப்பவர்கள், சொந்த சாதி மத அடிப்படையில் ஆள்திரட்டுபவர்கள், தாம் பணியாற்றும் நிறுவனங்களில் கூச்ச மின்றிச் சாதி அரசியல் நடத்துபவர்கள், சொந்த சாதியைப் பற்றி எப்போதும் எந்த சுய விமர்சனத்தையும் முன்வைக்காத வர்கள்.

பிராமண சாதியில் பிறந்த அறிவுஜீவிகள் எவ்வளவுதான் சாதிகடந்து இயங்கினாலும் பெரும்பான்மைக் கருத்தோடு முரண்படும்போது அவர்கள் சாதி அடிப்படையில் தாக்கப் படுவது ஆரோக்கியமற்ற போக்கு.

2002இல் கனிமொழி எழுதுகிறார்:

"1. ஒரு விமர்சகனின் விமர்சனங்களை எதிர்கொள்ளாமல் அவனை நோக்கித் தனிப்பட்ட தாக்குதல்களைத் தொடுப் பதும், தொழில், குடும்பம், பிறப்பு, பின்புலம் ஆகிய வற்றை விமர்சிப்பதும் கருத்துக்களை எதிர்கொள்ளத் திராணியற்ற செயல்.

2. சில ஆண்டுகளுக்கு முன்னால் ஒரு மரியாதைக்குரிய எழுத்தாளர், சங்கத் தமிழ்ப் பாடல்களை எளிமைப் படுத்தி ஒரு இலக்கியப் பத்திரிகையில் எழுதிக்கொண்

டிருந்தார். ஒருமுறை அவர் எளிமைப்படுத்தியதில் ஒரு தவறு நேர்ந்துவிட்டது. அதை அவரும் ஏற்றுக்கொண்டு வருத்தம் தெரிவித்தார். ஆனால் அவருக்கு எதிராக எழுந்த குரல்கள், "நீ ஒரு பார்ப்பான், எங்கள் சொத்தில் கை வைக்க உனக்கென்ன உரிமை உள்ளது?" என்ற ரீதியில் கேள்வியெழுப்பின.

சங்கத் தமிழில் எந்த ஜாதிக்கு உரிமை உள்ளது என்று வரையறுத்துக் கூறிவிட முடியுமானால் மற்றவர்கள் ஒதுங்கிக்கொள்ளலாம். உ. வே. சா. படாதபாடுபட்டுச் சேர்த்திருக்காவிடில் திராவிடப் புகழ்பாடும் இந்தச் செல்வங்கள் எப்போதோ செல்லரித்திருக்கும். அவர் பார்ப்பனர் என்பதால் தமிழ் இலக்கியங்களைக் கடலில் கொண்டு விட்டுவிடலாமா? அல்லது சங்கப் புலவர்களில் யார் இன்ன ஜாதி என்று தெளிவாக வரையறுக்கத்தான் முடியுமா?"[4]

தீம்புனலில் கனிமொழியின் முன்னிலையில் அந்தத் 'திராணியற்ற செயல்' நிரம்பவே நடந்தேறியுள்ளது.

❍

இக்கூட்டத்தில் *காலச்சுவடி*ன் *பெரியார் 125* (செப். 2004) சிறப்பிதழ் சர்ச்சைக்கு உள்ளாகியிருக்கிறது. அ. மார்க்ஸ், ரவிக் குமாரைத் தாக்கியதோடு அக்காலத்தில் *காலச்சுவடு* ஆலோசகர் குழுவில் இருந்ததற்காகக் கனிமொழியையும் விமர்சித்திருக் கிறார். கனிமொழி சார்பாக அவ்விதழுக்குப் பின்னர் அவர் *காலச்சுவடி*லிருந்து விலகிவிட்டதாகப் பதிலும் சொல்லப் பட்டுள்ளது.

காலச்சுவடு குழுவில் ஒருவர் இணைவதும் விலகுவதும் அமைப்பு சார்ந்த விஷயம். இதுபற்றி முன்னர் வைக்கப்பட் டுள்ள அவதூறுகளுக்கு நான் பதில் சொல்லியதில்லை. இம் முறையும் அது பற்றிப் பேச விரும்பவில்லை. 2003ஆம் ஆண்டு, திமுக ஆட்சியில் இல்லாத நிலையில், கனிமொழியைக் *காலச் சுவடு* ஆலோசகர் குழுவில் இணைந்துகொள்ள அழைத்தேன். அவரும் ஏற்றுக்கொண்டார். ஓராண்டிற்குப் பின்னர் விலகிக் கொண்டார். *பெரியார் 125* சிறப்பிதழ் விவாதிக்கப்பட்ட ஆசிரியர் குழுக் கூட்டத்தில் அவர் கலந்து கொள்ளவில்லை. கலந்துகொண்ட கூட்டங்களிலும் ஆசிரியர் குழுவில் இடம் பெற்ற காலங்களிலும் அவரது பங்களிப்பு மனநிறைவு தருவ தாகவே இருந்தது.

பெரியார் 125 சிறப்பிதழ் கனிமொழியின் பார்வைக்கு முரண்பட்டதா என்பதை அவரது எழுத்து சார்ந்து அணுகு

வதே ஆதாரப்பூர்வமானது. அதற்கு முன்னர் *பெரியார் 125* இதழைப் பற்றிச் சில வார்த்தைகள். *பெரியார் 125* இதழ் செப். 2004இல் வெளிவந்தது. அவ்விதழில் ராசி கௌதமன், அனந்தகிருஷ்ணன், நீலகண்டன், 'நெய்தல்' கிருஷ்ணன், தேவி பாரதி, ஆ. இரா. வேங்கடாசலபதி, ட்ராட்ஸ்கி மருது, ரவிக் குமார் ஆகியோர் எழுதியிருந்தனர். சலபதியும் நானும் தீவிரமாக முயன்றும் பல பெரியாரிஸ்டுகள் உரிய நேரத்தில் கட்டுரை அனுப்பவில்லை. மேற்படி எட்டுக் கட்டுரைகளில் இரண்டு கட்டுரைகள் பெரியாரைப் பற்றிய விமர்சனத்தைக் கொண் டிருந்தன. அதில் ரவிக்குமாரின் கட்டுரை கடுமையான விமர் சனத்திற்கு உள்ளானது. இனி, கனிமொழியின் பார்வை:

அ. "நமது மதிப்பிற்குரிய எல்லாப் பிம்பங்களும் விமர் சனங்களுக்கு அப்பாற்பட்டவையாகி விடுகின்றன. நாம் மதிக்கும் படைப்பாளிகள், தலைவர்கள், நடிகர் கள் எல்லோரும் நினைவுச் சின்னங்களாகிப்போகி றார்கள். அவர்களைப் பற்றிய மாற்றுக் கருத்துக்களுக்கு இடமில்லை. அந்தப் பிம்பங்களைத் தொழுவதற்கு மட்டுமே வசதி செய்து தரப்படுமெனில் அவை மக்க ளிடமிருந்து அந்நியப்பட்டு நாளடைவில் புதையுண்டு போகும்.

எதுவும் உயிர்ப்போடிருக்க அது பல்வேறு நிலைகளில் பேசப்பட வேண்டும். அது முற்றிலும் எதிரான நிலையாக இருந்தாலும்கூட."[5]

ஆ. "தமிழர்களைப் பொறுத்தவரையில் இறந்துபோனவர் கள் அனைவருமே அமரர்கள். தம் பெரும் மதிப்பிற்கு உரியவர்கள். விமர்சனங்கள், மாறுபாடுகள், எதிர்க்கருத்து கள் போன்றவைகளில் இருந்து விடுபட்டு வேறு தளத் திற்குக் கொண்டுபோகப்பட்டு, பீடத்தில் பிரதிஷ்டை செய்யப்பட்டவர்கள். அவர்கள் எழுத்தாளர்களாக இருக்கலாம், கவிஞர்களாக இருக்கலாம், முக்கியமான அரசியல் தலைவர்களாக இருக்கலாம்.

தற்போது தமிழகத்தில் பெரியாரைப் பற்றிய சில விமர்சனங்கள் தலைதூக்க ஆரம்பித்திருக்கின்றன. திராவிடர்களின் ஒப்பற்ற தலைவராக விளங்கிய அவரைத் தலித்துகளின் தலைவராக ஏற்றுக்கொள்ள முடியாது; அவரது கருத்துகளைப் பற்றிய ஒரு மீள் பார்வை அவசியம் என்ற கருத்து வலுக்கிறது.

நம் சமூகத்தைப் பொறுத்தவரை பெரியாரின் சிந்தனை கள் என்பதும் அவற்றின் தாக்கங்கள் என்பதும் ஒருபோதும்

ஒதுக்கிவிட முடியாத ஒன்று. எத்தனையோ கருத்துடைப்பு களுக்கும் சமூகக் கட்டுடைப்புகளுக்கும் காரணமானவர் அவர். பெண் சுதந்திரம் பற்றிய அவரது கருத்துகளுக்கு இணையான கருத்துகள் இன்றுவரை வேறு யாரிடமிருந் தும் வரவில்லை.

ஆனால் தலித் மக்களையும் இஸ்லாமியச் சமூகத்தினரை யும் அவர் தமிழர்கள் என்றே கருதவில்லை; அவர்களைத் தனது சொல்லாடலின் விளிம்பிலேயே வைத்திருந்தார் என்பதற்குப் பெரியாரின் வார்த்தைகளையே சில தலித் விமர்சகர்கள் மேற்கோள் காட்டுகின்றனர்.

பெரியார் என்ன சொன்னார், எதைப் பற்றிப் பேசினார் என்பது பற்றிக் கவலை இல்லை. அந்தக் கருத்துகளைப் பற்றிய புரிதலோ அல்லது அதைப் பற்றிய தெளிவோ அவசியமற்றதாகிவிட்டன.

நான் சொல்வதை எல்லாம் ஏற்றுக்கொள்ளாதீர்கள், சுயமாகச் சிந்தியுங்கள் என்று கூறியவரின் கருத்துகளும் அவரோடு சேர்ந்து பீடம் ஏற்றப்பட்டிருக்கின்றன. இன்று தமிழ்க் கட்சிகளின் கொள்கைகள் பெரியாரிடத்திலிருந்து விலகி இப்படி நீர்த்துப் போனதன் காரணம் என்ன? பெரும்பாலான கட்சிகளில் இன்னும் தலித்துகளுக்கு உரிய இடமளிக்கப்படவில்லை. இந்தக் குறை பெரியாரில் ஆரம்பித்ததா என்பது போன்ற கேள்விகளுக்கு நேர்மை யான பதிலைத் தேடுவது அவரை அவமதிப்பதாகாது. பெரியாரை உண்மையாக உணர இது ஒரு சந்தர்ப்பம்."[6]

பெரியார் 125 இதழில் ரவிக்குமாரின் கட்டுரை இடம் பெற்றதன் காரணம் அக்கருத்துகளைக் *காலச்சுவடு* ஏற்கிறது என்பதல்ல. (அக்காலகட்டத்தில் அமெரிக்காவிலிருந்த 'காலச் சுவடு' நிறுவனர் சுந்தர ராமசாமி, ரவிக்குமாரின் விமர்சனம் தனக்கு உடன்பாடானதாக இல்லை என இதழைப் படித்து விட்டு பெ. அய்யனாருக்கு மின்னஞ்சல் அனுப்பியிருந்தார்.) அக்கருத்தை வெளியிட ரவிக்குமாருக்கு இருக்கும் உரிமை யைக் *காலச்சுவடு* மதிக்கிறது; அதற்காக எத்தகைய கண்ட னத்தையும் எதிர்கொள்ளத் தயாராக இருக்கிறது என்பதுதான். அந்நிலை தொடரும்.

கனிமொழிக்காகக் குரல் கொடுப்பவர்கள் மேற்படி செய்தி களை எதிர்கொள்வார்கள் என நம்புகிறேன்.

கடந்த ஒரு டஜன் வருடங்களாக அ. மார்க்ஸ் *காலச் சுவடு* மீது வைத்துவரும் விமர்சனம் ஏகதேசமாக ஒன்றுதான். அது *காலச்சுவடி*ல் வெளிவரும் அவரால் செரிக்க முடியாத கருத்துகளைக் கொண்ட கட்டுரைகளைப் பற்றியது. அ. மார்க்ஸ் ஒரு அடிப்படைவாதி. அவரது உரையில் 'காலச்சுவடு', 'பார்ப்பனர்' போன்ற சொற்களுக்குப் பதிலாக மதவாதிகளின் சில பிரயோகங்களை வைத்துவிட்டால் அது எளிதில் ஒரு மத அடிப்படைவாதியின் உரையாக மாறிவிடும். பத்தாண்டு களுக்கு முன்னர் அவர் ஐரோப்பா சென்று வந்து எழுதிய பாசிச எதிர்ப்புக் கட்டுரை அவரை ஒரு பாசிஸ்டாக இனங் கண்டுகொள்ள எனக்கு உதவியது. '(ஐரோப்பாவில்) எல்லோ ரிடமும் பாசிசம் குடிகொண்டுள்ளது. எல்லோர் கண்களிலும் இனவெறி மின்னுகிறது'[7] என்று அவர் எழுதுவது பாசிசம் அன்றி வேறென்ன? அவர் 'முற்போக்கான' கருத்துகளை முன்வைப்பதால் அவர் எப்படி பாசிஸ்டாக முடியும் என்னும் கேள்வி எழலாம். பாசிசம் ஒரு கருத்தியல் என்பதைவிட மாற்றுக் கருத்துகளைச் சகித்துக்கொள்ள முடியாத ஒரு மனோ பாவம். பாசிசத்தின் மற்றொரு குணாம்சம் அது எதிர்நிலை களை எப்போதும் பொய்களின் வழி எதிர்கொள்ளும் என்பது. 'பொய்கள் எந்த அளவுக்கு அப்பட்டமானவையோ அந்த அளவுக்கு அதிக மக்களை அவை கவரும்' என்ற ஹிட்லரின் கூற்றைப் பின்பற்றி வருபவர் அ. மார்க்ஸ். ஹிட்லர்கூட சோசலிசம் போன்ற பல முற்போக்கான கருத்துகளை முன்வைத்தே அதிகாரத்திற்கு வந்தார். அ. மார்க்சோடு கருத்து முரண்பட்ட வர்கள் அனைவருமே விவாதங்களில் அவர் கட்டவிழ்த்து விடும் பொய்மைகளைச் சுட்டிக்காட்டியிருக்கிறார்கள்.

பெரியார் 125 இதழ் பற்றிய அ. மார்க்சின் அவதூறு அதில் பெரியார் ஒரு 'பொம்பளைப் பொறுக்கி'யாகச் சித்தரிக்கப்பட் டுள்ளார் என்பது. இத்தகைய சொற்றொடர்களை உருவாக்கி அதை மீண்டும் மீண்டும் ஜபித்துக்கொண்டிருக்கும் மனோ பாவம், பள்ளியில் பட்டப் பெயர் வைக்கும் பருவ நிலை இன்னும் அவரிடம் நீங்காதிருப்பதைக் காட்டுகிறது.

அ. மார்க்ஸ் பாலியல் ஒழுக்க மதிப்பீடுகளின் ஆதரவாளர் அல்ல. உதிரிகளுக்கும் அனார்க்கிஸ்ட்டுகளுக்கும் ஆதரவாகப் பேசுபவர். ஆனால் இந்நிலைகள் அவருள் எந்தளவுக்கு மேலோட்ட மாகவே படர்ந்துள்ளன என்பதை இத்தொடர் வெளிப்படுத்து கிறது. அ. மார்க்சின் அகராதியில் 'பொம்பளைப் பொறுக்கி' என்பது ஒரு இழிசொல்லாக இடம்பெற நியாயமில்லை. பாசிஸ்டு கள் தாங்கள் பேசுவதைத் தாமே நம்புவதில்லை.

மேற்படி கண்டனக் கூட்டம் பற்றி *தினமலர் செய்தி மலரில் (28.10.2007)* அ. மார்க்ஸ் பேட்டி வெளிவந்துள்ளது. அ. மார்க்ஸ் கூறியவை:

1. பிறப்பால் பிராமணர் என்பதாலேயே ஒருவரின் கருத்தை எதிர்க்க வேண்டும் என்பதில் எனக்கு உடன்பாடில்லை. ஞாநி பிறப்பால் பிராமணர் என்பது இந்த எதிர்ப்புக்குக் காரணம் அல்ல.

2. கூட்டத்தில் கலந்துகொண்ட ரவிக்குமார் *காலச்சுவடில்* பெரியாரையும், திராவிட இயக்கத்தையும் மிகமோசமாக விமர்சித்து எழுதியவர். அப்போதெல்லாம் கனிமொழி எந்த எதிர்ப்பையும் காட்டவில்லை. தவிர அவர் *காலச்சுவடின்* ஆசிரியர் குழுவில் வேறு இருந்தார். கருணாநிதிமீதான தாக்குதல் என்பது அவர் மீதானது மட்டுமல்ல; திராவிட இயக்கத்தின் மீதானது. அதே போலத்தான் பெரியார்மீதான தாக்குதலும். பெரியாரைக் காவு கொடுத்துவிட்டு கருணாநிதியையோ, திராவிட இயக்கத்தையோ காப்பாற்ற முடியாது. இதை அன்று கனிமொழியிடம் நேரிலேயே சுட்டிக்காட்டினேன். மேலும் ரவிக்குமார், சல்மா போன்றவர்களை இந்தக் கூட்டத்துக்கு அழைத்ததும், அவர்கள் பேசியதும் போலித்தனமான செயல்கள். திராவிட இயக்கத்தின் இலக்கியத் தூண்கள் என்று கூறிக்கொள்ளும் வைரமுத்து, அப்துல் ரஹ்மான் போன்றவர்கள், முதல்வர் கருணாநிதியின் மேடைகளில் அவரை நேரடியாகப் புகழ்ந்து பாடுவதோடு சரி. திராவிட இயக்கத்தின் மீது இது போன்ற தாக்குதல்கள் தொடுக்கப்படும்போது காணாமல் போய் விடுவார்கள்.[8]

- அ. மார்க்ஸ் தொடர்ந்து பிறப்பின் அடிப்படையில் பிராமணச் சமூகத்தில் பிறந்தவர்களை விமர்சித்து வருபவர். இவ்விமர்சனங்கள் வன்முறையைத் தூண்டும் நோக்கிலானவை. இதுவரை தான் கருத்து முரண்பாடு கொண்ட எந்தப் பிராமணரையும் சாதியக் கொச்சைப் படுத்தலுக்கு உட்படுத்தாமல் அ. மார்க்ஸ் விமர்சித்ததில்லை. பெரியாரிஸ்டுகளாகத் தங்களை அடையாளப் படுத்திக்கொண்டவர்களும் இதில் அடக்கம். உதாரணம்: ராஜன் குறை.
- ரவிக்குமாரின் பெரியார்மீதான விமர்சனங்கள், *தலித் முரசில், சரிநிகரில்,* வெளிவந்திருக்கின்றன. *தாய் மண்ணில்* ஒரு தொடர் வெளிவந்தது. *தீராநதி* நேர்காணலில்

பதிவுபெற்றது. *காலச்சுவடில்* 2004இல் அவர் எழுதிய கட்டுரை பெரியார் பற்றி வெளிவந்த அவரது கடைசிக் கட்டுரை. அ. மார்க்ஸ் *காலச்சுவடை* மட்டுமே தொடர்ந்து குறிப்பிடுகிறார். அதிலும் ஏதோ ரவிக்குமார் மீண்டும் மீண்டும் *காலச்சுவடில்* பெரியாரை விமர்சித்தது போன்ற பொய்மையையும் பரப்புகிறார். *காலச்சுவடில்* இக்கட்டுரை வெளிவருவதற்கு முன்னரேகூட ரவிக்குமாரின் பெரியார் விமர்சனத்தையும் *காலச்சுவடையும்* இணைத்துப் பேசி வந்தார் அ. மார்க்ஸ். இவை அவரது சாதிய அணுகு முறையின் விளைவுகள்.

- மேற்படி கூட்டத்தில் கலந்துகொண்ட யாருடைய எதிர்ப்பு 'அச'லானது, எது 'போலி'யானது என்பதை அறிய ஒரு எளிய வழிமுறையை முன்மொழிகிறேன். ஜெயலலிதா ஆட்சியில் கலைஞர் கைதுசெய்யப்பட்டது அவர் உடல் மீதும் மனம்மீதும் தொடுக்கப்பட்ட மிகப் பெரிய தாக்குதல். அவர் முதுமைக்கு நேர்ந்த மிகப் பெரிய இழிவு. அன்று அதைக் கண்டித்தவர்கள் யார் எனப் பார்க்கலாம். *தீம்புனல்* கூட்டத்தில் மேடை ஏறிய சிலரேனும் அன்று கண்டிப்பதைத் தவிர்த்தார்கள். இன்று 'குரல் கொடுக்கும்' பிரபஞ்சனைக் கலைஞர் கைதைக் கண்டிக்கும் அறிக்கைக் காக நான் கையெழுத்துக் கேட்டுத் தொடர்புகொண்ட போது மறுத்துவிட்டார். அன்று அழைத்தும் குரல் கொடுக்க மறுத்ததையும் இன்று அழைக்காமலேயே சென்று குரல் கொடுப்பதையும் எப்படி விளங்கிக் கொள்வது?

- *காலச்சுவடு* சார்பாகக் கலைஞர் கைதானதைக் கண்டித்து வெளியிட்ட அறிக்கையை ரவிக்குமாரும் நானும் ஒருங் கிணைத்தோம். அதில் சல்மாவும் பல எழுத்தாளர்களும் கையெழுத்திட்டுள்ளனர். அ. மார்க்ஸ் நண்பர்கள் சார்பாக வெளிவந்த அறிக்கையில் அ. மார்க்சின் கையொப்பம் இல்லை. அவர் இணைந்துகொள்ள மறுத்துவிட்டதாக அறிந்தேன். அதையொட்டி நடந்த எந்த எதிர்ப்பு நட வடிக்கையிலும் அ. மார்க்ஸ் கலந்துகொள்ளவில்லை. அப்போது எதிர்த்து எழுதியதாகவும் தெரியவில்லை. மாறாகக் கலைஞரின் நண்பர்களான வைரமுத்து, அப்துல் ரஹ்மான் அனைவரும் தத்தமது எதிர்ப்பைத் தெளிவாக வெளிப்படுத்தினார்கள். 2001 ஜூனில், ஜெயலலிதா ஆட்சி ஏறிய மாதம், 'ஜெயலலிதாவின் பின் – நவீனத்துவ நோக்கு' என்னும் 'காலச்சுவடு' தலையங்கம் அரசியலில் அவரது அழிவுப் பணியை

நக்கலாக எடுத்துரைத்தது. கலைஞர் கைதானதை ஒட்டித் தமிழகத்தில் நிலவிய அராஜகத்தை எதிர்த்து *காலச்சுவடு* இரண்டு சிறப்புப் பகுதிகளை வெளியிட்டது. 'அதிகாரம் யாருக்கு?' (ஜூலை – ஆகஸ்ட் – 2001), 'பாசிசத்தின் பேய் நகங்கள்' (செப் – அக் 2001).

அ. மார்க்ஸ், வேலைநிறுத்தம் செய்ததற்காக, கூட்டத்தோடு கூட்டமாக, ஜெயலலிதா அரசுக்கு மன்னிப்புக் கடிதம் எழுதிக் கொடுத்துவிட்டு ஓய்வு பெறும்வரை அரசு வேலையில் ஒட்டிக் கொண்டிருந்தவர். இது நடந்து சில ஆண்டுகள் சென்றுவிட்டன. இது போன்ற தனிப்பட்ட சறுக்கல்களைப் பெரிதுபடுத்துவதில் எனக்கு நம்பிக்கை இல்லை. இப்போது பணி ஓய்வுபெற்ற பின்னர் தன் ஆசிரியர் பணிக்காலம் பற்றி விரிவாகக் கட்டுரை எழுதியிருக்கிறார் அ. மார்க்ஸ்[9]. போலித் தன்னடக்கத்துடன் தன்னுடைய பணிக்கால வீராப்புகளைப் பக்கம் பக்கமாக எழுதியிருக்கிறார். அரசு வேலையில் இருந்தபடி பல 'புரட்சிகர' நடவடிக்கைகளில் ஈடுபட்டபோதும் பணியில் பிரச்சினையின்றித் தப்பியது 'குருட்டு அதிர்ஷ்டம்' எனக் குறிப்பிடுகிறார். மேற்படி மன்னிப்புக் கடித விஷயம் முழுமையாக மறைக்கப்பட்டுள்ளது. ஒரு காலகட்டத்திற்குப் பிறகு அ. மார்க்ஸ் அரசுப் பணியில் எந்தப் பிரச்சினையும் இல்லாமல் இருந்ததற்குக் காரணம் 'குருட்டு அதிர்ஷ்டம்' அல்ல, மாற்றுக் கருத்துகளாக அவர் முன்வைத்தவை தமிழகத்தின் ஆளும் பெரும்பான்மைக் கருத்தியலுக்கு உவப்பானவை என்பதுதான்.

முதுமையை அ. மார்க்ஸ் அளவிற்கு இழிவுபடுத்தியிருப்பவர்கள் தமிழகத்தில் எவரும் இல்லை. முன்னர் 50 வயதுக்கு மேற்பட்டவர்களைக் கொலை செய்துவிட வேண்டும் என்று பிரச்சாரம் மேற்கொண்டார். எழுத்திலும் ஹிட்லரின் இந்தப் பாசிசக் கருத்தை அவர் வழிமொழிந்திருக்கிறார். தமக்கு 50 வயது நெருங்கியபோது இப்பிரச்சாரத்தை நிறுத்திக்கொண்டார்.

அ. மார்க்சுக்கு ஒரு அழைப்பு. *காலச்சுவடு* பற்றிய பொய்மைகளைப் புறம்பேசித் திரியாமல் *காலச்சுவடு* ஆசிரியர் குழுவினருடன் நேரடியான விவாதத்திற்கு வாருங்கள். அவ்விவாதத்தை முழுமையாகப் பதிவுசெய்து பிரசுரிக்கலாம். இது அழைப்புதான். சவால் அல்ல. (என் மின்னஞ்சல் முகவரி: kannan31@gmail.com.)*

O

---

* அ. மார்க்ஸிடம் இருந்து எந்தச் செய்தியும் வரவில்லை.

அ. மார்க்ஸ் பற்றி என் மனத்தில் இருக்கும் பிம்பம் இது தான்: லங்கோடு மட்டும் கட்டிக்கொண்டு உடலில் எண்ணெயைத் தேய்த்துக்கொண்டு எப்போதும் தொடையைத் தட்டிக் கொண்டிருக்கும் ஆண்மை. எவ்வளவு காலம் தொடையைத் தட்டினாலும் தனது ஆண்மை தனக்கே உறுதிப்படாத பதற்றம். மார்க்சியத்திலிருந்து காந்தியம்வரை எல்லாக் களங்களிலும் தொடையைத் தட்டிப் பார்த்துவிட்டார் அ. மார்க்ஸ். இன்றும் நிறைவு ஏற்பட்டிருப்பதாகத் தெரியவில்லை.

வெறும் காட்சிப் பிழைதானோ?

❍

குறிப்பு

1. இக்கூட்டம் நடந்த பின்னர் வெளிவந்த *ஆனந்த விகடன்* தீபாவளிச் சிறப்பிதழில் அ. மார்க்ஸ் நேர்காணல்! பாம்புக்குத் தலையையும் மீனுக்கு வாலையும் காட்டுவது எப்படி என்பதை அறிய இக்கூட்டத்தில் அ. மார்க்ஸ் ஆற்றிய உரையைக் கேளுங்கள் (thoughtsintamil.blogspot.com), *ஆனந்த விகடன்* நேர்காணலையும் படியுங்கள் (நவ. 7, 2007.)
2. 'பொன் மொழியும் பொய் மொழியும்', கண்ணன், *காலச்சுவடு*, இதழ் 39, (ஜன. – பிப். 2002)
3. 'வெளிப்பாட்டுச் சுதந்திரம்', கண்ணன், *புதிய பார்வை*, டிச. 1 – 15, 2005
4. கனிமொழி, 'கறுக்கும் மருதாணி', 2003, பக். 46, 47
5. கனிமொழி, 'கறுக்கும் மருதாணி', 2003, பக். 48
6. 'நீரோட்டம்', கனிமொழி, *காலச்சுவடு* இதழ் 47, மே – ஜூன் 2003
7. *தினமலர் செய்திமலர்*, 28.10.2007
8. 'தூய்மை + ஒழுங்கு + மரபு மீறாமை = பாசிசம்', அ. மார்க்ஸ், *சுபமங்களா*, அக்டோபர், 94.
9. *தீராநதி*, 'ஒரு ஆசிரியனாக சில நினைவுகள்', அ. மார்க்ஸ், நவம்பர் 2007.

இதழ் 96, டிசம்பர் 2007

கவிஞர் கனிமொழியின் மாநிலங்களவை முதல் உரை

மாண்புமிகு துணைத் தலைவர்: திருமதி கனிமொழி அவர்களே, வருக. இதுதான் அவரது கன்னிப் பேச்சு. தயவுசெய்து அவரைத் தொந்தரவு செய்யாதீர்கள்.

திருமதி கனிமொழி (தமிழ்நாடு) : நன்றி, மாண்புமிகு துணைத் தலைவர் அவர்களே! பணிவுடனும் நம்பிக்கையுடனும் நான் இன்று உங்கள்முன் இங்கு நிற்கிறேன். இம்மாபெரும் அவையில் நிற்கும் காரணத்தால் பணிவுடனும் உங்கள் அனைவராலும் உங்களுக்கு முன் இருந்தவர்களாலும் போற்றிக் காக்கப்படும் நம் நாட்டின் எதிர்காலத்தைப் பற்றிய நம்பிக்கையுடனும் நிற்கிறேன்.

மதிப்புமிக்க இப்பேரவையில் நான் நிகழ்த்தவிருக்கும் இந்த முதல் பேச்சானது முக்கியத்துவம் வாய்ந்த 123 ஒப்பந்தத்தைப் பற்றிய என் கட்சியின் கருத்துகளைப் பிரதிபலிக்கும் விதமாக இருக்கும் என்பதில் நான் பெருமகிழ்ச்சி அடைகிறேன்.

அணு ஆயுதத் தடை ஒப்பந்தத்தில் கையெழுத்திடாமலேயே மக்களுக்குத் தேவையான அணுசக்தித் தொழில் நுட்பம் நம் நாட்டிற்குக் கிடைக்கவும் கடந்த 33 ஆண்டுகளாக நம்மீது திணிக்கப்பட்டுள்ள நியாயமற்ற தடைகள் நீங்கி நமது நாட்டிற்கெனச் சுதந்திரமான ராணுவச் சார்புடைய ஒரு அணுசக்தித் திட்டத்தைக் கடைப்பிடிக்கவும் மேற்சொன்ன ஒப்பந்தம் வழிவகுக்கும் என நானும் என் கட்சியும் உறுதியாக நம்புகின்றோம்.

இந்த ஒப்பந்தமானது இந்தியாவிற்கு அநீதி இழைக்கக் கூடியது எனச் சிலர் கூறுகின்றனர். அமெரிக்க இணை

அமைச்சர் நிக்கோலஸ் பர்ன்ஸ் அவர்கள் செய்தியாளர்களுக்கு அளித்துள்ள பேட்டி ஒன்றில் இதைப் பற்றிக் கூறும்போது, "இவ்வாறான ஒப்பந்தத்தை அமெரிக்கா உலகிலுள்ள வேறு எந்த ஒரு நாட்டுடனும் செய்து கொள்ளாது; இந்தியா மட்டுந் தான் இதற்கு விதிவிலக்கு" என்று கூறியுள்ளார்.

இந்தியாவுக்கு அதிக 'இடம்' கொடுப்பதாக அந்நாட்டுப் பத்திரிகைகளான *தி நியூயார்க் டைம்ஸ்* மற்றும் *வாஷிங்டன் போஸ்ட்* ஆகியன அமெரிக்க அரசுக்குக் கண்டனம் தெரிவித் துள்ளன. இது போன்றதொரு ஒப்பந்தத்தைத் தன்னுடனும் செய்துகொள்ளுமாறு பாகிஸ்தான் அமெரிக்காவை வலியுறுத்தி வருகிறது. இந்தியாவை ஒரு மறைமுக அணுசக்தியாகவே ஆக்கிவிட அமெரிக்கா முயன்றுவருவதாகச் சீனப் பத்திரிகை களும் சில அமெரிக்க அரசியல்வாதிகளும் கூறுகின்றனர்.

இதையெல்லாம் பார்த்த பிறகு, அரசும் பிரதமரும் நாட் டுக்கு மிகவும் நன்மையைத்தான் செய்திருக்கின்றனர் என்னும் முடிவுக்கு வருவதைத் தவிர நமக்கு வேறு வழியில்லை. ஒப்பந் தத்தின் முக்கியத்துவத்தையும் பிற அம்சங்களையும் வைத்துப் பார்க்கும்போது, இது குறித்த உண்மையான மற்றும் அரசியல் சார்ந்த கேள்விகளும் ஐயப்பாடுகளும் மக்களுக்கு ஏற்படுவது இயல்பான ஒன்றுதான்.

நாடு முன்னேற்றம் அடைவதற்கான ஒரு வழியாகவே இதைக் கருதும் எங்கள் கட்சித் தலைவர் டாக்டர் கலைஞர் மு. கருணாநிதி அவர்கள், ஒப்பந்தத்தினால் ஏற்பட்டுள்ள கருத்து வேறுபாடுகளைக் களையும் முயற்சிகள் அரசையோ அரசின் நடவடிக்கைகளையோ நிலைகுலையச் செய்துவிட மாட்டா என்று நம்புகிறார். இந்திய – அமெரிக்க அணுசக்தி ஒப்பந்தம் குறித்து நியாயமாக விவாதித்து உண்மைநிலையைப் புரிந்துகொண்டால் அனைத்து ஐயப்பாடுகளும் விலகி ஒருமித்த கருத்து ஏற்படும் என்பது அவரது அசைக்க முடியாத நம்பிக்கை.

ஐயா! இவ்விஷயத்தில் எங்கள் கட்சியோ அல்லது கட்சித் தலைவரோ தங்கள் நிலைப்பாட்டிலிருந்து என்றுமே மாறிய தில்லை என்பதை நான் இங்குத் தெளிவுபடுத்த விரும்புகிறேன். நாங்கள் எப்போதும் ஒப்பந்தத்திற்கு ஆதரவளிப்பவர்கள்தாம். ஒருமித்த கருத்து வேண்டும் என்றும் அதை ஏற்படுத்துவது மிக முக்கியம் என்றும் நாங்கள் விரும்பினோம். சீன நாட்டைப் போலவே இந்தியாவும் மின்சக்தி உற்பத்திக்கு நிலக்கரியையே பெரிதும் நம்பி இருக்கிறது. 2020ஆம் ஆண்டுக்குள் தனது அணுசக்தி ஆலைகள் மூலம் 40,000 மெகாவாட் மின்சக்தியை உற்பத்தி செய்யச் சீனா தயாராகிவருகிறது.

2020ஆம் ஆண்டுக்குள் 30,000 மெகாவாட் அணுசக்தியை உற்பத்தி செய்யும் எண்ணம் நம் நாட்டுக்கும் இருக்கிறது. ஆனால், 123 ஒப்பந்தம் கையெழுத்தாகாமல் அது சாத்திய மாகாது. எனவே, உள்நாட்டில் கிடைக்கும் அதிவேக அணு உலைத் தொழில்நுட்பம் நடைமுறைக்கு வரும்வரை, இன்னும் சில தலைமுறைகளுக்கு வெளிநாட்டில் இருந்து யுரேனியம் போன்ற அணுசக்தி எரிபொருள்களை நாம் இறக்குமதி செய்ய வேண்டிய நிலைமை ஏற்படும். தோரியம் சார்ந்த அணுசக்தித் தொழில்நுட்பத்தை உருவாக்கவும் நாம் முதலீடு செய்தாக வேண்டும். ஆனால், அதற்கு இன்னும் நீண்ட காலம் இருக்கிறது.

அணு ஆற்றல் துறையில் இந்தியா தன்னிறைவடைய மிகவும் தேவைப்படுவது பயன்படுத்தப்பட்ட எரிபொருளி லிருந்து மீட்கப்படும் புளூட்டோனியம். இந்தியாவில் பரவ லாகக் கிடைக்கும் தோரியத்துடன் புளூட்டோனியத்தைச் சேர்த்து மீண்டும் பயன்படுத்தினால் சாதாரண அணுசக்தி உலைகளிலிருந்து பெறப்படும் அணு ஆற்றலைவிட 30 மடங்கு அதிக அளவு ஆற்றல் கிடைக்கும் வாய்ப்புண்டு. ஆனால், அந்த நிலையை அடைவதற்கு நாம் முதல் அடி எடுத்து வைக்கவேண்டியது அவசியமல்லவா?

பாதுகாப்பு மற்றும் அரசியல் விஷயங்களைத் தவிர, சுற்றுச்சூழல் சம்பந்தப்பட்ட பல விஷயங்களும் இதில் அடங்கும். தொழில் துறை வளர்ச்சிகள் அனைத்தும் மின் ஆற்றலைச் சார்ந்தே இருக்கின்றன; உலகின் ஆற்றல் தேவையின் 85 சதவீதமானது சடலங்கள், நிலக்கரி, எண்ணெய் மற்றும் வாயு ஆகியவற்றிலிருந்து தான் பெறப்படுகிறது. சடலங்களை எரிப்பதன் மூலம் ஆண்டொன்றுக்கு 23 பில்லியன் டன் அளவு கார்பன் – டை – ஆக்ஸைடை, அதாவது நொடி ஒன்றுக்கு 730 டன் வீதம், வாயு மண்டலத்தில் நாம் கலக்கிறோம்.

ஐயா! சூரிய செல்களிலும் எளிய காற்றாலைகளின் மாசற்ற அழகிலும் நம்பிக்கை வைத்திருக்கும் சுற்றுப்புறச் சூழல் நிபுணர்கள் சிலர், நம் நாட்டின் மொத்த ஆற்றல் தேவையை இவற்றால் நிறைவேற்ற முடியாது என்பதை ஒப்புக் கொள்ள மறுக்கின்றனர். இது போன்ற புதுப்பிக்கக்கூடிய ஆற்றல்களை நாம் கைவிட்டுவிட வேண்டும் என நான் கூறவில்லை; அவை பயனுள்ளவை என்றும் அவற்றால் முக்கிய மான பணிகள் நடை பெறுகின்றன என்றும் நான் அறிவேன். ஆனால், பெருகிவரும் நம் நாட்டின் ஆற்றல் தேவைகளுக்கு இவற்றால் மிகச் சொற்பமான அளவிலேயே ஆதாயம் கிட்டும்.

உதாரணமாக, நார்மண்டியில் பிரான்ஸ் அமைத்து வருவதைப் போன்ற ஈ.பி.ஆர். ரக அணு உலை ஒன்றை அதிநவீன ரகக் காற்றாலையால் பதிலீடுசெய்ய வேண்டுமென்றால் இத்தாலியிலிருந்து ஸ்பெயின் நாட்டிலுள்ள பார்சிலோனா நகரம்வரையுள்ள சுமார் 700 கிலோமீட்டர் தூரத்திற்கு அவற்றை வரிசையாக வைக்க வேண்டும். அப்படி வைத்தால்கூட, காற்றுப் பலமாக வீசும்போதுதான் அவை மின்சாரத்தை உற்பத்தி செய்யும்.

கரும்பிலிருந்து எத்தனால் எடுப்பதைப்போலத் தற்பொழுது இயற்கை எரிபொருள்களைப் பற்றிப் பரவலாகப் பேச்சு அடிபடுகிறது. உலகம் முழுவதிலுமுள்ள உழுவதற்கு ஏற்ற நிலங்களனைத்தையும் ஒன்று சேர்த்தாலும், தற்போதைய எண்ணெய்த் தேவைக்கு அவை மாற்றாக ஆகவே முடியாது; மேலும், அதனால் உணவுத் தட்டுப்பாடும் ஏற்படலாம். 2100ஆம் ஆண்டுக்குள் உலகிலுள்ள எண்ணெய் மற்றும் இயற்கை ஆதாரங்கள் அனைத்தும் வற்றிவிடும் நிலைமை ஏற்படும். அப்போது நம்மிடம் நிலக்கரியும் அணு ஆற்றலும் மட்டுமே எஞ்சியிருக்கும். ‘குளோபல் வார்மிங்’கை (பூமி வெப்பமடைதல்) அதிகரிக்கச் செய்யும் அம்சங்களில் பெரும் பங்கு வகிக்கும் நிலக்கரியை அதிக அளவில் உபயோகப்படுத்துவது சிறிதும் ஏற்றுக்கொள்ள முடியாதது. ஒரு டன் நிலக்கரி அல்லது எண்ணெய் தரக்கூடிய ஆற்றலை ஒரு கிராம் யுரேனியம் தந்துவிடும். ஒருமுறை உபயோகிக்கப்பட்ட எரிபொருளை மீண்டும் பதப்படுத்தி, 3 சதவீதம் ரேடியோ ஆக்டிவ் தனிமங்களைப் பிரித்தெடுத்து நிரந்தரமாகப் பாதுகாப்புடன் வைத்துக்கொள்ளலாம்; மீதமுள்ள 97 சதவீத எரிபொருளை மீட்டுத் திரும்பவும் பயன்படுத்திக்கொள்ளலாம்.

அணு ஆற்றலுக்கு எதிராக வைக்கப்படும் மற்றொரு வாதம் என்னவெனில், ‘செர்னோபில்’ மற்றும் ‘த்ரீ மைல் ஐலண்ட்’ ஆகிய பேரழிவு நிகழ்ச்சிகள். இதில் ‘த்ரீ மைல் ஐலண்ட்’ பேரழிவு நாம் கனவிலும் நினைத்துப்பார்க்க முடியாத பயங்கரம் ஆகும். அணு உலையின் மையப்பகுதி முழுவதும் உருகி அதில் பெரும்பாலான பகுதி அவ்வுலையின் அடிப்பகுதியில் விழுந்துவிட்டது. அந்நிலையிலும், அதிலிருந்து வெளியான ஆபத்தான அணுக்கதிர்கள் பாதுகாப்புமிக்க அந்த உலையின் சுவர்களைத் தாண்டி வெளியேறவில்லை. எனவே, யாருக்கும் தீவிரமான காயங்கூட உண்டாகவில்லை. உண்மையில், த்ரீ மைல் ஐலண்ட் பாதுகாப்பான அணு உலைக்கான வெற்றிகரமான உதாரணமாகும். செர்னோபில்லில் நடந்தது முற்றிலும் வேறாகும். அங்கு பாதுகாப்பான கட்டமைப்பு ஏற்படுத்தப்பட

வில்லை; அவ்வுலையின் கட்டுமானத்தில் ஏற்பட்ட கோளாறு அதை நிலையற்றதாக ஆக்கிவிட்டது. 600 டன் எடையுள்ள கருங்கல்லினால் ஆன 'மாடரேட்டர்' ஒன்று தீப்பிடித்து வாரக் கணக்கில் எரிந்தது. சம்பவம் நடந்த சில மாதங்களுக்குள் ளேயே 32 பேர் இறந்துவிட்டனர்; 200 பேர் கடுமையாகப் பாதிக்கப்பட்டதுடன் சிலர் புற்றுநோயாலும் அவதிப்பட்ட னர். ஓர் அணுசக்தி உலை, எப்படிச் செயல்படுத்தப்படக் கூடாது என்பதற்குச் செர்னோபில் ஒரு சிறந்த உதாரண மாகும். உலகமெங்கும் வருடமொன்றுக்கு 15,000 பேர்களைப் பலிவாங்கும் நிலக்கரிச் சுரங்க விபத்துகளோடு ஒப்பிட்டால் கடந்த 50 ஆண்டுகளில் சிவில் அணு சக்தித் தொழிற்சாலை விபத்துகள் மிகவும் குறைவு. சில சமயங்களில் நமது சார்புகள் நம் கொள்கைகளைச் சார்ந்து உள்ளனவே தவிர, உண்மை நிலவரத்தை அல்ல.

உலகளாவிய அணுசக்தித் தொழில் துறையின் அமைப்பை வைத்துப் பார்த்தால், நமது அணு ஆற்றல் திட்டங்களை நிறைவேற்றக்கூடிய அணுசக்தித் தொழில்நுட்பமும் ஆதாரங் களும் நமக்கு எளிதாகக் கிடைக்க இந்த ஒப்பந்தந்தான் ஒரே வழி. அணு ஆயுதப் பரவல் தடைச் சட்டத்தில் இந்தியா கையெழுத்திடாததால், அணுசக்தி ஏற்றுமதி செய்பவர்கள் குழுவில் நாம் இடம்பெறவில்லை. அதனால், இக்குழுவைச் சார்ந்த 45 உறுப்பு நாடுகளுடன் அணுசக்தித் தொழிலில் ஈடுபடுவது என்பது நமக்கு மிகவும் கடினமானதாக இருக் கிறது. மேலும், ஏற்கனவே அமலில் உள்ள தடைகளின் காரண மாக நேனோ தொழில்நுட்பம், மருத்துவம், தகவல் தொழில் நுட்பம் போன்றவை நமக்கு மறுக்கப்படுகின்றன.

1998ஆம் ஆண்டு நாம் நடத்திய அணுகுண்டுச் சோதனை யைக் கண்டனம் செய்யாத ஒரே நாடு பிரான்ஸ். சமீபத்தில் மும்பையில் நடைபெற்ற அணு சக்தி சம்பந்தமான இந்திய – பிரான்ஸ் கூட்டுக் கூட்டத்தில், நாம் சர்வதேச அணுசக்தி நிறுவனத்துடன் பாதுகாப்பு சம்பந்தமான ஒப்பந்தத்தில் கையெழுத்திட்டு மேற்சொன்ன குழுவிடம் ஒப்புதல் பெறாத வரை அணுசக்தித் தொழில்நுட்பத்தை நமக்குத் தர முடியாது என்று பிரான்ஸ் திட்டவட்டமாகக் கூறிவிட்டது. தமிழகத்தின் கூடங்குளம் அணுசக்தி ஆலைக்குத் தேவையான நான்கு அணு உலைகளைத் தரவேண்டிய நமது நீண்ட நாள் நட்பு நாடாகிய ரஷ்யாவும் ஒப்பந்தத்தைத் தொடர வேண்டாமென்று முடிவுசெய்துவிட்டது. 1985ஆம் ஆண்டு அப்போதைய பாரதப் பிரதமரான மறைந்த திரு. ராஜீவ்காந்திக்கும் சோவியத் யூனிய னின் அதிபர் மிகாயில் கொர்ப்பசேவுக்கும் இடையே கையெழுத்

தான உடன்படிக்கையின்படி கூடங்குளம் அணுமின் ஆலை அமைய ரஷ்யா உதவி அளித்துவந்தது. ஆனால், சோவியத் யூனியன் சிதறுண்ட பின்னர், ரஷ்யா அணுசக்தி ஏற்றுமதி செய்பவர்கள் குழுவில் சேர்ந்துவிட்டதால் அணு ஆயுதப் பரவல் தடைச் சட்டத்தில் கையெழுத்திடாத நாடுகளுக்குச் சிவில் அணுசக்தித் தொழில் நுட்பத்தை அதனால் அளிக்க முடியவில்லை. இன்று அறிக்கை வெளியிட்டுள்ள வெளியுறவுத் துறை அமைச்சரும் பிரதமரும் தெளிவாகக் குறிப்பிட்டுள்ள படி, நம் நாடு சர்வதேச அணுசக்தி நிறுவனத்தின் குறிப்பிட்ட ஒப்பந்தத்திற்காகக் காத்துக்கொண்டிருப்பதால், மற்ற ஏற்பாடு களில் சற்றுக் காலதாமதம் ஏற்பட்டுள்ளது.

இதன் காரணமாகத் திட்டத்தை அமல்படுத்துவதில் சற்றுத் தொய்வு ஏற்பட்டிருக்கிறது. தொய்வின் விளைவாக, தமிழ்நாட்டில் மத்திய அரசு செய்யவிருக்கும் 26,000 கோடி ரூபாய்த் திட்ட முதலீட்டிலும் காலதாமதம் ஏற்படும். 2006ஆம் ஆண்டு மே மாதம் முதல் தமிழக அரசு 11,083 கோடி ரூபாய் முதலீட்டு மதிப்புள்ள பல உடன்படிக்கைகளில் கையெழுத்திட்டுள்ளது. இதன்மூலம் 1,25,000 பேர்களுக்கு வேலைவாய்ப்பும் கிட்டும். ஆகவே, தற்போதைய சூழ்நிலையில் நமக்கு இயல்பாகக் கிடைத்திருக்கக்கூடிய, 1,800 மெகாவாட் மின்சக்தியும் அதன் விளைவாக உருவாகியிருக்கக்கூடிய பல தொழிற்சாலைகளும் விவசாயத்திற்குத் தேவைப்படும் மின் சக்தியும் வேலைவாய்ப்புகளும் தள்ளிப்போகின்றன. இவ்விடத்தில் நான் மாண்புமிகு பிரதமர் அவர்கள் செப்டம்பர் 13ஆம் தேதியன்று நிகழ்த்திய உரையினை நினைவுபடுத்த விரும்புகிறேன்: “அமெரிக்காவுடனான இந்த ஒப்பந்தங்கள் உலகெங்குமுள்ள அனைத்துத் தலைநகரங்களிலும் வர்த்தக வாய்ப்புகளை உருவாக்கும். உலகநாடுகள் மத்தியில் நமக்கு உரிய இடத்தை மீண்டும் பெறும் நமது பயணத்தில் இது மேலும் ஒரு அடியாகும்.”

மாண்புமிகு துணைத் தலைவர் அவர்களே! இந்திய – அமெரிக்க அணுசக்தி ஒப்பந்தத்தின் அணு ஆற்றல் குறித்த அம்சங்களைப் பற்றிப் பேசுவதன் மூலம், இந்த 123 ஒப்பந்தமானது நமக்குச் சாதகமான வகையில் நம் நாட்டை அமெரிக்காவுக்கு அருகில் இட்டுச் செல்லும் என்பதை நான் மிகைப்படுத்திக் கூற முன்வரவில்லை. காலனி ஆதிக்கத்தின் பாதிப்பு மற்றும் மேற்கத்திய ஏகாதிபத்தியம் ஆகிய பழைய அச்சுறுத்தல்களை நாம் நம் மனத்தைவிட்டு விரட்டியடிக்க வேண்டும். நமது செயல்களிலோ அல்லது கொள்கைகளிலோ சுதந்திரத்தை இழக்காமல் நம்மால் எந்த நாட்டுடனும் நெருக்கமாக இணைந்து பணியாற்ற முடியும் என்னும் தன்னிறைவையும் நம்பிக்கையை

யும் நாம் வளர்த்துக் கொள்ள வேண்டும். அமெரிக்காவுடன் ஓர் ஒப்பந்தம் செய்துகொள்வது என்பது அமெரிக்காவின் அனைத்துச் செயல்களுக்கும் நாம் ஆதரவு அளிப்பதாக ஆகி விடாது.

அணுசக்தி ஏற்றுமதி செய்பவர்கள் குழுவிலுள்ள எந்த நாட்டுடனும் நாம் செய்துகொள்ளும் எந்த ஒப்பந்தமும் செறிவுப் பொருள் சார்ந்த உடன்படிக்கையுடன் (எப்.எம்.ஸி.டி) சேர்ந்தே வரும் என்னும் கருத்துகளும் தெரிவிக்கப்பட்டுள்ளன. 123 ஒப்பந்தமானது சிவில் மற்றும் ராணுவ அணுசக்தி நிலையங் களைத் தனித்தனியே வைத்துக்கொள்ளும் சுதந்திரத்தை நமக்கு அளிக்குமாதலால், இந்த ஒப்பந்தத்தின் காரணமாக நமது பாதுகாப்பு சம்பந்தப்பட்ட அணுசக்தித் திட்டத்திற்குக் குறிப் பிடும்படியான பாதிப்பு ஏதும் இராது.

இந்திய – அமெரிக்க நாடுகளின் இருதரப்பு உறவில் மாட்டிக் கொண்டு 123 ஒப்பந்தம் திணறும் இவ்வேளையில், அவ்வொப் பந்தத்தின் மூலம் எந்த நாட்டோடு வேண்டுமானாலும் அணு சக்தித் தொழில்நுட்ப வர்த்தகத்தை நாம் செய்துகொள்ள முடியும் என்பதையும் கவனிக்க வேண்டியது மிக முக்கியமாகும். 'தகவலளித்த ஓராண்டுக்குள் அணுசக்தி எரிபொருள் வழங்கு வதை நிறுத்தவோ அல்லது வழங்கப்பட்ட எந்தக் கருவியையும் திரும்ப எடுத்துக்கொள்ளவோ அமெரிக்க அதிபரால் முடியும்' என்னும் ஒப்பந்தத்தின் ஒரு அம்சத்திற்கு அழுத்தம் தந்து சிலர் பேசுகிறார்கள்.

எனவே, அமெரிக்காவிடமிருந்து மட்டுமே இந்தியாவால் அணுசக்தித் தொழில்நுட்பத்தை வாங்க முடியும் என்ற நிர்ப் பந்தம் நம் நாட்டுக்கு இல்லை என்னும் உத்தரவாதத்தை இப்பேரவையின் மதிப்புமிக்க உறுப்பினர்களுக்கு இந்த அரசு வழங்க வேண்டுமென நாங்கள் விரும்புகின்றோம். ஒருவேளை அமெரிக்க அரசு நமக்கு வழங்கும் சரக்குகளில் தடையேதும் ஏற்பட்டால் அணுசக்தி ஏற்றுமதிசெய்யும் குழுவிலுள்ள நாடுகள் ஏதேனும் நமக்கு உதவிபுரியுமா என்பது பற்றியும் நாங்கள் அரசிடமிருந்து தெரிந்துகொள்ள விரும்புகிறோம்.

மேற்குறிப்பிட்ட விவரங்களனைத்தும் மிகவும் முக்கியம் என்றபோதிலும், நமது பரந்த தொலை நோக்கிலிருந்து நமது கவனத்தை இவை சிதறடிக்காமல் நாம் பார்த்துக்கொள்ள வேண்டும். இந்த 123 ஒப்பந்தமானது தானாக ஒன்றும் வந்து விடவில்லை. இதை ஆரம்பித்து அப்போதைய அமெரிக்க அரசுடன் பேச்சு நடத்திய பாரதீய ஜனதா கட்சி முதல் இப்பொழுதும் பேச்சுவார்த்தையில் ஈடுபட்டிருக்கும் புதுதில்லி

மற்றும் வாஷிங்டனில் உள்ள இன்றைய அரசுகள்வரை, இந்த ஒப்பந்தத்தை நம் நாட்டின் வளர்ச்சிக்கான – அதாவது, 300 மில்லியன் மக்களை வறுமையின் பிடியிலிருந்து விடுவித்தல், பாலின மற்றும் ஜாதிப் பாகுபாடு, கிராமப்புறத்தை அலட்சியப் படுத்துதல் மற்றும் கல்லாமையை ஒழித்தல் ஆகியவற்றுக்கான – ஒரு கருவியாகவே கருதிவந்துள்ளனர்.

ஐயா! எங்கள் கட்சியின் நிறுவனத் தலைவர் பேரறிஞர் அமரர் அண்ணா அவர்கள் மதிப்புமிக்க இச்சபையில் சீன ஆக்கிரமிப்பைப் பற்றி 1962ஆம் ஆண்டு நவம்பர் மாதம் நிகழ்த்திய சொற்பொழிவில் இடம்பெற்றிருந்த பின்வரும் வார்த்தைகளோடு என் உரையை முடித்துக்கொள்ள விரும்பு கிறேன். அறிஞர் அண்ணா கூறியிருந்தார்: "நாட்டின் பாதுகாப்பு, கண்ணியம் மற்றும் எதிர்காலத்தைக் கருத்தில் கொண்டு தற்பொழுது உருவாக்கப்பட்டுவரும் *பெருமைமிகு வருகைப் பதிவேட்டில்* நான் திராவிட முன்னேற்றக் கழகத்தின் (திமுக) பெயரைப் பதிவுசெய்கிறேன்!"

நன்றி!

தமிழில்: சுப்ரபாலா

(நாடாளுமன்ற மாநிலங்களவை உறுப்பினராகச் சமீபத்தில் பொறுப்பேற்ற கவிஞர் கனிமொழி அந்த அவையில் ஆற்றிய முதல் உரை. இவ் வுரை மாநிலங்களவைக்கான இணையதளத்திலிருந்து எடுக்கப்பட்டது.)

இதழ் 97, ஜனவரி 2008

எதிர்வினை

கனிமொழியின் முதல் உரை

சுப. உதயகுமார்

அணுசக்திக்கு ஆதரவான கனிமொழியின் பாராளு மன்றப் பேச்சு அதிர்ச்சி தருவதாக இருக்கிறது. பெண் ணுரிமை, தமிழர் இனப்பற்று, தமிழ் மொழிப்பற்று, ஈழத்தமிழரின் அவலநிலை, கலங்க வைக்கும் மலேசிய நிகழ்வுகள், நதிநீர்ப் பங்கீட்டுத் தகராறுகள் எனத் தமிழரைப் பாதிக்கும் பிரச்சினைகள் எத்தனையோ இருந்தும், தனக்கு ஆழமான புரிதல் இல்லாத அணுசக்தி பற்றி கனிமொழி தனது முதல் பேச்சை அமைத்துக் கொண்டது ஆச்சரியமாக இருக்கிறது.

பாராளுமன்றத்தில் தமிழ்மொழியில் பேசும் உரிமை மற்றும் வாய்ப்பு இருந்தும், தமிழினத் தலைவரின் மகளும் தமிழ்க் கவிஞருமாகிய கனிமொழி ஆங்கிலமொழியைத் தேர்ந்தெடுத்துப் பேசியதும் அதிர்ச்சியளிப்பதாக உள்ளது. இந்தியாவிலேயே அதிக பலம் வாய்ந்த அணுசக்தித் துறையோடு ஒருவித மயக்கத்தில் உழலும் பிரதமரின் கவனத்தைக் கவரவும், தில்லி மேட்டுக்குடியினரின் ஆமோதிப்பைப் பெற்றுக்கொள்ளவும், அமெரிக்க ஏகாதி பத்தியத்தின் அங்கீகாரத்தைத் தன்பால் திருப்பிக்கொள்ள வும் அணுவிஞ்ஞானம், அமெரிக்கா, ஆங்கிலம் எனப் பொழிந்திருக்கும் உரை பல சந்தேகங்களையும் கேள்வி களையும் எழுப்புகிறது.

இந்தியாவுடனான அமெரிக்க அணு ஒப்பந்தம் ஒப்பற்றது, இந்த வாய்ப்பை நாம் தவறவிடக் கூடாது என்றெல்லாம் முழங்குவதற்கு முன்பாக அமெரிக்கா வுக்கு இந்தியா மீது ஏன் இந்தத் திடீர்ப் பாசம், எதற்காக விதிவிலக்கு அளிக்கப்படுகிறது என்று சற்றே சிந்தித்துப்

பார்த்திருக்கலாம். அமெரிக்காவிலுள்ள கார்னீகி பவுண்டேஷன் என்னும் நிறுவனத்தில் ஆஷ்லி டெல்லிஸ் எனும் அறிஞர் 2006ஆம் வருடம் தனது ஆய்வறிக்கை ஒன்றினைச் சமர்ப்பித்து விவாதித்தார். அதில் இந்தியாவின் அணுமின் திட்டத்தின் மூன்று நிலைகளை விவரித்து, இந்தியா – சீனா அணுவாயுத நிலையினை ஒப்பிட்டு, ஓர் ஆபத்தான பரிந்துரையை வழங்கி னார். அதாவது, தோரியத்தின் மூலம் மின்சாரம் தயாரிக்கும் மூன்றாவது நிலைக்கு இந்தியா போய்விடாது தடுத்து, அவர் களுக்கு வேண்டிய அணுமின் தொழில்நுட்பம், யுரேனியம் ஆகியவற்றைக் கொடுத்து சீனா அளவுக்கு அணுஆயுதங்கள் தயாரிக்க உதவுவது அமெரிக்காவின் பாதுகாப்புக் கொள்கைக்கு உகந்ததாக இருக்கும் என்று சுட்டிக்காட்டினார். இந்தியாவை உபயோகித்துச் சீனாவைக் கட்டுப்படுத்துவதுதான் அமெரிக்க அரசின் கொள்கையாக இருக்க வேண்டும் என்று வாதிட்டார். இந்தப் பரிந்துரையை ஏற்றுக்கொண்டே அமெரிக்க அதிகார வர்க்கம் அணுமின் ஒப்பந்தத்தை ஏற்படுத்தக் கடுமையாக முயல்கிறது.

நாடு முன்னேற்றம் அடைவதற்கான ஒரு வழியாகவே அமெரிக்க அணுமின் ஒப்பந்தத்தை திமுக தலைவர் கருதுவதாக உரையில் சொல்லப்பட்டுள்ளது. எது முன்னேற்றம்? எது வளர்ச்சி? மேட்டுக்குடியினரின் மின்சாரத் தேவைக்காக ஏழை விவசாயிகளின், மீனவ மக்களின், தலித் தொழிலாளர்களின் நிலமும் நீரும் கால்நடைகளும் மீன் உணவும் நஞ்சாவதும் குழந்தைகள் நோய்வாய்ப்படுவதும், எதிர்காலம் இருண்டு போவதுந்தான் முன்னேற்றமா?

2020க்குள் சீனா 40,000 மெகாவாட் மின்சாரம் உற்பத்தி செய்யத் தயாராகி வருவதாகவும் இந்தியா 30,000 மெகாவாட் உற்பத்திசெய்ய எண்ணி இருப்பதாகவும் கூறுகிறார் கனிமொழி. சீனா, அமெரிக்காவிடமோ அல்லது வேறு யாரிடமோ கையேந்தி நிற்கவில்லை என்பதையும், இந்திய அணு சக்தித் துறையினர் 2000 வருட முடிவுக்குள் 20,000 மெகாவாட் மின்சாரம் தயாரிப் போம் எனத் தம்பட்டம் அடித்து, சாதிக்கத் தவறியதையும் சுட்டிக்காட்டியாக வேண்டும்.

பெருகிவரும் நம் நாட்டின் ஆற்றல் தேவை பற்றிக் கவலைப் படுகிறார் கனிமொழி. காற்றாலை உதவாது, இயற்கை எரி பொருள் கைகொடுக்காது என்றெல்லாம் காரணங்கள் கூறும் போது, இந்தியா ஓர் ஏழை நாடு என்பதையும், நம் மக்களுக்குக் கல்வி, வீட்டுவசதி, உடல்நலம், போக்குவரத்து எனப் பல்வேறு

அடிப்படைத் தேவைகள் இருப்பதையும் கருத்தில்கொள்ள வேண்டும்.

உரையில் குறிப்பிடப்பட்டிருப்பது போல, நாட்டின் பாது காப்பும் முக்கியமானதுதான். ஆனால் சீனா, பாகிஸ்தான் போன்ற அண்டை நாடுகளுடன் அணுவாயுதப் போட்டியில் இறங்கும்போது, நமது நாட்டின் ஏழ்மையும் வறுமையும் இன்னும் அதிகரிக்கவே செய்யும். அணுமின் உற்பத்தி மிக அதிகமான செலவை ஏற்படுத்தும் என்பதும், அணுக்கழிவினைப் பாதுகாத் திட அதைவிட அதிகமாகச் செலவாகும் என்பதும், 40 ஆண்டு கள் மின்உற்பத்திக்குப் பிறகு அணு உலைகளைச் செயலிழக்கச் செய்ய இன்னும் அதிகம் செலவாகும் என்பதையும் கனி மொழி அறிந்திருக்கக்கூடும்.

இறுதியாக, மூன்று மைல் தீவிலும், செர்னோபிலிலும் நடந்த அணுமின் விபத்துக்களை அவை அப்படி ஒன்றும் பெரிதானவை அல்ல என்பது போன்று சாதாரணமாக உரை யில் குறிப்பிடப்பட்டுள்ளது. ஆனால் உண்மையில் இலட்சக் கணக்கான மக்களை நேரடியாகவும், மறைமுகமாகவும் பாதித்த இந்த விபத்துக்கள், பல நாடுகளின் வளர்ச்சியையும் நல்வாழ்வை யும் பெருமளவில் பாதித்திருக்கின்றன என்பதுதான் உண்மை.

1979 மார்ச் 30ஆம் தேதி மூன்று மைல் தீவின் 10 கிலோ மீட்டர் சுற்றளவில் வசிக்கும் சிறுவர், சிறுமியர், கர்ப்பிணிப் பெண்கள் உடனடியாக வெளியேற வேண்டும் என்று கவர்னர் ரிச்சர்டு தார்ன்பெர்க் உத்தரவிட்டார். சிலமணி நேரங்களுக்குள் 1,40,000 மக்கள் அவசர அவசரமாக வெளியேற்றப்பட்டனர்.

அந்த மின்நிலையத்தின் கட்டடத்துக்குள் கசிந்திருந்த கதிரியக்கக் கழிவுகளை அகற்றும் பணி 1979ஆம் ஆண்டு தொடங்கி 15 வருடங்கள் நடந்தது. அதற்கான செலவு 4,400 கோடி ரூபாய். 1991ஆம் ஆண்டு வெளியிடப்பட்ட கொலம்பியா பல்கலைக்கழக ஆய்வறிக்கையின்படி, மூன்று மைல் தீவு அணு உலைகளின் 12 கிலோ மீட்டர் சுற்றளவில் புற்றுநோய் 4 மடங்கு உயர்ந்து விட்டதாகக் கண்டறியப்பட்டது. செர்னோபில் விபத்தினால் 20 லட்சம் ஏக்கர் விவசாய நிலம் பாழாகிப்போனது. 3,30,000 மக்கள் வெளியேற்றப்பட்டனர். மக்களை அப்புறப்படுத்தவும் பாதிக்கப்பட்டவர்களுக்கு மருத்துவ மற்றும் இதர உதவிகள் வழங்கவும் இதுவரை 2,88,000 கோடி ரூபாய் செலவாகியுள் ளது. யுக்ரெயின், பெலரூஸ், ரஷ்யா போன்ற நாடுகளில் 1986 – 2000 வருட காலகட்டத்தில் ஏற்பட்ட விவசாய இழப்பின்

மதிப்பு மட்டுமே 5 லட்சம் கோடி ரூபாய் ஆகும். யுக்ரெயின், பெலரூஸ் நாடுகள் தமது தேசிய பட்ஜெட்டில் 6 – 7 விழுக்காடு பணத்தைச் செர்னோபில் விபத்துத் தொடர்பான திட்டங் களுக்கு ஆண்டுதோறும் செலவிட்டு வருகின்றன.

இப்படிப்பட்ட உண்மைகளை ஒதுக்கிவைத்து, உணர்வு களைப் புறந்தள்ளி, மனிதநேயத்தை மறந்து கிட்டப்பார்வை யோடு கனிமொழியின் பாராளுமன்ற முதல் உரை அமைந்தது உண்மையிலேயே துரதிருஷ்டமானது.

(சுப. உதயகுமார் அணுசக்திக்கு எதிரான மக்கள் இயக்கத்தின் ஒருங்கிணைப்பாளர்களில் ஒருவர்)

இதழ் 99, மார்ச் 2008

அரசும் ஊடகங்களும்

கண்ணன்

இந்திய அரசியல் சாசனப்படி ஊடகங்களைக் கட்டுப்படுத்த மாநில, மத்திய அரசுகளுக்கு உரிமையில்லை. ஆனால், ஊடகங்களைக் கட்டுப்படுத்துவது என்பது உலகின் அனைத்து ஜனநாயக அரசுகளும் மறைமுகமாக ஈடுபட்டுவரும் செயல்பாடு. அதன் வெற்றி தோல்வி ஊடகங்களின் சுதந்திர வேட்கையைப் பொறுத்தது. செப். 11க்குப் பிறகு ஓசாமா பின்லாடனின் செய்தி ஒளிப்பேழைகளை ஒளிபரப்ப வேண்டாம் என அமெரிக்க அதிபர் புஷ் கேட்டுக்கொண்டதும், அமெரிக்க ஊடகங்கள் பணிந்தன. இதே கோரிக்கையைப் பிரதம மந்திரி பிளேர் முன்வைத்ததும் மீண்டும் ஒருமுறை ஓசாமாவின் செய்தியை ஒளிபரப்பி எதிர்ப்புத் தெரிவித்தன இங்கிலாந்து ஊடகங்கள்.

நமது தமிழக ஊடகங்களின் நிலை இந்த விஷயத்தில் பெருமைப்படக்கூடியதாக இல்லை. சுதந்திரமான, நடுநிலையான ஊடகங்களைத் தேடித்தான் பிடிக்க வேண்டியுள்ளது. இரட்டை வருமானம் கொண்ட பத்திரிகையாளர்களே இங்கு அதிகம். பல செய்திகளின் மூலம், களத்திலிருந்து அல்ல உளவுத் துறையிலிருந்து புறப்படுகிறது. இதுபோக, செய்தித் துறை, விளம்பரத் துறை, நூலகத் துறை எனப் பல முனைகளிலிருந்து அரசின் ஊடகக் கட்டுப்பாட்டு முயற்சிகள் நடைபெறுகின்றன. அன்றாடச் செய்திகளில் தலையிடும் அளவிற்கு இன்று இந்தத் தலையீடு விரிவடைந்து வருகிறது. நிலத்திற்கும் வீட்டிற்கும் ‘நன்கொடை’க்கும் அரசியல்வாதிகளின், அதிகாரிகளின் பின்னால் சுற்றும் ஊடகவியலாளர்

களிடம் கருத்துச் சுதந்திரத்திற்கான வேட்கையை எதிர்பார்க்க முடியாது. நமது பத்திரிகையாளர்கள் அரசிடமிருந்து பெற்றிருக்கும் பெற்றுவரும் ஆதாயங்கள் பற்றி ஒரு தனிப் புலனாய்வே நடத்த வேண்டும்.

தமிழக அரசியல்வாதிகள் மன்னர் பண்பாட்டின் வாரிசுகள். அவர்களின் அடைமொழிகளும் அரியணைகளும் ஆடம்பரங்களும் வாரிசுகளும் இதை வெளிப்படையாக அறிவிப்பவை. இவர்கள் மக்கள் வரிப்பணத்தில் கொள்ளை அடித்தது போக மேற்கொள்ளும் சமூக நலத் திட்டங்களைத் தமது சொந்த நல்கைகளாக மாற்றியுள்ளார்கள். மன்னர்களையும் வள்ளல்களையும் போலத் தம்மை இந்திரன், சந்திரன் என்றும் புகழும் அடிவருடிகளுக்கு மக்கள் வரிப்பணத்தை வாரி வழங்குகின்றனர். மக்கள் உழைப்பில் ஒட்டுண்ணிகளாக ஆடம்பர வாழ்க்கை வாழ்ந்துகொண்டிருப்பவர்கள் அரசின் வரிப் பணத்தைத் தமது பரம்பரைச் சொத்து போல விருப்பப்படிச் செலவு செய்ய, விழிப்புணர்வற்ற நமது குடிமக்கள் சமுதாயம் அனுமதித்து வருகிறது.

தமிழக அரசியல்வாதிகள்போலத் தமது வாழ்நாளிலேயே தம்மைப் புகழக் கேட்கும் இன்னொரு இனம் இப்பூவுலகில் இன்று இருக்கும் எனத் தோன்றவில்லை. அவ்வாறு புகழக் கேட்ட மனிதர்கள் சகிப்பின்மையின் இலக்கணம்போலத் திகழ்வதிலும் வியப்பில்லை. தம்மையும் தமது அரசையும் விமர்சிக்கும் இதழ்களுக்கும் நாளிதழ்களுக்கும் நூலகங்களில் தடை. அரசின் விளம்பரங்களுக்குத் தடை. அது இன்றைய ஆட்சியில் மட்டுமல்ல ஜெயலலிதா ஆட்சியின் நடைமுறையும் கூட. முக்கிய வேறுபாடு ஜெயலலிதா ஆட்சியின் அராஜகத்திற்கு எதிராக ஆட்சிக்குவந்த 'ஜனநாயக அரசு' இது என்பது. நமது ஊடகங்கள் இத்தகைய சகிப்பின்மையைக் கேள்வியின்றி ஏற்றுக்கொள்கின்றன. விருப்பம்போலக் காரண காரியங்கள் இன்றி அரசு செயல்படுவது பிழை என்பதை அவை சுட்டிக் காட்டுவதில்லை. விளம்பரம் தருவதில் அரசின் தன்னிச்சையான நடவடிக்கைகளுக்கு எதிராகப் போராடாமல் அரசையும் அரசரையும் அரசியையும் புகழ்ந்து எழுதி அவர்கள் மனம் கோணாமல் செயல்பட்டு அரசு விளம்பரத்தை அனுபவிக்க வேண்டும் என்று திட்டமிடுகின்றன. இதற்காக இதழியல் சுதந்திரத்தை அரசுக்குப் பணயம் வைக்கவும் அவை தயங்குவதில்லை. மாறாக அரசை விமர்சிக்கும் செய்திகளை வெளியிடும் இதழ்கள் தாக்குதல்களுக்கும் நெருக்கடிகளுக்கும் ஆளாகின்றன.

அரசாங்கம் எந்த நல்கையையும் தன் மனம்போன போக்கில் அளிக்க முடியாது. அது நியாயமானதாக, நியதிகளுக்கு உட்பட்ட

தாக இருக்க வேண்டும். அதேபோலத் தன் மனம்போனபோக்கில் நல்கைகளைத் தடைசெய்யவும் முடியாது. நியதிகளுக்கு உட்படாத, விருப்பு வெறுப்பு அடிப்படையிலான முடிவுகள் சட்ட விரோதமானவை. Ramana Dayaram Shetty vs Airport Authority of India (1979) வழக்கில் உச்ச நீதிமன்றம் அரசின் நல்கைகள் நியதிகளுக்கு உட்பட்டவையாக இருக்க வேண்டும் என்ற தீர்ப்பை வழங்கியுள்ளது.

இப்போது *தினகரன்* நாளிதழ் தனக்கு விளம்பரம் வழங்க மறுக்கும் தமிழக அரசு முடிவை எதிர்த்து வழக்குத் தொடர்ந்திருக்கிறது. நாளிதழின் விற்பனை அடிப்படையில் அரசின் விளம்பர முன்னுரிமை அமைய வேண்டும் என்ற கோரிக்கையை முன்வைத்து வழக்குத் தொடரப்பட்டிருக்கிறது. *தினகரனை* நடத்தும் சன் குழுமத்திற்கு, திமுக அரசோடு சமரசத்திற்கு இனி இடமில்லை என்ற நிலையில் இந்த முடிவு எடுக்கப்பட்டிருக்கிறது. ஊடகச் சுதந்திரத்தைக் காப்பதற்குப் பேர்போன குழுமம் அல்ல சன் குழுமம் என்றபோதிலும் அதன் இந்த நடவடிக்கை வரவேற்கப்பட வேண்டியது. அரசு விளம்பரம் வழங்குவதிலும் நூலகங்களுக்கு இதழ்களைத் தருவிப்பதிலும் தெளிவாக வகுக்கப்பட்ட நெறிமுறைகளைப் பேண வேண்டும். இதற்கு இந்த வழக்கு வழிவகுக்கும் எனில் அரசு – ஊடக உறவில் அது ஒரு திருப்புமுனையாக அமையும்.

இதழ் 104, ஆகஸ்டு 2008

காலச்சுவடுக்குத் தடை

எதிர்வினைகள், அறிக்கைகள், மௌனங்கள்

கண்ணன்

2003 ஆம் ஆண்டில் தமிழகப் பொது நூலகத் துறை காலச்சுவடு இதழ்களை நூலகங்களில் வாங்க அனுமதியளித்தது. ஒரு சில மாவட்டங்களில் மொத்த மாகச் சில நூறு பிரதிகள் வாங்கப்பட்டுவந்தன. ஓரளவு விழிப்புணர்வுடன் இருந்த மாவட்ட நூலகர்களுக்கு இதற்காக நன்றி சொல்ல வேண்டும். 2006ஆம் ஆண்டு திமுக அரசு பதவி ஏற்றதும் அமைச்சர் தங்கம் தென்னரசு அவர்களைச் சந்தித்து மாற்று இதழ்கள், பதிப்பகங்கள் ஆகியவற்றிற்கு ஆதரவு அளிக்க வேண்டும் என்று கேட்டுக் கொண்டேன். நூலகத் துறையைச் சீரமைப்பது, மேம்படுத்து வது, சிங்கப்பூர் மையநூலகம்போல எல்லாத் தமிழ் நூல்களும் மற்றும் பற்பல வசதிகளும் அமைந்த ஒரு நூலக மையம் சென்னையில் அமைப்பது போன்ற பல்வேறு திட்டங்களை விவாதித்ததை இப்போது நினைத்துப் பார்க்கிறேன். 2006 ஆகஸ்ட் மாதம் முதல் காலச்சுவடு நூலகங்களில் 1500 பிரதிகள் வாங்கப்பட்டது. அதற்காகத் தங்கம் தென்னரசு அவர்களுக்கு நன்றி தெரிவிக்க வேண்டும்.

காமராசர் ஆட்சிக் காலத்திற்குப் பிறகு தமிழகத் திற்கு அமைந்திருக்கும் சிறந்த கல்வி அமைச்சர் தங்கம் தென்னரசு. இடைப்பட்ட காலத்தில் பள்ளிக் கல்வி இந்தியாவிலேயே மட்டமான தரத்திற்குச் சீரழிந்திருக் கிறது. இது இந்த ஆட்சியில் ஓரளவேனும் மேம்படும் என்ற நம்பிக்கைகொள்ள உரிய திட்டங்களை அமைச்சர்

செயல்படுத்தி வருகிறார். ஆனால், இந்த இரண்டு ஆண்டுகளில் நூலகத் துறை மேம்பாட்டிற்கு உரிய பணிகள் குறிப்பிட்டத் தக்க அளவில் நடைபெறவில்லை.

நூலகத் துறை *காலச்சுவடை* வாங்கியது பொருளாதார ரீதியில் பெரிய ஆதரவாக இருந்தது. அத்தோடு மேலும் சுமார் 15,000 புதிய வாசகர்கள் *காலச்சுவடைப்* படிக்கக்கூடும் என்ற எண்ணம் பொறுப்புணர்வை அதிகப்படுத்தியது. அரசின் சாதக மான செயல்பாடுகளை அங்கீகரிக்கவும் எதிர்மறைகளைச் சுட்டிக்காட்டவும் *காலச்சுவடுக்கே* உரிய நிதானத்துடனும் துணிச்சலுடனும் எங்களுடைய செயல்பாட்டைத் தொடர்ந் தோம்.

இந்தப் பின்னணியில் இந்த ஆண்டு ஏப்ரல் மாதம் முதல் *காலச்சுவடு* நூலகங்களில் வாங்கப்படவில்லை. விசாரித்ததில் 'காலச்சுவ'டைத் தடைசெய்து வாய்மொழி உத்தரவு மாவட்ட நூலகங்களுக்கு நூலக இயக்குநரிடமிருந்து வந்திருப்பதாகத் தெரிந்தது. இது நூலக இயக்குநரின் முடிவல்ல என்பதும் இது அரசியல் பின்னணி கொண்ட முடிவு என்பதும் உறுதி யாகத் தெரிந்தது. மற்றபடி இவ்வுத்தரவின் ரிஷிமூலம் நதி மூலம் தேடி நாங்கள் புறப்படவில்லை. அதில் ஆர்வமும் இல்லை. இது பற்றிய கற்பனைகளை, சதித்திட்டங்களை உருவாக்கிக்கொள்ளவும் விரும்பவில்லை. இவை பலவீனமான நிலையில் இருப்போரின் செயல்பாடுகள். *காலச்சுவடு* பொருளா தார அடிப்படையில் வலுவற்றதாக இருக்கலாம். இருப்பினும் பண்பாட்டுத் தளத்தில் அதன் இடம் உறுதியானது. இன்று *காலச்சுவடுக்கு* எதிராக உத்தரவிடும் குரல்கள் போன இடத் தில் புல் முளைத்த பிறகும் *காலச்சுவடு* இங்கு உத்வேகத் துடன் இயங்கும் என்ற உறுதிப்பாடு எங்களிடம் உண்டு.

காலச்சுவடு இதழை நூலகங்களில் தடைசெய்யும் இந்த உத்தரவிற்கு எதிராகத் தொடர்ந்து போராடுவது என்று முடிவு செய்திருக்கிறோம். இதனால் ஏற்பட இருக்கும் இழப்புகள் பற்றிய முழுமையான புரிதலுடனேயே இப்போராட்டத்தைத் துவங்கியிருக்கிறோம். முதல் கட்டமாக அமைச்சருக்கும் நூலக இயக்குநருக்கும் 'தமுஎச', 'கலை இலக்கியப் பெருமன்றம்' ஆகிய எழுத்தாளர் அமைப்புகளுக்கும் கருத்துச் சுதந்திரத்தைப் பாதுகாக்க 2005ஆம் ஆண்டு நிறுவப்பட்ட 'கருத்து' அமைப் பிற்கும் கடிதங்கள் அனுப்பப்பட்டன. கருத்து அமைப்பாளர் கள் கார்த்தி சிதம்பரம், கனிமொழி கருணாநிதி ஆகியோருக்கு ஆங்கிலத்தில் அனுப்பப்பட்ட திறந்த மின்னஞ்சல், பல எழுத்தாளர்களுக்கு அனுப்பப்பட்டு அவர்கள் எதிர்வினையும் வேண்டப்பட்டது. பலர் எதிர்வினையாற்றினர். இம்மின்னஞ்சல்

போக்குவரத்துத் தமிழாக்கம் செய்யப்பட்டுள்ளது. *காலச்சுவடு* சார்பாக அனுப்பப்பட்ட கடிதங்களும், எதிர்வினைகளும் கார்த்தி சிதம்பரம் வெளியிட்ட அறிக்கையும் கலை இலக்கியப் பெருமன்றம் வெளியிட்ட அறிக்கையும் இங்கு பிரசுரம் பெறுகின்றன. *தினமணி* தமிழ்மணி வெளியிட்ட குறிப்பும் இடம்பெறுகிறது. இவ்விதழ் அச்சுக்குச் செல்லும்வரை கருத்து அமைப்பாளர் கனிமொழி கருணாநிதியிடமிருந்து அதிகாரப் பூர்வமான எதிர்வினை எதுவும் கிடைக்கப்பெறவில்லை. 'தமுஎச' அறிக்கை வெளியிடுவது பற்றி ஆலோசனை நடத்திவருவதாக அதன் பொதுச்செயலாளர் தமிழ்ச்செல்வன் தெரிவித்துள்ளார்.

❍

1.5.2008

பெருமதிப்பிற்குரிய அமைச்சர் தங்கம் தென்னரசு அவர்களுக்கு,

வணக்கம்.

ஏப்ரல் மாதம் *காலச்சுவடு* 100வது இதழை எட்டியது. இந்தச் சாதனைக்குத் தமிழக அரசின் பரிசாகக் *காலச்சுவடு* இதழுக்கு நூலக ஆணை தவிர்க்கப்பட்டுள்ள செய்தியும் கிடைக்கப்பெற்றோம்.

கடந்த இரண்டாண்டுகளாகக் *காலச்சுவடு* மாத இதழுக்கு நூலகத் துறையின் ஆதரவை வழங்கியதற்காக மனமார்ந்த நன்றியைத் தெரிவித்துக்கொள்கிறோம். மாற்று இதழ்களை நூலகங்களில் வாங்கும் உங்கள் முடிவைத் தமிழ் மொழிமீதும் பண்பாட்டின் மீதும் இந்த அரசுக்கும் உங்களுக்கும் இருக்கும் பற்றுதலின் சான்றாகவே எடுத்துக்கொண்டோம்.

இப்போது *காலச்சுவடு* மாத இதழைத் தமிழக அரசு நூலகங்களுக்கு வாங்குவது பெருமளவிற்குத் தவிர்க்கப்பட்டுள்ள தற்கான காரணம் எதுவும் எங்களுக்குத் தெரிவிக்கப்படவில்லை. தமிழக நூலக ஆணைக் குழுவின் முன்னர் *காலச்சுவடு* பற்றிய புகார் எதுவும் வைக்கப்பட்டுள்ளதாகவும் தெரியவில்லை.

காலச்சுவடு மக்கள் வரிப்பணத்தில் நூலகங்களுக்கு வாங்கப்பட்டது. அந்த வரியைச் செலுத்திய தமிழ்ச் சமூகத் திற்கு நேர்மையாக நடந்துகொள்வதே ஒரு தீவிர இதழின் கடமை. அந்தக் கடமை உணர்வோடு தமிழக அரசின் எல்லா ஆக்கபூர்வமான நடவடிக்கைகளையும் கவனித்து, மதிப்பிட் டிருக்கிறோம். பாராட்டியிருக்கிறோம். ஜனநாயக விரோத நடவடிக்கைகளை அடையாளம் கண்டு விமர்சிக்கவும் தயங்கிய

தில்லை. இந்த நேர்மைதான் இன்று *காலச்சுவடு* அரசு ஒடுக்கு முறைக்கு உள்ளாவதன் காரணமோ என்று எண்ணத் தோன்று கிறது.

அரசு நூலகங்களில் வாங்கப்படும் இதழ், அரசுக்கு விமர்சன மற்ற ஆதரவை வழங்க வேண்டும் என்பதுதான் சட்டமா? ஊடகங்களின் கருத்துச் சுதந்திரத்தைப் பாதுகாப்பதே ஒரு ஜனநாயக அரசின் கடமை.

காலச்சுவடு இதழுக்கு நூலக ஆணையைத் தொடர்வ தோடு, எங்களின் சிறந்த பண்பாட்டுப் பங்களிப்பை அங்கீ கரிக்கும் முகமாக வாங்கப்படும் இதழ்களின் எண்ணிக்கை யையும் அதிகரிக்க வேண்டும் என்று கேட்டுக்கொள்கிறோம்.

மிகுந்த மரியாதையுடன்

கண்ணன்

ஆசிரியர் – பதிப்பாளர்

காலச்சுவடு

○

30.04.08

அன்பிற்குரிய கனிமொழி மற்றும் கார்த்தி அவர்களுக்கு,

கருத்துச் சுதந்திரம் தொடர்பான ஒரு பிரச்சினையை உங்களது கவனத்துக்குக் கொண்டு வருவதற்காக இந்தத் திறந்த கடிதத்தை எழுதுகிறேன்.

2005இல் கருத்துச் சுதந்திரத்தைப் பாதுகாக்கும் பொருட் டுக் ‘கருத்து’ அமைப்பு தொடங்கப்பட்டபோது, அதை உற் சாகத்தோடு ஆதரித்தோரில் நானும் ஒருவன். என் தனிப்பட்ட வாழ்க்கையில் மிக நெருக்கடியான சூழல் இருந்தபோதும் நான் ‘கருத்து’ அமைப்பின் தொடக்க விழாவுக்கு வந்து கட்டுரை வாசித்ததை நீங்கள் மறந்திருக்கமாட்டீர்கள். ‘கருத்’தில் எனக் கிருந்த ஆர்வத்தைக் கவனப்படுத்தவே இதைச் சொல்கிறேன்; எனது ஆதரவினால் ‘கருத்து’ மேம்பட்டது என நான் கற்பனை செய்துகொள்ளவில்லை.

‘கருத்து’ எந்த நோக்கில் ஆரம்பிக்கப்பட்டதோ அதே நோக்கத்தில் எனது பத்திரிகை *காலச்சுவடு* முழுமையாகச் செயல்பட்டுவருகிறது என்று நான் சொல்லிக்கொள்ள முடியும். எங்களுக்கு விமர்சனப் பார்வை இருந்தாலும், நாங்கள் தனி மனித அவதூறுகளில் ஈடுபடுவதில்லை.

*2003*இலிருந்து ஒரு சிறிய அளவில் *காலச்சுவடு* இதழ் அரசு நூலகங்களில் சந்தாக்கள் மூலமாக வாங்கப்பட்டு வந்தது. மாற்று ஊடகங்களை உற்சாகப்படுத்த வேண்டும் என்பதில் துறை அமைச்சருக்கு இருந்த ஆர்வம் காரணமாக *2006*இலிருந்து தமிழக நூலகங்களுக்கு *1,500* *காலச்சுவடு* இதழ் களை அனுப்பிவந்தோம். ஆனால் இந்த வருடம் *காலச்சுவடு* சந்தாவை நிறுத்தச் சொல்லி அரசு நூலகங்களுக்குப் பொது நூலக இயக்குநர் வாய்மொழி உத்தரவு பிறப்பித்துள்ளார். இயக்குநருக்குக் *காலச்சுவடு* சார்பாகவோ எதிராகவோ எந்தக் கருத்தும் இருக்க வாய்ப்பில்லை என்பதால், அவர் தனது அரசியல் தலைவர்களின் உத்தரவுப்படி நடப்பதாகவே கருத வேண்டியுள்ளது. எனக்குத் தெரிந்த அளவில் நூலகத் தேர்வுக் குழு முன்பு *காலச்சுவடு* மீது எந்தப் புகாரும் வந்த தாகத் தெரியவில்லை.

*2006*இலிருந்து வெளிவந்த *காலச்சுவடு* இதழ்களைக் கூர்ந்து கவனித்தீர்களானால் தற்போதைய அரசு குறித்த நடுநிலை யான, சமநிலையான நிலைப்பாட்டையே *காலச்சுவடு* எடுத்து வந்துள்ளது. தமிழக அரசின் பல முற்போக்கு நடவடிக்கை களைக் கூர்ந்து கவனித்ததோடு அதை எங்கள் தலையங்கங் களில், ஒருகால் மற்ற எந்தத் தமிழ் ஊடகத்தையும்விட அதிக சிரத்தையோடு, பாராட்டியும் வந்திருக்கிறோம். தேவைப்படும் போது நாங்கள் கடுமையான விமர்சனங்கள் செய்தாலும் எந்நிலையிலும் தனிமனித அவதூறுகளில் ஈடுபட்டதில்லை.

இந்நிலையில் *காலச்சுவடி*ன் சந்தாவை மட்டும் நிறுத்தி விட்டு மற்ற பத்திரிகைகளின் சந்தாக்களைத் தொடர்வது எங்கள் கருத்துச் சுதந்திரத்தின் மீதான தாக்குதல். நூலகச் சந்தாக்கள் மற்றும் அரசு விளம்பரங்களை வைத்து ஊடகங் களை மிரட்டிப் பணிய வைத்துவிடலாம் என்று அரசு நினைப் பது கருத்துச் சுதந்திரத்துக்கு விடப்பட்ட ஆபத்தான மிரட்டல். *காலச்சுவடு* மக்கள் பணத்திலிருந்து வாங்கப்பட்டுவந்தது; தற்போது அரசு ஆதரித்து வரும் பத்திரிகைகளுக்கு எந்தவிதத் திலும் குறையாத அளவுக்குத் தமிழ்ப் பொது வாழ்வு மற்றும் கலாச்சாரத்துக்குக் *காலச்சுவடி*ன் பங்களிப்பு, சிறிய அளவில் இருந்தாலும், சிறப்பான அளவில் இருந்திருக்கிறது. *காலச்சுவடு* போல ஒரு சிறிய எதிர்க்குரலைக்கூட இந்த அரசு பொறுத்துக் கொள்ளாது என்பது அரசின் சகிப்பற்றத் தன்மையையே காட்டுகிறது. ஜெயலலிதாவின் சர்வாதிகாரத்துக்கு எதிராக எமக்கு வாக்களிக்கப்பட்ட ஜனநாயகம் என்பது இதுதானா?

வாசகர்களின் எதிர்வினைகளை வைத்துப் பார்க்கும்போது *காலச்சுவடு* பொது நூலகங்களில் நல்ல வரவேற்பைப் பெற்

றிருந்தது. இப்போது எங்களைப் பல வாசகர்கள் தொடர்பு கொண்டு *காலச்சுவடு* நூலகங்களுக்கு வராதது பற்றிக் கேள்வி எழுப்புகிறார்கள்.

'கருத்து' அமைப்பைத் தொடங்கியபோது வால்டேரின் பிரபல வரிகளை உங்களது அறிக்கையில் மேற்கோள் காட்டி யிருந்தீர்கள். காலம் இப்போது ரொம்பவே மாறிவிட்டது. நீங்கள் இருவரும் இப்போது ஆளும் கூட்டணியின், பலம் பொருந்திய இளம் தலைவர்கள். இது நீங்கள் உயிரைக் கொடுத்துப் பாதுகாக்க வேண்டிய அளவுக்கு முக்கியமான பிரச்சினை இல்லையென்றாலும் அரசின் இந்தச் சர்வாதிகார முடிவுக்கு எதிராகக் கருத்து அமைப்பின் நிறுவனர்கள் என்ற முறையில் ஒரு அறிக்கை விடுமாறு கேட்டுக்கொள்கிறேன்.

அன்புடன்

கண்ணன்,
ஆசிரியர் – பதிப்பாளர்
காலச்சுவடு

○

11.06.08

நூலக இயக்குநர்
பொது நூலகத் துறை
சென்னை.

அன்புடையீர்,

பொருள் : '*காலச்சுவடு*' மாத இதழ் நூலக ஆணை.

வணக்கம்.

காலச்சுவடு மாத இதழை 2006ஆம் ஆண்டு முதல் பொது நூலகத் துறை 1500க்கு மேற்பட்ட பிரதிகள் வாங்கிவந்தது. இந்த ஆண்டு ஏப்ரல் மாதம் மிகப் பெரும்பான்மையான மாவட்ட நூலகர்கள் தங்கள் ஆணையைப் புதுப்பிக்கவில்லை. தங்களுடைய வாய்மொழி உத்தரவு காரணமாகவே *காலச்சுவடு* இப்போது வாங்கப்படவில்லை என அறிகிறோம். அரசை விமர்சித்துக் *காலச்சுவடி*ல் வெளிவந்த கருத்துகளே இன்று பொது நூலகத் துறை நூலகங்களில் *காலச்சுவடு* உங்களால் தடைசெய்யப்பட்டிருப்பதன் காரணம் என்று நம்புகிறோம்.

காலச்சுவடு 1988ஆம் ஆண்டு முதல் தமிழுக்குப் பங்களிக்கும் விதத்தில் செயல்பட்டு வருகிறது. வணிக நோக்கமற்றுச் சமூகப் பொறுப்புணர்வோடு செயல்பட்டு வரும் *காலச்சுவடு*

இதழுக்கு நூலக ஆணை வழங்கப்பட வேண்டியது மிக அவசியம். சமூகப் பொறுப்புணர்வோடு செயல்படும் ஒரு இதழ் அரசை விமர்சிப்பது தவிர்க்க முடியாதது. அரசை விமர்சிக்கும் இதழை நூலகங்களில் வாங்க மறுப்பதற்கு உரிய சட்டம் எதுவும் இல்லை. *காலச்சுவடு* இதழை நூலகங்களில் வாங்குவதில் ஏதேனும் பிரச்சினை இருந்தால் அதைத் தெரிவித்து உதவுமாறு கேட்டுக்கொள்கிறோம். உரிய காரணங்களை அறிவிக்காமல் தன்னிச்சையாக முடிவுசெய்வது சட்ட பூர்வமானது அல்ல என்பதையும் உங்கள் கவனத்திற்குக் கொண்டு வர விரும்புகிறோம்.

2008 – 09 ஆண்டிற்குக் *காலச்சுவடு* இதழுக்குரிய நூலக ஆணையைப் புதுப்பிக்குமாறு அன்புடன் கேட்டுக்கொள்கிறோம்.

தங்களன்புள்ள

கண்ணன்

பதிப்பாளர் – ஆசிரியர்

காலச்சுவடு

❍

01.05.08

அன்பு கருத்து நண்பர்களுக்கு,

வணக்கம்.

காலச்சுவடைப் பொது நூலகங்களுக்கு மீண்டும் வழங்குவது தொடர்பாக நீங்கள் தலையிட வேண்டும் என்று *காலச்சுவடு* கண்ணன் எழுதிய கடிதம் சற்று முன்னர் கிடைத்தது. நான் அவரது கருத்தோடு உடன்படுகிறேன். பொது நூலக வாசகர்களுக்குக் காலச்சுவடு போன்ற ஒரு இதழின் வாசிப்பைத் தடைசெய்யக் கூடாது என்று நான் நினைக்கிறேன். இது போன்ற நூலகங்களின் முக்கியத்துவத்தை நான் அறிவேன். என்னுடைய கிராமத்திலுள்ள ஒரு சிறிய நூலகத்தில்தான் மாணவனாக நான் நிறைய வாசித்திருக்கிறேன். ஆளும் கட்சியுடன் ஒத்துப்போகாத ஒரு கருத்தை வெளியிட்டதற்காக ஒரு இதழ் இப்படிப் பழிவாங்கப்படக் கூடாது என்றும் நான் நினைக்கிறேன். கண்ணனின் கடிதத்தைத் தீவிரமாகப் பரிசீலிக்கும்படி கேட்டுக்கொள்கிறேன்.

அன்புடன்

எஸ். தியடோர் பாஸ்கரன்

❍

02.05.08

அன்பிற்குரிய கனிமொழி மற்றும் கார்த்தி,

எனது பெயர் மலர்மன்னன். ஆங்கிலம் மற்றும் தமிழில் எழுதும் ஒரு பத்திரிகையாளர். 45 ஆண்டுகால அனுபவமுள்ள ஒரு எழுத்தாளர்.

திரு. கருணாநிதி அவர்களுடனும் 70களில் என்னுடன் மிக நெருக்கமாக இருந்த திரு. சிதம்பரத்துடனும் எனக்கு நல்ல நட்பு இருந்தது. திரு. கருணாநிதி இத்தனை ஆண்டுகளுக்குப் பிறகு என்னை மறந்திருக்கலாம். ஆனால் திரு. சிதம்பரம் என்னை மறந்திருக்கமாட்டார்.

இத்தனை வருடங்களில் அவர்களிடம் என் சுய லாபம் பொருட்டு எந்த விஷயத்துக்காகவும் நான் அணுகியதில்லை. பல பொது விஷயங்களுக்காக அவர்களைப் பாராட்டியும் விமர்சித்தும் எழுதிவந்திருக்கிறேன்.

திருமதி கனிமொழி, உங்கள் பாட்டி அஞ்சுகம் அம்மாளின் கைகளிலிருந்து நான் பலமுறை உணவருந்தியிருக்கிறேன். அவருக்குப் பழங்கள் கொடுத்திருக்கிறேன். திரு. கார்த்தி, உங்கள் அம்மா நளினி சிதம்பரமிடமோ திரு. சிதம்பரமிடமோ கேட்டால் என்னைப் பற்றிச் சொல்வார்கள்.

இந்தப் பின்னணியில் எனக்கு உங்களிடம் ஒரு வேண்டுகோள் உள்ளது.

தமிழின் விழிப்புணர்வுப் பத்திரிகையான காலச்சுவடின் வாசகர்களில் நானும் ஒருவன். அவர்களது கருத்துகளில் எனக்குக் கடுமையான முரண்பாடுகள் இருந்தாலும் வால்டேரின் வார்த்தைகளை எழுத்திலும் செயலிலும் பின்பற்றுபவன் என்ற முறையில் நான் அந்தப் பத்திரிகையின் நலன் விரும்பிகளில் ஒருவன்.

தற்போது தமிழகப் பொது நூலகத் துறை அவர்களுக்கு மட்டுமே தெரிந்த காரணங்களுக்காகத் தங்களுக்குக் கீழ்வரும் தமிழக அளவிலுள்ள எல்லா அரசு நூலகங் களிலும் காலச் சுவடு சந்தாக்களை ரத்துசெய்து விட்டது என்று அறிகிறேன். பொது நூலக வாசகர்களின் தரமான வாசிப்பைத் தடை செய்யும் முயற்சி இது. பொது நூலகங்களுக்குத் தொடர்ந்து காலச்சுவடு சந்தாக்களை வழங்கிட வேண்டுமென்று தமிழ் நாடு அரசுக்குத் தாங்கள் ஒரு அறிக்கை மூலம் வேண்டுகோள் விடுக்க வேண்டுமென்று கேட்டுக்கொள்கிறேன். தமிழக அரசு பழிவாங்கும் உணர்வோடு செயல்படாமல் ஜனநாயகப் பாதையிலேயே இருக்கிறது என்பதற்கு அது ஒரு சான்றாக அமையும்.

ஒரு மூத்த இதழியலாளர், எழுத்தாளர் மற்றும் உங்கள் தந்தைகளின் நண்பரான எனதிந்த வேண்டுகோளை நீங்கள் ஏற்றுக்கொள்வீர்கள் என்று நம்புகிறேன்.

நன்றி

அன்புடன்

மலர்மன்னன்

○

01.05.08

அன்பு நண்பர்களுக்கு,

வணக்கம்.

கருத்துகளைச் சுதந்திரமாகவும் தடையில்லாமலும் விவாதிக்கக்கூடிய ஒரு தளமாகச் செயல்படக்கூடிய 'கருத்து' அமைப்பைத் தாங்கள் நிறுவியிருப்பது மிகவும் மகிழ்ச்சியளிக் கிறது. ஒரு பிரச்சினையின் பல்வேறு பார்வைகளை முன் வைப்பதன் மூலம் மக்கள் அது பற்றி அலசி ஆராயவும் ஒரு முடிவுக்கு வரவும் 'கருத்து' போன்ற ஊடகங்கள் வாய்ப்பளிக்கின்றன.

தங்களுக்கென நூலகங்கள் வைத்துக்கொள்ள முடியாத பெரும்பான்மையான மக்கள் வாழும இந்தச் சமூகத்தில் அத்தரப்பு மக்களுக்கும் எல்லாவிதமான நூல்களும் பத்திரிகை களும் கிடைத்திட வழிசெய்ய வேண்டுமென்ற கொள்கை யோடு நிறுவப்பட்டவை பொது நூலகங்கள். பல நிலைகளி லிருந்து வெளியாகும் பத்திரிகைகள் இந்த நூலகங்களில் இடம் பெறுவது முக்கியம்.

பல பார்வைகளுக்கு இடமளிக்கும் 'காலச்சுவடு' மாத இதழ், தனது செயல்பாடுகளிலும் வெளிப்படையாகவே இருந் திருக்கிறது. பிரச்சினைகளை ஆராய்ந்து, விமர்சனப்பூர்வமான முடிவுகளுக்கு வந்து அதை வெளிப்படுத்தவும் வாசகர்களுக்குக் 'காலச்சுவடு' இடமளிக்கிறது.

தமிழக அரசைச் சேர்ந்த ஒரு அதிகாரி பொது நூலகங் களுக்குக் 'காலச்சுவடு' வழங்கப்படக் கூடாது என்று உத்தர விட்டிருப்பது வருத்தமளிக்கிறது. தமிழக அரசு நம்புவதாகச் சொல்லும் ஜனநாயகத்தன்மைக்கும் கருத்துரிமைக்கும் எதிராக இந்தச் செயல் இருக்கிறது.

இந்தப் பிரச்சினையில் 'கருத்து' அமைப்பு தலையிட்டுச் சரிசெய்ய வேண்டும் என்று கேட்டுக் கொள்கிறேன்.

அன்புடன்

எஸ். எஸ். ராஜகோபாலன்

கல்வியாளர்

○

03.05.08

அன்பிற்குரிய கனிமொழி மற்றும் கார்த்தி,

காலச்சுவடு சந்தாக்களை நிறுத்தச் சொல்லி அரசு நூலகங்களுக்குப் பிறப்பிக்கப்பட்டிருக்கும் வாய்மொழி உத்தரவைக் கேட்டு நான் மிகவும் வருத்தமடைந்தேன். தமிழ்நாட்டின் வரலாற்றுக்கும் அங்கு பிறந்த முற்போக்கான அரசியல் இயக்கங்களுக்கும் முரணாக இந்தச் செயல் இருக்கிறது. கண்ணன் சொல்வதுபோல இப்படியொரு செயல், இந்த ஆட்சிக்கும் முந்தைய ஆட்சிக்கும் எந்த வித்தியாசமும் இல்லை என்ற முடிவுக்கே தமிழக மக்களை இட்டுச் செல்லும்.

கடந்த காலங்களில் பல தருணங்களில் சாதிக்கட்டமைப்பைத் தகர்ப்பது, பெண்ணுரிமையைப் போற்றுவது, கலைகளை வளர்ப்பது, மாறுபட்ட திரைப்படங்களைத் தருவது போன்ற பல விஷயங்களில் தமிழகம், நாட்டுக்கே முன்னோடியாகத் திகழ்ந்திருக்கிறது.

கருத்துச் சுதந்திரத்தைத் தடைசெய்தும் தணிக்கை செய்தும் வெளியிடும் மகாராஷ்ட்ரா போன்ற மாநிலங்களின் சகிப்பின்மையையும் குறுகிய மனப்பான்மையையும் பின்பற்ற வேண்டிய மோசமான நிலையா தமிழகத்தில் இருக்கிறது? அப்படி இருக்காது என்று நம்புகிறேன்.

இந்த ஆகச் சிறந்த பத்திரிகையைத் தமிழக மக்கள் சுதந்திரமாக மீண்டும் படிக்கும் வண்ணம் உங்களால் முடிந்த எல்லா முயற்சிகளையும் நீங்கள் எடுப்பீர்கள் என்று நம்புகிறேன்.

அன்புடன்

ராமச்சந்திர குஹா

○

05.05.08

அன்புக்குரிய கனிமொழி,

நான் மலையாள எழுத்தாளர் சக்கரியா. கடைசியாக நாம் பிராங்க்பர்ட்டில் சந்தித்தோம். தமிழ்நாடு அரசு *காலச் சுவடைத்* தடைசெய்திருப்பது குறித்துக் கண்ணன் எனக்கொரு கடிதம் எழுதியிருக்கிறார். திமுக போன்ற முற்போக்கான ஒரு கட்சி நடத்தும் ஒரு ஆட்சியில் *காலச்சுவடு* போன்ற ஜனநாயகப்பூர்வமான, மதச் சார்பற்ற ஒரு இலக்கிய இதழ் (நூலகங்களில்) தடை செய்யப்பட்டிருப்பது துரதிர்ஷ்டவசமானது என்று நான் சொல்ல விரும்புகிறேன். *காலச்சுவடின்* விமர் சகர்கள்கூடத் தற்காலத் தமிழிலக்கியத்துக்கும் கலாச்சாரத் துக்கும் *காலச்சுவடின்* பங்களிப்பையும் தமிழ்நாட்டின் நலன் களுக்கு அது முன்னிற்பதையும் மறுக்கமாட்டார்கள். தவிர, நவீனத்தின், மாற்றத்தின் வலிமையான குரலாகக் *காலச்சுவடு* இருக்கிறது. இந்த ஜனநாயக விரோத முடிவுக்குக் காரணம் எதாவது அதிகாரியாக இருக்கக் கூடும் என்றும் உங்கள் தந்தைக்கு இது பற்றித் தெரிந்திருக்காது என்றும் நான் நம்பு கிறேன். எங்கு தவறு நடந்திருக்கிறது. அதைக் கண்டறிந்து தலையிடுமாறு நான் உங்களைக் கேட்டுக்கொள்கிறேன். நன்றி.

அன்புடன்

பால் சக்கரியா

○

03.05.08

அன்பிற்குரிய கனிமொழி மற்றும் கார்த்தி,

உங்களைப் போன்ற இளம் அறிவாளிகள் அரசியலில் முக்கியப் பங்கு பெறுவதைப் பார்த்து மகிழ்ச்சியடையும் எண் ணற்றோர்களில் நானும் ஒருவன்.

தமிழக அரசு பொது நூலகங்களுக்குக் *காலச்சுவடை* வாங்குவதை நிறுத்திவிட்டது என்பதை அறிந்து வருந்தும் *காலச்சுவடின்* வாசகர்களில் நானும் ஒருவன். தமிழில் மாற்று இதழ்களின் முன்னோடியாகத் திகழும் *காலச்சுவடு* மீண்டும் பொது மக்களுக்குப் பொது நூலகங்கள் வழியாகப் போய்ச் சேர வேண்டும். உங்களுக்கு மிக முக்கியமான பிரச்சினைகள் இருக்கும் என்பதை அறிவேன், இருப்பினும் 'கருத்து' மூலம்

இந்தப் பிரச்சினையை எடுத்துக்கொள்ள வேண்டும் என்று கேட்டுக்கொள்கிறேன்.

உங்கள் நேரத்துக்கு நன்றி.

அன்புடன்

மு. ராமநாதன்

ஹாங்காங்

○

06.05.08

அன்பிற்குரிய கருத்து அமைப்பைச் சேர்ந்த கனிமொழி மற்றும் கார்த்தி,

காலச்சுவடு சந்தாக்களை நிறுத்தும் பொது நூலக இயக்குந ரின் தன்னிச்சையான முடிவு குறித்த என் வருத்தத்தைப் பகிர்ந்துகொள்ளவே இதை நான் எழுதுகிறேன். 1,500 நூலகங் களுக்குக் *காலச்சுவடு* வழங்கப்படாதது இழப்பு என்பதோடு, கலாச்சாரரீதியாகத் தங்களை வளப்படுத்திக்கொள்ளப் பொது நூலகங்களை மட்டுமே நம்பியிருக்கும் எண்ணற்ற வாசகர் களுக்கு இது பெரும் இழப்பு. தமிழில் சிறந்த பத்திரிகைகள் அருகி வரும் இந்தக் காலகட்டத்தில் *காலச்சுவடு* மிகச் சிறந்த பத்திரிகையாகச் செயல்பட்டுவருகிறது. தமிழர் உணவு, கணினித் தமிழ், குழந்தைகள்மீதான பாலியல் வன்முறை, மொழிபெயர்ப்பு, அரசியல் மற்றும் காந்தியைப் பற்றிய மறுபார்வை உள்ளிட்ட *காலச்சுவடு* சிறப்பிதழ்கள் எந்தச் சமரசமும் இல்லாமல் சிறப்பான கட்டுரைகளைக் கொண்டிருந்தன. எந்தவொரு சர்வதேசப் பத்திரிகைக்கும் சற்றும் குறைவில்லாத தரத்தில் கட்டுரைகள் இருந்தன.

ஆழ்ந்த ஜனநாயகக் கொள்கைகள் கொண்ட வளர்ந்து வரும் பொருளாதார சக்தியாக இந்தியா பார்க்கப்படுகிறது. ஜனநாயகத்தின் மிக முக்கியமான இரண்டு விஷயங்கள் – மாறுபட்ட கருத்துகளை விவாதிப்பதற்கான உரிமை மற்றும் பலதரப்பட்ட சிந்தனைகள். கேள்விகள் எழுப்புவது, சந்தேகம் கொள்வது, விசாரணை செய்வது எல்லாமே ஜனநாயகத்தின் அங்கங்கள். இது போன்ற கேள்விகளால் சஞ்சலம் கொள்பவர் கள் செய்ய வேண்டிய நாகரிகமான விஷயம் பதில்கள் சொல் வதும் நேர்மையாக எதிர்கொள்வதும்தானே தவிர, பத்திரிகை யைத் தணிக்கைசெய்வது அல்ல. இந்தப் பத்திரிகையைத் தணிக்கை செய்வது எது மாதிரியான இந்தியாவை முன்னிறுத்துகிறீர்கள் என்ற கேள்வியை எழுப்புகிறது – ஒரு திறந்த நாட்டையா

அல்லது அடக்கியாளப்படும் நாட்டையா? *காலச்சுவடி*ல் வெளிவந்த சில கட்டுரைகள் ஆளும்கட்சிக்கு உவப்பானதாக இல்லை என்பது பத்திரிகையைத் தணிக்கை செய்வதற்கான போதிய காரணமாக இல்லை. நாகரிகச் சமூகத்தின் அடையாளமும் அது இல்லை. இந்த முடிவை மாற்றுவது இந்தியாவின் ஜனநாயகத் தன்மையின் மீதுள்ள நம்பிக்கைக்கு முக்கியக் காரணமாக இருக்கும். ஒருவர் தணிக்கை செய்யத் தொடங்கும் போது அது எங்கு போய் முடியும் என்பதுதான் பிரச்சினை. 19வது நூற்றாண்டைச் சேர்ந்த ஆங்கிலச் சமூகச் சீர்திருத்த வாதியான ஜெரமி பெந்தமின் வார்த்தைகள்தான் எனக்கு நினைவுக்குவருகின்றன. "தணிக்கை செய்யப்படுவதன் காரணமாக எழும் இன்னல்களை அளப்பது முடியாத காரியம், ஏனென்றால் அது எங்கு முடியும் என்று சொல்வது முடியாத காரியம்."

கருத்துச் சுதந்திரம் என்ற கொள்கைக்காக முன்னிற்கும் 'கருத்து' அமைப்பைச் சார்ந்த தாங்கள் இந்தத் தணிக்கை முடிவை மாற்ற உங்களால் இயன்றதைச் செய்வீர்கள் என்று நம்புகிறேன்.

அன்புடன்

பேராசிரியர் ஆர். எஸ். சுகிர்தராஜா
வரலாற்றுக் கல்வித் துறை
பிர்மிங்ஹம் பல்கலைக்கழகம்
யுனைடட் கிங்டம்

○

01.05.08

எல்லோருக்கும் வணக்கம்.

காலச்சுவடு பொது நூலகங்களில் தடைசெய்யப்பட்ட செய்தி என்னை ஆழ்ந்த வருத்தத்திற்குள்ளாக்கியது. தமிழ் அறிவுலகச் சூழலில் *காலச்சுவடு* முன்னோடி என்பதோடு அந்தத் தளத்தில் அதன் பங்கும் அளப்பரியது. மற்ற மொழிகளிலுள்ள மாற்று இதழ்களுக்கு நிகராகப் பல்வேறு முக்கியப் பிரச்சினைகளையும் அறிவுலகின் பல்வேறு தன்மைகளையும் தமிழ் மக்களின் பார்வைக்குக் கொண்டுவரும் *காலச்சுவடு* நமக்குப் பெருமை சேர்க்கக்கூடியது.

பல பொதுத்தளங்களில், குறிப்பாகச் சமூகம் மற்றும் கலாச்சாரத் தளங்களில் அறிவுலகின் கவலைகளைப் பிரதிநிதித்துவப்படுத்தும் இதழ் *காலச்சுவடு*. இந்த இதழில் வெளியாகும்

கருத்துகளை எல்லோரும் ஒப்புக்கொள்ள வேண்டியதில்லை. ஆனால் இந்த விஷயத்தில் ஒருவர் நுண்ணுணர்வுடன் செயல் பட வேண்டும்; கருத்து வேறுபாடு என்பது ஜனநாயகத்துக்கு மட்டுமல்ல, வாழ்க்கைக்கே முக்கியமான விஷயம். அதிகாரத் தில் உள்ளவர்களிடம் பேசி *காலச்சுவடு* தடையை மறுபரிசீலனை செய்ய, சம்பந்தப்பட்டவர்கள் உதவுவார்கள் என்று நம்புகிறேன். தமிழ்நாட்டில் திராவிட இயக்கம் உள்பட எல்லா முற்போக்கு இயக்கங்களும் கருத்து வேறுபாடுகளால் உருவானவை. தமிழில் அறிவியக்கம் மேலும் வளர்ச்சியடைவதற்கு, கருத்துச் சுதந்திரம் அதிகாரத்தில் இருப்பவர்களால், குறிப்பாகத் தமிழக அரசால், மட்டுப்படுத்தப்படக் கூடாது என்று நம்புகிறேன். தொலை நோக்குப் பார்வையுடன் தமிழ்நாட்டின் அறிவுலக வளர்ச்சியை மனத்தில்கொண்டு *காலச்சுவடை* மீண்டும் பொது நூலகங் களில் வழங்க வேண்டும் என்று சம்பந்தப்பட்ட அதிகாரிகளைக் கேட்டுக்கொள்கிறேன்.

நன்றியுடன்

கே. நாச்சிமுத்து
தமிழ்ப் பேராசிரியர்
இந்திய மொழிகளின் மையம்
மொழி, இலக்கிய மற்றும் கலாச்சாரக் கல்வித்துறை
ஜவஹர்லால் நேரு பல்கலைக்கழகம்
புது தில்லி

09.05.08

அன்புள்ள கண்ணன்,

'கருத்து' அமைப்பாளர்களுக்கு உங்களது கடிதம் கண்டு வருத்தமும் அதிர்ச்சியும் அடைந்தேன்.

தமிழ் அறிவுலகில் மதிக்கத்தக்க பத்திரிகையாகக் *காலச் சுவடு* தன்னை நிறுவிக்கொண்டுள்ளது. சமீபகாலங்களில் அது தீவிரமான இலக்கியத்துக்கு அளித்துவரும் பங்களிப்பு யாருக்கும் குறைந்ததல்ல. தமிழ்நாட்டில் ஒரு அறிவுப்பூர்வ மான சூழலை உருவாக்குவதற்கும் தொடரச் செய்வதற்கும் *காலச்சுவடு* போன்ற இதழ்கள் அவசியம். தீவிரமான பல வாசகர்களை உருவாக்கியுள்ளது *காலச்சுவடு*. அவர்களில் பெரும்பான்மையானோர் *காலச்சுவடை* நூலகங்கள் வாயி லாகவே பெற்றுவந்தார்கள். சகிப்புத்தன்மையற்ற, குறுகிய பார்வை கொண்ட ஒரு அதிகார மையத்தின் காரணமாக

அவர்களுக்குக் *காலச்சுவடு* படிக்கும் வாய்ப்பு மறுக்கப்படுவது பரிதாபத்துக்குரியது.

கருத்துச் சுதந்திரத்தில் எந்தச் சமரசமும் மேற்கொள்ளாமல் நேர்மையையும் நாகரிகச் செயல்பாடுகளையும் முன்னிறுத்திச் செயல்பட்டுவந்தது *காலச்சுவடு*. ஆட்சிகளின் சகிப்பற்ற தன்மைக்குக் கருத்துச் சுதந்திரத்திற்காகப் பாடுபடுபவர்கள் பலியாவது ஜனநாயக நாடுகளின் வரலாறுகளில் அடிக்கடி நடந்துள்ளது.

பொது நிதியைக் கையாளும்போது அரசு குறுகிய விருப்பு வெறுப்புகளால் வழிநடத்தப்படக் கூடாது. விரிவான பார்வைகள்தான் அத்தகைய முடிவுகளை எடுக்க வேண்டும். துடிப்புமிக்க ஒரு சமூகத்தின் நரம்பாகப் பொது நூலகங்கள் விளங்குகின்றன. அங்குதான் பொறுப்புமிக்க, முற்போக்கான நடவடிக்கைகளுக்கான விதைகள் விதைக்கப்படுகின்றன. *காலச்சுவடு* இல்லாத நமது பொது நூலகங்கள் அந்தளவுக்கு ஏழ்மைப்பட்டிருக்கும்.

தமிழ் மொழியின் நலன்களைப் பேணுவதிலும் இது சிறந்த வழி அல்ல.

தமிழக அரசு தனது முடிவை மறுபரிசீலனைசெய்து *காலச்சுவடு* பொது நூலகங்களில் கிடைக்க வழிவகை செய்யும் என்று நம்புகிறேன்.

வசந்தி தேவி

முன்னாள் துணைவேந்தர்

நகல்: கார்த்தி சிதம்பரம், கனிமொழி கருணாநிதி

❍

11.03.08

அன்பின் கனிமொழி மற்றும் கார்த்தி,

வணக்கம்.

காலச்சுவடு தமிழக நூல்நிலையங்களில் இல்லாமல் இருப்பது வருந்தத்தக்கது.

எந்தப் பத்திரிகையையும் பொருளாதாரரீதியில் தாக்குவது என்பது ஏற்றுக்கொள்ளத்தக்கதன்று.

பொருளாதாரப் பாதிப்பினையும் தாண்டி, தமிழகத்தின் பெயர் தெரியாத கிராமங்களில் வசிக்கும் வாசகனொருவனை

ஒரு பத்திரிகை – இலக்கியப் பத்திரிகை இழப்பது என்பது அந்தப் பத்திரிகைக்கான இழப்பு மட்டுமில்லை என்பதை தாங்கள் உணர்ந்தே இருக்கக் கூடும்.

தக்க நடவடிக்கை எடுப்பீர்கள் என நம்புகிறேன்.

அன்புடன்

வா. மணிகண்டன்

இந்த வாரம் – கலாரசிகன்

காலச்சுவடு பதிப்பாளர் கண்ணனைச் சந்திக்க நேர்ந்தது. *கணையாழி, தீபம், கலைமகள், அமுதசுரபி* வழியில் தமிழ் இலக்கிய வளர்ச்சிக்கு அற்புதமான பங்களிப்பைச் செய்துவரும் இலக்கிய இதழ் *காலச்சுவடு* என்பதில் சந்தேகம் யாருக்கும் இருக்க முடியாது. தமிழ் இலக்கியச் சரித்திரத்தில் அழுத்தமாகத் தனது கால்சுவடுகளைப் பதிப்பித்திருக்கும் இந்த இதழுக்கு ஏற்படும் பின்னடைவு, தமிழுக்கு ஏற்படும் பின்னடைவாகத் தான் இருக்கும்.

காலச்சுவடு, தமிழினி, உயிர்மை, கதைசொல்லி போன்ற இலக்கிய இதழ்கள் அரசின் ஆதரவை விளம்பரங்கள் மூலம் பெறாவிட்டாலும், நூலகச் சந்தாக்களின் மூலமாவது நிச்சயம் ஆதரிக்கப்பட வேண்டும். பல இலக்கிய ஆர்வமுள்ள இளைஞர்கள் இது போன்ற இலக்கிய இதழ்களை நூலகங்களில் போட்டி போட்டுப் படிக்கிறார்கள் என்பது நிதர்சன உண்மை. கருத்து வேறுபாடுகளுக்காக ஜனரஞ்சகப் பத்திரிகைகளை ஆளுங் கட்சிக்கு விரோதமாக இருக்கிறது என்பதால் நூலகங்களில் வாங்காமல் புறக்கணிக்கும் போக்கு கடந்த பல ஆண்டுகளாகவே தொடங்கிவிட்டது. அதுவே ஜனநாயக விரோதம். இப்போது இலக்கிய இதழ்களும் அதே அளவுகோல் மூலம் எடை போடப்படுகின்றன என்பது அதிர்ச்சி அளிக்கிறது.

செம்மொழி மையத்துக்கு, அரசியலுக்கு அப்பாற்பட்டவர்களை நியமிக்க வேண்டும் என்று கோரிக்கை விடுத்த மாபெரும் குற்றத்திற்காகக் *காலச்சுவடு* தண்டிக்கப்பட்டிருக்கிறது என்பதைக் கேட்டபோது அதிர்ச்சியையும் ஆச்சரியத்தையும்விடச் சிரிப்புத்தான் வந்தது. சங்கம் வைத்து இருவேறு கருத்துகளை விவாதித்த மரபுக்குரிய தமிழை, மாற்றுக் கருத்தை ஏற்றுக் கொள்ள முடியாதவர்கள் செம்மொழி மையம் வைத்து வளர்க்க நினைக்கிறார்களே, இது என்ன சோதனை?

நூலகங்களுக்குப் புத்தகங்களைத் தேர்வுசெய்யும் முறை அரசியலுக்கு அப்பாற்பட்டதாக இருக்க வேண்டும். அதற்கு முதலில் நமது இலக்கியவாதிகள் தங்களது நெற்றியில் கட்சி முத்திரை குத்திக்கொள்ளாதவர்களாக இருக்க வேண்டும். விஷயத்துக்கு வருவோம். *காலச்சுவடு* உள்ளிட்ட இலக்கிய இதழ்கள் அனைத்தும் நூலகங்களுக்கு வாங்கப்பட வேண்டும். அதற்கு என்ன வழி?

தினமணி
25.5.2008

○

அரசு நூலகங்களில் காலச்சுவடு இதழுக்குத் தடை கூடாது!

கார்த்தி ப. சிதம்பரம் கோரிக்கை

காலச்சுவடு இதழின் பதிப்பாளரும் ஆசிரியருமான திரு. S.R. சுந்தரம் (கண்ணன்) அவர்கள் சில நாட்களுக்கு முன்னர் எனக்கு ஒரு மின்னஞ்சலை அனுப்பியிருந்தார்.

அரசு நூலகங்களில் *காலச்சுவடு* இதழ் வாங்குவது வாய் மொழி உத்தரவின் மூலம் தடைசெய்யப்பட்டிருப்பதாகவும், மாநில அரசை விமர்சித்த காரணத்தினாலேயே இந்த நடவடிக்கை எடுக்கப்பட்டுள்ளதாகவும் இச்செயல் கருத்துச் சுதந்திரத்திற்கு எதிரானது என்றும் அவர் அந்த மின்னஞ்சலில் குறிப்பிட்டிருந்தார். எனவே கருத்துச் சுதந்திரத்தை ஆதரிப்பவர் என்ற முறையில் நூலகங்களில் அவ்விதழ் வாங்குவதைத் தடைசெய்யப்பட்டு இருப்பதை நீக்கக்கோரி என்னை அறிக்கை வெளியிட வேண்டும் என்று கேட்டிருந்தார்.

கண்ணன் அவர்களின் மின்னஞ்சலைத் தொடர்ந்து எழுத்தாளர் தியடோர் பாஸ்கரன், எழுத்தாளர் இராமச்சந்திர குஹா, மலையாள எழுத்தாளர் பால் சக்கரியா, எழுத்தாளர் மலர்மன்னன், ஹாங்ஹாங் எழுத்தாளர் மு. ராமநாதன், முன்னாள் துணைவேந்தர் திருமதி வசந்திதேவி, கவிஞர் வா. மணிகண்டன். கல்வியாளர் எஸ்.எஸ். ராஜகோபாலன், ஆர். எஸ். சுகிர்த ராஜா (Birmingham University) ஆகியோருடன் மற்றும் பலரும் *காலச்சுவடின்* கருத்துச் சுதந்திரத்திற்கு ஆதரவாக, அரசு நூலகங்களில் *காலச்சுவடு* தொடர்ந்து வாங்கப்பட வேண்டும் என்ற வேண்டுகோளை முன் வைத்து மின்னஞ்சல்களை எனக்கு அனுப்பியிருந்தனர்.

கருத்துச் சுதந்திரத்திற்கு ஆதரவாக நானும், கவிஞர் கனிமொழி அவர்களும் இணைந்து 'கருத்து' என்கிற அமைப்பை உருவாக்கித் தொடர்ந்து அதன் வாயிலாகக் கூட்டங்கள் நடத்திவருவது அனைவரும் அறிந்ததே. *காலச்சுவடு* இதழில் வெளியிட்ட கருத்துகளில் முரண்பாடுகள் இருக்குமேயானால் அதனை வெளிப்படையாக அறிவித்துச் சட்டரீதியான நடவடிக்கை எடுக்க வேண்டுமே தவிர அரசு நூலகங்களில் *காலச்சுவடு* இதழ் வாங்குவதைத் தடைசெய்யக் கூடாது.

எழுத்தாளர்கள், கல்வியாளர்கள், சமூக ஆர்வலர்கள் இவர்களின் எண்ணங்களையொட்டி *காலச்சுவடு* இதழ் தொடர்ந்து அரசு நூலகங்களில் வாங்கப்பட வேண்டும் என்று தமிழக நூலக இயக்குநர் அவர்களைக் கேட்டுக்கொள் கிறேன்.

கார்த்தி ப. சிதம்பரம்

நன்றி: *மாலை முரசு*,
(சென்னைப் பதிப்பு) 22.05.2008

❍

பொன்னீலன்	**ரவீந்திரபாரதி**	**ச. தமிழ்ச்செல்வன்**
தலைவர்	பொதுச் செயலாளர்	பொதுச் செயலாளர்
கலை இலக்கியப்	கலை இலக்கியப்	தமுஎச
பெருமன்றம்	பெருமன்றம்	

வணக்கம்.

காலச்சுவடு மாத இதழைத் தமிழக அரசு இந்த வருடம் ஏப்ரல் முதல் பொதுத் துறை நூலகங்களில் வாங்குவதை வாய்மொழியாகத் தடைசெய்துள்ளது. 2003ஆம் ஆண்டு முதல் தமிழக நூலகங்களில் சிறிய அளவில் வாங்கப்பட்டு வந்த *காலச்சுவடு*, ஜனநாயக முற்போக்குக் கூட்டணி ஆட்சிக்கு வந்த பிறகு மாற்று இதழ்களையும் பதிப்பகங்களையும் ஊக்கப் படுத்தும் உயரிய நோக்கம் கொண்ட பள்ளிக் கல்வி அமைச்சர் தங்கம் தென்னரசு அவர்களின் முயற்சியில் கணிசமான பிரதி கள் வாங்கப்பட்டுவந்தது. இவ்வாட்சியின் சாதனைகளைத் தொடர்ந்து *காலச்சுவடு* தலையங்கம் எழுதிக் கவனப்படுத்தி வந்ததை நீங்கள் கவனித்திருப்பீர்கள். அதே நேரம் மதுரை *தினகரன்* ஊழியர் படுகொலை போன்றவற்றைக் கண்டிக்க வும் தயங்கியதில்லை. அணு ஆயுத ஒப்பந்தத்திற்கு ஆதரவாக, கனிமொழி எம்.பி. பாராளுமன்றத்தில் ஆற்றிய உரையும் விவாதத்திற்கு உட்படுத்தப்பட்டது. 2008 மார்ச் மாதம் *காலச் சுவடு* தலையங்கம் தமிழகத்தில் தமிழ் சார்ந்த உயர்கல்விச்

சீரழிவைச் சுட்டிக்காட்டி, செம்மொழி மையத்தை அரசிய லுக்கு அப்பாற்பட்டு சுயேச்சையான அமைப்பாக நிறுவக் கோரியது. இத்தகைய செயல்பாடுகளே *காலச்சுவடு* நூலகங் களில் தடைசெய்யப்பட்டிருப்பதற்கான காரணம் எனத் தெரிகிறது.

சமூகவியல், இலக்கியம், அரசியல் போன்ற பல தளங்களில் தீவிரமான எழுத்துக்களை வெளியிட்டு வரும் 'காலச்சுவடு', அரசு நூலகங்களில் வாங்கப்படுவதன் அவசியத்தை ஏற்றுக் கொள்வீர்கள் என நம்புகிறோம். கருத்து வேறுபாடுகளைத் தாண்டிக் *காலச்சுவடி*ன் பங்களிப்பை அங்கீகரிக்கும் பரந்து பட்ட பார்வை உங்களிடம் இருக்கும் என்று உறுதியாக நம்புகிறோம்.

விளம்பரம், நூலகக் கொள்முதல் மூலம் ஊடகங்களைக் கட்டுப்படுத்துவது கருத்துச் சுதந்திரத்திற்கு எதிரானது. காரணங் களை அறிவிக்காமல் யதேச்சாதிகாரமாக எடுக்கப்படும் அரசு முடிவுகள் சட்டத்திற்கு விரோதமானவை.

எழுத்தாளர்களின், ஊடகங்களின் கருத்துச் சுதந்திரத்திற்கு எதிரான இந்த அரசு நடவடிக்கையைக் கண்டித்துக் *காலச் சுவடு*க்கு ஆதரவாகக் கலை இலக்கியப் பெருமன்றம் / தமிழ்நாடு முற்போக்கு எழுத்தாளர் சங்கம் அறிக்கை வெளியிட வேண்டும் என அன்புடன் கேட்டுக்கொள்கிறோம்.

கண்ணன்
ஆசிரியர் – பதிப்பாளர்
காலச்சுவடு

○

தமிழ்நாடு கலை இலக்கியப் பெருமன்ற அறிக்கை

02.07.08

மாண்புமிகு **அமைச்சர் தென்னரசு** அவர்கள்
பள்ளிக் கல்வித் துறை
தமிழ்நாடு அரசு கோட்டை
சென்னை – 600 005.

மாண்புமிகு தமிழகப் பள்ளிக் கல்வித் துறை அமைச்சர் அவர்களுக்கு,

வணக்கம். தங்கள் அமைச்சகத்தின் பொறுப்பில் இயங்கும் நூலக ஆணைக்குழு இந்த ஆண்டு ஏப்ரல் முதல் *காலச்சுவடு* மாத இதழ் வாங்குவதை வாய் மொழியாகத் தடைசெய் திருக்கிறது என அறிகிறோம்.

பத்திரிகை என்பது ஜனநாயகத்தின் ஆதாரத் தூண்களில் ஒன்று என்பதும் எழுத்துச் சுதந்திரம் ஜனநாயக அடிப்படை உரிமைகளில் ஒன்று என்பதும் மறக்கக் கூடாத உண்மைகள். *காலச்சுவடு* இதழ் சமீப காலங்களில் நம் நாட்டில் நடந்து வரும் சம்பவங்களை அவர்கள் கோணத்தில் விமர்சித்திருப் பதைச் சகிக்க முடியாமல்தான் பள்ளிக் கல்வித் துறை நூலக ஆணைக்குழுவுக்கு வாய்மொழியாக இப்படி அறிவுறுத்தி, நடைமுறைப்படுத்தியிருக்கிறது எனப் பரவலாகப் பேசப் படுகிறது.

தமிழக அரசின் முதல்வர் மாண்புமிகு கலைஞர் அவர்கள் ஒரு கவிஞர், எழுத்தாளர், நல்ல நூல்களையும் இதழ்களையும் பெரிதும் நேசிக்கின்றவர். நூலகத் துறையின் செயல்பாடுகளை விரிவுபடுத்தத் தொடர்ந்து முயல்கின்றவர். இப்படிப்பட்ட வரின் ஆட்சியில், பள்ளிக் கல்வித் துறை அவருக்கு நேர்மாறாக இப்படி ஒரு நடவடிக்கை எடுத்திருப்பது, கருத்துச் சுதந்திரத் துக்கு எதிரானது எனத் தமிழ்நாடு கலை இலக்கியப் பெரு மன்றம் கருதுகின்றது. இம்மாதிரியான நடைமுறைகளை உடனே கைவிட்டு, *காலச்சுவடு* மற்றும் நல்லிலக்கிய இதழ் களை வாங்கிட உரியவர்களுக்கு வழிகாட்டிட வேண்டுமெனத் தங்களைத் தமிழ்நாடு கலை இலக்கியப் பெருமன்றம் கேட்டுக் கொள்ளுகிறது.

அன்புடன்	அன்புடன்
பொன்னீலன்	**ரவீந்திர பாரதி**
தலைவர்	பொதுச்செயலாளர்

இதழ் 104, ஆகஸ்டு 2008

அரசு நினைத்தால் காலச்சுவடையே நிறுத்த முடியும்

இமையம்

காலச்சுவடு, ஆகஸ்ட் 2008இதழில் 'கருத்துரிமையும் வாழ்வுரிமையும்' என்ற சிறப்புப் பகுதியை வெளியிட்டிருக்கிறது. நான் எழுத ஆரம்பித்ததிலிருந்து இன்று வரை எனக்கான தளமாகச் சிறுபத்திரிகைகள் தான் இருக்கின்றன. சிறுபத்திரிகைகளில் எழுதவே நான் ஆசைப் படுகிறேன். காரணங்களின்றிப் பெரும் பத்திரிகைகளில் (முற்றிலும் வியாபார நோக்கம் கொண்ட) எழுதக் கூடாது என்பதிலும் உறுதியாக இருக்கிறேன். சிறுபத்திரிகைகள் மக்களிடம் சென்று சேர வேண்டும் என்பது என்னுடைய பெரும் கனவுகளில் ஒன்று. அதே மாதிரி சிறுபத்திரிகைகள் நிறைய வரவேண்டும் என்பதிலும் இந்தக் கனவும் ஆசையும் நிறைவேற வேண்டும் என்பதிலும் உறுதியாக இருக்கிறேன். நான் விரும்புகிற, நேசிக்கிற சிறுபத்திரிகைகளின் செயல்பாடுகள் உண்மைக்கு மாறாக இருக்கும் போது, சிறுபத்திரிகைகள் செய்கிற தவறுகளை அவற்றின் கவனத்திற்குக் கொண்டு செல்வதும் முக்கியம் என்று கருதுகிறேன்.

'காலச்சுவடுக்குத் தடை' என்று எழுதியிருப்பது உண்மைக்கு மாறானது. *காலச்சுவடு* இதழை வெளியிடுவதற்கு, அச்சிடுவதற்கு, விநியோகம் செய்வதற்கு, மக்களின் பார்வைக்கு வைப்பதற்கு, படிப்பதற்குத் தடை இருப்பது போலக் *காலச்சுவடு* எழுதியிருப்பது நியாயமல்ல. *காலச்சுவடுக்குத்* தடை இருப்பதாக எனக்குத் தெரியவில்லை. *காலச்சுவடில்* இன்னதுதான் எழுத வேண்டும், இன்னவற்றையெல்லாம் எழுதக் கூடாது என்று இதுவரை

தனிநபரிடமிருந்தோ அரசிடமிருந்தோ அச்சுறுத்தல்கள் *காலச் சுவடுக்கு* மட்டுமல்ல பிற பத்திரிகைகளுக்கும் வந்த மாதிரி தெரியவில்லை. அச்சுறுத்தல்கள் ஏதுமற்ற நிலையில் *காலச் சுவடு* ஏன் இப்படிப்பட்ட பிரயோகத்தைப் பயன்படுத்தியது என்பதுதான் எனக்குப் புரியவில்லை. இப்படி எழுதுவது பாவனையாகிவிடாதா? பாசாங்காகிவிடாதா?

கருத்துரிமையைப் பறிப்பது, தணிக்கை செய்வதெல்லாம் அரசாங்கம் மட்டும்தான் செய்கிறது என்று காலச்சுவடு ஒரு பொய்யான தோற்றத்தை உருவாக்க முயல்கிறது. அரசாங்கத்தை விட இக்காரியத்தை ஊடகத் துறைதான் அதிகமாகச் செய் கிறது என்பது என்னுடைய எண்ணம். ஒவ்வொரு பத்திரிகை யும் தனக்கென உருவாக்கிக்கொண்ட கருத்தை மட்டுமே போற்றியும் காப்பாற்றியும் வந்திருக்கிறது. ஒவ்வொரு இதழும் தனக்கெனத் தயாரிக்கப்பட்ட கருத்துகளை மட்டுமே முன் நிறுத்துகின்றது. தன்னுடைய கருத்தை, விருப்பத்தைப் பொதுக் கருத்தாக ஊடகத் துறைதான் மாற்றிக்கொண்டிருக்கிறது என்பதற்குத் திரு. கண்ணன் அவர்கள் எழுதிய 'வன்முறை வாழ்க்கை' (டிசம்பர் 2003), 'பிறக்கும் ஒரு புது அழகு' (செப்டம் பர் 2007) ஆகிய நூல்களில் உள்ள கட்டுரைகளே சிறந்த சான்று. 'உடன்படுக்கை மீடியா' என்ற கட்டுரையைக் *காலச்சுவடு* தான் வெளியிட்டது என்பது, *காலச்சுவடுக்குத்* தெரியாதது ஆச்சரியமளிக்கிறது.

நூலகத் துறை ஒரு பத்திரிகையை, நூலை வாங்குவதற்குப் பல காரணங்கள் இருப்பதுபோல வாங்காமல் இருப்பதற்கும் பல காரணங்கள் இருக்கலாம். நூலகத் துறை வாங்காத எத் தனையோ பத்திரிகைகள், நூல்கள் இன்றும் இருக்கவே செய் கின்றன. *செம்மலர், தாமரை* போன்ற இதழ்கள் நூலகத் துறை யால் கண்டுகொள்ளப்படவே இல்லை என்பது உண்மை. இன்றும் நூலகத் துறைப் பக்கம் போகாத எத்தனையோ பத்திரிகைகள், பதிப்பாளர்கள் இருக்கவே செய்கிறார்கள். இப்படி முன்பும் இருந்திருக்கிறார்கள். நூலகத் துறையை நம்பி எப்போதிலிருந்து சிறுபத்திரிகைகள் இயங்கத் தொடங்கின? நூலகத் துறையின் ஆணையை மனத்தில் கொண்டே நூல் களை வெளியிடுகிற மனோபாவம் விநோதமானது. அண்மைக் காலத்தில்தான் இந்நோய் அதிகமாகப் பரவியுள்ளது. எண் ணிக்கையில் நம்பிக்கை கொண்டவர்கள் அரசியல்வாதிகள் தான்; இலக்கியவாதிகள் அல்ல. இது *காலச்சுவடுக்குத்* தெரியும் தானே? *காலச்சுவடை* நூலகத் துறை இயக்குநர் வாங்காமல்

விட்டதற்கான காரணங்களைத் தெளிவாக எழுதியதுபோல், இவ்விதழை வாங்கிவந்ததற்கான காரணங்களையும் எழுத வேண்டும். அதே மாதிரி காலச்சுவடு நூல்களை நூலகத் துறை எப்போதிலிருந்து வாங்குகிறது என்பதையும் வாங்கிய நூல்களின் எண்ணிக்கையையும் ஆண்டு வாரியாக வெளியிட லாம். நூலகத் துறை தமிழில் வெளிவருகிற எல்லாப் பத்திரிகை களையும் நூல்களையும் வாங்குவதில்லை. மக்கள் வரிப்பணத் தில்தான் நூலகத் துறை பத்திரிகைகளை, நூல்களை வாங்கு கிறது. சில நூல்களை, பத்திரிகைகளை வாங்க வேண்டும் என்று வற்புறுத்த உரிமை இருப்பதுபோல, குறிப்பிட்ட நூல்களை, பத்திரிகைகளை வாங்கக் கூடாது என்று சொல்லவும் பலருக்கு உரிமை இருக்கிறது. *காலச்சுவடு* இதழை சுந்தர ராமசாமி ஆரம்பித்தபோதும், நடத்தியபோதும் வாசகர்களை நம்பித் தான் நடத்தினார் என்பது என்னுடைய நம்பிக்கை. இன்றைய சிறுபத்திரிகைகள் வாசகர்களை நம்பி இல்லை. இன்று சிறு பத்திரிகைகளை விளம்பரதாரர்கள் மட்டுமே தயாரிக்கிறார் கள். வியாபாரப் பெரும் பத்திரிகைகளுக்கு இணையாக மட்டு மல்ல, அந்தப் பத்திரிகைகளை விஞ்சும் வகையிலும் விளம்பரங் களை வெளியிடுகின்றன. சிறுபத்திரிகைகள் இன்று தம்மைத் தாமே ஏமாற்றிக்கொண்டிருக்கின்றன. நமது பலவீனங்கள் எதுவோ, அதுவாகத்தான் நாம் இருப்போம்.

கவிஞர் கனிமொழி நூலகத் துறை இயக்குநரோ நூலகத் துறை சம்பந்தப்பட்ட அமைச்சரோ அல்ல. அவரைத் தலையிடக் கோருவது உள்நோக்கம் கொண்டது. அதிகாரத்தோடு தொடர் புடைய ஒருவரை அவருக்குத் தொடர்பில்லாத துறையில் தலையிடக் கோருவது நியாயமல்ல. அப்படி ஒருவர் தலையிடும் போது பலருடைய நலன்கள், உரிமைகள் பாதிக்கப்படலாம். அவ்வாறு ஏற்படும் நிலையில் பலருடைய வாழ்வுரிமை பாதிக்கப்படும்தானே? காலச்சுவடு எதைக் கருத்துரிமை, வாழ் வுரிமை என்று சொல்கிறது? 'கருத்து அமைப்பு' உலகிலேயே மிகப் பெரிய அமைப்பென்று தோன்றவில்லை. அந்த அமைப்புத் தலையிட்டால் உலகிலுள்ள கருத்துரிமைக்கும் வாழ்வுரிமைக் கும் எதிரான பிரச்சினைகள் எல்லாம் தீர்ந்துவிடும் என்று நம்புவது வேடிக்கையானது. அப்படித் தீரும் என்று நம்பினால் திரு. கார்த்தி சிதம்பரம் அறிக்கை விட்டு, அந்த அறிக்கையும் *காலச்சுவடில்* வந்துள்ளது. அப்படியும் *காலச்சுவடுக்கான* பிரச்சினை தீரவில்லை.

பிறருடைய பணத்தில் ஆடம்பரமாக வாழ்வது அரசியல் வாதிகளும் அவர்களுடைய வாரிசுகளும்தான் என்று சொல்கிற

காலச்சுவடு 'அரசும் ஊடகங்களும்' என்ற கட்டுரையில் ஊடகத் துறையினால் எவ்வாறெல்லாம் தவறான வழியில் பணம் சம்பாதித்துச் சுகபோகமாக வாழ்கிறார்கள் என்று பெரிய பட்டியலையே வெளியிட்டுள்ளது. எது சரி? இந்தக் கட்டுரையின் மூலம் அரசியல்வாதிகள் மட்டும் ஆடம்பரமாக வாழ்வதில்லை என்பது புலனாகிறது. ஊடகத் துறையினரின் சட்ட விரோதமான செயல்பாடுகளைப் பட்டியலிடுகிற *காலச்சுவடு*, அந்த இதழ்களுக்கு அரசு விளம்பரம் தராதது குறித்து அக்கறைப்படுவது விநோதமானது. அரசு விளம்பரம் தராததற்காகக் கண்டிக்கிற *காலச்சுவடு* சன் குழும நடவடிக்கைகள், செயல்பாடுகள் குறித்து சன் குழுமத்தால் தமிழ்ச் சமூக வாழ்வில் ஏற்பட்டுள்ள விபரீதங்களையும் விரிவாக எழுத வேண்டும்.

'*காலச்சுவடின்* நேர்மைக்குப் பரிசு' என்று *காலச்சுவடு* புலம்புவது எந்த விதத்திலும் சரியல்ல. தமிழில் வரக்கூடிய வார, மாத இதழ்கள், தினசரிகள் விமர்சிக்காத அளவுக்கா *காலச்சுவடு* திமுக அரசை விமர்சித்துள்ளது? அந்த விமர்சனத்தைத் தாங்க முடியாமல்தான் *காலச்சுவடை* நூலகத் துறை வாங்கவில்லை என்பது வேடிக்கையானது. அரசு நினைத்தால் நூலகத் துறையில் மட்டுமல்ல, *காலச்சுவடையே* நிறுத்த முடியும். *காலச்சுவடுக்கு* வரக்கூடிய விளம்பரங்களை நிறுத்த முடியும். அவ்வாறு திமுக அரசு செய்யாதபோது '*காலச்சுவடுக்குத்* தடை', 'நேர்மைக்குப் பரிசு' என்று எழுதுவதெல்லாம் எந்த அளவுக்குச் சரி? தமிழ்நாட்டில் படித்தவர்களின் எண்ணிக்கை எவ்வளவு? படித்தவர்களில் புத்தகங்கள் படிக்கிற பழக்கம் உள்ளவர்கள் எவ்வளவு? அதிலும் *காலச்சுவடு* போன்ற இதழ்களைப் படிப்பவர்கள் எவ்வளவு? *காலச்சுவடு* போன்ற இதழ்களைக் கண்டு திமுக அரசு அஞ்சுவது போன்ற, பயத்தின் காரணமாக நடவடிக்கை எடுத்துள்ளது போன்ற தோற்றத்தை உருவாக்குவது *காலச்சுவடுக்கே* விநோதமாகத் தெரியவில்லையா? தமிழ்நாட்டில் மிகச் சிறந்த நூல் என்று பாராட்டப் பெறுகிற நூல் ஐந்நூறு பிரதிகளுக்குமேல் விற்பனையாவதில்லை என்பது நடைமுறை உண்மை. திமுகவும் கலைஞரும் இலக்கியப் பத்திரிகைகளுக்கு, இலக்கியவாதிகளுக்கு எதிரானவர்கள்போலக் *காலச்சுவடு* ஒரு தோற்றத்தை உருவாக்க முயல்கிறது. அது உண்மை அல்ல. தன்னுடைய சொந்தப் பணம் ஒரு கோடியை எழுத்தாளர்களுக்காகக் கொடுத்தவர் கலைஞர் என்பதும் நூலகத் துறையில் நூல்களை வாங்கும் எண்ணிக்கையை உயர்த்தியவர் அவர்தான் என்பதும் நம் நாட்டிலுள்ள அனைவருக்கும் தெரியும். இது *காலச்சுவடுக்கு* மட்டும் தெரியவில்லை. தேர்ந்தெடுக்கப்பட்ட ஞாபக மறதி *காலச்சுவடுக்கு* எப்போதிலிருந்து

வந்தது? '*காலச்சுவடு உலகத் தமிழ்*' இதழாக இருக்கும்போது, உலகத்தில் சிறுதுளியாக இருக்கக்கூடிய தமிழக அரசு நூலகத்திற்குக் *காலச்சுவடை* வாங்கவில்லை என்று புலம்புவது நியாயமல்ல. ஒரு அரசின் செயல்பாட்டை நூலகத் துறையின் ஆணையை வைத்து மட்டுமே மதிப்பிட முடியாது. பொதுவாக நாம் பிறருக்கான புனிதத்தை மட்டுமே பேசுபவர்களாக இருக்கிறோம், அரசியல்வாதிகள்மீது *காலச்சுவடுக்குக்* கடுங்கோபம் எந்தக் காலத்திலிருந்து வந்தது என்பதும் கவிஞர் கனிமொழி அவர்களை, கனிமொழி கருணாநிதி என்று எழுதுகிற வழக்கம் எப்போதிலிருந்து வந்தது என்பதும் தெரியவில்லை.

'தமிழின் விழிப்புணர்வின் பத்திரிகையான *காலச்சுவடு*' (*மலர்மன்னன் – பக்கம் 56*) என்று எழுதப்பட்டுள்ளது. விழிப்புணர்வின் அடையாளம் எது என்பது எனக்குத் தெரியவில்லை. விழிப்புணர்வின் அடையாளம்தான் *காலச்சுவடு* என்பதை என்னால் ஏற்க முடியவில்லை. கல்கத்தாவில் குறைந்தது ஆயிரத்துக்கும் மேற்பட்ட சிறுபத்திரிகைகள் வருவதாக அறிகிறேன். இந்த மாதிரி வருவதுதான் விழிப்புணர்வின் வெளிப்பாடு. தமிழ்நாட்டில் விழிப்புணர்வுக்கான அடையாளம் இருப்பதாக எனக்குத் தோன்றவில்லை. அதே மாதிரி "ஆகச்சிறந்த பத்திரிகையைத் தமிழக மக்கள் சுதந்திரமாகப் படிக்க வேண்டும்" (*ராமச்சந்திர குஹா – பக்கம் 56*) என்று எழுதியுள்ளார். *காலச்சுவடு*தான் தமிழின் ஆகச்சிறந்த பத்திரிகை என்பதைக் *காலச்சுவடு*தான் சொல்ல வேண்டும். நானறிந்தவரையில் *காலச்சுவடைப்* படிப்பதற்குத் தமிழகத்தில் சிறு தடைகூட இல்லை. தமிழகத்தில் எந்தப் பத்திரிகையையும் படிக்கலாம், விவாதிக்கலாம், வெளியிடலாம் என்ற சூழல்தான் இருக்கிறது. எமர்ஜென்சி காலத்தைப் போல அல்ல தற்போதைய காலம். மஞ்சள் பத்திரிகையைக்கூடப் பகிரங்கமாகப் படிக்கக்கூடிய சூழல்தான் தமிழகத்தில் இருக்கிறது என்பது ராமச்சந்திர குஹா அவர்களுக்குத் தெரியாது போலும். கடுமையான முறையில் ஊடகத் துறை நசுக்கப்பட்டுள்ளதுபோலச் சித்தரிக்க முயல்கிற காலச்சுவடின் நோக்கம் என்னவென்று எனக்குத் தெரியவில்லை.

"நவீனத்தின் மாற்றத்தின் வலிமையான குரலாகக் *காலச்சுவடு* இருக்கிறது" (*பால் சக்கரியா – பக்கம் 57*), "மாற்று இதழ்களின் முன்னோடி", "*காலச்சுவடு* நமக்குப் பெருமை சேர்க்கக் கூடியது" (கே. நாச்சிமுத்து. பக்கம்:58), "*காலச்சுவடு* இல்லாத நமது பொது நூலகங்கள் எவ்வளவு ஏழ்மைப்பட்டிருக்கும்" (*வசந்தி தேவி: பக்கம் 59*), "நூலகங்களில் போட்டி போட்டுக் கொண்டு படிக்கிறார்கள்" (*தினமணி – பக்கம் 60*) இவையெல்

லாம் உண்மையா? 'இந்திரன், சந்திரன்' என்று அரசியல் வாதிகளை மட்டும்தானே அடிவருடிகள் புகழ்வார்கள். தன்னைத் தானே புகழ்ந்துகொள்ளும் பழக்கம் சிறுபத்திரிகைகளுக்குக் கிடையாது. அதுவும் *காலச்சுவடுக்குக்* கிடையாது. இந்தப் பழக்கம் *காலச்சுவடுக்கு* எப்போதிலிருந்து வந்தது என்று தெரியவில்லை. 'கருத்துரிமையும் வாழ்வுரிமையும்' சிறப்புப் பகுதி *காலச்சுவடு* இதழ் நூலகங்களில் கிடைக்க வேண்டும் என்பதற்காக வெளியிடப்பட்டதாகத் தெரியவில்லை. வேறு நோக்கம் இருக்குமோ என்று சந்தேகம் எழுவதைத் தவிர்க்க முடியவில்லை.

காலச்சுவடினுடைய விருப்பு, வெறுப்புகளை, கசப்புகளை, காழ்ப்புணர்ச்சியைக் காசு கொடுத்து வாங்கி வாசகனைப் படிக்கவைப்பதோடு, *காலச்சுவடினுடைய* விருப்பத்தை வாசக னின் விருப்பமாக, நோக்கமாகப் பேசுவதையும் தகவல்களை வெளியிடுவதையும் *காலச்சுவடு* நிறுத்தினால் நல்லது. வாசக னின் கருத்துரிமைக்கும் *காலச்சுவடு* மதிப்பளிக்க வேண்டும்.

இதழ் 105, செப்டம்பர் 2008

இன்மையின் விகாசமும் அடிபணிதலின் சீரழிவும்

கண்ணன்

இமையத்தின் எதிர்வினை. ஒரு சிறுபத்திரிகை எழுத்தாளனாக எழுதியிருக்கிறார். தான் ஒரு சிறு பத்திரிகை எழுத்தாளன் என்பதால் சிறுபத்திரிகைகளின் தவறுகளைக் கவனப்படுத்துவது முக்கியம் என்று நினைக் கிறார். அவ்வாறு அவர் செயல்படுவதற்கு அவரது எழுத்து வாழ்க்கையில் முதல் சந்தர்ப்பம் 'காலச்சுவடு' வழி ஏற்பட்டிருக்கிறது. மிக்க மகிழ்ச்சி. கடிதத்தில் எழுத் தாளனின் குரல் கேட்கவில்லை. திமுக பிரமுகரின் குரலே கேட்கிறது.

'காலச்சுவடுக்குத் தடை' உண்மைக்கு மாறானது என்பது அவரது முதல் கண்டுபிடிப்பு. கடையில் காசு கொடுத்து இதழை வாங்கும் வாசகனுக்கு இதழை அச்சிட, விநியோகிக்கத் தடையில்லை என்பது தெரியாது. *'காலச்சுவடுக்குத் தடை'* பற்றி எழுதப்பட்டிருந்த ஒரு பக்கக் குறிப்பைப் படித்தாலும் புரியாது. இப்போது இமையம் தெளிவுபடுத்திவிட்டார். அவருக்கு நன்றி.

கனிமொழி கருணாநிதியை இப்பிரச்சினையில் தலையிட்டு நேர்செய்ய நாங்கள் கோரவில்லை. கார்த்திக் சிதம்பரத்திற்கும் அவருக்கும் இணைத்து அனுப்பப்பட்ட கடிதம் 'கருத்து' அமைப்பாளர்கள் என்ற முறையில் அனுப்பப்பட்டது. 'கருத்து' அமைப்பாளர்கள் கருத்துச் சுதந்திரத்திற்காகக் குரல் கொடுப்போம் என்றும் அரசிய லுக்கு அப்பாற்பட்டுக் 'கருத்து' இயங்கும் என்றும் அறிவித் திருந்தார்கள். 'கருத்து' அமைப்புச் சார்பாக, *காலச்சுவடின்* கருத்துச் சுதந்திரத்திற்கு ஆதரவாக ஒரு அறிக்கை வெளி யிடுங்கள் என்பது மட்டுமே கோரிக்கை. எதிர்வினை

யாற்றிய எழுத்தாளர்கள் இதையும் தாண்டி எதிர்பார்த்திருக்க லாம். எம்.பி. பதவியின் அதிகாரத்திற்கு அப்பால் ஒரு இம்மியும் வரம்பு மீறிச் செயல்படாதவர் அவர் என்பது அவர்களுக்குத் தெரிந்திருக்காது என்று கருதி அமைதி அடைவோம்.

ஊடகத் துறைமீதான விமர்சனத்திற்குக் *காலச்சுவடு* தமிழில் பிரதானக் களமாக இருந்திருக்கிறது. சன் குழும நடவடிக்கைகள் பற்றிய முதல் விமர்சனமும் ஆழமான விமர் சனமும் *காலச்சுவடி*ல் வெளிவந்திருக்கின்றன. மாறன்கள் திமுகவிலிருந்து விலக்கப்பட்டு நிற்கும்போது எழுதிய விமர் சனங்கள் அல்ல அவை. அதிகாரத்தின் உச்சியில் அவர்கள் இருக்கும்போது எழுதப்பட்டவை. என்னுடைய ‘பிறக்கும் ஒரு புது அழகு’ நூலுக்குக் கடந்த மாத *தீராநதி*யில் விமர் சனம் எழுதிய இமையம் அதில் இடம்பெற்றுள்ள மேற்படி விமர்சனங்களைப் படித்திருப்பார் என்றே நம்புகிறேன். கடந்த இதழில் *தினகரன்* வழக்குத் தொடர்ந்ததை வரவேற்றபோதும் ‘ஊடக சுதந்திரத்தைக் காப்பதற்குப் பேர்போன குழுமம் அல்ல சன் குழுமம்’ என்ற விமர்சனத்துடனேயே வரவேற்றிருந் தோம். இப்போதும் திமுகவை எதிர்ப்பதற்காக சன் குழுமத் திடம் பல்லைக் காட்டிக்கொண்டு போய் நிற்கவில்லை. எதிரிக்கு எதிரி நண்பன் என்பதை அரசியல் தளத்தில் மட்டுமல்ல பண்பாட்டுத் தளத்திலும் கடைப்பிடிப்பவர்களுக்கு இந்த அணுகுமுறை எரிச்சலையே தரும். எழுதப்பட்டதை, படித் ததை, இப்போது அறியாதது போலப் பாசாங்காக எழுத வேண்டிய நிர்ப்பந்தம் இமையத்திற்கு.

காலச்சுவடு நூலகத் துறையை நம்பிச் செயல்படவில்லை. *காலச்சுவடி*ன் வளர்ச்சி நூலகத் துறை சார்ந்து ஏற்படவில்லை. இந்தப் போராட்டம் தேவை சார்ந்தது அல்ல, உரிமை சார்ந்தது. நூலகத் துறை மூலமாகவும் வாசகர்களை எட்டும் உரிமை சார்ந்தது. தமிழக மக்கள் செலுத்தும் வரிப்பணத்தில், எங்கள் தமிழ்ப் பங்களிப்பின் அடிப்படையில் நாங்கள் கோரும் உரிமை இது. ஊரெல்லாம் நடக்க, ஆட, பாட உரிமை இருந்தாலும் ஒரு கோவிலில் நுழைய அனுமதி மறுக்கப்பட்டால் நாத்தி கர்கள்கூட அந்த உரிமை கோரிப் போராடுவது போன்றது. நூலகத் துறையுடன் உறவு வேண்டாம் என ஒரு பதிப்பாளர் முடிவுசெய்வது அவருடைய சுதந்திரம். அரசு தடைசெய்ய முடிவுசெய்தால் அம்முடிவு விதிமுறைகளுக்கு உட்பட்டதாக இருக்க வேண்டும்.

அரசியல்வாதிகள்மீது *காலச்சுவடு* கடுங்கோபத்தை வெளிப் படுத்தியது கருணாநிதியின் நள்ளிரவுக் கைதின்போது. அதனை அடியொற்றி வெளியிட்ட இரண்டு இதழ்களின் சிறப்புப்

பகுதிகளைப் படித்துப் பாருங்கள். குஜராத் படுகொலையின் போது திமுக 'நீதிக்கும் அநீதிக்கும் இடையில் நடுநிலை வகித்தபோது' *காலச்சுவடு* கடுமையாக எதிர்வினையாற்றியது. ஊடகங்களையும் கடுமையாகத் தொடர்ந்து விமர்சித்துவரு கிறது. நீதிமன்றத்தின் 'நீதிமன்ற அவமதிப்பு' அதிகாரத்தை விவாதத்திற்கு உட்படுத்தியிருக்கிறது. விமர்சனத்திற்கு அப் பாற்பட்டது இப்பூவுலகில் எதுவும் இல்லை என்பதே எங்கள் நம்பிக்கை. அதிகார வழிபாட்டாளர்களுக்கு இதெல்லாம் புரியாது.

கனிமொழி கருணாநிதி, தமிழச்சி தங்கபாண்டியன் என்ப தெல்லாம் அரசியலுக்கு வரும்போது ஏற்பட்ட பெயர் மாற றங்கள். நாங்கள் ஏற்படுத்தியவை அல்ல. தாமே சூட்டிக்கொண் டவை. ஊடகங்களில் இடம் பெறுபவை. திமுக கட்சிப் போஸ்டர் களில் காணக் கிடைப்பவை. கூடவே இடம்பெறும் 'கவிப் பேரரசே', 'திராவிட அழகி', 'முத்தமிழ் சங்கமமே', 'பெண்ணியமே' போன்றவற்றையும், பெண்கள் மாநாட்டில் சூட்டப்பட்டு, அடக்கத்துடன் மறுக்கப்பட்ட, 'பெண் பெரியார்' பட்டத்தை யும் குறிப்பிடுவதைத் தவிர்த்திருக்கிறோம்.

நூலகத் துறை *காலச்சுவடு*க்கு விதித்த தடையை நீக்க வேண்டும் என்ற கோரிக்கையுடன் எழுதிய ஆளுமைகள் *காலச்சுவடு* பற்றிய தங்கள் மதிப்பீட்டை, நம்பிக்கையை வெளிப்படுத்தியிருக்கிறார்கள். இவர்கள் யாருக்கும் *காலச் சுவடி*ன் நல்கைகள் தேவையில்லை. சுயமரியாதையுள்ள சுதந்திர மான ஆளுமைகளின் கருத்துகள் அவை. அவர்கள் வெளிப் படுத்திய *காலச்சுவடு* பற்றிய எண்ணங்கள், எதிர்மறையான சூழலில் பெற்ற மிகை அழுத்தமாக இருக்கலாம். அதை மறுப்பவர் களும் ஏற்பவர்களும் இருப்பார்கள். அவர்கள் எழுத்து, அவர்கள் நம்பிக்கை. அவற்றை மொழிபெயர்த்து வெளியிட்டிருக்கிறோம். அந்த வெளிப்பாடு *காலச்சுவடு* என்ற கூட்டு முயற்சி, பண் பாட்டு இயக்கம் பற்றியது. தனிநபர்களைப் புகழ்ந்து, காலில் விழுந்து நல்கைகளைப் பெறும் அரசியல் பண்பாட்டிற்கும் இதற்கும் ஒப்பீடு இல்லை. தன்னைக் கட்சிக்காரர்கள் புகழ்ந் தால் 'வாயை மூடுடா' என்று சப்தமிடும் காமராஜருக்கு இயக்கத்தைப் புகழ்ந்தால் கசக்குமா என்ன?

'கருத்துரிமையும் வாழ்வுரிமையும்' மாநாடு எந்தச் சூழலில் நடத்தப்பட்டது என்பது பொறுப்பாசிரியர் தேவிபாரதியின் கட்டுரையைப் படித்தால் புரியும். *காலச்சுவடு*க்கு நூலகத் துறை தடைவிதித்ததைப் பற்றி அக்கட்டுரையில் பேசப்பட வில்லை.

கட்சித் தலைமையோடு இன்று நெருக்கம் கொண்டிருக்கும் திமுக பிரமுகர் இமையத்தின் இரண்டு வரிகள் முக்கியமானவை.

'அரசு நினைத்தால் நூலகத் துறையில் மட்டுமல்ல *காலச் சுவடையே* நிறுத்த முடியும்; *காலச்சுவடுக்கு* வரும் விளம்பரங் களை நிறுத்த முடியும்.'

ஒரு இதழ் செயல்பட அனுமதி வழங்குவது மாநில அரசல்ல, மத்திய அரசு. மாநில அரசு ஒரு இதழை அழித் தொழிக்க உடந்தையாவதற்குத் தமிழகத்தில் பல உதாரணங் கள் உண்டு. *தராசு* முதல் *தினகரன்* வரை. படுகொலைகளில் முடிந்த முயற்சிகள் அவை. இமையம் மிரட்டுவதுபோல இந்த ஆளும் வர்க்கம் செயல்படாது என்ற கற்பனையில் நாங்கள் போராடவில்லை. இமையத்தின் மிரட்டலை அவர் களின் வருங்காலத் திட்டமாகவே பார்க்க முடிகிறது. 'அன்பான மனிதர்'களின் செயலூக்கம் நாங்கள் அறியாதது அல்ல. அதைக் குறைத்து மதிப்பிடவும் இல்லை. ஏற்கனவே என்மீது உப்புச் சப்பற்ற காரணங்களுக்காக போலீசில் புகார் கொடுப் போம் என்ற மிரட்டல் வந்தது. சில எழுத்தாளர்களுக்குக் *காலச்சுவடில்* எழுதத் 'தடை' விதிக்கப்பட்டிருப்பதும் நாங்கள் அறிந்த செய்திதான். முந்திய இதழில் குறிப்பிடப்பட்டது போல 'ஏற்பட இருக்கும் இழப்புகள் பற்றிய முழுமையான புரிதலுடனே இப்போராட்டத்தைத் துவங்கியிருக்கிறோம்.' கூலிப்படையினரால் *காலச்சுவடு* நிறுத்தப்பட்டாலும் அப் போதும் சூழலில் அதன் இன்மையின் விகாசம்தான் ஏற்படுமே அன்றி அடிபணிதலின் சீரழிவு அல்ல.

○

காலச்சுவடு ஏன் நூலகங்களில் தடைசெய்யப்பட்டது என்பது முக்கியமான கேள்வி. அரசைத் தடைசெய்யத் தூண்டிய குறிப்பிட்ட செயல்பாடு என்ன என்பதை ஊகிக்க முடியாது. இம்முடிவுக்குப் பின்னால் செயல்படும் உணர்வுகளும் அதி காரத்தின் இழைகளும் *காலச்சுவடின்* வரலாற்றோடு பின்னிப் பிணைந்தவை. எந்தத் தனிநபரோடும் பொருத்திப் பார்த்து விளக்கிவிடக் கூடியவை அல்ல.

காலச்சுவடு எழுப்பும் கேள்விகளும் முன்வைக்கும் நியாய மான தர்க்கங்களும் இத்தடையை எதிர்கொள்வதில் வெளிப் படும் உறுதியும் அதிகார வர்க்கத்தில் பதற்றங்களை உருவாக்கி வருகின்றன. இத்தடையை ரகசியப் பேரங்கள் மூலம் நாங்கள் எதிர்கொள்ளவில்லை. யாரிடமும் ரகசியக் கோரிக்கை எதுவும் முன்வைக்கவில்லை. அத்தகைய பேரங்களின் மூலம் ஒருவேளை நூலக உத்தரவு திரும்பக் கிடைத்திருந்தாலும் அது கருத்துரிமை யைப் பணயம்வைத்துப் பெறும் நல்கையாகவே இருந்திருக்கும். அதிகார வர்க்கம் எதிர்பார்த்தவாறு உதவி கேட்டுப் போய் நிற்கவில்லை, மாறாகப் பொதுக் களத்தில் விவாதமாக்கினோம் என்பது அதிகார வர்க்கத்தின் பதற்றத்தை அதிகமாக்கியுள்ளது.

இமையத்தின் கடிதம் இப்பதற்றத்தின் ஒரு வெளிப்பாடு. அதிகார வர்க்கத்தின் அருகாமைக்காக ஏங்கி வாலாட்டவும் அடிவருடவும் தயங்காத நமது பல மானங்கெட்ட பண்பாட்டாளர்களின் செயல்பாடுகள் எமது சுய மரியாதையை இன்று குற்றமாகப் பார்க்க வைத்துள்ளன.

அரச அமைப்புக்கும் ஊடகங்களுக்கும் இடையில் இன்று இருந்துவரும் உறவு பற்றிய பரிசீலனையாகவும் ஒரு ஜனநாயக அரச அமைப்பில் நியாயமாக இந்த உறவு எவ்வாறு இருக்க வேண்டும் என்ற விவாதமாகவும் '*காலச்சுவடு* தடை'யை முன்னெடுக்க முயன்று வருகிறோம். இவ்விவாதத்தை எதிர்கொள்ளத் திராணியற்ற சக்திகள் இதைத் தனிநபர் பிரச்சினையாகச் சுருக்கத் தொடர்ந்து முயன்று வருகின்றன.

இன்றைய தமிழக அரசு ஒரு பழமைவாத அரசு. ஒரு தலைவரின் வாரிசுகளே ஆளும் தகுதி கொண்டவர்கள் என்ற மூடநம்பிக்கையை மக்களிடையே கடும் பிரச்சாரம் மூலம் பரப்பிவரும் அரசு இது. நமது குடிமக்கள் அதிகாரத்தைக் கண்டு மிரளக்கூடியவர்களாக இருக்கும்வரை நாட்டில் ஏற்படும், ஏற்படுத்தப்படும் குழப்பங்களும் கலகங்களும் பழமைவாத அமைப்பை வலுப்படுத்துபவையாகவே அமையும். தெளிவான, தர்க்கரீதியான, நிதானமான சிந்தனைகள் விழிப்புணர்வை ஏற்படுத்துபவை. குடிமக்களின் விழிப்புணர்வு பழமைவாதத்தைத் தகர்த்துவிடும் ஆற்றல் கொண்டது. வெகுஜன ஊடகங்கள் அரசை விமர்சிக்கும்போதும் ஒட்டுமொத்தத்தில் குழப்படியான சிந்தனைகளையே முன்வைக்கின்றன. இவை ஒரு பழமைவாத அரசுக்கு ஆபத்தாக அமைவதில்லை. *காலச்சுவடு* முன்வைக்கும் பார்வை பழமைவாதத்திற்கு முற்றிலும் விரோதமானது. கட்சியிலும் அரசியலிலும் எந்தத் தேர்தலையும் சந்திக்காமல் அதிகாரத்தைக் கவ்வியிருப்பவர்களுக்கு விழிப்புணர்வின் பரவலாக்கம் அச்சத்தை ஏற்படுத்தக்கூடியது. எனவேதான் சிறிய இதழாக இருந்தாலும் *காலச்சுவடை* இந்தப் பழமைவாத அரசு ஆபத்தாகப் பார்க்கிறது. அரசின் நூலகத் தடை உத்தரவு *காலச்சுவடின்* வளர்ச்சிக்குத் தடைபோடும் நோக்கம் கொண்டது. இம்முயற்சியைத் தோல்வி அடையச் செய்வதில் வாசகர்களின் ஆதரவை, எழுத்தாளர்களின் ஆதரவை எதிர்நோக்கி இருக்கிறோம்.

○

இமையத்தைப் பத்தாண்டுகளுக்கு மேலாக எனக்குத் தெரியும். அவரது 'கோவேறு கழுதைகள்' நாவல் வெளிவந்த புதிதில் அவரைத் தலித் விரோதியாகச் சித்தரித்து ஒழித்துக்கட்ட ஒரு இயக்கமே நடந்தபோது அவருடன் நின்ற இதழ்

காலச்சுவடு. அவரது எழுத்துகளை அதிகம் வெளியிட்ட, விமர்சித்த இதழும் *காலச்சுவடு*தான். அவருக்குக் *காலச்சுவடி*ல் கிடைத்த கருத்துச் சுதந்திரத்தால் *காலச்சுவடு*க்குக் கிடைத்த பாராட்டுகளும் பழிபாவங்களும் அவருக்குத் தெரியும். இவற்றில் வெளிப்பட்ட உறுதியான நிலைப்பாடுதான் இன்று இந்தப் போராட்டத்திலும் வெளிப்படுகிறது. தொடர்ந்தும் வெளிப்படும்.

முதல் சந்திப்பில் கரைவேட்டி கட்டிய திமுக தொண்டராகவே அவரைச் சந்தித்தேன். அடுத்த பத்தாண்டுகளில் இமையத்திடம் ஒரு உறுதியான நிலைப்பாடு இருந்தது. கட்சி அரசியலை இலக்கிய வாழ்க்கையில் கலப்பது இல்லை என்பதும் இலக்கிய அங்கீகாரத்தைக் கட்சியில் பயன்படுத்துவது இல்லை என்பதும். முன்னர் இவரது இலக்கிய ஆளுமை கட்சியில் கண்டுகொள்ளப்படவில்லையே என்று நான் வருந்தியது உண்டு. அரசியலைப் புனருத்தாரணம் செய்வதற்காகப் பண்பாட்டுத் தளத்திலிருந்து அரசியலில் களம் இறங்கியிருப்பவர்களின் வருகைக்குப் பிறகு இந்நிலை மாறியிருக்கிறது. இன்று திமுக பிரமுகராக இமையம் உயர்ந்திருக்கிறார். ஆனால் இம் மாற்றம் இமையத்தை வளர்க்கவில்லை, சீரழிக்கிறது. இதைப் பார்க்கும்போது கட்சியில் அவர் இலக்கியவாதியாக அறியப்படாமல் இருந்த நிலையே மேல் என்று தோன்றுகிறது. தன் இலக்கிய அங்கீகாரத்தைப் பயன்படுத்திக் கட்சிக்காரர்களுக்கு இன்று இலக்கியப் பாராட்டு விழா நடத்துகிறார் இமையம். நேற்றுவரை நவீனக் கவிதை பற்றி ஒரு சொல்லும் பேசாதவர் இன்று திமுக அரசியல்வாதிகளின் கவிதை நூல்களுக்குப் பாராட்டுரை எழுதுகிறார். இமையத்திடம் மட்டுமல்ல இந்தச் சீரழிவு. ஆயுள் காலத்தைச் சுயமரியாதையோடு செலவழித்த பல எழுத்தாளர்கள் இன்று அதிகாரத்திற்கு வாழ்த்துப்பா பாடுகிறார்கள். அதிகாரத்தின் அருகாமை சென்னையிலிருந்து களியக்காவிளைவரை பண்பாட்டாளர்களைப் பல்லிளிக்க வைக்கிறது. கழகக்கண்மணிகள் அதிகாரத்திற்கு வீரவாள் வழங்குகிறார்கள்.

வணிக இதழ்களில் எழுதுவதும் எழுதாதிருப்பதும் எழுத்தாளனின் தேர்வு. எழுதுவது ஒன்றும் குற்றமல்ல. ஆனால் ஒரு படைப்பாளி அரசியல் ஆதாயங்களுக்காக அறிந்து தெரிந்து பொய்மைகளைக் கட்டவிழ்த்துவிடுவது குற்றம். இமையத்தின் கடிதம் ஒரு சுயமரியாதை கொண்ட எழுத்தாளனின் வீழ்ச்சி. ஒரு சந்தர்ப்பவாத அரசியல்வாதியின் எழுத்துலக வருகை. இதனால் அவருக்கு ஏற்படவிருக்கும் அரசியல் ஆதாயங்களுக்கு வாழ்த்துகள்.

இதழ் 105, செப்டம்பர் 2008

காலச்சுவடுக்குத் தடை: முதல்வருக்குக் கடிதம்

குரல்கொடுக்கும் ஜனநாயகவாதிகள்

15.08.2008

மதிப்பிற்குரிய முதல்வர் கலைஞர் மு. கருணாநிதி அவர்களுக்கு,

வணக்கம்.

திமுக அரசு பொறுப்பேற்ற பிறகு தமிழ்ப் பதிப்புத் துறைக்குச் சாதகமான பற்பல திட்டங்கள் அறிவிக்கப் பட்டிருப்பதை நாங்கள் வரவேற்கிறோம். அரசுக்கும் தங்களுக்கும் நன்றி தெரிவிக்கிறோம்.

தமிழில் மாற்று இதழ்கள் மொழியின் மீதும் சமூகத் தின் மீதும் பண்பாட்டின் மீதும் கொண்டுள்ள பற்றுதல் காரணமாகப் பல்வேறு பொருளாதார நெருக்கடிகளைக் கடந்து செயல்பட்டுவருகின்றன. இந்தப் பின்னணியில் *காலச்சுவடு* உள்ளிட்ட சில மாற்று இதழ்களுக்குத் தங்களுடைய அரசு நூலக ஆணை வழங்கியது வரவேற்கப் பட வேண்டியது.

காலச்சுவடு இதழ் இலக்கியத் தளத்திலும் பண்பாட் டுத் தளத்திலும் படைப்பிற்கும் சிந்தனைகளுக்கும் விவாதங்களுக்குமான களமாகக் கடந்த இருபது ஆண்டு களாக வெளிவருகிறது. இந்த ஆண்டு ஏப்ரல் மாதம் முதல் *காலச்சுவடு*க்கு வழங்கப்பட்டிருந்த நூலக ஆணை வாய்மொழி உத்தரவு மூலம் ரத்து செய்யப்பட்டிருப்ப தாக அறிகிறோம். *காலச்சுவடு* இதழில் இடம்பெற்ற, அரசுக்கும் அதிகாரம் வகிப்பவர்களுக்கும் முரணான

சில கருத்துகளுக்காகவே இத்தடை உத்தரவு பிறப்பிக்கப்பட்டிருப்பதாக அறிகிறோம். இந்த அரசின் பல்வேறு முற்போக்கான நடவடிக்கைகளைப் பலமுறை தலையங்கம் எழுதி வரவேற்ற *காலச்சுவடு* இதழை, மாற்றுக் கருத்துகளை வெளியிட்டதற்காக இவ்வாறு தடைசெய்வது சகிப்பின்மையின் வெளிப்பாடு. இந்த நடவடிக்கை கருத்துச் சுதந்திரத்திற்கும் பத்திரிகைச் சுதந்திரத்திற்கும் எதிரானது. பல்வேறு கருத்துகளை அறிந்துகொள்ள நூலக வாசகர்களுக்கு இருக்கும் உரிமையை இம்முடிவு பாதிக்கிறது. எனவே கருத்துச் சுதந்திரத்திலும் பத்திரிகைச் சுதந்திரத்திலும் நம்பிக்கைகொண்ட கீழே கையொப்பமிட்டுள்ள நாங்கள் அரசு நூலகங்களில் *காலச்சுவடும்* இன்னும் பல தீவிரமான மாற்று இதழ்களும் வாங்கப்பட உத்தரவு பிறப்பிக்க வேண்டும் எனத் தங்களைக் கேட்டுக் கொள்கிறோம்.

கையொப்பம்:
தேதி: 29-8-08
பழ. நெடுமாறன்

கையொப்பம்:
தேதி: 29-8-08
இன்குலாப் (கவிஞர்)

கையொப்பம்:
25. 08. 2008
எஸ்.வி. ராஜதுரை (எழுத்தாளர்)

கையொப்பம்:
தேதி: 29-08-2008
திருநாவுக்கரசு (ஆய்வாளர்)

கையொப்பம்: Lakshmi. C.S.
தேதி: 24. 8. 2008
சி.எஸ். லக்ஷ்மி (அம்பை) எழுத்தாளர்

கையொப்பம்:
தேதி: 22-8-08 22/8/08
பா. கல்யாணி (சமூகப் பணியாளர்)

கையொப்பம்:
தேதி: 29-08-08
சி. மகேந்திரன்

கையொப்பம்:
தேதி: 24. 8. 08
பிரபஞ்சன் (எழுத்தாளர்)

கையொப்பம்:
தேதி: 22.08.08.
டிராட்ஸ்கி மருது (ஓவியர்)

கையொப்பம்:
தேதி: 20/8/2008
சா. கந்தசாமி (எழுத்தாளர்)

கையொப்பம்:

தேதி: 21-08-2008.

கி. ராஜநாராயணன் (எழுத்தாளர்)

கையொப்பம்:

தேதி: 9-9-08

மேலாண்மை. பொன்னுச்சாமி

கையொப்பம்:

தேதி: 1[illegible] 08 2008

ஆ. சிவசுப்பிரமணியன்
(ஆய்வாளர்)

கையொப்பம்:

தேதி: 22/8/08

த.நா. கோபாலன்
(பத்திரிகையாளர்)

கையொப்பம்:

தேதி: 19-8-2008

நீல பத்மநாபன் (எழுத்தாளர்)

கையொப்பம்:

தேதி: 21.08.08.

இராம. சுந்தரம் (பேராசிரியர்)

கையொப்பம்:

தேதி: 20-08-08

நாஞ்சில் நாடன் (எழுத்தாளர்)

கையொப்பம்: அசோகமித்திரன்

தேதி: அகஸ்ட் 22, 2008

அசோகமித்திரன் (எழுத்தாளர்)

கையொப்பம்

தேதி: 23.08.2008

ஹென்றி திபேன்
(மனித உரிமையாளர்)

கையொப்பம்: த. பழமலய்

தேதி: 23.08.08

பேரா.த. பழமலய் (கவிஞர்)

கையொப்பம்:

தேதி: 25/8/08

மாலதி மைத்ரி (கவிஞர்)

கையொப்பம்:

தேதி:

தோப்பில் முஹம்மது மீரான்
(எழுத்தாளர்)

கையொப்பம்:

தமிழ் நேயம்

தேதி: 20.8.2008

கோயமுத்தூர் 641 029.

கி. பழனிச்சாமி (விமர்சகர்)

கையொப்பம்:

தேதி: 25-8-08

ஆற்றூர் ரவிவர்மா (கவிஞர்)

கையொப்பம்:

தேதி:

செ. ஜோதிமணி (சமூகப் பணியாளர்)

கையொப்பம்:

தேதி: 28.08.2008.

பொ. வேல்சாமி (ஆய்வாளர்)

கையொப்பம்:

தேதி: 22. 8. 2008

ஆ. மாதவன் (எழுத்தாளர்)

கையொப்பம்:

தேதி: 22/08/08

அம்ஷன் குமார் (இயக்குநர்)

கையொப்பம்:

தேதி: 26/8/08

சோ. தர்மன் (எழுத்தாளர்)

கையொப்பம்:

தேதி: 27.08.08

பாவண்ணன் (எழுத்தாளர்)

கையொப்பம்:

தேதி: 15 - 8 - 2008

அ.கா. பெருமாள் (பேராசிரியர்)

கையொப்பம்:

தேதி: 22.08-08

க. பஞ்சாங்கம் (பேராசிரியர்)

கையொப்பம்:

தேதி: 20.08.08

மணா (பத்திரிகையாளர்)

கையொப்பம்:

தேதி: 22/08/08

அழகிய பெரியவன் (எழுத்தாளர்)

கையொப்பம்: எஸ். நீலகண்டன்.

தேதி: 01/09/2008

எஸ். நீலகண்டன் (பேராசிரியர்)

கையொப்பம்:

தேதி: 25/08/08

ராஜ் கௌதமன் (பேராசிரியர்)

கையொப்பம்:

தேதி: 19/08/2008

கா.அ. மணிக்குமார் (பேராசிரியர்)

கையொப்பம்:

தேதி:

சு. சுகிர்தராணி

கையொப்பம்:
தேதி: 31-8-08

மீனா சுவாமிநாதன்
(சமூகப் பணியாளர்)

கையொப்பம்:
தேதி:

எஸ். பெருந்தேவி

கையொப்பம்:
தேதி: 17.08.2008

சுகுமாரன் (கவிஞர்)

கையொப்பம்:
தேதி: 14-09-2008

பிரேமானந்தன்

பிரபஞ்சன் கடிதம்

அனுப்புநர்

பிரபஞ்சன்
2/14 பீட்டர் குடியிருப்பு,
இராயப்பேட்டை, சென்னை 14.

பெறுநர்

மாண்புமிகு கல்வி அமைச்சர்
திரு. தங்கம் தென்னரசு அவர்கள்
தமிழக அரசு, சென்னை.

அன்புக்குரிய சகோதரர் அவர்களுக்கு,

வணக்கம்.

கல்வித் துறையில் தாங்கள் செய்துவரும் மாற்றங்கள் முன்னேற்றகரமான நடவடிக்கைகள், எதிர்வரும் சமூகத்துக்குப் பாரிய நலங்களை உருவாக்கும். தாங்கள் பொறுப்பேற்ற பின் கல்வித் துறை துடிப்புடன் செயல்படுகிறது என்பதைக் காண்கிறேன். தங்கள் உழைப்பு மேன்மையானது. எனது பாராட்டுகளை ஏற்றுக்கொள்ளுங்கள்.

தங்கள் பொறுப்பில் இருக்கும் நூலகத் துறை செய்திருக்கும் ஒரு செயல் எனக்கு மிக ஆழமான வருத்தத்தை ஏற்படுத்தி இருக்கிறது. அது பற்றியே இக்கடிதம்.

காலச்சுவடு இதழை அரசு நூலகங்களில் தடைசெய்திருப்பதாக நான் அறிகிறேன். இது ஜனநாயக விரோதப் போக்கு. எந்த வகையிலும் நியாயம் கற்பிக்க முடியாத செயல் இது.

தமிழின் மிக முக்கியமான இலக்கிய ஆளுமையான திரு. சுந்தர ராமசாமி அவர்களால் சரியாக 20 ஆண்டுகளுக்கு முன்னர் *காலச்சுவடு* இதழ் தொடங்கப்பட்டது. படைப்பிலக்கிய விமர்சனம், மொழிபெயர்ப்பு, சமூக, பண்பாட்டுத் தளம் ஆகிய துறைகளில் மிகப் பெரிய பணிகளைச் செய்தது அது. திரு. சுந்தர ராமசாமி அவர்கள் மறைவுக்குப் பிறகு, திரு. கண்ணன் *காலச்சுவடு* இதழைத் தொடர்ந்து சிறப்பாக நடத்திக் கொண்டிருக்கிறார். கடந்த பல ஆண்டுகளில் தமிழ் இந்திய வாழ்வில் நிகழ்ந்த பல்வேறு நிகழ்வுகளில் கருத்தை உருவாக்கு வதிலும் விமர்சிப்பதிலும் பெரும் பணி செய்துள்ள பத்திரிகை அது. கலை பண்பாட்டுத் தளத்தில் *காலச்சுவடின்* எழுத்துப் பணி, வரலாறு அறிந்த காரியங்கள். நவீனப் படைப்புக்கு அதன் பங்களிப்பு மிகவும் பெரிது. தமிழின் மிக முக்கியமான எழுத்தாளர்கள் அனைவரும் எழுதும், எழுதிய பத்திரிகை காலச்சுவடு. நானும் *காலச்சுவடில்* எழுதி இருக்கிறேன். இனியும் எழுதுவேன்.

காலச்சுவடு முன்வைக்கும் கருத்துகளில் தங்களுக்கு மாறு பாடு எழலாம். எனக்கும் காலச்சுவடுக்கும் கடந்த காலங்களில் கருத்து வேற்றுமை வந்ததுண்டு. வரத்தானே செய்யும். எல்லோருமே ஏதோ ஒரு கருத்தியல் தத்துவத்தின் அடிப்படையில் சிந்திக்கும்போது கருத்து வேறுபாடு வரத்தானே செய்யும். கருத்து முரண்பாடுகள்தானே வளர்ச்சியின் முதல் படி? நம் கருத்தையே *காலச்சுவடு* எதிர் ஒலிக்கும் என எதிர்பார்ப்பது நியாயம் அல்லவே!

தமிழக அரசையும் தங்கள் பணியையும் *காலச்சுவடு* பாராட்டி இருக்கிறது. விமர்சிக்க வேண்டும் என்று அது கருதும் சமயங்களில் விமர்சிக்கவும் செய்கிறது. அது பத்திரிகையின் உரிமை அல்லவா? அதுதானே பத்திரிகை தர்மம். திரு. கண்ணன் தி.மு. கழகக்காரர் அல்லவே. அவர் கழக அரசை விமர்சிக்கக் கூடாது என்பது கருத்துரிமைத் தடை ஆகாதா? அரசைக் *காலச்சுவடு* விமர்சித்தது என்பதற்காக, அப்பத்திரிகையை நூலகத்தில் தடைசெய்வது, ஜனநாயக விரோதம் என்று கருதப் படுமே! நமக்கு எதிரான கருத்துச் சொல்பவரை முடக்குவது எதேச்சதிகாரம் என்று கருதப்படுமே. உலக அளவில் வாசகர் களைக் கொண்ட *காலச்சுவடின்* வாசக உலகத் தமிழர்கள் தங்கள் அரசைப் பற்றி என்ன நினைப்பார்கள்?

காலச்சுவடுக்குத் தடை என்பது அறம் சார்ந்த விஷயம் ஆகாது.

தடை, தங்கள் அரசுக்கு அபகீர்த்தியை விளைவிக்கும் என்று அஞ்சுகிறேன்.

அன்புகூர்ந்து, தடையை நீக்குமாறு, ஒரு எழுத்தாளன் என்ற முறையில் கேட்டுக்கொள்கிறேன்.

வரி செலுத்தும் பிரஜை என்ற முறையிலும் காலச்சுவடு மற்றும் உயிர்மை, உயிர் எழுத்து, கவிதா சரண், புதிய கோடாங்கி முதலான பல பத்திரிகைகளையும் நூலகத்தில் நான் பார்க்க விரும்புகிறேன்.

மிகவும் சிறப்பாகப் பணியாற்றும் இளைஞருக்கு, இது காரணமாக இழுக்கு ஏற்பட்டுவிடக் கூடாது என்பதே என் எண்ணம். உங்கள்மேல் எனக்குள்ள நம்பிக்கை, பெரிது.

வாழ்த்துகள்.

தோழமையுடன்,

இதழ் 106, அக்டோபர் 2008

நாட்டுடைமையாக்கம் – சேவை பாதி சதி பாதி

கண்ணன்

பாரதிப் படைப்புகளிலிருந்து துவங்கிய நாட்டுடைமையாக்கம் எனும் தமிழக மரபு பற்பல பயன்களை ஈட்டியுள்ளதை மறுப்பதற்கில்லை. பொதுவாகத் தமிழ்ப் பதிப்பாளர்களின் கொடுங்கனவு எழுத்தாளர்களுக்குக் காப்புரிமை வழங்குவது பற்றியது. எனவே நாட்டுடைமையாக்கம் மறைந்துபோன படைப்புகளின் மறுபதிப்புகள் வெளிவர உதவுகிறது. சில நேரங்களில் வாரிசுதாரரைத் தேடிப் பிடிக்கும் சிக்கலிலிருந்தும் அவர்தம் குடும்பப் பிரச்சனைகளிலிருந்தும் படைப்புகளை விடுவிக்கிறது.

இருப்பினும் காப்புரிமை பற்றித் தமிழக அரசுக்கும் பதிப்பாளர்களுக்கும் அதிகாரிகளுக்கும் எழுத்தாளர்களுக்கும் போதிய தெளிவு இல்லை. ஒரு எழுத்தாளர் மறைந்து அறுபது ஆண்டுகள் ஆனதும் அவரது படைப்புகள் பொதுவுடைமை ஆகிவிடுகின்றன. ஆனால் தமிழக அரசு தொடர்ச்சியாகப் பொதுவுடைமையாகி விட்ட எழுத்தாளர்களின் வாரிசுகளுக்குப் பணம் வழங்கி அவற்றை நாட்டுடைமையாக்கி வருகிறது. உதாரணத்திற்கு இந்த ஆண்டு நாட்டுடைமையாக்கப்பட்டிருக்கும் எழுத்தாளர் பட்டியலில் மு.சு. பூரணலிங்கம் பிள்ளை, வடுவூர் துரைசாமி ஐயங்கார் ஆகியோரின் பெயர்களும் உண்டு. இவர்கள் முறையே 1947இலும், 1942இலும் மறைந்தவர்கள். இவர்கள் படைப்புகள் முறையே 2007இலும், 2002இலும் பொதுவுடைமையாகிவிட்டன. இவற்றை 2009இல் அரசு நாட்டுடைமையாக்க வேண்டிய அவசியமே இல்லை.

நலிந்த நிலையிலிருக்கும் எழுத்தாளர்களின் வாரிசுகளுக்கு உதவ அரசு தனித் திட்டம் வகுப்பது நலம். நாட்டுடமைத் திட்டத்தை இதற்குப் பயன்படுத்துவது காப்புரிமை பற்றிய குழப்பங்களுக்கு வழிவகுக்கிறது.

பிப்ரவரி 17 அன்று சட்டமன்றத்தில் நிதிநிலை அறிக்கையில் தமிழக அரசு 28 படைப்பாளிகளின் படைப்புகளை நாட்டுடமை யாக்குவதாக அறிவித்தது. அதில் ஒரு எழுத்தாளர் சுந்தர ராம சாமி. இதற்காக சு.ரா. குடும்பத்தின் அனுமதி பெறப்படவில்லை. அத்தகைய முன் அனுமதி பெறும் வழக்கம் அரசுக்கு இல்லை என்பது இதை ஒட்டி எழுந்த சர்ச்சையின் வழி தெரியவந்துள் ளது. இவ்வாறு சட்டமன்றத்தில் அறிவிப்பது சட்டவிரோத மானது. எந்த எழுத்தாளரின்/குடும்பத்தினரின் காப்புரிமையை யும் பறிக்கும் அதிகாரம் அரசுக்கு இல்லை. அவர்கள் அனுமதி யுடன் அதை வாங்கி நாட்டுடமையாக்கும் அதிகாரம் மட்டுமே அரசுக்கு உண்டு. காப்புரிமை தொடர்பான தம் அதிகாரத்தின் வரையறை பற்றிய தெளிவு தமிழக அரசு அதிகாரிகளுக்கும் அமைச்சர்களுக்கும் இல்லைபோலும்.

நாட்டுடமையாக்கத்தை எழுத்தாளர் / குடும்பத்தினர் ஒப்புதல் பெற்றுவிட்டு அவர்களுக்கு உரிய மதிப்பூதியம் வழங்கி விட்டு அறிவிப்பதே முறை. அதிரடியான அறிவிப்புகள் எழுத் தாளர் / குடும்பத்தினரை அவமதிப்பதாகவே உள்ளன. அவர் களுக்கு உரியதை ஒப்புதல் வாங்காமல் நாட்டுடமையாக்குவது அரசின் ஆணவத்தின் வெளிப்பாடாக உள்ளது. இந்த ஆணவம் அறியாமையிலிருந்து பிறப்பது. குடும்பத்திற்கு விருப்பம் இல்லை யெனில் நாட்டுடமையாக்கமாட்டோம் என்ற பெரும்போக் கான அறிவிப்புகளும் அபத்தமானவை. குடும்பம் ஏற்காதவரை அரச அறிவிப்புச் சட்டப்படிச் செல்லாது. இந்த அரசியல்வாதி களின், அதிகாரிகளின் தனிச் சொத்துக்களை அவர்கள் அனுமதி யின்றி நாட்டுடமையாக்கிவிட்டு நட்ட ஈடு வழங்குவதாக அறிவித்தால் இத்தகைய அறிவிப்புகளின் வன்மமும் தாக்கமும் அவர்களுக்கு விளங்கிவிடும்.

மேற்படி அறிவிப்பில் அரசு எழுத்தாளர்கள் நூல்களின் எண்ணிக்கை, சமூகத் தாக்கம், பெருமை ஆகிய அடிப்படையில் மதிப்பூதியம் வழங்கப்படும் எனத் தெரிவிக்கப்பட்டுள்ளது. நூல் எண்ணிக்கை ஒரு சீரிய அளவீடு அல்ல. சிறிய நூல்கள், பெரிய நூல்கள் என முரண்பாடு ஏற்படக்கூடும். எனவே எடைபோட்டுப் பார்ப்பது சாலச் சிறந்தது எனப் பரிந்துரைக் கிறோம். சமூகத் தாக்கம், நூலின் பெருமை போன்றவற்றை அளவிட இப்பூவுலகில் கருவிகள் எதுவும் இல்லை. கருத்துக்

கணிப்பு நடத்துவார்களோ? கொலைபாதகத்தில் முடிந்துவிடாமல் பார்த்துக்கொள்ள வேண்டும்.

சு.ரா. படைப்புகளைப் பொறுத்தவரை என்ன தொகையை அரசு வழங்க உள்ளது என்பதைக் கணக்கில் கொள்ளாமல் உடனடியாக மறுப்பது என முடிவெடுத்து விட்டோம். காரணம் சு.ரா. மீதுள்ள மரியாதை காரணமாக அரசு இந்த முடிவை எடுத்துள்ளது என்று நினைக்க முடியவில்லை. அவர் எழுதிப் பங்களித்த அரை நூற்றாண்டிற்கும் மேற்பட்ட காலத்தில் அவர் இருப்பைத் தமிழக அரசு அங்கீகரித்ததில்லை. குறிப்பாகத் தமிழ் மீதும் எழுத்தாளர் மீதும் தனிப் 'பற்று' கொண்டுள்ள திமுக திட்டமிட்ட முறையில் அவரைப் புறக்கணித்தது. வாழ்ந்த காலத்தில் மட்டுமல்ல, மரணமடைந்தபோதும் இந்தப் புறக்கணிப்புத் தொடர்ந்தது. அரசு சார்பாக இரங்கல் செய்தி வரவில்லை. அரசுப் பிரதிநிதிகள் யாரும் அஞ்சலி செலுத்தவும் இல்லை. சு.ராவுக்கு நிகராகப் பங்களித்த வேறு எந்த இந்திய மொழி எழுத்தாளரையும் ஓர் அரசு இவ்வாறு புறக்கணித்திருக்கும் என்று தோன்றவில்லை.

கனிமொழி கருணாநிதியால் ஓர் இலக்கியப் பிதாமகராகக் கொண்டாடப்படும் சுஜாதா போன்ற வெகுஜன எழுத்தாளர்களை விட்டுவிட்டு, சு.ராவின் எழுத்துக்களை நாட்டுடமையாக்கியிருப்பது இதிலுள்ள அழித்தொழிப்பு அரசியலைத் தெளிவாக வெளிப்படுத்தி விடுகிறது. *காலச்சுவடு* முன்வைக்கும் ஆதார பூர்வமான விமர்சனங்களை எதிர்கொள்ளமாட்டாமல், சகிக்கவும் முடியாமல், நூலகங்களில் அதைத் தடைசெய்திருக்கும் தமிழக அரசு, சுந்தர ராமசாமியின் காப்புரிமையைப் பறித்து, *காலச்சுவடைப்* பலவீனப்படுத்த நினைக்கும் ஒரு பழிவாங்கல் நடவடிக்கை இது. ஏற்கனவே புதுமைப்பித்தன் படைப்புகளைக் 'காலச்சுவடு' தொகுத்து வழங்கும் பணியைத் தொடங்கியதும் ஒரு சாதிவெறிக் கும்பல் அவர் படைப்புகளை நாட்டுடமையாக்கும் பணியை முன்னெடுத்தது. அதனால் 'காலச்சுவ'டின் வளர்ச்சி தடைபடும் எனக் கனவுகண்டது. இச்சதிவேலைகளைப் புறக்கணித்து, பு.பியின் நாட்டுடமையாக்கத்தைக் காலம் தாழ்ந்த அங்கீகாரமாக வரவேற்ற 'காலச்சுவடு', பு.பி. பதிப்புப் பணியை இன்றுவரை முன்னெடுத்துவருகிறது. பு.பி. படைப்புகளின் 'காலச்சுவடு' பதிப்புகள் ஈடு இணையற்ற வாசக ஆதரவைப் பெற்றுவருகின்றன. இன்று அந்த நாசகாரக் கும்பல் திமுக அரசில் இணைந்திருக்கிறது.

நாட்டுடமையாக்கத்தினால் எழுத்தாளர்களுக்கு ஏற்படும் சில பாதிப்புகளுக்குக் காரணம் தமிழரிடம் காணப்படும் எழுத்தின் மீதான அறவுரிமை (Moral right) பற்றிய போதிய

புரிதலின்மை. நாட்டுடமையாக்கம் ஒரு எழுத்தாளனின் படைப்புகளைப் பொதுவுடைமையாக மாற்றுகிறது. பொதுவுடைமையாக்கம் யாரும் காப்புரிமை வழங்காமல் அந்த எழுத்தாளர் படைப்புகளைப் பிரசுரிக்க வழிசெய்கிறது. ஆனால் இந்த உரிமை எழுத்தாளரின் படைப்புகளின் முழுமையைச் சிதைக்கவோ திருத்தவோ சுருக்கவோ பிழைபட வெளியிடவோ அளிக்கப்படும் உரிமை அல்ல. படைப்பின் மீதான அறவுரிமை என்பது பண்பாட்டுத் தளத்தில் இயங்கும் அனைவரும் கைக்கொள்ள வேண்டிய கூட்டுப் பொறுப்பு. தமிழில் நாட்டுடமையாக்கப்பட்ட படைப்புகள், திருத்தப்படுவது, பத்திகள் நீக்கப்படுவது என மனம்போன போக்கில் வெளியிடப்படுவதைக் கண்காணிக்க, விமர்சிக்கப் போதிய விழிப்புணர்வு இங்கு இல்லை. இந்நிலை அகன்றால்தான் நாட்டுடமையாக்கம் முழுமைபெறும்.

இந்த ஆண்டு மேற்கொண்ட நாட்டுடமையாக்கத்திற்கு எதிர்வினையாக, அரசு, பெரியார் எழுத்துக்களை நாட்டுடமை ஆக்காதிருப்பது பற்றிய கேள்விகள் எழுந்துள்ளன. எழுத்தாளர்களின் குடும்பங்களைக் கிள்ளுக்கீரையாக நினைத்து அனுமதி பெறாமல் சட்டமன்றத்தில் அறிவிக்கும் அரசு, கி. வீரமணியின் உணர்வுகளை மதித்துப் பெரியார் விஷயத்தில் மௌனம் சாதிப்பது நாட்டுடமையாக்கத்தின் அரசியலை அம்பலப்படுத்தி விடுவது உண்மைதான். ஆனால் உணரப்பட வேண்டிய செய்தி பெரியார் படைப்புகளைத் தன்னிச்சையாக நாட்டுடமையாக்கும் அதிகாரம் அரசுக்கு இல்லை என்பதுதான். அரசு விரும்பினால் பெரியார் படைப்புகளின் காப்புரிமையாளர்களிடம் வேண்டுகோள் விடுக்கலாம், உயரிய தொகையளித்து அவர்தம் காப்புரிமையை வாங்கிட முயலலாம். அவ்வளவுதான். இந்தப் புரிதல் அறிஞர்களுக்கு இருப்பது அவசியம்.

சட்டமன்றத்தில் அறிவிப்பு வெளியிட்டுச் சில மணிநேரத்தில் *காலச்சுவடி*ன் மறுப்பு அறிக்கை ஊடகங்களுக்கு அனுப்பப்பட்டது. இதை அடுத்து கண்ணதாசன், மு.வ., லக்ஷ்மி ஆகியோரின் குடும்பத்தினரும் தங்களைக் கலந்தாலோசிக்காத அரசு மேற்கொண்ட நாட்டுடமையாக்கத்திற்கு உடன்பட மறுத்துள்ளனர். மறுநாள் தமிழக அரசு கீழ்க்கண்ட செய்திக் குறிப்பை வெளியிட்டது.

அரசு செய்திக் குறிப்பு – 18.2.2009

இன்றைய தலைமுறையினரும், எதிர்காலத் தலைமுறையினரும் எந்தவிதச் சிரமமுமின்றி எளிய முறையில் பயன்பெற வேண்டும் என்பதற்காகத் தமிழறிஞர்களின் நூல்களை நாட்டுடமையாக்கும் திட்டம் தமிழக அரசால்

தொடர்ந்து நடைமுறைப்படுத்தப்பட்டு வருகிறது. இது அரசின் விருப்புரிமை அடிப்படையில் செயல்பட்டு வருகிறது. எந்தவிதக் கட்டாயமும் கிடையாது. நாட்டுடமையாக்கப்படுவதற்குச் சம்பந்தப்பட்ட மரபுரிமை யாளர்கள் – அவர்களுக்குக் கிடைத்துவரும் 'ராயல்டி' தொகை கிடைக்காமல் போய்விடும் என்பதற்காக ஒப்புதல் தரவில்லையெனில் தொடர் நடவடிக்கை எடுக்காமல் கைவிட்டுவிடுவதை அரசு வழக்கமாய்ப் பின்பற்றி வருகிறது. உதாரணமாக மூதறிஞர் ராஜாஜி, உ.வே.சா., அகிலன், கவியோகி சுத்தானந்த பாரதியார், கிருபானந்த வாரியார் ஆகியோரது நூல்களை நாட்டுடமையாக்கிடக் கடந்த காலத்தில் அரசினால் அறிவிக்கப்பட்டு – பின்னர் சம்பந்தப்பட்ட மரபுரிமையாளர்கள் நாட்டுடமையாக்கிட ஒப்புதல் தரவில்லை என்பதால், மேல் நடவடிக்கை கைவிடப்பட்டது. எனவே தற்போது நிதிநிலை அறிக்கை யில் நாட்டுடமையாக்கப்படும் என்று அறிவிக்கப்பட்டுள்ள பட்டியலிலே உள்ள சில நூலாசிரியர்களின் மரபுரிமையர், அவர்களின் நூல்களை நாட்டுடமையாக்க ஒப்புதல் தரவில்லை என்பதால் கடந்த காலத்தில் பின்பற்றப்பட்ட நடைமுறை இப்போதும் பொருந்தும்.

மேற்படி குறிப்பில் விவாதத்திற்குரிய சில செய்திகள் உள்ளன. ஒன்று, பல எழுத்தாளர்களின் நூல்களை நாட்டுடமை யாக்குவதாக அறிவித்த பின்னர் அவர்கள் காப்புரிமையாளர் கள் மறுத்ததும் அது கைவிடப்பட்டதாகவும் குறிப்பிடும் அரசு, தனது முறைமையை மாற்றிக்கொள்ளத் தயாராக இல்லை என்பது கண்டனத்திற்குரியது. அதாவது, அரசு தனக்கு உரிமை இல்லாத பொருளை நாட்டுடமையாக்குவதாக அறிவிக்கும். சம்பந்தப்பட்டவர்கள் பதறிப்போய் மறுத்தால் விட்டுவிடும். இதனால் ஏற்படும் இழப்புகள் பற்றியோ பதற்றங்கள் பற்றியோ புண்படும் மனங்கள் பற்றியோ அரசே சட்டம் மீறுவது பற்றியோ அதற்குக் கவலை இல்லை. அரசின் சட்டமன்ற அறிவிப்பை யும் தினசரி செய்திகளையும் அடிப்படையாகக் கொண்டு பல பதிப்பாளர்கள் நாட்டுடமையாக்கப்பட்ட நூல்களை வெளியிட்டுவிடுகின்றனர். பின்னர் குடும்பம் மறுப்பதும் அரசு நாட்டுடமையாக்கத்தைக் கைவிடுவதும் வழக்கமாகப் போதிய கவனம் பெறுவதில்லை. இது பதிப்பாளர் இடையே மனக் கசப்புக்கும் பொருள் இழப்பிற்கும் நீதிமன்ற நடவடிக்கைக்கும் இட்டுச்செல்லும். சில ஆண்டுகளுக்கு முன்னர் கிருபானந்த வாரியாரின் பதிப்பாளர் ஒவ்வொரு பதிப்பாளருக்கும் கடிதம் எழுதி நாட்டுடமையாக்கம் ஏற்கப்படவில்லை என்பதைத்

தெரிவித்தார். முன் அனுமதி பெறாமல் அறிவித்து இத்தகைய பிரச்சனைகளுக்கு வழிவகுக்கும் அரசின் ஆணவம் ஒரு முடிவுக் குக் கொண்டுவரப்பட வேண்டியது அவசியம். பொதுச் சொத்தைச் சுரண்டித் தனிச் சொத்தாக மாற்றிவரும் ஆளும் வர்க்க மனப்பான்மையின் நீட்சி, தனது கைக்கு எட்டாத தனிச் சொத்துக்களைப் பொதுச் சொத்தாக மாற்ற முயல்வது.

நாட்டுடமையாக்கத்தை ஏற்காதவர்களை 'ராயல்டி கிடைக் காமல் போய்விடும் என்பதற்காக' மறுக்கும் சுயநலமுடைய வர்களாக அரசு செய்தி குறிப்புணர்த்துகிறது. குடும்பத்தினர் மறுப்பிற்குப் பல காரணங்கள் இருக்கலாம். அரசு உரிய முறை யில் காப்புரிமையாளர்களை மதிக்காமல் தன்னிச்சையாக அறிவிப்பதால் மனம் புண்பட்டு மறுக்கலாம். படைப்புகளின் அறவுரிமை மீறப்பட்டு, படைப்பாளி சீரழிக்கப்படுவாரோ என அஞ்சி மறுக்கலாம் அல்லது காப்புரிமைத் தொகையை இழக்க நேரிடுமே எனக் கருதியும் மறுக்கலாம். காப்புரிமைத் தொகையை எண்ணி மறுப்பதில் எந்தப் பிழையும் இல்லை. காப்புரிமையாளர்கள் நமது ஆளும் வர்க்கத்தைப் போலப் பொதுச் சொத்துக்களை அபகரிக்க விரும்பவில்லை. தமக்கு உரியதைத் தக்கவைத்துக் கொள்ளவே விரும்புகின்றனர். படைப் பாளியின் பங்களிப்புப் பண்பாட்டின் பொதுச் சொத்து. ஆனால் அப்படைப்புகளின் காப்புரிமை 60 ஆண்டுகளுக்குக் காப்புரிமையாளர்களுக்கே உரியது. தானே படைத்த பொரு ளுக்குப் படைப்பாளிக்கும் வாரிசுகளுக்கும் கிடைக்கும் இந்த உரிமை மிக யோக்கியமானது. தனிச் சொத்தை மறுத்த பொது வுடைமை நாடுகள்கூடப் படைப்பாளிக்குக் காப்புரிமையை மறுக்கவில்லை. *நிறப்பிரிகை*யின் முழு வீச்சிலும் வண்ணங்களி லும் ஊழல் செய்து மக்களைச் சுரண்டிப் பிழைக்கும் அதிகார வர்க்கத்திற்குக் காப்புரிமையாளர்களைக் குத்திக்காட்டும் யோக்கியதை இல்லை.

இதழ் 111, மார்ச் 2009

திருமங்கலமாகும் தமிழகம்

ஸ்டாலின் ராஜாங்கம்

இரண்டு ஆண்டுகளுக்கு முன் திருநெல்வேலியை ஒட்டிய கிராமம் ஒன்றிற்குச் சென்றிருந்தபோது, தெருவிலிருந்த பழைய ஆழ்துளைக் குழாயை வீரப்பன் போர்வெல் என்று அவ்வூரார் அழைப்பதைக் கவனித்தேன். இங்கு 1986ஆம் ஆண்டு நடைபெற்ற இடைத்தேர்தலில் அதிமுக சார்பாகப் போட்டியிட்ட, ஆர்.எம். வீரப்பன் அமைத்த குழாய் என்பதால் அப்பெயர் என்பதைப் பின்னர் தெரிந்துகொண்டேன். தண்ணீர்ப் பஞ்சம் நிலவிய பல கிராமங்களிலும் இவ்வாறு அவர் குழாய் அமைத்துத் தந்ததால் வீரப்பன் போர்வெல் தேர்தல் செலவில் மிச்சமான பணத்தைக் கொண்டு கோயில் ஒன்றுக்கு மணி வாங்கித் தந்ததால் அது வீரப்பன் மணி என்றும் அழைக்கப்படுவதாக அவ்வூர் நண்பர் சொன்னார். வாக்காளர்களுக்கு மறைமுகமாக அவர் தந்த சன்மானங்களே இவை. ஆரத்தி எடுக்கும் தட்டுகளில் அவர் அளித்த புதிய ஐந்து ரூபாய் நோட்டுகள் பற்றியும் அப்போது பரபரப்பாகப் பேசப்பட்டதாம்.

தேர்தலில் வாக்காளர்களுக்குப் பணத்தையோ பிற பொருட்களையோ கொடுப்பதென்பது புதிய நடைமுறையல்ல. தேர்தல் அமைப்பு செயல்படத் தொடங்கியது முதலே வாக்காளர்களை ஈர்க்கப் பல வழிமுறைகள் பின்பற்றப்பட்டு வந்துள்ளன. கொள்கை வழிப்பட்ட பிரச்சாரம், கடந்த காலச் சாதனைகள், மேற்கொள்ளவிருக்கும் திட்டங்கள், அவற்றை நிறைவேற்றுவதற்கான கட்சி சார்ந்த நம்பிக்கை போன்றவற்றைக் கொண்டிராத அரசியல் கட்சிகளே இந்நடைமுறைகளில் ஈடுபடுகின்றன.

முன்பு வாக்காளர்களை ஈர்ப்பதற்காகப் பணம் போன்றவற்றைப் பயன்படுத்துவதிலும் சில வேறுபாடுகள் இருந்தன. ஒரு தொகுதியில் வாக்குகள் குறைய வாய்ப்புள்ள இடங்களில் வாக்குறுதிகளும் சலுகைகளும் வழங்கப்பட்டன. அரிதான சந்தர்ப்பங்கள் தவிர மற்ற நேரங்களில் நேரடியாகப் பணம் தரப்பட்டதில்லை. ஆர்.எம். வீரப்பன் செய்தது போன்று சில சலுகைகள் உருவாக்கித் தரப்பட்டிருக்கலாம். ஆனால் அனைத்து வாக்காளர்களுக்கும் பணம் கொடுத்ததும் அதை இத்துணை பகிரங்கமாக நிறைவேற்றியதும் திருமங்கலம் இடைத்தேர்தலில்தான்.

திருமங்கலம் இடைத்தேர்தலும் ஈட்டியுள்ள வெற்றியும் தேர்தல் குறித்த சூத்திரங்களை மாற்றியிருப்பதோடு பல புதிய வழிகளையும் திறந்துவிட்டுள்ளன. இனிப் பணம் செலவழிக்கத் திராணியுள்ள கட்சிகள் மட்டுமே தேர்தலில் போட்டியிட முடியும். வாக்காளர்களும் பணமற்ற தேர்தலை விரும்பப்போவதில்லை. வாக்களிப்போரின் எண்ணிக்கை 100 சதவிகிதத்தையும் எட்டக்கூடும். வாக்காளர் பட்டியலில் தங்கள் பெயர் விடுபடாமல் சரிபார்த்துக்கொள்ளும் பொறுப்பும் வாக்காளர்களுக்கு ஏற்பட்டுவிடும். தேர்தல்தோறும் தேர்தல் புறக்கணிப்பை வலியுறுத்தும் சில அரசியல் அமைப்புகளை அரசு மட்டுமல்ல, இனிப் பொதுமக்களும் விரும்பப்போவதில்லை. திருமங்கலம் தொகுதி மக்களும் அங்கு நடந்து முடிந்த இடைத்தேர்தலை அறிந்த மற்ற தொகுதி மக்களும் இப்போது புதிய உற்சாகத்தோடு தேர்தலை எதிர்நோக்கிக் காத்திருக்கக்கூடும்.

○

2006இல் திமுக ஆட்சிக்கு வந்ததும் உள்ளாட்சித் தேர்தல், இடையிடையே உள்ளாட்சி இடைத்தேர்தல்கள் போன்றவற்றோடு மூன்று சட்டமன்ற இடைத்தேர்தல்களும் நடந்துள்ளன. அதில் உள்ளாட்சித் தேர்தல்களில் பெரும்பான்மையாகவும் இடைத் தேர்தல்களில் முழுமையாகவும் திமுகவே வெற்றி பெற்றுள்ளது. இதுவரையிலான இடைத்தேர்தல்களில் பெரும்பாலும் ஆளுங் கட்சிகளே வெற்றிபெற்றுவந்துள்ளன. நடைபெறும் ஆட்சிமீதான மக்களின் மதிப்பீடு எதிர்மறையாக அமைந்துவிடக் கூடாது என்பதற்காக ஆளுங்கட்சி தனது செல்வாக்கைப் பயன்படுத்தி வெற்றியை உருவாக்கிக்கொள்கிறது. மதுரையில் நடைபெற்ற இடைத்தேர்தல்களில் ஆளுங்கட்சியான திமுக தனது செல்வாக்கை நிறுவிக்கொள்வதற்கான கூடுதல் காரணங்கள் இப்போதிருந்தன. மத்தியில் மட்டுமல்லாது மாநிலத்திலும் கூட்டணி ஆட்சி சாத்தியமாகிவரும் சூழ்நிலையில் தன்னை மீண்டும் தனிப்பெருங் கட்சியாக நிறுவிக்கொள்ள விரும்பும் திமுக, தென்மாவட்டங்கள் அதிமுகவிற்குச் சாதகமானவை

என்னும் கருத்தைச் சட்டமன்றத் தேர்தலில் மாற்றியதோடு, அதைத் தக்கவைத்துக்கொள்ளவும் விரும்புகிறது.

இப்போது விஜயகாந்தின் வருகை நடந்துள்ளது. திமுக உட்கட்சி அரசியலும் முன்னிற்கிறது. கட்சியில் தன் இடத்தை உறுதிசெய்துகொள்ள விரும்பும் மு.க. அழகிரி அதீத வெற்றி களை உருவாக்கித் தன் சகபோட்டியாளரான சகோதரரை மிஞ்ச முயல்கிறார். இதற்கேற்றாற்போலவே இடைத்தேர்தல் கள் யாவும் அழகிரி 'கட்டியாளும்' மதுரையிலே நடைபெற்ற தோடு, திருமங்கலம் இடைத்தேர்தல் வெற்றிக்குப் பிறகு கட்சிக் குள் அவருக்குப் பொறுப்பும் வழங்கப்பட்டுள்ளதைப் பார்க்க லாம். இச்சவால்களை எதிர்கொள்ளும் பொறுப்பு அதிமுக விற்கும் இருந்தது. எனவே ஆளுங்கட்சியும் எதிர்க்கட்சியும் பெருமளவில் பணத்தைச் செலவழித்தன.

மதுரை மத்திய மற்றும் மேற்குத் தொகுதிகளுக்கான தேர்தல்களின்போதே வாக்காளர்களுக்குப் பணம் கொடுக்கப் பட்டதாகப் புகார் எழுந்தது. அப்புகார் உண்மையுங்கூட. மதுரை மேற்குத் தொகுதியில் வீட்டுக்கு 1500 ரூபாய் வீதம் கொடுக்கப்பட்டதாகச் சொல்லப்பட்டது. இது தொடர்பாகக் கட்சிகளுக்கிடையே மோதலும் ஏற்பட்டது. அதிமுகவைச் சேர்ந்த மதுசூதனனின் கார் தாக்கப்பட்டது. இந்த இரண்டு தொகுதிகளின் வெற்றி, பணம் கொடுக்கும் நடைமுறையை அதிகரித்தது. அதன் உச்சம்தான் திருமங்கலம். மதுரை மத்திய மற்றும் மேற்கு ஆகிய இரண்டு தொகுதிகளும் நகரத்திற்குள் இருப்பவை. அதோடு சிறிய தொகுதிகள். திருமங்கலம் பெரிய தொகுதி, அதிகக் கிராமங்களை உள்ளடக்கியது. சென்ற சட்டமன்றத் தேர்தலில் அதிமுகவின் கூட்டணிக் கட்சியான மதிமுக வெற்றிபெற்ற தொகுதி. எனவே திமுகவும் அதிமுகவும் அதிகமான அளவில் பணம் செலவழித்தன. திருமங்கலம் தேர்தல் வேகமாகவே அறிவிக்கப்பட்டது. இந்த வேகத்தை ஆளுங்கட்சிகூட விரும்பவில்லை.

மதுரையில் நடைபெற்ற முந்தைய இடைத்தேர்தல்களில் ஒரு வீட்டிற்கு 1500 ரூபாய் வரை கொடுக்கப்பட்ட 'நடை முறை' மாறித் திருமங்கலத்தில் 5000 ரூபாய் வரையிலும் தரப் பட்டது. இதை எல்லோரும் வெளிப்படையாக ஒத்துக்கொள்ள வும் செய்கின்றனர். வாக்காளர்களை ஈர்ப்பதற்குப் பணம் தவிர்த்த புதிய நடைமுறைகளும் கையாளப்பட்டன. தேர்தலில் வாக்காளர்களை நோக்கிச் செய்து தரப்படும் வசதிகள், பணம் போன்றவை ஓட்டுகளைப் பெறுவதில் செல்வாக்குச் செலுத்து கின்றன எனும் அடிப்படையில்தான் டி. என். சேஷனின் வருகைக்குப்பின் தேர்தல் தொடர்பான கடுமையான கட்டுப் பாடுகள் கொணரப்பட்டன. புதிய விதிமுறைகளோடு, அவற்றை

மீறும் முறைகளும் சேர்ந்தே பிறப்பதை நம்மூர் அரசியல்வாதி கள் சாத்தியமாக்கியுள்ளனர். பணம் தரப்பட்டது குறித்த புகார் கள்மீது தேர்தல் கமிஷன் எடுத்த நடவடிக்கையென எதையும் காட்ட முடியவில்லை. இது ஒருபுறமிருக்க, பணத்தை நேரடி யாகக் கொடுப்பதற்கான வழிகள் அடைபட்டபோது வேறு வழிகளைக் கட்சிகள் கைக்கொண்டன.

ஒவ்வொரு கிராமத்திற்கும், ஒவ்வொரு நாளும் ஒவ்வொரு அமைச்சர் என்று முகாமிட்டனர். வீடுகள்தோறும் சென்று பணம் பட்டுவாடா செய்யப்பட்டது. நேரடியாகப் பணம் கொடுக்க முடியாதபோது, குடும்ப விசேஷத்தைச் செய்ய வசதியில்லாமல் இருப்பவருக்குப் பணம்கொடுத்துக் குடும்ப விசேஷம் என்னும் பெயரில் கிடாவெட்டு விருந்து வைத்து முழுக் கிராமத்தையே மகிழ்ச்சியிலாழ்த்தினர். திமுகவைச் சேர்ந்த ஒருவர் வேடிக்கையாகச் சொன்னார்: நாங்கள் போட்ட பிரியாணியில் அரிசியைக் கண்டுபிடிப்பதே அரிதாயிற்று!

வாக்குச் சேகரிக்கும்போது அன்பளிப்பு எனும் பெயரில் தாராளமாகப் பணம் தரப்பட்டது. குழந்தைகளுக்குப் பெயர் சூட்டும்போது 1200 முதல் 2000 ரூபாய்வரை அளிக்கப்பட்டது. எஸ்.கோபால்பட்டி எனும் ஊரில், கைக்குக் கிடைக்கும் 500, 1000 ரூபாய் நோட்டுகளை ஆரத்தி எடுத்த தட்டில் எடுத்து வைத்த ரித்தீஷ் என்ற திமுக ஆதரவு நடிகருக்கு அவ்வூரில் எல்லாப் பெண்களும் பலமுறை ஆரத்தி எடுத்ததாகக் கேள்வி. திறந்திருந்த எல்லாக் கதவுகளையும் நாடிவந்த பணப் பட்டு வாடாவைப் பார்த்து, பிரச்சாரம் நடந்த ஒரு மாதமும் திருமங்கலம் தொகுதியின் வீடுகளில் "அடையாக் கதவுகள்" முளைத்திருந்தன. புதுப் பாத்திரங்கள், செல்போன், இளைஞர் களுக்குக் கிரிக்கெட் பொருட்கள், கேரம் போர்டு போன்றவை வாங்கித் தரப்பட்டன. கொடுக்கப்பட்ட பணத்தில் ஆடு, மிக்ஸி போன்றவையும் வாங்கிக்கொள்ளப்பட்டன. தேர்தலுக்குப் பிறகு வங்கிக் கடன் வாங்கித் தருவதாகப் பெண்கள் சுய உதவிக் குழுக்களின் மூலம் உறுதிமொழிகள் அளிக்கப்பட்டுள்ளன. வெளியூரிலிருந்த திருமங்கலம் தொகுதியினருக்குத் தொடர் வண்டிக் கட்டணமும் பேருந்துக் கட்டணமும் வழங்கப்பட்டு வாக்களிக்க வரவழைக்கப்பட்டனர். வீட்டிலிருந்து வாக்குச் சாவடிக்குச் செல்லவும் வாகனங்கள் பயன்படுத்தப்பட்டன. தேர்தல் நாளன்று அணிவதற்கென்றே பல இடங்களில் புது வேட்டியும் புதுச்சேலையும் தரப்பட்டிருந்தன. வாக்களிக்கச் செல்லும் முன்பு தாம்பூலத்தில் சந்தனம், குங்குமம் வைத்துத் தரப்பட்டது. வாக்களித்து முடித்தவர்களுக்கு அருகிலுள்ள கடைகளில் சாப்பாடு, கேக், கோக்கோகோலா போன்றவை ஏற்பாடு செய்யப்பட்டன.

இந்நடைமுறைகள் பல்வேறு அரசியல் கட்சியினர், காவல் துறையினர், அதிகாரிகள், சுய உதவிக் குழுவினர், பத்திரிகை யாளர்கள் போன்ற பலருக்கும் தெரிந்திருந்தன. திமுகவிலும் அதிமுகவிலும் மாநிலம் முழுவதுமிருந்து வந்த நிர்வாகிகள் தொகுதிக்குள் முகாமிட்டுச் 'செயலாற்றி'னர். தேர்தல் முடியும் வரையிலும் தொகுதிக்குள் வாடகை வீடுகூடக் கிடைக்கவில்லை. ஆளுங்கட்சி என்னும் வகையில் திமுகவிற்குப் பல சாதகமான அம்சங்கள் இருந்தன. அதிமுக சட்டமன்ற உறுப்பினர் ஒருவ ரோடு பேசியபோது அவர் சொன்னது: அதிமுக சற்று முன் கூட்டியே பணத்தைக் கொடுத்துவிட்டது. அதுவும் 70 சதவிகிதம் தான் தரமுடிந்தது என்றார். பண விநியோகத்திற்குக் கட்சியின் வெளியூர் ஆட்கள் மட்டுமே பயன்படுத்தப்பட்டனர். பணத்தை முழுமையாக வாக்காளர்களிடம் அளிக்கமாட்டார்கள் என்ப தால் கட்சியின் உள்ளூர்ப் பிரமுகர்கள் யாரும் பணம் கொடுக்கப் பயன்படுத்தபடவில்லை. மற்றுமொரு காரணமும் இருந்தது: பிறகட்சியின் வாக்குச்சாவடி மேற்பார்வையாளர்கள் ஆளுங் கட்சியினரால் விலைபேசப்பட்டிருந்தனர்.

○

திருமங்கலம் இடைத்தேர்தல் அனுபவங்கள் இனிவரும் தேர்தல்களில் உதாரணமாகக் கொள்ளப்படுமானால் நாம் விவாதிப்பதற்கான விசயங்கள் நிறைய உள்ளன. முதன்மை யாக மக்களின் மனநிலை. திருமங்கலம் இடைத்தேர்தல் அப் பகுதி மக்களைப் பொறுத்தவரை வருத்தத்திற்குரியதாக இல்லை. அது அவர்களின் தேவைகள் சிலவற்றை நிறைவுசெய்துள்ளது. பணம் கிடைத்தது என்பதைத் தாண்டி அதில் யோசிப்பதற்கு எதுவுமிருப்பதாக அவர்கள் கருதவில்லை. நெருங்கிச்சென்று கேட்டால் அரசியல்வாதிகளிடமிருந்து மக்கள் பணம் பெற்றுக் கொள்வதில் தவறில்லை என்று சொல்லிவிட விரும்புகிறார்கள். இக்கூற்று அரசியல் வாதிகள்மீதுள்ள வழக்கமான பிம்பத் திலிருந்து சொல்லப்படுவதென்பதைப் புரிந்துகொள்ள முடிகிறது.

அரசியல்வாதிகளிடமிருந்து கறுப்புப் பணம் மக்களிடமே திரும்புவதை நேர்மறையாகப் பார்க்கவும் வாய்ப்பிருக்கிறது என்றாலும், அரசியல்வாதிகளிடம் இவ்வளவு பணம் இருக்கிறது என்பதும் அது முறையற்ற வழியில் சேர்க்கப்பட்டது என்பதும் கவனத்தில் கொள்ள வேண்டியவை. மக்களுக்கான திட்டங் களை அமலாக்குவதிலிருந்து விலகுவதால் இவ்வளவு பணம் சேருகிறது என்பதுதான் உண்மை. பணம் கொடுத்தால் ஓட்டு களைப் பெற்றுவிட முடியும் என்று அரசியல்வாதிகள் நம்பு கிறார்கள்.

திருமங்கலம் இடைத்தேர்தலில் மக்கள் வேறு ஒரு நிலைமைக் கும் தள்ளப்பட்டிருந்தனர் என்றுதான் சொல்ல வேண்டும். இங்கு வாக்களிப்பவர்கள் எனக் கருதப்பட்டவர்களுக்கு மட்டுமே பணம் கொடுக்கப்படவில்லை. மாறாக அனைத்து வாக்காளர் களுக்கும் ஆளுங்கட்சி சார்பில் பணம் அளிக்கப்பட்டது. "ஓட்டுப் போட்டாலும் போடாவிட்டாலும் பணம் வாங்கிக் கொள் ளுங்கள்" என்று சொல்லப்பட்டதாகப் பத்திரிகையாளர் ஒருவர் கூறினார். அதனால் கேட்காமலேயே கிடைத்த பணம், அதிகத் தொகை போன்றவற்றால் மாறி வாக்களிக்க முடியாத உளவியல் உருவாக்கப்பட்டிருந்தது. ஒருசில இடங்களில் விலைவாசிக் கேற்பப் பணம் கேட்டு வாங்கியதாகத் தகவல். ஒருவகையில் கட்சிமீது பொதுவான 'நல்லெண்ணத்தை' உருவாக்க இது பயன்படும். மொத்தத்தில் பணம்தான் தேர்தல் என்ற மன நிலைக்கு மக்களைப் பழக்கப்படுத்தியுள்ளனர். இனிமேல் ஏற்கனவே கொடுத்த தொகையிலிருந்து குறைந்த தொகையைக் கொடுத்தாலும் அவர்கள் மனம் நிறைவடையாமல் போகலாம்.

இத்தேர்தலில் பணம் கொடுக்கப்படுவதை அரசியல் தலைவர்கள் நேரடியாகவோ மறைமுகமாகவோ ஏற்றுக்கொண் டனர். ஜெயலலிதாவும் வைகோவும் ஆளுங்கட்சி பணம் கொடுப்பதை விமர்சித்தாலும் அதை வாங்கிக்கொண்டு தங்க ளுக்கே வாக்களிக்க வேண்டுமெனப் பேசினர். விஜயகாந்த் இதிலும் தன் 'தனித்துவத்தை'ப் பேசினார். அதாவது "நான் வந்ததால்தான் இவ்வளவு பணம் கொடுக்கப்படுகிறது. அதை வாங்கிக் கொள்ளுங்கள். ஆனால் எனக்கு வாக்களியுங்கள்" என்றார். இது போன்ற சூழல்களில் தலித் மற்றும் சமூக அதிகாரம் இல்லாத சிறுபான்மைக் கட்சிகள் அரசியல் அதிகாரத் திற்கான பாதையிலிருந்து கட்டாயமாக விலக்கப்படுகின்றன. அரசியல் இருப்புக்கான ஒரேவழி பணம்தான் என்றாக்கப்படும் போது எல்லாக் கட்சிகளையும் தன்னைப் போலாக்குவது அல்லது மறைமுக நிர்ப்பந்தத்தின் மூலம் இல்லாமல் ஆக்குவது தான் நடக்கிறது. அதாவது பெரும் கட்சிகளுக்கிணையாகப் பணம் தேவை; அதற்கான சக்தியில்லாமற் போகும்போது பெரும்கட்சிகளோடு இணைந்து தனித்துவம் இழந்து இல்லாமல் போக வேண்டும். கூட்டணி அரசும் அதில் விளிம்பு நிலை அரசியல் சக்திகள் இடம் பெறும் சூழலும் உருவாகிவரும் வேளையில் இதற்கு எதிராக ஏற்பட்டுள்ள இப்போக்குகள் குறித்து ஆழமாக விவாதித்தாக வேண்டும்.

மதுரையில் நடந்த மூன்று இடைத் தேர்தல்களிலும் வெற்றிக் கான சூத்திரதாரியாக மு.க. அழகிரி கருதப்படுகிறார். இவர் தலைமையில் நடைபெற்ற திருமங்கலம் இடைத் தேர்தலில்

தான் 80 சதவிகித வாக்குப்பதிவும் அவர் கணித்த 40,000 வாக்கு வித்தியாசத்தில் வெற்றியும் ஈடேறியுள்ளன. வாக்கு சதவிகிதத்தையும், வாக்கு வித்தியாசத்தையும் செலவிட்ட பணத்தின் மதிப்பைக் கொண்டு அவர் கணித்திருக்கலாம். இதற்குப் பிறகு அவரது 'இமேஜ்' உயர்ந்து கட்சியும் அதனை அங்கீகரித்து பொறுப்பு வழங்கியுள்ளது. தா. கிருஷ்ணன் கொலை யில் தொடங்கி குற்றம்சாட்டப்பட்ட அவரின் குற்றம் தொடர் புடைய புகார்கள் அதிகரித்ததற்கு இணையாகவே கட்சியில் அவரது மதிப்பும் அதிகரித்துள்ளது. குற்றப்புகாரினால் ஏற்பட் டுள்ள 'அவப்பெயரை'க் காட்டிலும் அதைக் கொண்டே திமுக விற்குத் தேர்தல் வெற்றிகளை ஈட்டித்தரும்போது கட்சி குற் றத்தை அங்கீகரித்துத்தானே ஆக வேண்டும்!

திருமங்கலம் தேர்தலில் பெருமளவிலான பணப் புழக்கம் சாதி சார்ந்த அடையாளங்களைப் பின்னுக்குத் தள்ளியது என்றாலும், மு.க. அழகிரி நிழலின் கீழ் சாதி அதிகாரம் படைத் தோரும், அரசியலற்ற சக்திகளும் அரசியல் அடையாளம் பெறுகின்றனர். மு.க. அழகிரியோ, அவருக்குக் கீழுள்ள நிர்வாகி களோ இதுவரை அரசியல் பேசி யாரும் பார்த்திருக்க முடியாது. ஈழப் பிரச்சினை, தீக்குளித்த முத்துக்குமரன் என்று தமிழகமே கொதி நிலையில் இருந்தபோது அப்பிரச்சினைகளின் சிறுசாய லும் படாமல் தன் மகள்வீட்டு குழந்தைவரை இடம்பெற்ற பெரும்பேனர்களால் மதுரையை நிறைத்துத் தனது பிறந்தநாளைக் கொண்டாடி முடித்தார். "தமிழினத் தலைவரின் தனயன்" ஈழப் பிரச்சினையில் திமுகவின் 'சாதனை'களைப் பட்டிய லிட்ட முதல்வரின் மகன் படம் போட்ட ஒரு சுவரொட்டி கூட இப்பகுதிகளில் ஒட்டப்பட்டதில்லை.

தேர்தல் முறைகேடுகளுக்காகப் பேர்பெற்ற பீகாரைக் காட்டிலும் தமிழகத்தின் நடைமுறை பயமுறுத்துவதாக மாறி யுள்ளது. இங்கு முறைகேடுகளில் ஈடுபடுவோர் வெறும் குற்றப் பின்னணி கொண்டவர்களாக மட்டுமே இருப்பதில்லை. அவர் களுக்குப் பின்னால் 60 ஆண்டுகால 'சமூகநீதி' அரசியல் பேசிய கட்சியின் பின்னணியும் முதல்வரின் குடும்பம் என்ற அடையாளமும் இருக்கின்றன. இனிவரும் தேர்தல்களில் திருமங்கலத்தில் செலவழிக்கப்பட்ட பணம் மட்டுமே உதாரண மாகக் கொள்ளப்படாது. அதோடு அரசியலற்ற சக்திகளின் அதிகாரமும் உதாரணமாகலாம். இனி சீரழிந்த அரசியல் சனநாயகத்திற்குப் பீகார் போன்ற வடமாநிலங்களை மட்டுமே உதாரணமாகக் காட்டிக்கொண்டிருக்க முடியாது.

இதழ் 112, ஏப்ரல் 2009

அரசியல்வாதிகளை மட்டுமே நாம் குற்றம் சாட்ட முடியாது

ஹென்றி டிபேன்*

இந்திய ஜனநாயகம் பற்றிப் பிற நாடுகளில் பெருமையாகப் பேசப்படுகிறது. அப்பெருமையை நம் நாட்டில் பேசி நாம் கேள்விப்படுவதில்லை. இந்திய ஜனநாயகம் குறித்துப் பிறர் பெருமையாகப் பேசுவதற்குக் காரணங்களாக இங்குள்ள தேர்தல் முறை, மாற்று அரசியல் முகாம்கள், பேச்சுரிமை ஆகியன உள்ளன. நாடாளுமன்றத் தேர்தல், சட்டமன்றத் தேர்தல், உள்ளாட்சித் தேர்தல் போன்றவை முறைதவறாமல் நடத்தப்படுவதால் இதை ஜனநாயக அரசாக வர்ணிக்கிறார்கள். இதை ஏற்றுக்கொண்டாலும், இதையே முழு உண்மையாக ஏற்பதில் தயக்கமுள்ளது. 15 ஆண்டுகளுக்கு முன்பு வரையிலும் இருந்துவந்த தேர்தல் கமிஷன் வேறு, இப்போதுள்ள தேர்தல் கமிஷனின் இயங்குமுறை வேறு. இப்போது தேர்தல் கமிஷன் பலம்பெற்ற அமைப்பாக மாறியுள்ளது, அதில் பல மாற்றங்கள் கொணரப்பட்டுள்ளன, மூன்று நபர் கொண்ட கமிஷனாகியுள்ளது. தேர்தல் கண்காணிப்பு முதல் செலவைக் கண்காணிக்கும் வருமான வரிக் கட்டுப்பாடுவரை இறுக்கமடைந்துள்ளது. பீகார் போன்ற மாநிலங்களில் வாக்குப் பெட்டிகளைக் கைப்பற்றுதல் போன்ற சம்பவங்கள் நடப்பதாகக் கேள்விப்பட்டுள்ளோம். ஆனால் இப்போது தேர்தல் கமிஷனின் தீவிரக் கட்டுப்பாட்டின்கீழ்த் தேர்தல்கள் நடைபெறுகின்றன. தேர்தல் கமிஷனின் முக்கியக் கட்டுப்பாடு

---

* நிர்வாக இயக்குநர் – மக்கள் கண்காணிப்பகம், மதுரை

தேர்தலில் குறிப்பிட்ட அளவுதான் செலவு செய்ய வேண்டும் என்பதாகும். இதனடிப்படையில் எத்தனை வாகனம், கால அளவு, எவ்வாறு பணம் செலவழிக்கப்பட வேண்டும் என்பதையெல்லாம் நிர்ணயித்துள்ளார்கள்.

இத்தகைய மாற்றங்களும் கட்டுப்பாடுகளும் வந்த பின்பும் நிலைமையில் மாற்றமில்லை. திருமங்கலம் மட்டுமல்ல, எந்தத் தொகுதியிலும் தேர்தல் கமிஷனின் விதிகள் நடைமுறையில் இல்லை. முதலில் தேர்தல் கமிஷன் சொல்லும் குறிப்பிட்ட தொகைக்குள்ளாகவே தேர்தலைச் சந்திக்க முடியும் என்னும் நம்பிக்கை கட்சிகளுக்கு இல்லை. பணம் படைத்தவர்களும் அவர்களுக்கு ஆதரவாளர்களும் மட்டுமே தேர்தல் ஜனநாயகத்தில் ஈடுபட முடியுமென்பதை இக்கட்டுப்பாடுகளால் மாற்ற முடியவில்லை. பணத்தால் தீர்மானிக்கப்படும் இத்தேர்தல் நடைமுறைகளிலிருந்து யாரும் தப்ப முடியவில்லை. இடதுசாரிக் கட்சிகளும்கூட இதற்கு விதிவிலக்கு அல்ல. தேர்தல் ஜனநாயகத்தில் குற்றமற்றவர்களும் சிந்தனையாளர்களும் பங்கேற்க வேண்டுமானால் அரசே தேர்தல் செலவு செய்யும் முறைமை இருந்தால்தான் முடியும்.

சாத்தான்குளம் இடைத்தேர்தலில் பெரும்பணம் செலவழிக்கப்பட்டதுதான் இன்றைய போக்கின் தொடக்கம். பிறகு ஒவ்வொரு இடைத்தேர்தலிலும் பணம் செலவழிப்பது அதிகரித்தது. அடுத்தடுத்த இடைத்தேர்தல்களில் வாக்கு சதவிகித எண்ணிக்கையும் அதிகரித்துக்கொண்டே வருகிறது. தேர்தல் முறைகேடுகளில் அதிகாரிகள் முக்கியப் பங்கு வகிக்கின்றனர். ஒருவேளை முறைகேட்டிற்காக ஒத்துழைத்ததாகக் கூறி அதிகாரிகளை இடமாற்றம் செய்தால் மீண்டும் அப்பணிக்கு, அதே இடத்திற்குத் திரும்பி வந்துவிட முடியும் என்ற நம்பிக்கையை அரசியல்வாதிகள் அளிக்கின்றனர். எனவே இடமாற்றம் என்பது அதிகாரிகளுக்குச் சிறுவிடுமுறை போலாகிவிடுகிறது. இதே போல் தேர்தல் முறைகேடுகளில் ஈடுபடும் அரசியல்வாதிகள் மீதும் உரிய நடவடிக்கை எடுக்கப்படுவதில்லை. இந்நிலையில் தேர்தல் கமிஷன்மீது மக்களுக்கு நம்பிக்கை பிறப்பது எப்படி? திருமங்கலம் இடைத்தேர்தலில் வாக்காளர்களுக்குப் பணம் கொடுத்ததாக மு.க. ஸ்டாலின் மீது புகார் எழுந்தது. பணம் கொடுத்தது உண்மை. ஆனால் அப்புகார்மீது எடுக்கப்பட்ட நடவடிக்கை என்ன? தேர்தல் முறைகேடுகளுக்காகப் போடப்படும் வழக்குகள், நடைபெறும் சம்பவங்கள் போன்றவை தேர்தலுக்குப் பிறகு யாருக்கும் சம்பந்தம் இல்லாதவையாகிவிடுகின்றன. செயல்படுவதற்குரிய அடித்தளம் தேர்தல் கமிஷனுக்கு இல்லை.

திருமங்கலம் இடைத்தேர்தலில் மு.க. அழகிரியின் பங்கு பற்றி எல்லோருக்கும் தெரியும். அவர் 2006 தேர்தல் வரையிலும் திமுகவின் அடிப்படை உறுப்பினராகக்கூட இருந்ததாகத் தெரியவில்லை. கட்சியினருக்கு ஈர்ப்புச் சக்திபோல அவர் இருந்தார். மு.க. அழகிரியைச் சுற்றி எதிர்நிலையான சக்திகள் மட்டுமே இருந்தன. அச்சக்திகள் கிரிமினல் சக்திகளே.

கிரிமினல் மயமான அரசியலுக்கு உதாரணம் கூற வேண்டுமானால் அதற்கு மு.க. அழகிரியைத்தான் கூற முடியும். அவர் மீதான குற்றப்புகார்கள் அதிகரிக்க அதிகரிக்கக் கட்சியில் அவரது இடம் வலுப்பட்டுக் கொண்டே வந்தது. அவரால் பற்பல காவல் துறையினர், மாவட்ட ஆட்சியாளர்கள் தொல்லைக்குள்ளாயினர். மதுரை மட்டுமல்ல, தென்மாவட்டங்களில் பல பகுதிகளிலும் ஊடுருவி அவர் இதைச் செய்தார். இதற்குப் பின்னால் அவருடைய அப்பா மு. கருணாநிதி மகன் பிறந்த நாளுக்கு மதுரைக்கே வந்து ஆசீர்வதித்துவிட்டுச் சென்றார். திருமங்கலம் வெற்றிக்குப் பிறகு தற்போது கட்சியில் பொறுப்பும் அளித்துள்ளார். இதனால் சட்டத்திற்குப் புறம்பான ஒரு நபருக்குச் சட்டபூர்வமான மதிப்புக் கிடைத்துள்ளது. இது மிகவும் கேடான விசயம்.

தினகரன் நாளேடு எரிப்பு வழக்கில் தற்போது தேக்கம் ஏற்பட்டுள்ளது. அச்சம்பவத்தில் கொல்லப்பட்டவர்களின் குடும்பத்தினரைத் தவிர சாட்சிசொல்ல யாரும் தயாராக இல்லை. கடந்த ஆட்சியின் அரசியல் வன்முறைகளைச் சுட்டிக் காட்டித்தான் தேர்தலில் 'நாற்பதும் நமதே' என்னும் முழக்கத்தை முன்வைத்துத் திமுக ஜெயித்தது. இப்போது இவர்களே அத் தவறுகளைச் செய்கிறார்கள்.

என்னுடைய முக்கியக் கேள்வி இதுதான்: இவ்வளவுக்கும் பிறகு நீதித் துறை என்ன செய்கிறது? தற்போது சென்னையில் நடந்த வழக்கறிஞர்கள் தாக்கப்பட்டதைப் பற்றிப் பேசுகிறார்கள். இது போன்ற வன்முறைகள் வேறு எங்குமே நடைபெறவில்லையா? *தினகரன்* ஊழியர் எரிப்பு வழக்கில் எவராவது முன் வந்து வழக்கை எடுக்க முனைந்தார்களா? பிறந்தநாள் விழா போன்றவற்றைக் காட்டி மதுரையில் செய்யப்படும் கட்டாய வசூலுக்கு எதிராக வியாபாரிகள் அமைதியாகப் படும் வேதனை தெரியாதா? எல்லாவற்றையும் வேடிக்கை பார்ப்பது சிவில் சமூகம் மட்டுமல்ல, நீதித் துறையும்தான். நீதித் துறையின் மீது இது போன்ற கேள்விகளையே நீதியரசர் வி.ஆர். கிருஷ்ணய்யர் போன்றோர் எழுப்புகின்றனர். *தினகரன்* பிரச்சினை தொடர்பாக 4 கூட்டங்கள்வரை நாங்கள் நடத்தி

னோம். அதற்குமேல் கூட்டம் நடத்த முடியவில்லை. கூட்டத்திற்கு வர ஆளில்லை. மக்களுக்குப் பயம் இருக்கிறது. இதைச் சுயவிமர்சனமாகச் சொல்கிறேன்.

திருமங்கலம் இடைத்தேர்தல் நடைமுறையைத்தான் இனி ஆளுங்கட்சி மட்டுமல்ல எல்லாக் கட்சிகளும் பின்பற்றும். 2006இல் நடந்த சென்னை உள்ளாட்சித் தேர்தல் தான் இதற்கு முன்னோடி நடைமுறைகளை உருவாக்கியது. அதாவது வெளியூர் அடியாட்கள் முதல் ஆளுங்கட்சிச் செல்வாக்கைப் பயன்படுத்துவதுவரை. அவையே இடைத் தேர்தல்களிலும் நீடிக்கின்றன. சேவை என்னும் சொல்லுக்கு இனி எந்த மதிப்பும் இருக்கப் போவதில்லை. அரசியல்வாதிகளை மட்டுமே நாம் குற்றம்சாட்ட முடியாது. திருமங்கலம் போன்ற உதாரணங்கள் உருவாகக் காரணமே எவ்வித நடவடிக்கையும் எடுக்காத தேர்தல் கமிஷன், கண்டுகொள்ளாத நீதித் துறை போன்றவையும்தாம். இந்த அமைப்பில் இனியும் நேர்மையானவர்களாக இருப்பவர்களைப் பற்றித்தான் நாம் கவலைப்பட வேண்டும்.

இதழ் 112, ஏப்ரல் 2009

அரச வன்முறையும் ஊடக வன்முறையும்

பா. செயப்பிரகாசம்

1950களில் மத்தியிலும் மாநிலத்திலும் பேராயக் கட்சி (காங்கிரஸ்) ஆட்சியிலிருந்த காலம். தமிழகத்தைச் சேர்ந்த ஓ. வி. அழகேசன் அப்போது நடுவணரசில் ரயில்வே அமைச்சர். திருச்சி மாவட்டம் அரியலூர் அருகே மழைவெள்ளம் பெருகி, பாலம் உடைந்து ரயில் கவிழ்ந்து 20, 30 பேர்வரை பலியானார்கள். அப்பொழுது வளர்பருவத்திலிருந்த திமுக, சுவரொட்டி ஒன்றை வெளியிட்டது. "அரியலூர் அழகேசா ஆண்டது போதாதா? மக்கள் மாண்டது போதாதா?" என்னும் வாசகங்களுடன் வெளியிடப்பட்ட அந்தச் சுவரொட்டி பரவலான கவனத்தைப் பெற்றது.

அதேபோல் 1960களின் தொடக்கத்தில் நடைபெற்ற சென்னைத் துறைமுகத் தொழிலாளர்களின் போராட்டத்தில் துப்பாக்கிச் சூடு நடந்து ஒரு தொழிலாளி மரணமடைந்தார். 1962இல் சட்டப் பேரவைத் தேர்தலின்போது அந்தச் சம்பவத்தை முன்வைத்துச் சுவரொட்டி ஒன்றை வெளியிட்டது திமுக. ரத்தக்கறை படிந்த சட்டையைக் கையில் ஏந்திக் கண்ணீர் வடிக்கும் பெண்ணின் படத்துடன் "கூலி உயர்வு கேட்டார் அத்தான், குண்டடிபட்டுச் செத்தான்" என்னும் வாசகங்களுடனும் தென்பட்ட அந்தச் சுவரொட்டி துறைமுகத் தொழிலாளர்களின் படுகொலைக்கு நியாயம் கேட்டுத் தமிழ்நாடு முழுக்கப் பயணித்தது.

அடுக்குமொழியில், அளவான வார்த்தைகளில் சுவரொட்டி போடுவது திமுகவுக்குக் கைவந்த கலை. அவற்றில் இடம்பெற்ற கருத்துப்படங்களும் கூர்மையான முழக்கங்களும் பெரும் வரவேற்பைப் பெற்றன.

திரைப்படம், பத்திரிகை, மேடைப் பேச்சு இவற்றோடு சுவரொட்டியும் திமுகவின் வலுவான பிரச்சார ஆயுதமாக மாறியது. அப்போதிருந்த பேராயக் கட்சி அரசு, ஒவ்வொரு சுவரொட்டியும் காகிதத்தில் சுருட்டப்பட்ட குண்டு என்பதை அறியவில்லை. சுவரொட்டிகளை அச்சிடுவதற்கோ ஒட்டுவதற்கோ எந்தத் தடையும் விதிக்கப்பட்டிருக்கவில்லை. அப்போதைய அதிகார வர்க்கம் நேரடியான அல்லது மறைமுகமான உருட்டல், மிரட்டல்களில் ஈடுபடவில்லை. அதனால் சுவரொட்டிகளில் வெளிப்படையாக அவற்றை அச்சிட்ட அச்சகங்களின் பெயர் கள் இடம்பெற்றிருந்தன.

சிங்கள ராணுவத்தினரின் தாக்குதலுக்குள்ளாகிச் சிதறிக் கிடக்கும் நூற்றுக்கணக்கான ஈழத் தமிழர்களின் உடல்களைக் காட்சிப்படுத்தும் சுவரொட்டிகளை அச்சிட்டு வெளியிட்டன ஈழத் தமிழர் ஆதரவு இயக்கங்கள். ஆனால் திமுக அரசும் அதிகார வர்க்கமும் அவற்றைச் சுதந்திரமாக அச்சிடுவதற்கும் ஒட்டுவதற்கும் அனுமதிக்காமல் நேரடியாகவும் மறைமுகமாக வும் அச்சுறுத்தி ஒடுக்கின. முன்பு ஒரு எதிர்ப்பு இயக்கமாகத் தான் முன்னெடுத்த போராட்ட முறைகளை இப்போதைய எதிர்ப்பு இயக்கங்கள் கைக்கொள்வதை ஆளும் வர்க்கமாக மாறிவிட்ட திமுக அரசு தடைசெய்கிறது.

மதுரையில் உள்ள தமிழர் ஒருங்கிணைப்புக் குழு "தமிழினப் படுகொலைக்குத் துணைபோகும் காங்கிரசைத் தோற்கடிப்பீர்!" என்னும் வாசகங்களுடன் சுவரொட்டியை அச்சிட்டு வெளி யிட்டது. தமிழினப் படுகொலையை நடத்துவது சிங்கள இன வெறி அரசு என்பது போல் தோன்றினாலும் உண்மையில் இந்தியாதான் போரை நிகழ்த்துகிறது என இலங்கை ராணுவத் தளபதி ஒருவர் சொன்னது இந்த இடத்தில் நினைவுகூரத்தக்கது. "இந்தியாவின் துணையில்லாமல் நாம் இவ்வளவு பெரிய வெற்றியை எட்டியிருக்க முடியாது. இந்தியா எல்லாவகையிலும் நமக்கு ஒத்துழைத்ததால்தான் நம்மால் விடுதலைப்புலிகளை ஒழிக்க முடிந்தது" என டி சில்வா என்ற அமைச்சர் இலங்கை நாடாளுமன்றத்தில் ஒப்புதல் தந்துள்ளார். அப்படியிருக்க "தமி ழினப் படுகொலையை நடத்தும் காங்கிரசைத் தோற்கடிப்பீர்" என்றுதானே உங்கள் சுவரொட்டியின் வாசகங்கள் இருந்திருக்க வேண்டும் எனச் சுவரொட்டியை அச்சிட்டு வெளியிட்ட மதுரை நண்பர்களிடம் கேட்டேன். "அப்படித்தான் போடும்

படி சொன்னோம் அச்சகத்துக்காரர் மறுத்துவிட்டார்" என்றார் கள். பிறகு அந்தச் சுவரொட்டி அச்சகத்தின் பெயரில்லாமல் வெளியானது.

ஈழப் பிரச்சினையை மையப்படுத்தி அ. மார்க்ஸ் அளித் திருந்த நேர்காணல் ஒன்றுக்குப் பதிலுரையாக "யாருக்காகப் பேசுகிறார் அ. மார்க்ஸ்" என்றொரு சிறு வெளியீட்டை நான் கொண்டுவந்தேன். அதில் அச்சகத்தின் பெயர் இருக்காது. "ஈழப் பிரச்சினைதானே அச்சகத்தின் பெயர் வேண்டாம்" எனச் சொன்னார் அச்சக உரிமையாளர். அச்சக உரிமையாளர் களுக்குக் காவல் துறை கொடுத்த நெருக்கடியே இதற்குக் காரணம்.

"காங்கிரசுக்குப் போடும் வாக்குத் தமிழினத்துக்குப் போடும் தூக்கு" என்னும் முழக்கம் கடந்த நாடாளுமன்றத் தேர்தலில் ஈழ ஆதரவாளர்கள் முன்வைத்த முக்கியமான முழக்கமாக இருந்தது. ஈரோட்டில் காங்கிரஸ் வேட்பாளரான ஈ.வி.கே.எஸ். இளங் கோவனுக்கு எதிராகக் கருத்துப்படங்கள் அடங்கிய சுவரொட்டிகள் ஒட்டப்பட்டன. அந்தச் சுவரொட்டியை ஒட்டியதற்காகத் தமிழ் தேசப் பொதுவுடைமைக் கட்சியினர் கைதுசெய்யப்பட்டனர்.

அச்சக உரிமையாளர்கள் இத்தகைய சுவரொட்டிகளை அச்சிட மறுத்ததால் அண்டை மாநிலங்களுக்குச் சென்று அவற்றை அச்சகத்தின் பெயரில்லாமல் அச்சிட்டுக் கொண்டு வர வேண்டிய அளவுக்கு நிலைமை மோசமாக இருந்தது.

ஜனநாயகம் குறித்த திமுகவின் பார்வை இரட்டைத் தன்மை கொண்டது. எதிர்க்கட்சியாக இருக்கும்போது ஜன நாயகத்தின் புரவலனாக இருந்து குரல்கொடுக்கும் திமுக, ஆளும் கட்சியாக மாறும்பொழுது அரசு எந்திரத்தைப் பயன் படுத்தி அதை நசுக்க முயல்கிறது.

ஈழத் தமிழர்கள்மீதான தாக்குதல்களையும் அவற்றுக்குத் துணைபோகிற காங்கிரஸ் கட்சியையும் திமுகவையும் விமர்சித் துப் பெரியார் திராவிடர் கழகம் உள்ளிட்ட சில அமைப்புகள் வெளியிட்ட 'என்ன செய்யப் போகிறோம்', 'எமக்காகவும் பேசுங்களேன்', 'இறுதி யுத்தம்', 'கருணாவின் துரோகம்', 'கலைஞர் – தமிழினக் கொலைஞர்' போன்ற குறுந்தகடுகள் தேர்தல் களத்தில் விநியோகிக்கப்பட்டன. பல தொகுதிகளில் அவை பொதுமக்களுக்காகவும் திரையிடப்பட்டன. தடை வரும் என்னும் எதிர்பார்ப்பு இருந்ததால் முதல் கட்டத்திலேயே ஆயிரக்கணக்கான பிரதிகளை விநியோகித்து முடித்திருந்தனர். அவற்றின் தாக்கத்தைக் கண்டு பயந்துபோன காங்கிரஸ்

கட்சி குறிப்பிட்ட அந்தக் குறுந்தகடுகளுக்குத் தடைகோரி நீதிமன்றத்தை அணுகியது.

தேர்தலுக்கு முந்தைய நாள் வந்த உயர் நீதிமன்றத் தீர்ப்பு காங்கிரஸ் கட்சியின் விருப்பங்களுக்கு எதிராகவே இருந்தது. உயர் நீதிமன்றத் தீர்ப்பைப் பயன்படுத்திக்கொண்டு உடனடி யாக அவற்றை ஒளிபரப்பத் தொடங்கியது மக்கள் தொலைக் காட்சி. 12.5.09 பிற்பகலில் தொடங்கிய இந்த ஒளிபரப்பு 13.5.09 காலையில் காவல் துறையினரால் தடைசெய்யப் பட்டது. 12ஆம் தேதி இரவு சென்னை நகரில் ஏற்பட்ட மின்தடைக்கும் மக்கள் தொலைக்காட்சியில் இந்தக் குறும்படங்கள் ஒளிபரப்பப் பட்டதற்கும் தொடர்பு இருப்பதாகச் சொல்லப்பட்டது. அன்று அஞ்சா நெஞ்சன் அழகிரி போட்டியிட்ட மதுரையில் மின் தடை இல்லைதான். அங்கு மக்கள் தொலைக்காட்சியின் ஒளிபரப்பை கேபிள் ஆபரேட்டர்கள் துண்டித்து விட்டனர்.

2001இல் ஜெயலலிதா முதல்வராக இருந்தபோது கருணா நிதியை நள்ளிரவில் கைதுசெய்தார். 'ஐயோ என்னைக் கொல் றாங்க, என்னைக் கொல்றாங்க' என்னும் பின்னணிக் குரலுடன் சன் தொலைக்காட்சியில் அந்தக் காட்சி ஒளிபரப்பப்பட்டது. காட்சி ஊடகத்தின் வலிமையை உணர்த்திய அந்தத் தருணத் திற்குப் பிறகு அதே போன்றதொரு தாக்கத்தை உருவாக்கியது மக்கள் தொலைக்காட்சியின் இந்த ஒளிபரப்பு. குறும்படங் களைத் தயாரித்துத் தேர்தல் களத்தில் திரையிட்டவர்கள்மீது அடக்குமுறையைக் கட்டவிழ்த்துவிட்ட காவல் துறை, திரை யிடல் கருவிகளைப் பறிமுதல் செய்வது, சம்பந்தப்பட்டவர் களைக் கைதுசெய்வது என வழக்கமான நடவடிக்கைகள் மூலம் அவற்றைத் தடுக்க முயன்றது.

ஊடகங்கள்மீதான அரசு வன்முறைக்கு எந்த விதத்திலும் குறைந்ததாயில்லை ஊடகங்களின் வன்முறையும். பிரபாகர னின் மரணம் பற்றிய ஊடகங்களின் பரப்புரை இதற்குச் சரியான எடுத்துக்காட்டு. கிடைக்கப்பெறும் செய்திகளின் உண்மைத் தன்மை குறித்த குறைந்தபட்சத் தேடல்கூட இல்லாமல் சிங்கள ராணுவம் வழங்கிய செய்திகளையும் படத் துணுக்கு களையும் விமர்சனமற்று ஏற்று ஒளிபரப்பின *சிஎன்என் ஐபிஎன்*, *டைம்ஸ் நௌ* போன்ற வட இந்தியச் சேனல்கள். இவை படத் துணுக்குகளில் இடம்பெற்றிருந்த பிரபாகரனின் சடலம் குறித்து எழுந்த நியாயமான சந்தேகங்களைக்கூடத் தெளிவு படுத்திக்கொள்ள வேண்டுமென்பதில் அக்கறை காட்டவில்லை. பெயருக்குச் சில கேள்விகளைக் கேட்டுவிட்டு ஒதுங்கிக் கொண் டன. சிங்கள ராணுவத்தின் பிரிகேடியர் உதய நயனகாரா வைத் தொடர்புகொண்டு பேச முடிந்த ஊடகங்களுக்குப்

பெயரளவுக்காவது ஈழ ஆதரவாளர்களின் கருத்தை அறிய வேண்டுமென்ற ஊடக அறம் அறவே இருந்திருக்கவில்லை. பிரபாகரனை உலகின் அதிபயங்கரமான பயங்கரவாதியாகச் சித்தரித்த தொலைக்காட்சிச் சேனல்களுக்கு ஈழப் போராட்டத்தின் வரலாற்றுப் பின்னணி குறித்த செய்திகளை விவாதிப்பதில் துளிகூட ஆர்வம் இல்லை.

அதேபோல் சிங்கள ராணுவத்தின் இறுதிக்கட்டத் தாக்குதலில் 20,000க்கும் அதிகமான அப்பாவி மக்கள் தடைசெய்யப்பட்ட ரசாயன ஆயுதங்களின் தாக்குதலுக்குள்ளாக்கி அழிக்கப்பட்டார்கள் என வந்த செய்திகளைக் குறித்து மூச்சுவிடவில்லை. சிங்கள ராணுவத்தால் சூழப்பட்டுள்ள அப்பாவித் தமிழர்கள் மீது ராணுவம் கண்மூடித்தனமான தாக்குதலை நிகழ்த்தி அழித்து வருவதாகவும் காப்பாற்ற ஏதாவது செய்யுமாறும் கடல்புலிகளின் தலைவர் சூசை விடுத்த உருக்கமான வேண்டுகோள் அந்த ஆங்கில ஊடகங்களின் காதுகளில் விழவே இல்லை. இலங்கை அரசப் பயங்கரவாதத்துடன் ஊடகப் பயங்கரவாதம் கைகோத்துள்ள புள்ளி இன்னும் பயங்கரமானது.

“எமது யுத்தம் புலிகளுக்கு எதிரானது. அப்பாவித் தமிழர்களுக்கு எதிரானது அல்ல” என்னும் ராஜபக்சே அறிவிப்பை எந்த விமரிசனமுமற்று ஊடகங்கள் வழிமொழிந்தன. போராளிகள் மரணம், பிரபாகரன் மரணம், சார்லஸ் ஆண்டனி மரணம் என இலங்கை ராணுவம் வெளியிடுகிற படத் துணுக்குகளை அலுக்காமல் திரும்பத் திரும்ப ஒளிபரப்பி, அவற்றை உண்மையென நிறுவுவதற்கு ஊடகங்கள் பட்ட பாட்டை நினைத்தால் முதுகுத்தண்டு சில்லிட்டுப் போய்விடுகிறது. தன் குரலை அப்படியே ஊடகங்களின் குரலாக மாற்ற முடிந்ததில் ராஜபக்சேவுக்கு ஒருவகையில் வெற்றிதான்.

“உலகம் உண்மையிலேயே இணைக்கப்பட்டதாக இருக்கும் எனில் இந்தப் பயங்கரம் குறித்த செய்தி உலகில் எங்காவது எதிர்ப்பைத் தூண்டியிருக்கும். உலகின் 24 மணி நேரச் செய்தி ஊடகங்களில் ஒரு சிறு பகுதியாவது இலங்கையில் என்ன நடக்கிறது என்பது குறித்துச் சிறிய அளவிலாவது செய்தி வெளியிட்டிருக்கும்” எனச் சொல்கிறார் முன்னாள் இந்திய ராஜதந்திரி ராஜிவ் டோக்ரா. எவருக்குக் கண்களும் காதுகளும் உண்டோ, அவரே உலகின் மற்ற காதுகளுக்கும் கண்களுக்கும் மனித அவலத்தைக் கொண்டுபோக முடியும். 25 ஆயிரம் மனித உயிர்கள் மரித்ததை, லட்சக்கணக்கானவர்கள் பட்டினியாலும் நோய்களாலும் தாக்கப்பட்டு அழிவின் விளிம்பில் தள்ளப்பட்டிருப்பதைப் பிரபாகரன் மரணம் என்னும் பரபரப்

பான ஒரு செய்தியின் மூலம் மறைப்பதற்குச் சிங்கள அரசுக்கு இந்திய ஊடகங்கள் துணை புரிந்திருக்கின்றன என்பதே உண்மை.

"சிங்கள இனவாதம் என்ற ஒரு வஸ்து நூற்றாண்டு காலமாகச் செயல்பட்டு வருவதையே மறுக்கும் *தி ஹிண்டு* வின் மூடத்தனத்தைக் கண்டிக்கச் சொற்களே இல்லை. கருத்துச் சுதந்திரம் என்பது ஈனத்தனமான கருத்துகளையும் பரப்பும் சுதந்திரம்தான் என்பதை உணர்ந்து பொறுமையைக் கடைப் பிடிக்க வேண்டிய காலகட்டம் இது" எனக் *காலச்சுவடு* மார்ச் 2009 தலையங்கத்தில் எழுதப்பட்டிருப்பது இந்து நாளிதழைப் பற்றியது மட்டுமேயல்ல.

சென்ற நூற்றாண்டின் மத்தியில் யூதர்கள் இருந்த நிலையில் இன்று ஈழத் தமிழர்கள் விடப்பட்டிருக்கிறார்கள். மூச்சுப் பிரியாமல் கழுத்து நெரிக்கப்பட்டிருக்கிறார்கள். இரண்டாம் உலக யுத்தத்திற்குப் பிறகு பிரிட்டன் பிரதமர் சர்ச்சில் பாதுகாப்பு அளிக்க, அமெரிக்க உதவியோடு இல்லாத ஒரு நாட்டை யூதர்கள் உருவாக்கிக்கொண்டார்கள். ஈழத் தமிழர்கள் இருந்த பூமியை இழந்திருக்கிறார்கள்.

இதைச் சாதித்ததில் 'தலைவர்'களுக்கு எவ்வளவு பங்கு உண்டோ அவ்வளவு பங்கு ஊடகங்களுக்கும் உண்டு.

இதழ் 114, ஜூன் 2009

அதிகாரத்தின் கருணை

ஸ்டாலின் ராஜாங்கம்

கடந்த 22.12.2009 அன்று தமிழக நாளேடுகளில் அருந்ததியர் இட ஒதுக்கீட்டில் தமிழக அரசு செலுத்தி வரும் 'அக்கறை'யை எடுத்துக்காட்டும் அறிக்கையொன்று வெளியாகியிருந்தது. அண்மையில் திருநெல்வேலி மனோன்மணியம் சுந்தரனார் பல்கலைக்கழகத் தகவல் தொடர்பியல் துறையின் உதவிப் பேராசிரியராக அருந் ததியர் வகுப்பைச் சேர்ந்த ராதாவுக்குப் பணிநியமன ஆணை வழங்கப்பட்டது குறித்த அறிக்கை அது. இந்நிய மனத்தில் ஆதி திராவிடருக்குரிய ஒதுக்கீட்டில் அருந்ததி யருக்கான உள் ஒதுக்கீட்டின் அடிப்படையில் தனக்கே முன்னுரிமை வழங்க வேண்டுமென்று விண்ணப்பமொன் றைத் துணை முதல்வரின் இணைய தளத்திற்கு ராதா அனுப்பிவைத்ததாகவும் இதைக் கண்ணுற்ற துணை முதல்வர் மு.க. ஸ்டாலின் உடனே பல்கலைக் கழகத்திட மும் உயர்கல்வித் துறை அதிகாரிகளிடமும் தொடர்பு கொண்டு அருந்ததியர் இட ஒதுக்கீட்டை வேறுவகையில் நியமிக்கக் கூடாதெனக் கூறியதோடு அப்பணியில் அப் பெண்ணையே நியமிக்க வேண்டுமெனவும் பரிந்துரைத் தார் என்றும் அவ்வறிக்கை கூறுகிறது.

அருந்ததியர் உள் ஒதுக்கீடு கொண்டுவரப்பட்டதைத் தங்களது சாதனையாகக் கூறிக்கொள்ள முனையும் திமுக, அவ்வொதுக்கீட்டை நடைமுறைப்படுத்துவதிலும் தொடர்ந்து கவனம் செலுத்துகிறது என்பதைக் குறிக்கும் வண்ணம் வெளிப்படையான அரசியல் நோக்கத்தோடு தன் அறிக்கையை வெளியிட்டுள்ளது. சமூக நீதி வரலாற் றில் மைல்கல்லாக இசுலாமிய இட ஒதுக்கீட்டைத்

தொடர்ந்து அருந்ததியருக்கும் மூன்று சதவிகிதம் உள் இட ஒதுக்கீட்டைக் கருணாநிதி நடைமுறைப்படுத்தியுள்ளார். இதைச் செயல்படுத்தத் துணை முதல்வர் மு.க. ஸ்டாலின் உறுதியான நடவடிக்கைகளை மேற்கொண்டு வருகிறார் எனத் தொடங்கும் அவ்வறிக்கை அவர் சமூக நீதிக் கொள்கை முழுமையாக வெற்றிபெற அயராது உழைக்கும் முதலமைச்சர் கருணாநிதியின் திட்டங்களை முன்னின்று நிறைவேற்றி வருகிறார் என்று முடிகிறது.

தனக்கு அடுத்ததாக மு.க. ஸ்டாலினை ஆட்சியதிகாரத் திற்குக் கொண்டுவருவது என்னும் நீண்டகாலத் திட்டத்தை நிறைவுசெய்ய வேண்டிய நிர்ப்பந்தத்திலுள்ள கருணாநிதி, அதிகாரத்தில் மட்டுமல்ல அரசியலிலும் திராவிட இயக்கத் தைப் 'பிரதிநிதித்துவப்படுத்தும்' தன் தொடர்ச்சி ஸ்டாலின் தான் என்பதை நிறுவும் முயற்சியின் பின்னணியிலேயே இது போன்ற சமூக நீதி அறிக்கைகளை வெளியிடுகிறார்.

1990களுக்குப் பிந்தைய அரசியலின் முக்கிய மாற்றங் களுள் ஒன்று சாதிரீதியான தனித்த அணித் திரட்சி. இதன் பின்னணியில் வகுப்புரீதியாக வாக்குகள் பிளவுண்டன. மாநில அரசியலிலும் கூர்மைபெற்றுவிட்ட கூட்டணி ஆட்சிக்கான குரல் எனும் நிலைமையில் தனக்குப்பின் தன் வாரிசுகளால் எதிர்கொள்ளத்தக்க அரசியல் சூழலை உருவாக்க வேண்டிய நிர்ப்பந்தம் கருணாநிதிக்கு இருக்கிறது. இதன் தொடர்ச்சி யாகத் திமுகவைத் தனிப்பெரும் கட்சியாக ஆட்சியை நோக்கி இட்டுச்செல்லும்படியான நடவடிக்கைகளில் அவர் இறங்கி யுள்ளார். 2006இல் ஆட்சிக்கு வந்தது முதலே இத்திசையை நோக்கி அவர் செயல்படத் தொடங்கிவிட்டார். கடந்த காலங் களின் திமுக ஆட்சி, திமுகவின் அணுகுமுறை ஆகியவற்றை 2006க்குப் பிந்தைய ஆட்சியின் நடைமுறைகளோடு ஒப்பிட்டுப் பார்த்தால் இதை எளிமையாகப் புரிந்துகொள்ள முடியும். எதிர்க்கட்சி எனும் பாத்திரத்தை அதிமுக இழந்துவரும் நிலையில் பிற கட்சிகள் எதுவும் பிரதான எதிர்க் கட்சிகளாக மாற முடியாத அளவிற்கு அவற்றைப் பெரும் செலவிட்டுத் தேர்தலில் தோற்கடிப்பது, பிற கட்சிகள் பேசும் முக்கிய முழக்கங்களைத் தனதாக்கிக்கொண்டு அவற்றை இல்லாமல் செய்வது அல்லது தமக்கு நட்பான கட்சிகளாக வைத்துக் கொள்வது என்னும் உத்தியைத் திமுக கையாண்டுவருகிறது. ஆனால் சமூகப் பரப்பில் நடந்துள்ள மாற்றங்களை நிராகரித் துச் செல்லாமல், அவற்றைக் கணக்கில்கொண்டு தன்னுடைய கட்சியின் உப பகுதிகளாக மாற்றிவிடும் வேலையில் அவர் ஈடுபட்டுள்ளார். சமூக அளவிலான இம்மாற்றங்களை ஆக்கபூர்வ

மான தளத்திற்கு இட்டுச்சென்று அக்குரலின் தனித்துவத்தை அங்கீகரிப்பதற்கு மாறாக, அடையாள அளவிலான மாற்ற மாக மட்டுமே அவற்றை முன்னெடுத்து இறுதியாக வாக்கு வங்கி அரசியல் என்னும் தளத்திலே குறுக்கி நிறுத்தி வைத் திருக்கிறார்.

பெரும்பான்மை வகுப்பினருக்கான அரசியலை முன் னெடுப்பதன் மூலம் எண்ணிக்கையில் பெரும்பான்மையாக உள்ள சாதிகளை அதிகாரத்தில் பிரதிபலிப்பதாக மாற்றிவிட்ட திராவிடக் கட்சிகளால் சமூக அதிகாரத்திலும் எண்ணிக்கை யிலும் சிறுபான்மையாக உள்ள சமூகத்தினர் பெரும் புறக் கணிப்புக்குள்ளாகியுள்ளனர். தமிழகத்தின் அரசியல் அதிகாரத் தில் 5, 6 சாதிகளைத் தவிர்த்த மற்ற வகுப்பினருக்கான இடம் இல்லாமலே போய்விட்டது. 50 சதவிகிதத்தைத் தாண்டிய இட ஒதுக்கீட்டின் அளவு, பிற்படுத்தப்பட்டோர் + மிகவும் பிற்படுத்தப்பட்டோர் என்னும் கூடுதல் பகுப்பு, சாதிக்கேற்ப எம்எல்ஏ – அமைச்சர் பொறுப்புகள், வட்டாரங்களின் பெரும் பான்மை சாதி அடையாளங்களுக்கேற்ப உருவாக்கப்பட்ட சிலைகள், பெயர்கள் உள்ளிட்ட சாதிய பிம்பங்கள், ஒடுக்கப்பட்டோருக்கு அறிவிக்கப்படும் சலுகைகளுக்கு இணையாக ஆதிக்கச் சாதியினருக்கும் சலுகைகள் போன்ற நடைமுறைகள் திராவிடக் கட்சிகளால் வளர்த்தெடுக்கப்பட்டுச் சாதி அடையாளங்கள் வாக்குவங்கிக்கான மூலதனமாக்கப் பட்டுள்ளன. இதன் பின்னணியில் தான் ஆதிக்கச் சாதிச் சங்கங்கள் தவிர்த்து தலித்துகள் உள்ளிட்ட சிறுபான்மை எண்ணிக்கை கொண்ட சாதியினர் தனித்த அமைப்புகளாகத் திரண்டமையைப் புரிந்துகொள்ள வேண்டியுள்ளது.

தீண்டாமையை அளவுகோலாகக் கொண்டு சமூக அதிகாரத்தை மதிப்பிட்ட அம்பேத்கர் இட ஒதுக்கீட்டை அதிகாரமற்ற வகுப்பினருக்கு மட்டுமே பகிர்ந்தளிப்பது குறித்துப் பேசியிருப்பதை, எண்ணிக்கைப் பெரும்பான்மையின் ஆபத்தைப் புரிந்துகொண்டதன் அடிப்படையிலேயே விளங்கிக்கொள்ள வேண்டும். ஆனால் இப்புரிதலுக்கு எதிர்நிலையில் நிற்பது திராவிட இயக்கத்தின் கருத்து. அக்கருத்தை வாக்குவங்கி அரசியலுக்காகவும் விஸ்தாரப்படுத்தியது திமுக. அதனாலேயே திராவிட இயக்கத்தின் உண்மையான வாரிசாகத் தன்னையே சொல்லிக்கொள்ள முயல்கிறார் கருணாநிதி.

தற்கால சமூகத் தளத்தில் எழுந்துள்ள குரல்களைத் தன் வாக்குவங்கி அரசியலுக்கேற்ப உட்கிரகிக்க விரும்பும் திமுக எம்எல்ஏ, அமைச்சர் பொறுப்புகளைத் தரக்கூடிய அளவிற்கு எண்ணிக்கையில் பெரும்பான்மையாக இல்லாத சாதியினருக்கு

அதே வேளையில் வாக்குவங்கியாகவோ அமைப்பாகவோ மாறியுள்ள அவர்களுக்கு இட ஒதுக்கீடு, நலவாரியங்கள் எனத் தந்து ஈர்க்க முயல்கின்றது. இசுலாமியர், அருந்ததியர் இட ஒதுக்கீடு, புதிரை வண்ணார், நரிக்குறவர் உள்ளிட்ட 20க்கும் மேற்பட்ட பிரிவினருக்கு நலவாரியங்கள் இவ்வாறுதான் ஏற் படுத்தப்பட்டுள்ளன. இவ்வாரியங்களில் பலவற்றிற்கும் நிதி ஒதுக்கீடோ திட்டங்களோ முறையாகப் பகிர்ந்தளிக்கப்பட வில்லை. வெறும் அடையாளரீதியான அங்கீகாரங்களாகவே இவை உள்ளன. இச்சலுகைகள் பெரும்பான்மை சமூகத்தினரைப் பாதிப்பதாகவோ அவர்களைக் கோபமூட்டுவதாகவோ இல் லாமலே பார்த்துக் கொள்ளப்படுகிறது. மேலும் இப்புதிய பிரிவினருக்காக எடுக்கப்படுவதாகக் கூறப்படும் உடனடி முயற்சிகளும் கூடத் தற்காலிகமானதாகவே இருக்க முடியு மெனத் தோன்றுகிறது. சான்றாக அருந்ததியர் ஒதுக்கீட்டை நிரப்பிவிட முனைவதாகக் கூறும் அரசு, அருந்ததியர் தவிர்த்த பிற எஸ்சி / எஸ்டி பிரிவினருக்கான காலிப் பணியிடங்களை ஆண்டுகள் பல கடந்தும் நிரப்ப முன்வரவில்லை.

எளிய பிரிவினர்மீதான அரசாங்கத்தின் இத்தகு அங்கீகாரத் திற்குப் பின்னால் அப்பிரிவினரின் நீண்ட காலப் போராட்டங் களும் அமைப்புகளும் உள்ளன. அவை சார்ந்த இயக்கங்களின் போராட்டங்களின்போது அக்காரணங்களை அங்கீகரிக்காமல் கடுமையாக ஒடுக்குகிறவர்களாக இவர்களே இருந்தார்கள். சான்றாக இன்றைய விடுதலைச் சிறுத்தைகளும் முஸ்லிம் முன்னேற்றக் கழகமும் கடுமையாக ஒடுக்கப்பட்டது முந்தைய திமுக ஆட்சியில்தான். ஆனால் அவற்றின் போராட்டத்தை அறவே மறைத்துவிட்டுத் தங்களின் மேலான கருணையால் தான் அவர்களுக்குச் சலுகை கிட்டியது என்று சொல்லவே பலரும் விரும்புகின்றனர். தலித்துகளுக்குக் கிடைத்துள்ள சலுகை களைக் குறித்து அத்தகைய பொய்களையே தொடர்ந்து பரப்பி வருகின்றன திராவிடக் கட்சிகள். அருந்ததியர் இட ஒதுக்கீட்டிற் கான போராட்டம் அருந்ததியர் அமைப்புகளால் பல ஆண்டு களாய் வளர்த்தெடுக்கப்பட்டு மையத்திற்குக் கொணரப்பட் டது. எல்லாவற்றையும் கடைசியாகக் கண்டுகொள்ளும் கம்யூனிஸ்டுகள் பள்ளர், பறையர்கள் தங்கள் கட்சியைவிட்டு வெளியேறிவிட்ட பின்னால், தம் தலித் ஆதரவுத் தரப்பைப் பலப்படுத்த முயன்று கடைசி ஆண்டுகளில் அருந்ததியர் இட ஒதுக்கீட்டிற்கான போராட்டத்தில் இறங்கினர். ஆனால் இட ஒதுக்கீட்டுப் போராட்டத்தின் மூலம் திரட்சியாக மாறிய அருந்ததியர்களைத் தம் பக்கம் திருப்பும் நோக்கத்தில் உள் இடஒதுக்கீட்டை உடனே அறிவித்த கருணாநிதி, அப்போராட்டத்தோடு பெரிய அளவில் தொடர்பில்லாத

அருந்ததியர் அமைப்புகளை வைத்துப் பாராட்டு விழாவையும் எடுத்துக்கொண்டார். இதன் மூலம் போராடியவர்களைக் காட்டிலும் கருணாநிதி முதன்மையாகிவிடுகிறார். இன்னமும் அதிமுக தன் வாக்கு வங்கியைத் தக்கவைத்துக்கொண்டிருக் கும் மேற்குப் பகுதியில் வாழும் அருந்ததியர்களை நோக்கிய திமுகவின் இட ஒதுக்கீடு அறிவிப்பு வாக்கு வங்கி தொடர் புடையது. ஆனால் அதைத் தன்னுடைய கருணையின் பரிசாகப் பிரச்சாரமும் செய்கிறது. இவ்வாறே திருநெல்வேலிப் பல்கலைக் கழகத்தில் அருந்ததியர் பெண்ணுக்கு வழங்கப்பட்ட பணி நியமனத்தின் உண்மையான பின்னணியை முற்றிலுமாக மறைத்து மு.க. ஸ்டாலினை முன்னிறுத்தியுள்ளனர்.

இந்நியமனத்திற்காக மூன்று வெவ்வேறு வகையான விளம் பரங்களை நெல்லை ம. சு. பல்கலைக்கழகம் வெளியிட்டிருந்தது. ஒன்றுக்கொன்று முரண்பட்ட தகவல்களைக் கொண்ட இவ் விளம்பரங்களில் இறுதியாக வெளியான 20.11.2009 நாளிட்ட விளம்பரத்தின்படியே தற்போதைய நியமனம் நடைபெற்றுள்ளது.

முதல் விளம்பரத்தின்படி 7 பணியிடங்கள் எஸ்சி, எஸ்டி வகுப்பினருக்கு அறிவிக்கப்பட்டிருந்தன. இதன்படி விண்ணப்பங் களும் அளிக்கப்பட்டு நேர்முகத் தேர்வுக்கான கடிதங்களும் அனுப்பப்பட்டன. மேலும் ஒரு விளம்பரமும் பல்கலைக்கழகத் தால் வெளியிடப்பட்டது. அதில் ஏற்கனவே அறிவிக்கப்பட்ட ஆறு பணியிடங்களுக்கான இட ஒதுக்கீடு மட்டும் மாற்றி அமைக்கப்பட்டுள்ளதாகச் சொல்லப்பட்டிருந்தது. இருநூறு பாயிண்ட் ரோஸ்டர் முறையைப் பின்பற்றி இம்மாற்றம் செய்யப் பட்டதாகக் காரணமும் கூறப்பட்டிருந்தது. இதில் ஏற்கனவே எஸ்சிக்கென ஒதுக்கப்பட்டிருந்த மூன்று இடங்களில் இரண்டு எம்பிசி பிரிவினருக்கும் ஒன்று பொதுப் போட்டியாகவும் பொதுப் போட்டியாக இருந்த மூன்று இடங்களில் ஒன்று எஸ்சி பிரிவினருக்கும் இரண்டு எம்பிசிக்கும் ஒதுக்கீடு செய்யப் பட்டிருந்தது. இதன் மூலம் எஸ்சி பிரிவினருக்கு ஒதுக்கப்பட் டிருந்த மூன்று இடங்கள் ஒன்றாகக் குறைந்தது. மிகவும் பிற் படுத்தப்பட்டோரான எம்பிசிக்கு நான்கு இடங்கள் புதிதாக உருவாக்கப்பட்டிருந்தன. தேவர் சாதியின் ஒரு பிரிவினரான மறவர் சமூகமே இங்கு எம்பிசி வகுப்பாக உள்ளது. அரசியல் ரீதியாக மாவட்டச் செயலாளர் முதல் சபாநாயகர்வரை மறவர் சமூகத்திற்கே வழங்கி அச்சாதியைச் சார்ந்துள்ளது திமுக என்பதை இவ்விடத்தில் இணைத்துப் புரிந்துகொள்ள லாம். இந்நிலையில் மார்க்சிஸ்ட் கம்யூனிஸ்ட் கட்சியைச் சேர்ந்த கணேசன் என்னும் தலித் மதுரை உயர் நீதிமன்றக் கிளையில் வழக்கு ஒன்றைத் தொடர்ந்தார். எஸ்சி / எஸ்டி பிரிவினர் என்று பொதுவாகக் கூறியிருப்பதையும் அருந்ததியர்

உள் ஒதுக்கீடு பின்பற்றப்படாமையையும் அவ்வழக்கில் சுட்டிக் காட்டியிருந்தார் அவர். இம்மனுமீது 13.11.2009 அன்று பதிலளித்த பல்கலைக்கழகம் தமிழக அரசின் தற்போதைய இட ஒதுக்கீட்டு முறையைப் பின்பற்றி இந்நியமனம் அமையுமென்று உறுதி அளித்திருந்தமையால் வழக்கு முடிவுக்கு வந்தது. இதற்குப் பிறகு 20.11.2009 அன்று பல்கலைக்கழகம் வெளியிட்ட விளம் பரத்தில்தான் அருந்ததியர் உள் ஒதுக்கீடு குறித்துக் குழப்பமில்லா மல் தெளிவாகக் கூறப்பட்டிருந்தது. எனவே இந்தப் பணி நியமனத்தில் நீதிமன்றத் தலையீடு முக்கியப் பங்காற்றியுள்ளது. இதை மொத்தமாக மறைத்துள்ள தமிழக அரசின் அறிக்கை தன்னை முன்னிறுத்திக்கொள்வதற்காக, விண்ணப்பதாரர் ராதா இணையம் மூலமாக மு.க. ஸ்டாலினுக்கு அனுப்பிய கடிதத் தைப் பயன்படுத்தியிருக்கிறது. இதற்கிடையில் இக்கருணையின் மற்றொரு பங்குதாரராகத் தன்னையும் நிறுவ முயலும் *நக்கீரன்* இதழ் (26.12.2009) ராதாவின் பயோடேட்டாவைத் துணை முதல்வருக்குத் தம் இதழே அனுப்பி வைத்ததாகவும் அதன் பொருட்டு பல்கலைக்கழகத்திடம் பேசியதாகவும் குறிப்பிட்டுக் கொள்கிறது. தன்னை முன்னிறுத்தும் வேகத்தில் *நக்கீரன்* இதழும் நீதிமன்றத் தலையீட்டைச் சொல்லாமல் விட்டிருக் கிறது. *நக்கீரனின்* கருத்துப்படியே பார்த்தாலும் தமிழக அரசின் அறிக்கை அதன் முன்முயற்சியையும் குறிப்பிடாமல் விட்டிருக் கிறது. தமிழக அரசின் அறிக்கையில் விண்ணப்பதாரர் ராதாவின் வறுமை மிக்க குடும்பப் பின்னணியை விரிவாகக் கூறியிருப்ப தற்குக் காரணம் வறுமையுள்ள ஒருவரைக் கைகொடுத்துத் தூக்கினோம் என்று கூறிக்கொள்வதற்கே.

சமூகத்தின் பல்வேறு தரப்பிலும் எழுந்துள்ள விழிப்புணர் வைக் கண்டுகொண்டுவிட்ட திமுக அது சார்ந்த பிரச்சினை களை மட்டுமல்ல, அப்பிரச்சினையை முன்னெடுத்த சக்திகளை யும் அறிவாளிகளையும் கூடத் தன்பால் அரவணைத்துக்கொள்ள முயல்கிறது. மாற்று அரசியல், மாற்று அடையாளம் பேசிய பலரும் திமுக பெருமை பேசுபவர்களாக மாறியுள்ளனர். கிடைத்து வரும் அங்கீகாரங்களுக்குப் பின்னாலுள்ள அமைப்பு களையும் போராட்டங்களையும் கவனப்படுத்தாமல் கருணாநிதி யின் கருணையைக் கவனப்படுத்துபவர்களாக அவர்கள் மாறிப் போயுள்ளனர். இதற்காகவே கருணாநிதி அவர்களை அர வணைத்தார். கருணாநிதி பிரயோகிக்கும் கருணை என்னும் அதிகாரத்தில் தங்களுக்கும் ஒரு பங்கு கிடைக்குமென்பதால் இந்நிலைமை.

இதழ் 122, பிப்ரவரி 2010

உலகத் தமிழ்ச் செம்மொழி மாநாடு

தீதும் நன்றும்

தேவிபாரதி

கோவையில் கடந்த ஜூன் 23 தொடங்கி 27 வரை நடந்து முடிந்த முதலாவது உலகத் தமிழ்ச் செம்மொழி மாநாடு முதல்வரும் திமுக தலைவருமான கருணாநிதியைப் பொறுத்தவரை வரலாற்று முக்கியத் துவம் வாய்ந்த நிகழ்வு என்பதில் சந்தேகமில்லை. ஏறத் தாழ 370 கோடி ரூபாய் செலவில் மிக ஆடம்பரமாக நடத்தப்பட்ட இம்மாநாடு தமிழக மக்களுக்கும் திமுக வினருக்கும் ஒரு முக்கியமான செய்தியைச் சொல்லி யிருக்கிறது. ஆட்சியிலும் கட்சியிலும் உச்ச அதிகாரம் பெற்றவர்களாகக் கருணாநிதியும் அவரது குடும்ப உறுப்பினர்களுமே நீடித்திருக்க முடியும் என்பதுதான் அது. திமுகவினர் இந்த உண்மையைச் சில பத்தாண்டு களுக்கு முன்னரே ஏற்றுக்கொண்டுவிட்டனர். கருணாநிதி குடும்பத்தினரின் இந்த மேலாண்மையைத் தமிழக மக்களை, குறிப்பாக வாக்காளர்களை, ஏற்றுக்கொள்ளச் செய்வதுதான் இந்த மாநாட்டின் முக்கிய நோக்கம்.

கொங்கு மண்டலத்தில் பலவீனமாக உள்ள கட்சி யின் செல்வாக்கை உயர்த்துவதற்காகவே இந்த மாநாடு கோவையில் நடத்தப்படுகிறது என்னும் விமர்சனங்கள் பல்வேறு தரப்பினரால் முன்வைக்கப்பட்டன. தேர்தல் களை எதிர்கொள்வதற்குக் கொங்கு மண்டலத்தில் அழகிரியைப் போன்ற 'உறுதி'யான தலைமை எதுவும் இல்லாத நிலையில் மக்களின் 'மனங்களை' வென்றெடுப் பது தவிரத் திமுகவுக்கு வேறு வழியில்லை. மாநாட்டை முன்னிட்டுக் கோவை மாவட்டத்தில் பல்வேறு வளர்ச்சிப்

பணிகள் மேற்கொள்ளப்பட்டன. அதிமுகவின் கோட்டையாகக் கருதப்படும் கோவை மாநகராட்சிப் பகுதியின் உள்கட்டமைப்பை மேம்படுத்தவும் சாலைகள் அமைக்கவும் புதை மின்வடம் அமைக்கவும் செம்மொழிப் பூங்கா நிறுவவும் பல கோடி ரூபாய் அரசு நிதி செலவிடப்பட்டுள்ளது. முதல்வர், துணை முதல்வர், மாநிலங்களவை உறுப்பினர் கனிமொழி ஆகியோரது நேரடி மேற்பார்வையில் அமைச்சர்கள், சட்டமன்ற நாடாளுமன்ற உறுப்பினர்களால் கண்காணிப்புக்குட்படுத்தப்பட்ட அதிகார வர்க்கத்தால் அவசர அவசரமாக மேற்கொள்ளப்பட்ட இப்பணிகள் கடந்த சில வருடங்களில் இடைத்தேர்தல்கள் நடைபெற்ற தொகுதிகளில் மேற்கொள்ளப்பட்ட 'வளர்ச்சிப் பணிகளை' நினைவூட்டக்கூடியவை. (இந்த அவசரத்தில் குடிசை மாற்று வாரியத்தால் கோவையின் ஏரிப் பகுதியொன்றில் கட்டப்பட்ட அடுக்குமாடிக் குடியிருப்புகளில் சில மண்ணில் புதையுண்டதையடுத்து இடித்துத் தள்ளப்பட்டன.) உலக அளவிலான ஒரு மாநாடு கூட்டப்படும்போது கட்டமைப்பு வசதிகளை மேம்படுத்துவது இயல்பான ஒன்றுதான். ஆனால் இது போன்ற பணிகளை மேற்கொள்வதற்கு அரசு ஒரு இடைத் தேர்தலுக்காகவோ மாநாடு போன்ற கொண்டாட்டங்களுக்காகவோ காத்திருக்க வேண்டியதில்லை.

தமிழ்த் தேசிய அமைப்புகளாலும் ஈழ ஆதரவாளர்களாலும் தமிழினத் துரோகி என வர்ணிக்கப்படும் முதல்வர் கருணாநிதிக்கு அவரைப் பற்றிக் கட்டமைக்கப்பட்டிருக்கும் தமிழினத் தலைவர் என்னும் பிம்பத்தைக் காப்பாற்றிக்கொள்வதற்கு இந்த மாநாடு தேவைப்பட்டிருக்கலாம். மாநாடு குறித்த அறிவிப்பு வெளியிடப்பட்டவுடன் அதற்கு எதிர்ப்புத் தெரிவித்தவர்களை அவர் பொருட்படுத்தவேயில்லை. ஒன்பதாம் உலகத் தமிழ் மாநாட்டை நடத்துவதற்குத் தேவைப்படும் நியாயமான கால அவகாசத்தைக்கூட உலகத் தமிழாராய்ச்சிக் கழகத்துக்கு வழங்க முடியாத அளவுக்குக் கருணாநிதி அவசரப்பட்டதற்கான காரணம் எளிமையானது. வரவிருக்கும் சட்டமன்றத் தேர்தலுக்கு முன்னதாக மாநாட்டை நடத்தி முடித்துவிட வேண்டும் என முடிவுசெய்தவர், அதற்கான திட்டமிடல்களில் அசுர வேகத்தைக் காட்டினார். மாநாடு முடிந்தவுடன் தமிழகச் சட்டமன்றத்துக்கான தேர்தலைச் சந்திக்கவும் திட்டமிட்டிருப்பதாகத் தகவல்கள் கசிந்தன. இது போன்ற ஒரு மாநாட்டை நடத்துவதன் மூலம் ஈழப் பிரச்சினை சார்ந்து தனக்கேற்பட்ட அவப்பெயரைத் துடைத்துக் கொள்ள முடியும் என அவர் நம்பினார். மாநாட்டில் பங்கேற்கச் செய்வதற்கு ஈழத்தின் மூத்த தமிழறிஞரான கா. சிவத்தம்பிக்குப் பல நெருக்கடிகள் கொடுக்கப்பட்டதாகச் சொல்லப்படுவதை இந்தப் பின்னணியில் தான் விளங்கிக்கொள்ள முடிகிறது.

மாநாடு பற்றிய அறிவிப்பு வெளியானதுமே அரசின் எல்லா மட்டங்களிலும் சொல்ல முடியாத பதற்றம் நிலவத் தொடங்கியது. தான் விரும்பியதுபோல் உலகத் தமிழ் மாநாட்டை நடத்த முடியாத நிலையில் உலகத் தமிழ்ச் செம்மொழி மாநாட்டை நடத்தத் தீர்மானித்த முதல்வருக்குத் தமிழ்க் கல்விப் புலம் முழு 'ஒத்துழைப்பு'க் கொடுத்தது. சொடக்குப் போடும் நேரத்திற்குள் ஆயிரக்கணக்கான ஆய்வுக் கட்டுரைகள் எழுதி முடிக்கப்பட்டன. கருணாநிதிக்கு என்ன தேவை என்பதைத் தமிழ் அறிஞர்கள் தெளிவாக அறிந்திருந்தார்கள். செம்மொழி தொடர்பான முறையான ஆய்வுப் பணிகள் இன்னும் தொடக்க நிலையைத் தாண்டாத நிலையில் சங்க இலக்கியம் தொடர்பாக ஏற்கனவே நிலவிவந்த பொதுப்புரிதல்கள் சார்ந்து எழுதுவது கடந்த பல பத்தாண்டுகளாகவே தமிழாய்வுகளைச் சடங்காக மேற்கொண்டுவரும் தமிழறிஞர்களுக்குச் சிரமமான காரியமாக இருந்திருக்க வாய்ப்பில்லை. கருணாநிதியை மனுநீதிச் சோழனோடும் நெடுஞ்சேரலாதனோடும் பாண்டியன் நெடுஞ்செழியனோடும் ஒப்பிடுவது போதுமானது என்பதைப் புரிந்து வைத்திருக்கும் ஆய்வாளர்கள் புகழுரைகள்மீது அவருக்குள்ள மயக்கத்தை நன்றாகவே பயன்படுத்திக்கொண்டுள்ளனர். கருணாநிதி தலைமையில் நடைபெற்ற சிறப்புக் கருத்தரங்கில் தன்மீதான புகழுரைகளைக் கேட்டுக் கருணாநிதியே கூச்சப்படும் அளவுக்குப் புகழ்மாரி பொழியப்பட்டது. கவிமாரி பொழிந்தவர்களோ தமிழை மிக மோசமாக அவமதித்தார்கள்.

பொது நிகழ்வுகள் குறித்துப் பக்கம் பக்கமாக எழுதிய ஊடகங்களில் ஆய்வரங்குகள் குறித்து மிகச் சொற்பமான பதிவுகளே இடம்பெற்றிருந்தன. இனியவை நாற்பது என்னும் தலைப்பில் நடத்தப்பட்ட பேரணி லட்சக் கணக்கில் திரட்டப்பட்ட பார்வையாளர்களுக்கு மட்டுமல்லாமல் ஊடகத் துறையினருக்கும் அறிஞர்களுக்கும் பிரமிப்பூட்டும் ஒரு காட்சியாகவே இருந்திருக்க வேண்டும். ஊடகங்களில் பிரசுரம் பெற்றுள்ள நிழற் படங்களைப் பார்த்தால் பேரணியைப் பார்வையிடுவதற்காக அமைக்கப்பட்டிருந்த சிறப்பு மேடைகளில் கருணாநிதியையும் அவர் குடும்பத்தினரையும் தவிர வேறு யாருக்கும் உட்காரக்கூட இடமில்லாததுபோல் தோன்றியது. அரங்க நிகழ்வுகளின்போதுகூடப் பார்வையாளர்களின் முதல் வரிசையில் தென்பட்டவர்கள் முதல்வரின் குடும்பத்தினர்தாம். ஆய்வரங்கங்களில் பெரும்பாலானவற்றுக்கு விரல்விட்டு எண்ணத்தக்க பார்வையாளர்களே வந்திருந்ததாகச் சொல்லப்படுகிறது. தமிழக வரலாறு, தமிழின் தொன்மைச் சிறப்புகள் குறித்துப் புதிய புரிதல்களை உருவாக்கும் விவாதங்களைத் தூண்டுவதற்கு இந்த மாநாட்டில் வாசிக்கப்பட்ட ஆய்வுக்

கட்டுரைகள் ஏதாவது பங்களிப்புச் செய்திருக்கும் என நம்புவதற் கான தடயங்கள் அவை குறித்த பதிவுகளில் தென்படவில்லை.

மொத்தம் 219 அமர்வுகளில் 913 கட்டுரைகள் வாசிக்கப் பட்டதாகக் கருணாநிதி செய்தி வெளியிட்டுள்ளார். இதில் அதிகபட்சக் கட்டுரைகள் அவரைப் பற்றியவை என்பதைச் சொல்லத் தேவை இல்லை. வணிகம், தொழில், வேளாண்மை, நிதி மேலாண்மை ஆகியன பற்றிய கட்டுரைகள் இல்லை. கோவையில் நடந்த மாநாட்டில் ஆடை உற்பத்தி பற்றிய கட்டுரைகள் இடம்பெறாமை அபத்தம்.

ஆனால் இந்த மாநாடு பெரும் வெற்றியடைந்துள்ளது என்பதில் சந்தேகம் இல்லை. தமிழ்க் குடியை உலகின் மூத்த குடி எனவும் தமிழை உலகின் முதல் மொழி எனவும் தமிழறிஞர் களை ஏற்றுக்கொள்ளச் செய்வதில் கருணாநிதி வெற்றிபெற்று விட்டார் என்றுதான் சொல்ல வேண்டும். கடந்த இருபது இருபத்தைந்து ஆண்டுகளில் சங்க இலக்கியங்கள் சார்ந்தும் தமிழக வரலாறு குறித்த புனைவுகள் சார்ந்தும் பல்வேறு கேள்வி களை எழுப்பிவந்த தமிழ்த் தலித், பெண்ணிய, பின்நவீனத்துவ அறிவுத் துறையினரது குரல்கள் இந்தக் கொண்டாட்டத்தால் பலவீனப்படுத்தப்பட்டுள்ளன. தமிழ் குறித்தும் தமிழக வரலாறு குறித்தும் திராவிட இயக்கங்களால் கட்டமைக்கப்பட்ட கற்பனை களின் மீது குறுக்கீடுகளை நிகழ்த்துவதற்கான உரிமைகள் முற் றாகப் பறிக்கப்பட்டுள்ளன. தமிழுக்குச் செம்மொழி அந்தஸ்து அளிப்பது பற்றிய அறிவிப்பு வந்ததுமே கருணாநிதியைச் 'செம் மொழி கொண்டான்' என்னும் பட்டப்பெயரிட்டு அவருடைய அன்பர்கள் அழைக்கத் தொடங்கியிருந்தனர். 'கங்கை கொண் டான்', 'கடாரம் வென்றான்' போன்ற பழந்தமிழ் மன்னர் களுடைய பட்டப்பெயர்களுக்கு இணையான ஓசை நயம் கொண்ட இந்தப் பெயர்கள் கருணாநிதியைப் பெருமிதமடைய வைத்திருக்கும். 1967க்கு முன்பு தம்மைச் சூத்திரர்களாகவும் பாட்டாளிகளாவும் அடையாளப் படுத்திக்கொண்ட ஒரு இயக்கத்தினரின் தலைவர் தற்போது மன்னர்களோடும் பேரரசர் களோடும் இணைத்து அடையாளப்படுத்திக்கொள்வதற்குப் பின்னணியில் உள்ள 'பின்நவீனத்துவ அரசியல்' நம் பின் நவீனத்துவவாதிகளின் புரிதலுக்கு அப்பாற்பட்டதல்ல.

கருணாநிதி பின்நவீனத்துவவாதி என்பதில் சந்தேகமில்லை. வள்ளுவர் கோட்டத்தையும் அய்யன் திருவள்ளுவரின் சிலையை யும் நிறுவியவர், தான் கோலோச்சுவதற்காக 450 கோடி ரூபாய் செலவில் நவீன வசதிகளுடன்கூடிய 'பசுமைக் கட்டட'த்தைக் கட்டிக்கொள்ளவும் செய்தார். சென்னை மாநகரை அழகு படுத்துவதற்காகப் பல்லாயிரம் விளிம்புநிலை மக்களை

மாநகர எல்லைகளுக்குள்ளிருந்து அப்புறப்படுத்தவும் விவசாயி கள், உழைப்பாளர்களின் வாழ்வாதாரங்களை, உரிமைகளைப் பாதிக்கும் பல பன்னாட்டு நிறுவனங்களுடன் நூற்றுக்கணக் கான புரிந்துணர்வு ஒப்பந்தங்களைச் செய்துகொண்டுள்ள அவரது அரசால் கலைஞர் வீட்டுவசதித் திட்டத்தின் கீழ் ஏழைகளுக்காக 21 லட்சம் வீடுகளைக் கட்டிக்கொடுக்கப்போவ தாக வாக்களிக்கவும் முடிகிறது. சங்ககாலப் பெருமிதங்களைப் பேசும் அவரது குடும்பத்தினர் தமிழ் நவீன ஊடகத் துறைகளில் நேரடியாகவும் மறைமுகமாகவும் பல கோடி ரூபாய் முதலீடு களைச் செய்து அவற்றைத் தம் கட்டுப்பாட்டுக்குள் கொண்டுவர முடிகிறது. சாதிய, மதவாத அரசியல் சக்திகளுடன் சந்தர்ப்ப வாதக் கூட்டணிகளை அமைத்துக்கொள்வதற்கு இந்தப் பெரியாரியவாதிக்கு எந்தத் தயக்கமும் இருந்ததில்லை. மின்னணு மயப் படுத்தப்பட்டுவிட்ட தேர்தல்களை வென்றெடுப்பதற்கும் எதிர்ப்பாளர்களை ஒடுக்குவதற்கும் தம் மகனை 'அஞ்சா நெஞ்சனா'க உருவாக்கியுள்ள அவர்தான் நாட்டார் கலை மரபை மீட்டெடுப்பதற்கு மகள் கனிமொழியைப் பொறுப்பாக்கி யுள்ளார். இவற்றைக்கொண்டு அவரைப் பிளவுபட்ட, முரண் பட்ட ஆளுமைக்கு உதாரணமாகக் கட்டமைக்க முயல்வது பிழை. அவர் மாமன்னர். மூவேந்தர் மரபின் தொடர்ச்சி. அவர் மனுநீதிச் சோழன் தான். ஆனால் தன் கட்சியைச் சேர்ந்த அமைச்சர்களான ஆ.ராசா போன்றவர்கள்மீது வைக்கப் படும் ஊழல் குற்றச்சாட்டுகளுக்காக அவர்கள்மீது நடவடிக்கை எடுக்குமளவுக்குப் பழமைவாதி அல்ல.

அவர் சாணக்கியரோடு ஒப்பிடப்படும் ராஜதந்திரி என் பதைப் பல தருணங்களில் நிரூபித்து வந்திருக்கிறார். 1965இல் நடைபெற்ற இந்தி எதிர்ப்புப் போர், 1967இல் நடைபெற்ற சட்டப்பேரவைத் தேர்தலில் திமுகவுக்கு வெற்றியை ஈட்டிக் கொடுத்தது போலச் செம்மொழிமீது கொண்ட வெற்றி 2011 சட்டமன்றத் தேர்தல்களில் தன் கட்சியின் வெற்றிக்குத் துணை புரியும் என அவர் கணக்குப்போடுவதுகூட ஒருவகையில் ராஜதந்திரம்தான்.

தவிரத் தமிழ்மீதும் தமிழ்ச் சமூகத்தின் மீது அதிகாரம் பெற்றவர்கள் கருணாநிதியும் அவரது குடும்பமும்தாம் என்பதைச் 'சங்கத் தமிழி'ல் பறைசாற்றியிருக்கிறது இச்செம்மொழி மாநாடு. 'செம்மொழியான தமிழ் மொழி'யைக் காப்பதற்குக் கருணா நிதிக்குப் பிறகு ஸ்டாலினும் அழகிரியும் கனிமொழியும் மாறன் களும் கயல்விழி அழகிரியும் தயாநிதி அழகிரியும் உதயநிதி ஸ்டாலினும் பேத்தி எழிலரசி ஜோதிமணியும் இன்னபிற வாரிசு களும் காத்திருக்கிறார்கள் என்பதையும் உணர்த்தியிருக்கிறது. ஈழப் பிரச்சினை, திணறவைக்கும் விலைவாசி உயர்வு, அரசின்

பொருளாதாரக் கொள்கைகள் காரணமாகச் சரிவடைந்திருக்கும் மக்களின் வாழ்க்கைத் தரம், பாதிப்புக்குள்ளாகியுள்ள வாழ்வாதாரப் பிரச்சினைகளுக்குத் தீர்வுகாண முடியாமல் திணறிக்கொண்டிருக்கும் அரசின் தலைவருக்கு இது போன்ற கொண்டாட்டங்கள் அவசியம் என்பதையும் மறுப்பதிற்கில்லை.

○

இந்த மாநாடு தமிழ்ச் சமூகத்துக்குச் சொல்லியிருக்கும் மற்றொரு முக்கியமான செய்தி அதிகாரத்தின் முன் அடிபணியாத, அதனிடம் வாலைக் குழைக்காத தமிழ் அறிவுலக ஆளுமைகள் சொற்பம் என்பதுதான். ஜனநாயகத்தை மீட்பதற்கான போராட்டம் என 2006இன் தமிழகச் சட்டமன்றத் தேர்தலைப் பற்றிக் குறிப்பிட்ட கருணாநிதி ஆட்சிப்பொறுப்பேற்றபிறகு முதல்வராகத் தமிழக மக்களின் ஆதாரமான வாழ்வியல் நெருக்கடிகளுக்குத் தீர்வு காண்பதற்கு அளித்த முக்கியத்துவத்தைக் காட்டிலும் தன்னைத் தமிழகத்தின் தன்னிகரற்ற நிரந்தரமான தலைவனாக முன்னிறுத்திக் கொள்வதற்கே கூடுதல் முக்கியத்துவமளித்தார். அதற்கு அவர் தேர்ந்தெடுத்த மிகச் சுருக்கமான வழி துதிபாடிகளை ஊக்குவித்துத் தன்னைப் பற்றிய மிகைப்படுத்தப்பட்ட கற்பனையான பிம்பங்களைக் கட்டமைப்பது. அரசு அறிவிக்கும் ஒவ்வொரு திட்டத்தையும் தொடர்ந்து அதற்கான பாராட்டுவிழாக்களை நடத்துவதற்கு இந்தத் துதிபாடிகள் கூட்டம் அணிவகுத்து நின்றது. கடந்த நான்காண்டுக் காலத்தில் கருணாநிதிக்கு நடத்தப்பட்ட பாராட்டு விழாக்களின் எண்ணிக்கை பட்டியலிடப்பட முடியாத அளவுக்கு நீண்டது. ஆட்சிப் பொறுப்பேற்றதும் பல்வேறு பிரிவினருக்குமான நலவாரியங்களை அமைத்தது அரசு. ஒவ்வொரு பிரிவினரும் ஒரு பாராட்டு விழாவை நடத்தி ஒவ்வொரு பட்டத்தை வழங்கித் தம்மைக் கௌரவித்துக்கொண்டனர். இச்செம்மொழி மாநாடு தமிழறிஞர்களால் அவருக்கு நடத்தப்பட்ட பாராட்டு விழா என்றுகூடச் சொல்லலாம். மாநாட்டில் கலந்துகொண்ட அறிஞர்களுக்குச் செய்துதரப்பட்டிருந்த வசதிகளைப் பார்த்தால் அவற்றைச் செய்துகொடுத்தவரை எவ்வளவு பாராட்டினாலும் தகும் என்றுதான் தோன்றும்.

தமிழ் அறிவுத் துறைச் செயல்பாட்டாளர்களில் ம.இலெ. தங்கப்பா, கோவை ஞானி, பா. செயப்பிரகாசம், ராஜேந்திர சோழன், தொ. பரமசிவம், வெளி. ரங்கராஜன் க. பூர்ணச்சந்திரன் உள்ளிட்ட சிலர் இம்மாநாட்டைப் புறக்கணிக்கப் போவதாக வெளிப்படையாக அறிவித்தனர். சுந்தர் காளி, இராமசுந்தரம், தி.சு. நடராஜன், பா. ஆனந்தகுமார், ந. முத்துமோகன், ஆ. சிவசுப்பிரமணியன், நா. இராமச்சந்திரன் உள்ளிட்ட சிலர் இம்

மாநாட்டைப் புறக்கணித்தனர். இவர்களில் சிலர் மாநாட்டைப் புறக்கணிப்பதற்கான காரணங்களை ஊடகங்களின் வாயிலாகப் பதிவுசெய்திருந்தனர். சில மாதங்களுக்கு முன்பு மாநாட்டுக்கு எதிர்ப்புத் தெரிவித்துப் புதிய தமிழகம் கோவையில் ஒரு பேரணியை நடத்தியது. ஜூன் 13ஆம் தேதி தமிழ் நேயம் சார்பில் கோவை ஞானி 'தமிழ் மலர்' என்னும் இலக்கிய ஆய்வுக் கட்டுரைகளடங்கிய ஒரு தொகுதியை வெளியிட்டு அதைச் செம்மொழி மாநாட்டுக்கான எதிர்ப்பு நடவடிக்கையாக முன்வைத்தார். இத்தகைய எதிர்ப்புக் குரல்கள் எந்தத் தாக்கத்தையும் ஏற்படுத்தவில்லை. தமிழ் அறிவுத் துறையினரில் விரல்விட்டு எண்ணத்தக்க சிலரைத் தவிர மற்றவர்கள் மாநாட்டில் பங்கேற்றனர். ஆய்வரங்குகளில் பங்கேற்பதற்காகப் பெரிய இடங்களின் சிபாரிசுகளை நாடி அலைந்தவர்களும் உண்டு என்கிறார்கள். 1981இல் எம்.ஜி. ராமச்சந்திரன் தலைமையிலான அதிமுக அரசால் நடத்தப்பட்ட உலகத் தமிழ் மாநாட்டைக் கும்பல் கலாச்சாரம் என விமர்சித்து அதற்கெதிராக 'இலக்கு' என்னும் அமைப்பின் தலைமையில் போராடிய அறிவுத்துறை ஆளுமைகளில் பலர் இந்த மாநாட்டில் கலந்து கொண்டிருக்கிறார்கள். கும்பல் கலாச்சாரத்துக்கும் மாற்றுக் கலாச்சாரத்துக்குமிடையேயான கோடு மிக ரகசியமாக அழிக்கப்பட்டிருக்கிறது. கருணாநிதியின் பின்நவீனத்துவ அணுகுமுறைக்கு இதைவிடச் சிறந்த எடுத்துக்காட்டைப் பேராசிரியர் முனைவர் அ. ராமசாமிதான் கண்டுபிடிக்க வேண்டும்.

மாநாட்டையொட்டி வெளியிடப்பட்டுள்ள சிறப்பு மலரைப் பார்த்தால் புல்லரிக்கிறது. அதில் பிரசுரம் பெற்றுள்ள கவிதைகள் ஏற்படுத்தும் புல்லரிப்புத் தாள முடியாதது. 2000இல் *காலச்சுவடு* அறக்கட்டளையால் சென்னையில் நடத்தப்பட்ட தமிழ் இனி 2000 மாநாட்டு மலரைப் பொருட்படுத்தத் தயங்கிய, அதன்மீது அவதூறுகளைப் பரப்பிவருகிற தமிழ் அறிவுலக வாதிகள் இந்த மலரைக் குறித்துக் குறைந்தபட்சம் தம் வலைப் பூக்களிலாவது பதிவுசெய்வார்களா என்பதைப் பொறுத்திருந்துதான் பார்க்க வேண்டும். தவிர, சென்னை எழும்பூரில் இருந்த அட்லாண்ட்டிக் ஹோட்டலில் மிகச் சுதந்திரமான முறையில் நடைபெற்ற அந்த மாநாட்டில் கலந்து கொண்ட பேராளர்கள் தங்குவதற்கு அறைகளும் சாப்பிடத் தகுந்த உணவும் அளிக்க ஏற்பாடு செய்ததைக் காரணம் காட்டி ஆடம்பரமானது எனக் கண்டித்தவர்கள், மாநாட்டுக்கு எதிராக வசைகளால் நிரப்பப்பட்ட துண்டறிக்கைகளை மாநாட்டு அரங்கிலேயே விநியோகித்தவர்கள், ஊமையாக இருப்பதற்கு இப்போது தமிழ் செம்மொழியாகிவிட்டதுதான் காரணமோ?

இதழ் 128, ஆகஸ்டு 2010

நாளை தமிழ் சாகாமலிருக்க வேண்டும்

க. பூர்ணச்சந்திரன்

கோவையில் ஐந்து நாள் திருவிழாவாகச் செம்மொழி மாநாடு நடந்தேயிருக்கிறது. இந்த மாநாடு எப்படி நடைபெறும் என்பது பற்றி முன்னமே நிச்சயமாகத் தெரிந்துவிட்டது. எட்டு உலகத் தமிழ் மாநாடுகளில், தமிழகத்தில் நிகழ்ந்த மூன்று மாநாடுகள் எப்படி நிகழ்ந்தன என்பதைத்தான் நாம் பார்த்திருக்கிறோமே! உலகத் தமிழ் மாநாடுகள் போகட்டும், பல்வேறு பல்கலைக் கழகங்களிலும் கல்லூரிகளிலும் பல பத்தாண்டுகளாக நிகழ்ந்துவரும் ஆய்வரங்கங்களும் கருத்தரங்கங்களும் தமிழ் வளர என்ன செய்திருக்கின்றன? பெரும்பாலான தமிழ் ஆசிரியர்களுக்கே சரிவரத் தமிழ் தெரியாது என்பது தான் இன்றைய நிலை. அப்படியிருக்க இந்தத் திருவிழா மட்டும் என்ன செய்துவிடப் போகிறது? இதனால்தான் எனக்கு இந்தச் செம்மொழி மாநாட்டில் பங்கேற்க மனமில்லை.

இதைவிட முக்கியக் காரணம், ஈழத் தமிழ் மக்கள் படுகொலை செய்யப்பட்ட சென்ற ஆண்டு நிகழ்வுகள் மனத்தில் ஆறாத வடுவாகப் பதிந்துபோயிருக்கின்றன. அந்தப் படுகொலையில் மத்திய அரசுடன் கைகோத்துத் தமிழக அரசும் செயல்பட்டது என்பது அறிவுஜீவிகள் அனைவருக்கும் தெரிந்த விஷயம்தான். நமது தமிழக அரசு நாடாளுமன்ற உறுப்பினர் குழுவை அனுப்பியது, ராஜபக்சேயிடம் திரும்பத் திரும்பத் தமிழ் மக்களைக் காப்பாற்றுமாறு வேண்டுகோள் விடுத்து நாடகமாடியது, ஈழ அரசுக்குப் பலநூறு கோடிப் பணத்தை மத்திய

அரசு அளித்தமைக்கு மறுப்புக் கூறாதது, பிரபாகரனின் தாயார் வரவை மறுத்தது, உலக நாடுகளெல்லாம் காலம் கடந்தேனும் ராஜபக்சேயின் இனப்படுகொலைக் குற்றம் பற்றி விசாரிக்க வேண்டும் என்று கூறும் போது எவ்வித உணர்ச்சியும் இன்றி இருப்பது – இப்படி எத்தனையோ விஷயங்கள் அந்த வடுவின் மேலேயே மீண்டும் மீண்டும் அம்பெய்வதுபோல அமைந்தன. இதனால் சிதைந்து போயிருக்கும் தமிழர் மனத்தில் இப்போது இப்படி ஒரு மாநாடு அவசியமா என்ற கேள்வியே எழுகிறது. அதிலும் அண்மையில் தேர்தல் காத்துக்கொண்டிருக்கும்போது இம்மாநாட்டின் நோக்கம் குறித்து எவருக்கும் ஐயமில்லை.

அடுத்த காரணம், உண்மையில் இவ்வளவு பணத்தைச் செலவழித்து ஒரு திருவிழா நடத்த வேண்டிய தேவையில்லை. முறையாகச் செலவிட்டுச் செய்யக்கூடிய அநேக காரியங்கள் தமிழகத்தில் காத்துக் கொண்டிருக்கின்றன.

தமிழுக்குப் பலநாட்டு அறிவுத் தொடர்பும் ஒப்பீடும் ஏற்படுத்தவும் ஆராய்ச்சியை மேம்படுத்தவுமாக அமைக்கப் பட்ட உலகத் தமிழாராய்ச்சி நிறுவனம், தமிழ்ப் பல்கலைக் கழகம் போன்றவை இப்போது வெறும் எம்.ஏ., எம்.ஃபில், பிஎச்.டி உருவாக்கும் சாதாரணக் கல்லூரிகளின் நிலைக்குத் தள்ளப்பட்டுவிட்டன. காரணம் கேட்டால் இவற்றை நடத்தப் பணமில்லை என்கிறார்கள்!

தமிழைப் பாடமாக எடுத்து இளங்கலை, முதுகலையிலும் அதற்கு மேலும் படிப்பவர் எண்ணிக்கை அதிகரித்துள்ளது. வேலைவாய்ப்புக்கெனவே இதில் ஈடுபடுகிறார்கள், அவர்கள். ஆனால் இந்தியில் இருப்பது போல எல்லா நிலைகளிலும் தமிழைப் பயிற்று மொழியாக்குவது எப்போது? தமிழ் வாயி லாகக் கல்வி கற்றவர்களுக்கு (எந்தக் கல்வியாயினும் – மருத்துவக் கல்வி, கணினிக் கல்வி உட்பட) வேலைவாய்ப்பில் முன்னுரிமை அளிக்கப்பட வேண்டும் என்பது இன்றைய கட்டாயம். இல்லா விட்டால் தமிழ் நாளை அழிந்துபோகும்.

தமிழுக்கு வாய்ப்பளிக்காமல் ஆங்கிலத்தை வளர்ப்பவர்கள் அனைவரும் கட்சிப் பெருமக்களே. அவர்கள் நடத்தும் தனியார் நிறுவனங்களால் அரசுப் பள்ளிகள், கல்லூரிகள் அனைத்தும் தமிழைப் புறக்கணிக்க வேண்டிய நிலைக்குத் தள்ளப்பட்டுள் ளன. மேலும் கலைஞரும் அவருடைய குடும்பத்தினரும் நடத்தும் தொலைக்காட்சிகளிலும் பிற ஊடகங்களிலும் தமிழ் எப்படிக் கொல்லப்படுகிறது என்பதை அனைவரும் அறிவார்கள். இவற்றை யெல்லாம் திருத்துவதற்குச் சற்றும் மனமில்லாத அரசும்

அதன் தலைவரும் செம்மொழியை வளர்ப்பதாகச் சொல்லிக் கொள்வது வெட்கக் கேடாகத்தான் இருக்கிறது.

கடைசியாக, உலகமயமாக்கலின் விளைவாக இந்த நூற்றாண்டின் இறுதியில் அழிந்துபோக வாய்ப்புள்ள மொழிகளில் ஒன்றாகத் தமிழ் அடையாளம் காணப்பட்டுள்ளது. ஆக்கபூர்வமான செய்கைகள் இன்றி, வெறும் ஆரவார, விளம்பரச் செய்கைகளில் ஈடுபட்டுத் தமிழைக் காப்பாற்றிவிட முடியாது. இந்தி எதிர்ப்பால் நமக்கு விளைந்த மாபெரும் பயன் ஆங்கில ஆதிக்கமே. இன்று கிராமத்தில் சரியான வருமானமின்றிக் கஷ்டப்படும் விவசாயிகூடப் பத்தாயிரம் ரூபாய் முதல் நன்கொடை அளித்துத் தன் பிள்ளையை ஆங்கில வழியிலேயே படிக்கவைக்க வேண்டும் என்று நினைக்கிறான். அப்படி அவன் மனநிலை மாறியிருக்கிறதே! அப்படி மாற்றியவர் யார்? இந்த மனநிலை நாங்கள் படித்தபோது (1960களில்) இல்லையே? தமிழுக்கும் தமிழர்களுக்கும் தன்னையே காவலனாகக் காட்டிக் கொள்ளும் இந்தத் தலைவர் உண்மையில் தமிழுக்குச் செய்தது என்ன? இவையெல்லாம் நாளை தமிழ் சாகாமலிருக்க வேண்டும், நல்ல முறையில் வளர வேண்டும் என்று நினைக்கும் எந்தத் தமிழனும் நினைத்துப்பார்க்க வேண்டியவை.

இதழ் 128, ஆகஸ்டு 2010

பண்பாட்டுத் துயரம்

உலகத் தமிழ்ச் செம்மொழி மாநாடும் உலகத் தமிழாய்வுக் கழகமும்

கண்ணன்

தமிழாய்வுக் கழகத்தின் தலைவர் கராஷிமா ஒன்பதாம் உலகத் தமிழ் மாநாட்டைக் கழகம் நடத்த முன்வராததன் காரணங்களை விளக்கி *தி இந்து*வில் எழுதிய கட்டுரையும் எதிர்வினைகளும் முந்தைய *காலச் சுவடு* இதழில் தமிழாக்கம் செய்யப்பட்டிருந்தன. கதைச் சுருக்கம் : 2010 ஜனவரியில் உலகத் தமிழ் மாநாடு நடக்கப் போவதாக அதை நடத்த வேண்டிய கழகத்தின் தலைவர் கராஷிமாவுக்கு 2009 செப்டம்பரில் 'தெரிவிக்கப்படுகிறது'. அதாவது தமிழாய்வுக் கழகம், ஒன்பதாம் உலகத் தமிழ் மாநாட்டை 2009 ஜனவரியில் நடத்தப்போவதாகத் தமிழக முதல்வர், தமிழாய்வுக் கழகத்தின் தலைவர் கராஷிமாவைக் கலந்தாலோசிக்காமல் தன்னிச்சையாக அறிவிக்கிறார். இந்தப் பின்னணியில் கராஷிமா மூன்று கருத்துகளை முன்வைக்கிறார்.

1. உலகளாவிய மாநாடொன்றை நான்கு மாதங்களில் நடத்த முடியாது.
2. மாநாட்டில் அரசியல் நிகழ்வுகளும் ஆய்வு நிகழ்வுகளும் பிரித்தாளப்பட வேண்டும்.
3. அச்சிட்டுத் தயாராகவுள்ள எட்டாம் உலகத் தமிழ் மாநாட்டு ஆய்வுக் கட்டுரைத் தொகுதிகளை விநியோகிக்க வேண்டும்.

ஜனவரியிலிருந்து ஜூன் மாதத்திற்கு மாநாட்டைத் தள்ளிப்போட்டும் பிற இரண்டு கோரிக்கைகளையும் ஏற்றுக் கொள்வதாகவும் அரசு தெரிவிக்கிறது. இருந்தும் டிசம்பர் 2010க்கு முன்னர் மாநாட்டை நடத்துவது சாத்தியமல்ல எனக் கராஷிமா மறுத்துவிடுகிறார். இக்கட்டுரை வெளிவந்த சில நாட்களில் தஞ்சைப் பல்கலைக்கழகத் துணைவேந்தர் ம.ராசேந்திரனின் எதிர்வினை *தி இந்து*வில் வெளிவந்தது. அவருடைய விளக்கம்: 2006 ஆகஸ்ட் மாதம் கராஷிமா மாநாட்டு ஆய்வுக் கட்டுரைத் தொகுதி விநியோகம் பற்றி அரசுக்குக் கடிதம் எழுதுகிறார். செப்டம்பர் 2009இல் அரசு அவர் பரிந் துரையை ஏற்றுக்கொள்கிறது. (மொத்தம் ஆயிரம் படிகள் அச்சிடப்பட்டிருப்பதாகத் தெரிகிறது.) 130 படிகள் இலவச விநியோகத்திற்கு ஒதுக்கிவைக்கப்பட்டு, எஞ்சியுள்ள 870 படிகள் தமிழக அரசின் பொது நூலகங்களுக்கு அனுப்பப்படு கின்றன. இந்தப் பின்னணியில் எட்டாம் உலகத் தமிழ் மாநாட்டு ஆய்வுக் கட்டுரைத் தொகுதிகள் இன்னும் பகிர்ந்தளிக்கப்பட வில்லை எனக் கராஷிமா கூறுவது பிழை என்பது துணை வேந்தர் வாதம்.

சில கேள்விகள்

2006இல் தயாராகிவிட்ட மாநாட்டுத் தொகுதிகளை, அடுத்த மாநாடு நடத்தப்போவதாக அறிவிப்பு வெளி யிடும்வரை ஏன் விநியோகிக்கவில்லை? 2006இல் கராஷிமா கடிதம் எழுதி, 'திரும்பத் திரும்ப வேண்டுதல்கள்' வெளி யிட்ட பின்னரும் அரசு ஏன் அவர் கோரிக்கையை 2009 இறுதிவரை ஏற்கவில்லை? அடுத்த மாநாடு நடத்து வதாக அறிவித்த அரசு மாநாட்டு ஆய்வுக் கட்டுரைத் தொகுதிகளை விநியோகிக்க வேண்டியதை ஒரு முன் நிபந்தனையாக வைக்கும்வரை ஏன் செயல்படவில்லை? ம.ரா. கூற்றுப்படி தஞ்சைப் பல்கலைக்கழகம் ஒரு படியைக் கூட நான்கு ஆண்டுகளாக விற்காமல் அடைகாத்துப் பின்னர் அவற்றை உலகத் தமிழாராய்ச்சி நிறுவனத்திற்கு அனுப்பிவைத்திருக்கிறது. அவற்றில் 130 படிகளை இலவச மாக அளிக்க ஒதுக்கிவைத்து, 870 படிகளை அரசு நூலகங் களுக்கு அளித்தது. அதாவது ஒரு பிரதிகூட விற்கப்பட வில்லை. தமிழகத்தில் எந்தக் கல்லூரி, பல்கலைக்கழக நூலகங்களிலும் இப்படிகள் இருக்கமாட்டா. செம்மொழி மாநாட்டுக்கு வந்த அறிஞர்கள் இவற்றை வாங்க முடியாது. உலகத் தமிழ் மாநாட்டு ஆய்வுக் கட்டுரைத் தொகுதி களை இதைவிடச் சிறுமைப்படுத்த முடியுமா? அதன் பயன்கள் பலருக்கும் எட்டாவண்ணம் அரசாங்கம்

சீரழித்தது ஏன்? உலகத் தமிழ் மாநாட்டைக் கூட்ட நான்கு மாதங்கள், முந்தைய மாநாட்டின் தொகுதிகளை விநியோகிக்கவோ நான்கு வருடங்கள்! ஏனெனில் அது அதிமுக அரசு நடத்திய மாநாடு. அதன் முகப்பில் ஜெய லலிதாவின் படம் இருக்கும். இதை விட அற்பத்தனமாக ஓர் அரசாங்கத்தால் யோசிக்க முடியுமா?

அடுத்ததாக வா.செ. குழந்தைசாமியும் ஐராவதம் மகா தேவனும் இணைந்து கராஷிமாவுக்கு எழுதியுள்ள மறுப்பு. இத்தகைய ஒரு நிலைப்பாட்டை வா. செ. கு. மேற்கொள்வதில் யாருக்கும் வியப்பிருக்காது. ஆனால் இதில் ஐராவதம் மகா தேவன் பெயரும் இணைந்திருப்பது பலருக்கும் தர்மசங்கடம். பல பத்தாண்டுகள் சீரிய ஆய்வைத் தமிழுக்குத் தந்த, தேவை யற்ற எதிலும் ஈடுபடாமல் கவனத்தை ஒருமுகப்படுத்திப் பணியாற்றிய ஐராவதம் அவர்கள்மீது முதுமையில் இத்தகைய இழிவைச் சுமத்தியிருக்கும் தமிழ்ச் சமூகத்தைப் பழிப்பதா அல்லது இணங்கி நிற்கும் அவரைப் பழிப்பதா தெரியவில்லை. இப்படிப்பட்ட நிலையை எனக்கு ஏற்படுத்தியமைக்காக விதியைப் பழிக்க அதில் நம்பிக்கையும் இல்லை. கருணாநிதி யின் சீரழிக்கும் முனைப்பு எந்தப் பண்பாட்டு அடையாளத்தை யும் களங்கப்படுத்தாமல் விடாதுபோலும்.

மீண்டும் சில கேள்விகள்

1. ஸ்டூவர்ட் பிளாக் பர்ன் 1999இல் கராஷிமாவுக்கு எழுதிய கடிதத்தை, தங்களுக்குச் சாதகமாகக் கருதி, இக்கட்டுரையில் இரு அறிஞர்களும் மேற்கோள் காட்டி யுள்ளார்கள். பிளாக் பர்ன் எழுதுகிறார்: "தமிழ்நாட்டில் இன்னொரு மாநாட்டை நடத்துவதில் தங்கள் விருப்ப மின்மையைப் புரிந்துகொள்கிறேன். என்றாலும் தஞ்சாவூர் அனுபவம் மிக மோசம் என்று நான் நினைக்கவில்லை."

உலகத் தமிழ் மாநாடுகள் அரசியலாக்கப்படவில்லை என்ற இவ்விரு அறிஞர்களின் வாதம் அப்பட்டமான பிழை. சுயசிந்தனையுள்ள யாராலும் இதை ஏற்றுக்கொள்ள முடியாது. கராஷிமா 'மிக மோசம்' என்று நினைப்பது பிளாக் பர்னுக்கு 'அவ்வளவு ஒன்றும் மோசமல்ல' என்று தோன்றுகிறது. இது தான் வேறுபாடு. இதைவிடச் சாதகமான ஒரு குரலை இவ்விரு அறிஞர்களாலும் கண்டெடுக்க முடியவில்லை என்பது உலக அறிஞர்கள் உலகத் தமிழக மாநாடுகளை எவ்வாறு நோக்கு கிறார்கள் என்பதைத் தெளிவுபடுத்திவிடுகிறது.

2. இரு அறிஞர்களும் கூறுகிறார்கள்:

"கோயம்புத்தூரில் நடந்த சமீபத்திய செம்மொழி மாநாட்டில் ஆய்வுச் செயல்பாடுகளையும் பொது நிகழ்ச்சி களையும் ஒன்றுகலவாமல் பிரிப்பது இன்னும் கடுமை யாகவும் திட்டவட்டமாகவும் இருந்தது."

மாநாட்டுக் கட்டுரைகளின் தேர்வு பெருமளவிற்கு அரசிய லுக்கு உட்பட்டிருந்தது. எந்தச் செம்மொழிப் படைப்பாளியை விடவும் படைப்பைவிடவும் கருணாநிதிக்கும் கனிமொழிக்கும் அதிக விமர்சனக் கட்டுரைகள் சமர்ப்பிக்கப்பட்டமை இதற்குச் சான்று. எட்டாம் உலகத் தமிழ் மாநாட்டில் ஆய்வரங்கில் இலங்கைத் தமிழர்களை அனுமதியாமல் மத்திய அரசின் பாதுகாப்பு நிறுவனங்கள் அரசியலைப் புகுத்தின. மாநில அரசு மௌன சாட்சியாக அந்த அரசியலை வேடிக்கை பார்த்தது. ஆனால் ஆய்வரங்குப் பக்கம்கூட ஜெயலலிதா வரவில்லை. துவக்க விழாவிற்கு வந்த நெடுஞ்செழியனைத் தவிர எந்த அமைச்சரும் ஆய்வரங்கிற்கு வரவில்லை. மாநாட் டில் கட்டுரை படிக்க அரசியல் பரிந்துரைகளும் இல்லை. மாறாகச் செம்மொழி மாநாட்டின் தலைவரே அரசியல்வாதி! கட்டுரைகளின் தேர்விலும் கட்டுரையாளர் தேர்விலும் அரசியல் இல்லை என்பதை உ.பி.கள்கூட நம்பமாட்டார்கள்! இவ்வளவு ஆடம்பரச் செலவில் இவ்வளவு குப்பையான கட்டுரைகள் சமர்ப்பிக்கப்பட்ட மாநாட்டை, ஆகச் சிறந்தது என்றெல்லாம் அதிகாரத்திற்குப் பணிந்து வருணிக்க நேர்ந்ததற்காக இரு அறிஞர்களும் தலைகுனிய வேண்டும். அவர்கள் குனியாவிட் டாலும் நாம் தலை நிமிர நெடுங்காலமெடுக்கும்.

3. 1999இல் முந்தைய திமுக ஆட்சியின்போது வா.செ. கு., கராஷிமாவுக்கு மீண்டும் ஒரு உலகத் தமிழ் மாநாடு நடத்த அழைப்புவிடுத்தும் கராஷிமா அது மீண்டும் ஒரு அரசியல் கூத்தாகும் என நியாயமாகவே பயந்து மறுத்ததும் தெரிகின்றது. இந்தப் பின்னணியில் பன்னாட் டுத் தமிழாய்வுக் கழகம் இயங்குகின்றதா என்ற சந்தேகத்தை இரு அறிஞர்களும் பலமுறை எழுப்பியுள்ளனர். 2005இல் ஐந்து தொகுதிகளாக சுமார் 5000 பக்கங்களில் எட்டாம் உலகத் தமிழ் மாநாட்டு ஆய்வுக் கட்டுரைத் தொகுதிகள் வெளிவந்துள்ளதால் அது இயங்குவதாகவே தெரிகிறது. அவற்றை விநியோகிக்க அரசாங்கம் பல ஆண்டுகள் எடுத்ததும் இப்போது இதை ஆய்வாளர்களுக்கும் மாணவர் களுக்கும் எட்டாமல் பொது நூலகங்களில் புதைத்துள் ளமை பற்றிக் கருத்துக்கூறும் துணிவை இவ்வறிஞர்களிடம் நாம் எதிர்பார்ப்பதற்கில்லை. கருணாநிதியின் கைப்பாவை யாகச் செயல்படும் வா.செ.கு. தமிழாய்வுக் கழகத்தின்

துணைத் தலைவராக இருந்தும் எட்டாம் உலகத் தமிழ் மாநாட்டுக் கட்டுரைகள் விநியோகிக்கப்படாமல் கிடந்தது பற்றி மூச்சுவிடவில்லை. அந்தப் பிரச்சினையைத் தொடர்ந்து எழுப்பியவர் இவரால் பழிக்கப்படும் கராஷிமாதான்.

4. கராஷிமா மாநாட்டை நடத்த மறுத்தபோது துணைத் தலைவர் வா.செ.கு. அவருக்குச் சில உறுதிகள் வழங்கிய தாக அறிஞர்கள் தெரிவித்துள்ளனர்.

“துணைத் தலைவர் என்னும் முறையிலும் நிர்வாக மன்றத் தின் தலைவர் என்னும் முறையிலும் டாக்டர் குழந்தைசாமி பன்னாட்டுத் தமிழாய்வுக் கழகத்திற்கெனச் சென்னையில் சொந்தக் கட்டடம் கட்டித்தருமாறும் அதற்கெனத் தனி அலுவலகத்தை நடத்தவும் அதன் ஆய்வுச் செயல்பாடுகளை நடத்தவும் தேவையான நிதி வழங்குமாறும் தமிழக அரசை இசைவிக்க முடியும் எனப் பேராசிரியர் கராஷிமாவுக்கு உறுதி கூறும் அளவுக்குச் சென்றார்.” பச்சையாகச் சொன்னால் வா.செ.கு. கருணா நிதியின் தூண்டுதலில் காரியத்தைச் சாதிக்கக் கராஷிமா வுக்கு ஆசைகாட்டி, தமிழாய்வுக் கழகத்திற்குக் கையூட்டு வழங்க முயன்றுள்ளார். பெற்றுச் சிவந்த, கொடுத்துக் கறக்கும் கரங்கள் அதிகாரத்தினுடையவை. கராஷிமா மறுத்தது இவர்களின் ஆத்திரத்தைத் தூண்டியுள்ளது. தமிழாய்வுக் கழகத்திற்குத் தமிழ் வளர்ச்சிக்காக மட்டுமே நிதியும் இடமும் வழங்குவது பற்றிக் கருணாநிதியால் சிந்திக்க முடியாது. தனக்கு ஆதாயம் இல்லாத எதைப் பற்றியும் சிந்திக்கவே முடியாதவர் நம் முதல்வர்!

5. நிர்வாகமன்றக் கூட்டத்தைக் கூட்டாமல், கராஷிமா மாநாட்டை நடத்த மறுத்ததை இவ்விரு அறிஞர்களும் கண்டித்துள்ளனர். அதே நேரம் தமிழாய்வுக் கழகத்தைக் கலந்தாலோசிக்காமல் அடுத்த உலகத் தமிழ் மாநாட்டை நடத்தப்போவதாக முதலமைச்சர் அறிவிப்பு வெளியிட் டதைக் கேள்வி கேட்கும் துணிவு இவர்களுக்கு இல்லை.

6. மாநாட்டில் கலந்துகொண்ட முக்கியமான தமிழ் அறிஞர்களின் பெயர்களைப் பட்டியலிட்டிருக்கின்றனர் அறிஞர்கள். வழக்கம்போல அதில் தமிழர்கள் பெயர் இல்லை. (அ. மார்க்ஸ், ரவிக்குமார், வா.செ.கு எல்லோர் பட்டியலும் இங்ஙனம்தான். என்று தணியும் இந்த அடிமை யின் மோகம்!) உலகத் தமிழாய்வுக் கழகம் இம்மாநாட்டை நடத்தவில்லை என்பதாலும் மாநாட்டில் நிழலாடிய ஈழத் தமிழருக்குத் துரோகம் இழைத்த அரசியலாலும் போதுமான கால அவகாசம் – அசலான ஆய்வுக் கட்டுரை

எழுத – இல்லை என்பதாலும் மாநாட்டில் கலந்து கொள்ளாத அறிஞர்கள் பட்டியல் மிக நீண்டது. இதைப் பற்றிய வருத்தம் கொள்ள வேண்டியது செம்மொழி மாநாட்டை, கருணாநிதியின் பெரிய குடும்பத்தின் 184 உறுப்பினர்களை அழைத்து, போஷித்து அரசியல் அதிகாரத்தின் ஆபாசம் ததும்ப நடத்திய அறிஞர்கள்தாம். சுயமரியாதையுடன் விலகி நின்ற கராஷிமா அல்ல. எல்லாப் பண்பாட்டு அதிகார மையங்களிலும் புகுந்து புறப்பட்டுச் சீரழிக்கும் கருணாநிதி குடும்பத்தின் அதிகாரத்திற்கு அப்பால் உலகத் தமிழாய்வுக் கழகத்தை இறுதிவரை நிறுத்திக்காட்டிய கராஷிமாவுக்குத் தலைவணங்குவோம். (வா.செ.கு., இராவதம் மறுப்பைப் படிக்கும்போது பாரதி, கிருஷ்ணசாமி ஐயருக்கு எழுதிய வரிகள் மீண்டும் நினைவுக்கு வந்தன.)

7. மாநாடு அரசியலாக்கப்படவில்லை என மறுத்தபடியே, மாநாட்டைச் சட்டமன்றத் தேர்தல் காரணமாக டிசம்பர் 2010இல் நடத்த முடியாது என்ற அரசின் அரசியல் சார்ந்த நிலைப்பாட்டை அப்படியே விமர்சனமின்றி ஏற்கவும் இவ்விரு அறிஞர்களால் முடிகிறது. மொழி ஆய்வு மாநாடு ஒன்று தேர்தலுக்காக முன்பின் தள்ளப்படும் விந்தை உலகின் வேறு எந்த மொழியிலும் நடக்காது. மொழி சார்ந்த ஒரு மாநாட்டில் அரசியல்வாதிகளும் அரசியல் நிகழ்வுகளும் பேராதிக்கம் செலுத்தும் விந்தையும் உலகில் எந்த மொழியிலும் இருப்பதாகத் தெரியவில்லை. எல்லாம் தமிழின் தவப்பயன்.

இதழ் 130, அக்டோபர் 2010

பாதிக்கப்பட்டவர்கள் பலவீனமானவர்கள் என்பதால் நிராதரவாக விடப்பட்டிருக்கிறார்கள்

சுதா ராமலிங்கம்
உயர் நீதிமன்ற வழக்கறிஞர்

தமிழக அரசியல் களத்தில் செல்வாக்குப் பெற்றவர்கள் பற்றிய கருத்துக்கணிப்பு ஒன்றை வெளியிட்டதற்காக மதுரைத் தினகரன் அலுவலகத்தின் மீது 2007 மே 9 அன்று தாக்குதல் நடத்தி, அதன் மூன்று அப்பாவி ஊழியர்கள் கொல்லப்பட்டது தொடர்பான வழக்கை முதலில் மாநிலக் காவல் துறைக் குற்றப்பிரிவினரும் பின்னர் மத்தியப் புலனாய்வுத் துறையினரும் விசாரித்ததும் அது தொடர்பான வழக்கில் விசாரணை நீதிமன்றம் குற்றம்சாட்டப்பட்ட 17பேரையும் விடுதலை செய்து 2009 டிசம்பர் 9 அன்று தீர்ப்பளித்ததும் அனைவரும் அறிந்த செய்தி. இது போன்ற முக்கியத்துவமுடைய வழக்குகளின் விசாரணை, நீதிமன்ற நடைமுறைகளின் மீது அக்கறை காட்டும் ஊடகங்கள் இம்முறை மௌனமாக இருந்தன. விசாரணை குறித்த விவரங்களையோ தீர்ப்பு குறித்த விமர்சனங்களையோ வெளியிடுவதில் தமிழ் அச்சு, தொலைக்காட்சி ஊடகங்கள் அநேகமாக எவ்வித அக்கறையையும் காட்டவில்லை. இத்தாக்குதலில் பாதிக்கப்பட்ட, பட்டப்பகலில் தன் ஊழியர்களில் மூன்று பேரின் உயிர்களைப் பறிகொடுத்த தினகரன் நாளிதழுங் கூட விதிவிலக்காக இருக்கவில்லை என்பதுதான் அதிர்ச்சியூட்டக்கூடியது.

குற்றம் சுமத்தப்பட்டவர்கள் அனைவரையும் விடுவிப்பது தவிர வேறு வழியற்ற நிலைக்கு விசாரணை நீதிமன்றம் தள்ளப் பட்டது. அரசுத் தரப்பின் முக்கியச் சாட்சிகளில் பெரும்பா லானோர் விசாரணை அதிகாரிகளிடம் அளித்த வாக்குமூலங் களை நீதிமன்ற விசாரணைகளின்போது மறுத்து, பிறழ்வு சாட்சிகளாக மாறி அரசுத் தரப்பைத் தோற்கடித்துக் குற்றம் சாட்டப்பட்டவர்களை விடுவிக்க உதவியுள்ளனர். பிறழ்வு சாட்சிகளாக மாறியவர்களில் சப் இன்ஸ்பெக்டர் ஆலடியான், சரவணக்குமார், ராம் நாராயணன், இன்ஸ்பெக்டர் தெய்வீகப் பாண்டியன் உள்ளிட்ட காவல் துறை அதிகாரிகளும் கிராம நிர்வாக அலுவலர் பாஸ்கரப் பாண்டியனும் *தினகரன்* ஊழியர் கள் முத்துப் பாண்டியன், ஆர். எம். ஆர். ரமேஷ், ஸ்ரீனிவாசகன் போன்றோரும் அடங்குவர். இதைவிடக் கவலைக்கிடமான ஒரு விஷயம் அரசுத் தரப்பு வழக்கறிஞர் தன் கடமையைச் சரியாகச் செய்யத் தவறியதுதான். குறுக்குவிசாரணையின் போது அநேகமாக அவர் ஒன்றுமே செய்யவில்லை. எதற் காகவோ பயந்து சாட்சிகள் எல்லோரும் பொய் சொல்கிறார் கள் என அவர் தன்னைத் தானே சமாதானப்படுத்திக்கொண்டது போல்தான் இருந்தது. சாட்சிகளைப் பயம் கவ்வியிருந்தது. விசாரணை அதிகாரிகள், அரசுத் தரப்பு வழக்கறிஞர்கள் எல்லோரும் ஏதோவொரு சக்தியைக் கண்டு பயந்து போயிருந் தார்கள் என்பது தெரிகிறது.

வேலியே பயிரை மேய்ந்த கதைக்குச் சிறந்த உதாரணம் இந்த வழக்கு. சட்டம் ஒழுங்கைப் பாதுகாக்க வேண்டிய காவல் துறை அதிகாரிகளும் தன் சக ஊழியர்களைப் பறி கொடுத்திருந்த *தினகரன்* அலுவலக ஊழியர்களுங்கூட முதற்கட்ட விசாரணையில் தாம் காவல் துறையிடம் அளித்த வாக்குமூலங்களை சிபிஐ விசாரணையின்போது மறுத்திருக் கின்றனர். சிபிஐ விசாரணையின்போது அவர்கள் அளித்துள்ள வாக்குமூலங்கள் உண்மையானால் முதன்முதலில் காவல் துறை யினரிடம் அளித்த வாக்குமூலம் பொய் என்றாகிவிடுகிறது. காவல் துறையினரிடம் முதலில் அளித்த வாக்குமூலம் உண்மை யென்றால் சிபிஐ அதிகாரிகளிடம் பொய் சொல்லியிருக்கிறார் கள் என்றாகிவிடுகிறது. இந்த வழக்கையும் அது தொடர்பாகப் பல்வேறு கட்டங்களில் நடந்துவந்த விசாரணைகளையும் தொடர்ந்து கவனித்துவருபவர்களால்கூட உண்மை எது, பொய் எது என்பதைப் பகுத்தறிய முடியாத அளவுக்கு விசாரணை நடைமுறைகள் திட்டமிட்டுக் குழப்பப்பட்டன. உண்மையைக் கண்டறியும் எள்ளளவு முனைப்புங்கூட நீதிமன்றத்துக்கு இருந்த தாகத் தெரியவில்லை.

பிறழ்வு சாட்சிகளாக மாறியவர்கள் மிக எளிதாகத் தப்பித்துக் கொண்டிருக்கிறார்கள். நீதிமன்றமும்கூட இனிவரும் காலங்களில் சாட்சிகளுக்கு அதிகப் பாதுகாப்பளித்து அவர்கள் உண்மையைச் சொல்லும் சூழல் உருவாக்கப்பட வேண்டும் என்னும் மென்மையான கருத்தோடு தன் கடமையை முடித்துக் கொண்டது.

நீதிமன்றத்தின் கையறுநிலையை எப்படிப் புரிந்துகொள்வது? ஜெஸிகா லால், பிரியதர்ஷினி மட்டோ ஆகியோரது கொலை வழக்குகளில் குற்றப்பின்னணிகளை வெளிக் கொண்டு வந்ததிலும் உண்மையான குற்றவாளிகள் தண்டனை பெறத் தக்க வகையில் விவாதங்களை வளர்த்தெடுத்ததிலும் ஊடகங்கள் பெரும் பங்குவகித்தன. அவர்கள் பெண்களாகவும் அழகான தோற்றமுடையவர்களாகவும் இருந்ததால் தான் ஊடகங்கள் அவர்களுக்காகக் குரல் கொடுத்தனவா என்னும் கேள்வி எழுகிறது. ஏனெனில் *தினகரன்* ஊழியர்கள் கொல்லப்பட்ட வழக்கில் அவை கைகளைக் கட்டிக்கொண்டிருந்துவிட்டன. எந்தவொரு விஷயமும் ஊடகக் கவனம்பெற ஏதாவது கவர்ச்சிகரமான அம்சம் இருக்க வேண்டுமென ஊடகங்கள் கருதுகின்றனவா? இந்த வழக்கில் குற்றம்சாட்டப்பட்டவர்கள் அனைவரும் விடுவிக்கப்பட்டதை அரசு தன் தோல்வியாகக் கருதவேயில்லை. வழக்கின் தோல்விக்குக் காரணமானவர்களும் பிறழ்வு சாட்சிகளுமான தன் ஊழியர்கள்மீது அரசு என்ன நடவடிக்கை எடுத்தது? குறைந்தபட்சம் அரசின் ஒரு துறையிடம் – காவல் துறை, சிபிஐ அல்லது நீதிமன்றம் – அவர்கள் பொய் சொல்லியிருக்கிறார்கள். அவர்கள்மீது நீதிமன்றத்தாலும் நடவடிக்கை எடுக்க முடியவில்லை.

ஒருபுறம் சத்யமேவ ஜயதே என முழங்கிக்கொண்டே மறுபுறம் பொய் சொல்வது நமக்கு இயல்பானதாகத் தென்படத் தொடங்கியிருக்கிறது. சட்டத்திற்குப் புறம்பான செயல்பாடுகள் கொண்டவர்கள் நம் தலைவர்களாக இருக்கிறார்கள். முதல் மனைவி உயிருடன் இருக்கும்போது இரண்டாம் திருமணம் செய்து கொள்வதென்பது சட்டப்படிக் குற்றம். ஆனால் நம் தலைவர்களும் கடவுளர்களும் இரண்டு மனைவிகளைக் கொண்டவர்களாக இருப்பது நமக்கு உறைப்பதே இல்லை. சட்டப்படி அது குற்றமாகத் தெரிவதுமில்லை. நீதிமன்றத்தில் இந்தியத் தண்டனைச் சட்டம் பிரிவு 191இன் படி பொய்ச் சாட்சி சொல்பவர்களுக்கு ஏழு ஆண்டுகள்வரை சிறைத் தண்டனை வழங்க வழி இருக்கிறது. அப்படியிருக்கும் போது பொய்ச் சாட்சி சொல்லி நீதிமன்றங்களை ஏமாற்றியவர்களுக்கெதிராகப் பெரிய அளவில் சட்டரீதியில் நீதிமன்ற நடவடிக்கைகள் எடுக்கப்பட்ட நேர்வுகள் சொற்பம். பெஸ்ட்

பேக்கரி வழக்கிலும் ஜெஸிகா லால் கொலை வழக்கிலும் பொய்ச் சாட்சியங்கள் மூலம் நீதிமன்றங்களை ஏமாற்றிக் குற்றவாளிகள் தப்பித்துக்கொள்ள உதவியவர்களுக்கெதிராக நடவடிக்கை எடுக்க நீதிமன்றங்கள் பரிந்துரைத்த நல்ல முன்னுதாரணங்கள் இருக்கின்றன. பொய்ச் சாட்சி சொல்பவர்கள் குற்றவாளிகளைத் தப்பவிடுவதன் மூலம் குற்றத்துக்குத் துணை புரிபவர்கள். *தினகரன்* அலுவலக ஊழியர்கள் கொல்லப்பட்ட வழக்கில் பிறழ்வு சாட்சிகளாய் மாறியவர்கள்மீது நடவடிக்கை எடுக்காதவரை அரசுங்கூடக் குற்றத்துக்குத் துணைபுரிந்திருக்கிறது என்றுதான் சொல்ல வேண்டும்.

முன்னாள் உச்ச நீதிமன்ற நீதிபதி வி என் காரே, "குற்றமில்லாத நாடாக நம் நாடு உருவாக வேண்டுமானால் பொய்ச் சாட்சியம் என்பது தீவிரமான குற்றமாகப் பார்க்கப்பட வேண்டும்" எனக் கூறியுள்ளார். நாம் அநீதியான இந்தத் தீர்ப்புக்கெதிராக மிகப் பெரிய அளவில் போராடியாக வேண்டும். இது போன்ற வெளிப்படையான, கொடிய குற்றங்களைச் செய்தவர்களுக்கு நம்மால் தண்டனை பெற்றுத் தரமுடியவில்லையெனில் யார் வேண்டுமானாலும் எத்தகைய குற்ற வழக்குகளிலிருந்தும் தப்பிவிடலாம் என்னும் தவறான நம்பிக்கை வேரூன்றப்பட்டுவிடும். இது தவறான, அபாயகரமான முன்னுதாரணமாகவும் அமைந்துவிடக் கூடும். இந்த வழக்கைப் பொறுத்தவரை நீதிமன்றமோ காவல் துறையோ நடுநிலையோடு நடந்து கொள்ளவில்லை. பொய்ச் சாட்சியம் என்பது தீவிரமான குற்றமாகப் பார்க்கப்படாதவரை இது போன்ற தீர்ப்புகள் தொடர்கதையாக வந்துகொண்டேயிருக்கும். வெகுண்டெழுந்திருக்க வேண்டிய ஊடகங்கள் கண்களை மூடிக்கொண்டது துரதிருஷ்டவசமானது. குற்றம்சாட்டப்பட்ட பதினேழு பேரும் விடுவிக்கப்பட்டதைக் குறித்த அதிர்ச்சியைத் *தினமணி* தவிர மற்ற நாளிதழ்கள் வெளிப்படுத்தவில்லை. பாதிக்கப்பட்டவர்களின் உறவினர்கள் அதிகாரத்தை எதிர்த்துப் போராடும் அளவுக்கு வலிமைகொண்டவர்கள் அல்ல. ஆகப் பாதிப்புக்குள்ளானவர்கள் பலவீனமானவர்கள் என்பதால் நிராதரவானவர்களாக விடப்பட்டிருக்கிறார்கள். இதுபற்றிய குற்றவுணர்வோ வெட்கமோ இல்லாமல் நாம் நீதியை, ஜனநாயகத்தைப் பற்றிப் பேசிக்கொண்டிருக்கிறோம்.

இக்கொடிய குற்றத்துக்குத் தலைமை தாங்கியவர்கள், முன்னின்று நடத்தியவர்கள் திமுகவினர் என்பதால் மாநிலக் காவல் துறையால் நடுநிலையான விசாரணைகளை மேற்கொள்ள முடியாது என்பதற்காகவே இவ்வழக்கு சிபிஐக்கு மாற்றப்பட்டது. மாநில அரசின் காவல் துறையிடமிருந்த இந்த வழக்கை அரசு

சிபிஐயிடம் ஒப்படைத்ததைத் தவறாகப் பார்க்க முடியாது தான். ஆனால் சிபிஐகூட இந்த லட்சணத்தில்தான் இருக்கிறது என்பதுதான் நமது மனத்தை உறுத்தும் விஷயம். சிபிஐ ஒரு சுயேச்சையான புலனாய்வு அமைப்பு என்பதுதான் பொதுநம்பிக்கை. மாநிலக் காவல் துறை சொன்ன எல்லா வற்றையும் சிபிஐ அப்படியே ஏற்றுக்கொள்ள வேண்டியதில்லை. ஏற்கனவே மாநிலக் குற்றப் பிரிவு போலீசாரின் விசாரணைக் குள்ளானவர்களை சிபிஐயும் விசாரித்திருக்கும். அதன் பின்புதான் அவர்கள்மீது குற்றப்பத்திரிகை தாக்கல் செய்யப் பட்டிருக்கவும் வேண்டும்.

பிறழ்வு சாட்சிகளில் ஒருவரான சம்பந்தப்பட்ட கிராம நிர்வாக அலுவலர் பாஸ்கரப்பாண்டியன், காவல் துறையினர் நீட்டிய வெற்றுத் தாளில் கையெழுத்திட்டதாகச் சொல்லிக் காவல் துறையினரிடம் தான் அளித்த வாக்குமூலத்தை நீதி மன்றத்தில் மறுத்திருக்கிறார். பொறுப்புள்ள வருவாய்த் துறை ஊழியர் ஒருவர் வெற்றுத்தாளில் கையெழுத்திட்டதாகச் சொல்வது அதிர்ச்சியூட்டக்கூடிய விஷயம் அல்லவா? அப்படி யானால் நாம் நம் அரசின் அடிப்படையான அலகுகளை எப்படி நம்புவது? அந்தக் கிராம நிர்வாக அலுவலருக்கு எதிராக அரசு எடுத்த நடவடிக்கை என்ன? அவர்மீது துறை ரீதியான ஒழுங்கு நடவடிக்கை எடுக்கக்கூட அரசு முயலாதது விநோதம். சரி, அவரிடம் வெற்றுத்தாளில் கையெழுத்து வாங்கியவர்கள் மீதாவது நடவடிக்கை எடுக்கப்பட வேண் டாமா? குற்றத்தை நேரில் பார்த்தவர்கள், நேரடியான நட வடிக்கைகளில் பங்குபெற்றவர்கள் தவிர மற்ற சாட்சிகள் பிறழவில்லை. அதனால் குற்றம் சுமத்தப்பட்டவர்களுக்கு எந்தச் சிக்கலும் எழவில்லை. ஆனால் சாட்சிகள் மிரட்டப்படவில்லை எனச் சொல்லிக்கொள்ள இது உதவும் அல்லவா?

தொழில்நுட்பரீதியில் மிகச் சாதுர்யமான முறையில் நீதிமன்றத்தை ஏமாற்றியுள்ள வழக்கு இது. குற்றம் நடந்ததற்கு ஆதாரமான எண்ணற்ற புகைப்படங்கள் நீதிமன்றத்தில் சமர்ப் பிக்கப்பட்டிருந்தன. ஆனால் அவற்றைப் படமெடுத்ததாகச் சொல்லப்பட்ட புகைப்படக்காரர்கள் நீதிமன்றத்தில் அதை ஒப்புக்கொள்ளாததால் அவை அதிகாரபூர்வச் சான்றுகளாக ஏற்றுக்கொள்ளப்படவில்லை. ஒளிப்படக் காட்சிகள் எவையும் காட்டப்பட்டதாகத் தெரியவில்லை. இந்தியச் சாட்சிகள் சட்டப்படி, நீதிமன்றத்தின் முன் தாக்கல்செய்யப்பட்ட சாட்சி யங்கள், ஆவணங்கள், தடயங்கள் போன்றவை சட்டத்துக்குட் பட்டு நிரூபிக்கப்பட வேண்டும். நேரடியாக நீதிமன்றத்தில் வாக்குமூலம் அளிக்கும் ஒருவர் பிறகு பிறழ முடியாது. சாட்சி

கள் பிறழ்வதற்கு வாய்ப்புள்ள எல்லா வழக்குகளிலும் சாட்சிகள் நேரடியாக நீதிபதி முன் ஆஜர்படுத்தப்படுவதும் நீதிபதியிடமே நேரடியாக வாக்குமூலம் அளிக்கச் செய்வதும்தாம் நடைமுறை. பிரேமானந்தா வழக்கில் எல்லாச் சாட்சிகளுமே நேரடியாக நீதிமன்றத்தில் ஆஜர்படுத்தப்பட்டனர்.

குற்றப்பத்திரிகையில் கூறப்பட்டுள்ள ஒவ்வொரு வரியும் நீதிமன்றத்தின் முன் சந்தேகத்திற்கிடமின்றி நிரூபிக்கப்பட்டால் மட்டுமே குற்றவாளிகள் தண்டிக்கப்படுவார்கள். இந்த வழக்குக் கையாளப்பட்ட விதத்தைப் பார்க்கும்போது இது மறுவிசாரணைக்குட்படுத்தப்பட வேண்டிய வழக்கு என்பதில் சந்தேகமில்லை. அதற்கான காரணங்கள் வெளிப்படையாக உள்ளன. மக்கள் கண்காணிப்பகம் போன்ற ஒருசில அமைப்புகளைத் தவிர மனித உரிமை அமைப்புகள்கூட இவ்வழக்கில் பெரிதாக ஆர்வம் காட்டியதாகத் தெரியவில்லை. தேசிய மனித உரிமை ஆணையத்தில் புகார் செய்தால் ஏதாவது உபயோகமாக இருக்கலாம். மதுரை உயர் நீதிமன்றத்தில் சிபிஐ மேல்முறையீடு செய்திருக்கிறது. ஆனால் அது இன்னும் பதிவு செய்யப்படக்கூட இல்லை. தேசிய மனித உரிமை ஆணையம் தானே முன்வந்து பாதிக்கப்பட்டவர்கள் சார்பாக வழக்கை மறுவிசாரணைக்குட்படுத்தக் கோரலாம். அதற்குச் சட்டத்தில் இடமிருக்கிறது. பாதிக்கப்பட்டவர்கள் ஏழைகள் என்பதால் இது நடக்குமா எனத் தெரியவில்லை. பாதிக்கப்பட்டவர்கள் ஏழைகள் என்பதைவிடக் குற்றம்சாட்டப்பட்டவர்கள் சக்திவாய்ந்தவர்கள் என்பது முக்கியமான விஷயம் அல்லவா?

தமிழகத்தின் செல்வாக்கு மிகுந்த அரசியல் தலைவர்கள் பற்றிய கருத்துக் கணிப்பொன்றை வெளியிட்டதற்காக மதுரைத் *தினகரன்* அலுவலகம் 2007, மே 9 அன்று தீயிட்டுக்கொளுத்தப்பட்டது. தாக்குதலில் *தினகரன்* ஊழியர்கள் மூவர் பலியாயினர். இவ் வழக்கின் மீது விசாரணை நடத்திய நீதிமன்றம் 2009, டிசம்பர் 9 அன்று மத்தியப் புலனாய்வுத் துறையால் குற்றம் சாட்டப்பட்ட 17 பேரையும் விடுதலைசெய்து தீர்ப்பளித்தது. இத்தீர்ப்புத் தொடர்பாக வழக்கறிஞரும் ஜனநாயக மாதர் சங்கத்தின் உறுப்பினருமான சுதா ராமலிங்கம் அவர்களுடன் நடத்திய உரையாடல் பதிவு இது. தீர்ப்பின் நகலைக் கொடுத்து உதவிய மதுரை மக்கள் கண்காணிப்பகத்துக்கு நன்றி.

சந்திப்பு : தேவிபாரதி, செல்லப்பா

இதழ் 131, நவம்பர் 2010

மாயைகளைக் குலைக்கும் மகாமாயை

கண்ணன்

எங்கிருந்து வருகுவதோ – ஒலி
யாவர் செய்குவதோ? (பாரதி)

இந்திய ஜனநாயகத்தை நிர்ணயிக்கும் ஒரு திருப்பு முனையில் இருக்கிறோம் என்று எண்ண வலுவான காரணிகள் உள்ளன. இந்திய ஜனநாயகத்தின் வருங் காலத்தை நிர்ணயிக்கும் இத்தகையதொரு சூழல், நெருக்கடிநிலைக்குப் பின்னர் உருவாகவில்லை. ஒரு பக்கம் ஊழல் மேல் ஊழலாக அம்பலப்பட்டு நிற்கும் இந்திய ஆளும் வர்க்கம். கடுமையான குரலில் பேசும் உச்ச நீதிமன்றம். தோண்டித் துருவும் ஊடகங்கள். பெரும் சண்டித்தனத்திற்குப் பிறகு இயங்கத் தொடங்கியிருக்கும் புலனாய்வுத் துறைகள்.

நெருக்கடிநிலைக்கும் இன்றைய நெருக்கடிக்கும் சில முக்கிய வேறுபாடுகள் உண்டு. அன்று மக்களுக்கு ஜெயபிரகாஷ் நாராயண் ஒரு விடி வெள்ளியாக அரசியல் வானில் தெரிந்தார். இன்று இந்திய அரசியலில் கறை படிந்த குள்ளர்களே நிரம்பியுள்ளனர். 'கையெடுத்துக் கும்பிட'ப் பொற்சுடரான ஆளுமைகளே இல்லை. அன்று தனியார் நிறுவனங்கள் பெரும் சக்தியாக இல்லை. இன்று இந்திய அரசியலையே நிர்ணயிக்கும் அதிகார மாக அவை உள்ளன. அன்று ஊடகவியலாளர்கள் பலர் நெருக்கடி நிலையை எதிர்த்துப் போராடும் நம்பிக்கை நட்சத்திரங்களாக இருந்தனர். இன்று ஊழலின் சடையில் பேன்களைப்போலப் பல ஊடக நாயகர் களும் நாயகிகளும் காட்சியளிக்கின்றனர்.

இக்காவியத்தின் நாயகி நீரா ராடியாவின் மீது மத்திய அரசு சந்தேகம்கொண்டு தேச விரோத நடவடிக்கைகளுக் காகவும் வருமான வரி ஏய்ப்புக்காகவும் அவரைக் கண் காணித்தது. வருமான வரித் துறையால் அதிகாரப்பூர்வமாகப் பதிவு செய்யப்பட்ட நீரா ராடியாவின் தொலைபேசி உரை யாடல்களின் கசிவுகள் இந்தியப் பெருமுதலாளிகள் மற்றும் ஊடகவியலாளர்கள் பற்றிய புதிய புரிதலை இந்தியர்களிடம் ஏற்படுத்தியுள்ளன. அரசியல்வாதிகள், அதிகாரிகள், ஊடகவிய லாளர்கள் என அதிகாரவர்க்கத்தினர் சதியாடிய அரங்கை – அதிகாரம், பணம், பெண்மை இன்னும் பல வசீகரங்கள் புழங்கிய அரங்கை – உற்றுநோக்கச் சிறிது வெளிச்சத்தை இந்த உரையாடல்கள் பரவவிட்டுள்ளன. ஆ.ராசா மட்டுமல்ல இன்னும் பலர் மத்திய அமைச்சர்களானதன் பின்னணியில் பெரு முதலாளிகளே உள்ளனர் என்பதும் இந்த அமைச்சர்கள் எந்த எந்தத் தொழிலதிபர்களின் கட்டுப்பாட்டில் உள்ளனர் என்பதும் ராடியா பதிவுகளில் அம்பலப்படுகிறது.

இந்த உரையாடல்களை ஒரு இலக்கியப் பிரதியைப் போல வாசிக்க வேண்டும். உரையாடல்களின் சொற்களை விட உபபிரதிகளே முக்கியமானவை. ராடியாவின் பல தொலை பேசி எண்களிலிருந்து 2007இலும் 2009இலும் பதிவுசெய்யப் பட்ட பல நூறு மணி நேரப் பதிவு அரசிடமும் இன்று உச்ச நீதிமன்றத்தின் வசமும் உள்ளது. இதில் எடிட் செய்யப்பட்ட நூற்றுக்கணக்கான உரையாடல்கள் இணையத்தில் கிடைக் கின்றன. நாளொரு ஊழலும் பொழுதொரு அம்பலமுமாகப் புதிய புதிய பதிவுகள் வெளிவந்த வண்ணமுள்ளன. கரிசனம் உள்ள அனைவரும் அவற்றை அவசியம் கேட்க வேண்டும். பரிசீலிக்க வேண்டும். ஏனெனில் சொற்களைவிடத் தொனி முக்கியம். பல ஊகங்களுக்கும் முடிவுகளுக்கும் இடம்தரும் பின்நவீனத்துவ விளையாட்டாகவும் உங்கள் பரிசீலனையை நீங்கள் அமைத்துக்கொள்ளலாம். இந்தியாவின் மிகப் பெரிய நிறுவனங்களான ரிலையன்ஸ் மற்றும் டாடாவின் முகவரான ராடியாவால் அரசியல்வாதிகளை, கார்ப்பரேட் தலைவர் களை, ஊடகவியலாளர்களை, அதிகாரிகளை எப்படித் தன் வழிக்குக் கொண்டுவர முடிகிறது என்பது முதல் கேள்வி. இந்தக் கேள்விக்கான விடையைக் கிடைக்கப்பெறும் ஆதாரங் களிலிருந்தும் ஆதாரப்பூர்வமான ஊகங்களிலிருந்தும் அவரவர் உருவாக்கிக்கொள்ள வேண்டும். பற்பல விடைகள் தோன்ற லாம். ஆனால் அவற்றின் மீது படுபாதகர்களின் சாயைகள் விழுந்துகிடப்பது உறுதி.

இவ்வுரையாடல்களிலிருந்து எழும் மற்றொரு துலக்கமான சித்திரம் – இந்திய ஜனநாயகத்தின் நான்கு தூண்களும் (நாடாளு மன்றம், அதிகாரவர்க்கம், நீதித் துறை, ஊடகத் துறை) எப்படி

கார்ப்பரேட் அதிகாரத்திற்கு விலைபோகின்றன என்பது. இன்று இந்த யதார்த்தத்தை இப்பதிவுகள் ஆதாரப்பூர்வமாக நம் முகத்தில் அறைந்துள்ளன. ராடியா பதிவுகளில் ஆறில் ஒரு பங்குகூட இன்னும் வெளிவரவில்லை. இவை முழுமை யாக வெளியானால் இந்தியாவின் அதிகாரப் பண்பாடு பற்றிய புதிய வெளிச்சம் நமக்கு நிச்சயம் கிடைக்கும். ஆனால் இதைப் பெருமுதலாளிகள் விரும்பாதது இயல்பு. ஆனால் நமது உச்ச நீதிமன்றமும் இவை பொதுமக்கள் பார்வைக்கு வருவதை விரும்பவில்லை என்றே தோன்றுகிறது. அம்பலப்படும் நிறுவனங் களின் வரிசையில் நீதித் துறையும் இடம் பெறும் என்பது காரணமாக இருக்கலாம். தொலைபேசி உரையாடல்களை அரசு பதிவுசெய்வதைப் பிரதமர் நியாயப்படுத்துகின்றார். ஆனால் அவை மக்கள் பார்வைக்கு வருவதை அவர் விரும்ப வில்லை. ஆனால் இப்பதிவுகளின் அடிப்படையில் மன்மோகன் சிங்கின் அரசாங்கம் எந்த நடவடிக்கையும் அவை வெளியாகும் வரை எடுக்கவில்லை என்பது அதன் 'நேர்மையை'த் தெளிவு படுத்திவிடுகிறது. அரசின் உட்கிடக்கையை மக்கள் அறிவதை அரசாங்கம் தடைசெய்யவே விரும்பும். நமது ஊடகங்களில் பலவும் இவற்றைத் திட்டமிட்டு மறைக்கின்றன. 'கச்சையான தகவல்' என்ற அபத்தக் கருத்தைக் காரணம் காட்டித் தாங்களும் அம்பலப்படும் ஒலிப்பதிவுகளை ஒலிபரப்ப மறுக்கின்றனர். ராடியா ஒலிப்பதிவுகள் *Outlook* மற்றும் *Open* இதழ்களில் வெளியானதும் அவற்றைச் செய்தியாக்கவும் ஆராயவும் கிட்டத் தட்ட எல்லா நிறுவனமயப்பட்ட ஊடகங்களும் தயங்கின. ஊடகவியலாளர்கள் அம்பலப்பட்டு நிற்கும் செய்தியைப் பரப்ப ஊடகங்கள் விரும்பவில்லை. இந்நிலையில் இணையம் ஒரு மாற்று ஊடகமாகச் செயல்பட்டு நிறுவனமயப்பட்ட ஊடகங்களுக்கு நெருக்கடியை ஏற்படுத்தி ராடியா பதிவுகளை எதிர்கொள்ள வேண்டிய நிர்ப்பந்தத்தை ஏற்படுத்தியது.

அரசியல்வாதிகளைப் பற்றி இந்திய மக்களுக்கு இருக்கும் பொதுக்கருத்து மிகக் கேவலமானது. எனவே ராடியா ஒலிப் பதிவுகளில் அவர்களின் பொதுப் பிம்பத்திற்குப் பாதிப்பு இல்லை, தனிப்பட்ட அரசியல்வாதிகள் பலரின் முகத்திரைகள் கிழிந்துள்ளன என்றபோதிலும். முக்கியமாக அம்பலப்பட்ட விஷயம் கார்ப்பரேட்டுகள் தமது பெரும் பணத்தால் எவ்வாறு ஊடகங்களைக் கட்டுப்படுத்துகின்றன என்பதுதான். இதுவும் அறியப்படாத விஷயம் அல்ல. ஆனால் இப்போதுதான் இதை ஆதாரப்பூர்வமாக நிறுவ அவசியமான சான்றுகள் கிடைத் துள்ளன. இந்திய ஆங்கிலத் தொலைக்காட்சியின் நாயகியான பர்கா தத், கார்ப்பரேட்டுகளுக்கும் காங்கிரசுக்கும் இடையில் தரகராகச் செயல்பட்டு, ஆ. ராசாவைத் தொலைத்தொடர்புத் துறை அமைச்சராக அறிவிக்கக் காங்கிரஸை நிர்ப்பந்தித்து,

காரியம் சாதித்தமையை ராடியா ஒரு உரையாடலில் பாராட்டுணர்வுடன் குறிப்பிடுகிறார். புகழ் பெற்ற பத்திரிகையாளர் வீர் சங்வி தனது வாராந்திரப் பத்திகளை ராடியாவின் பிரச்சாரத்திற்குப் பயன்படுத்தினார் என்பது உறுதிப்பட்டுள்ளது. தில்லியின் பற்பல முக்கிய பத்திரிகையாளர்களுடன் ராடியா நெருக்கமாக உரையாடுகிறார். அவர்கள்வழி காரியத்தைச் சாதிக்கிறார். பத்திரிகையாளர்கள் பலர் ராடியாவிடம் விலைபோனமை மீடியா பற்றிய பிம்பத்தை வாசகர்களின் பார்வையில் சிதறடித்துவிட்டது. ஊடக அரங்குகளின் அந்தரங்கங்கள் அம்பலப்பட்டமையே ராடியா விவகாரத்தின் மிக முக்கியமான பின்விளைவு.

2

வஞ்சனையே பெண்மையே மன்மதனாம் பொய்த்தேவே
நெஞ்சகமே தொல்விதியி னீதியே பாழுலகே (**பாரதி**)

இனி இதன் தமிழகப் பரிமாணங்கள். கருணாநிதி குடும்பத்தினரின் சூதுவாதும் தமிழகத்தின் மீது கார்மேகம்போல இன்று படிந்து கிடக்கின்றன. இது அவர்களுக்குப் பணம் கொட்டும் மேகம். நமக்கு இது தமிழக அரசியலின் கோட்பாட்டுச் சாயங்களைக் கரைத்து நம் அரசியல், அதிகார வர்க்கத்தை அம்மணப்படுத்தும் யதார்த்தச் சொரிவாகக் கடவது.

இன்று ஆங்கில ஊடகங்கள் ராடியா விவகாரத்தின் பரிணாமங்களைப் பரவலாக விவாதிக்கின்றன. கறைபடிந்த ஊடகவியலாளர்களும் சம்பந்தப்பட்ட அரசியல் தலைவர்களும் அதிகாரிகளும் – ஏன் உச்ச நீதிமன்ற முன்னாள் தலைமை நீதிபதிகள்கூட – பரிசீலனைக்கு உள்ளாகின்றனர். தமிழகத் தொலைக்காட்சிகளோ மயான மௌனத்துடன் கிடக்கின்றன. (ஜெயா டிவி மட்டும் அம்மாவின் குரலாக ஒலித்து வருகிறது.) இந்த மயான மௌனம் யதேச்சையானது அல்ல. மத்தியில் கூட்டணி ஆட்சி ஏற்பட்டு அதில் திமுக பங்கேற்ற சாபம் இது. மாறன் குடும்பம் திட்டமிட்ட போட்டியாளர்களை உரிமம் மறுத்தும் மிரட்டியும் ஒடுக்கியும் தயாரித்த மௌனம். இதன் விளைவாகச் சுதந்திரமாகச் செய்திகளைத் தரும் அரசியல் கட்சி சாராத தனியார் சேனல் ஒன்றுகூட இல்லாத இழிநிலை இன்று தமிழகத்தில் உள்ளது.

அச்சு ஊடகங்களில் இப்பிரச்சினைகளை விவாதிக்க இருக்கும் இடமும் மட்டானது. ஊடக நிறுவனத்தினர் சிலரை வழக்குகளில் சிக்கவைத்துத் திமுக மட்டுப்படுத்தியுள்ள வெளியில் எஞ்சியிருப்பவை *தினமணி*யில் சில செய்திகள், கார்ட்டூன்கள், கட்டுரைகள், *ஆனந்த விகட*னில் திருமாவேலன் பக்கங்கள், *கல்கி*யில் வெளிவரும் ஞாநியின் 'ஓ பக்கங்கள்', பிறகு 'புலனாய்வு' இதழ்களில் ஆந்தை, குருவி, சாமியார் பேசும் படங்களற்ற

கார்ட்டூன் பக்கங்கள். ஆங்கில ஊடகவியலாளர்கள் சிலர் விலைபோனமை இந்திய அளவில் செய்தி. தமிழகத்தில் அது செய்தியே அல்ல. நாய் மனிதனைக் கடித்தால் செய்தியே அல்ல. மனிதன் நாயைக் கடித்தால் தானே செய்தி! எனவே நமக்குத் தமிழக ஊடகச் செயல்பாடுகள் பற்றிய விவாதங்கள், பரிசீலனைகள் எவையுமே அவசியம் அல்ல.

வடஇந்தியா பற்றிய திராவிட இயக்க உரையாடல்களின் அடி நாதங்களில் ஒன்று 'பார்ப்பன – பனியா ஆதிக்கம்'. இதுவே இன்றைய யதார்த்தமும் என்பது தேசிய அரசியல் பற்றிய மேலோட்டமான பார்வையாலேயே அம்பலப்பட்டு விடும். ராடியா உரையாடல்கள் அறியத்தரும் முக்கியச் செய்திகளில் ஒன்று எவ்வாறு பார்ப்பன – பனியா கூட்டு – ரத்தன் டாடா, அனில் அம்பானி, பர்கா தத், வீர் சங்வி, நீரா ராடியா, சங்கர் ஐயர், தருண் தாஸ் – தொலைத் தொடர்புத் துறை திமுகவுக்குக் கொடுக்கப்படவும் அதிலும் தலித்தான ஆ. ராசா வுக்குக் கிடைக்கவும் சகல முயற்சிகளையும் மேற்கொண்டது என்பது. கொள்ளை லாபம் பார்க்கும் வாய்ப்பின் முன்னர் இனமும் சாதியும் மறைந்த வேகம் கண்டு நாம் நம்பிக்கை கொள்ள வேண்டும்.

தமது ஊழல் கருவியாகச் செயல்பட ஏன் திமுகவை அவர்கள் தேர்ந்தெடுத்தார்கள்? திமுக அளவு வலுவான சக்தி யான மம்தாவின் திரணமுல் காங்கிரசை ஏன் தேர்ந்தெடுக்க வில்லை? மம்தா ஊழல்வாதி அல்ல. அவர் கட்சிக்கும் ஊழல் தொழில் அல்ல. பிற எந்தக் கட்சியுமே ஒரு குடும்பத்தின் சுய நலத்திற்காகத் தேசத்தையே விற்கத் துணிந்ததல்ல எனப் பார்ப்பன – பனியா கூட்டுக் கணக்கிட்டுள்ளது என்பதை அவர் களின் தேர்வு காட்டுகிறது. கோடிகளைக் கொள்ளையடிப்பதில் யாரும் யாருக்கும் சளைத்தவர்கள் அல்ல எனினும் ஒரு தேசத் தின் மொத்த வருமானத்தின் கால்பகுதியைக் கொள்ளையடிக்க யார் தேர்ந்த கூட்டாளி என்பதே கேள்வி. கூட்டுக்கொள்ளைக் குத் திமுகவே சரியான பங்காளி என்பது அவர்களின் தேர்ந்த முடிவு. அதிலும் ஏன் ராசா? ஏன் தயாநிதி மாறன் கூடாது? தயாநிதி மாறன் தனக்கான செயல்பாடுகளும் திட்டங்களும் கணக்குகளும் கொண்டவர். ஆ. ராசா அரசியல் வலுவோ மக்கள் ஆதரவோ இல்லாதவர். சிறுபான்மைச் சாதியைச் சேர்ந்தவர். கருணாநிதி குடும்பத்திற்காற்றிய சேவகத்தின் மூலம் உயர்ந்தவர். கார்ப்பரேட் மோஸ்தருக்கும் ஆண்டிமுத்து ராசா வுக்கும் இடையில் உறவை இதப்படுத்தவும் கார்ப்பரேட்டுகள் அதிகாரத்தின் சதுரங்காட்டத்தில் வெல்லத் தனது எந்தையை யும் தாயையும் சிறுமைப்படுத்தவும் அவர்தம் கண்ணை மறைத்துக் காரியத்தைச் சாதிக்கவும் இழிசெயல்களுக்கு நாசூக்குகளால் மெருகேற்றவும் கனிமொழி கருணாநிதி இருக்கிறார்.

நீரா ராடியாவிடம் உரையாடும் கனிமொழி கருணாநிதி, தமிழக முதல்வர் பற்றி உருவாக்கும் சித்திரம் தில்லி அரசியலில் அவர் திக்குத் தெரியாத காட்டில் சிக்கியிருப்பவர் போன்றது. தன்னை இந்திய அரசியல் அரங்கில் நிகரற்ற சாணக்கியராகக் கருதிக்கொள்ளும் ஒருவரை இதைவிடச் சிறுமைப்படுத்த முடியாது. பிரதமர் நம் முதலமைச்சருடன் உரையாடினார் என நாளிதழ்களில் இனிப் படிக்கும்போது 'பிரதமர் மெது வாகப் பேசுவார். அப்பாவிற்குச் சரியாகக் காது கேட்காது' என்ற கனிமொழி கருணாநிதியின் கூற்றை நினைத்துக்கொள் ளுங்கள். தாயைப் பற்றி ராடியாவிடம் 'அவர் உளறிக் கொட்டிக் காரியத்தைக் கெடுத்துவிடுவார்' எனப் பாசத்துடன் சொல் கிறார். கனிமொழி கருணாநிதியின் பிடியில் இருப்பவர் ஆ.ராசா என்பது பார்ப்பன – பனியா கூட்டின் புரிதல். அமைச்சரான பின்னர் ஒருகட்டத்தில் ஆ.ராசா கோர்ட்டின் தீர்ப்பை மீறி ரத்தன் டாடாவின் ஏவலுக்கு ஏற்பச் செயல்படத் தயங்குகிறார். டாடா ராடியாவிடம் முறையிட ராடியா கனிமொழி கருணா நிதியுடன் பேசிவிட்டு, டாடாவிடம் கூறுகிறார் "கனியிடம் பேசினேன். கனி விபரங்களை ஒரு குறிப்பாக எழுதித் தரச் சொன்னாள். ராசாவை மரியாதையாக நடக்கச் சொல்வதாக உறுதியளித்தாள்!" அமைச்சராவதற்குத் தயாநிதிமாறன் பாட்டி தயாளு அம்மாளிடம் 600 கோடி கொடுத்தார் என ராடியா, ரத்தன் டாடாவிடம் தெரிவிக்கிறார். இதனடிப்படையில் அமைச்சர் பதவியைப் பேரனிடமே பேரம்பேசி விற்பவராகக் கருணாநிதி ஊடகங்களில் இன்று எள்ளிநகையாடப்படுகிறார். இந்தச் செய்தியை அல்லது அவதூறை ராடியாவிடம் யாரெல் லாம் கூறியிருக்க முடியும் என ஆதாரப்பூர்வமாக ஊகித்துப் பாருங்கள்.

திமுக / ராசாவின் பிற்காலச் செயல்பாடுகள் பார்ப்பன – பனியா கூட்டின் கணக்கு மிகச் சரியானது என்பதை நிரூபிக் கின்றன. ஆ.ராசாவின் வீட்டையும் நட்பையும் உறவையும் சி.பி.ஐ. சோதனையிட்டது மானக்கேடு அல்ல என உரைக்கும் மானங்கெட்ட தலைமை வேறு எந்தக் கட்சிக்கு உண்டு?

திமுக தலைமை வரித்துக்கொண்ட இந்த நிலைப்பாட் டின் உட்கிடக்கை சிபிஐயின் இரண்டாம் கட்டச் சோதனை களில் தெளிவுபட்டது. ஊடகங்கள் ஆ.ராசாவை, 'ஸ்பெக்ட்ரம் ராஜா' என அழைத்து அவரை மையப்படுத்தியே 2ஜி ஊழலை விவாதித்துவந்தன. சிபிஐ சோதனைகளுக்குப் பிறகு மையம் அவர் மட்டுமல்ல, கனிமொழி கருணாநிதியும் ராசாத்தி அம்மாளும்கூட மையங்கள்தாம் என்பது உறுதிப்பட்டுள்ளது. ஆ.ராசாவைத் தொலைத்தொடர்புத் துறை அமைச்சராக்கு வதில் தளுக்கு ஆங்கிலம் முதல் தற்கொலை மிரட்டல்வரை

பிரயோகித்துக் கனிமொழி கருணாநிதியும் ராசாத்தி அம்மாளும் உடன் நின்றதன் காரணி இப்போது வெளிப்பட்டுள்ளது. சிபிஐ சோதனை ஜெகத் கஸ்பரை எட்டி, இந்திய வரலாற்றி லேயே சிபிஐயால் ரெய்ட் செய்யப்பட்ட முதல் கிறிஸ்தவப் பாதிரியார் என்ற சிறப்பை அவருக்கு நல்கியதும் அதிர்ச்சி யடைந்த கனிமொழி கருணாநிதி 'எங்களுக்கு வேண்டியவர் களைக் குறிவைத்து சிபிஐ ரெய்ட் செய்வது நியாயமல்ல' என்று அறிக்கைவிட்டார். 2ஜி ஊழலின் மையம் தாங்கள்தாம் என்ற உட்கிடக்கை வாக்குமூலமாக இவ்வறிக்கையில் வெளிப் பட்டுள்ளது. சிபிஐயை அரசியல் மேலாண்மையின் கீழிருந்து அகற்றித் தனது மேல் பார்வையின் கீழ் உச்ச நீதிமன்றம் கொண்டுவந்து தீவிரமாக ஆராயும்படி உத்தரவு பிறப்பித் திருக்கும் நிலையில் அதன் செயல்பாடுகள் மேலும் தீவிர மடையக் கூடும். முதல்வரின் கலக்கம் அவர் முகத்தில் படர்ந் திருக்கிறது. ஊழலுக்கு நீங்கள் நெருப்பா கருணாநிதி?

3

> "தொலைத்தொடர்புத் துறை அமைச்சராக ஆ. ராசா இருப்பதே நல்லது. அவர் கீழ்ப்படிந்து நடப்பார். நான் உறுதியளிக்கிறேன். அவர் கீழ்ப்படிந்து நடப்பார்."
>
> *(It is better to have A. Raja in the Telecom Ministry. He will behave himself. Trust me, he will behave himself.)*

நீரா ராடியா

(இந்தியத் தொழில் துறைக் கட்டமைப்பின் (CII) தலைவர் தருண் தாஸிடம்)

சோனியா காந்தியும் மன்மோகன் சிங்கும் ராடியா விவகாரத்தை எதிர்கொள்ளும் விதம் ஒரு ஜனநாயக நாட் டிற்குப் பெரும் தலைக்குனிவை ஏற்படுத்துவது. வரலாறு காணாத ஊழல், அமைச்சரவையின் உருவாக்கத்தில் பெரு முதலாளிகளின் தலையீடு ஆகியன அம்பலப்பட்டிருக்கும் நிலையில் இவர்கள் எதைப்பற்றிப் பேசுகிறார்கள் என்பது முக்கியம். சோனியாவின் எதிர்வினை மன்மோகன் சிங் அப்பழுக் கற்றவர் என்பதுதான். எல்லா ஊடகங்களும் மன்மோகன் சிங்கிற்குக் 'கைச்சுத்தம்' சான்றிதழ் வழங்காமல் ஊழல்பற்றிப் பேசுவதே இல்லை. பிரதமர் கோடிகளைக் கொள்ளை அடித்துக் கடல் கடந்து அனுப்பாதவராக இருக்கலாம். ஆனால் அவர் ஆ. ராசாவையும் ஊழல்வாதிகள் பலரையும் அமைச்சரவை யில் ஏற்றுக்கொண்டார் என்பது உண்மை. அவர்கள் நாட்டின் மொத்த வருமானத்தில் கால்பகுதியை அடித்துமாற்றியபோது பிரதமர் அறிதுயிலிலிருந்தார். பின்னர் அவருடைய அரசு,

உச்ச நீதிமன்றம் கண்டிக்கும்வரை ஊழலை விசாரிக்க சிபிஐயை அனுமதிக்கவில்லை. இதில் கூட்டணித் தர்மத்தைவிட 'கார்ப்பரேட்' தர்மத்தை அவர் கடைப்பிடித்துள்ளமை ராடியா ஒலிப்பதிவுகளில் தெளிவுபெறுகிறது. பதவிக்காக இவ்வாறு மதிப்பீடுகளைத் துறந்து செயல்படுவதும் ஊழல்தான். ஊழல் என்பது பணத்திற்காகச் சமரசப்படுவது மட்டுமல்ல; பதவிக் காகச் சோரம்போவதும் ஊழல் தான். இவ்வகையில் பிரதமர் 'கைச்சுத்தம்' என்ற சோனியாவின் பிரச்சாரம் அபத்தமானது; ஊழல் பற்றிய கொச்சையான புரிதலின் அடிப்படையிலானது.

சில ராடியா ஒலிப்பதிவுகள் பல மாதங்களுக்கு முன்னரே வெளிவந்தன. இப்போது தொடர்ந்து வெளிவருகின்றன. இதைப் பற்றி மன்மோகன் சிங் தொடர்ந்து மௌனம் சாதித்தார். பின்னர் பேச முடிவுசெய்தபோது அவர் வெளிப்படுத்திய கவலை அவர் பெரு முதலாளிகளின் கைப்பாவை, இந்தியர் களின் பிரதமராகச் செயல்படும் தகுதி கொண்டவர் அல்ல என்பதை உறுதிப்படுத்தியது. ராடியா பதிவுகள் எழுப்பும் ஆட்சியாளர்களில் அறம் இன்மை சார்ந்த எந்தக் கேள்வியை யும் அவர் எதிர்கொள்ளவில்லை. இதில் அம்பலப்பட்டு நிற்கும் பெருமுதலாளிகளின் மனக் கவலை நீங்க அவர் பேசினார். டாடா, அம்பானி போன்றோரின் அந்தரங்க உரிமை பாதிக்கப்பட்டுவிட்டதாம்!

இன்று இந்த நாட்டில் தனது தொலைபேசி பதிவுசெய்யப் படுகிறதோ என்ற அச்சம் இல்லாத அரசியல்வாதிகள், அதிகாரி கள், பத்திரிகையாளர்கள் இன்னும் பொதுவாழ்வில் செயல் படுபவர்கள் எவரும் இல்லை. இவை பெரும்பாலும் சட்ட விரோதமாகச் செய்யப்படுபவை. இது பற்றிய செய்திகளும் பதிவு செய்யப்படும் எண்களின் பட்டியலும் கண்டனங்களும் ஏற்பட்டுக் கொண்டே இருக்கின்றன. இவை எதுவும் நம் பிரதமரைத் தொட்டுச் சலனப்படுத்தவில்லை. ஆனால் டாடா, அம்பானியின் அந்தரங்கம் வெளிப்பட்டதும் அவர்தம் கவலை யைப் போக்கப் பொங்கி எழுகிறார் பிரதமர்! உடனே ராடியா ஒலிப்பதிவுகள் எப்படி வெளியாயின என்பதை அறியக் காபினெட் செயலாளரை விசாரிக்க உத்தரவிடுகிறார். ராடியா பதிவுகள்வழி வெளிப்பட்டிருக்கும் ஊழலின் ஊற்றுக்கண் களைப் பரிசீலிக்க அவரிடம் எந்தச் செயல்திட்டமும் இல்லை. என்ன வெட்கக்கேடு இது!

4

"கருணாநிதிக்கு என்ன நடக்கிறது என்றே தெரியாது . . . அவரிடம் தற்கொலை செய்துகொள்வதாக மிரட்டு கிறாள் மகள் கனி, ஒரு மனைவியும் மிரட்டுகிறாள்"

(He has one daughter Kani who will commit suicide and one wife saying I will do this . . .)

நீரா ராடியா

(தருண் தாஸிடம்)

தமிழ் ஊடகங்கள்வழி உருவாகும் கனிமொழி கருணாநிதியின் பிம்பம் தனிக்கதை. கையூட்டு, உளவுத் துறை இதழியல், அதிகார நெருக்கம் தரும் போதை ஆகியன நம் ஊடகவியலாளர்களை வசப்படுத்தும் முறைகள். நம் ஊடகங்களில் கனிமொழி கருணாநிதியைக் குறிப்பிடும்போது 'எளிமை' என்ற சொல் இடம்பெறாமல் இருக்கவே இருக்காது – பேட்டி காணப்படும் அவர்தம் வீடு மாடக் கோபுரமாகவே இருந்தாலும். எளிமை பற்றிய தமிழக ஊடக அன்பர்களின் புரிதல் சிறு பிள்ளைத்தனமானது. பகட்டான ஆடை அணியாமல், பெரியார் குறிப்பிடும் 'நகை ஸ்டாண்டு' போலக் காட்சி தராமல், அலங்காரங்களில் திளைக்காமல் இருந்தால், அது 'எளிமை'. சிபிஐ ரெய்டுகள் தொடங்கும்வரை கனிமொழி கருணாநிதிமீது ஒரு ஈ கூட அமர்ந்து விடாமல் ஊடக அன்பர்கள் அவரைக் காப்பாற்றிய கரிசனம் கண்கலங்கச் செய்வது. இந்த வாரம் அவர்மீது ஒரு ஈ அமர்ந்துவிட்டது என ஒரு வரி இடைப் பிறவரலாக வந்துவிட்டால் அடுத்து வரும் இதழ்களைக் கவனமாகப் படிப்பேன். அது ஈ அல்ல வண்ணத்துப் பூச்சிதான், கனிக்கு அழகு சேர்க்கவே அது வந்தமர்ந்தது என்ற விளக்கம் இருப்பது உறுதி.

கனிமொழி கருணாநிதியைப் பற்றிய மற்றொரு பிம்பம் அதிகாரத்திற்கு ஆசைப்படாத அவரது பற்றற்ற நிலை பற்றியது. ராசாத்தி அம்மாளின் அற்புதமான பேட்டி ஆனந்த விகடனில் (17.02.2010) வெளிவந்தது. 'கனிமொழி ஒரு துறவி' என்பது அதன் தலைப்பு. இலக்கிய நயத்தோடு எழுதப்பட்ட பேட்டி. அதைப் படித்தால் இதை எழுதியது ராசாத்தி அம்மாளா என்னும் வியப்பு ஏற்படவே செய்யும். (பேட்டி எனப்படுவது பேசி ஒலிப்பதிவு செய்யப்படுவதல்லவா என அப்பாவித்தனமாகக் கேட்காதீர்கள் நண்பர்களே) அதிகாரத்திற்கு ஆசைப்படாமல் தன்னை உருக்கிக்கொண்டு மக்களுக்காகக் கனிமொழி கருணாநிதி பணியாற்றுவதாக ஒரு தாய்க்கே உரிய பெருமிதத்தோடு சொல்லியிருந்தார் ராசாத்தி அம்மாள். (இந்தப் பேட்டியையும் அதனுடன் வெளிவந்த முழுப் பக்கப் புகைப்படத்தையும் 'கட்டுடைத்து' ஒரு கட்டுரையே எழுதலாம்) தமிழக ஊடகங்கள்வழி உருவாகும் பிம்பமும் இதுவே. இந்தப் பின்னணியில் ராடியா டேப்புகளில், தமிழக ஊடகங்கள் கவனப்படுத்தத் தவறிய (கட்டுரையின் இறுதியில் பார்க்க) இந்த உரையாடல் மிக முக்கியமானது.

5

நான் உங்களுக்குப் பண்டு – சாசனஞ்செய்து
நலமாய்த் தந்ததுண்டு
தோன்றலே நீ சொல்லுஞ் சொற்படிச் செய்கிறேன்
பான்மையாக நித்தம் பக்தியாய் உய்கிறேன்

கோபால கிருஷ்ண பாரதியார்
(நந்தன் சரித்திரம்)

திமுகவின் செயல்பாடுகள் ஊடாகவும் ராடியா உரையாடல்கள் வழியும் உருவாகும் ஆ. ராசாவின் தலித் அடையாளம் விரிவான விவாதத்திற்கு உரியது. திமுக தலைவர் கருணாநிதி 'தலித்' என்ற சொல்லை அழுத்தமாகப் பயன்படுத்தத் தொடங்கியிருப்பது ஆ. ராசாவை முன்னிட்டுத்தான். இதற்கு முந்தைய காங்கிரஸ் கூட்டணி ஆட்சியில் தயாநிதி மாறன் வெளியேற்றப்பட்டு ஆ. ராசா அமைச்சராக்கப்பட்ட போது இப்பயன்பாடு தொடங்கியது. இந்த 'தலித்' சீட்டைக் கருணாநிதிக்கு 'இலக்கிய' வட்டத்தின் தாக்கம் பெற்ற கனிமொழி கருணாநிதி எடுத்துக்கொடுத்திருக்கும் சாத்தியப்பாடு உண்டு.

ஆதவனின் 'காகித மலர்கள்' (1977) நாவலில் அமைச்சர் ஒருவர் தனக்கு உவப்பற்ற வளர்ச்சித் திட்டத்தைக் காலிசெய்யும் பொறுப்பைத் தன் துறை உயர் அதிகாரியிடம் கொடுப்பார். அதிகாரி உரிய காரணிகளைத் தேடிக்கொண்டிருக்கும் நிலையில் அமெரிக்காவிலிருந்து வந்திருக்கும் அவர் மகன் ஒரு உரையாடலில் அங்கு உருவாகிவரும் சுற்றுச்சூழல் விழிப்புணர்வுபற்றிப் பகிர்ந்துகொள்வார். சுற்றுச்சூழல் பாதிப்பைக் காரணம்காட்டித் திட்டத்தைக் காலிசெய்வார் அதிகாரி. புதிய விழிப்புணர்வுகளைத் தமது சுய லாபத்திற்காக அதிகார வர்க்கம் எப்படிச் சுரண்டும் என்பதை ஆதவன் முப்பது ஆண்டுகளுக்கு முன்னர் வெளிப்படுத்தியது தீர்க்கதரிசனம்தான்.

'இரண்டாம் தலைமுறை ஊழல்' அம்பலப்படத் தொடங்கிய பின்னர், 2009இல் ஏற்பட்ட புதிய அமைச்சரவையின் உருவாக்கத்தில் தயாநிதி மாறனை ஒதுக்கிவிட்டு மீண்டும் ஆ. ராசாவையே தொலைத்தொடர்புத் துறை அமைச்சராக்கத் தலித் அடையாளம் தீவிரமாகப் பயன்படுத்தப்படுகிறது. இம்முறை ராசாவுக்காக வாதாடிய நீரா ராடியாவிடம் இந்தத் துருப்புச் சீட்டை யார் எடுத்துக்கொடுத்திருப்பார்கள் என்பதை உங்கள் ஊகத்திற்கே விட்டுவிடுகிறேன்.

பின்னர் ஊழல் தெளிவாக அம்பலப்பட்டு ஆ. ராசாவை ஊடகங்கள் குறிவைத்துத் தாக்கத் தொடங்கியதும் கருணாநிதி

யும் கனிமொழி கருணாநிதியும் அவர்தம் பதவியைக் காப்பாற்ற, விசாரணையைத் தடைசெய்ய, ஊழலை மூடிமறைக்க அவருடைய தலித் அடையாளத்தைக் கூச்சநாச்சமின்றிச் சுரண்டினார்கள். இன்று ஆளும் கூட்டணியில் எவரைவிடவும் நெஞ்சுறுதியுடன் ஊடகங்களையும் விசாரணையையும் உட்கட்சி சதிகளையும் எதிர்கொள்பவர் ஆ. ராசாதான். கருணாநிதியின் கைத்தடியாகச் செயல்படும் 'கௌரவம்' அவருக்கு இப்போது மறுக்கப்பட்டுவிட்டது. உடன் வலம்வந்த கனிமொழி கருணாநிதியை சிபிஐயும் ஊடகங்களும் ஆ. ராசாவைச் சூழும் எந்தத் தருணத்திலும் காணக் கிடைப்பதில்லை. ஆனால் ஆ. ராசா இன்னும் அசரவில்லை.

இத்தகைய ஊக்கம்கொண்ட ஆ. ராசாவைக் கனிமொழி கருணாநிதி, நீரா ராடியா, ரத்தன் டாடா எல்லோரும் கையாளும் விதத்தில் தலித் பற்றிய அவர்கள் பார்வை உள்ளிடையாக வெளிப்படுகிறது. மாறனுக்கு நிகராக அதிகாரப் போட்டியில் ஈடுகொடுக்க முடியாதவராக, விசுவாசம் அற்றவராக அவரைப் பார்க்கிறார் டாடா. அமைச்சரான பின்னர் அவர் நடைமுறைகள் மேம்பட அவருக்குப் பாடம் எடுக்கிறார் ராடியா. தனக்கும் கனிமொழி கருணாநிதிக்கும் அடிபணிந்து நடப்பார் ஆ. ராசா என்று அனைவருக்கும் உறுதியளிக்கிறார் ராடியா. டாடாவுக்குத் தேவைப்படும்போது கனிமொழி கருணாநிதி ஆ. ராசாவுக்கு எச்சரிக்கை விட ராடியாவிடம் உறுதியளிக்கிறார். கனிமொழி கருணாநிதியும் ராசாத்தியம்மாளும் ஆ. ராசாவையும் பாதுகாத்துக் கரையேற்ற வேண்டிய பொறுப்பையும் வரித்துக் கொண்டுள்ளனர். ஆ. ராசாவைப் பற்றி டாடாவும் ராடியாவும் (பின்புலத்தில் கனிமொழி கருணாநிதியும்) தமக்குள் கிண்டலடிக்கின்றனர். போதிய விசுவாசமற்ற ஆனால் வழிக்குக் கொண்டுவந்துவிடக்கூடியவராக, அடிபணிந்து நடக்கக்கூடியவராக, தம்மால் காப்பாற்றப்படவும் மெருகேற்றப்படவும் வேண்டியவராக அவரைப் பார்க்கின்றனர். அவரோடு விளையாடவும் எச்சரிக்கை விடவும் செய்கின்றனர். தம்மை ஆ. ராசாவின் 'மேய்ப்பன'ாகக் கருதிக்கொள்கின்றனர். இந்த அணுகுமுறையில் அவரது சாதிய அடையாளம் இவர்களின் பிரக்ஞையில் நீக்கமற நிறைந்திருப்பது வெளிப்படுகிறது. 'தலித்' என்ற அடையாள அரசியலை இவர்கள் சுரண்டினாலும் இவர்களின் செயல்பாடுகள் வழியும் உரையாடல் வழியும் உருவாகிவரும் ஆ.ராசாவின் பிம்பம் அம்பேத்கர் உருவாக்கிய தலித்தாக அல்ல புதிய ஆண்டைகளிடம் இரக்கத்தைக் கோரும் புதிய நந்தனாகவே உருவாகி வருகிறது. அக்னிகுண்டத்தில் பிரவேசிக்க வைப்பார்களா?

❍

நாள் : மே 29, 2009. நேரம் : காலை 9:27

கனிமொழி கருணாநிதி : ஹலோ

நீரா ராடியா : ஹாய்! குட் மார்னிங்

கனி : மன்னிக்கவும். உங்களை எழுப்பிவிட்டேனா?

நீரா : இல்லை இல்லை. சற்றுமுன்பே விழித்துவிட்டேன்.

கனி : எனக்கு ஒன்று தெரிய வேண்டும். அதாவது, எனக்கு என்ன அமைச்சர் பதவி தர அவர்கள் (காங்கிரஸ்) திட்டமிட்டிருக்கிறார்கள்?

நீரா : ம்ம். நான்தான் நேற்றிரவே சொன்னேனே! நாம்பேசிய பிறகு அவர்களிடம் பேசினேன். நான் சொன்னேன் 'சுகாதாரத் துறை பற்றி யோசியுங்கள். கண்டிப்பாகச் சுற்றுச்சூழல் மற்றும் வனத் துறைகளைக் கொடுங்கள். சுகாதாரம் தனிப் பொறுப்பு அல்ல என்றால் விமானப் போக்குவரத்தைக் கொடுக்கப்பாருங்கள்.' இந்த மூன்றும்தான் சொன்னேன். அவர்கள் உறுதியாக எதுவும் சொல்லவில்லை. ஆனால் தகவலைச் சொல்ல வேண்டிய இடத்தில் சொல்வார்கள்.

கனி : சுற்றுலாத் துறைக்கு முயல்வதில் அர்த்தமில்லையா?

நீரா : சுற்றுலாத் துறை தனிப் பொறுப்பாகத் தரமாட்டார்கள் கனி. ஏனென்றால் குலாம் நபி ஆசாத்திற்கு இன்னும் துறைகள் ஒதுக்கவில்லை. அவருக்கு நாடாளுமன்றத் துறையுடன் வேறு துறைகளும் வேண்டுமாம்.

கனி : சரி.

நீரா : அதுதான் நான் சுற்றுலாத் துறை பற்றிப் பேசினேன். ஆனால் தெரியவில்லை . . . அது காபினட் போஸ்டாக இருக்கலாம் . . . உனக்கு வேண்டுமானால் இப்போதுகூடப் பேசுகிறேன் . . .

கனி : சரி. நான் பட்டியலைக் கொடுத்துவிட்டேன்.

நீரா : என்ன பட்டியல் கொடுத்தாய்! அவர்களிடம் என்ன சொன்னாய்?

கனி : நான் கொடுத்தது சுற்றுச்சூழல், சுகாதாரம், சுற்றுலா, பண்பாடு . . . அவர்கள் பார்த்துவிட்டுச் சொல்வதாகச் சொன்னார்கள்.

நீரா : ம்ம்.

கனி : நான் சுற்றுச்சூழலே கேட்கிறேன். ஒருவேளை சுற்றுச்சூழல் தரமாட்டார்களோ? சுகாதாரமும் தரமாட்டார்களோ?

நீரா : சுகாதாரத் துறையை ஏற்கனவே கொடுத்துவிட்டார்கள் என்று நினைக்கிறேன்.

கனி : அப்படியானால் சுற்றுச்சூழல் கொடுப்பார்கள் இல்லையா?

நீரா : தனிப் பொறுப்பாகவா? ஆமாம். இன்று காலை பட்டியல் கொடுத்தாய் இல்லையா?

கனி : ஆமாம்.

நீரா : பட்டியலில் விமானப் போக்குவரத்துத் துறையைச் சேர்க்க வில்லையா, கனி?

கனி : விமானப் போக்குவரத்து மட்டுமா . . . பிரச்சினையில்லை. அவர்கள் அதைக் கொடுத்தாலும் ஏற்றுக்கொள்கிறேன்.

நீரா : மற்றவர்கள் விஷயம் எப்படி?

கனி : என்ன கொடுக்க முடியும் என்று திரும்பி வந்து சொல்வார்களாம். பார்க்கலாம்.

நீரா : இன்று காலை கூட்டம் நடந்ததா?

கனி : இல்லை இன்னும் இல்லை. பத்து பத்தரைக்கு நடக்கும்.

நீரா : நீ இருப்பாய் இல்லையா?

கனி : ம்.

நீரா : மீண்டும் நீதானே இருப்பாய்? மற்றவர்கள் அல்லவே?

கனி : ஆமாம், ஆமாம்.

நீரா : அழகிரியை உன்னுடைய அப்பா பார்த்துவிட்டாரா? (தெளிவாக இல்லை)

கனி : இல்லை.

நீரா : அப்பா உன்னுடைய வீட்டில்தான் இருக்கிறார் இல்லையா?

கனி : ஆமாம்.

நீரா : 'அவன்' (மாறன்), 'அவரிடம்' (கருணாநிதி) போனில் பேசி யிருக்கமாட்டான் இல்லையா?

கனி : இல்லை . . . (மீதிச் சில வினாடி உரையாடல் தெளிவாக இல்லை. பின்னர் எடிட்செய்யப்படுகிறது.)

(நம் 'பெண் பெரியார்' அமைச்சர் பதவிக்காக ஜோசியரிடம் சென்ற கதை இன்னொரு நீரா ராடியா – பூங்கோதை உரையாடலில் வெளிப்படுகிறது.)

இதழ் 133, ஜனவரி 2011

வணக்கம் துயரமே!

கண்ணன்

திமுகவும் காங்கிரசும் பரஸ்பர உள்குத்தல், மிரட்டல் ஆகியவற்றிற்குப் பிறகு பகையுடன் தேர்தல் கூட்டணியில் ஒன்றிணைந்திருக்கின்றன. திகைக்கவைக்கும் ஊழலை மத்தியிலும் மாநிலத்திலும் நிகழ்த்திக்கொண்டிருக்கும் இரு கட்சிகள் தேர்தலை இணைந்து சந்திப்பது தான் பொருத்தம். ஆனாலும் இனி எத்தனை முறை 'நாம்' சொன்னாலும் இக்கூட்டணியின் உதடுகள் ஒட்டவே ஒட்டாது. காங்கிரசும் திமுகவும் இணைந்து கடந்த ஐந்தாண்டுகளில் தமிழகத்தில் பலமுறை தேர்தல் கடலில் அதிகாரத்தை மத்தாக நிறுத்தி, ஊழல் பணத்தால் கடைந்திருக்கின்றன. ஜனநாயகத்தைக் காவுகொள்ளும் விஷம் தவிர வேறெதுவும் மக்களுக்குக் கிடைத்ததில்லை. கள்ள ஓட்டுப் போடும் சாத்தியப்பாடு ஒவ்வொரு தேர்தலிலும் குறைந்துவரும் நிலையில் எங்ஙனம் தேர்தல் முடிவுகளை முறைகேடாக வசப்படுத்தலாம் எனத் திகைத்து நின்ற இந்திய அரசியல் கட்சிகளுக்கு, ஜனநாயகத்தின் ஒவ்வொரு வேராகச் சுட்டுக் கருக்கும் திறன் மிகுந்த திமுக, திருமங்கலத்தில் வழிகாட்டியது. "ஊழலில் மக்களைப் பங்காளிகளாக்குங்கள்!" என்பதே அவர்கள் விடுத்த செய்தி.

கடந்த தேர்தலுக்குப் பிறகு தமிழகத்தில் காங்கிரஸ் வலுப்பெற்றதற்கான சாட்சியம் எதுவும் இல்லை. திமுக கூட்டணியில் இப்போது விடுதலைச் சிறுத்தைகள், கொங்கு முன்னேற்றக் கழகம் போன்ற கட்சிகளும் புதிதாகச் சேர்ந்திருக்கின்றன. இந்நிலையில் கடந்தமுறை காங்கிரசுக்குக் கிடைத்த 48 தொகுதிகளிலிருந்து சிலவற்றை

அது புதிய கூட்டணிக் கட்சிகளுக்கு விட்டுக்கொடுத்திருக்க வேண்டும். மாறாக, கூடுதலாக 15 தொகுதிகளைப் பெற்றிருக்கிறது காங்கிரஸ்.

திமுகவை நிலைகுலைய வைத்திருக்கும் இரண்டாம் தலைமுறை அலைக்கற்றை ஊழல் அம்பலப்பட்டதில் காங்கிரஸ் அரசுக்கு எந்தப் பங்களிப்பும் இல்லை. மாறாக அதை மூடி மறைக்க எல்லா முயற்சிகளையும் காங்கிரஸ் அரசு மேற்கொண்டது. பத்திரிகையாளர்கள் சிலரின் உழைப்பு, தலைமைத் தணிக்கை அதிகாரியின் (CAG) அறிக்கை ஆகியவையே இந்த ஊழலை அம்பலப்படுத்தின. மனித உரிமைப் போராளி மற்றும் வழக்கறிஞர் துரை ரவிக்குமாரால் (எம்.எல்.ஏ) வானளவு பாராட்டப்பட்ட முன்னாள் உச்ச நீதிமன்ற நீதிபதி கே. ஜி. பாலகிருஷ்ணன் இன்று அப்பதவியில் இருந்திருந்தால், 2ஜி ஊழல் மூடி மறைக்கப்பட்டிருக்கும் என உச்ச நீதிமன்றத்தில் இவ்வழக்கை முன்னெடுக்கும் அப்பழுக்கற்ற நேர்மையாளரான வழக்கறிஞர் பிரஷாந்த் பூஷன் கூறியுள்ளார். கே. ஜி. பாலகிருஷ்ணன் உச்ச நீதிமன்றத் தலைமை நீதிபதியாகப் பெரும் ஊழலில் ஈடுபட்டதோடு பிற ஊழல் நீதிபதிகளுக்கு ஆதரவாகப் பேசியும் அவர்களுக்குப் பதவி உயர்வு வழங்கியும் ஊழலைப் புரையோடச் செய்தவர். தமிழகத்தில் இன்று 2ஜி ஊழலில் விசாரணைக்கு உள்ளாகியிருப்போருடன் இணைந்து அவர் பல 'உலகளாவிய' ஊழல்களில் ஈடுபட்டது உலக ரகசியமல்ல. இந்த ஊழலின் கனிகள் ஆப்பிரிக்காவில் முதலீடு செய்யப்பட்டுள்ளதாகத் தகவல்.

இக்காலகட்டத்தில் எஸ். ஹச். கபாடியாபோல ஒருவர் உச்ச நீதிமன்ற நீதிபதியானது நாம் பெற்ற பேறு என்றுதான் சொல்ல வேண்டும். சரோஷ் ஹொமி கபாடியா கடைநிலை ஊழியராகப் பணியில் சேர்ந்து தன் உழைப்பாலும் திறமையாலும் உயர்ந்தவர். அப்பழுக்கற்ற ஆளுமையான அவர் நியமித்த, துணிச்சலுடனும் நேர்மையுடனும் செயல்படும் நீதிபதிகளின் அமர்வுதான் இன்று காங்கிரஸ் அரசைக் கலங்கடித்து வருகிறது. 2ஜி வழக்கு விசாரணையும் நம்பிக்கை அளிக்கும் விதத்தில் நடைபெற்று வருகிறது. இவ்வழக்கு மேலும் விரிவுபடுத்தப்பட்டுத் தயாநிதி மாறன் போன்றோரின் ஊழல் செயல்பாடுகளும் அம்பலப்படுத்தப்பட வேண்டும். முந்தைய பாஜக ஆட்சிக் காலத்தில் பின்பற்றப்பட்ட நெறிமுறைகளும் புலனாய்வு செய்யப்பட வேண்டும். இந்த வழக்கு விசாரணைதான் திமுகவைப் பக்கவாதம் போலத் தாக்கிப் பலவீனப்படுத்தியிருக்கிறது.

இந்தப் பலவீனத்தைச் சுரண்டி, திமுகவை மிரட்டி 63 இடங்களைக் காங்கிரஸ் பெற்றுள்ளது. ஊழல் கூட்டாளிகள் பரஸ்பரம் குழிபறித்துக்கொள்வது நம்முடைய அக்கறைக்கு உரியது அல்ல. கருணாநிதி தில்லிக்குப் பயணமாவதும் கூட்டணியை முறிப்பதாக மிரட்டுவதுமெல்லாம் குடும்ப நலனை முன்னிட்டு மட்டுமே நடக்கும் என்பது வெளிப்படை. சுயமரியாதையை விடமாட்டோம் என வீராப்புப் பேசி அமைச்சரவையிலிருந்து ராஜினாமாச் செய்யத் தில்லி பயண மான திமுக அமைச்சர்கள் காங்கிரஸ் கேட்ட 63 தொகுதி களை விட்டுக்கொடுத்துவிட்டுத் தேசிய ஊடகங்களின் நகைப்புக் கிடமாகித் திரும்பினர். நமது அரசியல் சாணக்கியர் தில்லி அரசியல் யானையைத் தடவித் தடவி அரசியல் அபத்தங்களை நிகழ்த்திக்கொண்டிருப்பது வெளிப்படை. கட்சியா, ஆட்சியா என்னும் கேள்வி வந்தால் கருணாநிதி கட்சி என்றுதான் முடிவுசெய்வார் என்பது திமுக அனுதாபிகளின் நம்பிக்கை. அவ்வாறு செயல்பட்ட காலம் முன்னர் இருந்திருக்கலாம். இன்று தனித்து ஆட்சி நடத்துவதற்குத் தேவையான தொகுதி களில்கூடத் திமுக போட்டியிடவில்லை. எப்படியாவது ஆட்சி யைப் பிடிக்கவும் ஊழல் விசாரணைகளிலிருந்து குடும்பத்தைக் காப்பாற்றவும் திமுகவின் சுயமரியாதை இம்முறை கைவிடப் பட்டுள்ளது தெளிவு. ஜெயலலிதா ஆட்சியின் பின்விளைவுகளைச் சந்திக்கும் வலு இன்று கருணாநிதி குடும்பத்திற்கு இல்லை. அமைச்சர்கள் மற்றும் கட்சி சுயமரியாதையை மட்டுமல்ல, ஒட்டுமொத்தத் தமிழர்களின் சுயமரியாதையையும் வாழ் வாதாரத்தையும் அடகுவைத்தாலும் அடங்காத பேராசையி லிருந்து நாம் விட்டு விடுதலையாக வேண்டிய காலம் இது.

63 தொகுதிகளைக் காங்கிரசுக்குக் கொடுத்துப் பேரத்தில் அடிபணிந்ததன் காரணம் சி.பி.ஐ. கருணாநிதியின் வீட்டில் ஏறி வீட்டுப் பெண்களை விசாரிப்பதைத் தவிர்க்க வேண்டும் என்னும் கோரிக்கைக்கு காங்கிரஸ் அரசு இசைந்தமைதான் என்று கூறப்படுகிறது. சி.பி.ஐ. விசாரணை நேரடியாக உச்ச நீதிமன்ற மேற்பார்வையில் நடைபெற்றாலும் இது போன்ற சலுகைகளைக் காங்கிரஸ் அரசால் செய்ய முடியும். வீடு பற்றியும் பெண்கள் பற்றியும் – பொதுவாக 'உடைமைகள்' பற்றி – கருணாநிதியின் நிலப்பிரபுத்துவ அணுகுமுறைக்கு மேலும் சான்றுகள் தேவையெனில் இதுவும் ஒரு சான்று. ஆ.ராசாவுக் காக இத்தகைய பேரங்கள் எதையும் கருணாநிதி மேற்கொண்ட தாகத் தெரியவில்லை. இதுபோல 2ஜி விசாரணையில் இலை மறை காயாகத் தலையிட்டுக் கருணாநிதியின் குடும்பத்தைப் பாதுகாக்க காங்கிரஸ் அரசு முயன்றால் அதை விழிப்புணர்

வுடன் கண்காணித்துத் தக்க எதிர் நடவடிக்கை எடுப்பது ஜனநாயகச் சக்திகளின் கடமை.

கடந்த ஐந்தாண்டுகள் நமக்குப் பல கசப்பான பாடங்களைப் புகட்டியிருக்கின்றன. நாம் மதிக்கும் அடையாளங்கள் சுரண்டப்பட்டுச் சீரழிக்கப்பட்டமையை வலியோடு அவதானிக்க வேண்டியிருந்தது. துரை ரவிக்குமாரின் மனித உரிமையும் கனிமொழி கருணாநிதி, இமையம், தமிழச்சி தங்கபாண்டியன் ஆகியோரின் இலக்கியமும், மன்மோகன் சிங்கின் நேர்மையும் ஆ. ராசா, கே. ஜி. பாலகிருஷ்ணன் ஆகியோரின் தலித் அடையாளங்களும் சோனியா காந்தியின் மதச்சார்பின்மையும் தங்கம் தென்னரசின் பண்பும் விவேகமும் எல்லாம் ஊழலுக்கும் அதிகாரத் துஷ்பிரயோகத்திற்கும் கவசமாகப் பூட்டப்பட்டன. நம் கண் முன்னர் இந்த அடையாளங்களின் திரையிடப்பட்டுப் பெரும் ஊழிக்கூத்து நடந்திருப்பது இப்போது அம்பலப்பட்டு வருகிறது.

கடந்த ஐந்தாண்டுகளாகத் தெற்கை ஊழலில் வாழ வைத்திருக்கும் திமுக ஆட்சி முடிவுக்கு வருவது நற்செய்தியாக இருக்கும். பெரும்பான்மையான ஊடகங்கள், திரைப்படத் துறை, தொழில் துறையினர், அதிகார வர்க்கம் ஆகியோரும் ஆட்சி மாற்றத்தை விரும்புவதால் இம்முறை ஆட்சி மாற்றம் ஏற்படும் சாத்தியப்பாடு அதிகம்.

திமுகவுக்கு மாற்றாக இங்கு உருவாகக்கூடிய ஆட்சி எத்தகையதாக இருக்கும்? ஜெயலலிதா பண்பட்டிருக்கக் கூடும் என்ற மூடநம்பிக்கையை அவரது கூட்டணிச் செயல்பாடுகள் தகர்த்துவிட்டன. கருணாநிதி ஆட்சி ஜெயலலிதாவையும் ஜெயலலிதாவின் செயல்பாடுகள் கருணாநிதியையும் தேர்வுசெய்யத் தூண்டும் விஷச் சூழலிலிருந்து தமிழகத்திற்கு விடிவே தெரியவில்லை. ஜனநாயகத்தின் மீது சிறிதும் நம்பிக்கையற்ற ஜெயலலிதாவும் 'கேப்டன்' விஜயகாந்தும் இணைந்து ஏற்படுத்தும் ஆட்சியை நினைத்தாலே இனிக்கவில்லை. தமிழகத்திற்குத் தலைமை ஏற்கும் பண்புகொண்ட தலைவர்களின் இன்மை அரசியலில் பெரும் சூன்யத்தை ஏற்படுத்தியுள்ள காலம் இது. திமுக ஆட்சி நீடித்தால் பெருந்துயரம். அதிமுக ஆட்சி ஏற்பட்டாலும் துயரம். வணக்கம் துயரமே!

இதழ் 136, ஏப்ரல் 2011

தமிழகச் சட்டமன்றத் தேர்தல் 2011

பேராசைக்காரனின் மந்திரம்

தேவிபாரதி

உணர்ச்சிகரமான சவால்கள், பெருமிதங்களைப் பறைசாற்றும் மார்தட்டல்கள், எதிரிகளை அச்சுறுத்தும் அறைகூவல்கள், சுயமரியாதைப் பிரகடனங்கள், கண்ணீர் மல்கும் முறையீடுகள், இரங்கத்தக்க கெஞ்சல்கள், அருவருப்பூட்டும் மண்டியிடல்கள், திகைக்கவைக்கும் அதிரடி அறிவிப்புகள், நம்ப முடியாத துரோகங்கள், நெகிழவைக்கும் தியாகங்கள், கட்டாயப்படுத்தப்பட்ட சமரசங்கள் முதலான உணர்ச்சிகரமான, திருப்பங்கள் நிறைந்த முதற் கட்டக் காட்சிகளுக்குப் பிறகு திமுகவும் அதிமுகவும் தத்தம் அணிகளுடன் தேர்தல் உடன்பாடுகளைக் கண்டிருக்கின்றன. கடந்த நாற்பதாண்டுகளில் தமிழக வாக்காளர்கள் இதைவிட மோசமானதொரு தேர்தலைச் சந்தித்திருப்பதற்கான வாய்ப்புகள் மிகக் குறைவு. ஐந்தாண்டுக் காலத் திமுக ஆட்சியின் மீது அதிருப்தியுற்ற வாக்காளன் அதற்கு மாற்றான அரசியல் திட்டம் கொண்ட ஓர் கட்சியை அல்லது அணியை இனம்காண முடியாத கையறு நிலைக்குத் தள்ளப்பட்டிருக்கிறான்.

கடந்த ஐந்தாண்டுக் காலத் திமுக அரசுமீது அரசியல் ரீதியாகவும் தனிப்பட்ட முறையிலும் பல்வேறு விமர்சனங்கள் எழுந்தன. கடந்த 2006 சட்டமன்றத் தேர்தலில் 'ஜனநாயகத்தை மீட்போம்' என்னும் முழக்கத்துடனும் இலவச வண்ணத் தொலைக்காட்சிப் பெட்டி, இலவச எரிவாயு இணைப்பு போன்ற கவர்ச்சிகரமான வாக்குறுதிகளுடனும் அதிகாரத்தைக் கைப்பற்றிய திமுக அரசு ஜெயலலிதா தலைமையிலான முந்தைய அதிமுக அரசிட

மிருந்து எந்தவிதத்திலும் வேறுபட்டிருக்கவில்லை. மாறாகக் கருணாநிதி அரசின் செயல்பாடுகள் பல விதங்களிலும் ஜெய லலிதாவின் அரசைவிட மோசமானதாக இருந்தன. அதிகாரத் துஷ்பிரயோகம், நலிந்த பிரிவு மக்களின் வாழ்வாதாரங்களைப் பாதுகாப்பதில் அலட்சியம், தொலைநோக்கற்ற வெற்றுத் திட்டங் கள், ஆடம்பரமான விழாக்கள், பன்னாட்டு நிறுவனங்களின் நலன்களைப் பாதுகாப்பதும் சிறுதொழில் துறையினரது நலன் களைப் புறக்கணிப்பதுமான தொழிற் கொள்கைகள் என முந்தைய ஜெயலலிதா ஆட்சிக்கும் கருணாநிதி ஆட்சிக்கும் பல ஒற்றுமைகள் தென்படுகின்றன. ஐந்தாண்டுக் கால ஆட்சி யில் ஜெயலலிதாமீது அவரது நெருங்கிய தோழியான சசிகலா வும் அவரது உறவினர்களும் அரசின் பல மட்டங்களிலும் செல்வாக்குச் செலுத்திவந்ததாகவும் அவர்களுடைய தலையீடு காரணமாக ஊழல்களும் முறைகேடுகளும் பெருகியதாகவும் குற்றம் சுமத்தப்பட்டது. கருணாநிதியின் குடும்ப உறுப்பினர்கள் பலர் தற்போதைய ஆட்சியில் நேரடியாகப் பங்குவகிப்பதோடு அதிகாரத்தைப் பயன்படுத்திப் பல்வேறு ஊழல்களில் ஈடு பட்டுள்ளதாகக் குற்றச்சாட்டுகள் எழுந்துள்ளன. கருணாநிதி அரசின் ஊழலின் அளவும் விஸ்தீரணமும் பன்மடங்கு அதிகம் என்பது முக்கிய வித்தியாசம்.

சுதந்திர இந்தியாவின் மிகப் பெரிய ஊழல் என வர்ணிக்கப் படும் ஸ்பெக்ட்ரம் அலைவரிசை ஒதுக்கீட்டு ஊழலில் முதன்மைக் குற்றவாளியாகக் கருதப்படும் முன்னாள் தொலைத் தொடர்பு அமைச்சர் ஆ. ராசாவுக்கும் கருணாநிதியின் குடும்ப உறுப்பினர்களுக்குமிடையேயான தொடர்புகள் இப்போது வெளிச்சத்துக்கு வந்துள்ளன. கருணாநிதியின் மனைவியர் இருவரும் மகளும் சிபிஐயின் விசாரணை வளையங்களுக்குள் சிக்கியிருக்கிறார்கள்.

ஜெயலலிதா, கருணாநிதி இருவருமே தமிழகத்தின் பொருளா தார அடிப்படைகளை, வெகுமக்களின் வாழ்வாதாரங்களைத் தீர்மானிக்கும் விவசாயம், தொழில், கல்வி, சுகாதாரம் முத லான துறைகளின் வளர்ச்சிக்கு ஆதாரமான உள்கட்டமைப்பை மேம்படுத்தத் தவறிவிட்டனர். மாநிலத்தின் வளர்ச்சிக்கு வழி கோலும் தொலைநோக்குடன்கூடிய திட்டமிடல்களில் இரு வருக்குமே அக்கறை இருந்ததில்லை. தேர்தல்களில் தத்தம் அரசியல் எதிரிகளை வீழ்த்திவிட்டு அதிகாரத்தைக் கைப்பற்று வது, அதைத் தக்கவைத்துக்கொள்வது ஆகியவற்றுக்காக இரு வருமே எத்தகைய மீறல்களுக்கும் தயாராக இருக்கிறார்கள் என்பது வெளிப்படை. சூழ்ச்சிகள், தந்திரங்கள், அவதூறுகள், பொய்கள், மோசடிகள், துரோகங்கள் முதலானவை இவ்விரு கட்சிகளுக்குள்ளும் உள்ளார்ந்து கிடக்கும் பண்புக்கூறுகள்.

வேறுபாடுகள் புறவயமானவை. ஜெயலலிதா ஆட்சியைக் காட்டிலும் கருணாநிதி ஆட்சியில் சட்டம் ஒழுங்கு மிக மோசமாகச் சீர்குலைந்துள்ளதாக விமர்சகர்கள் பலர் சுட்டிக்காட்டியிருக்கிறார்கள். சென்னை உள்ளிட்ட நகரங்களில் பெருகி வரும் கொலை, கொள்ளை தொடர்பான வழக்குகள் பலவற்றில் குற்றவாளிகள் கைதுசெய்யப்படவே இல்லை என்பன அவ்வப்போது சுட்டிக்காட்டப்பட்டுவரும் சில வேறுபாடுகள்.

1991 – 96 காலகட்டத்தில் ஜெயலலிதா, தன் வளர்ப்பு மகன் சுதாகரனின் திருமணத்தைக் கற்பனை செய்ய முடியாத அளவுக்கு ஆடம்பரமாக நடத்தியதன் மூலம் பலரது வெறுப்புக்குள்ளானார். கடந்த ஆண்டு கோவையில் கருணாநிதியால் நடத்தப்பட்ட உலகத் தமிழ்ச் செம்மொழி மாநாடு வளர்ப்பு மகன் திருமணத்தோடு ஒப்பிடப்பட்டது. இருவருமே புகழுரைகளுக்கு மயங்குபவர்கள். கருணாநிதி புகழ் வரும் திசையைத் தேடி அடைபவர். கடந்த ஐந்தாண்டுகளில் அவருக்கு நடத்தப்பட்ட பாராட்டுவிழாக்களும் வழங்கப்பட்ட பட்டங்களும் கணக்கிட முடியாத அளவுக்கு அதிக எண்ணிக்கையிலானவை. சில பட்டங்கள் விநோதமான பெயர்களைக் கொண்டவை. உதாரணம்: செம்மொழி கொண்டான். அரசு சார் நிறுவனங்கள் வழங்கும் பட்டங்களை வாங்கிச் சூடிக்கொள்வதற்கு முதலமைச்சரான கருணாநிதி ஒருபோதும் கூச்சப்பட்டதில்லை. இந்த ஐந்தாண்டுகளில் தமிழக அரசின் சார்பில் வழங்கப்படும் சிறந்த திரைப்பட வசன எழுத்தாளருக்கான விருதை அவர் இரண்டு முறைக்கும் அதிகமாகப் பெற்றிருக்கிறார். பாராட்டு விழாக்களில் அவரைப் போற்றி வாசிக்கப்படும் கவிதைகள், கட்டுரைகள், உரைகளை நாள் முழுவதும் அலுப்பேயில்லாமல் உட்கார்ந்து கேட்டுக்கொண்டிருப்பதில் அவருக்கு இணை அவர்தான். இலக்கியத்தின் மீது ஈடுபாடுகொண்டவராகக் கருதப்படும் கருணாநிதி கலைகளைப் போற்றும் மென்மையான உள்ளம் கொண்டவர் என்னும் பிம்பம் உண்டு.

ஜெயலலிதா தன்னை மென்மையான உள்ளங்கொண்டவராகக் காட்டிக்கொள்ள ஒருபோதும் முயன்றவரல்ல. அவர் தன்னை இரும்பு மனுஷியாகக் கருதிக்கொண்டிருப்பவர். *1987* இல் எம்.ஜி.ஆர். மறைவுக்குப் பிறகு அதிமுகவின் தலைமையை ஏற்ற அவரது காலில் விழுவதற்கு அமைச்சர்களும் முன்னாள் அமைச்சர்களும் மக்கள் செல்வாக்கு மிகுந்த தலைவர்களும் வரிசையில் நின்று கால்கடுக்கக் காத்திருந்தனர். அரசு என்பதை அவர் அனைத்துக்கும் மேலான அதிகாரம் கொண்டதாகக் கருதினார். தன் ஆட்சிக் காலம் முழுவதும் மனித உரிமைச் செயல்பாட்டாளர்களின் கடும் விமர்சனத்துக்குள்ளாகியிருந்தார். சட்டம் ஒழுங்கைப் பாதுகாப்பதாகச் சொல்லிக்கொண்டு

பல போலி மோதல் சாவுகளை நிகழ்த்திய ஜெயலலிதா அரசு அவற்றைப் பெருமைக்குரியவையாகவும் கட்டமைத்தது. வீரப்பன் படுகொலை அதற்குச் சரியான உதாரணம். வீரப்பன் கொல்லப்பட்டது தொடர்பாக மனித உரிமை அமைப்புகள் முன்வைத்த கேள்விகளை அவரது அரசு பொருட்படுத்தவே இல்லை. வீரப்பன் தேடுதல் வேட்டையில் ஈடுபட்ட அதிரடிப் படையினர் அப்பாவிப் பழங்குடி மக்களில் பலரைத் துன்புறுத்தி, உடல்ரீதியாகவும் மனரீதியாகவும் ஊனப்படுத்தியது அவரது அரசு. மனித உரிமை ஆர்வலர்கள், பழங்குடி மக்கள் அமைப்புகள் முன்வைத்த குற்றச்சாட்டுகளைக் கணக்கிலெடுத்துக்கொள்ளாமல் அதிரடிப்படையில் பணிபுரிந்த காவல் துறையினருக்குப் பரிசுகளையும் இரட்டைப் பதவியுயர்வுகளையும் வாரி வழங்கினார்.

எந்தவொரு பிரிவினரும் தம் உரிமைகளைக் காத்துக் கொள்வதற்காகப் போராடுவதை ஜெயலலிதாவால் ஒருபோதும் சகித்துக்கொள்ள முடிந்ததில்லை. 2003இல் அவர் முதல்வராக இருந்தபோது தம் உரிமைகளைப் பாதுகாத்துக்கொள்வதற்காகப் போராடிய அரசு ஊழியர்களில் சுமார் மூன்று லட்சத்திற்கும் மேற்பட்டவர்களை ஒரே ஆணையின் மூலம் பணி நீக்கம் செய்தார். அவர்களை மீண்டும் பணியில் சேர்த்துக் கொள்ள அவரது அரசு விதித்த நிபந்தனைகள் அரசு ஊழியர்களின் தொழிற்சங்க உரிமைகளை முற்றாகப் பறித்துக் கொண்டன.

மக்கள் போராட்டங்களை அவரது அரசு ஈவிரக்கமில்லாமல் ஒடுக்கியது. அமைப்புசாராத் தொழிலாளர்களின் நலன்களைப் பாதுகாப்பதில் எவ்விதமான அக்கறையும் அவரது அரசுக்கு இருந்ததில்லை. அவர் தன்னைத் தீவிரத் தேசியவாதியாகக் காட்டிக்கொள்ள முற்படுபவர். தமிழ் வளர்ச்சி, தமிழர் நலன் முதலான திராவிட இயக்க அடையாளங்களை அவர் மனதளவில்கூட ஏற்றுக்கொண்டதற்கான சான்றுகள் இல்லை. ராஜீவ் காந்திப் படுகொலைக்குப் பின்னர் ஈழத் தமிழர் ஆதரவு இயக்கங்களின் மீது வெறுப்பை உமிழ்ந்தார். இஸ்லாமியர்களை அவர் பயங்கரவாதிகளாகவும் இந்திய நாட்டின் இறையாண்மைக்கும் ஒற்றுமைக்கும் ஊறுவிளைவிப்பவர்களாகவுமே கருதினார். கோவை உள்ளிட்ட சில நகரங்களில் அப்பாவி இஸ்லாமியர் பலர் காவல் துறையினரின் கண்காணிப்புக்கும் சித்திரவதைக்கும் உள்ளாக்கப்பட்டனர். இதன் ஒரு பகுதியாகவே அவரால் கொண்டுவரப்பட்ட மதமாற்றத் தடைச் சட்டத்தைப் பார்க்க முடியும். லாட்டரிச் சீட்டுத் தடைச் சட்டம், கந்துவட்டிக்கெதிரான கடுமையான நடவடிக்கைகள்,

மணல் குவாரிகளை அரசுடைமையாக்கியது, மதுக்கடைகளை அரசே ஏற்று நடத்துவதன் மூலம் சாராய வியாபாரிகளை ஒடுக்கியது போன்ற அவரது அரசின் செயல்பாடுகள் மக்களின் வரவேற்பைப் பெற்ற போதும் அவர் ஒரு எதேச்சாதிகாரி யாகவே பார்க்கப்பட்டார்.

ஜனநாயகத்தை மீட்பதே தன் முதல் கடமை என 2006 சட்டமன்றத் தேர்தலில் திமுக தலைவர் கருணாநிதி அறிவித்த போது அது மிகப் பொருத்தமான முழக்கமாக அரசியல் பார்வையாளர்களுக்குத் தென்பட்டது இதனால்தான். அப்போது கூட அவர் நம்பிக்கையூட்டும் தலைவராகவே தென்பட்டார். 2006இல் அமைக்கப்பட்ட அவரது தலைமையிலான திமுக அமைச்சரவையின் தொடக்கக்கட்டச் செயல்பாடுகள் பலரது பாராட்டுதல்களையும் பெற்றன. சில அம்சங்களில் அது புரட்சி கரமானதாகக் கூடத் தென்பட்டது. அரவாணிகள், ஒரு பாலுறவினரின் உரிமைகளை அங்கீகரித்த திமுக அரசு அவர்களது வாழ்வுரிமைகளைப் பாதுகாப்பதற்கான சில நடவடிக்கை களை மேற்கொள்ளவும் தவறவில்லை. கிராம அண்ணா மறு மலர்ச்சித் திட்டத்தின் கீழ் அமைக்கப்பட்ட கிராமப்புற நூலகங் கள் நிச்சயமாக ஒரு சாதனை என்பதில் சந்தேகமில்லை. தவிர, பள்ளிக் கல்வித் துறையில் பல சீர்திருத்த நடவடிக்கை கள் மேற்கொள்ளப்பட்டன. சமச்சீர் கல்வியை நடைமுறைப் படுத்துவதற்காகத் திமுக அரசு மேற்கொண்டுள்ள நடவடிக்கை கள் அவற்றின் மீதான கல்வியாளர்களின் விமர்சனங்களை யும் போதாமைகளையும் தாண்டி முக்கியமானவை.

ஆனால் அரசு மேற்கொண்ட வேறுபல நடவடிக்கைகள் கடும் விமர்சனங்களுக்குள்ளாயின. ‘கலைஞர் காப்பீட்டுத் திட்டம்’ அரசு மருத்துவத் துறையில் தன் பொறுப்பைத் தட்டிக் கழிப்பதற்கான ஒரு வழிமுறையாகப் பார்க்கப்பட்டது. சம்பந்தப் பட்ட காப்பீட்டு நிறுவனமும் பல தனியார் மருத்துவமனை களும் இதன் மூலம் பலன் பெற்றுள்ளதாக எழுந்துள்ள விமர் சனங்கள் புறக்கணிக்கப்பட முடியாதவை. அப்போதைய மைய அரசில் கடல்வழிப் போக்குவரத்து அமைச்சராக இருந்த டி.ஆர்.பாலுவால் முன்மொழியப்பட்ட சேதுக்கால்வாய்த் திட்டம் மீனவர்களின் வாழ்வாதாரத்திற்குக் கடும் சவாலாக உருவெடுத்தது. கருணாநிதியின் கனவுத் திட்டமாக முன் வைக்கப்பட்ட அந்தத் திட்டம் கடல் வளத்தை அழிப்பதாக வும் சுற்றுச் சூழலுக்கான அச்சுறுத்தலாகவும் எழுந்த குற்றச் சாட்டுகளைக் கண்டு கருணாநிதி பதற்றமடைந்தார். நியாய மான விமர்சனக் குரல்களைப் புறக்கணித்து எதிர்ப்பாளர் களை அவதூறு செய்யவுங்கூட அவர் தயங்கவில்லை.

அநேகமாகக் கருணாநிதி அரசின் சரிவு தொடங்கியது அவரது புதல்வர் மு. க. அழகிரியின் அரசியல் பிரவேசத்திற்குப் பின்னர் தான். அழகிரிக்குச் சாதகமில்லாத அரசியல் கருத்துக் கணிப்பொன்றை வெளியிட்டதற்காக மதுரைத் *தினகரன்* அலுவலகத்தைச் சூறையாடி அதன் ஊழியர்கள் மூவரைத் தீயிட்டுக் கொளுத்திய அந்த 'மாவீர'னின் வருகை கட்சி, ஆட்சியின் முகத்தை அடியோடு மாற்றிய நிகழ்வு எனச் சொல்லலாம். முன்னாள் அமைச்சர் தா. கிருட்டிணன் கொலை வழக்கில் குற்றம் சுமத்தப்பட்டதன் மூலம் பிரபலமாகியிருந்த அழகிரி இந்த நிகழ்வுக்குப் பிறகு கட்சியின் முக்கியச் சக்தியாக உயர்ந்தார். அவரைக் காப்பாற்றுவதற்குச் சாத்தியப்பட்ட எல்லா வழிகளிலும் முயன்ற கருணாநிதி அதிகாரத்தைப் பயன்படுத்தி அதில் வெற்றியும் பெற்றார். ஜனநாயகவாதிகளுக் கும் மனித உரிமைச் செயல்பாட்டாளர்களுக்கும் திமுக அரசின் மீது அச்சத்தை உருவாக்கிய நிகழ்வு இது. இதன் மூலம் தான் வலியுறுத்திய ஜனநாயகத்தின் வரம்பு எது என் பதை அவர் மற்றவர்களுக்கு உணர்த்தினார்.

கட்சி, அரசு ஆகிவற்றின் மீது தன் வாரிசுகளுக்குள்ள உரிமையை அவர் பட்டவர்த்தனமாக வெளிப்படுத்தினார். திருமங்கலம் இடைத் தேர்தலில் பணத்தின் மூலம் வாக்காளர் களை விலைகொடுத்து வாங்க முடியும் என்பதை அழகிரி நிரூபித்தபோது ஜெயலலிதாவிடமிருந்து ஜனநாயகத்தை மீட் டெடுக்கும் இலட்சியத்தோடு அரியணையேறிய தந்தையான கருணாநிதி 'என்னோற்றான் கொல்' என அகமகிழ்ந்து போனார். அதற்குப் பிறகு தமிழகத்தில் நடைபெற்ற எல்லா இடைத் தேர்தல்களுக்குமான திமுகவின் வழிமுறையாக அஞ்சா நெஞ்ச னின் 'திருமங்கலப் பாணி' அங்கீகரிக்கப்பட்டது. அடுத்துவந்த சில இடைத்தேர்தல்களில் எதிர்க்கட்சிகளால் போட்டியிடவே முடியாத அளவுக்கு அச்சுறுத்தக்கூடிய ஒரு வழிமுறையாக வளர்ந்து இப்போது தேர்தல் கமிஷனையேகூட நடுங்கச் செய்திருக்கிறது.

அழகிரியின் ஆட்களைப் பற்றி உருவாக்கப்பட்டுள்ள பிம்பங்கள் பயங்கரமானவை. மாற்றுக்கட்சியினர் மட்டுமல்லா மல் அரசு அதிகாரிகளும் அவரது அதிகாரத்தின் முன் மண்டி யிட்டார்கள். கருணாநிதிக்குப் பிறகு முதல்வராக அவராலும் கட்சியினராலும் முன்னிறுத்தப்பட்ட மு. க. ஸ்டாலின்கூட அழகிரியின் வருகையால் பாதிக்கப்பட்டது போல் தோன்றி யது. ஸ்டாலினை முதல்வராக்கும் முயற்சிகளுக்கு அழகிரி தடையாய் இருந்து வருவதாகச் செய்திகள் வந்தன. முதல்வர் பதவியிலிருந்து விலகிக்கொள்ளும் முடிவைக் கருணாநிதி

இரண்டுமுறை 'கைவிட்ட'தற்கு அழகிரிக்கும் ஸ்டாலினுக்கு மிடையே நடந்துவரும் வாரிசுரிமைப் போர்தான் காரணம் எனக் கூறப்பட்டது. மத்திய அமைச்சராகப் பொறுப்பேற்றுக் கொண்ட பிறகு மென்மையான அணுகுமுறை கொண்டவராக மாறிவிட்டதாகச் சித்தரிக்கப்படுகிறார் அழகிரி. மதுரையிலும் தமிழகத்தின் மற்ற மாவட்டங்களிலும் அழகிரி ஆதரவாளர் களால் வைக்கப்பட்டுவரும் விளம்பரத் தட்டிகளில் இடம் பெற்றுள்ள வாசகங்கள் அவர் தன் வாரிசுரிமையை விட்டுக் கொடுக்கத் தயாரில்லை என்பதற்கான அறிவிப்புகளாக விளங்கு கின்றன. தமிழக அமைச்சர்களில் சிலர் அழகிரி ஆதரவாளர்கள் எனச் சில பத்திரிகைச் செய்திகள் சொல்கின்றன. கட்சியின் தென்மண்டல அமைப்புச் செயலாளராக நியமிக்கப்பட்டிருக் கும் அழகிரி, தென்மாவட்டங்களின் சுமார் 50க்கும் மேற் பட்ட சட்டமன்றத் தொகுதிகளைத் தன் ஆட்களுக்காகக் கேட்டு வாங்கியிருப்பதாகக் கூறப்படுகிறது.

அழகிரியைத் தொடர்ந்து, கவிஞராகவும் அறிவுஜீவியாக வும் அறியப்பட்ட அவரது மகள் கனிமொழி 'சென்னை சங்கமம்' என்னும் பண்பாட்டு நிகழ்வின் மூலம் பொது வாழ்க்கைக்கு அறிமுகமானதும் தமிழகத்தின் அறிவுத் துறையினர், பத்திரிகையாளர்களில் பெரும்பகுதியினர் திமுக அரசின் துதிபாடிகளாக மாற்றப்பட்டனர். மூத்த பத்திரிகை யாளர் ஞாநி ஆனந்த விகடனில் எழுதிய ஒரு கட்டுரையில் தெரிவித்த கருத்துகளுக்காகத் திமுக ஆதரவு அறிவுஜீவிகளால் நடத்தப்பட்ட கருத்தரங்கில் தமிழ் 'அறிவுலக ஆளுமை'கள் பலர் கலந்துகொண்டு அவர்மீது வசைமாரி பொழிந்தனர். அமைச்சர் தங்கம் தென்னரசின் சகோதரியும் கனிமொழியின் தோழியும் கவிஞருமான தமிழச்சி தங்கபாண்டியனால் அதற் கென்றே உருவாக்கப்பட்ட அமைப்பின் பெயரால் நடத்தப் பட்ட அந்தக் கூட்டம் ஒருவகையில் கருத்துச் சுதந்திரத்துக்கு விடுக்கப்பட்ட எச்சரிக்கை. மாநிலங்களவை உறுப்பினராகத் தேர்ந்தெடுக்கப்பட்டவுடன் கனிமொழி தில்லியின் அதிகார மையத்தில் முக்கிய இடம்பெறத் தொடங்கினார். அதிகார மையங்களோடு தொடர்புகொள்வதற்குத் தயாநிதி மாறனுக்கு மாற்றாக உருவாக்கப்படுபவராகக்கூட அவர் கருதப்பட்டார். அதற்கு அவர் சரியான ஆளாகவும் இருந்தார். காங்கிரஸ் தலைமையில் அமைந்த இரண்டாவது அமைச்சரவையில் ஆ. ராசாவுக்கு மத்திய அமைச்சரவையில் தொலைத்தொடர்புத் துறை கிடைக்கச் செய்வதற்குக் கார்ப்பரேட் தரகர் நீரா ராடியாவுடன் அவர் நடத்திய தொலைபேசி உரையாடல்கள் அம்பலமானது, ஸ்பெக்ட்ரம் ஊழலில் அவருக்குள்ள பங்குகள் குறித்து மத்தியப் புலனாய்வுத் துறை விசாரித்துவருவது ஆகிய சமீபத்திய நிகழ்வுகளை நினைவூட்ட வேண்டியதில்லை.

இப்போது திமுக ஒரு மர்மமான வலைப்பின்னலில் மீள முடியாமல் மாட்டிக்கொண்டிருப்பது போல் தோன்று கிறது. உச்ச நீதிமன்றத்தின் கண்காணிப்பின் கீழ் நடைபெற்று வரும் விசாரணையிலிருந்து அதிகாரத்தைப் பயன்படுத்தித் தப்புவது அவ்வளவு எளிதான காரியமல்ல என்பது வெளிப் படை. காங்கிரஸ் கட்சியால் அதுபோன்ற ஒரு வாக்குறுதியைக் கொடுக்க முடியாது என்பதும் அதே அளவுக்கு வெளிப்படை யான விஷயம்தான். கட்சியின் அணிகளுங்கூட ஸ்பெக்ட்ரம் ஊழலில் கருணாநிதி குடும்பத்துக்குள்ள பங்கை நம்புகின் றனவோ எனச் சந்தேகிக்கத் தோன்றுகிறது.

கடந்த இரண்டு வாரங்களுக்கு முன்பு ஸ்பெக்ட்ரம் முறை கேட்டில் ஆதாயம் பெற்ற நிறுவனமொன்றிடமிருந்து கலைஞர் தொலைக்காட்சி நிறுவனத்துக்கு அளிக்கப்பட்ட 'கடனுதவி' பற்றிக் கருணாநிதியின் மனைவி தயாளு அம்மாளிடமும் மகள் கனிமொழியிடமும் விசாரணை நடத்துவதற்காக மத்தியப் புலனாய்வு அதிகாரிகள் அறிவாலயத்தில் அமைந்துள்ள கலைஞர் தொலைக்காட்சி அலுவலகத்துக்கு வந்தபோது, தேர்தலில் போட்டியிடுவதற்கான விண்ணப்பங்களை அளிப்பதற்காக அங்கே கூடியிருந்த ஆயிரக்கணக்கான திமுக தொண்டர்கள் அமைதியாக வேடிக்கை பார்த்துக்கொண்டிருந்தார்கள். பத்தாண்டுகளுக்கு முன்பு இது போல் நடந்திருந்தால் சிபிஐ அதிகாரிகள் தொண்டர்களால் முற்றுகையிடப்பட்டிருப்பார் கள் என்கிறார்கள் அரசியல் பார்வையாளர்கள். சிலரால் வர்ணிக்கப்படுவது போல் அவர் பத்மவியூகத்தில் மாட்டிக் கொண்ட அபிமன்யு அல்ல. அலிபாபா குகைக்குள் மாட்டிக் கொண்ட பேராசைக்காரர். வெளியே வருவதற்கான மந்திரத்தை மறந்துவிட்டவர். சட்டமன்றத் தேர்தலில் பெறும் வெற்றியின் மூலம் அதை நினைவூட்டிக்கொள்ள முடியும் என நம்புபவர்.

புற்றீசல்களைப்போலப் புறப்பட்டு வந்த அவரது பேரன் மார்களும் பேத்திமார்களும் திரைப்படத் துறை உள்ளிட்ட பல்வேறு துறைகளிலும் பெற்றுள்ள அதிகாரம் அத்துறை சார்ந்தவர்களை அச்சுறுத்துவதாகச் சொல்கிறார்கள். கருணா நிதிக்குக் கட்சியின் மீதோ ஆட்சியின் மீதோ வலுவான பிடி இருப்பதாகக் கூடக் கருத முடியவில்லை. அவர் கட்சியில் அதிகாரம் பெற்றுள்ள சுயநலமிகளால் ஆட்டுவிக்கப்படுகிறாரோ எனத் தோன்றுகிறது. மக்களின் நம்பிக்கையைப் பெற்ற பெரும் தலைவர் என்ற முறையில் அவர் ஒரு முகமூடியாகக்கூடப் பயன்படுத்தப்பட்டிருக்கிறார். கடந்த நாடாளுமன்றத் தேர்தலின் போது இலங்கையில் போர்நிறுத்தம் கோரி அவர் மேற் கொண்ட உலகப் புகழ் பெற்ற மூன்றேமுக்கால் மணிநேர உண்ணாவிரதம் அத்தகைய நாடகங்களில் ஒன்று. இந்த

நாடகத்தின் சூத்திரதாரி காங்கிரஸ் கட்சியாகவோ இலங்கை அதிபர் ராஜபக்சேவாகவோ இருக்கலாம். கருணாநிதி அதற்கு ஒரு காப்பியத் தன்மையைக் கொடுக்க முயன்றார். அதிகாலையில் யாரிடமும் சொல்லிக்கொள்ளாமல் வீட்டைவிட்டுப் புறப்பட்டவர் கடற்கரையில் உள்ள அண்ணா சமாதியின் முன் உட்கார்ந்துவிட்டதாகச் சொன்னார்கள். சில நிமிடங்களிலேயே களைத்துப்போய்விட்ட அவருக்குத் துணையாக ஆயிரக்கணக்கான கட்சிக்காரர்கள் திரட்டப்பட்டார்கள். அவரது மனைவியும் துணைவியும் அவரது தலை, கால் புறங்களில் உட்கார்ந்து கொண்டனர். இரண்டு பிரமாண்டமான ஏர்கூலர்கள் அவருக்குப் பின்புறம் வைக்கப்பட்டன. ஒரு பெரும் புரட்சி உருவாகிக்கொண்டிருப்பதான கற்பனை கட்டமைத்துப் பரப்பப்பட்டது. இந்த அரிய காட்சியை ஊடகத் துறையினர் பதிவுசெய்துகொண்டிருக்கும் போதே இலங்கை அதிபர் போர் நிறுத்தத்தை அறிவித்துவிட்டதாகச் சொல்லப் பட்டது. பெரும் சர்வாதிகாரி ஒருவரின் மனத்தை மூன்று மணிநேரத்திற்குள் மாற்றிக்காட்டிய வாழும் காந்தியாகத் திமுக தலைவரைச் சித்தரிப்பதற்கு அவரது கட்சிக்காரர்கள் கூச்சப்படவே இல்லை.

மக்களவைத் தேர்தலுக்கான வாக்குப்பதிவு முடியும்வரை இந்தப் புனைவு காப்பாற்றப்பட்டது. ஈழத் தமிழர்களின் உயிரையும் உரிமைகளையும் காப்பாற்றிய தலைவரின் முகத்தை முன்னிறுத்தி வாக்குக் கேட்டது காங்கிரஸ் – திமுக கூட்டணி. வாக்குப்பதிவு முடிந்த மறுநாள் தமிழ் மக்கள்மீதான தாக்குதலைத் தீவிரப்படுத்தியது இலங்கை ராணுவம். சுட்டுவிரலில் இன்னும் உலர்ந்திராத அடையாளமையின் குறியைப் பார்த்துப் பெருமிதப்பட்டுக்கொண்டிருந்த வாக்காளர்கள் தாங்கள் ஏமாற்றப்பட்டதை உணர்ந்தபோது வாக்கு எண்ணிக்கை முடிந்திருந்தது. அதற்குப் பிறகு வாக்காளர்களுக்குச் செய்வதற்கு ஒன்றுமிருக்கவில்லை. திமுக அணிக்கு வாக்களிப்பதற்காகத் தங்களுக்கு அளிக்கப்பட்ட பணத்தைக் கொண்டு வாக்காளர்கள் அரசு மலிவுவிலையில் வழங்கும் அரிசியை வாங்கிக்கொள்ளலாம். சலுகை விலை மளிகைப் பொருட்களை வாங்கிக் கொள்ளலாம். இலவச வண்ணத் தொலைக்காட்சிப் பெட்டியில் கருணாநிதியின் குடும்ப உறுப்பினர்கள் மத்திய அமைச்சர்களாகப் பொறுப்பேற்றுக்கொள்வதைப் பார்த்து ரசிக்கலாம். மீதியிருக்கும் சொற்பப் பணத்தில் மனசாட்சியைக் கொல்வதற்காகக் கொஞ்சம் குடிக்கலாம். அவர்களது வாழ்வின் எல்லாத் தேவைகளையும் அரசு பார்த்துக் கொள்ளும்.

கருணாநிதி இப்போது முன்னெப்போதையும்விடத் தன்னம்பிக்கை மிகுந்தவராகத் தென்படுகிறார். அவரது புதல்வரும்

துணை முதல்வருமான மு. க. ஸ்டாலினின் 'சிங்காரச் சென்னை'த் திட்டத்துக்காகச் சென்னையின் புறநகரான செம்மஞ்சேரிக் கும் கன்னட பாளையத்துக்கும் விரட்டப்பட்ட கூவம், அடை யாறு, பக்கிங்ஹாம் கால்வாய்க் கரையோரங்களில் வாழ்ந்து வந்த அப்பாவித் தலித்துகள்கூடத் தனக்கு வாக்களிப்பார்கள் என நம்புகிறார். கண்ணகி நகரில் முறையான கழிப்பிட வசதிகளோ மின்சார இணைப்புகளோ அற்ற 165 சதுரடிக் குடியிருப்புகளில் எலிகளைப்போல வாழும் பதினைந்தாயிரத் துக்கும் மேற்பட்ட சென்னை நகரின் விளிம்புநிலை மக்கள் தனது கட்சியின் வேட்பாளர்களுக்கு வாக்களிக்கத் தயங்க மாட்டார்கள் என நம்புகிறார். கடந்த ஐந்தாண்டுகளில் அவரது அரசு விவசாயத் துறை வளர்ச்சிக்குப் பெரிதாக எதுவும் செய்யாதபோதும் அவர்களுக்கு அளிக்கப்பட்ட சொற்பச் சலுகைகளுக்காகத் தன்னிடம் விசுவாசமாக இருப்பார்கள் எனக் கருதுகிறார். நெசவாளிகள், சிறு தொழில் முனைவோர், சிறு வியாபாரிகள் உள்ளிட்டவர்கள் தங்கள் வாழ்வாதாரம் கடுமையான பாதிப்புக்குள்ளானபோதும் திமுக அரசு அவர் களுக்கு வழங்கிய இலவசப் பொருட்களுக்காகவும் தேர்தலின் போது அவரது கட்சியினரால் வழங்கப்படும் ஆயிரம் இரண் டாயிரம் ரூபாய் பணத்துக்காகவும் அவரது கட்சிக்கு வாக்களிப் பார்கள் என நம்புகிறார். அனைத்துத் தரப்பு மக்களையும் பாதித்த விலைவாசி உயர்வுகூட இந்தத் தேர்தலில் தனது அணிக்குப் பின்னடைவை ஏற்படுத்தும் என அவர் நம்ப வில்லை. பொதுவிநியோகத் திட்டத்தின் கீழ் தனது அரசு வழங்கும் ஒரு ரூபாய் அரிசி, மலிவுவிலை மளிகைப் பொருட்கள் ஆகியவை விலைவாசி உயர்வால் ஏற்படும் பாதிப்புகளிலிருந்து மக்களைக் காப்பாற்றும் என அவர் கருதுகிறார்.

தனது கட்சியைச் சேர்ந்த முன்னாள் மத்திய அமைச்சர் ஆ. ராசாவும் கனிமொழியும் தயாளு அம்மாளும் ராசாத்தியும் மத்தியப் புலனாய்வுத் துறையினரின் விசாரணை வளையங் களிலிருந்தும் வழக்குகளிலிருந்தும் எப்படியாவது வெளியே வந்துவிட முடியும் என அவர் நம்புவது தெளிவாகத் தெரிகிறது. அது மூடநம்பிக்கைகூட அல்ல. இந்திய அரசியல்வாதிகளில் ஊழலுக்காக யாராவது கடுமையாகத் தண்டிக்கப்பட்டதற்கோ ஊழல் குற்றச்சாட்டுகளுக்காக அவர்களது அரசியல் வாழ்வு முடிந்துபோனதற்கோ எந்த முன்னுதாரணமும் இல்லை என்பது சுமார் எழுபதாண்டுக் கால அரசியல் அனுபவம்கொண்ட பழுத்த தலைவரான அவர் அறியாததா என்ன?

தேர்தல்களில் வெற்றி தோல்வியைத் தீர்மானிப்பது வெறும் கூட்டணிக் கணக்குத்தான் என்பதை அவர் அனுபவப் பூர்வமாக உணர்ந்திருப்பவர். அதற்காகக் கூட்டணிக் கட்சி

களுடனான கோட்பாடு சார்ந்த, நடைமுறைசார்ந்த வேற்றுமைகளையும் முந்தைய அனுபவங்களின் கசப்பையும் பொருட்படுத்தாத முதிர்ச்சி அவருக்கு உண்டு. 1975இல் அவசரநிலைக் காலத்தில் அப்போதைய பிரதமர் இந்திராகாந்தியின் எதேச்சாதிகாரப் போக்கால் தானும் தனது கட்சியும் நேரடியாகப் பாதிக்கப்பட்டதை அவர் எவ்வளவு சீக்கிரம் மறந்து விட முடியுமோ அவ்வளவு சீக்கிரம் மறந்துவிட்டு 1980 மக்களவைத் தேர்தலில் அந்தக் கட்சியுடன் கூட்டணி வைத்துக்கொண்டார். பிறகு காங்கிரஸ் அவரைக் கைவிட்டது. அதைவிட முக்கியமாக மதவாதக் கட்சியென அவராலேயே வர்ணிக்கப்பட்ட பாரதிய ஜனதாக் கட்சியுடன் உறவு வைத்துக்கொள்வதற்கும் அவர் கூச்சப்பட்டதில்லை. தொண்டர்களையும் கட்சியையும் தன் நிலைப்பாடுகளை ஏற்றுக்கொள்ளச் செய்வதற்கான நாவன்மையும் எழுத்துத் திறனும் அவருக்கு உண்டு. தன் சந்தர்ப்பவாத நிலைப்பாடுகளைப் புனிதப்படுத்துவது எப்படி என்பது அவருக்கு நன்றாகவே தெரியும். கூட்டணிக் கட்சிகளைப் பணியவைப்பதில் அவர் ஜெயலலிதாவைப் போல் ஒருபோதும் விவேகமற்றவராக நடந்து கொள்வதில்லை. விட்டுக்கொடுத்தலின் எல்லைகளை அவர் விரித்துக்கொண்டே போகும் இயல்புடையவர். அதற்குக் கடந்த காலங்களின் வரலாற்றில் எத்தனையோ உதாரணங்கள் உள்ளன. சமீபத்திய உதாரணம் இந்த மாதம் காங்கிரஸ் கட்சியோடு கண்ட தேர்தல் உடன்பாடு.

காங்கிரஸ் கட்சி அவரை 'ஏமாற்ற'ப் பார்த்தது. அரசியல் பண்பாடே இல்லாமல் திமுகவிடம் அதிகத் தொகுதிகளைக் கேட்டது. முதலில் 50 தொகுதிகளைக் கேட்டவர்கள் பிறகு அந்த எண்ணிக்கையைப் படிப்படியாக உயர்த்திக் கொண்டே போய்க் கடைசியில் 63 தொகுதிகள் தேவை எனப் பிடிவாதம் பிடித்தார்கள். அவர் பொறுமையிழந்தார். 60 தொகுதிகளுக்கு மேல் ஒன்றுகூடக் கொடுக்க முடியாது என அறிவித்தவர் காங்கிரஸ் கட்சியுடனான உறவை முறித்துக்கொள்வதாகச் சொன்னார். மைய அரசிலிருந்து தனது கட்சியைச் சேர்ந்த அமைச்சர்களை விலக்கிக் கொள்வதாக அறிவித்தார்.

தலைவரின் கட்டளையைச் சிரமேற்கொண்டு பிரதமரைச் சந்தித்து ராஜினாமா கடிதங்களைக் கொடுப்பதற்காக அவருடைய புதல்வர் மு. க. அழகிரி தலைமையில் சென்றவர்கள் பிறகு மனத்தை மாற்றிக்கொண்டார்கள். நிதி அமைச்சர் பிரணாப் முகர்ஜியிடம் மன்றாடியவர்கள் பலகட்ட முயற்சிகளுக்குப் பிறகு காங்கிரஸ் தலைவி சோனியா காந்தியைச் சந்தித்தார்கள். கடைசியில் காங்கிரஸ் கட்சி கோரிய 63 தொகுதிகளைத் தருவதாக ஒப்புக்கொண்டு அமைச்சர் பதவி

களைத் தக்கவைத்துக்கொண்டு திரும்பினார் அஞ்சா நெஞ்சன். இதற்குள் கருணாநிதியின் சுயமரியாதை உணர்வைச் சிறுத்தை திருமாவும் மருத்துவர் ராமதாசும் பொன்னாடை போர்த்திப் பாராட்டினார்கள். கி. வீரமணி அவரைப் பெரியாரின் வாரிசு எனக் கொண்டாடுவதற்குக் கிடைத்த மற்றொரு தருணமாக நினைத்து அறிவாலயத்துக்கு விரைந்தார். எல்லாப் பாராட்டு களையும் ஏற்றுக்கொண்ட கருணாநிதி காங்கிரசுக்கு அவர்கள் கேட்ட 63 தொகுதிகளை அப்படியே வழங்க ஒப்புக்கொண் டார். முஸ்லிம் லீக், பாட்டாளி மக்கள் கட்சி ஆகிய கூட்டணிக் கட்சிகள் தமக்கு ஒதுக்கப்பட்ட தொகுதிகளிலிருந்து தலா ஒரு தொகுதியைத் தருவதாக ஒப்புக்கொண்டதாகக் கருணாநிதியே அறிவித்தார். கூட்டணிக் கட்சிகளின் தியாகத்தை யும் விட்டுக் கொடுக்கும் மனப்பான்மையையும் மனதாரப் புகழ்ந்தார். அவரது சாணக்கியத்தனத்தை வியப்பதைத் தவிரத் தமது தொகுதிகளை இழந்து விட்ட கூட்டணிக் கட்சிகளுக்கு வேறு வழி இருக்கவில்லை. கடைசியில் முஸ்லிம் லீக் அறிவிக்கப் பட்ட மூன்று தொகுதிகளையும் பெற்றிருப்பது தனிக்கதை.

அவர் வெறும் சாணக்கியர் மட்டுமல்ல. வள்ளலும்கூட என்பது இந்தத் தேர்தலில் பாமக, விடுதலைச் சிறுத்தைகள், கொங்கு நாடு முன்னேற்றக் கழகம் ஆகிய கட்சிகளுக்குத் தொகுதிகளை வாரி வழங்கியிருப்பதன் மூலம் நிரூபித்திருக் கிறார். விடுதலைச் சிறுத்தைகளுக்கு அவர் பத்துத் தொகுதிகள் வழங்கியது ஆச்சரியத்திற்குரியதல்ல. சொல்லப் போனால் அவர்களுக்கு இன்னும் கூடுதலாகவே ஒதுக்கியிருக்க வேண்டும். சென்ற சட்டமன்றத் தேர்தலில் அதிமுகவோடு கூட்டணி அமைத்துப் போட்டியிட்ட அக் கட்சிக்கு, கடந்த காலங்களில் கருணாநிதியைத் தலித் விரோதியாகச் சித்தரித்துக் கட்டுரை கள் எழுதிய அக்கட்சியின் சட்டமன்ற உறுப்பினரும் பொதுச் செயலாளரும் மனித உரிமைப் போராளியுமான கவிஞர் ரவிக்குமார் அதற்குப் பிராயச்சித்தமாகக் கடந்த ஐந்தாண்டு களில் பல்வேறு சிற்றிதழ்களிலும் *ஜூனியர் விகடன்* முதலான பேரிதழ்களிலும் பல்வேறு தொலைக்காட்சிகளிலும் 'கலைஞரை' யும் திமுக ஆட்சியின் சாதனைகளையும் பற்றி ஓயாமல் எழுதியும் பேசியும் வருகிறார் அல்லவா அதற்காக இன்னும் இரண்டு தொகுதிகள் கூடுதலாகவே கொடுத்திருக்கலாம்.

ஆனால் பாமகவுக்கு அவர் 31 தொகுதிகளை (பிறகு அதிலிருந்து ஒன்றைக் காங்கிரசுக்கு விட்டுக் கொடுத்தது பாமக) ஒதுக்கியதற்காக அவரது பெருந்தன்மையையும் மன்னிக்கும் மனப்பான்மையையும் பாராட்டாமல் இருக்கவே முடியாது. சென்ற நாடாளுமன்றத் தேர்தலில் அதிமுக அணியிலிருந்த பாமகவை, அது போட்டியிட்ட ஏழு தொகுதிகளிலும்

தோற்கடித்தே தீருவோம் எனச் சபதமிட்டுச் சொன்னபடி தோற்கடித்துக் காட்டிய திமுக இப்போது திருமண அழைப் பிதழ் கொடுக்க வந்த பாமகவின் நிறுவனர் ராமதாசின் கையில் 31 தொகுதிகளைத் திணித்து இன்ப அதிர்ச்சி கொடுத் திருக்கிறது. கருணாநிதியின் இந்தப் பெருந்தன்மை வேறு யாருக்கு வரும்?

தவிர, தேர்தல் களத்தில் குதித்திருக்கும் அவரது 'கதாநாயகி' திமுகவின் தேர்தல் வெற்றிக்கு உத்திரவாதமளிக்கும் என அவர் பெருமிதத்தோடு அறிவித்திருக்கிறார். குடும்பப் பெண் களுக்கு கிரைண்டர் அல்லது மிக்சி, மகளிர் சுயஉதவிக் குழுக்களுக்கு இரண்டு லட்ச ரூபாய் மானியம், அறுபது வயதுக்கு மேற்பட்டோருக்கு உள்ளூர்ப் பேருந்துகளில் இலவசப் பயணம், கல்லூரி மாணவர்களுக்கு இலவச மடிக்கணினி எனத் தேர்தல் அறிக்கையில் இடம்பெற்றிருக்கும் இலவச அறிவிப்புகளைப் பார்த்தால் மக்கள் அவரது அணியை 234 தொகுதிகளிலும் வெற்றிபெறச் செய்துவிடமாட்டார்களா என்ன? சொன்னதை மட்டுமல்ல சொல்லாததையும் செய்யக் கூடியவர் என வாக்காளர்களுக்கு ஆசை காட்டுகிறார் துணை முதல்வர் ஸ்டாலின். 'கிரைண்டர், மிக்சி மட்டுமல்ல, தேர்தல் அறிக்கையில் இடம்பெறாத போதிலும் குளிர்சாதனப் பெட்டி யும் வாஷிங்மெஷினுங்கூடக் கிடைக்கும்' எனக் கூட்டங்களில் சொல்லத் தொடங்கியிருக்கிறார் மத்திய அமைச்சர் தயாநிதி மாறன். வாக்காளர்களைப் பேராசைக்காரர்களாக மாற்றி அதன் மூலம் ஆதாயம் பெற முயல்கிறது திமுக.

இவை எதுவும் கைகொடுக்கவில்லையெனில் இருக்கவே இருக்கிறது திருமங்கலப் பாணி. தேர்தல் கமிஷனின் கெடுபிடி களையும் மீறி வாக்காளர்களுக்குப் பணம் கொடுப்பது எப்படி என்பதை அவர் அறியாதவரல்ல. திருமங்கலம் இடைத் தேர்தலில் வாக்காளர்களுக்கு அழகிரியும் அவருடைய ஆட்களும் எப்படி யெல்லாம் பண விநியோகம் செய்திருக்கிறார்கள் என்பதைச் சமீபத்தில் *விக்கிலீக்ஸ்* கேபிள் ஒன்றின் மூலம் அம்பலப்பட் டிருக்கும் உண்மைகளைப் பார்த்தால் அஞ்சா நெஞ்சனை யாராலும் விஞ்ச முடியாது என்பது புலப்படும்.* *விக்கிலீக்ஸ்* அறியாத பல தகவல்களைத் தமிழ்ப் புலனாய்வு ஊடகங்கள் அறிந்திருக்கின்றன. பணத்தைப் பெற்றுக்கொள்ளும் வாக்காளர் களிடம் கற்பூரத்தைக் கொளுத்திச் சத்தியம் வாங்கியதாகவும் பெண் வாக்காளர்களிடம் தாலியின் மீது சத்தியம் செய்யச் சொன்னதாகவும் தகவல்கள் வந்தன. இப்போது பணத்தைக்

---

* இக்கட்டுரையின் இறுதியில் பார்க்க

கடத்துவதற்கு 108 ஆம்புலன்ஸ் வண்டிகளைப் பயன்படுத்துவதாகவும் குற்றச்சாட்டுகள் எழுந்துள்ள நிலையில் இந்தத் தேர்தலில் திமுக பின்பற்றும் புதிய உத்திகள் பற்றிய விவரங்களைப் பற்றித் தேர்தலுக்குப் பின்னரே நம்மால் தெரிந்துகொள்ள முடியும்.

திமுகவின் இத்தகைய 'போர்த் தந்திர'ங்களை எதிர்கொள்வதற்கான வலு அதிமுகவுக்கு இருக்கிறதா? கடந்த காலங்களில் நடைபெற்ற இடைத்தேர்தல்களின் முடிவுகளைப் பார்த்தால் இல்லையென்றே சொல்லத் தோன்றுகிறது. வாக்காளர்களிடம் திமுக ஆட்சிக்கெதிரான மனோநிலை தென்படுவதாகவும் அதிமுக தலைமையிலான கூட்டணி வெற்றிபெற்று ஆட்சியமைக்கும் என்பதாகவும் வந்துள்ள சில கருத்துக்கணிப்புகள் திமுகவின் 'உத்தி'களைக் கணக்கிலெடுத்துக் கொண்டவை அல்ல. ஆளும் கட்சியின் மீதான மக்களின் அதிருப்தியைப் பயன்படுத்திக்கொண்டு வெற்றிபெறுவதற்கான தார்மீக வலிமை அக்கட்சியின் தலைமைக்கு இருக்கிறதா என்னும் சந்தேகம் பரவலாக உள்ளது. ஜெயலலிதாவின் அணுகுமுறை இடதுசாரிகள், தேமுதிக, மதிமுக உள்ளிட்ட அதிமுகவின் கூட்டணிக் கட்சிகளுக்கு மட்டுமல்லாமல் வாக்காளர்களுக்கும் அதிருப்தியை ஏற்படுத்தியிருக்கும் ஒன்று. அவர் தன் எதேச்சாதிகாரப் போக்கைக் கைவிடவே இல்லை என அரசியல் நோக்கர்கள் கருதுகிறார்கள். அதிமுகவின் சார்பாகக் கடந்த 18ஆம் தேதி வெளியிடப்பட்ட அக்கட்சியின் வேட்பாளர் பட்டியல் குறித்து வெளிவந்திருக்கும் தகவல்கள் அக்கட்சிக்குப் பெருமை சேர்ப்பதாகவோ வாக்காளர்களுக்கு நம்பிக்கையளிப்பதாகவோ இல்லை.

ஜெயலலிதா இன்னுங்கூட அவரது தோழி சசிகலா, அவருடைய உறவினர்களின் கட்டுப்பாட்டில் இருக்கிறார் என்றே நம்பப்படுகிறது. கூட்டணிக் கட்சிகளைக் கலந்தாலோசிக்காமல், அவர்கள் கேட்ட தொகுதிகளைச் சேர்த்து வெளியிடப்பட்ட பட்டியலைக் கண்டு அதிர்ச்சியடைந்த தேமுதிக உள்ளிட்ட தோழமைக் கட்சிகள் தேமுதிக தலைவர் விஜயகாந்த் தலைமையில் கூடி ஜெயலலிதாவை எச்சரித்தன. கடைசியில் அதிரடி நடவடிக்கைகளுக்குப் பேர் போன ஜெயலலிதா விஜயகாந்தின் 'மூன்று நிபந்தனை'களுக்குப் பணிந்து போக வேண்டியதாயிற்று. திமுக அணியை முந்திக்கொண்டு கூட்டணிக் கட்சிகளுடன் முதற்கட்டப் பேச்சு வார்த்தையை முடித்துக்கொண்ட ஜெயலலிதா 'மூன்றாவது அணி' அமைவதைத் தடுப்பதற்குள் விழி பிதுங்கிப் போனார். இடதுசாரிகள், தேமுதிக தலைவர்களுடன் விடிய விடிய ஆலோசனை நடத்தி அவர்கள் கேட்ட தொகுதிகளைக் கொடுத்துவிட்டுப் பிரச்சாரத்

தைத் தொடங்கியிருக்கும் ஜெயலலிதாவிடம் எந்தவொரு அரசியல் திட்டமும் இருப்பதாகத் தெரியவில்லை. திமுக அரசின் மீதான மக்களின் அதிருப்தியையும் ஸ்பெக்ட்ரம் ஊழலையும் அவர் பெரிதாக நம்பிக்கொண்டிருக்கிறார் எனத் தோன்றுகிறது. சென்ற வருடத்தில் கோயமுத்தூர், மதுரை, திருச்சி ஆகிய நகரங்களில் அவர் நடத்திய ஆர்ப்பாட்டங் களுக்குத் திரண்டு வந்த மக்கள் கூட்டம் உணர்த்திய செய்தியை அவர் சரியான அர்த்தத்தில் புரிந்துகொள்ளவில்லையோ என்று தோன்றுகிறது.

மதுரைக் கூட்டத்தில் கருணாநிதியைத் 'தீயசக்தி' என வர்ணித்தார் ஜெயலலிதா. சென்ற நவம்பரில் மத்தியத் தணிக்கைத் துறை அறிக்கை வெளியானதற்குப் பின்னர் ஸ்பெக்ட்ரம் ஊழல் தொடர்பாக வெளிவந்துகொண்டிருக்கும் தகவல்கள் அவரது வர்ணனையை நியாயப்படுத்துபவையாகவே உள்ளன. கருணாநிதிக்கும் அவருடைய குடும்ப உறுப்பினர்களுக்கும் மத்தியிலும் மாநிலத்திலும் அதிகாரத்தைத் தக்க வைத்துக் கொள்வது கட்டாயமாகியிருக்கிறது. தண்டனையிலிருந்து தப்பித்துக்கொள்வதற்கு அவரும் அவருடைய புதல்வர்களும் சாத்தியப்பட்ட எல்லா வழிமுறைகளையும் கையாள்வார்கள் என்பதில் சந்தேகமில்லை. கருணாநிதிக்கு மாற்றாகத் தன்னை முன்னிறுத்திக் கொள்ளும் ஜெயலலிதாவால் அவற்றைத் தடுக்க முடியும் என நினைப்பது அபத்தமான கற்பனையாகவே தோன்றுகிறது. கடந்த ஐந்தாண்டுகளில் எதிர்க்கட்சித் தலைவ ராக அவர் செயல்படவே இல்லை. பல தருணங்களில் அவர் எங்கிருக்கிறார் என்பது அவரது கட்சிக்காரர்களுக்கேகூடத் தெரிந்திருக்கவில்லை.

சட்டமன்றத்தில் அறுபதுக்கும் மேற்பட்ட உறுப்பினர் களுடன் வலுவான எதிர்க்கட்சியின் தலைவியாக இருந்த போதும் அவர் அரசின் தவறுகளை விமர்சிக்கத் தவறினார். சென்ற ஆண்டில் அத்தியாவசியப் பொருட்களின் விலை கடுமையாக உயர்ந்து மக்கள் வாழ்வை எதிர்கொள்வதற்கே திணறியபோதும் விலைவாசியைக் கட்டுப்படுத்துவதற்கான நடவடிக்கைகளை மேற்கொள்வதற்கான அழுத்தத்தைச் சட்ட மன்றத்திற்கு உள்ளேயும் வெளியேயும் நடத்தியிருக்க வேண்டிய கடமையை அவர் முற்றாகப் புறக்கணித்தார். 'அம்மா'வின் உத்தரவு கிடைக்காததால் கட்சியின் மூத்த தலைவர்கள் செயலற்று முடங்கினர். செயல்பட முடியாத கட்சியிலிருந்து சட்டமன்ற உறுப்பினர்கள் சிலரும் முன்னாள் அமைச்சர் களும் வெளியேறினர். சிலர் விலைகொடுத்து வாங்கப்பட்ட தாகவும்கூடச் செய்திகள் வந்தன. தொண்டர்களுங்கூட வெளி யேறினர். திமுக எல்லோரையும் 'அரவணைத்துக்'கொண்டது.

திமுக கூட்டணியிலிருந்து வெளியேறிய இடதுசாரிகளுங்கூடத் தம் போராட்டக் குணத்தைக் கைவிட்டதுதான் துயரம். கருணாநிதி அரசின் அத்துமீறல்களை அவர்கள் வெறுமனே வேடிக்கை பார்த்துக்கொண்டிருந்தார்கள். பன்னாட்டு நிறுவனங்களுடன் திமுக அரசு செய்துகொண்ட புரிந்துணர்வு ஒப்பந்தங்கள் விவசாயிகளின் வாழ்வாதாரங்களைப் பாதித்ததைத் தடுக்க, பறிபோய்க்கொண்டிருக்கும் தொழிற்சங்க உரிமைகளைப் பாதுகாக்க அவர்கள் என்ன செய்தார்கள் என்பது யாருக்குமே தெரியவில்லை. இடதுசாரிகளின் அரசியல்ரீதியான இந்தப் பலவீனம்தான் முதல் நாள் அதிமுக, தங்களுக்கு 18 தொகுதிகள் ஒதுக்காவிட்டால் மாநிலச் செயற்குழுவைக்கூட்டி முடிவெடுப்போம் என வீராப்பாக அறிவித்த மார்க்சிஸ்ட் கட்சியின் மாநிலச் செயலாளர் ஜி. ராமகிருஷ்ணனை மறுநாள் சத்தமில்லாமல் ஜெயலலிதாவைச் சந்தித்து 12 தொகுதிகளை ஒத்துக்கொள்ள நிர்ப்பந்தித்தது.

ஆக மாற்று எனச் சுட்டிக்காட்டுவதற்கு யாருமே இல்லை.

சரியான மாற்று இல்லாத ஒரு சூழல் வாக்காளர்களைக் கையறுநிலைக்குத் தள்ளியிருக்கிறது. ஜனநாயகத்தின் மீதும் தேர்தல்கள்மீதும் எழுந்துள்ள அவநம்பிக்கை வாக்காளர்களின் புரிதலைக் கடுமையாகப் பாதித்திருக்கிறது. கட்சிகளிடமிருந்து கிடைக்கும் சொற்பத் தொகையைத் தவிர தேர்தல்களால் தனக்கு ஆதாயமும் இல்லை என ஒரு வாக்காளன் நம்பத் தொடங்குவதை நம் ஜனநாயகத்துக்கு ஏற்பட்டுள்ள பேராபத்தாகவே கருத வேண்டும். திமுக மீண்டும் அதிகாரத்தைக் கைப்பற்ற முடிந்தால் அந்த ஆபத்துப் பல மடங்காகப் பெருகக்கூடும். கருணாநிதியும் அவருடைய குடும்ப உறுப்பினர்களும் ஸ்பெக்ட்ரம் ஊழல் வழக்கிலிருந்து தம்மை விடுவித்துக்கொள்வதற்குத் தமிழகத்தின் ஆட்சியதிகாரம் திமுகவுக்கு உதவக்கூடும். சாதிக் பாட்சாவைப் போல மத்தியப் புலனாய்வுத் துறையின் பிடியிலிருக்கும் சாட்சிகளில் இன்னும் யாராவது தூக்கிட்டுத் 'தற்கொலை' செய்துகொள்ளும் கதைகளை நாம் கேட்கலாம்.

அதிமுக வெற்றிபெற்று ஜெயலலிதா மீண்டுமொருமுறை முதல்வரானால்? சந்தேகமென்ன, ஒரு 'பொறுப்புள்ள' எதிர்க்கட்சியாக ஜெயலலிதாவிடமிருந்து ஜனநாயகத்தை மீட்டெடுப்பதற்காகத் திமுக போராடும். அதிகாரத்திற்கான பேராசையோடு தேர்தல் களத்தில் நிற்கும் திமுகவுக்கும் அதிமுகவுக்கும் தேர்தல் செல்வம் நிரம்பிய குகையின் வாயிலைத் திறப்பதற்கான மந்திரச் சொல். வாக்காளர்களுக்கோ அது மாயமான் வேட்டை.

விக்கிலீக்சில் அழகிரி

கட்டாயக் கையூட்டு

1. முதலமைச்சரின் மகன் அழகிரியின் கட்டுப்பாட்டில் நடக்கும் திமுகவின் தெற்குத் தமிழ் நாட்டுச் செயல்பாடுகள் அவருக்கு அடிதடி அரசியல்வாதி என்ற பெயரைப் பெற்றுத் தந்திருக்கின்றன. அவர் தனது அரசியல் எதிரியைக் கொலை செய்த வழக்கில் நிரபராதியாக அறிவிக்கப்பட்டார். ஆனால் விமர்சகர்கள் அவரது தந்தை முதலமைச்சராக இருக்கும் மாநிலத்தில் வழக்கு நியாய மாக நடந்திருக்காது என்று கருதுகிறார்கள். 2007இல் அழகிரியின் ஆதரவாளர்கள் ஒரு நாளிதழ் அலுவலகத்தைத் தாக்கி மூவரைக் கொன்றார்கள்.

2. அழகிரியின் ரௌடித்தனத்துடன் இப்போது பணபலமும் சேர்ந் திருக்கிறது. திமுகவின் திருமங்கலம் பிரச்சாரத்தை அழகிரி ஒருங்கிணைத்து வரலாறு காணாத கையூட்டை வாக்காளர் களுக்கு வழங்கினார். அழகிரியின் அடியாளான எம். பட்டுராஜன் எங்களிடம் கூறினார் "இது ஒரு ரகசியமே அல்ல. அழகிரி ஒவ்வொரு வாக்காளருக்கும் ரூ. 5000/- வழங்கினார்."

3. அழகிரி மேற்பார்வையிட்ட திருமங்கலம் இடைத்தேர்தல், விநியோகிக்கப்பட்ட பெருந்தொகைக்காகவும் விநியோகிக்கப்பட்ட முறைக்காகவும் கவனிக்கத்தக்கது. வழக்கமாக நடப்பதுபோல இரவு வேளைகளில் பணத்தை விநியோகிக்காமல், வாக்காளர் பட்டியலில் உள்ள அனைவருக்கும் பணத்தைக் கவரில் போட்டு, செய்தித்தாளுடன் விநியோகித்தனர். பணத்துடன் திமுகவுக்கு வாக்களிக்க வேண்டிய மாதிரி வாக்குச் சீட்டுகளும் கவரில் இருந்தன. இந்த முறை கட்டாயமாக அனைவரையும் கையூட்டு வாங்கச் செய்தது.

[அழகிரி தொடர்பாக விக்கிலீக்ஸ் கேபிள்களில் இடம்பெற்ற செய்திகளின் சுருக்கம் இவை. அமெரிக்கத் தூதர்கள் உலகெங்கு மிருந்து அமெரிக்க அரசுக்கு அனுப்பிய பதிவுகளை விக்கிலீக்ஸ் வெளியிட்டிருக்கிறது. *தி இந்து* நாளிதழ் இந்தியா தொடர்பான செய்திகளைத் தொடராக வெளியிட்டு வருகிறது.]

இதழ் 136, ஏப்ரல் 2011

இது அல்லது அது அல்லது இதுவும் அதுவும்

தேவிபாரதி

கடந்த 2006ஆம் ஆண்டு முதல் திமுக அரசால் நடைமுறைப்படுத்தப்பட்டுவரும் 'நலத்திட்டங்கள்' தொடரவும் திராவிட இயக்கத்தின் கொள்கைகளைப் பாதுகாக்கவும் ஆறாவது முறையாகக் கருணாநிதியை முதல்வராக்குவதைத் தவிர மக்களுக்கு வேறு கதியில்லை என்னும் முழக்கத்துடன் தேர்தல் களத்தைச் சந்தித்த திமுக – காங்கிரஸ் கூட்டணி, இறுதியில் இந்தியத் தேர்தல் ஆணையத்தின் கண்டிப்பான அணுகுமுறையையும் மீறித் திருமங்கலம் பாணியில் வாக்காளர்களுக்குப் பணப் பட்டுவாடாவைச் செய்துமுடித்துவிட்ட திருப்தியுடன் வெற்றியை எதிர்பார்த்துக் காத்திருக்கிறது. காங்கிரஸ் கட்சியுடனான தொகுதிப் பங்கீட்டில் ஏற்பட்ட நெருக்கடிகளைத் 'தோழமை'யுடன் தீர்த்துக்கொண்டு, வாக்காளர்களுக்குத் தன் 'கதாநாயகி'யை அறிமுகப்படுத்தியபோது கருணாநிதிக்குத் தன் அணியின் வெற்றி குறித்து எந்தச் சந்தேகமும் எழுந்திருக்க வாய்ப்பில்லை. எழுபது பக்கங்களைக் கொண்ட அந்த அறிக்கையை முழுமையாக அவர் வாசித்து முடிக்கும்வரை மூச்சுக்கூடவிடாமல் கேட்டுக் கொண்டிருந்த திமுகவினர் அதில் இடம்பெற்றிருந்த இலவச அறிவிப்புகளைக் கேட்டுத் திக்குமுக்காடிப் போய்விட்டனர். அவர்களது உறைந்த முகங்களில் வெற்றிக் களிப்புத் தென்படுவதற்கே கொஞ்ச நேரம் ஆயிற்று.

பெண்களுக்கு மிக்சி அல்லது கிரைண்டர், மூத்த குடிமக்களுக்கு இலவச பஸ் பாஸ், கல்லூரி மாணவர்களுக்கு இலவச லேப் – டாப், மகளிர் சுய உதவிக்

குழுக்களுக்கு இரண்டு லட்ச ரூபாய் மானியம், இலவசக் கான்கிரீட் வீடுகள் முதலான கவர்ச்சிகரமான வாக்குறுதி களுடன் களமிறங்கியிருந்த தன் கதாநாயகியை எதிர்கொள் ளும் திராணி, ஜெயலலிதாவுக்கு இருக்க முடியும் என அவர் கொஞ்சம்கூட எதிர்பார்க்காததுதான் ஆச்சரியம். ஆனால் கூட்டணிக்கட்சிகளுடனான பிணக்குகளை முடித்துக்கொண்டு ஸ்ரீரங்கத்தில் ஜெயலலிதாவால் வெளியிடப்பட்ட தேர்தல் அறிக்கையில் இடம்பெற்றிருந்த இலவச அறிவிப்புகளைப் பார்த்து அவர் திகைத்துப்போனார். 'கவனமாகக் கேளுங்கள், மிக்சி அல்லது கிரைண்டர் அல்ல, மிக்சி, கிரைண்டர் இரண்டுமே வழங்கப்படும்; கூடுதலாக மின்விசிறியும் உண்டு' என ஜெய லலிதா அறிவித்த அந்தக் கணத்தில் திமுகவின் 'கதாநாயகி' ஒரு கேலிச்சித்திரமாக மாறியிருந்தாள். தேர்தல் களம் ஒரு போர்க்களமாக மாறியது.

புத்தம் புதிய கோட்டையில் புத்திரர்கள் புடைசூழ ராஜ்ய பரிபாலனம் செய்துகொண்டிருந்த மாமன்னருக்கு இப்போது ஆயுதமேந்திப் போர்முனைக்குச் செல்ல வேண்டிய கட்டாயம் ஏற்பட்டது. ஓய்வேயில்லாமல் நடைபெற்ற பாராட்டு விழாக் களில் அரங்கேற்றப்பட்ட கேளிக்கைகளைக் கைதட்டி ரசித்துக் கொண்டிருந்த மாமன்னர் இப்போது தன்னைத் தீயசக்தி என வர்ணிக்கும் ஒரு மூர்க்கமான எதிரியைச் சந்திக்க வேண்டி யிருந்தது. அவர் தன் ஐம்பதாண்டுகளுக்கும் மேலான அரசியல் வாழ்வில் எண்ணற்ற களங்களைக் கண்டவர். நெருக்கடியான தருணங்களில்கூட மிகச் சாதுரியமாகச் செயல்பட்டவர். மிக மோசமான தோல்விகளிலிருந்து மீண்டெழுவது எப்படி என்பதை மற்றவர்களுக்குக் கற்றுக்கொடுக்குமளவுக்கு அனுபவம் வாய்ந்தவர். ஆனால் அவரது ஆயுதங்கள் முனை மழுங்கிப்போயிருந்தன. அவரைச் சூழ்ந்திருந்த சஞ்சயன்களும் விதுரன்களும் விவரித் தது போல் நிலைமை இல்லையென்பதை அவர் மிகத் தாமத மாகத்தான் தெரிந்துகொண்டார். இடையறாத கேளிக்கைகளி லும் அரசியல் சூதாட்டங்களிலும் மூழ்கியிருந்த புத்திரர்கள் இப்போது அவசர அவசரமாக யுத்தக் களத்துக்கு வந்து நின் றார்கள். போர்க்களத்தை அவர்கள் சூதாட்டக் களமாக மாற்றி யிருந்தார்கள்.

திமுகவின் தேர்தல் அறிக்கையில் அவ்வளவு இலவச அறிவிப்புகள் இடம்பெறாமலிருந்திருந்தால் ஜெயலலிதாவின் தேர்தல் அறிக்கை அரசியல் பார்வையாளர்களால் கேலிசெய்யப் பட்டிருக்கும். ஜனநாயகவாதிகள், அரசியல் நோக்கர்கள், பொரு ளாதார வல்லுநர்களின் கடும் விமர்சனங்களுக்குள்ளாகியிருந் திருக்கும். இப்போது எல்லோருமே மௌனமாக இருக்கவேண்டிய தாயிற்று. அதிமுகவின் தேர்தல் அறிக்கை, திமுகவின் தேர்தல்

அறிக்கையைப் பார்த்துக் காப்பியடிக்கப்பட்டது எனக் கேலி செய்வதற்கு மேல் கருணாநிதியாலும் அவருடைய ஆதரவாளர் களாலும் எதுவும் சொல்ல முடியாமல் போனதைப் பார்க்கப் பரிதாபமாக இருந்தது. திகைப்பிலிருந்து மீண்ட கருணாநிதி யும் கூட்டணிக் கட்சித் தலைவர்களும் நகைச்சுவை நடிகர் வடிவேலு தலைமையில் ஜெயலலிதாவின் 'கற்பனை வறட்சி' யைப் பற்றிக் கிண்டலடித்துக்கொண்டிருந்தபோது அதைப் பொருட்படுத்தாமல் தன் பிரச்சாரத்தின் உள்ளடக்கத்தை அடியோடு மாற்றியிருந்தார் ஜெயலலிதா.

நாட்டுக்கு ஒரு லட்சத்து எழுபதாயிரம் கோடி ரூபாய் வருவாய் இழப்பை ஏற்படுத்திய ஸ்பெக்ட்ரம் ஊழல், அதில் அவரது மகள் கனிமொழி, மனைவி தயாளு அம்மாள் உள்ளிட்ட குடும்பத்தினருக்குள்ள பங்கு, அத்தியாவசியப் பொருள்களின் கட்டுக்கடங்காத விலையேற்றம், சட்டம் ஒழுங்குச் சீர்குலைவு, பெருகிவரும் கொலை, கொள்ளைகளுக்குக் காரணமான ரவுடியிசம், சகலதுறைகளிலும் பெருகியிருக்கும் கருணாநிதி யின் குடும்ப ஆதிக்கம் முதலான, கருணாநிதி கெட்ட கனவாக நினைத்து மறந்துவிட விரும்பும் பிரச்சினைகளை முன்வைத்துத் திமுகவைக் கடுமையாக விமர்சித்துப் பிரச்சாரத்தைத் தொடங்கி யிருந்த ஜெயலலிதாவை அரசியல்ரீதியில் எதிர்கொள்வதற்குத் திணறிய கருணாநிதி அவரது குற்றச்சாட்டுகளுக்குப் பதில் சொல்வதை முற்றாகத் தவிர்த்துவிட்டுத் தன் அரசின் ஐந்தாண்டுக் காலச் 'சாதனை'களை நினைவூட்டுவதற்குப் பெரும் பிரயத்தனைப் பட்டார்.

அவரும் அவரது புதல்வரும் மத்திய அமைச்சருமான அழகிரி மலையென நம்பிக்கொண்டிருந்த திருமங்கலம் பாணி யைத் தேர்தல் ஆணையம் தன் கறாரான நடவடிக்கைகள் மூலம் தடுத்து நிறுத்த முற்பட்டபோது அதற்கெதிராகப் 'பொங்கி யெழுவதை'த் தவிர அவருக்கு வேறு வழியிருக்கவில்லை. இந்தியத் தேர்தல் ஆணையம் ஜெயலலிதாவைவிட அபாயகர மான சக்தியாகத் தென்படத் தொடங்கியது அவருக்கு. எனவே தான் எதிர்க்கட்சிகளை விமர்சிக்கும் பொறுப்பைச் சல்லியனைப் போலக் கடைசி நேரத்தில் வந்து சேர்ந்த மருத்துவர் ராமதாஸ், தொல். திருமாவளவன், நடிகர் வடிவேலு முதலான சிற்றரசர் களிடம் விட்டு விட்டு ஆணையத்தை வதம் செய்யப் புறப்பட் டார் முதல்வர். இருபது நாள்களுக்கும் மேலாக நடத்தப்பட்ட யுத்தத்தின்போது அவர் மக்களுக்குப் பல வரங்களை அளித் தார். தன் எதிர்ப்பாளர்களுக்கும் தேர்தல் ஆணையத்துக்கும் கொடிய சாபங்களை இட்டார். வரம் பெற்றவர்களில் சிலர் அவரால் சபிக்கப்பட்டவர்கள் என்பதுதான் விநோதம்.

கூட்டணி தொடர்பான பேச்சுகள் முறிந்தபோது எந்தக் கட்சியை அவர் சபித்தாரோ அதே காங்கிரஸ் கட்சியின் வேட்பாளர்களைத் தயக்கமில்லாமல் 63 நாயன்மார்கள் என வாழ்த்தி வெற்றிபெற வரமளித்து வேட்புமனுத் தாக்கல் செய்ய வழியனுப்பிவைத்தார். தேர்தல் ஆணையத்தின் நடவடிக்கை களைக் குறித்து விமர்சிக்கும்போது சனாதனிகள் பயன்படுத்தும் ஒரு வழக்காற்றை மேற்கோள் காட்டக்கூட அவர் தயங்க வில்லை. அவருடன் இருந்த பெண்ணியவாதிகள், தலித்திய அறிவுஜீவிகள், சனாதன எதிர்ப்பாளர்கள், பின்நவீனத்துவ அரசியல் நோக்கர்களைத் திகைக்க வைத்த அந்த வழக்காறு இதுதான் – மங்கை சூதகமானால் கங்கையில் குளிக்கலாம், கங்கையே சூதகமானால் எங்குப் போய் மூழ்குவது?

ஆனால் வார்த்தை விளையாட்டுகளின் மூலம் வாக்காளர் களைக் கவர்வது காலாவதியாகிப்போன வழிமுறை என்பதைப் பல பத்தாண்டுகளுக்கு முன்னரே புரிந்துகொண்டிருந்தவர் அவர். தேர்தலைச் சூதாட்டக்களமாகக் கருதியதால் அதில் வெற்றிபெறுவதற்குத் தந்திரங்களும் மோசடிகளும் அவசியம் என்பதை உணர்ந்திருப்பவர். அவரது புதல்வர்கள் இப்போது பதினாறடி பாயும் அளவுக்குத் தேர்ச்சி பெற்றிருக்கிறார்கள். கடந்த ஐந்தாண்டுகளில் நடைபெற்ற தேர்தல் களங்களில் அவர்களது பாய்ச்சலின் மூர்க்கத்தைக் கண்கூடாகப் பார்த் திருந்தவருக்கு இந்தத் தேர்தல் களம் அவ்வளவு கடினமான தாகத் தோன்றாதது இயல்பே. ஆனால் தேர்தல் ஆணையம் தேர்தலை நியாயமாகவும் சுதந்திரமாகவும் நடத்துவதில் காட்டிய மூர்க்கம் அவரை அதிர்ச்சியடையவைத்தது.

உண்மையில் கருணாநிதிக்குத் தன் ஐந்தாண்டுக் கால ஆட்சியின் சாதனைகள்மீது எந்த நம்பிக்கையும் இருந்ததாகத் தெரியவில்லை. இல்லையென்றால் சுதந்திரமான, நியாயமான, பாரபட்சமற்ற ஒரு தேர்தலைக் குறித்து அவர் பயப்பட்டிருக்கவே மாட்டார். ஆணையம் கள்ள ஓட்டுகளைத் தடுப்பதற்கும் பணப்பட்டுவாடாவை முடக்குவதற்கும் சட்டரீதியில் எடுக்கும் முயற்சிகள் அவரைப் பதற்றமடையச் செய்திருக்காது. முதல்வர் என்ற ரீதியில் ஆணையத்தின் நடவடிக்கைகளை வரவேற்றிருக்க வேண்டியதும் அதன் நடவடிக்கைகளுக்கு ஒத்துழைப்புக்கொடுத் திருக்க வேண்டியதுமான தார்மீகக் கடமையை அவர் கைகழுவி யிருக்கவும் மாட்டார். எல்லாவற்றையும்விட முக்கியமாக ஆணையத்தை ஏமாற்றிவிட்டு, அதிகாரத்தைப் பயன்படுத்திக் கடைசி நேரத்தில் வாக்காளர்களுக்குப் பணம் கொடுப்பதை அனுமதித்திருக்கவும் மாட்டார்.

தேர்தல் பிரச்சாரக் கூட்டமொன்றில் மக்களிடமிருந்து 'நன்றி'யை எதிர்பார்ப்பதாகக் கூறியபோது முதல்வருக்கு நா

தழுதழுத்தது. இந்தமுறை அதிகாரத்தை இழப்பது என்பதற்கு அர்த்தம் அடுத்துவரும் ஐந்தாண்டுகளில் எதிர்க்கட்சி வரிசையில் அமர வேண்டும் என்பது மட்டுமானதாக இருக்கப்போவதில்லை என்பதை மிகத் தெளிவாக உணர்ந்திருந்தார். சென்ற 2001இல் திமுகவிடமிருந்து அதிகாரத்தைக் கைப்பற்றியபோது ஜெயலலிதா அரசு மேற்கொண்ட நள்ளிரவுக் கைது நடவடிக்கைகள் நினைவுக்கு வராவிட்டாலுங்கூட வேறு பல காரணங்களுக்காகக் கருணாநிதிக்கு அது மிக மோசமானதாக இருக்கும். முதல்முறையாக அவர் அரசியல் அல்லாத காரணங்களுக்காக ஆட்சிப் பொறுப்பை வேண்டி நிற்கிறார். அவரையும் அவரது குடும்பத்தினரையும் சூழ்ந்துள்ள அபாயங்களின் கடுமையிலிருந்து ஓரளவாவது காத்துக்கொள்ள ஆட்சிப் பொறுப்பு அவசியம் என்பதை அவரைவிட அவரது தொண்டர்கள் தெளிவாகப் புரிந்துகொண்டிருக்கிறார்கள். தம் மகத்தான தலைவரையும் அவரது அன்புக்குரிய குடும்பத்தினரையும் காப்பாற்றுவதற்கு அவர்கள் தம் வாழ்வையும் ஜனநாயக நெறிமுறைகளையும் 'அர்ப்பணிக்க'வும் தயாராகியிருக்கிறார்கள். தொண்டர்கள் தன்மீது வைத்திருக்கும் அன்பின் தீவிரத்தை நம்பியே அவரால் தன் கட்சியால் ஆட்சியமைக்கும் அளவுக்குப் பெரும்பான்மை பெறமுடியும் எனச் சொல்லவைத்திருக்கிறது. கொளத்தூர்த் தொகுதியில் போட்டியிடும் புதல்வர் மு. க. ஸ்டாலினோ வாக்காளர்களிடம் காலில் விழுந்து வாக்குக் கேட்பதாக அறிவித்து ஏற்கனவே நெகிழ்ந்துபோயிருக்கும் தொண்டர்களை மேலும் நெகிழச் செய்தார். தலைவரும், தொண்டர்களும் மனப்பிறழ்வுக்குள்ளானவர்களைப் போல் தென்பட்டார்கள். யாரிடமும் எவ்விதமான தார்மீக நெறியும் எஞ்சியிருக்கவில்லை.

எதிர் அணியில் தென்பட்ட சிறுசிறு குழப்பங்களைக் கண்டு கருணாநிதியும் அவரது புத்திரர்களும் பூரித்துப்போனார்கள். தன் அரசின் சாதனைகளும் திருமங்கலம் பாணியும் கைகொடுக்காவிட்டாலும் எதிர் அணியின் பலவீனங்கள் வெற்றிக்குத் துணைபுரியும் எனத் திமுக தரப்பு நம்பியதுதான் காரணம். கருணாநிதியின் பிரச்சாரக் கூட்டங்களை ஒளிபரப்புவதில் காட்டிய அக்கறையைவிட அதிமுக கூட்டணிக் கட்சிகளுக்கிடையே தொகுதிப் பங்கீட்டில் ஏற்பட்ட நெருக்கடிகளை ஒளிபரப்புவதில் திமுக ஆதரவுத் தொலைக்காட்சி அலைவரிசைகள் காட்டிய அக்கறையின் தீவிரத் தன்மையே இதற்குச் சான்று. தேமுதிக தலைவர் விஜயகாந்த் எப்படியாவது தன் சுயமரியாதையைக் காப்பாற்றிக் கொண்டுவிட மாட்டாரா எனத் திமுக தலைவர்கள் ஏங்கியதை நினைத்தால் மெய்சிலிர்க்கிறது. 'நண்பர் விஜயகாந்த் சுயமரியாதை உள்ளவர்,

அதிமுகவுடன் கூட்டணி அமைப்பதாக இன்றுவரை அவர் சொல்லவே இல்லையே. ஜெயலலிதாவைச் சந்திக்கவும் இல்லையே' எனத் தனயன் அழகிரி சொன்னதைத் திரும்பத் திரும்ப ஒளிபரப்பாமல் இருந்திருந்தால் விஜயகாந்த் அன்றைய பின்னிரவு நேரத்தில் போயஸ் தோட்டத்துக்குப் போய் ஜெய லலிதாவைச் சந்தித்து ஒப்பந்தத்தில் கையெழுத்திட்டிருப்பாரா என்பது சந்தேகம் தான். தமையனுக்கு ஈடாகத் தந்தையும் சில சாதனைகளை நிகழ்த்தினார்.

ஈரோடு பிரச்சாரக் கூட்டத்தில் பேசிய கருணாநிதி திமுக அணியில் தான்தான் (அடியேன்தான்!) முதல்வர் என்பதைக் கூட்டணிக் கட்சிகள் ஒப்புக்கொண்டுவிட்டன, ஆனால் அதிமுக அணியில் யார் முதல்வர் என்பதை அறிவிக்கவில்லையே – குறிப்பாக விஜயகாந்த் எதுவும் சொல்லவில்லையே என 'ஆடு நனைகிறதே' என்னும் ரீதியில்பட்ட கவலையை அடுத்தே விஜயகாந்த் அதிமுக அணி வெற்றி பெற்றால் ஜெயலலிதா தான் முதல்வர் என அறிவித்தார். கருணாநிதி கேள்வி எழுப் பாமலிருந்திருந்தால் கூட்டணிக் கட்சித் தலைவர்களுடன் ஜெயலலிதா கலந்துகொண்ட கோவைப் பிரச்சாரக்கூட்டமும் கூட நடத்தப்பட்டிருக்குமா என்பது சந்தேகம்தான். விஜயகாந்த் கலந்து கொள்ளாதபோதும் அதிமுக அணிக்குப் பெரும் உத்வேகத்தைத் தந்தது அந்தக் கூட்டம். அதை ஊட்டியவர் கருணாநிதி. இப்படி இந்தக் கதை நீண்டுகொண்டே போனது.

விஜயகாந்த் திமுகவினருக்குப் பல வாய்ப்புகளை உரு வாக்கிக் கொடுத்தார். ஒரு கூட்டத்தில் பொதுமக்கள் முன் னிலையில் தன் வேட்பாளர் ஒருவரைத் தாக்கியதாக ஒரு காட்சி சன், கலைஞர் தொலைக்காட்சிகளில் திரும்பத் திரும்ப ஒளிபரப்பப்பட்டது. மற்றொரு கூட்டத்தில் திகார் சிறையில் இருக்கும் ஆ.ராசாவை அதிமுகவின் கொள்கைப் பரப்புச் செயலாளர் எனச் சொன்னார் விஜயகாந்த். அவர் குடித்துவிட்டு உளறுவதாகக் குற்றம் சுமத்திய திமுகவினர் வடிவேலுவைவிட்டு அவர்மீது வசைமாரி பொழிய வைத்தார்கள். வடிவேலுக்குக் கூடிய கூட்டத்தைப் பார்த்து மலைத்துப் போன சன் தொலைக் காட்சி பிரச்சாரக் கூட்டங்களில் அவர் உளறியவற்றையெல் லாம் தொகுத்துச் சிறப்பு நிகழ்ச்சியாக ஒளிபரப்பியது. விஜயகாந்தின் செயல்பாடுகளால் அதிமுக கூட்டணியின் செல்வாக்குச் சரிந்துவிட்டதான தோற்றம் உருவாக்கப்பட்டது. அதன் மூலம் மக்கள் திமுகவை ஏற்றுக்கொண்டு விடுவார்கள் என நம்பியது திமுக. ஆனால் கடைசி மூன்று தினங்களில் பணப்பட்டுவாடா தீவிரமாக நடைபெற்றதாகத் தகவல்கள் வந்தன. எதிர்க்கட்சிகளின் குற்றச்சாட்டுகளால் திமுகவின் வெற்றி பாதிக்கப்படாது என அவர்கள் நம்பியதற்குக் காரணம்

திருமங்கல அனுபவம்தான். வாக்குப் பதிவு நடைபெற்ற ஏப்ரல் 13ஆம் தேதி என்டிடிவியின் செய்தியாளருடன் காலை உணவு உண்டபடி பேசிக்கொண்டிருந்தார் தனயன் அழகிரி. வெள்ளை உடையில் மிகச் சாதுவான ஒரு குடும்பத் தலைவரைப்போலத் தோற்றமளித்த அழகிரியிடம் 2ஜி ஊழலின் தாக்கம் குறித்துச் செய்தியாளர் கேட்டபோது, '2ஜியாவது ஒண்ணு ஜியாவது' என வெடித்ததைப் பார்க்கப் பயங்கரமாகத்தான் இருந்தது.

பொங்கி வழியும் ஆத்திரத்தைத் தேர்தல் ஆணையத்தின் மீது பிரயோகித்த கருணாநிதிக்கு வரலாறு தன்னை வஞ்சித்து விடுமோ என்னும் அச்சம் ஏற்பட்டுவிட்டது போல் தோன்றுகிறது. மக்கள் இலவசங்களுக்கு மயங்கிவிடுவார்கள் என்பதைத் திடமாக அவர் நம்பினாலும் அதே ஆயுதத்தைக் கையிலெடுத்திருக்கும் ஜெயலலிதாவிடம் தோற்றுப்போய்விட நேருமோ எனக் கவலைப்படுகிறார். அவரும் அவரது குடும்பமும் முன்னெப்போதும் சந்தித்திராத நெருக்கடிகளால் சூழப்பட்டிருக்கும் நிலையில் ஆட்சியை இழப்பது உண்மையிலேயே பயங்கரமானது.

எதிர்க்கட்சிகளால் கூறப்படும் குற்றச்சாட்டுகளைப் பொருட்படுத்தாமல் மக்கள் மறுபடியும் தன்னிடம் அதிகாரத்தைத் தந்துவிடுவார்கள் என நினைக்கிறார். ஆனால் இந்தக் கணக்குகள் பொய்த்துப்போய்விடுவதற்கான வாய்ப்புகளைக் கணக்கிலெடுத்துக் கொள்ளாமலிருப்பதற்கும் அவர் விரும்பவில்லை. 1977இல் எம்.ஜி.ஆரிடம் ஆட்சியைப் பறிகொடுத்ததை அவர் கொஞ்சம்கூட எதிர்பார்க்கவில்லை. சிறந்த நிர்வாகி எனப் பெயரெடுத்திருந்த, அண்ணாவுக்குப் பிறகு திமுகவின் தலைமைப் பொறுப்பை ஏற்று அதை வழிநடத்திச் செல்கின்ற தன்னை ஒரு நடிகரால் வீழத்திவிட முடியும் என்பதை அவர் நம்ப விரும்பாதவராகவே இருந்தார்.

1975இல் இந்திரா காந்தி நெருக்கடி நிலையைப் பிரகடனம் செய்தபோது அரசியல்ரீதியிலும் தனிப்பட்ட முறையிலும் நேரடியாகப் பாதிக்கப்பட்டவர் கருணாநிதி. பதவிக்காலம் முடிவடையும் முன்னரே அவரது அரசு கலைக்கப்பட்டது. அவரது கட்சியின் முன்னணித் தலைவர்களில் பலர் தேசியப் பாதுகாப்புச் சட்டத்தின்கீழ் கைதுசெய்யப்பட்டு விசாரணையின்றிச் சிறையிலடைக்கப்பட்டனர். அவரது கட்சியின் நாடாளுமன்ற உறுப்பினரான சிட்டிபாபு, பாலகிருட்டிணன் ஆகியோர் சிறைக்கொடுமைகளுக்கு இரையாகி உயிரிழந்தனர். அவரது புதல்வர் ஸ்டாலின், மருமகன் முரசொலி மாறன் ஆகியோர் கடுமையாகப் பாதிக்கப்பட்டனர். அவசரநிலை விலக்கிக் கொள்ளப்பட்டு, தேர்தல்கள் அறிவிக்கப்பட்டபோது 'இரண்

டாவது சுதந்திரப் போரின்' தமிழகத் தலைவராக அவர் கருதப்பட்டார். ஜனநாயகத்தை மீட்பதற்காக உருவெடுத்த ஜனதாக் கட்சியோடு சேர்ந்து 1977 நாடாளுமன்றத் தேர்தலை எதிர்கொண்ட திமுக தேர்தல் பிரச்சாரத்தின்போது அவசர நிலைக்கெதிராக முன்வைத்த தீவிரமான முழக்கங்களில் சில இன்றளவும் நினைவு கூரப்படுபவை. உதாரணத்துக்கு ஒன்று: இம்மென்றால் சிறைவாசம், ஏனென்றால் வனவாசம். ஆனால் அந்தத் தேர்தலில் அவர் நான்காண்டுகளுக்கு முன் திமுகவிலிருந்து பிரிந்து சென்று அதிமுகவை உருவாக்கிய திரைப்பட நடிகரான எம். ஜி. ஆரிடம் தோற்றுப்போனார். அந்தத் தேர்தலில் திமுகவால் இரண்டே இரண்டு நாடாளு மன்றத் தொகுதிகளில்தாம் வெற்றிபெற முடிந்தது. முழு இந்தியா வும் நெருக்கடி நிலைக்கெதிராகத் தீர்ப்பளித்தபோது தமிழகம் கருணாநிதிக்கு எதிராகத் தீர்ப்பளித்தது.

வரலாறு கருணாநிதியை முதன்முதலாக வஞ்சித்தது அநேக மாக அப்போதுதான். பிறகு அவர் பதிலடி கொடுத்தார். தன்னை வஞ்சித்த வரலாற்றை அவர் பழி தீர்க்க விரும்பினார். எம். ஜி. ஆரிடம் பறிகொடுத்திருந்த ஆட்சியை மீட்பதற்காக 1980 நாடாளுமன்றத் தேர்தலில் அவர் மறுபடியும் காங்கிர ஸோடு கூட்டணி அமைத்தார். இந்திரா காந்தியோடு 'கை' கோத்து நின்று 'நேருவின் மகளே வருக, நிலையான ஆட்சி தருக' என அவர் அழைத்தபோது நெருக்கடி நிலையின்போது அவர் கட்சிக்காரர்கள் பட்ட காயங்களின் தழும்புகளிலிருந்து குருதி கசிந்ததை அவர் பார்க்க விரும்பவில்லை. அந்தத் தேர்தலில் காங்கிரசுக்கு வெற்றிக்கனியைப் பறித்துக் கொடுத்த தற்குப் பரிசாக இந்திரா எம். ஜி. ஆரின் முதல்வர் பதவியைக் கொய்து அவருக்குச் சமர்ப்பித்தார். மாயை அகன்றுவிட்ட தாகவும் கவர்ச்சித் திரை விலகிவிட்டதாகவும் நம்பி அதிகாரத் துக்கான கனவுகளுடன் அதே ஆண்டில் இடைத்தேர்தலைச் சந்தித்த அவரை ஏமாற்றிவிட்டு இரண்டாவது முறையாக அதிகாரத்தைக் கைப்பற்றியது அதிமுக. வரலாறு இப்போது இரண்டாவது முறையாகக் கருணாநிதியை வஞ்சித்தது.

அடுத்த நான்காண்டுகளுக்குப் பிறகு 1984இல் இந்திரா காந்திப் படுகொலையை அடுத்து நாடாளுமன்றத்துக்கும் தமிழக சட்டமன்றத்துக்கும் ஒரே நேரத்தில் நடைபெற்ற தேர்தலிலிருந்து கருணாநிதி கற்றுக் கொள்வதற்கு எதுவுமே இல்லாமல் போனதுதான் துரதிருஷ்டம். அந்தத் தேர்தலின் போதுதான் அவர் அதிகப் பதற்றமடைந்தார். அது முற்றாக அரசியல் நீக்கம் செய்யப்பட்ட ஒரு தேர்தல். ஒருபுறம் பிரதமர் இந்திரா காந்தி தன் பாதுகாவலர்களால் சுட்டுக்கொல்லப் பட்டிருந்ததால் உருவான அனுதாப அலை மூண்டெழுந்

திருந்தது. மற்றொரு புறத்தில் முதல்வர் எம். ஜி. ராமச்சந்திரன் நோய்வாய்ப்பட்ட நிலையில் அமெரிக்காவின் புரூக்ளின் மருத்துவமனையில் அனுமதிக்கப்பட்டிருந்ததால் உருவான பேரலை. எம். ஜி. ஆர் உடல்நலம் பெற்று நாடு திரும்ப வேண்டு மென்றால் மக்கள் அதிமுக – காங்கிரஸ் அணிக்கு வாக்களிக்க வேண்டும் என்பது மட்டுமே அந்த அணி முன்வைத்த ஒரே கோரிக்கை. பெரிய அளவிலான தேர்தல் பிரச்சாரக் கூட்டங் களுக்கு ஏற்பாடு செய்யாமல் தெருவுக்குத் தெரு ஒரு பந்தல் அமைத்து அதற்குக் கீழே மறைந்த இந்திரா காந்திக்கு அஞ்சலி செலுத்துவதும் மற்றொரு பக்கம் எம். ஜி. ஆர். நலம் பெறப் பிரார்த்திப்பதும்தான் அந்த அணி மேற்கொண்ட பிரச்சாரச் செயல்பாடு. அதற்கான தேவையே இல்லை என்றுங்கூடச் சொல்லலாம். மக்கள் ஏற்கனவே தீர்மானித்திருந்தார்கள். எந்த அரசியல் சாணக்கியராலும் அவர்களது முடிவை மாற்ற முடியாதபடி உறுதியாக இருந்தார்கள் வாக்காளர்கள்.

உண்மையில் அப்போதைய அதிமுக ஆட்சியின் மீது பல்வேறு விமர்சனங்கள் எழுந்திருந்தன. எம்.ஜி.ஆர். தொலை நோக்கற்றவராக அரசியல் பார்வையாளர்களால் விமர்சிக்கப் பட்டார். வேலையில்லாத் திண்டாட்டம் தீர்க்கப்பட முடியாத ஒன்றாக இருந்தது, முறையான வளர்ச்சித் திட்டங்களுக்கு முன்னுரிமை கொடுக்கப்படாததால் விவசாயிகளும் நெசவாளர் களும் கடும் நெருக்கடிக்குள்ளாகியிருந்தனர். கல்வி, மருத்துவம் முதலான துறைகள் சார்ந்து புதிய திட்டங்கள் எவையும் முன்னெடுக்கப்படவில்லை. நிர்வாகச் சீர்கேடுகள் மலிந்து கிடந்த உள்ளாட்சி அமைப்புகள் சாலை, குடிநீர், சுகாதாரம் முதலான அடிப்படைக் கட்டமைப்பு வசதிகளைக்கூட நிறை வேற்ற முடியாதவாறு பலவீனமாக இருந்தன. தெரு விளக்கு கள் கூடப் போதிய அளவுக்கு அமைக்கப்படாத நிலையில் பின்தங்கிய நிலையில் இருந்த ஒரு சமூகத்துக்குத் தேவைப் பட்ட அரசியல் முழக்கங்களை முன்வைப்பதற்கான அத்தனை வாய்ப்புகளும் கருணாநிதிக்கு இருந்தன. ஆனால் நண்பர் எம். ஜி. ஆர். நலம்பெறப் பிரார்த்திப்பதைத் தவிர அவராலும் வேறு ஒன்றும் செய்ய முடியவில்லை.

‘நண்பர் நலம்பெற பிரார்த்திப்போம், நாடு நலம்பெற உதயசூரியனுக்கு வாக்களிப்போம்’ என்பன போன்ற அவரது கவித்துவமான முழக்கங்களுக்கு எந்தப் பலனும் கிட்டவில்லை. சில தருணங்களில் அதிகார ஆசை தந்த போதையில் விஜயகாந்த்தைவிட மோசமாக உளறினார். வெற்றிபெற்று ஆட்சியமைத்தாலுங்கூட அமெரிக்காவிலிருந்து எம். ஜி. ஆர். உடல் நலம் பெற்று நாடு திரும்பினால் ஆட்சிப் பொறுப்பை அவரிடமே ஒப்படைத்துவிடுவதாக வாக்களித்தார். அந்தள

வுக்கு இறங்கிவந்துங்கூட வெற்றிபெற முடியாததை அவர் வரலாற்றின் மன்னிக்கப்பட முடியாத துரோகமாகவே கருதி யிருக்கக் கூடும்.

மிகக் குறைந்த இடங்களில் வெற்றிபெற்ற திமுக ஒரு எதிர்க் கட்சியாகத் தன் பணியைச் சரியாகவே செய்தது. அதன் விளைவாக 1989இல் எம். ஜி. ஆர். மறைவுக்குப் பிறகு திமுகவால் ஆட்சியைப் பிடிக்க முடிந்தது. காங்கிரஸ் – அதிமுக வின் கூட்டுச் சதி காரணமாக இரண்டே ஆண்டுகளில் சட்டம் ஒழுங்குப் பிரச்சினையைக் காரணம் காட்டி திமுக அரசு கலைக்கப்பட்டதைத் தொடர்ந்து நடைபெற்ற 1991 தேர்தலில் திமுக வெற்றிபெறுவதற்கான வாய்ப்புகள் மிக அதிகமாக இருந்தன. அப்போது காங்கேயம் சட்டமன்றத் தொகுதியில் அதிமுக வேட்பாளராகப் போட்டியிட்ட அதிமுக பொதுச் செயலாளர் ஜெயலலிதாகூடத் தோற்றுப் போய்விடுவார் எனக் கருத்துக் கணிப்புகள் வெளிவந்துகொண்டிருந்த நிலையில் 1991 மே 21ஆம் தேதி ராஜீவ் காந்தி படுகொலை செய்யப்பட்ட நிகழ்வு திமுகவுக்கு அரசியல்ரீதியில் பேரிழப்பாக அமைந்ததை யாராலுமே நம்ப முடியவில்லை.

படுகொலை பற்றிய தகவல்கள் கிடைக்கப்பெற்றவுடனே காங்கிரஸ் – அதிமுகத் தொண்டர்களால் திமுகவின் தேர்தல் அலுவலகங்கள் சூறையாடப்பட்டன. திமுகவைச் சேர்ந்தவர் கள் நடத்திவந்த கடைகளும் வர்த்தக நிறுவனங்களும் அடித்து நொறுக்கப்பட்டன. திமுக தொண்டர்களால் வெளியே தலை காட்டவே முடியாத சூழலில் நடைபெற்ற தேர்தலில் திமுக வுக்குக் கிடைத்தது ஒரேயொரு சட்டப் பேரவைத் தொகுதி. வெற்றிபெற்றவர் கருணாநிதி மட்டும்தான் என்ற நிலையில் அவர் ராஜினாமா செய்ய நேர்ந்தது.

ஆனால் 1996இல் அவருக்கு வரலாறு நியாயம் செய்தது. ஜெயலலிதா அரசின் அத்துமீறல்கள், அவரது உயிர்த்தோழி சசிகலா குடும்பத்தின் ஆதிக்கம், வளர்ப்பு மகன் சுதாகரனின் ஆடம்பரத் திருமணம், மகாமகக் குளத்தில் ஜெயலலிதா தன் தோழியுடன் நடத்திய புனிதக் குளியலுக்கு நூற்றுக்கணக் கானோர் பலியானது முதலான காரணங்களால் மக்கள் அதிமுகவைப் படுதோல்வி அடையச் செய்தபோது அவர் ஜனநாயகத்தின் வலிமையை மெச்சத் தவறவில்லை. 1996 – 2001ஆம் ஆண்டுகளின் ஐந்தாண்டுக் காலத் திமுக ஆட்சியின் மீது பெரிய விமர்சனங்கள் இல்லாத நிலையில் 2001 தேர்தலில் அவர் ஜெயலலிதாவிடம் தோற்க நேர்ந்ததன் காரணத்தை யாராலும் புரிந்துகொள்ள முடியவில்லை. வரலாறு கருணா நிதிக்கு இழைத்த துரோகங்களில் இதுவே முக்கியமானது எனச் சொல்லலாம்.

ஆனால் கருணாநிதியை அரசியல் ரீதியில் உயிர்ப்பிக்கும் மந்திரம் ஜெயலலிதாவிடம் இருந்ததால் அவர் தப்பினார். தமிழகம் சந்தித்த மிக மோசமான ஆட்சிகளில் ஒன்றாக அமைந்த 2001 – 2006 அதிமுக ஆட்சிக்கு எதிராக வாக்களிக்க மக்களுக்குக் கருணாநிதியைத் தவிர வேறு கதி இருந்திருக்க வில்லை. 2006 தேர்தலில் கருணாநிதி பல அனுபவங்களைக் கடந்துவந்திருந்த அரசியல் வித்தகராகப் பரிணமித்திருந்தார். 1980களில் அப்போதைய முதலமைச்சர் எம்.ஜி. ஆரால் கொண்டு வரப்பட்ட சத்துணவுத் திட்டத்தை விமர்சித்தவர், இலவசங் கள் மூலமாக அல்லாமல் பொருளாதார வளர்ச்சியின் மூலமே ஏழ்மையை ஒழிக்கமுடியும் எனப் பிரச்சாரம் செய்ததன் மூலம் அறிவுத் துறையினரின் நன்மதிப்பைப் பெற்றவர், 2006 தேர்தல் அறிக்கையில் இலவசங்களை அறிவித்ததன் மூலம் தன் அரசியல் எதிரியான எம்.ஜி.ஆரின் வழிமுறையைப் பின்பற்றி வெற்றி பெற்றார்.

ஜெயலலிதா ஆட்சிக்கெதிரான வாக்காளர்களின் மனநிலை யும் கூட்டணி அரசியலும் தன் வெற்றிக்கு ஆற்றிய பங்களிப்பு களை அவர் கணக்கிலெடுத்துக்கொள்ளாதது துரதிருஷ்டம். கடந்த ஐந்தாண்டுகளில் அவரது கட்சி முன்னெப்போதுமில் லாத அளவுக்கு அடையாள மாற்றங்களை அடைந்திருப்பதை அவர் உணரவே இல்லை. தன் குடும்ப உறுப்பினர்கள் கட்சி யிலும் அரசிலும் ஆதிக்கம் பெற்றதால் ஏற்பட்டிருக்கிற விளைவு களை அவர் பார்க்க விரும்பவில்லை. எல்லாவற்றையும்விட முக்கியமாகத் தான் என்றாவது மக்களுக்குப் பதிலளிக்க வேண்டி வரும் என்பதை அவர் எதிர்பார்க்கவே இல்லை.

அதிகாரத்தைத் தக்க வைத்துக் கொள்வதற்கு அவரது புதல்வர் அழகிரி காட்டிய வழியை அவர் மிதமிஞ்சி நம்பத் தொடங்கியிருக்கிறார். தனது அரசின் மீதான விமர்சனங் களைக் கருணாநிதி வெறுப்புடன் அணுகியதற்குப் பின்னால் ஒரு எதேச்சதிகாரியின் நிழல் அசைந்துகொண்டிருந்ததை ஜனநாயகவாதிகள் பலர் சுட்டிக்காட்டியபோது அவரது குடும்பத்தினர் அதற்கு மிகக் குரூரமான பதில்களை அளித்தனர். அவர் வெறுமனே பார்த்துக்கொண்டிருந்தார். அல்லது எல்லாத் தவறுகளையும் தன் நாவன்மையின் மூலம் நியாயப்படுத்திக் கொண்டிருந்தார். திருதராட்டிரனைப் போல் துதிபாடிகள், சுயநல சக்திகளின் கண்களால் உலகைப் பார்த்துக்கொண் டிருப்பதையே அவர் விரும்புகிறாரோ எனத் தோன்றுகிறது.

இந்தத் தேர்தல் முடிவுகள் அவரது ஆதரவாளர்கள் விரும்புவதைப் போல் அவருக்குச் சாதகமாக இருக்கலாம். அவரது திருமங்கலம் பாணி மற்றொருமுறையும் வெற்றிகர மானதாக நிறுவப்படலாம். அதன் மூலம் அவரையும் அவரது

குடும்பத்தினரையும் சூழ்ந்திருக்கிற விசாரணைகளின் பிடி தளர்த்தப்படுவதற்கும் இறுதியாக அனைத்து வழக்குகளிலிருந் தும் தப்பித்துவிடுவதற்குங்கூட வாய்ப்புகள் இருக்கின்றன. சொன்னதை மட்டுமல்ல சொல்லாததையும் செய்யும் தலைவர் ஆறாம் முறையாக முதல்வர் பொறுப்பை ஏற்றுக்கொண்ட வுடன் வாக்காளர்களுக்கு மிக்சியோ கிரைண்டரோ அல்லது இரண்டுமோ கிடைக்கலாம். ஆனால் அது அரைநூற்றாண்டுக் காலமாகத் தமிழ் மக்களால் மாபெரும் தலைவராகக் கொண் டாடப்பட்ட ஒருவருக்குக் கிடைத்த தாளமுடியாத தோல்வி யாகவே கருதப்படும். எட்டுக்கோடிப் பேர் கொண்ட ஓர் இனத்தின் வரலாற்றில் தான் பெற்றிருந்த மகத்தான இடத்தைத் தன் சொந்தக் கைகளாலேயே அழித்துக்கொண்டவர் என அவரது பெயர் நினைவுகூரப்படலாம்.

முடிவுகள் அதிமுக அணிக்குச் சாதகமாக இருக்குமானால் அது திமுகவுக்கும் அதன் தலைவருக்கும் கடும் நெருக்கடியை உருவாக்கும் என்பதில் சந்தேகமில்லை. தற்போதைய நிர்ப்பந்தங் களிலிருந்து முற்றாக விடுபட்டு சிபிஐ தன் நடவடிக்கைகளைத் தீவிரப்படுத்தும்போது வெளிவரும் உண்மைகள் பயங்கர மானவையாக இருக்கலாம். அவற்றின் மூலம் திமுகவின் அடையாளம் முற்றாகச் சிதைந்து போவதற்கும் கட்சி சிதறுண்டு போவதற்கும் வாய்ப்பிருக்கிறது. பணத்தையும் அதிகாரத்தை யும் குறியாகக்கொண்டு தற்போது அவருடன் இருந்துவருபவர் களில் பலர் ஜெயலலிதாவிடம் சரணடையலாம். மருத்துவர் ராமதாஸ், சிறுத்தை தொல். திருமாவளவன் முதலான அவரது உற்ற தோழர்கள் கருணாநிதியை உடனடியாகக் கைவிடுவதற் கும் போயஸ் தோட்டத்தின் கதவுகளைத் தட்டுவதற்கும் கொஞ்சம்கூடக் கூச்சப்படப் போவதில்லை என்பது வெளிப் படை. காங்கிரஸ் கட்சிக்கும் அதிமுகவுக்கும் 'இயற்கை'யான கூட்டணி மலர்வதைப் பார்த்துக் கம்யூனிஸ்ட்கள் மனம் வெதும்பி அவரது அணிக்குத் திரும்ப வாய்ப்பிருக்கிறது என்பது ஒன்றுதான் திமுக தலைவருக்கு ஆறுதல் தரும் ஒரே செய்தியாக இருக்கும். அதேசமயம் லட்சக்கணக்கான தொண்டர்களின் உழைப்பால் பெரும் சக்தியாக வளர்ந் திருக்கிற அந்த இயக்கம் அதிகாரத்தின் சுமைகளிலிருந்து விடுபட்டுத் தன்னை மறுவிசாரணை செய்துகொள்வதற்கும் புனரமைத்துக்கொள்வதற்கும் கிடைத்திருக்கும் வாய்ப்பைச் சரியான முறையில் பயன்படுத்திக் கொள்வதற்கு அக்கட்சி யில் தார்மீகப் பண்புகளைக் காப்பாற்றிக் கொண்டு எஞ்சி யிருக்கும் யாராவது முன்வரக்கூடுமானால் அந்தத் தோல்வியை ஒரு முடிவாகக் கருத வேண்டியதில்லை.

இதழ் 137, மே 2011

2011 –

கூடங்குளம்
காத்திருக்கும் அபாயம்

மண்குதிரை

அணு உலை வெடித்துக் கண்ணுக்குப் புலப்படாத கதிர்கள் காற்றிலேறி வருகின்றன. அபாய ஒலியைக் கேட்ட பெரும் மக்கள்திரள் வெளியேறிக்கொண்டிருக்கிறது. கூட்டத்தினிடையே தத்தளிக்கும் குடும்பத்தினருகே காட்சி மாறுகிறது. அதன் தலைவன் புகையாக வடிவமடைந்து வெளியேறும் அக்கதிர்களைக் காண்கிறான். அதனிடமிருந்து தன் குழந்தைகளைக் காப்பதற்காக மேலாடையைக் களைந்து அக்கதிர்களை அகற்ற முயன்று இயலாமையில் திணறித் தோற்றுக்கொண்டிருக்கிறான். "அணுமின் நிலையம் பாதுகாப்பானதென்று சொன்னவர்கள் தூக்கிலிடப்படவில்லை என்றால் அவர்கள் ஒவ்வொருவரையும் நானே கொல்வேன்" எனத் தன் குழந்தைகளைக் காப்பாற்றப் போராடும் குடும்பத் தலைவியின் குரல் ஒலிக்கும் அகிரா குரசோவாவின் புகழ்பெற்ற திரைப்படமான *ட்ரீம்ஸ்*இன் காட்சியை இச்சூழலோடு ஒப்பிட்டுத் தெளிவு பெறலாம். இப்படத்தைக் குறிப்பிட்டு இடிந்தகரை மக்கள் போராட்டத்திற்கான ஆதரவைத் தெரிவித்து மேடையிறங்குகிறார் தமிழ்நாடு கலை இலக்கியப் பெருமன்றத்தைச் சேர்ந்த தோழர் ஜி.எஸ். தயாளன். இன்னும் பல்வேறு அமைப்புகளைச் சேர்ந்தவர்களும் தினமும் வந்துகொண்டேயிருக்கிறார்கள். மனித உரிமைப் போராளி மேதா பட்கர் நம்பிக்கையளித்துச் சென்றிருக்கிறார். மதிமுக பொதுச் செயலாளர் வைகோ, தேமுதிக தலைவர் விஜயகாந்த், விசிக தலைவர் தொல். திருமாவளவன் போன்றோர் நேரடியாகச் சென்று உற்சாகமளித்திருக்

கிறார்கள். மத்திய அரசின் சார்பாக அமைச்சர் நாராயணசாமியும் தமிழக அமைச்சர்கள் குழுவினரும் பேச்சுவார்த்தை நடத்தியிருக்கிறார்கள். சமீபத்தில் உள்ளாட்சித் தேர்தல் பிரச்சாரத்திற்காகத் தென்மாவட்டம் வந்த முதல்வர் ஜெயலலிதா இவ்விஷயத்தில் தான் மக்களின் பக்கம் இருப்பதாக உறுதி தந்திருக்கிறார். பாமகவும் இப் போராட்டத்திற்கு ஆதரவளித்திருக்கிறது. சூழலியல் ஆர்வலர்கள், மனித உரிமைச் செயற்பாட்டாளர்கள், எழுத்தாளர்கள், அப்பகுதியைச் சேர்ந்த வர்த்தகர்கள், தொண்டு நிறுவனத்தினர் ஆகியோரின் தார்மீக ஆதரவும் இந்த முன்னெடுப்பை இன்னும் தீவிரமடையச் செய்திருக்கிறது.

சுப. உதயகுமார் போன்ற சூழலியல் ஆர்வலர்களின் தலைமையில், மிகச் சிலரால் முன்னெடுக்கப்பட்ட இப்போராட்டம் இன்று இந்திய வரலாற்றில் மிக முக்கியமான மக்கள் போராட்டமாக மாறியிருக்கிறது. பத்தாயிரத்திற்கும் மேற்பட்ட மக்கள் ஒரு குடையின் கீழ் கூடுவதான இப்பெரும் எழுச்சி உலகமயமாக்கத்தால் மழுங்கிப்போய்க் கொண்டிருக்கும் நம் சமூகச் சூழலில் ஓர் ஆரோக்கியமான மாற்றத்தின் தொடக்கம்.

1988இல் அன்றைய சோவியத் யூனியன் அதிபர் மிகையில் கார்ப்பசேவுக்கும் இந்தியப் பிரதமர் ராஜீவ் காந்திக்குமிடையில் கூடங்குளம் அணுமின் நிலைய ஒப்பந்தம் கையெழுத்தானது. அதற்கு இரண்டு வருடங்கள் முன்புதான் சோவியத் யூனியனின் ஓர் அங்கமாக இருந்த உக்ரைனில் செர்னோபில் என்னுமிடத்தில் அமைந்திருந்த RBMK தொழில்நுட்பம்கொண்ட அணு உலை விபத்துக்குள்ளானது. அதுவரை நிகழ்ந்த விபத்துகளில் இவ்விபத்தே மிக மோசமான ஒன்றாகக் கருதப்பட்டது. கதிர் வீச்சுகளின் சீற்றம் உக்ரைனை மட்டுமின்றி அண்டை ஐரோப்பிய நாடுகளையும் பாதித்தது. ஏறத்தாழ ஒரு லட்சம் மக்கள் பாதிக்கப்பட்டனர். பொருளாதாரரீதியாகவும் ரஷ்யா மோசமான பின்னடைவை எதிர் கொண்டது. ரஷ்ய விளை பொருள்களுக்கான இறக்குமதியைப் பெரும்பாலான நாடுகள் தடைசெய்தன. அதனால் ரஷ்யா தனது அடுத்த அணுமின் திட்டத்தைக் கைவிடும் நிலையிலிருந்தது. இந்தப் பின்ணனியில் தான் அன்றைக்கு ரஷ்யாவின் நட்பாக இருந்த இந்தியா இவ்வொப்பந்தத்திற்கு இசைந்ததெனச் சொல்லப்படுகிறது.

இந்த ஒப்பந்தம் கையெழுத்தான காலகட்டத்திலிருந்து இதற்கான எதிர்ப்புப் போராட்டம் முன்னெடுக்கப்பட்டுக் கொண்டிருக்கிறது. ஆனால் அரசு அதைப் பொருட்படுத்தவே இல்லை. பிறகு சோவியத் யூனியன் வீழ்ச்சியடைந்தது. ராஜீவ் கொலைசெய்யப்பட்டார். இவை மட்டுமின்றி அமெரிக்காவின் ஆதரவின்மை போன்ற காரணங்களால் இத்திட்டம்

கிடப்பில் போடப்பட்டு 1997இல் புதுப்பிக்கப்பட்டது. 2000இல் இத்திட்டத்தின் இறுதி வடிவம் வரையறுக்கப்பட்டுத் திட்ட மதிப்பீடு மூன்றரைக் கோடி அமெரிக்க டாலர் எனக் கணக் கிடப்பட்டது.

கூடங்குளம் கட்டடப் பணிகள் தொடங்கிய காலத்தில் தான் எதிர்ப்புப் போராட்டம் சற்றுத் தீவிரமடைந்தது. உலக அளவிலான சூழலியல் ஆர்வலர்கள் பலர் கூடங்குளத்தில் முகாமிட்டு அணு உலையின் பாதக அம்சங்கள் குறித்துப் பேசி அம்மக்களுக்கு விழிப்புணர்வை அளிக்க முயன்றிருக் கிறார்கள். அதே வேளையில் அரசும் அப்பகுதி மக்களைக் கொண்டே குழுக்கள் அமைத்து இத்திட்டத்தால் அப் பகுதி யினர் அடைக்கூடிய நன்மைகள் குறித்து வாக்குறுதியை அளித் திருக்கிறது. அரசு சொன்னதுபோல அப் பகுதி மக்களுக்கு வேலைவாய்ப்பில் முன்னுரிமை அளிக்கப்பட்டிருக்கிறது. மேலும் இந்த அணுமின் நிலையம் அமைவதால் அங்கே புதிய தொழில் களுக்கு வாய்ப்பு உருவாகும்; வர்த்தகமும் வளர்ச்சிபெறும் என அம்மக்கள் நம்பத் தொடங்கினர். நில மதிப்பும் அதிகரித் தது. பனை, மீன்பிடித்தல், சிறு வியாபாரம் ஆகியவை தவிர வேறு மாற்றுத் தொழில்களற்ற அம்மக்கள் எழுந்து வந்து கொண்டிருந்த இந்த அணு உலைகளைத் தங்கள் வாழ்வை மீட்டெடுக்க வந்த புதிய கடவுளர் எனக் கற்பிதம் கொண்டனர்.

முதற்கட்டமாக அணு உலை அமைக்கும் கட்டடப் பணிகளுக்காகப் பத்தாயிரத்திற்கும் மேற்பட்ட ஒப்பந்தத் தொழிலாளர்கள் வட இந்தியாவிலிருந்து அழைத்துவரப்பட்ட னர். உணவு, உறைவிடம் போன்ற அவர்களின் அத்தியாவசியத் தேவைகளுக்காகச் சுற்றியிருந்த சிற்றூர்களையே சார்ந்திருக்க வேண்டியிருந்ததால் அம்மக்களின் நம்பிக்கைக்கேற்றார்போல் அவர்களின் அன்றாட வருவாய் அதிகரித்தது. இச்சமயத்தில் முன்னெடுக்கப்பட்ட எந்த விழிப்புணர்வுப் பிரச்சாரத்தையும் அவர்கள் உள்வாங்கவில்லை. அவை யாவும் மக்கள் ஆதரவில் லாத தெருமுனைப் பிரச்சாரங்களாகவே இருந்தன. மக்கள் அவற்றை வேடிக்கை பார்த்தார்களன்றி அவற்றில் தங்கள் பங்கு பற்றிச் சிந்திக்கவே இல்லை. தொடக்க காலத்தில் இப்பிரச்சாரம் தன்னலம் சார்ந்த உத்தியாகவே இருந்திருக் கிறது. அதன் மூலம் திடீர் செல்வந் தர்களானவர் நிறையப் பேர் என்னும் ஆதாரமில்லாத தகவல் ஒன்று இப் பகுதியில் உலவுகிறது. இத்தகவலும் அவர்களது அவநம்பிக்கைக்குக் காரணமாக இருந்திருக்கிறது. அணுமின் திட்டத்திற்கு எதிராக உண்மையாகவே குரலெழுப்புபவர்கள்மீதும் இதே போன்ற குற்றச்சாட்டுகள் உண்டு என்பது வருத்தமளிக்கக் கூடியது.

1989இல் தூத்துக்குடியில் ஜார்ஜ் பெர்ணாண்டஸ் தலைமையில் திரண்ட பெரும் மக்கள்திரள் இத் திட்டத்தைக் கைவிடக் கோரித் தீர்மானம் நிறைவேற்றியுள்ளது. பிறகு மீனவ அமைப்புகள் சில தொடர்ந்து போராட்டங்களை நிகழ்த்தியிருந்திருக்கின்றன. அன்றைய மாநில அரசும் மத்திய அரசும் ஒரு முதலாளித்துவ அரசாகச் சமரசங்களை மட்டுமே மேற்கொள்ள முயன்றிருக்கின்றன. இன்றைக்கும் அவர்களுக்கு மக்களின் நலன்மீது எந்த அக்கறையும் இருப்பதாகத் தெரியவில்லை. இது தவிர வேறு எந்த அரசியல் தலைவர்களின் ஆதரவும் அன்றைக்கு இப்போராட்டத்திற்குக் கிடைக்கவில்லை. நாம் பெரிதும் நம்பிக் கொண்டிருக்கும் இடதுசாரிகளும் இவ்விஷயத்தில் மௌனமே சாதித் திருக்கிறார்கள். சோவியத் யூனியனின் திட்டம் என்பதுதான் அதன் காரணமென்றால் நாம் இந்த இந்திய இடதுசாரிச் சித்தாந்தத்தைக் கேள்விக்குள்ளாக்க வேண்டியிருக்கிறது.

அணுமின் நிலையப் பாதுகாப்பிற்காகவும் கட்டுமானப் பணிகளுக்காகவும் கூடங்குளத்தில் சிறிய துறை முகமொன்று 2004இல் நிறுவப்பட்டது. முதற்கட்டமாக VVER 1000 அணு உலைகள் இரண்டை நிறுவும் பணியில் நூற்றுக்கும் மேற்பட்ட ஒப்பந்த நிறுவனங்கள் மூலம் ஆயிரக்கணக்கான பணியாளர்கள் இரவு பகலாகப் பணியாற்றி இத்திட்டம் இன்று இறுதிக் கட்டத்தை எட்டியுள்ளது. இவ்விரண்டு அணு உலைகளில் ஒன்றை டிசம்பர் 2009இலும் மற்றொன்றை மார்ச் 2010இலும் இயக்க ஏற்கனவே திட்டமிடப்பட்டிருந்தது. ஆனால் அது தள்ளிவைக்கப்பட்டு ஒன்று 2011இன் இறுதியிலும் மற்றொன்று 2012இன் தொடக்கத்திலும் செயல்படத் தொடங்கும் என அரசு அறிவித்திருக்கிறது. இதற்கிடையில் 2008இல் இன்னும் நான்கு அணுமின் உலைகள் நிறுவுவதற்கும் இந்திய அணுமின் சக்திக் கழகமும் ரஷ்யாவும் ஒப்பந்தம் செய்துகொண்டுள்ளன. செயல்பட ஆயத்தமாகவிருக்கும் இவ்விரண்டு அணு உலைகளும் இந்தியாவில் இதுவரை நிறுவப்பட்டுள்ள அணு உலைகளில் அதிக மின் உற்பத்தி சக்தி (1000MW) கொண்டவை. நிறுவப்பட உள்ள நான்கு உலைகளும் அவற்றைவிட 200MW அதிக உற்பத்தித் திறன்கொண்டவை. உதாரணமாகக் கல்பாக்கத்தில் கனடா தொழில் நுட்பத்துடன் செயல்பட்டுவரும் PHWR அணு உலைகள் இரண்டும் 220MW உற்பத்தித் திறன் கொண்டவைதாம். அங்கே நிறுவும் பணியிலிருக்கும் மற்றொன்றின் உற்பத்தித் திறன் 500MWதான்.

கூடங்குளம் அணுமின் நிலைய உற்பத்தி மூலம் நாட்டின் மின் தட்டுப்பாட்டிற்கான நிரந்தத் தீர்வு கிடைக்கும் என

எல்லோரும் எதிர்பார்த்துக் காத்துக்கொண்டிருக்கும் இவ் வேளையில்தான் அணு மின் நிலையத்திற்கு எதிரான பிரச்சாரம் மக்கள் போராட்டமாக வலுப்பெற்றிருக்கிறது. இதற்கான முதற்காரணம் புகுஷிமா அணு உலை விபத்து. வளர்ந்த நாடான ஜப்பானின் அதிஉயர் பாதுகாப்பு கொண்ட அணு உலைகள் பாதிப்புக்குள்ளானது மக்களிடையே பெரும் அச்சத்தை ஏற்படுத்தியது. இதுவரை பதிவானதிலேயே பெரும் வீச்சு கொண்ட சுனாமிப் பேரலையால் புகுஷிமா மின் நிலையத்தின் உலைகளைக் குளிர்விக்கும் எந்திரப் பகுதி பாதிப்படைந்தது. அணுக்கதிர் கசிந்து நிலத்திலும் நீரிலும் காற்றிலும் கலந்தது. இன்றும் அதை அகற்ற ஜப்பான் அரசு போராடிக்கொண்டிருக்கிறது. நம்பகமிக்க ஜப்பான் அரசே கையறுநிலையில் அதன் மக்களிடமே உண்மையான பாதிப்பை மறைக்க முயன்றதாக ஊடகங்கள் தெரிவிக்கின்றன. பாதிப்பின் புள்ளி விவரங்கள் அறிவித்ததைக் காட்டிலும் மிக அதிகமாக இருக்கும் என்பதே அவற்றின் ஊகம்.

அணு உலைகளைக் குளிர்விக்கவும் அதன் நீர்மக் கழிவை வெளியேற்றவும் உலைகள் கடற்பகுதியில் அல்லது வற்றாத ஜீவநதிக்கருகில் அமைவது அவசியமாகிறது. புகுஷிமா விபத்திற்குப் பிறகு ஜப்பான், இந்தியா போன்ற சுனாமி ஆபத்துக்கான வாய்ப்பு அதிகம் உள்ள பகுதிகளில் அணு உலைகளை நிறுவுவதென்பது அபாயகரமான ஒன்றாகக் கருதப்படுகிறது. இந்த அடிப்படையில்தான் கூடங்குளம் பிரச்சினையையும் அணுக வேண்டும். அணுமின் திட்டத்திற்கு எதிரான போராட்டக்காரர்கள் தங்கள் முன்னெடுப்பிற்கு ஆதரவான சான்றாக இந்த விபத்தையும் சுனாமி பாதிக்கக்கூடிய வாய்ப்பையும் மக்களிடம் கொண்டுசென்றனர். மேலும் இயல்பிலேயே அரசின் மீது நம்பிக்கை இல்லாத நம் மக்களின் மனநிலையும் இதற்குச் சாதகமாக அமைந்தது.

இதற்கு மற்றொரு காரணம் கூடங்குளத்தில் நடந்த பாதுகாப்பு ஒத்திகை நிகழ்ச்சி. இந்தியாவிலுள்ள அணுமின் நிலையம் எல்லாவற்றிலும் நடைபெற்றுக்கொண்டிருக்கும் இவ்வொத்திகை நிகழ்ச்சிகள் அங்குள்ள மக்களுக்கு இயல்பான ஒன்று. கூடங்குளத்திலும் அந்நிகழ்ச்சிகளை முறைப்படுத்த அணுமின் நிலைய அதிகாரிகள் மக்களைச் சந்தித்து பாதுகாப்பு ஒத்திகை குறித்து விளக்கமளித்திருக்கிறார்கள். ஓர் அபாய ஒலி அறிவிப்பிற்குப் பிறகு மக்கள் அனைவரும் பாதுகாப்பான இடம் ஒன்றிற்கு நகர்த்தப்பட்டுச் சில மணி நேரம் கழித்து அவரவர் இருப்பிடங்களுக்குத் திரும்ப வைக்கப்பட்டுள்ளதாகச் சொல்லப்படுகிறது. இது போன்ற ஒத்திகைகளை இது

வரை சந்தித்திராத அம்மக்களுக்கு இது பெரும் அச்சத்தை உண்டாக்கியிருக்கிறது. ஆபத்து நம் அருகே வந்துகொண்டிருப் பதன் சமிக்ஞையாக இதை உணர்ந்த அவர்கள் இப்போராட் டத்தில் தீவிரத்துடன் பங்குகொள்ளத் தொடங்கிவிட்டனர். மேலும் உலையின் நீர்மக் கழிவைக் கடலில் கலப்பதால் உருவாகும் மீன்வளப் பாதிப்பு, ஒப்பந்த நிறுவனங்களின் தரமின்மை இவை போன்று சொல்லப்படும் மற்ற காரணங் களும் இப்போராட்டத்திற்கு வலுசேர்த்துக் கொண்டிருக்கின்றன.

குறிப்பிட்டுச் சொல்லும்படியான எவ்வித விபத்தும் நிகழா மல் இந்தியாவில் பல அணு உலைகள் வெற்றிகரமாக இயங்கிக் கொண்டிருக்கின்றன. அணு உலைகளின் நீர்ம, வாயுக் கழிவுகள் உலக அணு சக்திக் கழகத்தின் முறைப்படி சேதம் விளைவிக்கக் கூடிய கூறுகளைக் களைந்து தினந்தோறும் வெளியேற்றிக் கொண்டிருந்தாலும் அதனால் பெரும் பாதிப்பு இதுவரை எதுவும் நிகழவில்லை. இதன் திடக் கழிவு பற்றி இங்கே உலவிக் கொண்டிருக்கும் தகவல் வெறும் வதந்திதான். ஓர் அணுமின் நிலையத்தின் திடக் கழிவை அதன் ஆயுட்காலத்தில் சில முறைகள்தாம் – இருமுறையோ மும்முறையோதான் – வெளி யேற்றுவார்கள். ஒரு நாட்டின் வளர்ச்சிக்கு மின்னாற்றல் மிக அவசியம். அதற்கு அணுமின் திட்டமே சிறந்த வழி. மேலும் இந்த நவீன அறிவியல் என்பதே இயற்கைக்கு எதிரானதுதான். ஆனால் நாம் அதற்குப் பழக்கப்பட்டுவிட்டோம். அதன் துணை யின்றி இனி எதுவும் சாத்தியமல்ல எனும்போது நாம் இதை ஏற்றுக்கொள்ளத்தான் வேண்டும். அணு மின் திட்டம் தவிர்த்த மற்ற திட்டங்களும் இயற்கைக்கு எதிரானவைதாம். சுற்றுச் சூழலை மாசுபடுத்தக் கூடியவையும் பக்க விளைவுகளுடையவை யும்தாம். மேலும் இத்திட்டத்தின் எதிர்ப்பாளர்கள் சொல்வது போலக் கூடங்குளத்தில் நிறுவப்பட்டுள்ள உலைகள் செர்னோபில் விபத்திற்குப் பிறகு ரஷ்யாவால் கைவிடப்பட்ட அணு உலைகள் அல்ல. அது RBMK தொழில்நுட்பம் கொண்டது. இது VVER தொழில்நுட்பம் கொண்டது. இவை எல்லாம் திட்ட ஆதர வாளர்களின் கருத்துகள்.

ஆனால் குளிர்விக்கும் முறையில் மட்டும்தான் சிறு வேறு பாடு உள்ளது மற்றபடி தொழில்நுட்பம் அதேதான் என்பது அதன் எதிர்ப்பாளர்களின் கருத்து.

அணுமின் திட்ட எதிர்ப்பாளர்களான மனித உரிமைச் செயற்பாட்டாளர்கள், சுற்றுச்சூழல் ஆர்வலர்கள் ஆகியோ ரிடம் இதை எதிர்ப்பதற்கான திடமான காரணம் ஒன்று இருக்கிறது. அது அணுமின் நிலையங்களின் அணு ஆயுத உற்பத்தி. இதை யாரும் மறுப்பதற்கில்லை. உதாரணமாக

1998இல் இந்தியா நிகழ்த்திய பொக்ரான் சோனைக்கான அணு ஆயுதம் கல்பாக்கத்தில்தான் தயாரிக்கப்பட்டதாகச் சொல்லப்படுவதை வதந்தி என முற்றிலும் மறுக்க முடியாது. எனவே இத்திட்ட எதிர்ப்பைப் பழமைச் சித்தாந்தத்தின் தொடர்ச்சியெனப் பொதுச் சமூகப் பார்வையிலிருந்து அணுகு வது முறையற்றது. காலதாமதமானாலும் மக்களின் இவ் விழிப்புணர்வை வரவேற்க வேண்டுமே தவிர விமர்சித்துப் புறந் தள்ளுவது ஆரோக்கியமானதல்ல.

கூடங்குளம் அணுமின் நிலையம் செப்டம்பர் 28ஆம் தேதியில் செயலாற்றத் தொடங்குமென அதன் தலைவர் ஸ்ரீகுமார் பானர்ஜி அறிவித்தார். அதைத் தொடர்ந்து எதிர்ப்பு இயக்கத்தின் ஒருங்கிணைப்பாளர் சுப. உதயகுமார் ஏற்கனவே அறிவித்திருந்ததன்படி செப்டம்பர் 11இல் நூற்றுக்கும் மேற்பட் டோர், அங்கே திரண்ட ஆயிரக்கணக்கான மக்களின் ஆதர வுடன் உண்ணாவிரதப் போராட்டத்தைத் தொடங்கினர். மீனவர் போன்ற ஒருசாராரின் பங்களிப்புடன் தொடங்கிப் பின்னர் எல்லாத் தரப்பு மக்களும் இவ்வெதிர்ப்பு நிலைப் போராட்டத்திற்குள் ஒருங்கிணைந்தனர். கிறித்துவ அமைப்பு களும் இப்பகுதியில் பெரும்பான்மைச் சமூகத்தின் குருவான அய்யா வைகுண்டரின் வழிவந்த பாலபிரஜாபதியும் இதற்கு ஆதரவளித்ததோடு இப்போராட்டப் பந்தலுக்கு வந்து அவர் களை ஊக்குவித்ததும் இந்த ஒன்றிணைவிற்கான முக்கியக் காரணங்களில் ஒன்று.

ஐந்துநாள் தொடர் உண்ணாவிரதத்திற்குப் பிறகுதான் தமிழக அரசு இப்பிரச்சினையில் தலையிட்டு அமைச்சர்கள் பி. செந்தூர்பாண்டியன், சித. செல்லப்பாண்டியன், எஸ். பி. சண்முக நாதன் ஆகியோர் கொண்ட ஒரு குழுவை இடிந்தகரைக்கு அனுப்பிவைத்தது. ராதாபுரம் வட்டாச்சியர் அலுவலகத்தில் போராட்டப் பிரநிதிகளுக்கும் இக்குழுவுக்கும் இடையிலான இரு சுற்றுப் பேச்சுவார்த்தைகளும் தோல்வியடைந்தன. அணுமின் நிலையத்தை மூட வலியுறுத்தும் தீர்மானம் ஒன்றைத் தமிழக அமைச்சரவையில் நிறைவேற்ற வேண்டுமென்பது போராட் டப் பிரதிநிதிகளின் முக்கியக் கோரிக்கையாக இருந்தது. ஆனால் அதற்கு மாற்றாக, மக்களின் இக்குழப்பங்களைத் தீர்க்கும்வரை அணுமின் திட்டப் பணிகளை நிறுத்துவைக்கு மாறு மத்திய அரசை வலியுறுத்தும் சாதுர்யமான தீர்மானம் ஒன்றைத் தமிழக அமைச்சரவை நிறைவேற்றியது. இத்தீர்மானத் திற்குப் பிறகு உண்ணாவிரதம் தற்காலிகமாக கைவிடப்படுவ தாக அறிவிக்கப்பட்டது. இதற்கிடையில் இப்பிரச்சினை பற்றிய முதல்வர் ஜெயலலிதாவின் கடிதத்திற்குப் பிறகு பிரதமர்

மன்மோகன் சிங் மத்திய அமைச்சர் நாராயணசாமியை இடிந்தகரைக்கு அனுப்பிவைத்தார். ராதாபுரத்தில் தன்னைச் சந்திக்க வருமாறு நாராயணசாமி விடுத்த வேண்டுகோளைப் போராட்டக் குழு நிராகரித்து அவரை இடிந்தகரை போராட்டப் பந்தலுக்கு வரச் சொல்லி போராட்டத்தின் தீவிரத்தை உணர்த்தியுள்ளது. களத்திற்கே சென்று திடமிக்க அம்மக்களைச் சந்தித்த அவர் தோல்வியுடன்தான் திரும்பியிருக்கிறார்.

பிரதமரைச் சந்திப்பதற்காகத் தமிழக அரசு அமைத்த குழுவின் உறுப்பினர்கள்மீதும் போராட்டக் குழுவினருக்கு அதிருப்தி ஏற்பட்டது. தொடக்கத்திலிருந்தே முன்னெடுப்பிற்குப் பெரும் ஆதரவு தெரிவித்து வரும் தேமுதிக எம்எல்ஏ மைக்கேல் ராயப்பனின் பெயர் நீக்கப்பட்டு போராட்ட முன்னெடுப்பைக் கண்டுகொள்ளாமலிருக்கும் நடிகர் சரத்குமார் பெயர் சேர்க்கப் பட்டதை அவர்கள் எதிர்த்துள்ளனர். மேலும் அவர்களுக்கு ஆதரவு தெரிவித்திருக்கும் பாமக போன்ற கட்சிகளுக்கு இடமளிக்காமல் எதிர்நிலை கொண்டுள்ள காங்கிரஸ் போன்ற கட்சிகளைச் சேர்த்திருப்பது தங்கள் போராட்டத்திற்குப் பின்னடைவை ஏற்படுத்தும் என அரசுக்கு அறிவுறுத்தியிருக்கிறார்கள். அதன் பிறகு தமிழக அரசின் ஆலோசனையின்படி அக்டோபர் ஏழாம் தேதி பிரதமரைச் சந்தித்துப் பேசியிருக்கிறார்கள். பிரதமர் அலுவலகத்தின் முஸ்தீபுகள் எல்லாம் சமரச முயற்சிகளாகவே இருந்திருக்கின்றன. பேச்சுவார்த்தை தோல்வியைத் தழுவியதை அடுத்து அறிவித்தபடி அக்டோபர் ஒன்பதாம் தேதி இரண்டாம் கட்ட உண்ணாவிரதப் போராட்டத்தைத் தொடங்கினர். எவ்வித இடையூறுமின்றி இன்னும் சொன்னால் முன்பைவிடத் தீவிரமாக மக்கள் அதில் ஈடுபட்டனர். இச்சமயத்தில் அரசியல் கட்சிகளும் அரசும் உள்ளாட்சித் தேர்தலில் கவனம்கொண்டிருந்ததால் இப்பிரச்சினை குறித்து தீர்க்கமான முடிவை எடுக்கத் துணியவில்லை. மக்கள் தங்கள் அடுத்த போராட்ட வடிவமான முற்றுகைப் போராட்டத்தைக் கையிலெடுத்தார்கள். உண்ணாவிரதம் தொடங்கிய நான்காம் நாள் கிழக்குக் கடற்கரைச் சாலையை மறித்துக் கூடங்குளம் பணிக்குச் செல்லும் ஒப்பந்தத் தொழிலாளர்களைத் திருப்பி அனுப்பினர். முற்றுகை தீவிரமடைந்ததை அடுத்து அணுமின் நிலையத்தின் முக்கியப் பொறியாளர்கள், விஞ்ஞானிகள் ஆகிய யாரும் பணிக்கு வர முடியாதபடி பதற்றம் நிலவியது. போலீசார் குவிக்கப்பட்டனர். ஆனால் போராட்டத்திற்கு எதிராக எந் நடவடிக்கையையும் அவர்கள் மேற்கொள்ளவில்லை. சமீபத்தில் பரமக்குடியில் நடந்த காவல் துறையினரின் வன்முறையும் உள்ளாட்சித் தேர்தலும்தான் இதற்குக் காரணங்களாக

இருந்திருக்கலாம். உள்ளாட்சித் தேர்தலை முன்னிட்டு எல்லோரும் தங்கள் ஜனநாயகக் கடமையை நிறைவேற்றுவதற்கேதுவாகப் போராட்டத்தை ஒத்தி வைப்பதாக சுப. உதயகுமார் தலைமையில் கூடிய ஆலோசனைக் குழு முடிவெடுத்துள்ளது.

இப்போராட்டத்திற்கான ஊடகப் பங்களிப்பு ஏமாற்றமளிப்பதாகவே உள்ளது ஜெயலலிதாவின் சூளுரைகள் தவிர்த்து இம்மக்கள் போராட்டம் பற்றி விரிவான செய்திகள் எவற்றிலும் இல்லை. திருநெல்வேலியிலிருந்து வெளிவரும் செய்தித்தாள்களில் அது மாவட்டச் செய்தியாகச் சுருக்கப்படுகிறது. இன்னும் சில ஊடகங்கள் முரணான தகவல்களுடன் இதைச் சிறுமைப்படுத்துகின்றன. இப்போராட்டம்மீதான அரசியல்வாதிகளின் கவனமும் மேலோட்டமாகவே உள்ளது. நாராயணசாமி இம்முற்றுகைப் போராட்டத்தை வன்முறை என எச்சரிக்கிறார். கிழக்கிந்திய மாநிலங்களில் மத்திய அரசு மேற்கொண்டிருக்கும் செயலுக்குப் பெயர்தான் வன்முறை என்பதை அவருக்கு உணர்த்த வேண்டியிருக்கிறது. ஜெயலலிதா, கருணாநிதி ஆகிய இருவரின் நிலைப்பாடும் இவ்விஷயத்தில் ஒன்றுதான். ஜெயலலிதா மக்களின் அச்சத்தைப் போக்க வேண்டுமென ஓர் உயர்ந்த தொனியில் மத்திய அரசை எச்சரிக்கிறார். கருணாநிதி அதையே தாழ்ந்த குரலில் சொல்லிவருகிறார். தா. பாண்டியனும் தங்கபாலுவும் இதையேதான் வேறு குரல்களில் சொல்லிக் கொண்டிருக்கின்றனர். மார்க்சிஸ்டுகளின் நிலைப்பாட்டிலும் பெரிய மாற்றம் இருப்பதாகத் தெரியவில்லை.

இவை எல்லாவற்றிற்கும் மேலாக இப்போராட்டம் மகத்தான மக்கள் போராட்டமாக மாறியிருப்பதே நம்பிக்கையளிக்கக் கூடியதாக இருக்கிறது. அதுவே அதன் வெற்றியை உறுதிசெய்வதாகவும் இருக்கிறது. ஆயிரக்கணக்கான எளிய மக்கள் அன்றாடப் பணிகளை விட்டுவிட்டுத் தங்கள் சிறுசேமிப்பைக் கொண்டு தங்களுக்காகத் தாங்களே போராடிவருகிறார்கள். இதற்குப் பின்னால் எந்த ஆடம்பர அரசியலும் நிறுவனங்களின் முதலீடும் இல்லை. ஊழல் ஒன்று மட்டுமே நாட்டின் தேசியப் பிரச்சினை அல்ல. இம்மாதிரியான போராட்டங்களில் நாடு தழுவிய ஒத்துழைப்பைத் தர எல்லாத் தரப்பினரும் முன்வருவது போராட்டத்திற்கு இன்னும் வலு சேர்க்கும். அடையாள அரசியலை முன்னிறுத்திப் போராடும் இளைஞர் அமைப்புகள் இப்போராட்டத்தையும் கவனத்தில் கொள்ள வேண்டும். இப்போராட்டத்தை அப்பகுதிக்கு மட்டுமானதாகச் சுருக்கிவிட முடியாது. அரசியல்வாதிகளை மட்டுமல்லாது பொதுமக்கள் அனைவரையும் இதற்கு ஆதரவாக ஒருங்கிணைக்கும்படியான முறைகளைப் போராட்டக்குழு முன்னெடுக்க வேண்டும்.

அணுமின் நிலையத்தின் கட்டுமானப் பணிகளுக்காகச் செலவிடப்பட்ட பத்தாயிரம் கோடிக்கும் மேற்பட்ட தொகையே திரும்பத் திரும்பப் பெரிதாகச் சொல்லப்பட்டுவருகிறது. தொடக்கத்திலிருந்து சூழலியல் ஆர்வலர்கள் அணுமின் திட்டத்தை எதிர்த்துக்கொண்டிருந்தாலும் புகுஷிமா விபத்துக்குப் பிறகு அது தீவிரமடைந்து பல நாடுகள் தங்கள் புதிய அணு மின் திட்டங்களைக் கைவிட்டுள்ளன. இந்தக் கட்டுமானப் பணிகளை வேறு மின் திட்டங்களுக்குப் பயன்படுத்த முடியுமா என்பதை ஆராய்ந்தால் கொஞ்சம் இழப்பை ஈடுசெய்யலாம். அரசியல் தலைவர் ஒருவரின் தனிப்பட்ட நலனுக்காக நாடு ஓர் இடைத்தேர்தலைச் சந்தித்து, பல்லாயிரம் கோடி நஷ்டமாகியிருக்கிறது. இயற்கைச் சீற்றத்தால் எதிர்பாராத இழப்புகளும் நேர்கின்றன. இது போன்ற தவிர்க்க முடியாத ஒரு விஷயமாக அரசு இதை எடுத்துக் கொண்டு இத்திட்டத்தைக் கைவிட வேண்டும். மேலும் மக்களுக்கான திட்டம் என்பது மக்கள் ஆதரவின்றிச் சாத்தியமல்ல.

யுரேனியம் நிரப்பப்பட்ட உலை ஒன்று செயலாற்ற ஆயத்தமாகியிருப்பதாக நம்பத் தகுந்த தகவல் வந்துகொண்டிருக்கின்றது. இந்நிலையில் உள்ளாட்சித் தேர்தலுக்குப் பிறகு 18ஆம் தேதியிலிருந்து மூன்றாம் கட்ட உண்ணாவிரதப் போராட்டம் தொடங்கியுள்ளது. முற்றுகைப் போராட்டத்திற்கஞ்சி தங்கள் பாதுகாப்பிற்காக மத்திய விரைவுப் படையினரை அனுப்புமாறு அணு மின் நிலைய அதிகாரிகள் மத்திய அரசைக் கேட்டுக்கொண்டுள்ளதாக *இந்து* நாளிதழ் செய்தி குறிப்பிடுகிறது. இக்கோரிக்கை ஏற்கப்படுவதும் உள்ளாட்சித் தேர்தல் முடிவுக்குப் பிறகு தமிழக அரசின் நிலைப்பாடும் தாம் இப்போராட்டத்தின் அடுத்த கட்ட தீவிரத்தைத் தீர்மானிக்கும். ஆனால் காணும் எவர் ஒருவரையும் கிளர்ந்தெழச் செய்யும் உணர்ச்சிமிக்க இம்மக்கள் போராட்டத்தின் அலைகள் எளிதில் ஓய்ந்துவிடக் கூடியவையுமல்ல.

இதழ் 143, நவம்பர் 2011

தமிழ்நாடு அரசுப் பணியாளர் தேர்வாணையம்

படித்தவர்களின் சூதும் வாதும்

செல்லப்பா

எப்போதும்போல் மலர்ந்த அந்த நாள் தமிழ்நாடு அரசுப் பணியாளர் தேர்வாணையத் (த. அ. ப. தே.) தலைவருக்கும் உறுப்பினர்களுக்கும் வழக்கமான நாளாக முற்றுப்பெறவில்லை. அவர்கள் புரிந்திருந்த ஊழல்களும் முறைகேடுகளும் கடந்த அக்டோபர் 14 அன்று வெளி யுலகுக்குக் காட்சியாகத் தொடங்கியது. த. அ. ப. தே. தலைவர் ஆர். செல்லமுத்து, உறுப்பினர்கள் 13 பேர் ஆகியோர் வீடுகளிலும் அரசுப் பணியாளர் தேர்வாணை யத்திலும் லஞ்ச ஒழிப்புத் துறையினர் நிகழ்த்திய திடீர் சோதனை பற்றிய தகவல் செய்தியாகத் தொலைக் காட்சி அலை வரிசைகளில் ஒளிபரப்பானதைக் கண்ட போது அரசுப் பணியாளர் தேர்வாணையத்தைப் பற்றி அறிந்திருந்தோர், பணி நியமனத்திற்கெனக் காத்திருந் தோர் மத்தியில் அதிர்ச்சி அலைகள் பரவத் தொடங்கின. லஞ்ச ஒழிப்பு இயக்குநர் மகேந்திரனின் தலைமையில் ஏறக்குறைய நூற்றைம்பது பேர் இந்தச் சோதனையை நிகழ்த்தியிருந்தனர். த. அ. ப. தே. தலைவர் மற்றும் உறுப் பினர்கள் வீடுகளில் லஞ்ச ஒழிப்புத் துறையினர் சோதனை மேற்கொண்டு விசாரணை நடத்தியது இதுதான் முதல் முறை என்பதால் இந்நடவடிக்கை பொதுமக்களிடம் அதிக வரவேற்பைப் பெற்றது. முறையற்ற வழிகளில் பணம் சம்பாதிக்கத் துடித்த ஆணையத்தின் தலைவர்; உறுப்பினர்கள்; மேல் மட்டத்திலிருந்து கீழ் மட்டம் வரையிலான அதிகாரிகள் போன்றோருக்கும் அவர்களது சட்டபூர்வமற்ற நடவடிக்கைகளுக்குத் துணைபோனவர் களுக்கும் இது மனக் கலக்கத்தை உண்டுபண்ணியது.

சமூகத்தின் வேர்வரை பரவியுள்ள பொருளீட்டும் வெறி, கையூட்டுக் கொடுப்பவர்களையும் வாங்குபவர்களையும் ஒருசேர ஆக்கிரமித்திருப்பதால் இத்தகைய ஊழல்கள் தொடர்ந்துகொண் டிருக்கின்றன. குழந்தைகளது கல்விக்கான செலவுகளை முத லீடாகப் பார்க்கும் பெற்றோர்கள் ஏதாவது ஒருவகையில் தம் மக்களைச் சமூகத்தின் உயர்தட்டில் அமர்த்த விரும்புகின்ற னர். அதற்கான முறையான தகுதி தம் பிள்ளைகளிடம் இல்லாத போது சமூகத்தில் காணப்படும் ஓட்டைகளைத் தங்களுக்குச் சாதகமாகப் பயன்படுத்தி அவர்களை முன்னேற்ற பெற்றோர் கள் விழைகின்றனர். இதன் காரணமாகவே வேலைக்கெனப் பணம் கொடுப்பது இவர்களைப் பொறுத்தவரை சமூகக் குற்றமாகத் தென்படாமல் பிள்ளைகளின் நல்வாழ்வுக்கான முயற்சியாகச் சுருங்கிவிடுகிறது. பணம் கொடுக்க இயலாமல் அல்லது விரும்பாமல் திறமையை மட்டுமே நம்பி உழைத்து வருபவர்களது வேலைகளைத் தாங்கள் கைப்பற்றுகிறோம் என்ற குற்றவுணர்வு சிறிதுமற்றுக் குறுகிய மனோபாவம் கொண்ட வர்களாக இவர்கள் மாறுகிறார்கள். அழுகிக்கொண்டிருக்கும் சமூகத்தைக் குற்றம்சாட்டும் இந்தப் பெற்றோர்கள் அதற்குத் தாங்களும் ஒரு காரணமாக விளங்குவதை உணரவியலாத அளவுக்குப் புத்திர பாசம் இவர்கள் கண்களை மறைக்கிறது.

இத்தகைய பெற்றோரிடம் வகைதொகையின்றிப் பணம் பெற்றுச் சட்டத்திற்குப் புறம்பாக நடந்து கொண்டோர் என நம்பப்படுபவர்களது வீடுகளில்தாம் அன்று சோதனை நடத்தப் பட்டது. உதவிப் பல் மருத்துவர்கள், 2006 – 2008ஆம் ஆண்டுக் கான மோட்டார் வாகன ஆய்வாளர்கள், குரூப் 1 அதிகாரிகள் போன்றவர்களைத் தேர்வுசெய்ய நடத்தப்பட்ட தேர்வுமுறை களில் மேற்கொள்ளப்பட்ட முறைகேடுகள் காரணமாக எழுந்த குற்றச்சாட்டையொட்டியே சோதனை நிகழ்த்தப்பட்டிருந்தது. த.அ.ப.தே. தலைவர், உறுப்பினர்கள்மீது ஊழல் தடுப்புச் சட்டப் பிரிவுகளின் கீழும் இந்தியத் தண்டனைச் சட்டப்பிரிவுகளின் கீழும் வழக்குகள் பதிவுசெய்யப்பட்டன. குற்றம் சாட்டப்பட் டோர், உதவிப் பல் மருத்துவர் பணிக்குத் தேர்ந்தெடுக்கப் பட்ட விண்ணப்பதாரர்களின் பெயர்ப் பட்டியல் அதிகார பூர்வமாக வெளியிடப்படுவதற்கு முன்பு அதைப் பார்வையிடக் கோரியுள்ளனர்; 2006 – 2008ஆம் ஆண்டுகளுக்கான மோட்டார் வாகன ஆய்வாளர்களுக்கான தேர்வு முறைகளில் ஊழல் புரிந்துள்ளனர்; இவற்றின் மூலம் விதிகளைமீறி முறையற்ற வழிகளில் பொருளாதாரரீதியான பயன்பெற முயன்றுள்ளனர்.

துணை ஆட்சியர், காவல் துறை உதவிக் கண்காணிப்பாளர் உள்ளிட்ட அதிகாரிகளைத் தேர்ந்தெடுக்க நடத்தப்படும் குரூப் 1

தேர்வுகளில் நடைபெற்றுவரும் ஊழல்களைத் தடுக்கும்வகையில் தேர்வாணையச் செயலர் த. உதயச்சந்திரன் துணிச்சலுடன் செயல்பட்டுள்ளார். குற்றம்சாட்டப்பட்டவர்கள் விதிமுறைகளுக்குக் கட்டுப்படாமல், செயலரைச் செயல்படவிடாமல் தடுத்துள்ளனர். தங்கள் பெயர்களின் பின்னே ரயில் பெட்டிகள் போல் பட்டங்களைச் சுமந்துதிரியும் இவர்கள் அனைவரும் பொறுப்பான உயர்பதவிகளை வகித்துப் பின்னரே தேர்வாணையப் பணிகளுக்கென நியமிக்கப்பட்டுள்ளனர் என்பதை நினைக்கும்போது மனத்தில் அச்சமெழுகிறது.

இந்தச் சோதனையில் கையெழுத்திடப்படாத பணி நியமன உத்தரவு நகல்கள், போட்டித் தேர்வு எழுதியவர்களின் நுழைவுச் சீட்டுகள், பல்வேறு பணிகளுக்காகத் தேர்ந்தெடுக்கப்பட்டோர் பட்டியல், அரசியல்வாதிகளும் முக்கிய ஆளுமைகளும் வழங்கியிருந்த பரிந்துரைக் கடிதங்கள், கிராம நிர்வாக அலுவலர் தேர்வெழுதியவர்களின் பதிவு எண்கள் கொண்ட பட்டியல், மாணவர்களின் சான்றிதழ்கள், மோட்டார் வாகன ஆய்வாளர் தேர்வுகளை எழுதியவர்களின் மதிப்பெண் விவரங்கள் அடங்கிய ஆவணங்கள், மையிட்டு நிரப்பப்பட்ட விடைத் தாள்கள், புதிய சொத்துகள் வாங்கியதற்கான சான்றுகள் போன்ற அநேக ஆவணங்களும் ரொக்கப் பணம் லட்சக்கணக்கிலும் கைப்பற்றப்பட்டிருந்தன. ஓய்வுபெற்ற காவல் துறை ஐ. ஜி. துரைராஜின் தம்பியான உறுப்பினர் சண்முகநாதன் வீட்டில் ஏறக்குறைய இருபத்தைந்து லட்சம் ரூபாய் கைப்பற்றப்பட்டது. அறத்தைச் சுத்தமாகப் புறக்கணித்துவிட்டுப் பணம் ஒன்றையே குறிக்கோளாகக் கொண்டதாக நம் சமூகம் மாறிவிட்டதன் அப்பட்டமான சான்று இது.

2005இல் தனது பவளவிழாவைக் கொண்டாடிய இந்த ஆணையம் ஊழல்களுக்குப் பேர்போனது. காலிப் பணியிடங்கள் குறித்த அறிவிப்பு வரும்போதெல்லாம் அதை மையமிட்டு அநேக ஊழல் ஊற்றுகள் வெவ்வேறு மட்டங்களில் சுரக்கும். கேள்வித் தாள்களை வழங்குவது, விடைகளைத் தேர்வுக்கு முன்னமே விண்ணப்பதாரர்களுக்கு அறியத் தருவது, நேர்முகத் தேர்வில் அளிக்கப்படும் மதிப்பெண்களைப் பெற்றுத் தருவது, விரும்பிய இடத்திற்கு பணி நியமன உத்தரவை மாற்றித் தருவது என எங்கெல்லாம் வாய்ப்பு கிடைக்கிறதோ அங்கிருந்தெல்லாம் இப்போது லஞ்ச ஒழிப்புத் துறையினரிடம் சிக்கியுள்ள தலைவரும் உறுப்பினர்களும் பணம்பெற்றுள்ளதாகச் சொல்லப்படுகிறது. விதிமுறை மீறலும் அதற்கு நிர்ணயிக்கப்படும் சட்டபூர்வமற்ற கட்டணமும் நேர்விகிதப் பொருத்தமுடையன. தேர்வாணையத்துக்குத் தொடர்பே இல்லாத இடத்தில் ஆட்கள்

சந்தித்துச் சங்கேத வார்த்தைகளோடு சட்டபூர்வமற்ற விதத்தில் ஆவணப் பரிமாற்றங்களை மேற்கொள்வதாகவும் கதைகள் உலவுகின்றன. எப்படியாவது அரசு வேலையைப் பெற்றுவிட்டால் போதும் எஞ்சிய வாழ்நாள் முழுவதையும் நிம்மதியாகக் கழித்துவிடலாம் என்று நினைத்தும் அதற்கான உழைப்பைச் செலுத்தத் தயாராக இல்லாத நடுத்தரவர்க்க விண்ணப்பதாரர்களை இலக்காகக் கொண்டே இந்த முறைகேட்டாளர்கள் செயல்படுகின்றனர். கற்பனைக்கெட்டாத விதத்தில் பல ரூபங்களில் பணி நியமன உத்தரவு வழங்கும் அதிகாரத்தைப் பயன்படுத்திப் பெருமளவில் இவர்கள் பொருளாதாரப் பயனடைந்துள்ளனராம். தன்னாட்சி அதிகாரம்கொண்ட அமைப்பாக இருப்பதால் தங்களைக் கேள்வி கேட்க எவருமில்லை என்ற அதீத நம்பிக்கையின்பொருட்டுத் தைரியமாக முறைகேடுகளில் ஈடுபட்டுப் பெருவாரியான தொகையைக் கையூட்டாகப் பெற்றுக் கொண்டு ஆனந்த வாழ்வு நடத்திவந்ததாகச் சொல்லப்படும் ஆணைய உறுப்பினர்களுக்கும் தலைவருக்கும் 2011 சட்டப் பேரவைத் தேர்தல் மூலம் நிகழ்ந்த ஆட்சி மாற்றம் நல்ல சகுனமாக இருக்கவில்லை.

தமிழகத்தில் அறிவியல் முறை ஊழலுக்கு வித்திட்டவராக அறியப்பட்டிருக்கும் கருணாநிதி முதல்வராக இருந்தபோது இவர்கள் பெரிதாக அலட்டிக்கொள்ளத் தேவையில்லாமல் இருந்தது. முறைகேடுகள் பற்றிய குற்றச்சாட்டுகள் எழுப்பப்படும் போது கண்டிப்புடன் நடந்துகொள்ளாமல் தாயுள்ளத்தோடு நடந்து கனிவை வெளிப்படுத்திப் பிரச்சினையைப் பெரிதுபடுத்தாமல் சுமூகமாகத் தீர்த்துவிடும் சாணக்யர் அவர். தமிழகத்தில் ஊழலை வளர்த்தெடுத்ததில் ஜெயலலிதாவின் பங்கும் குறைத்து மதிப்பிடக் கூடியதல்ல என்பதையும் அவருக்கு எதிரான சொத்துக் குவிப்பு வழக்கு தற்போது பெங்களூர் நீதிமன்றத்தில் நடைபெற்றுவருவதையும் மறந்திட இயலாது. என்றாலும், அரசுப் பணியாளர் தேர்வாணையம் குறித்த அலட்சியப்படுத்தவியலாத குற்றச்சாட்டுகள் அரசின் தலைமைப் பீடத்தில் அழுத்தமாக வைக்கப்பட்டதாலும் இயல்பாகவே அவரிடம் மண்டிக் கிடக்கும் திமுக எதிர்ப்புணர்வின் காரணத்தாலும் அவர் தலைமையிலான தமிழக அரசு இவ்விஷயத்தில் மேம்போக்கான நடைமுறையைத் தளர்த்திக்கொண்டு ஆக்க பூர்வமான செயல்பாட்டுக்கு நகர்ந்திருக்கிறது.

நேர்மையான அதிகாரிகளான த. உதயச்சந்திரனையும் வெ. இறையன்புவையும் முறையே தேர்வாணையத்தின் செயலாளராகவும் பணியாளர் மற்றும் நிர்வாகச் சீர்திருத்தத் துறைச் செயலாளராகவும் நியமித்ததைத் தேர்வாணைய முறைகேடு

களுக்கெதிரான அரசின் முதல் நடவடிக்கையெனக் குறிப்பிட லாம். 2011, ஆகஸ்ட் ஒன்பதாம் நாள் அன்று தமிழக அரசு த. அ. ப. தே. தலைவர், உறுப்பினர்களை ஊழல் தடுப்புச் சட்டம் – 1988இன் கீழ் ஊழல் தடுப்பு வரம்புக்குள் கொண்டுவர அரசாணை பிறப்பித்த செயல் அடுத்த நடவடிக்கை. த.அ.ப.தே. தலைவர், உறுப்பினர்கள்மீது புகாரளிக்கப்பட்டால் லஞ்ச ஒழிப்புத் துறையினர் அவர்களை விசாரிப்பதற்கான அதிகாரத்தை இந்த அரசாணை பெற்றுத்தந்தது. தேர்வாணையத்தின் மீதான அரசின் பிடி தொடர்ந்து இறுகிக்கொண்டிருந்ததை இந்த நடவடிக்கை உறுதிப்படுத்தியது.

2011 ஜூலையில் நடத்தப்பட்ட குரூப் 2 தேர்வின் விடைத் தாள்கள் தேர்வுக்கு முன்னதாகவே வெளியாகி விட்டதாக எழுந்த குற்றச்சாட்டு, கிராம நிர்வாக அலுவலர் தேர்வில் அறுநூறு பேர் அனைத்துக் கேள்விகளுக்கும் சரியான விடை யளித்திருந்ததாகத் *தினத்தந்தி*யில் வெளியான செய்தி போன்ற வற்றின் விளைவாகத் தேர்வு எழுதிய மாணவர்களில் ஒரு குழுவினர் தலைமைச் செயலகத்திற்குச் சென்று தலைமைச் செயலரைச் சந்தித்து முறையிட்டுள்ளனர். மோட்டார் வாகன ஆய்வாளர் தேர்வில் நடந்தேறிய அதிகளவிலான முறைகேடு கள் மூலமாகத் தகுதியற்ற பலர் தேர்ச்சி பெற்றுள்ளது குறித்து விசாரிக்க வேண்டுமெனவும் தேர்வு எழுதிய சிலர் லஞ்ச ஒழிப்புத் துறையில் புகாரளித்துள்ளனர். தேர்வாணையம்மீது சுமத்தப்பட்ட குற்றச்சாட்டுகளனைத்தையும் சேகரித்த லஞ்ச ஒழிப்புத் துறை அவற்றை ஒழுங்குபடுத்தித் தலைவர், உறுப்பினர் கள் 13 பேர்மீது வழக்குப் பதிவுசெய்ய அனுமதிக்கும்படி அரசுக்குக் கடிதம் அனுப்பியுள்ளது. இதைப் பரிசீலித்த தலைமைச் செயலர் தேவேந்திரநாத் சாரங்கி உடனே அனுமதி வழங்கி முறைப்படியான துறை நடவடிக்கைகளுக்கு உத்தரவிட்டுள் ளார். ஆகவே திடீரெனச் சோதனை நடத்தப்பட்டிருந்தாலும் அதற்கான செயல்வடிவம் மிகக் கவனமாகத் திட்டமிடப் பட்டுப் பல கட்டங்களாக நடைமுறைப்படுத்தப்பட்டிருக் கிறது. இந்தச் சோதனையில் தேர்வாணையத்தினர் அணிந் திருந்த முகமூடிகள் ஒவ்வொன்றாகக் கழற்றியெறியப்பட்டன.

அரசியல்வாதிகள் தலையீடு இருக்கும்பட்சத்தில் பார பட்சமற்ற நியாயமான அமைப்பாகச் செயல்படுவதில் இடை யூறுகள் ஏற்பட்டுவிடக் கூடும் என்ற அதிஜாக்கிரதை உணர்வு காரணமாகவே அரசுப் பணியாளர் தேர்வாணையம், தேர்தல் ஆணையம் போன்ற தன்னாட்சி அதிகாரம் கொண்ட அமைப் பாக உருவாக்கப்பட்டிருக்கிறது. தேர்வாணையத் தலைவரும் உறுப்பினர்களும் இந்திய அரசியலமைப்புச் சட்டம் 316(1)

பிரிவின்படி தமிழக ஆளுநரால் நியமிக்கப்படுகிறார்கள். அவர்கள் ஆறு ஆண்டுகளோ அறுபத்திரண்டு வயதுவரையோ பணி யாற்றலாம். இதில் எது முந்துகிறதோ அதுவரை அவர்கள் பணி நீடித்திருக்கும். தற்போதைய தலைவரும் உறுப்பினர் களும் கடந்த திமுக ஆட்சிக் காலத்தில் நியமிக்கப்பட்டுள்ள னர். முன்னாள் ஆளுநர் சுர்ஜித் சிங் பர்னாலாவின் பதவிக் காலத்தின் கடைசியில் 2011, பிப்ரவரி 21 அன்று வெளியிடப் பட்ட அரசாணை [GO(Ms)] எண் 29 மூலம் தமிழகத் தலைமைச் செயலர் எஸ். மாலதி பிறப்பித்த உத்தரவின்படி எஸ். பன்னீர் செல்வம், வி. ரத்தினசபாபதி, பி. பெருமாள் சாமி, டி. குப்புசாமி, ஜி. செல்வமணி ஆகியோர் உறுப்பினர் பதவிபெற்றுள்ளனர். ஆர். செல்லமுத்து மு. க. ஸ்டாலினின் சிபாரிசால் தலைவராக்கப் பட்டார் என்கிறார்கள். கிராமப்புறப் பின்னணியில் இருந்து வந்தவர் என்பதால் கிராமப்புற மாணவர்களின் மனநிலையை நன்கு உணர்ந்துகொள்ளக்கூடியவர் என்ற நம்பிக்கையை விதைத்த தேர்வாணையத் தலைவர் இன்று தேர்வாணைய ஊழல்களின் பிதா மகனாகக் காட்சியளிப்பது அவலமே.

தேர்வாணைய உறுப்பினரான வழக்கறிஞர் கே. எம். ரவி 1993இல் பதிவுத் துறை அதிகாரியாகத் திருப்போரூரில் பணி புரிந்தபோது பத்தாயிரம் ரூபாய் கையூட்டுப் பெற்றதாகக் குற்றஞ்சாட்டப்பட்டுக் கைதாகியுள்ளார். பின்னர் இவர்மீது சொத்துக் குவிப்பு வழக்கும் லஞ்ச ஒழிப்புத் துறையினரால் பதிவுசெய்யப்பட்டிருக்கிறது. ஆனால் இந்த வழக்குகளிலிருந்து நீதிமன்றத்தில் இவர் விடுவிக்கப்பட்டுவிட்டார். அரசு வேலையை உதறிவிட்டே இவர் தேர்வாணைய உறுப்பினராகியுள்ளார். இதை அடிப்படையாகக் கொண்டு யோசிக்கும்போது ஒவ்வொரு உறுப்பினர்களின் தேர்வுகளுக்குப் பின்னணியிலும் என்னென்ன மர்மங்கள் ஒளிந்திருக்குமோ தெரியவில்லை. மராட்டிய மாநிலத் தேர்வாணைய உறுப்பினருக்கெதிரான ஊழல் வழக்கொன்றில், ஜூலை 2007இல் உச்ச நீதிமன்ற நீதிபதி பி. கே. பாலசுப்ர மணியம் வழங்கிய தீர்ப்பில் மாநில அரசுகள் தேர்வாணையத் தலைவரையும் உறுப்பினர்களையும் தேர்வுசெய்யும்போது கவனமாக இருக்க வேண்டுமென்றும் அப்பழுக்கற்றவர்களைத் தேர்வுசெய்ய வேண்டும் என்றும் அறிவுறுத்தியுள்ளார்; தேர் வாணையத் தலைவரும் உறுப்பினர்களும் சீஸரின் மனைவி போல் இருக்க வேண்டும் எனவும் கூறியுள்ளார். 2008இல் நடைபெற்ற ஒரிசா அரசுப் பணியாளர் தேர்வாணையத் தலைவர் டாக்டர் ஹெச். பி. மிர்தாமீதான வழக்கின் தீர்ப்பில் ஏற்கனவே ஊழல் வழக்கில் குற்றம்சாட்டப் பட்டிருப்பவர் களை மாநில அரசுப் பணியாளர் தேர்வாணையங்களில்

உறுப்பினராக நியமிக்கக் கூடாதென உச்ச நீதிமன்றம் குறிப்பிட்டுள்ளது. நேர்மையான வழியில் தேர்வாணையத்திற்குத் தலைவரும் உறுப்பினர்களும் தேர்ந்தெடுக்கப்பட்டிருக்க வேண்டும். ஆனால் அப்படிப் பெரும்பாலும் அமையவில்லை என்பது தான் சோகம்.

தமிழகத்தில் உச்ச நீதிமன்ற வழிகாட்டுதல்கள் நடைமுறைப் படுத்தப்பட்டிருந்தால் தேர்வாணையம் இப்படியொரு தலைக் குனிவைச் சந்தித்திருக்கும் நிலைக்குத் தள்ளப்பட்டிருக்காது. தமிழக வீட்டுவசதித் துறைச் செயலராகச் செல்லமுத்து பதவி வகித்து வந்த காலத்தில் வீட்டு வசதி வாரிய வீட்டுமனை ஒதுக்கீட்டில் ஏதேனும் முறைகேடு நடந்துள்ளதா என்னும் கோணத்திலும் விசாரணை நடைபெற்றுவருவதை இங்கே நினைவுகூர வேண்டியுள்ளது. சோதனையின்போது கைப்பற்றப் பட்ட ஆவணங்களை அடிப்படையாகக் கொண்டு மேற்கொள்ளப் பட்டுக்கொண்டிருக்கும் விசாரணை நிறைவுபெறுவதற்குக் குறைந்தது 15 நாட்களாவது ஆகுமென முதலில் கூறப்பட்டது. லஞ்ச ஒழிப்புத் துறை தங்கள் விசாரணை குறித்த இடைக்கால அறிக்கையைத் தமிழக அரசுக்கு அனுப்பியுள்ளதாகத் தெரிகிறது. எனினும் முப்பது நாட்களைத் தாண்டிய பின்னரும் விசாரணை இன்னும் இறுதிக் கட்டத்தைத் தொடவில்லை என்பதை நவம்பர் 18 அன்று நடத்தப்பட்ட சோதனை பறைசாற்றியது.

கிராம நிர்வாக அலுவலர் தேர்வில் தேர்ந்தெடுக்கப்பட்டோர் பெற்றிருந்த மதிப்பெண்கள் இணையத்தில் வெளியிடப் படுவதாக நாளிதழ்களில் முன்னர் குறிப்பிடப்பட்ட நவம்பர் 18 அன்று தேர்வாணைய அதிகாரிகள் வீடுகளில் லஞ்ச ஒழிப்புத் துறையினர் சோதனை நடத்தினர். தேர்வாணைய இணைச் செயலர் மைக்கேல் ஜெரால்டு, சார்புச் செயலர்கள், பிரிவு அதிகாரி, உதவிப் பிரிவு அதிகாரிகள் ஆகியோர் இந்தச் சோதனை யில் அடங்குவர். முக்கியமான ஆவணங்கள் சில இதில் சிக்கி யுள்ளன. தேர்வாணையத் தேர்வுகளில் பங்கேற்ற விண்ணப்ப தாரர்களது விவரம், பெற்ற மதிப்பெண்கள் ஆகியவை குறித்தும் சோதனையிட்ட அதிகாரிகள் தீவிரமாக ஆராய்ந்துள்ளனர். முதல்வரும் தலைமைச் செயலரும் தேர்வாணைய முறைகேடு கள் குறித்த விஷயத்தில் தீவிர அக்கறை காட்டிவருவதாகச் சொல்கிறார்கள்.

செல்லமுத்து தலைவராகவும் ஏனைய 13 பேர் உறுப்பினர் களாகவும் செயல்பட்டிருக்கும் காலகட்டத்தில் மேற்கொள்ளப் பட்ட நியமனங்கள் அனைத்தையும் ரத்துசெய்யும்படி அரசுக்கு உத்தரவிட வேண்டும் எனக் கோரி உச்ச நீதிமன்ற வழக்கறிஞர்

ஆர்.கிருஷ்ணமூர்த்தி சென்னை உயர்நீதி மன்றத்தில் பொது நல வழக்கொன்றைத் தாக்கல் செய்திருந்தார். இந்த வழக்கு தலைமை நீதிபதி எம். ஒய். இக்பால், நீதிபதி டி. எஸ். சிவஞானம் ஆகியோர் முன்னிலையில் விசாரணைக்கு வந்தது. அப்போது தேர்வாணையத்தை லஞ்ச ஒழிப்புத் துறையின் கண்காணிப்புக் குக் கீழ்க் கொண்டுவந்திருந்த தமிழக அரசாணையை எதிர்த்துச் செல்லமுத்துவும் ஏனைய உறுப்பினர்களும் வழக்குத் தாக்கல் செய்துள்ளதாக நீதிபதிகளிடம் தெரிவிக்கப்பட்டது. இதற்கு எதிர்வினை புரிந்த நீதிபதிகள், தேர்வாணையம் தொடர்பான அனைத்து வழக்குகளும் தங்களின் நீதிமன்றத்துக்கு மாற்றப் பட வேண்டும் என்றும் தலைவர், உறுப்பினர்கள் 13 பேர் மீதான லஞ்ச ஒழிப்புத் துறை விசாரணையை நீதிமன்றம் கண்காணிக்க விரும்புகிறது என்றும் தெரிவித்திருந்தனர்.

தேர்வாணைய ஊழல் குறித்த விசாரணைகளின் இறுதி யில் இவர்களது குற்றச்செயல்கள் சந்தேகத்திற்கிடமின்றி நிரூபிக்கப் பட்டால், முறைகேட்டில் ஈடுபட்ட அனைவரும் பதவி இழக்க நேரிடலாம். தேர்வாணையத் தலைவரையும் உறுப்பினர்களை யும் பணிநீக்கம் செய்வதற்குரிய நடைமுறைகள் இந்திய அரசிய லமைப்புச் சட்டத்தின் பிரிவு 317இல் தெளிவாகத் தெரிவிக்கப் பட்டுள்ளன. அதில் குறிப்பிட்டுள்ளபடி, பணியாளர் தேர்வாணை யத்தில் பணியாற்றும் அதே சமயம் வேறு எங்கேயும் ஊதியத் திற்காகப் பணியாற்றினாலோ பணியைச் செய்ய முடியாத அளவுக்கு மனநிலை பாதிக்கப்பட்டிருந்தாலோ முறைகேடுகள் தொடர்பாகக் குற்றம்சாட்டப்பட்டு அது நிரூபிக்கப்பட்டாலோ தலைவரையும் உறுப்பினர்களையும் குடியரசுத் தலைவர் பணி நீக்கம் செய்யலாம். முறைகேட்டில் ஈடுபட்டோரைப் பதவி நீக்கம் செய்யுமாறு மாநில அரசு ஆளுநரிடம் பரிந்துரைக்க, அவர் இந்தப் பிரச்சினையை ஜனாதிபதியிடம் கொண்டுசெல் வார். கவர்னரின் பரிந்துரையின் பேரில் ஜனாதிபதி இது குறித்து விசாரணை நடத்துமாறு உச்ச நீதிமன்றத்தைக் கோரு வார். உச்ச நீதிமன்றம் அளிக்கும் விசாரணை அறிக்கையின் அடிப்படையில் ஜனாதிபதி அனைவரையும் பதவியை விட்டு நீக்கலாம் என்பதாகச் சட்ட அறிஞர்கள் தெரிவிக்கின்றனர்.

2007 ஜனவரியில் ஹரியானா அரசுப் பணியாளர் தேர் வாணையத்தின் தலைவர் மேஹர் சிங் சைனி, உறுப்பினர்கள் சந்தோஷ் சிங், ராம்குமார் காஷ்யப் ஆகியோரைப் பதவிநீக்கம் செய்து ஹரியானா ஆளுநர் உத்தரவிட்டிருந்ததற்கு உச்ச நீதிமன்றம் ஒப்புதல் அளித்திருந்தது. இவர்கள்மீது சாட்டப் பட்டிருந்த ஒன்பது குற்றச்சாட்டுகளில் ஆறு சந்தேகத்திற்கிட மின்றி நிரூபிக்கப்பட்டிருந்தன. ஆகவே இவர்களைப் பதவி

நீக்கியதற்குச் சட்டபூர்வமான காரணங்கள் உள்ளதாகத் தெரிவித் திருந்தது உச்ச நீதிமன்றம். அதே போல் கர்நாடக அரசுப் பணியாளர் தேர்வாணையத்தின் முன்னாள் தலைவர் ஹெச். என். கிருஷ்ணா 1998, 1999, 2004 ஆகிய ஆண்டுகளுக் கான அதிகாரிகளைத் தேர்ந்தெடுக்கும் தேர்வில் விதிமுறை களை மீறி முறைகேடான நடவடிக்கைகளை மேற்கொண்ட தால் பதவி நீக்கப்பட்டுக் குற்றப் புலனாய்வுத் துறையினரால் 2011, அக்டோபர் ஏழாம் நாளன்று கைதுசெய்யப்பட்டுள்ளார். இதைப் போன்ற முன்னுதாரணங்கள் இருந்தபோதும் இந்த விசாரணையில் இது போன்ற நடவடிக்கைகளை மேற்கொள் வதற்கான வாய்ப்புகள் இருக்குமா என்பதை இப்போது ஊகித் தறிவது கடினம்.

வழக்குகளின் விசாரணை தொடர்ந்து நடைபெற்று வரும் இந்தச் சூழலில் அவற்றின் போக்கு குறித்துப் பெருமளவில் ஊடகங்களில் விவாதிக்கப்படுகின்றன. ஆனால் குரூப் 2, கிராம நிர்வாக அலுவலர் ஆகிய தேர்வுகளின் முடிவுகள் அறிவிக்கப்பட்டுத் தேர்ச்சி பெற்றவர்களுக்கான நேர்முகத் தேர்வு, சான்றிதழ் சரிபார்ப்பு போன்ற நடைமுறைகள் நிறைவு பெற்றபோதும் அவர்களுக்குப் பணி நியமன உத்தரவுகள் வழங்கப்படாதது குறித்த விவாதங்கள் ஊடகங்களில் இடம் பெறவில்லை. அப்படியே இடம்பெற்றாலும் அவை வெறும் ஊகத்தின் அடிப்படையிலேயே அமைகின்றன. பிற மாநிலங் களில் தேர்வாணைய முறைகேட்டுக்கெதிராக நடைபெற்ற வழக்குகளில் வழங்கப்பட்ட தண்டனை குறித்த தகவல்களை இணையதளங்களில் காண முடிகிறது. ஆனால் முறைகேட் டாளர்கள் தலைமையின் கீழ்த் தேர்வாணையம் நடத்திய தேர்வுகள் பற்றி என்ன நடவடிக்கை மேற்கொள்ளப்பட்ட தென்பது சரிவரத் தெரியவில்லை.

முறையாகத் தேர்ச்சிபெற்றும் பணி கிடைக்காமல் மன உளைச்சலோடு என்ன நடக்குமோ என்ற பதைபதைப்போடு தேர்வாணைய உத்தரவுகளுக்குக் காத்துக்கிடப்பவர்களது நிலைமை துயரம்மிக்கது. இவர்கள் தேர்வாணைய அலுவலகத் தில் தங்கள் தரப்புக்கு நியாயம் கேட்டதோடு முதல்வரைத் தனிப்பட்ட முறையில் சந்தித்துத் தங்களுக்குப் பதவி வழங்கு மாறு கோரியுள்ளனர். சட்டவிதிகளை மீறிப் பலவித முறை கேடான நடவடிக்கைகளில் ஈடுபட்டுள்ளதால் செல்லமுத்து காலகட்டத்தின் அனைத்துப் பணி நியமனங்களையும் ரத்து செய்துவிட வேண்டுமென்ற கோரிக்கை குறித்து நீதிமன்றம் என்ன நடவடிக்கை எடுக்கும் என்பதைப் பொறுத்திருந்துதான் பார்க்க வேண்டும். ஒட்டுமொத்தமாகத் தேர்வுகளை ரத்து

செய்ய வேண்டும் என்று எழும் குரல் மேலோட்டமான பரிசீலனையின் அடிப்படையில் ஒலிக்கிறது. இப்பிரச்சினை பற்றித் தீவிரமாக ஆலோசித்ததற்குப் பின்னர் அது எழுப்பப் படவில்லை. தேர்வுகளை ரத்து செய்ய நேரிட்டால் முறையாகத் தேர்வெழுதி வெற்றி பெற்றவர்களுக்கு நியாயம் மறுக்கப் பட்டதாகிவிடும். குற்றவாளிகள் விடுதலை செய்யப்பட்டாலும் நிரபராதிகள் தண்டிக்கப்பட்டுவிடக் கூடாது என்னும் சட்ட வழிமுறை நமது நீதியமைப்பில் பின்பற்றப்படுகிறது என்பதை நினைவில்கொள்க. தங்களுக்கு இழைக்கப்பட்ட அநீதிக்கு எதிராக அவர்கள் நீதிமன்றத்தை அணுகும் சாத்தியமுமுள்ளது. இத்தகைய பல குழப்ப முடிச்சுகளும் அவிழ்க்கப்படும் காலம் வெகு அருகில் என நம்புவதைத் தவிர வேறு வழியில்லை.

ஊழலற்ற, நேர்மையான, பாரபட்சமற்ற அமைப்பாகத் தேர்வாணையம் செயல்பட்டால் மட்டுமே அதை நம்பிப் போட்டித்தேர்வுகளுக்கெனத் தயாராகும் லட்சக் கணக்கான வர்களின் உழைப்புக்கு உரிய அங்கீகாரம் கிட்டும். பத்தாம் வகுப்பு, பன்னிரண்டாம் வகுப்பு இறுதித் தேர்வு முடிவுகள் இரண்டு மாதங்களுக்குள் வெளியிடப்பட்டு மாணவர்களுக்கு மதிப்பெண் சான்றிதழ்களும் வழங்கப்பட்டுவிடுகின்றன எனும் போது அரசுப் பணியாளர் தேர்வாணையம் தேர்வு முடிவுகளை அறிவிக்க அதிக நாட்கள் எடுத்துக்கொள்வதையும் மதிப் பெண்கள் குறித்த வெளிப்படைத் தன்மையைப் பேணாததை யும் சந்தேகத்திற்குரிய நடவடிக்கையாகவே பார்க்க வேண்டிய துள்ளது. எழுத்துத் தேர்வில் வெற்றி பெற்றவர்களுக்கான நேர்முகத்தேர்வில் மதிப்பெண்கள் அளிக்கப்படுவது முறை கேட்டை மறைமுகமாக ஊக்குவிக்கவே உதவுகிறது. பணிக்குத் தேர்ந்தெடுக்கப்பட்டவரின் மனநிலை அதற்குகந்ததாக உள்ளதா என்பதை அறிவதற்காக வேண்டுமானால் நேர்முகத் தேர்வு நடத்தப்படலாம். அதற்கு மதிப்பெண்கள் வழங்குவது அறவே ஒழிக்கப்பட வேண்டும். இந்திய ரயில்வே தேர்வுகளில் முறைகேடு களைத் தடுக்கும் முகமாக இந்த நேர்முகத் தேர்வுகள் முற்றிலு மாகத் தவிர்க்கப்பட்டுவிட்டன என்பது இங்கே குறிப்பிடத் தக்கது.

தங்கள் மதிப்பெண்கள் குறித்த சந்தேகங்கள் எழும்போது தகவல் உரிமைச் சட்டத்தின் கீழ் விண்ணப்பதாரர்கள் நிரப்பப் பட்ட விடைத்தாளைக் கோரினால் அதன் விவரம் அவர் களுக்கு அறிவிக்கப்பட வேண்டும். தகவல் அறியும் உரிமைச் சட்டத்தை அணுகும் விண்ணப்பதாரர் பழிவாங்கும் நடவடிக்கை களுக்கு ஆளாகாமல் தடுக்கப்பட வேண்டியதும் அவசியம். இத்தகைய முறையான செயல்பாடுகள் பாரபட்சமற்றுப்

பின்பற்றப்பட்டால் மட்டுமே தேர்வாணையத்தின் மீது பொது மக்களுக்கு நம்பிக்கை ஏற்படும். அப்படியான நம்பிக்கையைக் கட்டியெழுப்புவதில் தேர்வாணையத்தினர் அனைவரும் ஒருங்கிணைந்து செயல்பட வேண்டும். இல்லையெனில் சமூகப் பொறுப்பு மிக்க உதயச்சந்திரன் போன்ற அதிகாரிகளின் நேர்மையான முயற்சிகள் வீணாய்ப்போய்விடும்.

ஒருவேளை இந்தத் தேர்வாணையம் கூண்டோடு மாற்றப்பட்டால் அதன்பிறகு நியமிக்கப்படும் தலைவர், உறுப்பினர்கள் தற்போதைய ஆளும் கட்சிசார்ந்த வட்டாரத்திற்கு நெருக்கமானவர்களால் பரிந்துரைக்கப்பட்டவர்களாக இருக்கக்கூடும். அவர்கள் இன்று புதிதாய்ப் பிறந்தவர்களாக இருக்கப்போவதில்லை. தொடர்ச்சியான தவறுகளும் ஊழல்களும் தொடர்வது மக்களுக்கோ ஜனநாயகத்திற்கோ ஆரோக்கியமானதல்ல. நேர்மையாகச் செயல்பட்டுக்கொண்டிருக்கும் தேர்வாணையச் செயலருக்கும் புதியதாக உருவாகும் தேர்வாணையத் தலைவர், உறுப்பினர்களுக்கும் இதைப் போன்ற முரண்பாடுகள் எழுந்தால் இப்போது தமிழக அரசு வழங்கிவருவது போன்ற ஒத்துழைப்பைத் தொடர்ந்து அவருக்கு வழங்கித் தனது ஜனநாயகச் செயல்பாட்டை நிரூபிக்க வேண்டும். அதற்கு மாறாகக் கட்சி விசுவாசத்தோடு அரசு நடந்துகொள்ளுமேயானால் நேர்மையான செயலர் மீண்டும் வேறு ஒரு துறைக்கு மாற்றப்படுவார். வழக்கம்போல் தேர்வாணையம் ஊழல் பாதையில் பயணத்தைத் தொடங்கிவிடும்.

இதழ் 144, டிசம்பர் 2011

பழிதீர்க்கப்படும் பண்பாட்டு மையம்

அண்ணா நூற்றாண்டு நினைவு நூலகம் இடம் மாற்றப்படப்போவதாக வெளிவந்த அதிர்ச்சிகரமான அறிவிப்புக்கு எப்படி எதிர்வினையாற்றுவது என்ற கேள்வியுடன் இருந்த நிலையில் அகமதாபாத்தில் மேப்பின் என்ற மிக முக்கியமான பதிப்பகத்தின் எடிட்டரான வினூதா மல்யாவிடமிருந்து எனக்குத் தொலைபேசி அழைப்பு வந்தது. மேற்படிச் செய்தி பற்றி மிகுந்த அக்கறையுடன் அவர் பேசியது வியப் பாகவே இருந்தது. அகில இந்திய அளவில் அறியப்பட்ட சில முக்கியமான ஆளுமைகளிடமிருந்து கையெழுத்துப் பெற்று அண்ணா நூலகத்திற்குப் பங்களித்திருக்கும் UNESCO, UNICEF போன்ற நிறுவனங்களுக்கு அனுப்புவது என முடிவு செய்தோம். பின்னர் திரு. ஹென்றி திபேனின் ஆலோசனைப்படி மனித உரிமை ஆணையத்திற்கும் அனுப்ப முடிவுசெய்தோம். தகவலுக்காக இந்த அறிக்கையை முகநூலில் வெளியிட்டபோது பல நண்பர் கள் தமது பெயரையும் அறிக்கையில் இணைத்துக் கொண்டனர். பரந்துபட்ட அளவில் கையெழுத்து வாங்கு வது நோக்கமாக இருக்கவில்லை என்பதால் பலரை யும் தொடர்புகொள்ளவில்லை. நண்பர்கள் தவறாக எடுத்துக்கொள்ள வேண்டாம்.

கண்ணன்

அண்ணா நூற்றாண்டு நினைவு நூலகத்தை மருத்துவ மனையாக மாற்றும் தமிழக அரசின் அறிவிப்பு, இவ்வறிக்கையில் கையெழுத்திட்டிருக்கும் எங்களை அதிர்ச்சியடையச் செய்துள்ளது.

ஊடகங்களில் வெளிவந்துள்ள தகவல்படி மாநில அரசின் மந்திரி சபைகூடி நூலகத்தை வேறொரு இடத்திற்கு மாற்றி விட்டுத் தற்போதைய இடத்தில் குழந்தைகளுக்கான சிறப்பு மருத்துவமனையை நிறுவிட முடிவு செய்துள்ளது.

குழந்தைகளுக்கான சிறப்பு மருத்துவமனை நிறுவப் படுவதை நாங்கள் முழுமனதாக வரவேற்கிறோம். ஆனால் அதற்காகக் குழந்தைகளையும் பெரியோரையும் வளப்படுத்தும் ஒரு பண்பாட்டு நிறுவனத்தை அழிக்கவேண்டிய அவசியம் இல்லை எனக் கருதுகிறோம்.

பன்முக வசதிகளும் சுமார் ஏழு லட்சம் புத்தகங்களும் கொண்ட ஒரு பிரதானமான பண்பாட்டு மையத்தை இல்லாம லாக்க தமிழக முதல்வர் எடுத்துள்ள நடவடிக்கை கண்டனத் திற்குரியது.

இந்நூலகம் பெருவாரியான வாசகர் ஆதரவைப் பெற்று வருகிறது. இதை அழித்து இன்னொரு நிறுவனத்தை ஏற்படுத்து வதில் நியாயம் இல்லை. பெரும் செலவையே அது ஏற்படுத்தும்.

*தி இந்து*வில் வெளிவந்த செய்திப்படி, "வார நாட்களில் 1200 வாசகர்களும் வார இறுதியில் 2000 வாசகர்களும் வருகை தருகின்றனர். இதழியல் பகுதி, குழந்தைகள் பகுதி, 'உங்கள் புத்தகத்துடன் படிக்க வாருங்கள்' பகுதிகள் அதிக ஆதரவைப் பெற்றுள்ளன. அதன் அருகிலேயே அண்ணா பல்கலைக்கழகமும் ஐ.ஐ.டியும் தொழில் கல்வி நிறுவனங்களும் பல பள்ளிகளும் இருப்பதால் நூலகத்திற்கு வலுவான ஆதரவு இருந்துவருகிறது. சராசரியாக நாளொன்றிற்கு மூன்று பள்ளிகளின் மாணவர்கள் இந்நூலகத்திற்கு அழைத்து வரப்படுகின்றனர். இந்நூலகம் World Digital Library உடன் இணைந்து செயல்படுவது குறிப் பிடப்பட வேண்டிய செய்தி."

இன்று இந்தியாவின் தேவை ஒரு புதிய நூலக இயக்கம். இளையர்களுக்கு நூல்கள் கிடைக்கச் செய்து வாசிப்புப் பழக்கத்தைப் பெருக்க வேண்டியது அவசியம். இந்நிலையில் மேற்படி நடவடிக்கை இதற்கு முற்றிலும் எதிர்த்திசையில் உள்ளது. மேலும் தற்போது சட்டமாக்கப்பட்டுள்ள 'எல்லோர்க்கும் கல்வி' திட்டத்திற்கும் இது முரணானதாகும்.

தமிழக அரசுக்கு இம்முயற்சியைக் கைவிடக்கேட்டுப் போதிய அழுத்தம் கொடுப்பது அவசியம். தமது அரசியல் நோக்கங்களுக்காகவும் பழிவாங்கும் நடவடிக்கைக்காகவும் பண்பாட்டு நிறுவனங்களைப் பயன்படுத்துவதை அரசியல் வாதிகள் நிறுத்த வேண்டும்.

UNESCO, UNICEF, மனித உரிமை ஆணையம் போன்ற நிறுவனங்களை இப்பிரச்சினையில் தலையிட்டு நூலகத்தை இடம் மாற்றும் திட்டத்தை அரசு கைவிடச் செய்யத் துரித நடவடிக்கை எடுக்குமாறு கேட்டுக் கொள்கிறோம்.

இவண்,

கிரீஷ் கார்னாட் (எழுத்தாளர்)

யு.ஆர். அனந்தமூர்த்தி (எழுத்தாளர்)

கே.ஏ. சச்சிதானந்தன் (கவிஞர்)

பால் சக்கரியா (எழுத்தாளர்)

இந்திரா பார்த்தசாரதி (எழுத்தாளர்)

நீல. பத்மநாபன் (எழுத்தாளர்)

ஆனந்த் (நவயானா பதிப்பகம்)

சி.எஸ். லக்ஷ்மி (அம்பை) (எழுத்தாளர்)

வாஸந்தி (எழுத்தாளர்)

பி.ஏ. கிருஷ்ணன் (எழுத்தாளர்)

ஆ. இரா. வேங்கடாசலபதி (வரலாற்றாசிரியர்)

வசந்தி தேவி (கல்வியாளர்)

சுசி தாரு (பெண்ணியவாதி)

ஹென்றி திபென் (மனித உரிமைச் செயற்பாட்டாளர்)

ரவிக்குமார் (கவிஞர்)

வி.சி. தாமஸ் (ஒலிவ் பதிப்பகம்)

சந்திரா ரவீந்திரன் (எழுத்தாளர்)

எஸ். செந்தில்குமார் (எழுத்தாளர்)

ராஜேந்திரன் சீனிவாசன் (நாடக இயக்குநர்)

வெளி ரங்கராஜன் (கலாச்சாரச் செயற்பாட்டாளர்)

தேவிபாரதி (எழுத்தாளர்)

யுவபாரதி மணிகண்டன் (கவிஞர்)

பிரமிளா சுகுமாரன் (எழுத்தாளர்)

சுரேஷ் சுப்பிரமணியம் (கலாச்சாரச் செயற்பாட்டாளர்)

வெங்கட் ராஜா (சிஎம்டிஏ)

கந்தசாமி திருநாவுக்கரசு (பத்திரிகையாளர்)

நெய்தல் கிருஷ்ணன் (கலாச்சாரச் செயற்பாட்டாளர்)

இந்து சந்திரசேகர் (துலிகா புக்ஸ்)

மந்திரா சென் (ஸ்த்ரீ–சாம்யா)

பிபின் ஷா (மாப்பின் பதிப்பகம்)

கே. வெங்கடேஷ் (பத்திரிகையாளர்)

தனபால் பத்மநாபன் (இயக்குநர்)

பிரசன்னா காந்தி

ஜெயா பட்டாசார்ஜி ரோஸ் (பதிப்பு ஆலோசகர்)

ஒருங்கிணைப்பு :

கண்ணன் சுந்தரம் (காலச்சுவடு பதிப்பகம்)

வினுதா மல்யா (மாப்பின் பதிப்பகம்)

○

இதழ் 144, டிசம்பர் 2011

பின்னிணைப்பு

காலச்சுவடும் தமிழக அரசியலும்

குலத்தினை வகுக்கும் குருமணிகள்

கண்ணன்

காலச்சுவடுக்கும் அரசியலுக்குமான உறவு அதன் உடன்பிறந்த ஒன்று. சமூக அரசியல் பார்வையை உள் ளடக்காத ஒரு இலக்கிய இதழாக அது எப்போதும் இருந்தது இல்லை. இருப்பினும் காலாண்டிதழாக இருந்த காலம் வரை சமகால அரசியல் பற்றி அதில் யாரும் கருத்துரைக்கவில்லை. அந்த மாற்றம் 2000த்தில் அது இருமாத இதழான பின்னரே ஏற்பட்டது.

இன்று திரும்பிப் பார்க்கும்போது காலச்சுவடில் வெளிவந்த முதல் அரசியல் பதிவு மே – ஜூன் 2001 இதழில் கையெழுத்திட்டு நான் எழுதிய 'ஜெயலலிதா வின் பின்நவீனத்துவ நோக்கு' என்ற தலையங்கம். ஜெய லலிதாவின் அதிகார அரசியல் முறைமைகளை நக்கலாக எடுத்துரைத்த தலையங்கம் அது. அவர் பதவி ஏற்றவுடன் வெளிவந்தது. 1996 – 2001 கருணாநிதியின் – அன்றெல் லாம் கலைஞர் என்றே எழுதுவது வழக்கம் – ஆட்சி எனது தலைமுறை கண்ட சிறந்த ஆட்சி என்பதே என் மதிப்பீடு. அன்று பொதுவாகவே அறிவுலகில் கருணாநிதி பற்றி ஒப்பீட்டளவில் சாதகமான மதிப்பீடு இருந்தது. நான் அறிந்து மூன்று தேர்தல்களில் (1991, 1996, 2001) சு.ரா. திமுகவுக்கே வாக்களித்தார். குடும்ப அரசியல் என்பது ஸ்டாலினோடு நிறுத்தப்பட்டிருந்தது. பெருமள வுக்கு ஊழலற்ற ஆட்சி. 2001இல் திமுகவின் ஓட்டு சதவீதத்தில் எந்த வீழ்ச்சியும் இருக்கவில்லை. சந்தர்ப்ப

வாதிகளின் கூட்டணிப் பலத்தால் ஜெயலலிதா அதிகாரத்திற்கு வந்தது அதிர்ச்சியாகவே இருந்தது. இந்த அதிர்ச்சியை விளக்கிக் கொள்ள ஜூலை – ஆகஸ்ட் 2001 இதழில் 'தமிழக அரசியல் சூழல்' என்ற சிறப்புப் பகுதியை வெளியிட்டோம். அதில் பங்களித்திருக்கும் இரா. செழியன், பிரபஞ்சன், கானகன், இராஜேந்திர சோழன், ராஜ் கௌதமன் போன்றோரின் கட்டுரைகளிலிருந்து தமிழ் அறிவுலகின் பல தரப்பிலும் இந்த அதிர்ச்சியும் அவநம்பிக்கையும் பரவியிருந்தமை தெரிகிறது. 1996 – 2001 திமுக ஆட்சியைத் தலித்துகளுக்கு விரோதமானது என்ற பார்வையில் கடுமையாக விமர்சித்தவர் ரவிக்குமார். ஒப்பீட்டளவில் ஜெயலலிதா கருணாநிதியைவிடத் தலித் சார்பானவர் என்ற பார்வை அவரிடமிருந்தது. 2001 ஆட்சி மாற்றத்தை அவர் சாதகமாகவே பார்த்தார்.

அந்த இதழ் வெளிவந்த தருணத்தில் கருணாநிதியின் நள்ளிரவுக் கைதும் நடைபெற்றது. இதில் பெரும் அதிர்ச்சியடைந்த ரவிக்குமாரும் நானும் இணைந்து எழுத்தாளர் கூட்டறிக்கை ஒன்றை வெளியிட்டோம். *காலச்சுவடு* செப்டம்பர் – அக்டோபர், 2001 இதழ் 'பாசிசத்தின் பேய் நகங்கள்' என்ற தலைப்பில் ஒரு சிறப்புப் பகுதி, நெருக்கடி நிலையின் 25ஆம் ஆண்டையும் தமிழகத்தின் சமகால நிலையையும் நுண்மையாக ஒப்பிட்டது. இவற்றை அங்கீகரித்துக் கருணாநிதி கைப்படக் *காலச்சுவடு*க்கு எழுதிய கடிதமும் *காலச்சுவடி*ல் வெளிவந்தது.

> "வணக்கம். எதேச்சாதிகாரமும், அதன் காரணமாக உருவெடுக்கும் மனித உரிமை மீறல்களும் எந்த அளவிற்குக் கொடுமையானவை என்பதை, என்னைத் தமிழ்நாடு போலீசார் கையாண்ட விதத்திலிருந்து சுட்டிக்காட்டிக் கண்டித்ததோடு, நான் விடுவிக்கப்படுவதற்காக மாத்திரமல்ல, மனித உரிமை காப்பாற்றப்படுவதற்காகத் தாங்களும் தங்களோடு இணைந்து சான்றோர்கள் பலரும் அக்கறையுடன் விடுத்த அறிக்கைக்கு என்னுடைய மனமார்ந்த நன்றியைத் தெரிவித்துக்கொள்கிறேன்."

கருணாநிதி கைதுசெய்யப்பட்ட முறை கண்டிக்கப்பட வேண்டியது என்ற எண்ணம் எனக்கு இருந்தாலும் அதற்கான சூழலை – போலீசின் சீரழிந்த பண்பாட்டை – உருவாக்கியதில் கருணாநிதி அரசுகளின் பங்களிப்பும் விமர்சிக்கப்பட வேண்டும் என்று கருதினேன். இதுபற்றிய என்னுடைய கட்டுரை 'ஜனநாயக அராஜகம்' ஜூலை 15, 2001 *திண்ணை.காம்* இதழில் வெளிவந்தது. *காலச்சுவடி*ல் ஏன் வெளிவரவில்லை? அப்போது ஆசிரியர் குழுவிலிருந்து, நடைமுறையில் பொறுப்பாசிரியராக இயங்கி வந்த மனுஷ்யபுத்திரனுக்குத் திமுக பற்றிய விமர்சனப்

பார்வையை வெளியிடுவதில் விருப்பமிருக்கவில்லை. திமுகவை விமர்சிக்க இது உகந்த காலகட்டமல்ல என்பதே அவர் முன் வைத்த காரணம். எதை எப்போது யார் விமர்சிக்கலாம் எனப் பிறர் முடிவு செய்வதில் எனக்கு எப்போதும் உடன்பாடு இருந்த தில்லை. இருப்பினும் எதையும் பிரசுரிக்கும்படி பொறுப்பாசிரியர் களை வலியுறுத்துவது என் பாணி அல்ல. அதிலும் என் எழுத்தாக இருந்தால் நிச்சயமாக வலியுறுத்துவது இல்லை. கனிமொழியின் கணவர் அரவிந்தனின் முதலீட்டில் சுஜாதா வின் படைப்புகளை வெளியிட மனுஷ்யபுத்திரன் ஒரு பதிப்பகம் தொடங்கும் திட்டத்துடன் இருந்தது எனக்கு அப்போது தெரியாது. பின்னர் அவரே அறிவித்த 'நம்பமுடியாத காத' லில் அப்போது அவர் மூழ்கிக்கிடந்ததும் எனக்குத் தெரியாது. அதிலிருந்து தான் வெளியேறிவிட்டதாக அவர் அறிவித்தது உயர்வு நவிற்சியாக இருக்கக்கூடும்.

எனது 'ஜனநாயக அராஜகம்' கட்டுரையைக் கனிமொழி யின் பார்வைக்கு அனுப்பிவைத்தேன். அதேபோல, கருணாநிதி 'குறள்பீடம்' தொடங்கி, அதன் தலைவராகச் செயல்பட்டு அதன் முதல் கூட்டத்திலேயே தனக்குத் தானே வாழ்நாள் சாதனைக்கான படைப்பிலக்கியச் செம்மல் பரிசை வழங்கிக் கொண்டதைக் கண்டித்து ஜனவரி – பிப்ரவரி 2001 இதழில் நான் கையெழுத்திட்டு எழுதிய தலையங்கத்தையும் அவர் கவனத்துக்குக் கொண்டுவந்திருக்கிறேன். இன்றுவரையிலான என்னுடைய திமுக, கனிமொழி பற்றிய விமர்சனங்கள் பொது விடத்துப் பதிவுகள் சார்ந்தே இருந்துள்ளன. தனிப்பட்ட புரிதல்கள், உரையாடல்கள், அனுபவங்களை நான் தொட்டுப் பேசியதில்லை. எனவே எனது மேற்படிக் கட்டுரைகள் பற்றி நடந்த விவாதங்கள் என் நினைவுக்கு மட்டுமே உரியவை. சுட்டிக்காட்ட விரும்பும் செய்தி, நட்புக்காக எந்தக் காலத் திலும் என் கருத்தை வெளிப்படுத்தவோ கருத்து முரண்பாடு கொள்ளவோ தயங்கியதில்லை என்பதுதான். கனிமொழியின் முன்னுரையுடன் வெளிவந்த என்னுடைய 'பதிவுகள் அழியும் காலம்' நூலில்தான் 'ஜனநாயக அராஜகம்' கட்டுரை இடம் பெற்றுள்ளது. அதே போல காங்கிரஸ் – திமுக கூட்டணி மத்தியில் ஆட்சிக்கு வந்து மாநிலத்திலும் வருவது உறுதிப்பட்ட நிலையில் நடைபெற்ற கனிமொழி மற்றும் கார்த்தி இணைந்து உருவாக்கிய 'கருத்து' அமைப்பின் தொடக்க விழாவில் (நவம்பர், 2005) (ராஜாத்தி அம்மாள் முன்னிலையில்) நான் படித்த 'வெளிப்பாட்டுச் சுதந்திரம்' கட்டுரையும் தமிழகத்தில் உருவான அரசியல் சகிப்பின்மையில் கருணாநிதியின் பங்களிப்பைக் கடுமையாகவே விமர்சித்த கட்டுரை.

மே – ஜூன் 2003இல் *காலச்சுவடு* ஆலோசனைக் குழுவை விரிவுபடுத்தி மாற்றியமைத்தபோது கனிமொழி அதில் எங்கள் அழைப்பின் பேரில் இணைந்துகொண்டார். பெண்களின் பங்களிப்பும் ஆலோசனைக் குழுவில் இருக்க வேண்டும் என்ற அவாவே அழைத்தமைக்கு முக்கியக் காரணம். அவர் இணைந்த இதழ் பெண் படைப்புகளின் சிறப்பிதழாக உருவானது. அதில் பாமாவைக் கனிமொழி பேட்டி கண்டிருந்தார். மாதந்தோறும் நடைபெற்ற ஆலோசனைக் குழுக் கூட்டங்களிலும் கலந்து கொண்டார். அப்போது திமுக மாநிலத்திலோ மத்தியிலோ ஆட்சியில் இருக்கவில்லை. 2004இல் திமுக மத்திய அரசில் இடம்பெற்ற சில மாதங்களில் ஆலோசனைக் குழுவிலிருந்து விலகிக்கொண்டார். இக்காலகட்டத்திலும் அதன் பின்னரும் *காலச்சுவடு*டனான அவரது உறவு அதிக நெருடல்கள் இல் லாமல் தொடர்ந்தது – 2006 திமுக ஆட்சிக்கு வந்து ஊழல் அரசியல் பாதையை அவர் தேர்வு செய்யும்வரை.

*காலச்சுவடு*டன் ஒரு கட்டத்தில் இருப்பவர்கள் பின்னர் அடையும் உருமாற்றங்களும் சீரழிவுகளும் மனிதர்களைப் புரிந்து கொள்ளும் என் ஆற்றலைத் தொடர்ந்து நகைப்புக்கிடமாக்கிக் கொண்டிருக்கின்றன. பல சமயங்களில் வெட்கமாகவும் இருக் கிறது. ஆனால் அவர்கள் சீரழியும் காலங்களில் *காலச்சுவடி*ல் இருக்க முடிவதில்லை என்பதை எண்ணிச் சிறிது அமைதி கொள்ள முடிகிறது.

ஆலோசனைக் குழுவில் இருந்த காலகட்டத்தில் கனி மொழிக்கு ஒரு நெருக்கடி ஏற்பட்டது. அப்போது *காலச்சுவ டி*ல் இருந்து விலகியிருந்த மனுஷ்யபுத்திரன், ஆலோசனைக் குழுக் கூட்டம் நடைபெறும் நாட்களை அலுவலக ஊழியர் கள் வழி துப்புத் துலக்கி, கூட்டம் நடைபெற்றுக்கொண்டிருக்கும் நேரங்களில் கனிமொழிக்குக் குறுஞ்செய்திகள் அனுப்புவார். அவருடைய நடவடிக்கை தனக்குத் தெரியும் எனக் காட்டிக் கொள்வதே அவற்றின் நோக்கமாக இருக்கும். இது முதலில் நகைச்சுவைக்கு உரியதாக இருந்து பின்னர், கண்காணிப்பின் நெருக்கடியாக உருவெடுத்ததும் ஒருமுறை என்னிடம் கனிமொழி அலுவலகச் சூழல் பற்றிக் கடுமையாகப் புகார் கூறினார். அலுவலக நண்பர்களிடம் விஷயத்தை விளக்கி, சில செய்தி களைப் பரப்புரை செய்யலாகாது என்பதைப் புரியவைத்து இதற்கு ஒரு முடிவு கட்டினோம். இதைத் தவிர அப்போதைய உறவில் வேறு பிசிறு எதுவும் தட்டவில்லை.

கனிமொழியை இணைத்துக்கொண்டதன் காரணம் அவரால் *காலச்சுவடு* பயனடையும் என்ற எண்ணம்தான். ஐயமில்லை. *காலச்சுவடு*டன் இருக்கும் ஒவ்வொருவரும் இதே காரணத்

திற்காகத்தான் அதனுடன் இருக்க முடிகிறது. எந்த ஒரு அறமற்ற செயல்பாட்டிற்கும் கனிமொழியைக் *காலச்சுவடு* பயன்படுத்த வில்லை. எவ்வாறெல்லாம் பயன்படுத்தினோம் என்பதற்கு ஒரு பட்டியலை யாரேனும் வாங்கி வெளியிட்டால் மங்கலான என் நினைவுகளைப் புதுப்பித்துக்கொள்ளலாம்.

தனிப்பட்ட முறையில் அவரிடமிருந்து நான் பெற்றவற் றைப் 'பிறக்கும் ஒரு புது அழகு' நூல் முன்னுரையில் கோடிட்டுக் காட்டியிருக்கிறேன்.

> *"2005 அக்டோபரில் அப்பாவின் மரணம் என்னைச் சூழ்ந்திருந்த அனைவரையும் பெரும் துக்கத்தில் ஆழ்த்தி யிருந்தது. அவர்களுக்கு ஆறுதல் அளிக்கும் சொற்களுடன் தினமும் பலரைச் சந்திக்க வேண்டியிருந்தது. தொடர்ந்து தொலைபேசியிலும் உரையாட வேண்டியிருந்தது. அக் காலகட்டத்தில் எனக்கு ஆறுதல் அளித்தவர் கனிமொழி. வார்த்தைகளால் மட்டுமல்ல. சு.ராவின் பூத உடலை விரைந்து இந்தியா கொண்டு வரவும் அவர் உதவினார். 2005 நவம்பர் முதல் வாரம் துவக்கப்பட்ட 'கருத்து' அமைப்பில் பேச என்னை அழைத்ததும் என்னில் ஒரு மனமாற்றத்தை ஏற்படுத்துவதற்காக இருந்திருக்கலாம். இத்தொகுப்பிலுள்ள 'வெளிப்பாட்டுச் சுதந்திரம்' என்னும் கட்டுரை அப்போது எழுதப்பட்டது. திமுக பற்றியும் கலைஞர் பற்றியும் பல விமர்சனங்கள் கொண்டிருந்த அக்கட்டுரையைக் கூட்டத்திற்கு முன்பே அவருக்கு அனுப்பி வைத்திருந்தேன். ஒரு சொல்லும் மாற்றாமல் அதைக் 'கருத்து' நிகழ்வில் படித்தேன். தற்போது அரசியலில் பங்களித்து வரும் கனிமொழி அன்று காட்டிய கருத்துச் சுதந்தரம் பற்றிய ஜனநாயக உணர்வுடனேயே தன் மீதான விமர்சனங்களையும் எதிர்கொள்ள வேண்டும் என்று ஆசைப்படுகிறேன்."*

இவையெல்லாம் இன்றும் பசுமையாகத்தான் நினைவில் இருக்கின்றன. *காலச்சுவடு* உறவிலிருந்து அவரும் சிலவற்றைப் பெற்றிருக்கக்கூடும். அவை கனிமொழி மனத்திலிருந்தாலும் கனிமொழி கருணாநிதிக்குக் கொடுத்தவை மட்டுமே நினை விலிருக்கும் என்பது என் அனுமானம். நண்பர்கள் பிழையான பாதையில் காலடி எடுத்து வைப்பதாக நான் உணர்ந்தால் முதலில் தனிப்பட்ட முறையில் முரண்படுவதே என் அணுகு முறையாக இருக்கும். அதன் விளைவுகள் பொதுவாழ்வைப் பாதிக்கும்போது தனிப்பட்ட உறவைப் புறந்தள்ளிவிட்டு, பொதுவெளியிலிருக்கும் ஆதாரங்களின் அடிப்படையில் அவற்றை விமர்சிப்பதும் என் கடமை. இதை ஏற்றுத் தனிப்

பட்ட உறவு தொடர்ந்தால் மகிழ்ச்சி. அத்தகையவர்களை மிக அபூர்வமாகவே பார்க்க முடிகிறது என்பதே யதார்த்தம் (சல்மா ஒரு விதிவிலக்கு). நட்புக்காக மௌனம் சாதிப்பதோ குற்றங்களை ஏற்றுக்கொள்வதோ எனக்குச் சாத்தியமல்ல. என் பார்வையில் நண்பர்கள் அநீதியின் பாதையில் செல்லும் போது மௌனமாக இருப்பது பிழை. அவர்களைக் கௌரவிக்கும், ஊக்கப்படுத்தும் செயல்பாடுகளில் ஈடுபட்டு அப்பாதையில் துரிதமாகச் செல்ல உடுக்கடிப்பது நட்புக்குச் செய்யும் துரோகம். அநீதியான செயல்பாடுகளின்வழி அவர்கள் பெற்ற அதிகாரத்தைப் பயன்படுத்தி மேம்படுவது இழிவு. மேற்படி பார்வைக்கு முரணாக நான் செயல்பட்டிருந்தாலும் அதற்காக இன்று வருந்த வேண்டுமே அன்றி நியாயப்படுத்த முடியாது.

○

2006இல் திமுக ஆட்சிக்கு வருவதை ஆர்வத்துடன் எதிர்பார்த்திருந்தேன். ஜனநாயகத்தை ஓரளவுக்கேனும் மீட்டுத் தரும் ஆட்சியாக அது இருக்கும் என்ற எதிர்பார்ப்பு இருந்தது. தமிழ் நூல்கள் அனைத்தும் ஒரே கூரையின் கீழ் இடம்பெறும் ஒரு பெரும் நூலகத்தை உருவாக்க வேண்டும் என்பதைக் கனிமொழியிடம் பல மாதங்களாக வலியுறுத்தி வந்தேன். பள்ளிக் கல்வித் துறைக்கு அமைச்சராகியிருந்த தங்கம் தென்னரசு கற்றவர், பண்பாளர் என அறிந்ததும் அவரைச் சந்திப்பதில் ஆர்வம் தெரிவித்தேன். தங்கம் தென்னரசு, அவர் சகோதரி தமிழச்சி தங்கபாண்டியன், நான், இரு பத்திரிகையாளர் நண்பர்கள் ஆகியோர் ஒரு மாலை நேரத்தில் உணவு விடுதியொன்றில் சந்தித்தோம். தமிழக நூலகங்களைச் சீர்படுத்த மேற்கொள்ள வேண்டிய நடவடிக்கைகள் பற்றிய ஆலோசனைகளை ஒரு திட்டமாக அவர் கையில் கொடுத்தேன். இறுதி வரை அதன் எந்த ஒரு அம்சத்தையும் அவர் செயல்படுத்தவில்லை. மேற்படி பெரும் நூலகத் திட்டத்தையும் அவரிடம் வலியுறுத்தினேன். ஜூலை 2006 *காலச்சுவடை* அந்தச் சந்திப்பின் போது அவரிடம் அளித்தேன். அதில் 'கறுப்புக் கண்ணாடித் தரிசனங்கள்' என்னும் தலைப்பில் புதிய திமுக அரசு 'டாவின்சி கோட்' திரைப்படத்தைத் தடைசெய்ததையும் அக்கட்சி பின்பற்றும் மதச்சார்பின்மையின் பிரச்சினைகளையும் ஒரு நிர்வாணச் சமணத் துறவியை அரசு தமிழகத்திலிருந்து வெளியேற்றியமையையும் 'கோணங்கள்' பகுதியில் கடுமையாக விமர்சித்திருந்தேன். பின்னர் *காலச்சுவடைத்* தமிழக அரசு நூலகங்களில் மேலும் அதிக அளவில் வாங்க அமைச்சரிடம் கேட்கலாம் என நண்பர்கள் ஆலோசனை சொன்னதும் மீண்டும் அமைச்சரைச் சந்தித்துப் பேசினோம். அவரும் ஆவன செய்வ

தாக உறுதியளித்துச் செயல்படுத்தினார். ஒரு பதிப்பாளர் என்ற முறையில் துறைசார்ந்த அமைச்சரைச் சந்தித்துக் கோரிக்கை வைப்பது என் உரிமை. *காலச்சுவடு* நூலகங்களுக்குச் செல்வது *காலச்சுவடு*க்கு மட்டுமல்ல, பிற மாற்று இதழ்களுக்கும் வழி வகுப்பதாக அமையும் என்பதும் தமிழ் வாசகர்களுக்குப் புதிய பார்வைகளைத் தரும் என்பதும் எங்கள் நம்பிக்கை. ஆனால் இதன் பொருட்டுத் திமுக அரசைக் *காலச்சுவடு* விமர்சிப் பதைத் தவிர்க்கலாம் என்று யாரேனும் நினைத்திருந்தால் அது எங்கள் பிழை அல்ல. *காலச்சுவடு* நூலகங்களுக்குச் செல்ல கனிமொழி உதவவில்லை. அக்காலகட்டத்தில் அமைச்சர் அவருக்குப் பரிச்சயமானவராக இருக்கவில்லை. அமைச்சர் *காலச்சுவ*டை நூலகங்களுக்கு வாங்கியதை அவரது விழிப்புணர் வின் அடையாளமாகவே எடுத்துக்கொண்டேன்; எங்கள் கருத்துச் சுதந்திரத்திற்குப் போடப்பட்ட கடிவாளமாக அல்ல.

ஆகஸ்ட் 2006 முதல் *காலச்சுவடு* அதிக அளவில் நூலகத் துறையால் வாங்கப்பட்டது. செப்டம்பர் மாதம் சென்னை *காலச்சுவடு* அலுவலகத்தில் சிறிய அளவில் ஒரு விற்பனை யகத்தைத் தொடங்கினோம். அம்மாதமே மதுரைப் புத்தகச் சந்தையில் *காலச்சுவடு* அரங்கமைத்தது. இவற்றில் கனிமொழி, கல்வி அமைச்சர் போன்றோர் கலந்துகொண்டனர். அக்டோபர் மாதம் திமுகவின் முதல் முக்கியச் சறுக்கல் நடந்தது. சென்னை மாநகராட்சித் தேர்தல் அராஜகமாக நடத்தப்பட்டது. இதைக் கடுமையாகக் கண்டித்து 'வாக்காளர்களைப் புறக்கணித்த தேர்தல்' என்று ஒரு தலையங்கம் எழுதினோம். அதே இதழில் *காலச்சுவடு* கோவையில் நடத்திய 'அற்றைத் திங்கள்' நிகழ்வில் கருணாநிதியின் ஆவணப்படத்துடன் கனிமொழி கலந்துகொள் ளும் அறிவிப்பும் வெளிவந்தது. அடுத்த மாதம் அவர் கலந்து கொண்டார்.

ஜனவரி 2007 இதழ் தலையங்கம் ஏற்கெனவே பொது வுடைமையாகிவிட்ட முன்னோடி எழுத்தாளர்களின் படைப்பு களையும் அடையாளமே தெரியாத எழுத்தாளர்களின் படைப்புகளையும் சகட்டுமேனிக்கு நாட்டுடைமையாக்கிய கொள்கையை விமர்சித்து 'கௌரவமான கேலிக்கூத்தா?' என்று தலையங்கம் எழுதினோம். பிப்ரவரி 2007 இதழில் ரவிக்குமார் போலீசாரால் தாக்கப்பட்டதைப் பற்றிய அவரது வாக்குமூலம், அ. ராமசாமியின் கட்டுரை, அருந்ததி ராய், ஹென்றி திபேன் போன்றோரின் கண்டனக் கடிதங்கள் என ஒரு சிறப்புப் பகுதியையே வெளியிட்டோம்.

திமுக அரசை விமர்சிக்க மட்டுமே செய்தோம் என்பதும் இல்லை. சென்னை சங்கமம் அறிவிப்பு வந்ததும் அதை வரவேற்று

'மக்களை நாடும் கலை' என்ற தலையங்கம் எழுதினோம். பிப்ரவரி 2007 தலையங்கம் அரசின் பதிப்பாளர் மற்றும் எழுத்தாளர் ஆதரவுச் செயல்பாடுகளை வரவேற்றது. பின்னர் திமுக அரசு நடைமுறைப்படுத்திய செயல்வழிக் கல்வி முறையை மனம் திறந்து பாராட்டிய ரவிக்குமாரின் கட்டுரை வெளி வந்தது. மே 2007 இதழில் 100 கோடி செலவில் பெரும் நூலகம் அமைக்கும் திட்டத்தை வரவேற்றுத் தலையங்கம் எழுதினோம். (நூலகக் கட்டடத்தின் தொடக்கவிழாவில் அமைச்சர் இதைக் கனிமொழியின் திட்டம் என அறிவித்தார்.)

ஏப்ரல் 2007 இதழ் சென்னை சங்கமத்தை கவர் ஸ்டோரி யாகக் கொண்டிருந்தது. உள்ளே 'சாதனைகளும் போதாமை களும்' என்ற அரவிந்தனின் கட்டுரையுடன் விமர்சனபூர்வமாகப் பாராட்டிய பல பதிவுகள் வெளிவந்தன. அப்போது *காலச் சுவடு* நண்பரொருவரைச் சந்தித்த ஜெகத் கஸ்பர் மென்மை யான இந்த விமர்சனங்களை 'அறிவுஜீவிப் பயங்கரவாதம்' என்று வருணித்தார்.

இதற்குப் பின்னர் ஏப்ரல் 2007இல் *காலச்சுவடி*ன் நூலக ஆணை மீண்டும் புதுப்பிக்கப்பட்டது. கடந்த ஆண்டின் செயல் பாடுகள் அரசின் கொள்கைகளைப் பாராட்டுவதும் விமர்சிப் பதுமாக இருக்க இதற்கடுத்த ஆண்டு சூழல் காரணமாகத் திமுக சார்பு அறிவுஜீவிகளையும் முதல்வரையும் அவர்கள் செயல்பாடுகளையும் நேரடியாகக் *காலச்சுவடு* விமர்சிக்க நேர்ந்தது.

தினகரன் ஊழியர்கள் படுகொலைக்குப் பின்னர் ஜூலை 2007இல் 'பிறக்கும் ஒரு புது அழகு' என்ற என் கட்டுரை வந்தது. இதிலுள்ள சில வரிகளை இப்போது நினைவுபடுத்திக் கொள்ளலாம்.

> "ஒரு சமூகத்தின் ஆன்மாவாகக் கருதப்படுபவர்கள் எழுத்தாளர்கள். இன்று அரசியலில் இருக்கும் ரவிக் குமாருக்கும் சல்மாவுக்கும் மதுரை நிகழ்வுகளைப் பற்றிப் பலத்த மௌனத்தை மட்டுமே வெளிப்படுத்த முடிந் திருக்கிறது. எழுத்தாளர்கள் அரசியலுக்குப் பங்களிப்பதை விடத் தாம் இழப்பதே அதிகமாகத் தெரிகிறது. மனித உரிமைப் போராளியாக, பி.யு.சி.எல். தலைவராக இருந்த ரவிக்குமாருக்கு மதுரைப் படுகொலைகளைப் பற்றி மட்டுமல்ல, தான் போலீசாரால் கடுமையாகத் தாக்கப் பட்டது பற்றிக்கூட அதிகம் சொல்ல முடியாத நிலை. இந்நிலை ஒரு கூட்டணி (அ)தர்மம்... போலீசாரால் தாக்கப்பட்டுப் படுகாயமடைந்து மருத்துவமனையில்

சேர்க்கப்பட்ட அவர் போலீசாரைத் தாக்கியதாக முதல் தகவல் அறிக்கை பதிவு செய்யப்பட்டுக் கைதுக்கான வாரண்டும் பிறப்பிக்கப்பட்டுள்ளது. தாக்குபவர்களுக்கு அரச மரியாதை அளிக்கும் அரசு தாக்கப்படுபவர்களைக் குற்றவாளிகள் ஆக்குவதில் வியப்படைய என்ன இருக் கிறது?... சல்மாவின் அரசியல் வாழ்க்கையில் ஒரு எழுத்தாளருக்கு உரிய எந்தச் செயல்பாட்டையும் காண முடியவில்லை. எழுத்தாளருக்கு உரிய கரிசனங்களாக ஒரு சொல்லும் செயலும் பொதுவாழ்க்கையில் அவரிட மிருந்து வெளிப்படுவது இல்லை. இன்றைய அரசியல் குட்டையில் ஊறிய ஒரு மட்டையாகவே அவர் காட்சியளிக்கிறார்...

மனித உரிமைகள் மீறப்படும்போது பெரும் துக்கத்தோடு கனிமொழி எதிர்வினையாற்றியதைக் கேட்டிருக்கிறேன். 2002இல் குஜராத் கலவரத்தை எதிர்த்து காலச்சுவடு நடத்திய பொதுக் கூட்டத்தில் அவர் வெளிப்படுத்திய உணர்ச்சிகள் என்னைக் கண்கலங்க வைத்துள்ளன. கொடுங் குற்றவாளிகளைக்கூடத் தூக்கிலிடும் உரிமை அரசுக்கு இல்லை என மரணதண்டனைக்கு எதிராக வாதாடிய கனிமொழி, மதுரையில் அப்பாவிகளின் படுகொலைக்கு ஆற்றியுள்ள எதிர்வினை, அவர்மீது மரியாதை கொண்ட வர்களுக்கு ஏமாற்றத்தையே அளித்திருக்கும்.

நேற்றுவரை இந்திய அரசு அமைப்புகள் பற்றிய விமர் சனப் பார்வையோடு இருந்த கனிமொழி தற்போது சிபிஐயின் மீது முழு நம்பிக்கைகொண்ட குடிமகளாக மாறியிருக்கிறார். கலைஞரின் எதிர்ப்பையும் மீறிக் 'கருத்து' அமைப்பைத் துவங்கி, குஷ்பு பிரச்சினையில் ஆணித்தர மான நிலைப்பாட்டை எடுத்த கனிமொழியின் கருத்துச் சுதந்திரம் இன்று குடும்ப அரசியலில் சிக்கித் தவிக்கிறது. அரசியலில் உயர்ந்த செயல்திட்டங்கள் அவருக்கு இருக் கின்றன என்றே நம்புகிறேன். ஆனால் லட்சியத்தின் மலர்ச்சியை வழிமுறைகளின் அறத்திலிருந்து பிரிக்க முடியாது."

பின்னர் நவம்பர் 2007 இதழில் சேதுக்கால்வாய் திட்டம் பற்றிய தேவிபாரதியின் கட்டுரை 'பாதையை மறிக்கும் பாலம்' வெளிவந்தது. திமுக தரப்பில் அதிருப்தியை ஏற்படுத்திய கட்டுரை இது. சேது சமுத்திரத் தாது மணல் கொள்ளைத் திட்டத்திற்குச் சுற்றுச்சூழல் பாதிப்பு, மீனவர் வாழ்வுக்கு ஏற்படும் கேடு சார்ந்து எதிர்ப்புகள் வலுத்தபோது கனிமொழி அறிவித்தார்: "யார் எதிர்த்தாலும் என்ன காரணத்திற்காக

எதிர்த்தாலும் சேது சமுத்திரத் திட்டத்தை நிறைவேற்றியே தீருவோம்.” ‘புகழ் பெற்ற கடைசி வார்த்தைகளாக’ இவை அமைந்தன. சில மாதங்களாகவே *காலச்சுவடு* கனிமொழியை விமர்சிப்பது பற்றிய தன் அதிருப்தியை வெளிப்படுத்திவந்த ரவிக்குமார், டிசம்பர் இதழோடு *காலச்சுவடு* ஆலோசகர் குழுவிலிருந்து விலகிக்கொண்டார். கனிமொழி, தங்கம் தென்னரசு, ஜெகத் கஸ்பர் ஆகியோர் பின்னின்று செயல்படத் தமிழச்சி தங்கபாண்டியன் ஞாநிக்கு எதிராக, தமிழகத்தின் முன்னணி அறிவுஜீவிகள் கலந்துகொண்ட ஒரு கூட்டத்தை ஒருங்கிணைத் தார். அக்கூட்டத்திற்கு எதிர்வினையாக டிசம்பர் இதழில் வெளிவந்த ‘வெந்து தணியும் அவதூறுகள்’ கட்டுரையிலிருந்து ஒரு பகுதி:

> “இக்கூட்டத்தில் கலந்துகொண்டவர்களை இரண்டு வகைமைகளில் பிரித்துவிடலாம். ஞாநிக்கு எதிரான தனிப்பட்ட கணக்குகளைத் தீர்க்க வந்தவர்கள். திமுக மற்றும் கூட்டணிக் கட்சியைச் சேர்ந்தவர்கள்... கணக்குத் தீர்க்க வந்தவர்களுக்கு இது ஒரு அரிய வாய்ப்பு. நண்பர் ஒருவர் குறிப்பிட்டபடி, பொதுவாகக் கணக்குத் தீர்க்கும் போது நஷ்டமே மிஞ்சும். இவர்களுக்கோ வருங்காலத் தில் நல்ல அறுவடை இருக்கும் என்னும் எதிர்பார்ப்பு உண்டு. கூட்டத்தில் கலந்துகொள்வோரின் பட்டியல், அத்துமீறிய பேச்சுகள் இடம்பெறும் என்பதைத் துலக்க மாகவே உணர்த்தியது. அத்துமீறிப் பேசுவார்கள் என எதிர்பார்க்கப்பட்டவர்கள் தம் மீதான நம்பிக்கையை வீணடிக்கவில்லை. அத்து மீறிப் பேசுபவர்களாக அறியப் படாதவர்களுக்கு, அத்துமீறலுக்குத் தம்மைப் பழக்கப் படுத்திக்கொள்ள ஒரு வாய்ப்பாகவும் இக்கூட்டம் இருந் துள்ளது. உதாரணத்திற்கு ஞாநியை ஒருமையால் திட்டித் தீர்த்திருக்கிறார் சல்மா.[1] தமது களத்தில் நிகழ்த்தப்பட்ட அத்துமீறல்கள் பற்றி மௌனம் காக்கும் ‘தீம்புனல்’, ஞாநி போன்ற ஒரு மூத்த பத்திரிகையாளர் தனது பத்தியில் தெரிவித்த கருத்துகளுக்காக ‘ஆனந்த விகட’ னைக் கண்டிக்கும்போது அக்கண்டனம் பலவீனமடைந்து விடுகிறது. தமது களத்தில் ஏற்காத பொறுப்பைப் பிறர் களத்தில் எப்படி வேண்ட முடியும்?”

இவ்வளவுக்கும் பின்னர் ஜனவரி 2008 இதழில் கனிமொழி யின் முதல் மாநிலங்களவை உரையை வெளியிட்டோம். ஒரு கவிஞராக, மனித உரிமையாளராக அறியப்பட்டவரின் அவ்வுரையில் அணுசக்திக்கு ஆதரவாக வெளிப்பட்ட அவர் பார்வை பலருக்கும் அதிர்ச்சியளித்திருக்கும். அதை விவாதத் திற்கு உட்படுத்தும் நோக்கோடு மொழிபெயர்த்து வெளியிட்

டோம். எதிர்பார்த்தபடி அவ்வுரை விவாதத்திற்கு உள்ளானது. குறிப்பாக சுப. உதயகுமாரின் எதிர்வினை (இதழ் 99) மற்றும் ஜனகப்ரியாவின் எதிர்வினை (இதழ் 101). கனிமொழியின் உரையைப் பற்றிய ஆசிரியர் குழுவின் பார்வையைப் பதிவு செய்யாமல் வாசகரின் பன்முக வாசிப்புக்கு அதை உட்படுத்தியதுதான் சரியான முடிவாகத் தோன்றுகிறது. தமிழ்ச் சூழலில் நுட்பமான செயல்பாடுகளை அறியும் உணர்கொம்புகள் நமது மொண்ணையான அறிவுஜீவிகளிடம் இல்லை. நகைச்சுவையாக ஒன்றை எழுதினால், தலைப்பில் கொட்டை எழுத்தில் “நகைச்சுவைக் கட்டுரை” என்று போட்டால்தான் இவர்களுக்கு விளங்கும்.

மின் உற்பத்திக்கான மாசற்ற முறைமைகளைக் குறைத்து மதிப்பிட்டு அணுசக்தி உற்பத்தியால் பயனடையும் கார்ப்பரேட்டுகளின் கூலிப்படையால் தயாரிக்கப்பட்ட அறிக்கை போன்ற அவ்வுரையைக் *காலச்சுவடு* ஆதரித்து வெளியிடும் என்பது அதன் இயக்கத்தையும் வாசகரையும் அவமதிப்பதாகும். இதழ் 97இல் கனிமொழியின் உரையை வெளியிடுவதற்கு முன்னர் இதழ் 94இல் அணுசக்தி ஒப்பந்தத்தைக் கடுமையாக விமர்சிக்கும் தேவிபாரதியின் ‘ஒரு பயங்கரமான கற்பனை’ கட்டுரை வெளிவந்துள்ளது. இந்தப் பின்னணியிலேயே கனிமொழி கட்டுரையை வாசிக்க வேண்டும். அணுசக்தியின் ஆபத்துகளை நிலக்கரிச் சுரங்கங்களில் உயிர் இழந்தவர்களுடன் ஒப்பிட்டு நியாயப்படுத்தியிருந்தார் புதிய எம். பி. இனப்படுகொலையைச் சாலை விபத்துகளுடன் ஒப்பிடுவது போன்ற மனிதாபிமானமற்ற செயல் இது. கவிஞர் கனிமொழி அழிந்து கனிமொழி கருணாநிதி பிறந்த கணமாக இவ்வுரையைக் கருதலாம். இந்தச் சரிவைத் தமிழ் வாசகர்கள் கவனத்திற்கும் விவாதத்திற்கும் கொண்டுவந்த ஒரே தமிழ் ஊடகம் *காலச்சுவடு*. இதைப் பிரசுரித்தலே ஒரு அம்பலப்படுத்தல்தான். அன்று கனிமொழியின் உரைக்குக் கண்டனமாகச் சுண்டு விரலைக்கூட அசைக்காத அறிவுஜீவிகள் இன்று உரையைப் பிரசுரித்ததற்காகக் கூக்குரல் எழுப்புவது அபத்தம். கனிமொழி உரையைப் பிரசுரித்ததன் உட்கிடை பூசாரிகளுக்குப் புரியாவிட்டாலும் சாமிக்கு நன்றாகவே புரிந்தது. உரை வெளிவந்ததும் *காலச்சுவடு* பொறுப்பாசிரியரை அழைத்துத் தன் கோபத்தை வெளிப்படுத்தினார். இவ்வுரையை நாங்கள் பிரசுரிக்க அவரிடம் முன் அனுமதி பெற்றிருக்க வேண்டுமா என்பதையும் விசாரித்தறிந்தார். (நாடாளுமன்ற, சட்டசபை உரைகளுக்குக் காப்புரிமை இல்லை.)

காலச்சுவடு இதழ் 99இல் ‘செம்மொழி தமிழ் ஆய்வு மையம்’ என்ற தலையங்கம் வெளிவந்தது. தமிழுக்காக உருவாக்கப்பட்ட நிறுவனங்களின் வீழ்ச்சியையும் செம்மொழி மையத்தின்

குறைபாடுகளையும் சுட்டிக்காட்டிய இத்தலையங்கம் "இம் மையத்தின் தலைவராக முதல்வர் செயல்படுவார் எனத் தெரிவிக்கப்பட்டுள்ளது. மொழி சார்ந்த நிறுவனம் ஒன்றுக்கு அத்துறை வல்லுநர் ஒருவர் தலைவராக அமைவதுதான் பொருத்தமாக இருக்க முடியும். தலையாட்டிப் பொம்மையாக இல்லாமல் சுயமாகச் செயல்படும் அளவு அதிகாரம் கொண்ட தாகவும் அப்பதவி அமைய வேண்டும்" என்று குறிப்பிட்டதைக் கருணாநிதியால் பொறுக்க முடியவில்லை என்று அறிந்தோம். செம்மொழி மையத்திலேயே அவர் கோபப்பட்ட செய்தியும் எங்களை எட்டியது. ஏப்ரல் 2008இல் *காலச்சுவடு* 100ஆவது இதழை வெளியிட்ட ஒரு நாள் நிகழ்வின்போது *காலச்சுவடு* தடை செய்யப்பட்டிருக்கும் செய்தி கிடைத்தது. இன்று செம் மொழி அமைப்புப் படும்பாட்டைப் பார்க்கும்போது இந்தத் தலையங்கத்தின் ஆலோசனை எவ்வளவு சரியானது என்பது நிரூபணமாகியுள்ளது.

ஜூன் மாதம் சென்னையில் 'கருத்துரிமையும் வாழ்வுரிமை யும்' என்ற கருத்தரங்கை நடத்தினோம். இலங்கைத் தமிழர் பிரச்சினை தொடர்பான அரங்கக் கூட்டங்களுக்கே தமிழக அரசு நெருக்கடி ஏற்படுத்தியதும், கருத்துச் சுதந்திரத்திற்கு எதிரான சூழல் உருவாகி வந்ததுமே இக்கருத்தரங்கிற்கான காரணமாக அமைந்தது. *காலச்சுவடு* நூலகத் தடை பற்றி அதில் ஒரு சொல்கூடப் பேசப்படவில்லை. அதற்கான ஒரு கருத்தரங்காக அது மாறிவிடக் கூடாது என்பதில் மிகக் கவனமாகவே இருந்தோம்.

தமிழக அரசின் கூட்டணியில் செல்வாக்குடன் இருந்த கனிமொழி மற்றும் கார்த்தி சிதம்பரம் ஆகியோரே கருத்துச் சுதந்திரத்திற்காக உருவாக்கப்பட்ட 'கருத்து'வின் அமைப்பினர் என்ற முறையில் எழுத்தாளர்களைக் கனிமொழிக்கும் கார்த்திக் கும் மின்னஞ்சல் அனுப்பக் கேட்டுக்கொண்டோம். அதற்கு முன்னர் நான் *காலச்சுவடு* நூலகத் தடைக்கு எதிராக நூலக இயக்குநருக்குக் கடிதம் எழுதினேன். அமைச்சருக்கும் கடிதம் எழுதினேன். பின்னர் கார்த்திக்கும் கனிமொழிக்கும் மின்னஞ்சல் அனுப்பினேன். கார்த்தி தொடர்புகொண்டு பேசினார். பின்னர் என் வேண்டுகோளுக்கு இணங்கத் தியடோர் பாஸ்கரன், மலர்மன்னன், எஸ்.எஸ். ராஜகோபாலன், ராமச்சந்திர குஹா, பால் சக்கரியா, மு. ராமநாதன், சச்சிதானந்தன் சுகிர்தராஜா, கி. நாச்சிமுத்து, வசந்திதேவி, வா. மணிகண்டன் ஆகியோர் 'கருத்து' அமைப்பாளர்களுக்கு மின்னஞ்சல் அனுப்பினர். பல மின்னஞ்சல்களுக்குக் கார்த்தி பதில் எழுதினார். தன்னால் இயன்றதைச் செய்வதாக உறுதியளித்தார். *காலச்சுவடை*

நூலகங்களில் தடைசெய்யக் கூடாது என ஒரு அறிக்கையை வெளியிட்டார்.

கலை இலக்கியப் பெருமன்றம் மற்றும் தமுஎசவுக்குக் *காலச்சுவடு* தடைக்கு எதிராக அறிக்கை வெளியிட வேண்டும் எனக் கேட்டுக் கடிதம் எழுதினேன். கலை இலக்கியப் பெரு மன்றம் சார்பில் பொன்னீலன் மற்றும் ரவீந்திர பாரதி அமைச்சருக்குக் கடிதம் எழுதினர். தமுஎச எதிர்வினையாற்ற வில்லை. *தினமணி*யில் 'கலா ரசிகன்' *காலச்சுவடு* தடையைக் கண்டித்து எழுதினார்.

செப்டம்பர் 2008 இதழில் 'அரசு நினைத்தால் *காலச் சுவடை*யே நிறுத்த முடியும் *காலச்சுவடு*க்கு வரும் விளம்பரங் களையும் நிறுத்த முடியும்' என்ற இமையத்தின் மிரட்டல் கடிதமும் எனது எதிர்வினையும் வெளிவந்தன. அக்டோபர் இதழில் முதல்வருக்குத் தமிழ் எழுத்தாளர்களின் கையெழுத் திட்ட கூட்டுக் கடிதத்தை வெளியிட்டோம். பிரபஞ்சன் கல்வி அமைச்சருக்கு ஒரு திறந்த கடிதம் எழுதினார். அரசாங்கம் எதற்கும் இணங்கவில்லை. இதன் பின்னர் மதுரை உயர் நீதிமன்றத்தில் வழக்குத் தொடர்ந்தோம். வழக்கின் முடிவு இப்போது *காலச்சுவடு*க்குச் சாதகமாக வெளிவந்துள்ளது.

○

திமுக ஆட்சிக்கு வந்த சில மாதங்களிலேயே கனிமொழி யின் ஆளுமையில் சில மாற்றங்களை உணர்ந்தேன். அதிகாரம் பெற்றவுடன் அவரிடம் விமர்சனம் ஏற்காத சகிப்பின்மை தென்பட்டது. அவர் நாடாளுமன்ற உறுப்பினர் ஆன பின்னர் நாங்கள் எந்த உறவையும் பேணவில்லை. அவர் அரசியலில் நுழைந்த முறை மிக மோசமான பின்விளைவுகளை ஏற்படுத்தும் என எண்ணினேன். கருணாநிதியின் முதல் குடும்பத்தினர் கனிமொழியின் அரசியல் வருகையால் பெருமளவுக்குச் சீண்டப் படுவார்கள் என்றும் போட்டிக்கு அவர்களும் அரசியலில் இறங்குவது பெரும் கேடாக அமையும் என்றும் தோன்றியது. கனிமொழியின் அரசியல் நுழைவின் முஸ்தீபுகளும் செயல்பாடு களும் அது ஒரு கேடுகெட்ட அரசியல் பயணமாக அமைவதற் கான சகுனங்களாகவே இருந்தன. எனது 'பிறக்கும் ஒரு புது அழகு' கட்டுரையில் இந்தக் கவலை கோடிட்டுக் காட்டப் பட்டுள்ளது.

காலச்சுவடு தடைசெய்யப்பட்டதில் அவருக்குப் பங்கு உள்ளதா என்பது எனக்குத் தெரியாது. ஆனால் திமுகவில் ஒரு *காலச்சுவடு* எதிர்ப்பு மனோபாவம் உருவாக அவரது சமிக்ஞைகள் முக்கியமானவையாக இருந்திருக்கும் என்பதே

என் கணிப்பு. *காலச்சுவடை* நூலகங்களில் தடைசெய்த பிறகு அறிவுஜீவிகள் அவருக்கு எழுதிய கடிதங்களை உச்சகட்ட சகிப்பின்மையோடு எதிர்கொண்டார். அவர் மின்னஞ்சலுக்குக் கடிதம் வருவது ஒரு அந்தரங்க உரிமை மீறல், தன்னால் போலீசில் புகார் அளிக்க முடியும் என மிரட்டிச் செய்தி அனுப்பினார். நாடாளுமன்ற உறுப்பினர் ஒருவரது மின்னஞ்சல் முகவரிக்குக் கடிதம் எழுதுவது ஒரு மீறல் என்பது நகைப்புக்குரியது என்றாலும் அரசாங்கம் நினைத்தால் யாரையும் சீரழிக்க முடியும் என்பதை உணர்ந்ததால் சட்ட ஆலோசனையைப் பெற்றுத் தொடர்ந்து செயல்பட்டோம். எழுத்தாளர் யாரையும் மதித்துப் பதில் எழுதாத கனிமொழி பால் சக்கரியாவுக்கு மட்டும் பதில் எழுதினார். அதில் நான் அவரை அணுகி உதவிகோரியிருந்தால் உதவியிருப்பேன் என்று எழுதியிருந்தார். அரசியல்வாதிகளிடம் உரிமையைக் கேட்டுப் பெறலாம், சலுகைக்காகப் போய் நிற்கக் கூடாது என்பதே என் எண்ணம். அதிகாரமும் பணமும் இருந்தால் எல்லோரும் வந்து நிற்பார்கள் என்ற ஆணவமும் மறுதலிக்கப்பட வேண்டியது.

இளம் கவிஞர் வா. மணிகண்டன் என்னைத் தொடர்பு கொண்டு தானும் 'கருத்து' அமைப்புக்குக் கடிதம் எழுதவா என்று கேட்டார். பின் விளைவுகள் இருக்கலாம் என்று எச்சரித்தேன். அப்போது அவர் மலேசியாவில் இருந்தமையால் அதிகப் பிரச்சினை இருக்காது என்றும் தோன்றியது. அவரது அனுபவங்கள் இத்துடன் தனியாகப் பிரசுரிக்கப்பட்டுள்ளன. இது தொடர்பாக அவர் குறிப்பிடாமல் விட்டிருக்கும் ஒரு செய்தி சாரு நிவேதிதா தன் இணையதளத்தில் அவரை வலிந்து சீண்டிப் புண்படுத்திய செயல்பாடு. இதைத் தொடர்ந்து *காலச்சுவடுக்குப்* பங்களிக்கும் சில இளம் எழுத்தாளர்களுக்கு எங்களோடு தொடர்புகளைத் துண்டித்துக்கொள்ள அறிவுறுத்தித் தொலைபேசி அழைப்புகள் சென்றதாக அறிந்தேன். சில மிரட்டுபவையாகவும் சில அறிவுறுத்துபவையாகவும் இருந்தன. இத்தகைய எதிர்வினைகள் ஏற்பட ஏற்பட எங்கள் எதிர்ப்பை உறுதிப்படுத்திக்கொண்டே இருந்தோம். அதே நேரம் சமச்சீர் கல்வி போன்ற நல்ல திட்டங்களை வரவேற்றும் செயல்பட்டோம்.

சில மாதங்களுக்கு முன்னர் ஒரு நாள் *காலச்சுவடு* பொறுப்பாசிரியர் தேவிபாரதியை அழைத்த இமையம் 'தெருவில் பார்த்துச்செல்லுங்கள். நெரிசல் அதிகமாக இருக்கிறது. ஏதேனும் விபத்து நேர்ந்துவிடக் கூடாது' என 'அன்பாக' அறிவுறுத்தியிருக்கிறார். இமையத்தின் அதிகாரபூர்வமான அதிகாரம் ஒரு பள்ளி ஆசிரியர் என்பது. திமுக தொண்டர் என்பது அரசு ஊழியர் விதிமுறைகளுக்குப் புறம்பாக அவர் பெற்றிருந்த

மற்றொரு அதிகாரம். முக்கியமான தமிழ் எழுத்தாளர் என்பது மூன்றாவது அதிகாரம். இந்நிலையில் எங்களை மீண்டும் மீண்டும் மிரட்டும் தொனியை அவர் கைவரப்பெற்றது எவ்வாறு? *காலச்சுவடை* அதன் விளம்பரங்களைத் தடைசெய்ய முடியும் என எச்சரிக்கும் அதிகாரம் அவருக்கு எவ்வாறு ஏற்பட்டது? இதன் பின்னணியில் கனிமொழி இருந்தார் என்பது என் ஊகம். அவரின் ஏவலாகப் பல பணிகளில் இமையம் ஈடுபட்டார். *காலச்சுவடுக்கு* எச்சரிக்கைக் கடிதம் எழுதியது, தொலைபேசியில் மிரட்டியது, 2ஜி பற்றித் துண்டறிக்கை வெளியிட்டது, கனிமொழி கைதுக்கு ஒரு வாரம் முன்னர் *முரசொலியில்* ஞாநியைக் கண்டித்து எழுதியது (இக்கட்டுரை கனிமொழியால் கைப்படத் திருத்தப்பட்டே அச்சுக்கு அனுப்பப்பட்டது) என எல்லாவற்றுக்கும் பின்னால் கனிமொழியின் சித்தமும் சகிப்பின்மையும் இருந்தன என்றே நம்புகிறேன். மணிகண்டனும் பிற எழுத்தாளர்களும் மிரட்டப்பட நிச்சயமாக உயர்நிலை அதிகாரங்கள் பின்னணியில் இருந்திருக்க வேண்டும். செவிவழிச் செய்திகள் இதை உறுதிப்படுத்தின.

தமிழகத்தில் அரசாங்கத்தை விமர்சித்தால் ஆபத்துகள் சூழ்ந்து வரும் என்பது உலகறிந்த செய்தியாகவே இருந்தது. உண்மையான நல்லெண்ணத்தோடு விமர்சனங்களைத் தவிர்க்கும்படி நண்பர்கள் பலர் அறிவுறுத்தினார்கள். சேரன் கனடாவிலிருந்து அழைத்து 'உங்களைக் கொலைசெய்துவிட மாட்டார்களா?' என்று வினவினார். கருத்துக்காகக் கொலைசெய்யப்பட்டவர்கள் பலரை அறிந்தவர் அவர். *காலச்சுவடு* வட்டத்திற்குள்ளேயே கடுமையான முரண்பாடுகள் தோன்றின. காரணம் அரசை விமர்சிப்பது பற்றிய கருத்து வேறுபாடுகள் அல்ல. அதிகார மமதை கொண்டவர்களின் எதிர்வினை பற்றிய எச்சரிக்கை உணர்வு. நட்பைப் பணயம் வைத்து எனது கட்டுரை ஒன்று *காலச்சுவடிலேயே* 'தடை' செய்யப்பட்டது. கனிமொழியைச் சந்தித்து நண்பரொருவர் என்னோடு பேசித் தீர்த்துக் கொள்ள அவரை அறிவுறுத்தினார் என்பதை அறிந்தபோது திகைப்பே ஏற்பட்டது. எதைப் பேசித் தீர்க்க வேண்டும்? *தினகரன்* ஊழியர்கள் படுகொலையையா? திருமங்கலத்தையா? அல்லது தேசியக் கொள்ளையையா? ஆபத்துகளிலிருந்து எங்களைக் காப்பாற்றத் தனிக் கவசம் எதுவும் எங்களுக்குப் பூட்டப்பட்டிருப்பதான நம்பிக்கை எதுவும் எனக்கு இல்லை. மும்பையில் மூத்த பத்திரிகையாளர் ஜோதிர்மோய் தேயைக் கொலைசெய்யக் கூலிப்படைக்குக் கொடுக்கப்பட்ட தொகை ரூபாய் ஐந்து லட்சம் மட்டுமே. கருணாநிதி குடும்பத்துக்குச் செல்ல நாய்க்குட்டி வாங்கக்கூட இத்தொகை காணாது.

காட்பாதர் நாவலில் அவரது கடைசி மகன் மைக்கேல் கார்லியோன், முதலில் மாஃபியாச் செயல்பாடுகளை விரும் பாமல் அன்னியப்பட்டிருப்பான். இத்தாலியர் அல்லாத பெண் ணைக் காதலிப்பான். கல்லூரிக்குச் சென்று படிப்பான். ராணுவத்தில்கூடச் சேர்ந்து பணியாற்றுவான். சூழல் அவனை மாஃபியா நடவடிக்கைகளுக்குள் இழுத்துவரும். பிறகு மிகக் கொடிய ஒரு மாஃபியா தலைவனாக அவன் உருவெடுப்பான். கடந்த ஆண்டுகளில் அடிக்கடி நினைத்து, பேசி, விவாதித்த விஷயம் அது.

○

2009இல் ஒரு நாள் பின்னிரவு தேவிபாரதியிடமிருந்து எனக்குத் தொலைபேசி அழைப்பு வந்தது. சக இதழாசிரியர் ஒருவர் அவரை நிறை போதையில் அழைத்துச் சில எச்சரிக்கை களை வழங்கியிருக்கிறார். அதில் முக்கியமானது தமிழச்சி தங்கபாண்டியன் அனுப்பிய நற்செய்தி: "நான் நினைத்தால் *காலச்சுவடைப்* பத்து நிமிடங்களில் நிறுத்த முடியும்." தொடர்ந்து அவர் நல்லெண்ணத்தோடு "நமக்கு ஏன் வம்பு? தொடர்ந்து உயிரோடிருக்கணும்ல" என்று அறிவுரையும் வழங்கியுள்ளார். சில நிமிடங்கள் நாங்கள் இந்த மிரட்டல் பற்றிப் பேசிக்கொண் டிருந்தோம். "தமிழச்சியால் பத்து நிமிடத்தில் நிறுத்த முடியும் அளவுக்குக் *காலச்சுவடு* பலவீனமானது என்றால், அது வராம லிருப்பதே நல்லது" என்று உரையாடலை முடித்தேன். அவரைத் தூண்டியது *காலச்சுவடில்* நான் எழுதிய ஒரு எதிர்வினையில் குறிப்பிட்ட இந்தச் செய்திதான். "இமையத்திற்கு ஒரு தலை முறைக்குப் பிறகு எழுதவந்த தமிழச்சிக்கு இமையத்திற்கு முன்னர் இமையத்தைவிட உயர்ந்த பரிசு வழங்கப்பட்டதற்கு என்ன காரணம்?" இதில் எந்த ஒரு தகவலையும் கேள்விக் குட்படுத்த முடியாது எனும் நிலையில் எழுந்த ஆத்திரம் அவருடையது. இது வெறும் மிரட்டலாக முடியவில்லை. *காலச்சுவடின்* பதிவு ஆவணங்கள் சோதிக்கப்பட்டிருப்பதும் எங்களுக்குத் தெரியவந்தது.

தமிழச்சியை முதல் முறையாக 2004இல் சென்னையில் சு. ரா. புகைப்படக் கண்காட்சியில் சந்தித்தேன். அதற்கு முன்னரும் அவர் சந்தித்திருப்பதாகக் கூறினார். ஆனால் எனக்கு நினைவில்லை. பின்னர் 2006இல் கோவையில் நடை பெற்ற 'பாரதி 125, பு. பி. 100, சு. ரா. 75' நிகழ்வில் ப்ரஸன்னா ராமஸ்வாமியின் குழுவுடன் வந்து ஒரு நிகழ்வில் பங்கெடுத் தார். அவர் அரசியலை நோக்கி நகர நான் வழக்கம் போல விலகிக்கொண்டேன். அவர் அரசியல் வருகையை வரவேற்றுப் பேசிய ரவிக்குமார் என் கருத்தைக் கேட்டபோது 'கிரிமினல்

அரசியலுக்கும் உளவுத் துறைக்கும் பாலமாக இருப்பார்' என்றேன். அழகிரி அவருடைய 'காட்பாதர்'. கணவர் சந்திர சேகர் திமுக ஆட்சிக்கு வந்ததும் கருணாநிதி காலில் விழுந்து உளவுத் துறை உயர் அதிகாரியானார். இப்போது அதிமுக வெற்றிபெற்றதும் போயஸ் கார்டனில் சட்டையைக் கிழித்துக் கொண்டு முண்டியடித்த அதிகாரிகள் கூட்டத்திலும் தென்பட் டார். கருணாநிதி, ஸ்டாலின் கால்களில் தயக்கமின்றி விழுபவர் தமிழச்சி. அழகிரியை 'ஆண்மை அரசன்' (?) என்று மேடையில் புகழ்ந்த பெண்ணியவாதி. முத்துராமலிங்கத் தேவர் நூல் வெளியீட்டில் கலந்துகொண்டு – அதே வாரத்தில் கருப்புப் பிரதிகளின் 'விளிம்பு நிலை' நூல் வெளியீட்டிற்கும் அழைக்கப் படும் முற்போக்குவாதி. தமிழகத்தில் 'முற்போக்கு' வேஷம் கட்டுவது முகத்தில் பவுடர் பூசிக்கொள்வதைவிட எளிமை யானது.

அதிகாரபூர்வமாக 'வேலையில்லாப் பட்டதாரி'யான பின்னர் அவர் செலுத்திய அதிகாரம் அளப்பரியது. அவரது நூல் வெளியீடுகள் பெரும் அரசியல் திருவிழாக்களைப்போல பானர், கட்அவுட், போஸ்டர் அடித்துப் பெரும் அரங்குகளில் அனைவருக்கும் விருந்தளித்து நடந்தன. அழைப்பிதழ்கள் பல்லாயிரக்கணக்கான அளவில் அச்சடித்து விநியோகிக்கப் பட்டன. குறைந்த பட்சமாக இவற்றிற்குக் கடந்த ஐந்தாண்டு களில் 25 லட்சம் செலவிடப்பட்டிருக்கும். இதற்கு யாரும் கணக்குக் காட்ட முடியாது. ஏனெனில் ஊழல் பணத்திலும் அதிகாரத் துஷ்பிரயோகத்திலும் நடைபெற்ற நிகழ்வுகள் இவை.

தமிழச்சியை ஒரு ஆளுமையாக வளர்த்தெடுத்து எம்.பி. ஆக்க அவர் கணவர் அதிகாரத்தைப் பயன்படுத்தி எம்பிக் கொண்டேயிருந்தார். அவரது முக்கியமான உளவுத் துறைப் பணி ஊடகங்களுக்குத் தீனிபோடுவது என்பது மிக வசதி யாகப்போனது. இவரது நேர்காணல்கள், கவிதைகள், புகைப் படங்கள் ஊடகங்களை ஆக்கிரமிக்க இதுவே முக்கியக் காரணம். இவரது நூல் வெளியீட்டுக் கூட்ட ஏற்பாடுகளில் போலீசாரும் போலீஸ் அலுவலகங்களும் போலீஸ் வாகனங்களும் பயன் படுத்தப்பட்டன. நமது அறிவுஜீவிகளைப் போலீசார் அழைத்து முகவரியை உறுதிப்படுத்திப் போலீஸ் வாகனங்களில் நேரில் வந்து அழைப்பிதழைக் கொடுத்துச் சென்றார்கள். நமது கலகக்காரர்கள், முற்போக்குவாதிகள், ஏகாதிபத்திய எதிர்ப் பாளர்கள், பெண்ணியவாதிகள் எந்த முணுமுணுப்பும் இல்லாமல் அரங்குகளுக்கு அணிவகுத்தார்கள். வெளிப்படையாக நடை பெற்ற இந்த அதிகாரத் துஷ்பிரயோகத்தைக் கண்டிக்க யாரும்

துணியவில்லை. தேவிபாரதி ஒரு கூட்டத்தில் இந்தப் போக்கைக் கண்டித்தபோது ஒரு மாற்று இதழ் கொதித்து எழுந்து தமிழச்சியை ஆதரித்துத் தேவிபாரதியைக் கண்டித்துத் தலையங்கமே தீட்டியது. தமிழகத்தில் தமிழச்சி தங்கபாண்டியனை அழைத்துக் கௌரவிக் காத பல்கலைக்கழகமோ அவருக்கு வழங்கப்படாத பரிசோ கிட்டத்தட்ட இல்லை. இவற்றுக்குப் பின்னால் அதிகாரக் கவர்ச்சி, வேலைவாய்ப்பு, பணி இடமாற்றம் என ஒரு ஊழல் கலாச்சாரமே அறிவுலகில் வேர்விட்டது.

தமிழச்சியின் அதிகாரத்திற்கு உட்பட்ட இலக்கிய நிறுவனங் களிடமிருந்து நூலகத் துறை அதிகத் தொகைக்கு நூல்களை வாங்கியது. தம் எழுத்தாளர்களின் நூல்களுக்கு நூலக ஆணை பெற முயல்வது பதிப்பாளர் கடமை. இங்கு பிரச்சினை அதுவல்ல. தன் சகோதரர் தங்கம் தென்னரசு அமைச்சராக இருந்ததைப் பயன்படுத்தி அரசு செலவில் தன் செல்வாக்கை வளர்த்துக் கொண்டது தமிழச்சியின் அதிகாரத் துஷ்பிரயோகம். தகவல் அறியும் உரிமைச் சட்டத்தின் கீழ் நான் பெற்றிருக்கும் ஆவணங்கள் இந்த ஊழலுக்குச் சான்றாக உள்ளன.

இதற்கு மாறாகத் தமிழச்சியின் 'தீம்புனல்' கூட்டத்தை விமர்சித்து எழுதிய பின்னர் *காலச்சுவடு* நூலகங்களில் நிறுத்தப் பட்டது. 2009 – 10 நூலக ஆணையிலும் பழிவாங்கப்பட்டோம். *திராவிடச் சான்று* போன்ற திராவிட இயக்கத்திற்கே அடிப் படையான ஆய்வுகளைக் கொண்ட கனதியான பல நூல்கள் புறக்கணிக்கப்பட்டன. இந்தச் சார்புகளுக்கு நிரந்தரமாக முடிவுகட்ட வேண்டும். நூல்களின் கொள்முதலுக்கும் இதழ் களின் கொள்முதலுக்கும் வரையறைகளை உருவாக்க வேண்டும். நூலக ஆணையை முழுமையாக இணையத்தில் பிரசுரித்து வாசகர் பரிசீலனைக்கு முன்வைக்க வேண்டும்.

❍

காலச்சுவடு இன்று நீதிமன்றம்வழி நூலக ஆணையைப் பெற்றிருப்பது திமுக அறிவுஜீவிகளுக்கு மிகுந்த ஆத்திரத்தை ஏற்படுத்தியிருக்கிறது. *காலச்சுவடின்* தொடர்ச்சியான குரல், மாநகராட்சித் தேர்தல் அராஜகம், அமெரிக்க அரசே கவனம் கொண்ட திருமங்கலத் தேர்தல் சீரழிவு, *தினகரன்* படுகொலை, சேது சமுத்திரத் தாது மணல் கொள்ளைத் திட்டம், இலங்கைப் பிரச்சினை பற்றிய அரங்கக் கூட்டங்களுக்கும் அனுமதி மறுப்பு, பரவலான நிலக்கொள்ளை, 2ஜி ஊழல், கல்வி நிறுவனங் களில் நடைபெற்ற வரலாறு காணாத பணி நியமன மற்றும் பணி இடமாற்ற ஊழல் போன்றன பற்றியெல்லாம் நீதிக்கும் அநீதிக்கும் இடையில் நமது அறிவுஜீவிகள் மௌனமானதை

அம்பலப்படுத்துவதாக இருந்தது. திகாரிலிருந்து எழும் சமிக்ஞை கள் இன்றும் நமது அறிவுஜீவிகள் சிலரை ஆட்டிப்படைக் கின்றன. மக்களோடு நிற்பதான பாசாங்குடன் இருந்தவர்க ளெல்லாம் எந்த அளவுக்குச் சமூகச் சூழலிலிருந்து அன்னியப் பட்டவர்கள் என்பதைத் தேர்தல் முடிவு அம்பலப்படுத்தி விட்ட நிலை ஆத்திரத்தை மேலும் தூண்டுகிறது. சமூக நீதி வேஷம்கட்டிக்கொண்டு மக்கள் கழுத்தை நெரித்தாலும் மௌன மாகும் ஆற்றல் நமது அறிவுஜீவிகளிடம் உண்டு. ராமர் என்ன எஞ்சினியரா? என்று கேட்டுவிட்டுச் சேது சமுத்திரத் தாது மணல் கொள்ளையில் ஈடுபட்டு மீனவர் வாழ்வில் மண் அள்ளிப்போட்டாலும் முற்போக்குப் போதை அறிவுஜீவிகளுக் குத் தெளியவே தெளியாது. இந்தத் தந்திரங்கள் அனைத்தும் கைவரப்பெற்ற கருணாநிதியால் இவர்களை ஆட்டிப்படைக்க முடிந்ததில் வியப்பில்லை. அதிகாரத்தைப் பயன்படுத்தச் சில நுழைவாயில்கள் திமுக ஆட்சியில் திறந்ததும் மெய்மறந்தவர் களால் இன்னும் யதார்த்தத்தை ஏற்றுக்கொள்ள முடியவில்லை. கனிமொழி விஷயத்தில் *காலச்சுவடு* ஏதோ உப்பிட்ட கைக்குத் துரோகம் செய்துவிட்டது என்ற ரீதியில்போகும் இவர்களின் கதைக்கு இதுதான் பதில்: *காலச்சுவடு*க்குப் பலரும் பங்களித் திருக்கிறார்கள். யாரும் எங்களுக்கு உப்பிட்டதில்லை. ஆனாலும் உப்பிட்ட கை சமூகவிரோதச் செயல்களில் இறங்கினால் அதற்குத் துரோகம் செய்வதுதான் அறிவுஜீவியின் பணி என்பதே எங்கள் பொதுவான நம்பிக்கை.

காலச்சுவடு நூலகங்களில் வாங்கப்படக் கூடாது என விதிக்கப்பட்ட தடையை எதிர்த்துத் தொடரப்பட்ட வழக்கு இதழியலின் சுதந்திரத்திற்கு ஆதரவாக முடிவுக்குவந்தது குறித்து மகிழ்ச்சி. எனது வாழ்த்துகள்.

இந்த வழக்கின் வெற்றிச் செய்தி சில ஆண்டுகளுக்கு முன்னதாக நான் எதிர்கொண்ட ஒரு சம்பவத்தை நினைவு படுத்துகிறது.

○

என் அனுபவம்

காலச்சுவடு இதழ் நூலகங்களில் வாங்கப்பட்டுக் கடந்த ஆட்சியில் திடீரென நிறுத்தப்பட்டபோது பலரது எதிர்வினை யையும் *காலச்சுவடு* கோரியிருந்தது. நண்பர்கள் பலர் 'கருத்து' அமைப்புக்குத் தங்களது எண்ணங்களை மின்னஞ்சல் மூலமாக வும் அறிக்கைகள் வாயிலாகவும் தெரியப்படுத்தினர். அந்தச் சமயத்தில் அரசின் நிலைப்பாட்டை மறுபரிசீலனை செய்வதற்

குக் குரல்கொடுக்க வேண்டும் என்ற வேண்டுகோளைக் 'கருத்து' அமைப்பின் நிறுவனர்களான கனிமொழிக்கும் கார்த்தி சிதம்பரத் திற்கும் ஒரு மின்னஞ்சல் மூலம் அனுப்பியிருந்தேன். இது குறித்துத் தனக்கு வந்த மின்னஞ்சல்களுக்கும் வேண்டுகோள் களுக்குமான பதிலை ஒரு பொதுவான அறிக்கை மூலமாகக் கார்த்தி சிதம்பரம் பத்திரிகைகளில் வெளியிட்டிருந்தார். கனி மொழி எந்தப் பதிலும் வெளியிட்டதாக எனக்கு நினைவில்லை.

காலச்சுவடுக்கு ஆதரவான மின்னஞ்சல்கள், அறிக்கைகள் ஆகியவை அதற்கடுத்த மாத *காலச்சுவடு* இதழில் பிரசுரமாகி யது. அந்த மாதத்தில் பணி நிமித்தமாக நான் மலேசியாவின் பினாங்கு நகரத்தில் இருந்தேன். நண்பர்கள் சிலர் இந்தக் கடிதத்தின் பிரசுரம் பற்றித் தெரிவித்திருந்தார்கள். அப்போது விசா புதுப்பிப்பிற்காக இரண்டு நாட்கள் மட்டும் இந்தியா வந்து திரும்ப வேண்டியிருந்தது. அப்பொழுது ஹைதராபாத்தில் என்னுடன் தங்கியிருந்த நண்பரும் வேறொரு தேசத்திற்குச் சென்றிருந்ததால், அந்தப் பத்துக்குப் பதினொன்று அறையில் நிரம்பிக்கிடந்த தூசிகளின் மீதாகப் பாய் விரித்து அழுக்கடைந்த தலையணையில் தலை வைக்க விருப்பமில்லாமல் கைகளை தலைக்கு அணைத்துக்கொண்டு படுத்திருந்தேன்.

அந்த இரவில் வந்த அநாமதேய அழைப்பின் வசவுகளும் மிரட்டல்களும் இன்னமும் என் நினைவில் சாரலாக இருக் கின்றன. வெளியில் கசகசவென மழை பெய்துகொண்டிருந்தது. என் இலக்கியச் செயல்பாடுகள் அத்தனையும் அந்தக் கடிதத் தோடு முடிவுக்கு வந்துவிடும் எனவும் என்மீது முத்திரை குத்தப்பட்டுவிட்டதாகவும் பேசத் தொடங்கியவர், நான் ஏதோ பதில் சொல்லத் தொடங்க வேறொரு தொனியில் எனக்கான அர்ச்சனைகளை ஆரம்பித்தார். அந்த மனிதர் உதிர்த்த சொற் களில் பெரும்பாலானவை 'வக்கிரம்' அல்லது 'குரூர வன்மம்' குறித்தான ஆராய்ச்சி ஏதும் நடத்தப்படுமாயின் அதில் சேர்க்கத் தக்கவை. பாதியில் இணைப்பைத் துண்டித்துவிட்டு, இந்தியா வில் இருந்த இரண்டு நாட்களும் எனது அலைபேசியை 'சுவிட்ச் ஆஃப்' செய்துவிட்டு சுற்றிக்கொண்டிருந்தேன்.

ஒரு இதழுக்கு ஆதரவாக அனுப்பியிருந்த நான்கு வரி மின்னஞ்சல் இத்தனை கீழ்த்தரமான எதிர்வினையைப் பெற்றுத் தரும் என்பது என்னை அதிர்ச்சிக்குள்ளாக்கியிருந்தது. இலக்கிய உலகத்தைச் சுற்றிப் பின்னியிருக்கும் மட்டரகமான அரசியலின் ஒரு முகத்தை உணர்ந்த தருணம் அது. உலகின் சிதைவுகளுக் குள் என் இருப்பை வெளிப்படுத்துவதைத் தவிர வேறு எந்த விதமான நோக்கமும் இல்லாமல் மழுங்கலான மனநிலையில் இருந்த எனக்கு அது அயற்சியை மட்டுமே தந்தது.

இந்தியா திரும்பிய பிறகு தொடர்ச்சியாக இலக்கியக் கூட்டங்களில் பங்கெடுப்பதும் புதிய நண்பர்களைச் சந்திப்பதும் கொஞ்சம் எழுதுவதும் நிறைய வாசிப்பதும் என இலக்கியத்தில் இயங்கும் மனநிலையிலேயே இருந்தேன். ஒவ்வொரு ஆண்டும் சென்னை சங்கமத்தில் தொடர்ந்து கலந்துகொண்டு கவிதையும் வாசித்து வந்தேன். இந்தச் சூழலில்தான் கடந்த ஆண்டு சென்னை சங்கமத்தில் கலந்துகொள்ள வேண்டுமென அழைத்தபோது ஒத்துக்கொண்டேன்.

தொடர்ச்சியாகச் சங்கமம் குறித்தான செய்திகளும் அதில் முக்கியத்துவம் அளிக்கப்பட்டவர்களும் பற்றிய எதிர்மறையான எண்ணம் உருவானபோது கவிதைச் சங்கமத்தில் கவிதை வாசிக்காமல் புறக்கணிக்கிறேன் என ஒரு மின்னஞ்சலை நண்பர்கள் பலருக்கும் அனுப்பியிருந்தேன். இந்த மின்னஞ்சல் சவுக்கு இணையதளத்தில் பிரசுரிக்கப்பட்டது. ஞாநி அவர்கள் *கல்கியிலும் டைம்ஸ் ஆஃப் இந்தியாவிலும்* என்னைப் பற்றிய குறிப்பை எழுதியிருந்தார். இதைத் தொடர்ந்து இணையதளங்களில் உருவான எதிர்வினைகள் எனக்குள் எந்தச் சலனத்தையும் ஏற்படுத்தவில்லை. சில தனிமனித வசைகளைத் தவிர கிட்டத்தட்ட அனைத்து எதிர்வினைகளும் கருத்தியல்ரீதியான மோதல்களாகவே இருந்தன. இவை முன்னரே செய்திருக்க வேண்டிய சில முடிவுகளை எனக்கு உணர்த்தினவே தவிர, வருத்தமளிக்கவில்லை.

சங்கமத்தில் கலந்துகொள்வதாகச் சொல்லிவிட்டு இடையில் கலந்துகொள்ளப்போவதில்லை என்றால் என்னை அழைத்த நண்பர்களுக்குச் சங்கடம் வரலாம் என்று அவர்களைத் தொடர்பு கொள்ள முயன்றபோது எந்தப் பதிலையும் பெற முடியவில்லை.

அதே நேரத்தில் தொலைபேசி வாயிலாக நான் எதிர்கொண்ட மிரட்டல்கள் வகைவகையானவை. ஒருவர் புறக்கணிப்பு என்னும் எனது செயலைப் பாராட்டுவதாகக் கூறித் தனது உரையாடலைத் தொடங்கி மிரட்டும் தொனியில் எனது நிறுவனத்தின் பெயர், வகிக்கும் பதவி, மேலாளரின் பெயர் போன்ற விவரங்களைக் கேட்கத் தொடங்கினார். தான் மத்திய அரசில் மிகப்பெரிய பதவியில் இருப்பதாகச் சொல்லிக்கொண்டிருந்தார். இதன் பிறகாக அவர் பேசியது எதுவும் நினைவில் பதியவில்லை.

இன்னொருவர் எனது அறிக்கையால் உளவுத் துறையின் கழுகுப்பார்வைக்குள் நான் வந்துவிட்டதாகவும், இதிலிருந்து தப்பிக்க அந்த அறிக்கையை ஒரு அதிர்ச்சி மதிப்பீட்டிற்காக நகைச்சுவையாக வெளியிட்டுவிட்டேன் என்று ஒரு பதிவு

எழுதினால் விளைவுகள் எதுவும் வராமல் பார்த்துக்கொள்ளத் தான் முயல்வதாகச் சொன்னார். இன்னொரு நண்பர் என்னைப் பற்றிய விவரங்களை 'மேலிடத்தில்' கேட்பதாகத் தெரிவித்தார். இப்படியான மிரட்டல்கள் ஒரு புறமும் அச்சில் வர முடியாத வசவுகளின் தனிப் பட்டியல் ஒருபுறமும் அடுத்து வந்த சில நாட்களுக்கு மன உளைச்சலைத் தரத் தொடங்கின.

நான் எதிர்கொண்ட இந்த எதிர்வினைகள் குறித்து எனக்கு எந்தவிதமான புகாரும் இல்லை இதைப் பற்றி எந்த இடத் திலும் குறிப்பிட்டதுமில்லை. மிக அரிதாக நண்பர்கள் சிலரிடம் பேசியிருக்கிறேன். அதே சமயத்தில் இந்தப் பதிவு அரசியல்ரீதி யாகத் தோற்றவர்களின் மீது புகார் அளிக்கத் தொடங்கும் காலகட்டத்தின் நீட்சியும் அன்று.

எழுத்து, சொல், செயல் என யாவும் நுண் அரசியலால் பின்னப்பட்ட இலக்கியச்சூழல்தானே இது. இதைத் தெரிந்தும் விரும்பியுமே இருந்துகொண்டிருக்கிறேன். அதே சமயத்தில் அறிவுஜீவிகளாலும் சிந்தனையாளர்களாலும் நிரம்பியிருப்ப தான சித்திரத்தில் அருவருப்பான நிகழ்வுகளைப் பதிவுசெய் யவே இந்தக் கடிதம்.

வா. மணிகண்டன்

இதழ் 140, ஆகஸ்டு 2011

விடுபட்ட கட்டுரைகளின் பட்டியல்

அதிகாரம் யாருக்கு? தமிழக அரசியல் சூழல்

தமிழக தேர்தல் முடிவுகள் :
வரலாற்று நோக்கில் ஒரு பார்வை? – இரா. செழியன்

வெட்சித் திணை – பிரபஞ்சன்

மே 2001 – தமிழக சட்டசபைத் தேர்தல் – ராஜ் கௌதமன்
(இதழ் 36, ஜூலை - ஆகஸ்ட் 2001)

பாசிசத்தின் பேய் நகங்கள்

அரச பயங்கரவாதமும் மீடியா பயங்கரவாதமும் – மனுஷ்யபுத்திரன்

பயம் – நனவிலும் கனவிலும் – சுந்தர ராமசாமி
(இதழ் 37, செப்டம்பர் - அக்டோபர் 2001)

திரைக்குப்பின் : உள்ளிருக்கும் பகை *(இதழ் 56, ஆகஸ்ட் 2004)*

திரைக்குப் பின் : ஒரு நல்ல தொடக்கம் *(இதழ் 58, அக்டோபர் 2004)*

தலையங்கம் : புழுதிக்குள் புரளும் புனிதச் சுடர்கள்
(இதழ் 60, டிசம்பர் 2004)

தலையங்கம் : தமிழ்க் காதல் *(இதழ் 63, மார்ச் 2005)*

தேர்தல் 2006 : அரசியல் கலாச்சாரத்தின் மாற்றம் – இரா. திருநாவுக்கரசு
(இதழ் 79, ஜூலை 2006)

தேர்தல் 2006 : ஒரு நேரடி அனுபவம்
காட்சிகள் கனவுகள் – அ. ராமசாமி *(இதழ் 79, ஜூலை 2006)*

ஒரு களிறு போதுமா? – பி.ஏ. கிருஷ்ணன் *(இதழ் 81, செப்டம்பர் 2006)*

தலையங்கம்: நாட்டுடமையாக்கம் : கௌரவமான கேலிக்கூத்தா?
(இதழ் 85, ஜனவரி 2007)

ரவிக்குமார்மீதான தாக்குதல்: எதிர்வினை
குறுகிய மனங்கள், குறுக்கப்படும் மனவெளிகள் – அ. ராமசாமி
(இதழ் 86, பிப்ரவரி 2007)

தொடக்க விழாவும் இதர சில நிகழ்வுகளும் :
அரசமர நிழல் – ரவி *(இதழ் 88, ஏப்ரல் 2007)*

நினைவேறும் கனவு *(இதழ் 89, மே 2007)*

த. ஹிண்டு தலையங்கம் :
பத்திரிகைச் சுதந்திரம் மீதான கொலைவெறித் தாக்குதல்
(இதழ் 90, ஜூன் 2007)

பத்திரிகையாளர் தீர்மானம் *(இதழ் 90, ஜூன் 2007)*

தலையங்கம் : பக்கத்தில் நிற்க ஒருவர் *(இதழ் 91, ஜூலை 2007)*

தலையங்கம் : புதுக் கணக்கு *(இதழ் 93, செப்டம்பர் 2007)*

ஒரு 'பயங்கர'மான கற்பனை - தேவிபாரதி *(இதழ் 94, அக்டோபர் 2007)*

கவனத்தில் கொள்ளவேண்டிய சில தகவல்கள்
(இதழ் 94, அக்டோபர் 2007)

தலையங்கம் : 'செல்'லும் கொல்லும்? *(இதழ் 95, நவம்பர் 2007)*

கலைஞரின் கேள்விகள் – சக்கரியா *(இதழ் 95, நவம்பர் 2007)*

தலையங்கம் : இடம் மாறும் மறைமலையடிகள் நூல்நிலையம்
(இதழ் 100, ஏப்ரல் 2008)

கருத்துரிமையும் வாழ்வுரிமையும் :
நினைவுகூரப்பட வேண்டிய நெருக்கடிகள் – தேவிபாரதி

கருத்தரங்க உரைகளிலிருந்து . . .

ராஜேந்திரச் சோழன்

தியாகு

ஓவியா

பா. செயப்பிரகாசம்

கிருஷ்ணானந்த்

பேராசிரியர் கல்யாணி

கவிஞர் இன்குலாப்

(இதழ் 104, ஆகஸ்டு 2008)

தலையங்கம் : கருணையின் நிறங்கள் *(இதழ் 106, அக்டோபர் 2008)*

எதிர்வினை : கேள்விக்குள்ளாகும் நேர்மை – க. திருநாவுக்கரசு *(இதழ் 106, அக்டோபர் 2008)*

எதிர்வினை : விழிப்புணர்வின் அடையாளம் – மாறுபடும் பார்வை – மலர்மன்னன் *(இதழ் 106, அக்டோபர் 2008)*

தலையங்கம் : சாதி தின்னும் சட்டம் *(இதழ் 108, டிசம்பர் 2008)*

கண்ணோட்டம் : அரசின் தாளமும் அசைந்தாடும் கலைஞர்களும் – கண்ணன் *(இதழ் 108, டிசம்பர் 2008)*

விவாதம் : நாட்டுடமையாக்கம் எனும் சொட்டு மருந்து – கண்ணன் *(இதழ் 113, மே 2009)*

நாடாளுமன்றத்தேர்தல் : சாதியும் இனமும் – ஸ்டாலின் ராஜாங்கம் *(இதழ் 114, ஜூன் 2009)*

ஒரு நாவலின் வெற்றி – அ. ராமசாமி *(இதழ் 116, ஆகஸ்டு 2009)*

தலையங்கம் : இனிப்பான மருந்து, ஆனால் கசப்பான உண்மை! *(இதழ் 117, செப்டம்பர் 2009)*

அகவிழி திறந்து : அருட்சங்கமம் – கண்ணன் *(இதழ் 117, செப்டம்பர் 2009)*

விவாதம் : ஒதுக்கிவைத்தல் – பங்கேற்றல் – கொண்டாடுதல் அவரவர் வாழ்வும் அவரவர் நியாயங்களும் – அ. ராமசாமி *(இதழ் 123, மார்ச் 2010)*

அதிகாரத்தின் பத்தி வாசனையும் நெடுஞ்சாண்கிடை அறிவுஜீவிகளும் - கண்ணன் *(இதழ் 123, மார்ச் 2010)*

தலையங்கம் : செயலற்றதாக்கப்படும் சட்டம் *(இதழ் 125, மே 2010)*

பன்னாட்டுத் தமிழாய்வுக் கழகமும் உலகத் தமிழ்ச் செம்மொழி மாநாடும் – நபோரு கராஷிமாமின் கட்டுரைகளும் அதற்கான எதிர்வினைகளும் *(இதழ் 129, செப்டம்பர் 2010)*

தலித் அதிகாரிகள் : குறுக்கப்படும் சமூகநீதி – ஸ்டாலின் ராஜாங்கம் *(இதழ் 129, செப்டம்பர் 2010)*

தகவல் அறியும் உரிமைச் சட்டமும் தமிழக அரசும் – மாதவ் *(இதழ் 130, அக்டோபர் 2010)*

ஆக்கிரமிக்கப்பட்ட பஞ்சமி நிலம் : திசைதிருப்பும் முதல்வர் – ஸ்டாலின் ராஜாங்கம் *(இதழ் 130, அக்டோபர் 2010)*

அகவிழி திறந்து: தருணம் – கண்ணன் *(இதழ் 132, டிசம்பர் 2010)*

தலையங்கம் : சாத்தானின் வழக்குரைஞர்கள் *(இதழ் 134, பிப்ரவரி 2011)*

தொலைந்துபோனவர்கள் அடையாளங்களைத் துறக்கும் சிறுகட்சிகள் – ஸ்டாலின் ராஜாங்கம் *(இதழ் 136, ஏப்ரல் 2011)*

மாற்றுத் தேர்தல் அறிக்கை – செல்லப்பா *(இதழ் 137, மே 2011)*

இனி ஊருக்குப் போய்ப் பிழைத்துக் கொள்ளலாம்! – க.சீ. சிவகுமார் *(இதழ் 137, மே 2011)*

தமிழ் அடையாளமும் சாதி அடையாளமும் – ஸ்டாலின் ராஜாங்கம் *(இதழ் 138, ஜூன் 2011)*

அற்ற குளத்து அற்புத மீன்கள் – தேவிபாரதி *(இதழ் 138, ஜூன் 2011)*

சமச்சீர்க் கல்வி நீடிக்குமா? – பெருமாள் முருகன் *(இதழ் 141, செப்டம்பர் 2011)*

தலையங்கம் : சிறிய விஷயங்களின் கடவுள் *(இதழ் 143, நவம்பர் 2011)*

சமத்துவம் என்னும் கற்பிதம் – ஸ்டாலின் ராஜாங்கம் *(இதழ் 143, நவம்பர் 2011)*

கூடங்குளம் : ஆற்றலும் அபாயங்களும் – ஜே.ஆர்.வி. எட்வர்ட் *(இதழ் 143, நவம்பர் 2011)*

அப்துல்கலாம் என்னவாக இருக்கிறார்? – பா. செயப்பிரகாசம் *(இதழ் 144, டிசம்பர் 2011)*